ಡಿ. ಎಸ್. ಅಚ್ಯುತ ರಾವ್

ಕ್ರಿ.ಶ. 1800ರ ಮೊದಲಿನ

ಮೈಸೂರು ಇತಿಹಾಸ

ಡಿ. ಎಸ್. ಅಚ್ಯುತ ರಾವ್

ಕ್ರಿ.ಶ. 1800ರ ಮೊದಲಿನ
ಮೈಸೂರು ಇತಿಹಾಸ

ಅನುವಾದಕರು
ಎಸ್ ನರೇಂದ್ರ ಪ್ರಸಾದ್

ಸಂಪಾದಕರು
ಡಿ ಎ ಪ್ರಸನ್ನ

MANIPAL
UNIVERSAL PRESS

MANIPAL
UNIVERSAL PRESS

Manipal Universal Press (MUP) is a unit of Manipal Academy of Higher Education (MAHE) Trust and is committed to the dissemination of knowledge generated within its vibrant academic environment and beyond.

Published by Manipal Universal Press (MUP)
5th Floor, Advanced Research Centre
Madhav Nagar, Manipal 576104 India
Tel: +91 820 2922954, 2922516
Website: mup.manipal.edu
E-mail: mup@manipal.edu

Title: Chirista Shaka 1800 Ra Modalina Mysooru Itihaasa
Editor: D A Prasanna
Translator: S Narendra Prasad
First Edition: February 2020
Pages: 220
Price: ●
ISBN: 978-93-88337-12-0

Printed at Prakash Offset Printers, Mangalore

DSA
1917
HISTORY SERIES

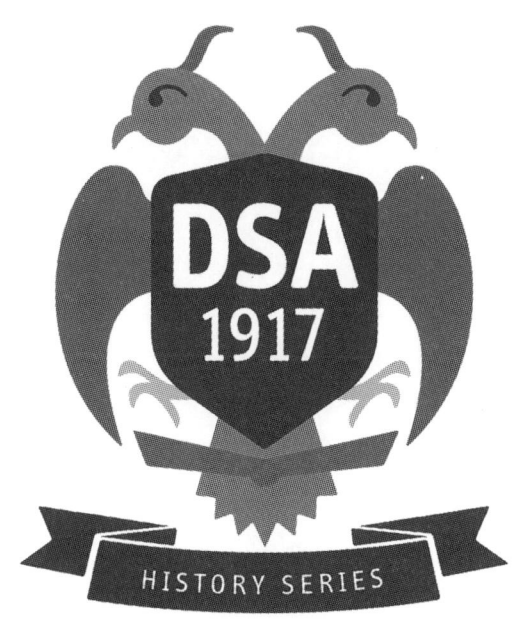

ಸಂಪಾದಕರ ಟಿಪ್ಪಣಿ

ಪ್ರೊ॥ ಡಿ ಎಸ್ ಅಚ್ಯುತರಾವ್ 1940–65ರ ಅವಧಿಯಲ್ಲಿ ಮೈಸೂರು ವಿಶ್ವವಿದ್ಯಾನಿಲಯದಲ್ಲಿ ಚರಿತ್ರೆಯ ಅಧ್ಯಾಪಕರಾಗಿದ್ದರು. ಮೈಸೂರು ವಿಶ್ವವಿದ್ಯಾನಿಲಯದ ಸಂಯೋಜನೆಗೆ ಒಳಪಟ್ಟಿದ್ದ ಮಹಾರಾಜ ಕಾಲೇಜಿನಲ್ಲಿ, ಪದವಿಗಳಿಸಿದರು. ಈ ಅವಧಿಯಲ್ಲಿ ಮಹಾರಾಜ ಕಾಲೇಜಿನ ಚರಿತ್ರೆ ವಿಭಾಗ ಖ್ಯಾತ ಇತಿಹಾಸಕಾರರನ್ನು ಹೊಂದಿತ್ತು. ಮಹಾರಾಜ ಕಾಲೇಜಿನಲ್ಲಿ ಅವರು ಉಪನ್ಯಾಸಕರಾಗಿದ್ದ ಕಾಲದಲ್ಲಿ ಮೈಸೂರು ಚರಿತ್ರೆ ಕುರಿತು ಸಂಶೋಧನೆ ಕೈಗೊಂಡರು. ಚಾರಿತ್ರಿಕ ಸಂಶೋಧನಾ ಲೇಖನಗಳ ಸಂಗ್ರಹ ಹೊಂದಿರುವ ಇದರಲ್ಲಿನ ಲೇಖನಗಳು ಅವರು 1940–65ರ ಅವಧಿಯಲ್ಲಿ ಪ್ರಕಟಿಸಿದ ಲೇಖನಗಳಾಗಿವೆ. ಇಲ್ಲಿರುವ ಐದು ಲೇಖನಗಳು ಬೆಂಗಳೂರಿನ ದಿ ಮಿಥಿಕ್ ಸೊಸೈಟಿ ಪ್ರಕಟಿಸಿರುವ ಪಾಕ್ಷಿಕದಲ್ಲಿ ಪ್ರಕಟವಾಗಿವೆ. ಉಳಿದವು ಭಾರತೀಯ ಚರಿತ್ರೆ ಕಾಂಗ್ರೆಸ್, ಭಾರತ ಚಾರಿತ್ರಿಕ ದಾಖಲೆಗಳ ಪರಿಷತ್ ಮತ್ತು ಅಖಿಲ ಭಾರತ ಪೌರ್ವಾತ್ಯ ಸಮ್ಮೇಳನಗಳ ಮುದ್ರಿತ ನಡವಳಿಗಳಲ್ಲಿ ಪ್ರಕಟಗೊಂಡಿವೆ. ಇಲ್ಲಿರುವ ಲೇಖನಗಳು ವ್ಯಾಪ್ತಿ ಮತ್ತು ವೈಶಾಲ್ಯತೆಗಳ ವಿಸ್ತಾರಹೊಂದಿವೆ. ಸಂಸ್ಕೃತಿ, ಸಾಹಿತ್ಯ, ಧರ್ಮ, ಆಡಳಿತ, ಸೈನ್ಯ, ರಾಜಕೀಯ ಮತ್ತು ಮೈಸೂರು ಆಡಳಿತಗಾರರ ರಾಜತಾಂತ್ರಿಕ ಶೈಲಿ ಮೊದಲಾದ ವಿಷಯಗಳನ್ನು ಕುರಿತು ಈ ಲೇಖನಗಳು ಮಾಹಿತಿ ಒದಗಿಸುತ್ತವೆ. ಪರಿವಿಡಿಯಲ್ಲಿ ನೀಡಲಾಗಿರುವ ಲೇಖನಗಳಲ್ಲಿ ಎರಡು ಲೇಖನಗಳು ನಮಗೆ ದೊರೆತಿಲ್ಲ. ಇವುಗಳನ್ನು ಯಾರಾದರು ಸಹೃದಯ ಓದುಗರು ನೀಡಿದಲ್ಲಿ ಅವುಗಳನ್ನು ಈ ಕೃತಿಯ ಮುಂದಿನ ಅವತರಣಿಕೆಯಲ್ಲಿ ಸೇರಿಸುತ್ತೇವೆ ಮತ್ತು ಅವರನ್ನು ನಾವು ವಂದಿಸುತ್ತೇವೆ.

ಅವರು 1917 ರಲ್ಲಿ ಜನಿಸಿದರು. ಹೀಗಾಗಿ ಅವರ ಜನ್ಮ ಶತಮಾನೋತ್ಸವ ಕಾರ್ಯಕ್ರಮ 2017ರಲ್ಲಿ ನೆರವೇರಿತು. ವಿದ್ವಾಂಸರು ಮತ್ತು ಪ್ರೊ॥ ಅಚ್ಯುತರಾವ್‌ರ ಅಭಿಮಾನಿಗಳು ಅವರ ನೆನಪಿನಲ್ಲಿ ಜನ್ಮಶತಮಾನೋತ್ಸವ ಕಾರ್ಯಕ್ರಮಗಳನ್ನು ಹಮ್ಮಿಕೊಳ್ಳುವ ನಿಟ್ಟಿನಲ್ಲಿ ಒಂದು ಸಲಹಾ ಸಮಿತಿಯನ್ನು ರಚಿಸಿಕೊಂಡಿದ್ದು ಶತಮಾನೋತ್ಸವ ಆಚರಣೆಯ ವರ್ಷದಲ್ಲಿ ಅವರ ಬರವಣಿಗೆ ಮತ್ತು ಸಂಶೋಧನೆಯನ್ನು ವಿಸ್ತರಿಸುವ ದೃಷ್ಟಿಯಲ್ಲಿ ಕಾರ್ಯಕ್ರಮ ರೂಪಿಸಿಕೊಂಡಿದ್ದಾರೆ. ಒಂದು ನಿರ್ದಿಷ್ಟ ವಿಷಯ ಕುರಿತಾದ ಈ ಲೇಖನಗಳ ಸಂಗ್ರಹ "ಸೋಷಿಯಲ್ ಎಂಡ್ ಆಡ್ಮಿನಿಸ್ಟ್ರೇಷನ್ ಹಿಸ್ಟರಿ ಆಫ್ ಮೈಸೂರ್ ಅಂಡರ್ ದಿ ವೊಡೆಯರ್ಸ್ ಡ್ಯೂರಿಂಗ್ 1500–1800" ಎಂಬ ಶೀರ್ಷಿಕೆಯಡಿಯಲ್ಲಿ 2017ರಲ್ಲಿ ಪ್ರಕಟಗೊಂಡಿತು.

ಪ್ರೊ॥ ಅಚ್ಯುತರಾವ್ ಚರಿತ್ರೆ ಅಧ್ಯಯನವನ್ನು ಜನಪ್ರಿಯಗೊಳಿಸಲು ಮತ್ತು ಪ್ರಾಚೀನ ಭಾರತದ ಘನತೆಯನ್ನು ಎತ್ತಿ ಹಿಡಿಯುವ ನಿಟ್ಟಿನಲ್ಲಿ ಹಲವು ಕಾರ್ಯಕ್ರಮಗಳಲ್ಲಿ ತಮ್ಮನ್ನು ತೊಡಗಿಸಿಕೊಂಡರು. ಇದಕ್ಕೆ ಸಂಬಂಧಿಸಿದಂತೆ ಅವರ ಮೂರು ಲೇಖನಗಳು ಈ ಕೃತಿಯಲ್ಲಿ ಪ್ರಕಟಿಸಲಾಗಿದೆ. "ಭಾರತ ಪುರಾತತ್ವ ಸಂಶೋಧನೆಗೆ ಪಾಶ್ಚಾತ್ಯರ ಕಾಣಿಕೆ" ಎಂಬ ಶೀರ್ಷಿಕೆ ಹೊಂದಿರುವ ಲೇಖನ ಅವರು ನೀಡಿದ ಬಾನುಲಿ ಭಾಷಣ ಈ ಲೇಖನಗಳಲ್ಲಿ ಒಂದು. ಅವರು "ಮೈಸೂರು ವಿಶ್ವವಿದ್ಯಾನಿಲಯದ

ಇತಿಹಾಸ ಸಂಘದ" ಓರ್ವ ಸಕ್ರೀಯ ಸದಸ್ಯರಾಗಿದ್ದರು. ಹೀಗಾಗಿ ಈ ಸಂಘದ ಚರಿತ್ರೆಯನ್ನು ಬರೆಯುವ ಜವಾಬ್ದಾರಿ ಸಂಘದ ವಜ್ರಮಹೋತ್ಸವ ವರ್ಷದಲ್ಲಿ ಇವರ ಹೆಗಲಿಗೆ ಬಂದಿತು. ಮೈಸೂರು ಸರ್ಕಾರ 'ವಿಷಯ ವಿಶ್ವಕೋಶ' ಯೋಜನೆಯನ್ನು ರೂಪಿಸಿದಾಗ, ಮುದ್ರಿಸಬಹುದಾದ ಲೇಖನಗಳಿಗೆ ಒಂದು ಮಾದರಿ ಲೇಖನ ಬರೆಯುವ ತನ್ಮೂಲಕ ವಿಷಯ ವಿಶ್ವಕೋಶಕ್ಕೆ ಚರಿತ್ರೆಗೆ ಸಂಬಂಧಿಸಿದ ಲೇಖನಗಳ ತಯಾರಿಗೆ ಇವರ ಲೇಖನವನ್ನು ಮಾದರಿ ಲೇಖನವನ್ನಾಗಿ ಪರಿಗಣಿಸುವ ಕೀರ್ತಿಗೆ ಇವರು ಭಾಜನರಾದರು. ಅವರು ರಾಷ್ಟ್ರೀಯವಾದಿ ಸುಧಾರಕರಾಗಿದ್ದ ರಾಜ ರಾಮಮೋಹನ ರಾಯರನ್ನು ಕುರಿತು ಬರೆದ ಲೇಖನ ಪ್ರಸ್ತುತ ಈ ಸಂಚಯದಲ್ಲಿ ಪ್ರಕಟಗೊಂಡಿದೆ.

ಪ್ರೊ॥ ಅಚ್ಚುತರಾವ್ ವಿಭಿನ್ನ ಉಚ್ಚಾರಗಳನ್ನು ಹೊಂದಿದ್ದ ನಾಲ್ಕು ಹೆಸರುಗಳನ್ನು ತಮ್ಮ ಲೇಖನಗಳಲ್ಲಿ ಬಳಸಿದ್ದಾರೆ. ಅಚ್ಯುತರಾವ್, ಅಚುತರಾವ್, ಅಚ್ಯುತ ರಾವು ಮತ್ತು ಅಚುತ ರಾವು. ಈ ಲೇಖನಗಳ ಸಂಚಯದಲ್ಲಿ ಡಿ ಎಸ್ ಅಚ್ಚುತರಾವ್ ಎಂಬ ಹೆಸರನ್ನು ಉಳಿಸಿಕೊಳ್ಳಲಾಗಿದೆ.

ಈ ಸಂಕಲನ ಓದುಗರಲ್ಲಿ ಆಸಕ್ತಿ ಮೂಡಿಸಲಿದೆ ಮತ್ತು ಅದರ ಪ್ರಾಮುಖ್ಯತೆಯನ್ನು ಎತ್ತಿಹಿಡಿಯಲಿದೆ ಎಂದು ಭಾವಿಸಲಾಗಿದೆ. ಲೇಖನಗಳನ್ನು ಮೊದಲು ಪ್ರಕಟಿಸಿದ ಪ್ರಕಾಶಕರಿಗೆ ನಾವು ಕೃತಜ್ಞರಾಗಿದ್ದೇವೆ. ಈ ಲೇಖನಗಳನ್ನು ಅಂತರ್ಜಾಲದಲ್ಲಿ ಶೋಧಿಸುವ, ಮೈಸೂರು ಮತ್ತು ಬೆಂಗಳೂರಿನಲ್ಲಿನ ಕೆಲವು ಗ್ರಂಥಾಲಯಗಳಲ್ಲಿ ಹುಡುಕುವ ಕೆಲಸವನ್ನು ಶ್ರದ್ಧೆ ಮತ್ತು ತಾಳ್ಮೆಯಿಂದ ಶ್ರೀ ಈಚನೂರು ಕುಮಾರ್ ಮತ್ತು ಡಾ.ಬಿ.ಎಸ್. ರಾಘವೇಂದ್ರ ಕೈಗೊಂಡಿದ್ದಾರೆ. ಇವರಿಗೆ ಮತ್ತು ಮಣಿಪಾಲ ಯೂನಿವರ್ಸಲ್ ಪ್ರೆಸ್‌ಗೆ ಈ ಸಂಕಲನವನ್ನು ಪ್ರಕಟಿಸಿರುವುದಕ್ಕಾಗಿ ನಾವು ಅಭಾರಿಗಳಾಗಿದ್ದೇವೆ.

ಈ ಸಂಕಲನದ ಎರಡನೆ ಭಾಗ ಡಿಎಸ್ಎ ಅವರ "ಜೀವನ ಚರಿತ್ರೆ" ಕುರಿತಾದ ಲೇಖನಗಳನ್ನು ಹೊಂದಿದೆ. ಇದನ್ನು ಶ್ರೀಮತಿ ನಂದಿನಿ ಶ್ರೀನಿವಾಸನ್ ಬರೆದು ಸಂಕಲಿಸಿ ಮತ್ತು ಸಂಪಾದಿಸಿ ಕೊಟ್ಟಿರುತ್ತಾರೆ. ಇದರ ಕುರಿತು ಓದುಗರಿಗೆ ಈ ಭಾಗಕ್ಕೆ ಪ್ರೊ॥ ಕೆ ಸದಾಶಿವ ಬರೆದಿರುವ ಮುನ್ನುಡಿ ಹೆಚ್ಚು ಮಾಹಿತಿ ನೀಡುತ್ತದೆ. ಈ ಕೃತಿ ಪ್ರೊ॥ ಡಿ ಎಸ್ ಅಚ್ಚುತರಾವ್ ರ ಜೀವನ ಮತ್ತು ಬರವಣಿಗೆ ಶೈಲಿಯನ್ನು ಪ್ರತಿನಿಧಿಸುತ್ತದೆ.

ನಾನು ಪ್ರೊ॥ ಡಿ ಎಸ್ ಅಚ್ಚುತರಾವ್ ಶತಮಾನೋತ್ಸವ ಕಾರ್ಯಕ್ರಮ ಸಲಹಾ ಸಮಿತಿ ಅದರಲ್ಲಿಯೂ ಮುಖ್ಯವಾಗಿ ಈ ಸಮಿತಿಯ ಅಧ್ಯಕ್ಷರಾಗಿರುವ ಪ್ರೊ॥ ಷ ಷಟ್ಟರ್ ಇವರ ನೀಡಿದ ಸಲಹೆ ಮತ್ತು ಮಾರ್ಗದರ್ಶನಕ್ಕಾಗಿ ಕೃತಜ್ಞತೆ ಸಲ್ಲಿಸುತ್ತೇನೆ.

ಡಿ ಎ ಪ್ರಸನ್ನ
ಪ್ರೊ॥ ಡಿ ಎಸ್ ಅಚ್ಚುತರಾವ್ ಶತಮಾನೋತ್ಸವ ಕಾರ್ಯಕ್ರಮಗಳ ಸಲಹಾ ಸಮಿತಿ
ಬೆಂಗಳೂರು
ನವೆಂಬರ್, 2016

ಅನುವಾದಕರು

ಡಿಎಸ್ ಅಚ್ಚುತರಾವ್ ಅವರ ಈ ಕೃತಿಯನ್ನು ಆಂಗ್ಲ ಭಾಷೆಯಿಂದ ಕನ್ನಡ ಭಾಷೆಗೆ ಅನುವಾದಿಸಿರುವವರು ಡಾ ಎಸ್ ನರೇಂದ್ರಪ್ರಸಾದ್. ಪ್ರಸ್ತುತ ಮೈಸೂರಿನ ಜೆಎಸ್‌ಎಸ್ ಮಹಿಳಾ ಕಾಲೇಜು (ಸ್ವಾಯತ್ತ) ಇಲ್ಲಿ ಇತಿಹಾಸ ವಿಭಾಗದಲ್ಲಿ ಇವರು ಸಹಾಯಕ ಪ್ರಾಧ್ಯಾಪಕ ಮತ್ತು ಮುಖ್ಯಸ್ಥರಾಗಿ ಸೇವೆ ಸಲ್ಲಿಸುತ್ತಿದ್ದಾರೆ. ಮೈಸೂರು ವಿಶ್ವವಿದ್ಯಾನಿಲಯದಿಂದ ಪದವಿ ಮತ್ತು ಮಂಗಳೂರು ವಿಶ್ವವಿದ್ಯಾನಿಲಯದಿಂದ ಎಂಎ ಪದವಿ ಶಿಕ್ಷಣ ಪೂರೈಸಿ ಮೈಸೂರು ವಿಶ್ವವಿದ್ಯಾನಿಲಯದಿಂದ ಪಿಎಚ್‌ಡಿ ಪಡೆದುಕೊಂಡಿರುವ ಇವರು 1986 ರಿಂದ ಬೋಧನೆ ಮತ್ತು ಸಂಶೋಧನೆಯಲ್ಲಿ ತೊಡಗಿಸಿಕೊಂಡಿದ್ದಾರೆ.

ಭಾರತ ಸ್ವಾತಂತ್ರ್ಯ ಚಳವಳಿ ಮತ್ತು ಆಧುನಿಕ ಮೈಸೂರು ಸಂಸ್ಥಾನ ಇವರ ಆಸಕ್ತಿಯ ಕ್ಷೇತ್ರಗಳಾಗಿವೆ. 'ಮುಮ್ಮಡಿ ಕೃಷ್ಣರಾಜ ಒಡೆಯರ್' ಕುರಿತಾದ ಇವರ ಕೃತಿಯನ್ನು ಕನ್ನಡ ಮತ್ತು ಆಂಗ್ಲ ಭಾಷೆಗಳಲ್ಲಿ ಪ್ರಾಚ್ಯವಸ್ತು, ಸಂಗ್ರಹಾಲಯಗಳು ಮತ್ತು ಪರಂಪರೆ ಇಲಾಖೆ, ಕರ್ನಾಟಕ ಸರ್ಕಾರ ಪ್ರಕಟಿಸಿದೆ. ವಿಚಾರ ಸಂಕಿರಣಗಳಲ್ಲಿ ಇವರು ಮಂಡಿಸಿದ್ದ ಕೆಲವು ಲೇಖನಗಳು ಮತ್ತು ಪ್ರಬಂಧಗಳು ಅಚ್ಚಾಗಿವೆ. ಪತ್ರಾಗಾರ ಇಲಾಖೆ ಕರ್ನಾಟಕ ಸರ್ಕಾರ ಇವರ ಒಂದು ಸಂಶೋಧನಾ ಕೃತಿಯನ್ನು ಪ್ರಕಟಿಸಿದೆ. "ಮೈಸೂರು ಪ್ರಜಾಪ್ರತಿನಿಧಿಸಭೆಯಲ್ಲಿ ನಿಮ್ನ ವರ್ಗಗಳ ಪರ್ವ, 1881–1947" ಎಂಬ ಶೀರ್ಷಿಕೆಯಡಿಯಲ್ಲಿ ಇದು 2019ರಲ್ಲಿ ಪ್ರಕಟಗೊಂಡಿದೆ.

ಹಂಪಿಯ ಕನ್ನಡ ವಿಶ್ವವಿದ್ಯಾನಿಲಯದ ಚರಿತ್ರೆ ವಿಭಾಗ ಇವರನ್ನು ಸಂಶೋಧನಾ ಮಾರ್ಗದರ್ಶಕರನ್ನಾಗಿ ಗುರುತಿಸಿದ್ದು, ಪ್ರಸ್ತುತ ಇಬ್ಬರು ಸಂಶೋಧನಾ ವಿದ್ಯಾರ್ಥಿಗಳಿಗೆ ಮಾರ್ಗದರ್ಶನ ನೀಡುತ್ತಿದ್ದಾರೆ. ಇವರ ಮಾರ್ಗದರ್ಶನದಲ್ಲಿ ಸಂಶೋಧನೆ ಪೂರೈಸಿರುವ ಓರ್ವರಿಗೆ ಮೈಸೂರು ವಿಶ್ವವಿದ್ಯಾನಿಲಯ ಪಿಎಚ್‌ಡಿ ಪದವಿ ನೀಡಿದೆ. ಇವರ ಲೇಖನಗಳು "ಡೆಕ್ಕನ್ ಹೆರಾಲ್ಡ್" ಪತ್ರಿಕೆಯಲ್ಲಿ ಪ್ರಕಟವಾಗಿವೆ.

ಪ್ರಸ್ತುತ ಕಾಲೇಜಿನ ಇತಿಹಾಸ ವಿಭಾಗದ ಬೋರ್ಡ್ ಆಫ್ ಸ್ಟಡೀಸ್ ಮತ್ತು ಬೋರ್ಡ್ ಆಫ್ ಎಕ್ಸಾಮಿನರ್ಸ್‌ನ ಅಧ್ಯಕ್ಷರಾಗಿದ್ದು ಧರ್ಮಸ್ಥಳದ ಎಸ್‌ಡಿಎಂ ಕಾಲೇಜಿನ ಬೋರ್ಡ್ ಆಫ್ ಸ್ಟಡೀಸ್‌ನ ಸದಸ್ಯರಾಗಿದ್ದಾರೆ. ಕರ್ನಾಟಕ ಸರ್ಕಾರದ ಸಮಾಜ ವಿಜ್ಞಾನ ಪಠ್ಯಪುಸ್ತಕ ರಚನಾ ಸಮಿತಿಯ ಸದಸ್ಯರಾಗಿ 5ನೇ ತರಗತಿಯ ಪರಿಶೀಲಕರಾಗಿ ಮತ್ತು 6ನೇ ತರಗತಿಯ ಸಮಿತಿಯ ಅಧ್ಯಕ್ಷರಾಗಿಯೂ ಕಾರ್ಯನಿರ್ವಹಿಸಿದ್ದಾರೆ.

ಅನುವಾದ ಕುರಿತು...

ಡಿಎಸ್ ಅಚ್ಚುತರಾವ್ ಇವರ "ಮೈಸೂರು ಹಿಸ್ಟರಿ ಬಿಫೋರ್ 1800 ಸಿಇ' ಎಂಬ ಶೀರ್ಷಿಕೆಯ ಒಂದು ಸಂಪಾದಿತ ಇಂಗ್ಲಿಷ್ ಕೃತಿಯ ಕನ್ನಡ ಅನುವಾದ ನಿಮ್ಮ ಮುಂದಿದೆ. ಈ ಕೃತಿಯನ್ನು ಸಂಪಾದಿಸಿರುವವರು ಡಿ ಎ ಪ್ರಸನ್ನ. ಇದು 2017ರ ಫೆಬ್ರವರಿಯಲ್ಲಿ ಪ್ರಕಟಗೊಂಡಿತು. ಇಂಗ್ಲಿಷ್ ಅವೃತ್ತಿಯಲ್ಲಿ ಪ್ರಕಟಗೊಂಡ ಇದು ಡಿಎಸ್ ಅಚ್ಚುತರಾವ್ ಇವರ ನೆನಪಿನಲ್ಲಿ ಯೋಜಿಸಲಾಗಿರುವ ಡಿಎಸ್ಎ ಹಿಸ್ಟರಿ ಕೃತಿಗಳ ಮಾಲಿಕೆಯಲ್ಲಿ ಮೊದಲನೆಯದಾಗಿದೆ. "ಅಡ್ಮಿನಿಷ್ಟ್ರೇಷನ್ ಎಂಡ್ ಸೋಶಿಯಲ್ ಹಿಸ್ಟರಿ ಆಫ್ ಮೈಸೂರು ಅಂಡರ್ ದಿ ಒಡೆಯರ್ಸ್ (1600–1800 ಸಿಇ)" ಮತ್ತು "ಟ್ರಾನ್ಸ್‌ಫರ್ ಆಫ್ ಪವರ್ ಇನ್ ದಿ ಪ್ರಿನ್ಸ್ಲಿ ಸ್ಟೇಟ್ಸ್ ಆಫ್ ಸೌತ್ ಇಂಡಿಯ" ಇದೆ ಮಾಲಿಕೆಯ ನಂತರದ ಶೀರ್ಷಿಕೆಗಳಾಗಿವೆ. ಇವುಗಳನ್ನು ಮಣಿಪಾಲ್ ಯೂನಿವರ್ಸಲ್ ಪ್ರೆಸ್‌ನ ಸಹಯೋಗದಲ್ಲಿ ಮುದ್ರಿಸಿ ಪ್ರಕಟಿಸಲಾಗಿದೆ.

ಮೈಸೂರು ಸಂಸ್ಥಾನದಲ್ಲಿ ಪ್ರತಿಷ್ಟಿತ ಕಾಲೇಜು ಎಂದು ಖ್ಯಾತಿ ಪಡೆದಿದ್ದ ಮಹಾರಾಜ ಕಾಲೇಜಿನ ಇತಿಹಾಸ ವಿಭಾಗದಲ್ಲಿ ಅಧ್ಯಾಪಕರಾಗಿದ್ದ ಡಿಎಸ್ ಅಚ್ಚುತರಾವ್ 1940–65 ರ ಅವಧಿಯಲ್ಲಿ ಬರೆದಿರುವ ಲೇಖನಗಳು ಈ ಕೃತಿಯಲ್ಲಿ ಬೆಳಕು ಕಂಡಿವೆ. ಕೆಲವು ಅಂತರಾಷ್ಟ್ರೀಯ ಮತ್ತು ರಾಷ್ಟ್ರೀಯ ಮಟ್ಟದ ವಿದ್ವತ್ ಸಭೆಗಳಲ್ಲಿ ಅವರು ಮಂಡಿಸಿದ್ದ ಪ್ರಬಂಧಗಳು ಇಲ್ಲಿ ಅಚ್ಚಾಗಿವೆ.

ಆಂಗ್ಲ ಭಾಷೆಯಿಂದ ಕನ್ನಡಕ್ಕೆ ಅನುವಾದಗೊಂಡಿರುವ ಈ ಕೃತಿಯಲ್ಲಿ "ಲೇಖನಗಳ ಸಂಚಯ" ಮತ್ತು "ಜೀವನ ಚರಿತ್ರೆ" ಎಂಬ ಎರಡು ವಿಭಾಗಗಳಲ್ಲಿ ಮುದ್ರಿಸಲಾಗಿದೆ. ಇವುಗಳ ಮೂಲ ಕೃತಿಯಲ್ಲಿದುದರಿಂದ ಪ್ರಸ್ತುತ ಅವುಗಳನ್ನು ಅದೇ ರೀತಿಯಲ್ಲಿ ವಿಭಾಗಗಳನ್ನಾಗಿ ಇಟ್ಟುಕೊಳ್ಳಲಾಗಿದೆ. ಮೂಲ ಕೃತಿಯಲ್ಲಿನ ಪರಿವಿಡಿಯಲ್ಲಿನ 11 ಮತ್ತು 12ನೇ ಲೇಖನಗಳು ಮುದ್ರಣವಾಗಿರುವುದಿಲ್ಲ. 'ಪ್ರೊ ಎಸ್ ವಿ ರಂಗಣ್ಣ ಸಂಭಾವನ ಗ್ರಂಥ' ಮತ್ತು 'ಪ್ರೊ. ಎ ಆರ್ ಕೃಷ್ಣಶಾಸ್ತ್ರಿ ಸಂಭಾವನಾ ಗ್ರಂಥ'ದಲ್ಲಿ ಡಿ ಎಸ್ ಅಚ್ಚುತರಾವ್ ಕನ್ನಡದಲ್ಲಿ ಪ್ರಕಟಿಸಿದ್ದ ಎರಡು ವಿದ್ವತ್‌ಪೂರ್ಣ ಕನ್ನಡ ಲೇಖನಗಳನ್ನು ಈ ಸಂಪುಟದಲ್ಲಿ ಸೇರಿಸಲಾಗಿದೆ.

"ಲೇಖನಗಳ ಸಂಚಯ" ವಿಭಾಗದಲ್ಲಿನ ಲೇಖನಗಳು ಡಿಎಸ್ ಅಚ್ಚುತರಾವ್‌ರ ಸಂಶೋಧನಾ ವ್ಯಕ್ತಿತ್ವವನ್ನು ಎತ್ತಿಹಿಡಿಯುತ್ತದೆ ಎನ್ನುವುದರಲ್ಲಿ ಸಂಶಯವೇನಿಲ್ಲ. ಸ್ವಾತಂತ್ರ್ಯ ಚಳವಳಿ ಸಾಗುತ್ತಿದ್ದ ಆ ದಿನಗಳಲ್ಲಿ 'ಚಾರಿತ್ರಿಕ ದಾಖಲೆಗಳು' ಬಗ್ಗೆ ಕುರಿತ ಚರ್ಚೆ ಮತ್ತು ಜಿಜ್ಞಾಸೆ ತಲೆದೋರಿದ್ದವು. ಆ ಸಮಯದಲ್ಲಿ "ಚಾರಿತ್ರಿಕ ಸಂಶೋಧನೆ" ಎಂಬುದು ಶೈಶವಾಸ್ಥೆಯಲ್ಲಿದ್ದು ಅದಕ್ಕೆ ಒಂದು ನಿರ್ದಿಷ್ಟವಾದ ಚೌಕಟ್ಟು ದೊರೆತಿರಲಿಲ್ಲ. ಈ ರೀತಿಯ ಸಂದರ್ಭದಲ್ಲಿ ಕ್ರಿ.ಶ. 1800ರ ಹಿಂದಿನ ಶತಮಾನಗಳಲ್ಲಿನ ಮೈಸೂರು ಸಂಸ್ಥಾನದ ಚರಿತ್ರೆಯನ್ನು ವಿಭಿನ್ನ ದೃಷ್ಟಿಕೋನದಲ್ಲಿ ಪ್ರಬಂಧಗಳ ಮತ್ತು ಲೇಖನಗಳ ಮೂಲಕ ಕಟ್ಟಿಕೊಡುವ ಪ್ರಯತ್ನ ಅವರು ನಡೆಸಿದ್ದು ಶ್ಲಾಘನೀಯ. ಅದರಲ್ಲಿಯೂ ಪ್ರಮುಖವಾಗಿ ಹೈದರ್ ಆಲಿಯ ಕಾಲದ ಮೈಸೂರು ಸಂಸ್ಥಾನ ಕುರಿತು ಪ್ರಸ್ತುತ ಸಂಪುಟದಲ್ಲಿನ ಕೆಲವು ಲೇಖನಗಳು, ಆ ಕಾಲಕ್ಕೆ ಮಾರ್ಗದರ್ಶಿ ಸೂತ್ರವಾಗಿದ್ದವು ಎಂದು ಹೇಳಬಹುದು. ಇವುಗಳನ್ನು ಬರೆಯಲು ಅವರು ಆರಿಸಿಕೊಂಡ ದಾಖಲೆಗಳು, ಅಕರ ಮತ್ತು ಅನುಷಂಗೀಕ ಆಧಾರಗಳನ್ನು

ಅವರು ಓರ್ವ ವಿಜ್ಞಾನಿಯ ರೀತಿಯಲ್ಲಿ ಬಳಸಿಕೊಂಡ ರೀತಿ ಮತ್ತು ಅವರ ಕಾರ್ಯತತ್ಪರತೆ ಮತ್ತು ಸಂಶೋಧನಾ ಸಂವೇದಿ ಭಾವುಕ ಮನಸ್ಸು ನಿಜವಾಗಿಯೂ ಸ್ತುತ್ಯಾರ್ಹ.

ಇದೇ ವಿಭಾಗದ "ಇನ್ನಿತರ ಲೇಖನಗಳು" ಭಾಗದಲ್ಲಿ ಮೈಸೂರು ವಿಶ್ವವಿದ್ಯಾನಿಲಯದ ಇತಿಹಾಸ ಸಂಘದ ಅರವತ್ತು ವರ್ಷಗಳ ಬೆಳವಣಿಗೆ ಒಂದು ಪ್ರಮುಖ ಲೇಖನವಾಗಿದೆ. ಒಂದು ಆರ್ಥದಲ್ಲಿ ಅದು ಮಹಾರಾಜ ಕಾಲೇಜಿನ ಚರಿತ್ರೆ ಎಂದು ವಿಶ್ಲೇಷಿಸಬಹುದು.

"ಜೀವನ ಚರಿತ್ರೆ" ಎಂದು ವಿಭಾಗಿಸಲ್ಪಟ್ಟಿರುವ ಎರಡನೇ ಭಾಗದಲ್ಲಿ ಡಿಎಸ್ ಅಚ್ಚುತರಾವ್‌ರ ಮಕ್ಕಳು ತಮ್ಮ ತಂದೆಯೊಂದಿಗೆ ತಾವು ಕಳೆದ ವರ್ಷಗಳು ಮತ್ತು ಅನುಭವಗಳನ್ನು ದಾಖಲಿಸಿದ್ದಾರೆ. ಮಹಾರಾಜ ಕಾಲೇಜು, ತರುವಾಯ ಮೈಸೂರು ವಿಶ್ವವಿದ್ಯಾನಿಲಯದ ಚರಿತ್ರೆ ವಿಭಾಗದಲ್ಲಿ ಅವರ ವಿದ್ಯಾರ್ಥಿಗಳಾಗಿ ಅವರಿಂದ ವಿದ್ವತ್ತನ್ನು ಧಾರೆ ಎರೆಸಿಕೊಂಡ ಕೆಲವು ವಿದ್ಯಾರ್ಥಿಗಳು ಅವರ ಅನುಭವಗಳನ್ನು ಮುಕ್ತವಾಗಿ ದಾಖಲಿಸಿ ಶ್ಲಾಘಿಸಿದ್ದಾರೆ. ಈ ಭಾಗದಲ್ಲಿ ಬರವಣಿಗೆ ಶೈಲಿ ಭಿನ್ನವಾಗಿದೆ. ಈ ಭಾಗದಲ್ಲಿರುವ ಲೇಖನಗಳಲ್ಲಿ ಕಂಡು ಬಂದಿರುವ ವಾಕ್ಯಗಳ ರಚನೆ ಮತ್ತು ಶಬ್ದ ಪ್ರಯೋಗ ಮೊದಲ ಭಾಗಕ್ಕಿಂತ ಭಿನ್ನವಾಗಿವೆ.

ಮೈಸೂರಿನ ಮಹಾರಾಜ ಕಾಲೇಜಿನಲ್ಲಿ ಡಿಎಸ್‌ಎ ಸ್ಮಾರಕ ಕಾರ್ಯಕ್ರಮ ಇತಿಹಾಸ ವಿಭಾಗದ ಆಶ್ರಯದಲ್ಲಿ ಸಂಘಟನೆಯಾದಾಗ ಡಿಎಸ್‌ಎ ಚರಿತ್ರೆ ಮಾಲಿಕೆಯ ಎರಡನೆ ಸಂಪುಟದಲ್ಲಿನ ಎರಡು ಅಧ್ಯಾಯಗಳನ್ನು ಕುರಿತು ನಾನು ಮಾತನಾಡಬೇಕಾಯಿತು. ದೊರೆತ ಈ ಅವಕಾಶಕ್ಕಾಗಿ ಆಗ್ಗೆ ಮೈಸೂರು ವಿಶ್ವವಿದ್ಯಾನಿಲಯದ ಚರಿತ್ರೆ ವಿಭಾಗದ ಪ್ರಾಧ್ಯಾಪಕರು ಮತ್ತು ಮುಖ್ಯಸ್ಥರಾಗಿದ್ದ ಡಾ ಕೆ ಸದಾಶಿವ ಇವರನ್ನು ನಾನು ವಂದಿಸುತ್ತೇನೆ. ಈ ಸಮಯದಲ್ಲಿ ಭೇಟಿಯಾದ ಡಿ ಎ ಪ್ರಸನ್ನ ನನ್ನನ್ನು ದೂರವಾಣಿ ತರುವಾಯ ಇ-ಮೇಲ್ ಮೂಲಕ ಸಂಪರ್ಕಿಸಿ ಕೃತಿಯ ಅನುವಾದಕ್ಕಾಗಿ ನನ್ನನ್ನು ಕೇಳಿಕೊಂಡರು. ಅವರ ಕೋರಿಕೆಯನ್ನು ತಿರಸ್ಕರಿಸಲು ನನಗೆ ಮನಸಾಗಲಿಲ್ಲ. ಇವರ ಒತ್ತಾಸೆಯಿಲ್ಲದಿದ್ದರೆ ಇದು ಪೂರ್ಣಗೊಳ್ಳುತ್ತಿರಲಿಲ್ಲ. ಈ ನಿಟ್ಟಿನಲ್ಲಿ ಡಿ ಎ ಪ್ರಸನ್ನ ಇವರಿಗೆ ನನ್ನ ಧನ್ಯವಾದಗಳು. ಅನುವಾದ ಪ್ರಗತಿಯಲ್ಲಿದ್ದಾಗ, ಅದರ ಬಗ್ಗೆ ಪ್ರಸ್ತಾಪಿಸುತ್ತಿದ್ದ ಮಹಾರಾಜ ಕಾಲೇಜಿನ ಇತಿಹಾಸ ವಿಭಾಗದ ಸಹಪ್ರಾಧ್ಯಾಪಕ ಡಾ ಅರ್ ಡಿ ಪವಮಾನ ಇವರನ್ನು ವಂದಿಸುತ್ತೇನೆ. ಮಹಾರಾಜ ಕಾಲೇಜಿನ ಗ್ರಂಥಾಲಯದಲ್ಲಿ ಡಿ ಎಸ್ ಅಚ್ಚುತರಾವ್ ಎರಡು ಅಭಿನಂದನಾ ಸಂಪುಟಗಳಲ್ಲಿ ಪ್ರಕಟಿಸಿದ್ದ ಎರಡು ಲೇಖನಗಳನ್ನು ಹುಡುಕಲು ಸಹಕರಿಸಿದ ಇದೇ ವಿಭಾಗದ ಡಾ ರವಿಕುಮಾರ್ ಇವರಿಗೆ ನಾನು ಕೃತಜ್ಞನಾಗಿದ್ದೇನೆ.

ಉಪಯೋಗಿಸಿರುವ ಮುದ್ರಿತ ಹಾಳೆಗಳು ಮತ್ತು ಕ್ಯಾಲೆಂಡರ್‌ಗಳ ಹಿಂದಿನ ಪಾರ್ಶ್ವದಲ್ಲಿ ನಾನು ಬರೆದ ಹಸ್ತಪ್ರತಿಯನ್ನು ಬಹಳ ನಾಜೂಕು ತಾಳ್ಮೆ ಮತ್ತು ಸಂವೇದನಾಶೀಲತೆಯಿಂದ ಡಿಟಿಪಿ ಮಾಡಿಕೊಟ್ಟ ಶ್ರೀ ಕೆ ಎಸ್ ರವೀಶ್, ಪಿಸಿ ಫ್ರೆಂಡ್ಸ್, ಮೈಸೂರು ಇವರಿಗೆ ನಾನು ಎಷ್ಟು ವಂದನೆಗಳನ್ನು ಅರ್ಪಿಸಿದರೂ ಸಾಲದು. ಅನುವಾದ ಕಾರ್ಯದಲ್ಲಿ ತೊಡಗಿದ್ದಾಗ ನನ್ನ ಕೆಲಸವನ್ನು ಗಂಭೀರವಾಗಿ ಪರಿಗಣಿಸಿದ ನನ್ನ ಮಡದಿ ಜೆ.ಎಸ್. ವಿದ್ಯಾ ಮತ್ತು ಮಗ ಕೃತಾರ್ಥ ಇವರಿಗೆ ನನ್ನ ವಂದನೆಗಳು. ಕಾಲೇಜಿನಲ್ಲಿ ಸಹೋದ್ಯೋಗಿಗಳು ಮತ್ತು ಬಹಳ ಮುಖ್ಯವಾಗಿ ಎಸ್ ಎಂ ಗುರುಪಾದಪ್ಪ ಮತ್ತು ಎಸ್ ಅರ್ ಸುರೇಂದ್ರ ಇವರಿಗೂ ನನ್ನ ವಂದೆನಗಳು.

ಎಸ್. ನರೇಂದ್ರ ಪ್ರಸಾದ್

ಪ್ರೊ॥ ಡಿ ಎಸ್ ಅಚ್ಚುತರಾವ್ ದತ್ತಿ

ಯಾವ ಜ್ಞಾನ ಶಿಸ್ತು ಮತ್ತು ಸಂಶೋಧನಾ ಪ್ರವೃತ್ತಿಯ ಮೌಲ್ಯಗಳನ್ನು ಡಿ ಎಸ್ ಅಚ್ಚುತರಾವ್ ಅಳವಡಿಸಿಕೊಂಡಿದ್ದರೋ ಮತ್ತು ಇದಕ್ಕೆ ಪೂರಕವಾದ ಶೈಕ್ಷಣಿಕ ಚಟುವಟಿಕೆಗಳನ್ನು ಪ್ರೋತ್ಸಾಹಿಸಿ ಅವರು ಹಾಕಿಕೊಟ್ಟ ಮಾರ್ಗದರ್ಶಿ ಸೂತ್ರಗಳಿಗೆ ಒಂದು ಸಾಂಸ್ಥಿಕ ಚೌಕಟ್ಟು ನೀಡುವುದು ಈ ದತ್ತಿಯ ಉದ್ದೇಶಗಳಾಗಿವೆ.

ಅವರ ಕುಟುಂಬದ ಸದಸ್ಯರಿಂದ ಸಂಗ್ರಹವಾದ ಉದಾರ ದೇಣಿಗೆಯಿಂದ ಈ ದತ್ತಿಯನ್ನು 2002 ರಲ್ಲಿ ಸ್ಥಾಪಿಸಲಾಯಿತು. ಮಹಾರಾಜ ಕಾಲೇಜು ಮತ್ತು ಮಾನಸ ಗಂಗೋತ್ರಿಯಲ್ಲಿನ ಮೈಸೂರು ವಿಶ್ವವಿದ್ಯಾನಿಲಯದಲ್ಲಿನ ಚರಿತ್ರೆ ವಿಭಾಗದಲ್ಲಿ ಚರಿತ್ರೆಯ ಅಧ್ಯಯನ ಮತ್ತು ಸಂಶೋಧನಾ ಚಟುವಟಿಕೆಗಳಿಗೆ ಸಹಾಯಧನ ನೀಡುವಿಕೆ, ಕೃತಿಗಳ ಪ್ರಕಟಣೆ, ವಿಚಾರ ಸಂಕಿರಣಗಳ ಆಯೋಜನೆ ಮತ್ತು ದತ್ತಿ ಉಪನ್ಯಾಸ ಮೊದಲಾದ ಕಾರ್ಯಕ್ರಮಗಳಿಗೆ ಈ ದತ್ತಿ ತನ್ನ ಆದ್ಯತೆ ನೀಡಿದೆ. ಮೈಸೂರಿನಲ್ಲಿ ಸಂಘಟಿಸಲ್ಪಟ್ಟ ಭಾರತೀಯ ಚರಿತ್ರೆ ಕಾಂಗ್ರೆಸ್ಸಿನ 64ನೇ ಅಧಿವೇಶನದಲ್ಲಿ ಪ್ರೊ॥ ಎಸ್ ಷಟ್ಟರ್ ನೀಡಿದ 'ಫೂಟ್‌ಪ್ರಿಂಟ್ಸ್ ಆಫ್ ಆರ್ಟಿಸನ್ಸ್ ಇನ್ ಹಿಸ್ಟರಿ" ಎಂಬ ಪ್ರಧಾನ ಉಪನ್ಯಾಸಕ್ಕೆ ಈ ದತ್ತಿಯ ಮೊದಲನೆ ಸಂಶೋಧನಾ ಸಹಾಯಧನ ಲಭಿಸಿದೆ.

ಚರಿತ್ರೆಯ ಸಂಶೋಧನಾ ಕೃತಿಗಳನ್ನು ವಿದ್ವಾಂಸರು ಮತ್ತು ಜನ ಸಾಮಾನ್ಯರಿಗೆ ಪರಿಚಯಿಸುವ ಉದ್ದೇಶದಿಂದ ಮಣಿಪಾಲ ಯೂನಿವರ್ಸಲ್ ಪ್ರೆಸ್‌ನ ಸಹಯೋಗದೊಡನೆ ಡಿ ಎಸ್ ಅಚ್ಚುತರಾವ್ ದತ್ತಿ ಡಿಎಸ್‌ಎ ಚರಿತ್ರೆ ಮಾಲೆ ಪ್ರಾರಂಭಿಸಲಾಯಿತು. ಪ್ರೊ॥ ಡಿ ಎಸ್ ಅಚ್ಚುತರಾವ್‌ರ "ಸೋಶಿಯಲ್ ಎಂಡ್ ಅಡ್ಮಿನಿಸ್ಟ್ರೇಟಿವ್ ಹಿಸ್ಟರಿ ಆಫ್ ಮೈಸೂರ್ ಡ್ಯೂರಿಂಗ್ 1500–1700 ಸಿಇ" ಎಂಬ ಅಪ್ರಕಟಿತ ಹಸ್ತಪ್ರತಿಯನ್ನು "ಅಡ್ಮಿನಿಸ್ಟ್ರೇಟಿವ್ ಎಂಡ್ ಸೋಶಿಯಲ್ ಹಿಸ್ಟರಿ ಅಂಡರ್ ದಿ ಒಡೆಯರ್ಸ್ 1600–1800 ಸಿಇ" ಎಂಬ ಹೊಸ ಶೀರ್ಷಿಕೆಯಡಿ ಈ ಮಾಲೆಯ ಮೊದಲನೆ ಕೃತಿಯಾಗಿ ಪ್ರಕಟಿಸಲಾಗಿದೆ. ಡಿ ಎಸ್ ಅಚ್ಚುತರಾವ್ ಪ್ರಕಟಿಸಿದ ಕೆಲವು ಲೇಖನಗಳ ಸಂಚಯ "ಮೈಸೂರ್ ಹಿಸ್ಟರಿ ಬಿಫೋರ್ 1800 ಸಿ ಇ" ಈ ಮಾಲೆಯ ಎರಡನೆ ಕೃತಿಯಾಗಿ 2017ರಲ್ಲಿ ಪ್ರಕಟಗೊಂಡಿದೆ. "ದಿ ಪ್ರಿನ್ಸ್ಲಿ ಸ್ಟೇಟ್ಸ್ ಎಂಡ್ ದಿ ಮೇಕಿಂಗ್ ಆಫ್ ಮಾಡರ್ನ್ ಇಂಡಿಯಾ" ಮೂರನೆಯ ಕೃತಿ. ಪ್ರಾಚೀನ ಭಾರತದ ಚರಿತ್ರೆ ಕುರಿತು ಪ್ರಕಟವಾಗಿರುವ ನಾಲ್ಕನೆ ಕೃತಿ 2019ರಲ್ಲಿ ಲೋಕಾರ್ಪಣೆಗೊಂಡಿದೆ. ಎಸ್ ಶೆಟ್ಟರ್ ಅವರ "ಬುದ್ಧಿಸ್ಟ್ ಆರ್ಟಿಸನ್ಸ್ ಎಂಡ್ ದೆಯರ್ ಆರ್ಕಿಟೆಕ್ಚರಲ್ ವೆಕ್ಯಾಬ್ಯುಲರಿ" ಐದನೇ ಕೃತಿಯಾಗಿ ಪ್ರಕಟಣೆಯ ಹಂತದಲ್ಲಿದೆ. "ಮೈಸೂರ್ ಹಿಸ್ಟರಿ ಬಿಫೋರ್ 1800 ಸಿ ಇ" ಕೃತಿಯ ಕನ್ನಡ ಅವತರಣಿಕೆ ಡಿಎಸ್‌ಎ ಚರಿತ್ರೆ ಮಾಲೆಯ ಆರನೆ ಪ್ರಕಟಣೆಯಾಗಿದೆ.

ಡಿಎಸ್‌ಎ ಜನ್ಮಶತಮಾನೋತ್ಸವ ವರ್ಷದಲ್ಲಿ ಈ ದತ್ತಿ ಮೈಸೂರು ವಿಶ್ವವಿದ್ಯಾನಿಲಯದ ಇತಿಹಾಸ ಅಧ್ಯಯನ ವಿಭಾಗದ ಸಹಯೋಗದಲ್ಲಿ "ಪವರ್, ರೆಸಿಸ್ಟೆಂಸ್ ಎಂಡ್ ಸಾವರ್‌ನಿಟಿ ಇನ್ ಪ್ರಿನ್ಸ್ಲಿ ಸೌತ್ ಇಂಡಿಯಾ" ಎಂಬ ವಿಷಯ ಕುರಿತು ಡಿಎಸ್‌ಎ ನೆನಪಿನಲ್ಲಿ ಒಂದು ಅಂತರರಾಷ್ಟ್ರೀಯ ಸಮ್ಮೇಳನ ಆಯೋಜಿಸಿತ್ತು. ಕೆಂಬ್ರಿಡ್ಜ್ ವಿಶ್ವವಿದ್ಯಾನಿಲಯದ ಟ್ರಿನಿಟಿ ಕಾಲೇಜಿನ ಪ್ರೊ॥ ಡೇವಿಡ್ ವಾಷ್‌ಬ್ರೂಕ್ ಈ

ಸಮ್ಮೇಳನದ ಪ್ರಧಾನ ಭಾಷಣಕಾರರಾಗಿದ್ದರು. ಈ ಎರಡು ದಿನಗಳ ಅಂತರರಾಷ್ಟ್ರೀಯ ಸಮ್ಮೇಳನ ಏಷ್ಯಾ, ಯೂರೋಪ್ ಮತ್ತು ಅಮೇರಿಕಾದ ವಿಶ್ವವಿದ್ಯಾನಿಲಯಗಳ ವಿದ್ವಾಂಸರ ಗಮನ ಸೆಳೆದಿತ್ತು.

ಪ್ರೊ॥ ಡಿಎಸ್‌ಎ ಅವರ ಎರಡು ಕೃತಿಗಳ ಬಗ್ಗೆ ಅವರ ಜನ್ಮದಿನದಂದು ಮೈಸೂರಿನ ಮಹಾರಾಜ ಕಾಲೇಜಿನಲ್ಲಿ ಎರಡನೇ ಸಂಕಿರಣ ಹಮ್ಮಿಕೊಳ್ಳಲಾಗಿತ್ತು. ಕನ್ನಡದಲ್ಲಿ ಈ ಸಂಕಿರಣವನ್ನು ನಡೆಸಲಾಯಿತು. ಹೀಗಾಗಿ ಅದು ಕರ್ನಾಟಕದ ವಿವಿಧ ಭಾಗಗಳಿಂದ ಇತಿಹಾಸ ಸಂಶೋಧಕರನ್ನು ಆಕರ್ಷಿಸಿತು.

ಡಿಎಸ್‌ಎ ದತ್ತಿ ಮೂರನೆಯ ಸಮ್ಮೇಳನವನ್ನು 'ನ್ಯಾಷನಲ್ ಇನ್‌ಸ್ಟಿಟ್ಯೂಟ್ ಆಫ್ ಅಡ್ವಾನ್ಸ್‌ಡ್ ಸ್ಟಡೀಸ್'ನ (ಎನ್‌ಐಎಎಸ್) ಎಮಿರಿಟಸ್ ಪ್ರಾಧ್ಯಾಪಕರಾದ ಎಸ್ ಷಟ್ಟರ್ ಇವರ ಸಂಚಾಲಕತ್ವದಲ್ಲಿ "ಕನೆಕ್ಟಿಂಗ್ ಕಲ್ಚರ್ಸ್; ರಾಮಾಯಣ ರೀಟೆಲ್ಲಿಂಗ್ ಇನ್ ಸೌತ್ ಇಂಡಿಯಾ ಎಂಡ್ ಸೌತ್‌ಈಸ್ಟ್ ಏಷ್ಯಾ" ಎಂಬ ವಿಷಯ ಕುರಿತು ಬೆಂಗಳೂರಿನಲ್ಲಿ ಸಂಘಟಿಸಲಾಗಿತ್ತು. ಭಾರತ, ಆಗ್ನೇಯ ಏಷ್ಯಾ ಮತ್ತು ಯೂರೋಪಿನ ಹದಿನೈದು ವಿದ್ವಾಂಸರು ಇದರಲ್ಲಿ ಭಾಗವಹಿಸಿದ್ದರು.

ನಾಲ್ಕನೆ ಸಮ್ಮೇಳನವನ್ನು ಮಣಿಪಾಲ ವಿಶ್ವವಿದ್ಯಾನಿಲಯದ ತತ್ವಶಾಸ್ತ್ರ ಮತ್ತು ಮಾನವಿಕ ವಿಭಾಗಗಳ ಜಂಟಿ ಸಹಯೋಗದಲ್ಲಿ "ಪ್ರಾಚೀನ ಭಾರತ ಚರಿತ್ರೆ" ಕುರಿತು ಆಯೋಜಿಸಲಾಗಿತ್ತು. ದೆಹಲಿ ವಿಶ್ವವಿದ್ಯಾನಿಲಯದ ಪ್ರೊ. ಉಪೀಂದರ್ ಸಿಂಗ್ ಈ ಸಂದರ್ಭದಲ್ಲಿ ಆಶಯ ಭಾಷಣ ನೀಡಿದರು. ಮಣಿಪಾಲ ವಿಶ್ವವಿದ್ಯಾನಿಲಯ ತನ್ನ ಚರಿತ್ರೆ ವಿಭಾಗವನ್ನು 'ಡಿ ಎಸ್ ಅಚ್ಚುತರಾವ್ ಚರಿತ್ರೆ ವಿಭಾಗ' ಎಂದು ಈ ಸಂದರ್ಭದಲ್ಲಿ ನಾಮಕರಣ ಮಾಡಿತು.

ಈ ಸಮ್ಮೇಳನಗಳಲ್ಲಿ, ನೃತ್ಯಕಲೆಯಲ್ಲಿ ನೈಪುಣ್ಯತೆ ಪಡೆದಿದ್ದವರು ನೃತ್ಯ ಪ್ರದರ್ಶನ ನೀಡುವ ಮೂಲಕ ಸಮ್ಮೇಳನಗಳನ್ನು ಯಶಸ್ವಿಗೊಳಿಸಿದರು. ಮೈಸೂರಿನ ಸಮ್ಮೇಳನದಲ್ಲಿ ಲಕ್ಷ್ಮೀ ಗೋಪಾಲಸ್ವಾಮಿ 'ಒಡೆಯರ ಕಾಲದ ನೃತ್ಯ ಶೈಲಿ'ಯನ್ನು ಪ್ರದರ್ಶಿಸಿದರು. ಮಣಿಪಾಲದ ಸಮ್ಮೇಳನದಲ್ಲಿ ಉಡುಪಿಯ ಕೃಷ್ಣನ ಪ್ರೇರಣೆಯಿಂದ ಸತ್ಯನಾರಾಯಣರಾಜು "ಜಗದೋದ್ಧಾರಕ" ಎಂಬ ನೃತ್ಯಗೀತೆ ಪ್ರದರ್ಶನ ನೀಡಿದರು. ಬೆಂಗಳೂರು ಸಮ್ಮೇಳನದಲ್ಲಿ ಮಧು ನಟರಾಜ ಮತ್ತು ಅವರ ನಾಟ್ಯ ನೃತ್ಯ ಮಂಡಳಿ ರಾಮಾಯಣವನ್ನು ಪುನರ್ ನಿರೂಪಿಸುವ "ರಾಮಾನುಭವ" ಎಂಬ ನೃತ್ಯ ಕಾರ್ಯಕ್ರಮ ನೀಡಿದರು.

ಮೈಸೂರು ವಿಶ್ವವಿದ್ಯಾನಿಲಯದ ಮಹಾರಾಜ ಕಾಲೇಜಿನಲ್ಲಿ ಡಿಎಸ್‌ಎ ದತ್ತಿ ಉಪನ್ಯಾಸ ಮಾಲೆ ಪ್ರಾರಂಭಿಸಲಾಗಿದೆ. ಅದರ ಉದ್ಘಾಟನಾ ಭಾಷಣ ಇಂಡಿಯನ್ ಕೌನ್ಸಿಲ್ ಆಫ್ ಹಿಸ್ಟಾರಿಕಲ್ ರಿಸರ್ಚ್‌ನ ಬೆಂಗಳೂರು ಪ್ರಾದೇಶಿಕ ಕಛೇರಿಯಲ್ಲಿ ಪ್ರಾದೇಶಿಕ ನಿರ್ದೇಶಕರಾಗಿದ್ದ ಡಾ ಎಸ್ ಕೆ ಅರುಣಿ "ಕರ್ನಾಟಕ ಪೋರ್ಟ್ಸ್ ಕನ್‌ಸ್ಟ್ರಕ್ಷನ್ ಎಂಡ್ ಟೆಕ್ನಿಕ್ಸ್ – ಎ ಹಿಸ್ಟಾರಿಕಲ್ ಪರ್‌ಸ್ಪೆಕ್ಟಿವ್" ಎಂಬ ವಿಷಯ ಕುರಿತು ಉಪನ್ಯಾಸ ನೀಡಿದರು.

ತನ್ನ ವ್ಯಾಪ್ತಿಯನ್ನು ವಿಸ್ತರಿಸಿಕೊಂಡು ಮತ್ತಷ್ಟು ಶ್ರೋತೃಗಳನ್ನು ತಲುಪುವ ನಿಟ್ಟಿನಲ್ಲಿ ಡಿಎಸ್‌ಎ ದತ್ತಿ 'ಡಿಎಸ್‌ಎ ಚರಿತ್ರೆ ಚಾನಲ್'ನನ್ನು ಯೂಟ್ಯೂಬ್‌ನಲ್ಲಿ ಹೊಂದಿದೆ. ಇದರಲ್ಲಿ ವಿಡಿಯೋಗಳ ಚಿತ್ರಗಳ ತುಣುಕುಗಳು ಮತ್ತು ಪ್ರದರ್ಶನಗಳನ್ನು ವೀಕ್ಷಿಸಬಹುದಾಗಿದೆ. ಇದನ್ನು ಭೇಟಿ ಮಾಡಿ ವೀಕ್ಷಿಸಿದ್ದಾರೆ.

ವಿದ್ವಾಂಸರು ನೀಡುತ್ತಿರುವ ಬೆಂಬಲದಿಂದ ಉತ್ತೇಜಿತಗೊಂಡಿರುವ ದತ್ತಿ ಭವಿಷ್ಯದ ದಿನಗಳಲ್ಲಿ ತನ್ನ ಚಟುವಟಿಕೆಗಳನ್ನು ಮತ್ತಷ್ಟು ವಿಸ್ತರಿಸುವ ಆಶಯಗಳನ್ನು ಹೊಂದಿದೆ.

ಪ್ರೊ|| ಡಿ ಎಸ್ ಅಚ್ಚುತರಾವ್

1917–1965

ಮೈಸೂರು ವಿಶ್ವವಿದ್ಯಾನಿಲಯದ ಮಹಾರಾಜ ಕಾಲೇಜಿನಲ್ಲಿ ಬಿಎ (ಆನರ್ಸ್) ನಲ್ಲಿ ಡಿ ಎಸ್ ಅಚ್ಚುತರಾವ್ 1938ರಲ್ಲಿ ತೇರ್ಗಡೆಯಾದರು. ನಂತರ 1939ರಲ್ಲಿ ಮೈಸೂರು ವಿಶ್ವವಿದ್ಯಾನಿಲಯದಲ್ಲಿ ಎಂಎ (ಇತಿಹಾಸ) ಪದವಿ ಪಡೆದುಕೊಂಡರು. ಎಂಎ ಪದವಿ ಪಡೆದುಕೊಳ್ಳುವ ಮುನ್ನ 'ಕ್ವಾರ್ಟರ್ಲಿ ಜರ್ನಲ್ ಆಫ್ ಮಿಥಿಕ್ ಸೊಸೈಟಿ'ಯ 1939ರ ಏಪ್ರಿಲ್ ಸಂಚಿಕೆಯಲ್ಲಿ ಅವರ ಸಂಶೋಧನಾ ಲೇಖನ "ಹೈದರ್ ಆಲಿ: ಹಿಸ್ ರಿಲೀಜಿಯಸ್ ಡಿಸ್‌ಪೊಸಿಷನ್" ಪ್ರಕಟವಾಗಿ ವಿದ್ವಾಂಸರ ಮತ್ತು ಸಂಶೋಧಕರ ಆಸಕ್ತಿ ಸೆಳೆದಿತ್ತು.

ಮೈಸೂರು ವಿಶ್ವವಿದ್ಯಾನಿಲಯದ ವಿವಿಧ ಪ್ರಥಮ ದರ್ಜೆ ಕಾಲೇಜುಗಳಲ್ಲಿ ಅವರು 1940–49ರವರೆಗೆ ಇತಿಹಾಸ ಬೋಧಿಸಿದರು. ನಂತರ 1949ರಲ್ಲಿ ಮಹಾರಾಜ ಕಾಲೇಜಿನ ಸ್ನಾತಕ ಮತ್ತು ಸ್ನಾತಕೋತ್ತರ ತರಗತಿಗಳ ವಿದ್ಯಾರ್ಥಿಗಳಿಗೆ 1965ರಲ್ಲಿ ಸಂಭವಿಸಿದ ತಮ್ಮ ಅಕಾಲ ಮರಣದವರೆಗೂ ಚರಿತ್ರೆ ಬೋಧಿಸಿದರು. ವಿಶೇಷವಾಗಿ ಅವರು ಕರ್ನಾಟಕ ಚರಿತ್ರೆ ಕುರಿತು 15ಕ್ಕೂ ಹೆಚ್ಚು ಲೇಖನಗಳನ್ನು ಪ್ರಕಟಿಸಿದರು.

ಮಹಾರಾಜ ಕಾಲೇಜಿನ ಶತಮಾನೋತ್ಸವ ಸಮಾರಂಭದ ಚಟುವಟಿಕೆಗಳಲ್ಲಿ ಅವರು ಸಕ್ರೀಯವಾಗಿ ಭಾಗವಹಿಸಿದದರು. ಇದಕ್ಕೆ ಸಂಬಂಧಿಸಿದಂತೆ ರಚಿಸಲಾಗಿದ್ದ 'ವಸ್ತುಪ್ರದರ್ಶನ ಸಮಿತಿ'ಯ ಸಂಚಾಲಕರಾಗಿ ವಸ್ತುಪ್ರದರ್ಶನವನ್ನು ಶಿಸ್ತಿನಿಂದ ಸಂಘಟಿಸಿ ಎಲ್ಲರ ಮೆಚ್ಚುಗೆಗೆ ಪಾತ್ರರಾದರು. ಮಹಾರಾಜ ಕಾಲೇಜಿನ ಇತಿಹಾಸ ಸಂಘದ ಸುವರ್ಣ ಮಹೋತ್ಸವದ ಸಂದರ್ಭದಲ್ಲಿ ಅದರ ಚರಿತ್ರೆ ಬರೆಯುವ ಜವಾಬುದಾರಿಯನ್ನು ಯಶಸ್ವಿಯಾಗಿ ನಿರ್ವಹಿಸಿ ಪೂರೈಸಿದರು. ಅವರು ಓರ್ವ ರಾಷ್ಟ್ರೀಯವಾದಿಯಾಗಿದ್ದರು. ಭಾರತ 1950ರಲ್ಲಿ ಗಣರಾಜ್ಯವಾಗಿ ಹೊರಹೊಮ್ಮಿದ ಸಂದರ್ಭದಲ್ಲಿ ತಮ್ಮ ಸಹೋದ್ಯೋಗಿಗಳು ಮತ್ತು ವಿದ್ಯಾರ್ಥಿಗಳಿಂದ ದೇಣಿಗೆ ಸಂಗ್ರಹಿಸಿ ಮಹಾರಾಜ ಕಾಲೇಜಿನಲ್ಲಿ "ಅಶೋಕ ಸ್ಥಂಭ" ನಿರ್ಮಿಸಿದರು.

ಮೈಸೂರು ಸರ್ಕಾರ 1962 ಕನ್ನಡ ವಿಷಯ ವಿಶ್ವಕೋಶ ಯೋಜನೆಗೆ ಚಾಲನೆ ನೀಡಿದಾಗ, ಇದಕ್ಕೆ ಸಂಬಂಧಿಸಿದಂತೆ ಒಂದು ಮಾದರಿ ಲೇಖನ ಬರೆಯಲು ಅವರು ಆಯ್ಕೆಯಾದರು. ಅವರು "ರಾಜ ರಾಮ್ ಮೋಹನರಾಯ್" ಬಗ್ಗೆ ಬರೆದ ಲೇಖನವನ್ನು ವಿಶ್ವಕೋಶದ ಲೇಖಕರಿಗೆ ನೀಡಿ ಅದನ್ನು ಮಾದರಿಯಾಗಿ ಅನುಸರಿಸುವಂತೆ ಸೂಚಿಸಿದ್ದು ಅವರ ಹೆಗ್ಗಳಿಕೆಯಾಗಿದೆ.

ಅವರು ಜನಪ್ರಿಯ ಉಪನ್ಯಾಸಕರಾಗಿದ್ದರು. ಇತಿಹಾಸದ ಬೋಧನೆ ಮತ್ತು ಸಂಶೋಧನೆಯನ್ನು ವೃತ್ತಿ ಮತ್ತು ಪ್ರವೃತ್ತಿಯನ್ನಾಗಿ ಸ್ವೀಕರಿಸಲು ತಮ್ಮ ಅನೇಕ ವಿದ್ಯಾರ್ಥಿಗಳ ಮೇಲೆ ಎಂದಿಗೂ ಕ್ಷಣಿಸದ ಪ್ರಭಾವ ಅವರು ಬೀರಿದ್ದರು.

ಪರಿವಿಡಿ

ಭಾಗ 1 – ಲೇಖನಗಳ ಸಂಚಯ

ಅ) ಕರ್ನಾಟಕ ಚರಿತ್ರೆ

ಬ) ಇತರೆ ಲೇಖನಗಳು

Article A11 & A12 have not been included in the monograph

ಲೇಖನಗಳ ಸಂಚಯ

"ಪುಲಿಕೇಶಿಯ ಕರ್ನಾಟಕ"

ಡಿ. ಯಸ್. ಅಚ್ಚುತರಾವ್.

ಕ್ರಿ. ಶ. ಐದನೆಯ ಶತಮಾನಕ್ಕೆ ಮೊದಲು ಕನ್ನಡ ನಾಡು ಹಲವಾರು ರಾಜವಂಶಗಳ ಆಧಿಪತ್ಯಕ್ಕೆ ಒಳಪಟ್ಟಿತ್ತು. ಕರ್ನಾಟಕದಲ್ಲಿ ರಾಜ್ಯ ಕಟ್ಟಿ ಆಳಿದ ಮೊದಲ ಕನ್ನಡ ರಾಜವಂಶಗಳೆಂದರೆ ಕದಂಬ, ಗಂಗರು. ಇವು ಕರ್ನಾಟಕದಲ್ಲಿ ಎಲ್ಲಕ್ಕೂ ಪ್ರಾಚೀನ ರಾಜವಂಶಗಳು. ಆದರೆ ಕನ್ನಡನಾಡೆಲ್ಲವೂ ಅವರ ವಶವಾಗಿರಲಿಲ್ಲ. ಇಡೀ ಕರ್ನಾಟಕವನ್ನೆಲ್ಲಾ ತಮ್ಮ ಸ್ವಾಧೀನಪಡಿಸಿಕೊಂಡು ಸವಿಸ್ತಾರ ಸಾಮ್ರಾಜ್ಯವನ್ನು ಕಟ್ಟಿ, ಕರ್ನಾಟಕವೈಭವದ ಇತಿಹಾಸವನ್ನು ಆರಂಭಗೊಳಿಸಿದ ಮೊದಲ ಕನ್ನಡ ರಾಜವಂಶವೆಂದರೆ ಪಶ್ಚಿಮದ ಚಾಲುಕ್ಯರು. ಈ ಹಿರಿಯ ಅರಸು ಮನೆತನ ಐದರಿಂದ ಎಂಟನೆಯ ಶತಮಾನದವರೆಗೂ, ಮತ್ತೆ ಹತ್ತನೆಯ ಶತಮಾನದ ಕೊನೆಯಿಂದ ಹನ್ನೆರಡನೆಯ ಶತಮಾನದವರೆಗೂ ಏಳಿಗೆಯಲ್ಲಿತ್ತು.

ಚಾಲುಕ್ಯರ ಮೊದಲ ಹೆಸರು ಚಳುಕ್ಯ. ಏಳು ಅಥವಾ ಎಂಟನೆಯ ಶತಮಾನಗಳ ಹೊತ್ತಿಗೆ ಚಾಳುಕ್ಯ ಎಂಬ ಹೆಸರು ಬಳಕೆಗೆ ಬಂದಿತು.[1] ಹಾರೀತ ಋಷಿಯು ದೇವತೆಗಳಿಗೆ ಅಘ್ರ್ಯೋದಕವನ್ನು ಕೊಡುವಾಗ ಅವನ ಚುಲುಕದಿಂದ (ಬೊಗಸೆ) ಒಬ್ಬ ವೀರಪುರುಷನು ಹುಟ್ಟಿದನಂತೆ. ಚಾಲುಕ್ಯರು ತಾವು ಆ ವೀರಪುರುಷನ ವಂಶಜರೆಂದು ಹೇಳಿಕೊಳ್ಳುತ್ತಾರೆ. ಆದ್ದರಿಂದ ಅವರಿಗೆ 'ಚಳುಕ್ಯ' ಅಥವಾ 'ಚಾಲುಕ್ಯ'ರೆಂದೂ 'ಹಾರೀತ ಪುತ್ರ' ರೆಂದೂ ಹೆಸರಾಯಿತೆನ್ನುತ್ತಾರೆ. ಇವರ ಗೋತ್ರ ಮಾನವ್ಯ, ಕುಲದೇವತೆ ವಿಷ್ಣು, ವಂಶ ಚಂದ್ರವಂಶ. ಯುದ್ಧ ದೇವತೆಯಾದ ಕಾರ್ತಿಕೇಯನ ಸಂಬಂಧದವರೆಂದೂ ಹೇಳುವುದುಂಟು. ವಿಷ್ಣುವಿನ ವರಪ್ರಸಾದ ಪಡೆದು ವರಾಹಲಾಂಛನವಿಟ್ಟುಕೊಂಡಿದ್ದರೆನ್ನುತ್ತಾರೆ, ಉಳಿದ ಅರಸು ಮನೆತನಗಳ ವಿಷಯದಲ್ಲಿ ಹೇಳುವಂತೆಯೆ ಈ ಮನೆತನವೂ ಉತ್ತರದಿಂದ ಬಂತೆಂದೂ ಸಂಪ್ರದಾಯವಾಗಿ ಬಂದ ನಂಬಿಕೆಯೊಂದುಂಟು. ಆದರೆ ಚಾಲುಕ್ಯರು ಹುಟ್ಟು ಕನ್ನಡಿಗರೆಂದು ಹೇಳಲು ಸಾಕಷ್ಟು ಆಧಾರಗಳಿವೆಯೆಂದು ಚರಿತ್ರೆಕಾರರು ನಂಬಿದ್ದಾರೆ.'[2]

ಈ ವಂಶದ ಒಂಭತ್ತು ಜನ ಅರಸರು ಬಾದಾಮಿಯಲ್ಲಿ ವೈಭವದಿಂದ ಸುಮಾರು ಇನ್ನೂರು ವರ್ಷಗಳವರೆಗೆ ಆಳಿದರು. ಇವರಲ್ಲೆಲ್ಲಾ ಪ್ರಸಿದ್ಧನಾದವನು ಪ್ರೌಢ ಪ್ರತಾಪಿ ಎರಡನೆಯ ಪುಲಿಕೇಶಿ.

ಕ್ರಿ.ಶ. ೬೦೯ ರಿಂದ ೬೪೨ರ ವರೆಗೆ ವಿಸ್ತರಿಸಿದ ಇಮ್ಮಡಿ ಪುಲಿಕೇಶಿಯ ಆಳ್ವಿಕೆ ಬಾದಾಮಿಯ ಚಾಲುಕ್ಯರ ಚರಿತ್ರೆಯಲ್ಲಿ ಉಚ್ಛ್ರಾಯ ಕಾಲವೆನ್ನಬಹುದು. ಪುಲಿಕೇಶಿಯು ಇನ್ನೂ ಚಿಕ್ಕವನಾಗಿದ್ದಾಗ ಇವನ ಚಿಕ್ಕಪ್ಪನಾದ ಮಂಗಳೇಶನು ರಾಜ್ಯವಾಳುತ್ತಿದ್ದನು. ಕೆಲವು ಕಾಲದ ಮೇಲೆ ಮಂಗಳೇಶನು ತನ್ನ ಸ್ವಂತ ಮಗನಿಗೇ ಪಟ್ಟಕಟ್ಟುವ ದ್ರೋಹಚಿಂತನೆಯನ್ನು ಮಾಡಿದನು. ಇದರಿಂದ ರಾಜಕುಮಾರನಾಗಿದ್ದ ಪುಲಿಕೇಶಿಗೂ ಚಿಕ್ಕಪ್ಪನಾದ ಮಂಗಳೇಶನಿಗೂ ವಿರೋಧ ಹುಟ್ಟಿ ಬೆಳೆದು ಕಡೆಗೆ ಇಬ್ಬರಿಗೂ ಯುದ್ಧವೇ ಆಯಿತು. ಮಂಗಳೇಶನು ಯುದ್ಧದಲ್ಲಿಯೇ ಅಸುವನ್ನು ನೀಗಿದನು. ಜಯಶಾಲಿಯಾದ ಪುಲಿಕೇಶಿಯು ಕ್ರಿ. ಶ. ೬೦೯ ರಲ್ಲಿ ಪಟ್ಟಾಭಿಷಿಕ್ತನಾದನು.

೧. ಕನ್ನಡನಾಡಿನ ಚರಿತ್ರೆ. ಭಾಗ. ೧. ಪು. ೩೮.
೨. ಅದೇ

ಪುಲಿಕೇಶಿ – 'ಸವಿನೆನಪು' ಪ್ರೊ ಟಿ ಎಸ್ ವೆಂಕಣ್ಣಯ್ಯ ಅಭಿನಂದನ ಸ್ಮಾರಕ ಗ್ರಂಥ 1951, ಪುಟಗಳು 800–805.

ಸಿಂಹಾಸನಾರೂಢನಾದ ಕೂಡಲೆ ಪುಲಿಕೇಶಿಯು ಕೆಲವು ಸಣ್ಣ ಸಣ್ಣ ರಾಜರೊಡನೆ ಹೋರಾಡ ಬೇಕಾಯಿತು. ಸಿಂಹಾಸನಕ್ಕಾಗಿ ನಡೆದ ಹೋರಾಟ ಸಂದರ್ಭದಲ್ಲಿ ತಮಗೆ ಸಮಯ ಸಿಕ್ಕಿತೆಂದು ರಟ್ಟರು (ರಾಷ್ಟ್ರೀಕರು) ಮೊದಲು ಮುಂದಾಗಿ ಸ್ವತಂತ್ರರಾಗುವುದರಲ್ಲಿದ್ದರು, ಪುಲಿಕೇಶಿಯು ಅವರನ್ನು ಅಡಗಿಸಿ, ಭೀಮಾ ನದಿಯಿಂದ ಉತ್ತರಕ್ಕಿರುವ ಪುಲಿಕೇಶಿಯ ನಾಡನ್ನು ಗೆಲ್ಲಲು ಧಾಳಿಯಿಟ್ಟು ಬಂದ ಅಪ್ಪಾಯಿಕ ಮತ್ತು ಗೋವಿಂದರನ್ನು ಶಿಕ್ಷಿಸಿ ಕದಂಬರಾಜಧಾನಿಯಾದ ಬನವಾಸಿಯನ್ನು ವಶಪಡಿಸಿಕೊಂಡನು. ಇದನ್ನು ಅರಿತಕೂಡಲೆ ತಲಕಾಡಿದ ಗಂಗರಸರೂ ದಕ್ಷಿಣ ಕನ್ನಡ ತೀರ ಪ್ರದೇಶದ ಆಳುಪರೂ ತಾವಾಗಿಯೇ ಬಂದು ಪುಲಿಕೇಶಿಯ ಮೈತ್ರಿಯನ್ನು ಬೇಡಿದರು. ಉತ್ತರ ಕೊಂಕಣದ ಮೌರ್ಯರಮೇಲೆ ಧಾಳಿ ನಡೆಸಿ ಅವರ ರಾಜಧಾನಿಯಾದ ಪುರೀ ಪಟ್ಟಣವನ್ನು ಕೈವಶಮಾಡಿಕೊಂಡನು. ಲಾಟಾ, ಗೂರ್ಜರ ಮತ್ತು

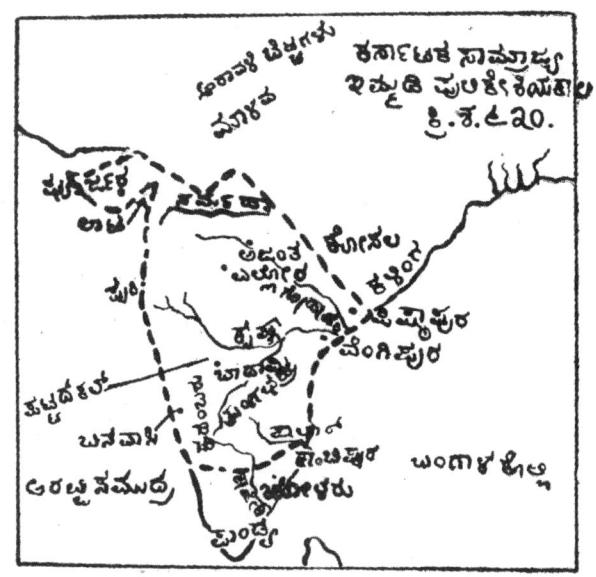

ಮಾಳವದ ಅರಸರು ಅತ್ಯಂತ ವಿನಯದಿಂದ ಅವನ ಮೊರೆಹೊಕ್ಕರು. ಇದರಿಂದ ಪುಲಿಕೇಶಿಯ ಪ್ರತಾಪವು ಬಲು ದೂರದವರೆಗೂ ಹರಡಿತು. ಗೂರ್ಜರ ರಾಷ್ಟ್ರದಲ್ಲಿ ಜಯ ಸಾಧಿಸಿದ ನಂತರ ತನ್ನ ತಮ್ಮನೊಬ್ಬನನ್ನು ಅಲ್ಲಿ ಪ್ರತಿನಿಧಿಯಾಗಿ ನೇಮಿಸಿ ಅಲ್ಲಿ ತನ್ನ ಆಧಿಪತ್ಯವನ್ನು ಬಲಪಡಿಸಿದನು. ಪುಲಿಕೇಶಿಯ ಜಯ ಅಲ್ಲಿಗೇ ನಿಲ್ಲಲಿಲ್ಲ, ಕೋಸಲರನ್ನೂ ಕಳಿಂಗರನ್ನೂ ಅಡಗಿಸಿದನು; ಪಿಷ್ಟಪುರ (ಈಗ ಆಂಧ್ರದಲ್ಲಿರುವ ಪಿಟ್ಟಾಪುರ) ವನ್ನು ಹಾಳೆಬ್ಬಿಸಿದನು ; ಅನಂತರ ಪಲ್ಲವರಿಗೆ ಸೇರಿದ್ದ ವೆಂಗಿ ಮಂಡಲವನ್ನು ಗೆದ್ದು, ಅಲ್ಲಿ ತನ್ನ ತಮ್ಮನಾದ ಕುಬ್ಜ ವಿಷ್ಣುವರ್ಧನನನ್ನು ಉಪ-ರಾಜನನ್ನಾಗಿ ಗೊತ್ತುಮಾಡಿ, ಅಲ್ಲಿಂದ ಮುಂದೆ ಹೊರಟು, ಎದುರಾಗಿ ಬಂದ ಒಂದನೆಯ ಮಹೇಂದ್ರ ವರ್ಮನನ್ನು ಸೋಲಿಸಿ, ಆತನನ್ನು ಅಟ್ಟಿಸಿ ಕೊಂಡು ಕಾಂಚಿಪುರದವರೆಗೂ ಹೋದನು. ಕಾವೇರಿಯನ್ನು ದಾಟಿ ಚೋಳ ಪಾಂಡ್ಯ ಕೇರಳ ದೇಶಗಳ ಅರಸರನ್ನೂ ಮಿತ್ರರನ್ನಾಗಿಮಾಡಿದನು. ಹೀಗೆ ನರ್ಮದಾ ನದಿಯಿಂದ ಕಾವೇರಿಯವರೆಗೂ ಇರುವ ಭಾಗವೆಲ್ಲವನ್ನೂ ಸ್ವಸಾಮರ್ಥ್ಯದಿಂದ ಜಯಿಸಿ ದಕ್ಷಿಣದ ಸಮಸ್ತ ಭಾಗಗಳನ್ನೂ—ಪೂರ್ವ ಪಶ್ಚಿಮ ದಕ್ಷಿಣ

ಸಮುದ್ರದ ನಡುವಿನ ನಾಡೆಲ್ಲವನ್ನೂ—ತನ್ನ ಅಧಿಕಾರದಲ್ಲಿ ಸೇರಿಸಿಕೊಂಡು 'ದಕ್ಷಿಣಾಪಥೇಶ್ವರ' ಮತ್ತು 'ಸತ್ಯಾಶ್ರಯ' ಎಂಬ ಬಿರುದುಗಳನ್ನು ವಹಿಸಿದನು.

ಇವನು ಸಾಧಿಸಿದ ಎಲ್ಲಕ್ಕೂ ಮಿಗಿಲಾದ ಕಾರ್ಯವೆಂದರೆ ಉತ್ತರ ಹಿಂದೂಸ್ಥಾನಕ್ಕೆಲ್ಲಾ ಸಾರ್ವಭೌಮ ಚಕ್ರವರ್ತಿಯಾಗಿದ್ದ ಕನೂಜದ ಅರಸನಾದ ಹರ್ಷವರ್ಧನನನ್ನು ಕ್ರಿ. ಶ. ೬೩೪ ರಲ್ಲಿ ನರ್ಮದಾ ನದಿಯ ದಂಡೆಯಮೇಲೆ ಜಯಪ್ರದವಾಗಿ ಎದುರಿಸಿ ಹಿಮ್ಮೆಟ್ಟಿಸಿದುದು. ಇದರ ಫಲವಾಗಿ ಎರಡು ಸಾಮ್ರಾಜ್ಯಗಳಿಗೂ ಆ ನದಿಯೇ ಮೇರೆಯಾಯಿತು. ೯೯,೦೦೦ ಹಳ್ಳಿಗಳೊಳಗೊಂಡ ಮೂರು ಮಹಾರಾಷ್ಟ್ರಗಳ ಆಧಿಪತ್ಯವು ಅವನಿಗೆ ಲಭಿಸಿತು. ಈ ವಿಜಯ ಸಂಕೇತವಾಗಿ 'ಪರಮೇಶ್ವರ' ಎಂಬ ಬಿರುದನ್ನು ಧರಿಸಿದನು. ಸಾರ್ವಭೌಮ ಸೂಚಕವಾದ ಅಶ್ವಮೇಧಯಾಗವನ್ನು ಮಾಡಿ ದಿಗಂತ ವಿಶ್ರಾಂತಕೀರ್ತಿಯನ್ನು ಪಡೆದನು. ಕವಿತಾ ಸಾಮರ್ಥ್ಯದಲ್ಲಿ ಕಾಳಿದಾಸ ಮತ್ತು ಭಾರವಿಗಳಿಗೆ ಸಮನೆಂದು ಹೊಗಳಿಕೊಂಡಿರುವ ಪುಲಿಕೇಶಿಯ ಆಸ್ಥಾನ ಕವಿಯಾದ ರವಿಕೀರ್ತಿಯು ತನ್ನ ಪ್ರಭುವಿನ ವಿಜಯವೈಭವವನ್ನು ಈ ರೀತಿಯಾಗಿ ಹೊಗಳಿದ್ದಾನೆ.[3]

ಜಯತಿ ಭಗವಾನ್ ಜಿನೇಂದ್ರೋ। ವೀತ ಜರಾಮರಣ ಜನ್ಮನೋ ಯಸ್ಯ ।
ಜ್ಞಾನ ಸಮುದ್ರಾಂತರ್ಗತಂ। ಅಖಿಲಂ ಜಗದಂತರೀಪಮಿವ ॥
ತದನು ಚಿರಮಪರಿಮೇಯಃ,। ಚಾಲುಕ್ಯ ಕುಲವಿಪುಲ ಜಲನಿಧಿರ್ಜಯತಿ ।
ಪೃಥಿವೀಮೌಲಿ ಲಲಾಮ್ನಾಂ। ಯಃ ಪ್ರಭವಃ ಪುರುಷ ರತ್ನಾನಾಮ್ ॥
ಅಪರಿಮಿತ ವಿಭೂತಿ ಸ್ಫೀತಸಾಮಂತಸೇನಾ। ಮಕುಟಮಣಿಮಯೂಖಾಕ್ರಾಂತ
ಪಾದಾರವಿಂದಃ। ಯುಧಿ ಪತಿತ ಗಜೇಂದ್ರಾನೀಕ ಬೀಭತ್ಸಭೂತೇ। ಭಯ ವಿಗಲಿತ ಹರ್ಷೋ
ಯೇನಚಾಕಾರಿಹರ್ಷಃ ॥ ವಿಧಿವದುಪಚಿತಾಭಿಃ ಶಕ್ತಿಭಿಃ ಶಕ್ರಕಲ್ಪಃ । ತಿಸೃಭಿರಪಿಗುಣೌಘೈಃ
ಸ್ವೈಶ್ಚ ಮಹಾಕಲಾದ್ಯೈಃ। ಆಗಮತ್ ಅಧಿಪತಿತ್ವಂ ಯೋ ಮಹಾರಾಷ್ಟ್ರ ಕಾಣಾಮ್।
ನವ ನವತಿ ಸಹಸ್ರಗ್ರಾಮ ಭಾಜಂತ್ರಯಾಣಾಮ್ ॥
ಉದ್ಧೂತಾಮಲ ಚಾಮರ ಧ್ವಜ ಶತಚ್ಛತ್ರಾಂಧಕಾರೈ ರ್ಬಲೈಃ
ಶೌರ್ಯೋತ್ಸಾಹ ರಸೋದ್ಧತಾರಿ ಮಥನೈರ್ಮೌಲಾದಿಭಿಃ
ಆಕ್ರಾಂತಾತ್ಮ ಬಲೋನ್ನತಿಮ್ ಬಲರಜಸ್ಸಂಭಿನ್ನ ಕಾಂಚೀಪುರ
ಪ್ರಾಕಾರಾಂತರಿತ ಪ್ರತಾಪಮಕರೋತ್ ಯಃ ಪಲ್ಲವಾನಾಂ ಪತಿಮ್ ॥

ಚೋಳ ಕೇರಳ ಪಾಂಡ್ಯಾನಾಮ್ ಯೋಭೂತ್ತತ್ರ ಮಹರ್ಧಯೇ ।
ಪಲ್ಲವಾನೀಕ ನೀಹಾರತುಹಿನೇತರದೀಧಿತಿಃ ॥
ಉತ್ಸಾಹ ಪ್ರಭುಮಂತ್ರಶಕ್ತಿ ಸಹಿತೇ ಯಸ್ಮಿನ್ ಸಮಸ್ತಾ ದಿಶೋ
ಜಿತ್ವಾ ಭೂಮಿಪತಿಂ ವಿಸೃಜ್ಯ ಮಹಿತಾನಾರಾಧ್ಯ ದೇವದ್ವಿಜಾನ್ ।

ವಾತಾಪೀಂ ನಗರೀಂ ಪ್ರವಿಶ್ಯ ನಗರೀಮೇಕಾಮಿವ ಉರ್ವೀಮಿಮಾಂ,
ಚಂಚನ್ನೀರಾಧಿ ನೀಲನೀರಪರಿಖಾಂ ಸತ್ಯಾಶ್ರಯೇ ಶಾಸತಿ ॥

೩. ಐಹೊಳೆಯ ಶಿಲಾಶಾಸನ. ಎಪಿಗ್ರಾಫಿಯಾ ಇಂಡಿಕಾ. ಸಂಪುಟ ೬ ೧೯೦೦-೧೯೦೧, ಭಾಗ ೨. ಪುಟ ೧-೧೨.

ಕ್ರಿ. ಶ. ಏಳನೆಯ ಶತಮಾನದ ಪೂರ್ವಾರ್ಧದಲ್ಲಿ ಭರತಖಂಡಕ್ಕೆ ಬಂದಿದ್ದು ೬೩೪ರ ಸುಮಾರಿನಲ್ಲಿ ಪುಲಿಕೇಶಿಯ ಸಾಮ್ರಾಜ್ಯದಲ್ಲಿ ಸಂಚರಿಸಿದ ಚೀನಾದೇಶದ ಭೌದ್ಧಯಾತ್ರಿಕ ಹಿಯೂನ್ ತ್ಸಾಂಗ್‌ನು ಇಮ್ಮಡಿ ಪುಲಿಕೇಶಿಯ ಪ್ರತಾಪವನ್ನೂ ಕ್ಷಾತ್ರ ತೇಜಸ್ಸನ್ನೂ ಈರೀತಿ ಹೊಗಳಿದ್ದಾನೆ.[4] "ಪುಲಿಕೇಶಿ ಕ್ಷತ್ರಿಯ ಕುಲದವನು. ವಿರಾಗ್ರಣಿ, ಉದಾತ್ತನು. ಸಾವಿರಾರು ಮದ್ದಾನೆಗಳಿಂದಲೂ ಎದೆಗುಂದದ ಸಾವಿರಾರು ಮಂದಿ ವೀರಾಳುಗಳಿಂದಲೂ ಕೂಡಿದ ಇವನ ಸೇನಾಸಮೂಹವನ್ನು ಇದಿರಿಸುವ ಎದೆ ಯಾರಿಗುಂಟು ? ಇಂಥ ಅನುಪಮವಾದ ಸೇನಾಬಲವೂ ಗಜಬಲವೂ ಉಳ್ಳ ಈ ಅರಸನು ದರ್ಪದಿಂದ ನೆರೆಹೊರೆಯ ರಾಜರನ್ನೆಲ್ಲಾ ಧಿಕ್ಕರಿಸುವುದರಲ್ಲಿ ಸೋಜಿಗವೇನು ? ಮಹಾರಾಜ ಶಿಲಾದಿತ್ಯನು ಅನೇಕ ರಾಜ್ಯಗಳನ್ನು ಗೆದ್ದಿರುವನು. ನೆರೆಹೊರೆಯವರು ದೂರದೇಶದವರು ಇವನಿಗೆ ಅಂಜಿ ನಡುಗುವರು. ಆದರೆ ಈ ಪುಲಿಕೇಶಿಯು ಮಾತ್ರ ಅವನನ್ನು ಲೆಕ್ಕಿಸುವುದಿಲ್ಲ. ಹರ್ಷವರ್ಧನನು ಇವನನ್ನು ಸೋಲಿಸುವುದಕ್ಕಾಗಿ ಎಲ್ಲ ಸೈನ್ಯಗಳನ್ನು ಕಲೆ ಹಾಕಿದ್ದಾನೆ. ತನ್ನ ರಾಜ್ಯದೊಳಗಿನ ಎಲ್ಲ ಸಾಮಂತರನ್ನು ಕರೆಯಿಸಿಕೊಂಡಿದ್ದಾನೆ. ಇಷ್ಟೆಲ್ಲ ಬಲವಾದ ಸೇನಾ ಸಾಮಗ್ರಿಗಳನ್ನಳವಡಿಸಿಕೊಂಡು ಶಿಲಾದಿತ್ಯನು ತಾನೇ ಸ್ವತಃ ಇವನ ಮೇಲೆ ದಂಡೆತ್ತಿಬಂದಿದ್ದಾನೆ. ಆದರೂ ಇವನನ್ನು ಸೋಲಿಸುವುದು ಅವನಿಂದಾಗಲಿಲ್ಲ. ಈ ದೊರೆಯ, ಈ ನಾಡಿನ ಜನರ ಕ್ಷಾತ್ರತೇಜವು ಎಷ್ಟಿರಬಹುದು. ?

ಪುಲಿಕೇಶಿಯ ಕಾಲದಲ್ಲಿ ನಮ್ಮ ನಾಡು ಒಳ್ಳೆಯ ಆಳ್ವಿಕೆ ಕಂಡು ಹಿರಿಯೇಳಿಗೆಯಲ್ಲಿತ್ತೆಂದು ಹೇಳಬಹುದು. "ರಾಜ್ಯ ಭಾರದ ನೀತಿಯಲ್ಲಿ ಧರ್ಮವೇ ನೆಲಸಿರುತ್ತದೆ ಮತ್ತು ಧರ್ಮ ತತ್ತ್ವಗಳನ್ನೇ ಆಡಳಿತದಲ್ಲಿ ಆಚರಿಸುವುದರಿಂದ ಸರ್ಕಾರವು ಸರಳವಾದುದು" ಎಂದು ಹಿಯೂನ್‌ತ್ಸಾಂಗ್ ಹೇಳಿದ್ದಾನೆ. ಮುಂದುವರೆದು "ಆತನ ಪ್ರಜೆಗಳು ಅತ್ಯಂತ ನಿಷ್ಠರಾಗಿ ಆತನ ಸೇವೆಯಲ್ಲಿ ತತ್ಪರರಾಗಿರುವರು" ಎಂದು ಸಮರ್ಥಿಸಿದ್ದಾನೆ.[6] ಪುಲಿಕೇಶಿಯ ರಾಜ್ಯಾಡಳಿತದ ವಿಶೇಷ ಲಕ್ಷಣಗಳನ್ನು, ಕಾಲಸ್ಥಿತಿಯನ್ನು ಕುರಿತು ಈರೀತಿ ವರ್ಣಿಸಿದ್ದಾನೆ.[7] "ಜನರನ್ನು ನಿರ್ಬಂಧಗೊಳಿಸಿ ಚಾಕರಿ ಮಾಡಿಸುವುದಿಲ್ಲ. ರಾಜನ ಆದಾಯವು ನಾಲ್ಕುಪಾಲಾಗಿರುತ್ತದೆ. ಒಂದು ಪಾಲು ಆಸ್ಥಾನದ ವೆಚ್ಚವಾಗುವುದು. ಎರಡನೆಯ ಪಾಲು ಮಂತ್ರಿಗಳ ಮತ್ತು ಅಧಿಕಾರಗಳ ವೇತನವಾಗುವುದು. ಮೂರನೆಯ ಪಾಲು ವಿದ್ಯಾವಂತರ ಮತ್ತು ಕಲಾ ಕುಶಲಿಗಳ ಪ್ರೋತ್ಸಾಹಕ್ಕಾಗಿ ವೆಚ್ಚವಾಗುವುದು. ನಾಲ್ಕನೆಯದು ದಾನ ಧರ್ಮಕ್ಕೆ ಉಪಯುಕ್ತವಾಗುವುದು. ಈ ತೆರಿಗೆಗಳು ಹಗುರವಾಗಿರುತ್ತವೆ, ಜನಗಳು ಹೆಚ್ಚಾಗಿ ದುಡಿಯಬೇಕಾಗಿರುವುದಿಲ್ಲ. ಎಲ್ಲರೂ ಶಾಂತಿಮಯವಾದ ಜೀವನವನ್ನು ನಡೆಸುತ್ತಾರೆ. ಎಲ್ಲರೂ ಭೂಮಿ ಸಾಗವಳಿಮಾಡುತ್ತಾರೆ. ಅದರಲ್ಲಿ ಒಂದು ಪಾಲನ್ನು ರಾಜನಿಗೆ ಕಂದಾಯವಾಗಿ ಸಲ್ಲಿಸುತ್ತಾರೆ. ವ್ಯಾಪಾರದಲ್ಲಿ ನಿರತರಾದ ವರ್ತಕರು ಪ್ರಯಾಣಮಾಡುತ್ತಲೇ ಇರುತ್ತಾರೆ. ಸೇತುವೆಗಳಲ್ಲಿಯೂ ಸುಂಕದ ಕಟ್ಟೆಗಳಲ್ಲಿಯೂ ಅಲ್ಪವಾದ ಸುಂಕವನ್ನು ತೆಗೆದುಕೊಂಡು ಮಾರ್ಗವನ್ನು ಬಿಟ್ಟುಕೊಡುತ್ತಾರೆ. ಸಮಯದಲ್ಲಿ ಕೆಲಸವನ್ನು ಒತ್ತಾಯದಿಂದ ಮಾಡಿಸಿದರೂ ಕೆಲಸಕ್ಕೆ ತಕ್ಕಂತೆ ವರಮಾನವನ್ನು ಕೊಡುತ್ತಾರೆ. ಸರಹದ್ದಿನ ಪ್ರಾಂತ್ಯಗಳಲ್ಲಿ ಸೈನ್ಯಗಳು ಕಾವಲಿದ್ದುಕೊಂಡು ದುಷ್ಟರನ್ನು ಅಡಗಿಸುತ್ತಲಿರುತ್ತವೆ. ರಾತ್ರಿವೇಳೆಯಲ್ಲಿ ಅರಮನೆಯ ಸುತ್ತಲೂ ಸೈನಿಕರು ಕಾವಲಿರುತ್ತಾರೆ. ಅವಶ್ಯವಿದ್ದಂತೆ ಸೈನ್ಯದಲ್ಲಿ ಭಟರನ್ನು ಸೇರಿಸಿಕೊಳ್ಳುತ್ತಾರೆ. ಅವರಿಗೆ ಸಂಬಳ ಗೊತ್ತಾಗಿರುತ್ತದೆ." ಅಂದಿನ ಯುದ್ಧರಂಗದ ನೀತಿಯನ್ನು ಕುರಿತು ಹೀಗೆಂದಿದ್ದಾನೆ. "ರಣ

೪. (Records of the Western World by yuwun-chwung) Ed. by Beel. ಪಾಶ್ಚಾತ್ಯ ಪ್ರಪಂಚದ ಲೇಖಿಗಳು. ಹಿಯೂನ್‌ತ್ಸಾಂಗ್. ಸಂ. ಬೀಲ್. ಸಂಪುಟ. ೨. ಪುಟ ೨೫೬. ೭.

೫, ೬, ಅದೇ.

ಭೂಮಿಯಿಂದ ಓಡಿಹೋಗುವವರನ್ನು ಅವರು ಬೆನ್ನಟ್ಟುವರು. ಆದರೆ ಮೊರೆ ಹೊಕ್ಕವರನ್ನು ಹಿಂಸಿಸುವುದಿಲ್ಲ. ದಳವಾಯಿ ಯುದ್ಧದಲ್ಲಿ ಸೋತುಬಂದರೆ ಅರಸನು ಅವನಿಗೆ ದೇಹದಂಡನೆಯನ್ನು ಮಾಡುವುದಿಲ್ಲ. ಸೀರೆಯನ್ನುಡಿಸಿ ಮೆರೆಸುವನು. ಅದರಿಂದ ಸೋತ ದಳವಾಯಿಯು ತಾನಾಗಿಯೇ ಪ್ರಾಣ ಕೊಡುವನು."೮

ಅಂದಿನ ಧಾರ್ಮಿಕ ಸ್ಥಿತಿಯಲ್ಲಿ ಶಾಂತಿ, ಸಮಾಧಾನ, ಪರಸ್ಪರ ಮರ್ಯಾದೆ, ಸಹಬಾಳ್ವೆ ಮೂಡಿದ್ದಿತು. ಅರಸರ ಸರ್ವಧರ್ಮಸಮನ್ವಯದೃಷ್ಟಿ ರಾಷ್ಟ್ರೀಯಸದ್ಗುಣವಾಗಿದ್ದಿತು. ಜೈನ, ಬೌದ್ಧ ಮತ್ತು ವೈಷ್ಣವ ಮತಗಳಿಗೆ ಕರ್ನಾಟಕ ಅಂದು ತವರುಮನೆಯಾಗಿದ್ದಿತು. ಕ್ರಿ. ಶ.ದ ಪ್ರಾರಂಭದಲ್ಲಿ ಪ್ರಬಲವಾಗಿದ್ದ ಬೌದ್ಧಮತವು ಕ್ಷಯಿಸಿ ವೈಷ್ಣವಧರ್ಮವು ಹೆಚ್ಚಿತ್ತೆಂದು ಸಾಮಾನ್ಯವಾಗಿ ಹೇಳಬಹುದು. ಅಂದಿನ ಧಾರ್ಮಿಕ ಸ್ಥಿತಿಯನ್ನು ಕುರಿತು ಚೀನೀ ಯಾತ್ರಿಕನು ಹೀಗೆ ವರ್ಣಿಸಿದ್ದಾನೆ. "ಇವರಲ್ಲಿ ನಾಸ್ತಿಕರೂ ಆಸ್ತಿಕರೂ ಇರುವರು. ಈ ರಾಜ್ಯದಲ್ಲಿ ನೂರು ಮಠಗಳುಂಟು. ಅವುಗಳಲ್ಲಿ ಐದು ಸಾವಿರಕ್ಕೂ ಹೆಚ್ಚು ಬೌದ್ಧ ಭಿಕ್ಷುಕರಾಗಿದ್ದಾರೆ. ಅವರೊಳಗೆ ಹೀನಯಾನ ಮಹಾಯಾನ ಪಂಥದವರೂ ಇರುವರು. ಇವೆ ಅಲ್ಲದೆ ಬೇರೆ ಮತೀಯರಿಗೆ ಸೇರಿದ ನೂರಾರು ದೇವಾಲಯಗಳಿವೆ." [5]

ಪುಲಿಕೇಶಿಯ ಆಳ್ವಿಕೆಯಲ್ಲಿ ಪ್ರಜೆಗಳು ಸತ್ಯವಂತರೂ ನ್ಯಾಯಪರರೂ ಆಗಿದ್ದರು. ಉನ್ನತ ಆಶ್ರಯ, ಉತ್ತುಂಗ ಭಾವನೆ, ಮಹತ್ವಾಕಾಂಕ್ಷೆ ಅವರ ಸಂಸ್ಕೃತಿಯ ಹೆಗ್ಗುರುತಾಗಿತ್ತು. ಅವರ ಜೀವನದಲ್ಲಿ ಮಾರ್ದವವೂ ಮಾಧುರ್ಯವೂ ತುಂಬಿದ್ದಿತು. ಹಿಯಾನ್‌ತ್ಸಾಂಗ್‌ನ ವಿವರಣೆಯು ಇದನ್ನು ಪುಷ್ಟೀಕರಿಸುತ್ತದೆ. ಆ ಪ್ರವಾಸಿಗನೂ ಅಂದಿನ ಕನ್ನಡಜನರ ಗುಣವಿಶೇಷಗಳನ್ನು ಕುರಿತು ಹೀಗೆ ಹೇಳುತ್ತಾನೆ. "ಜನರು ನಿಷ್ಕಪಟಿಗಳು. ನಡತೆಯಲ್ಲಿ ಛಲವೂ ಅಭಿಮಾನವೂ ಹೆಚ್ಚು. ಮಾಡಿದ ಉಪಕಾರವೆಂದಿಗೂ ಮರೆಯರು. ಅಪಕಾರ ಮಾಡಿದವರನ್ನು ಮುಟ್ಟದೆ ಬಿಡರು. ಅಪಮಾನವನ್ನು ಪರಿಹರಿಸುವುದಕ್ಕಾಗಿ ತಮ್ಮ ಜೀವನವನ್ನಾದರೂ ನೀಗಲು ಲೆಕ್ಕಿಸರು. ನ್ಯಾಯವನ್ನು ಸ್ಥಾಪಿಸುವುದರಲ್ಲಿ ಅವರು ದಯಾಪರರಾಗಿಯೇ ಇರುತ್ತಾರೆ. ಸಾಮಾನ್ಯವಾಗಿ ಜನರಲ್ಲಿ ವಿಲಾಸ ಪ್ರೀತಿಯಿದ್ದರೂ ಎಲ್ಲರೂ ನ್ಯಾಯಪರರಾಗಿಯೂ ಮಾನವಂತರಾಗಿಯೂ ಇರುತ್ತಾರೆ. ಹಣದ ವಿಚಾರದಲ್ಲಿ ಮೋಸವನ್ನರಿಯರು, ಪರಲೋಕದಲ್ಲಿ ಸಂಭವಿಸುವ ಶಿಕ್ಷೆಯನ್ನು ಸ್ಮರಿಸಿ ಅವರು ಇಹಲೋಕದ ವಿಷಯಗಳನ್ನು ಹಗುರಮಾಡಿ ನೋಡುತ್ತಾರೆ. ಮೋಸವನ್ನಾಗಲಿ ದ್ರೋಹವನ್ನಾಗಲಿ ಮಾಡತಕ್ಕವರಲ್ಲ. ನುಡಿದಂತೆ ನಡೆದುಕೊಳ್ಳುತ್ತಾರೆ. ಸಂಕಟಕಾಲದಲ್ಲಿ ಮೊರೆಹೊಕ್ಕಿದ್ದವರನ್ನು ಸಂರಕ್ಷಿಸುವುದಕ್ಕಾಗಿ ಯತ್ನಿಸುವಾಗ ಇವರು ತಮ್ಮನ್ನು ಕೂಡ ಮರೆತುಬಿಡುವರು. ಹಗೆ ತೀರಿಸುವಾಗ ಅವರು ಮೊದಲು ಆ ಹಗೆಗೆ ಸೂಚನೆಯನ್ನು ಕೊಡಲು ಎಂದೂ ಮರೆಯುವುದಿಲ್ಲ." [10] ಹೀಗೆ ಅಂದಿನ ಜನಜೀವನದ ಸೌಭಾಗ್ಯ, ಕನ್ನಡನಾಡಿನ ಜನರ ನಡೆನುಡಿಗಳನ್ನೂ, ರಾಜಕೀಯ ಆರ್ಥಿಕ ಧಾರ್ಮಿಕ ಸ್ಥಿತಿಗತಿಗಳನ್ನೂ-ಈ ವಿಷಯವಾಗಿ ಹಿಯಾನ್ ತ್ಸಾಂಗ್ ವಿಶೇಷ ಬೆಳಕನ್ನು ಬೀರಿದ್ದಾನೆ. ಒಟ್ಟಿನಲ್ಲಿ ಕನ್ನಡ ರಾಜ್ಯವು ಪುಲಿಕೇಶಿಯ ಕಾಲದಲ್ಲಿ ಪ್ರೌಢಸ್ಥಿತಿಯಲ್ಲಿತ್ತೆಂದು ಅರಿವಾಗುವುದು.

೭, ೮, ಅದೇ.

೯, ಅದೇ. ಪು. ೨೫೭.

೧೦, ಅದೇ. ಪು. ೨೫೬.

ಶೌರ್ಯ ಪರಾಕ್ರಮ ಮತ್ತು ಉನ್ನತ ರಾಜನೀತಿಗಳಿಗಲ್ಲದೆ ಔದಾರ್ಯಕ್ಕೂ ಧರ್ಮ ಕಲೆ ಮತ್ತು ಸಾಹಿತ್ಯಗಳ ಪ್ರೋತ್ಸಾಹಕ್ಕೂ ಪುಲಿಕೇಶಿ ಹೆಸರಾಗಿದ್ದನು. ಬಾದಾಮಿ ಮತ್ತು ಐಹೊಳೆಯ ದೇವಾಲಯಗಳು, ವಿಹಾರಗಳು, ಬಸದಿಗಳು, ಅಜಂತೆಯ ಸುಂದರ ಚಿತ್ರಗಳು ಆ ಕಾಲದ ಕಲಾ ಪ್ರೌಢಿಮೆಯನ್ನು ಸಾರುತ್ತವೆ. ಚಾಲುಕ್ಯ ಕಾಲದ ಶಾಸನಗಳು ಸಂಸ್ಕೃತ ಮತ್ತು ಕನ್ನಡದಲ್ಲಿವೆ.[11] ಐಹೊಳೆಯ ಶಾಸನದ ಕರ್ತೃವಾದ ಜೈನ ಕವಿ ರವಿಕೀರ್ತಿಯು ಪುಲಿಕೇಶಿಯ ಆಶ್ರಯ ಪಡೆದಿದ್ದನು. ಕನ್ನಡಭಾಷೆ ಪಂಡಿತಭಾಷೆಯಾಗಿ ರಾಜ ಪ್ರಶಸ್ತಿ ಗಳಿಸಿತ್ತು.

ಪುಲಿಕೇಶಿಯಂತಹ ಚಕ್ರೇಶ್ವರನ ಕೀರ್ತಿಯು ಸಹಜವಾಗಿ ವಿಶಾಲವಾಗಿ ಹರಡಿ ದೂರದೇಶಗಳಲ್ಲಿ ವಿಶ್ರುತವಾಗಿದ್ದುದರಲ್ಲಿ ಆಶ್ಚರ್ಯವೇನಿಲ್ಲ. ಇವನ ಪ್ರಭಾವ ಇರಾನ್ ಮುಂತಾದ ಪರರಾಷ್ಟ್ರಗಳ ಮೇಲೆಯೂ ಇತ್ತೆಂದು ಗೊತ್ತಾಗುತ್ತದೆ. ಸಮಕಾಲೀನನಾದ ಇರಾನಿನ ಅರಸನಾದ ಎರಡನೆಯ ಖುಸ್ರುವಿನ ಆಸ್ಥಾನಕ್ಕೆ ಪುಲಿಕೇಶಿಯು ತನ್ನ ರಾಯಭಾರಿಯನ್ನು ಕಳುಹಿಸಿದ್ದನು, ಇಬ್ಬರು ದೊರೆಗಳಿಗೂ ಪತ್ರವ್ಯವಹಾರ ನಡೆಯುತ್ತಿತ್ತು. ಪರಸ್ಪರ ಮರ್ಯಾದೆ ಬಹುಮಾನಗಳನ್ನು ಕಳುಹಿಸಿಕೊಡುತ್ತಿದ್ದರು. ತಬಾರಿ ಎಂಬ ಇರಾನಿನ ಚರಿತ್ರಕಾರನ ಅರಬ್ಬೀಭಾಷೆಯ ಇತಿಹಾಸ ಗ್ರಂಥದಿಂದ[13] ಈ ವಿಷಯಗಳು ಹೊರಬೀಳುತ್ತವೆ, ಅಜಂತದಲ್ಲಿರುವ ಒಂದು ಚಿತ್ರದಲ್ಲಿ ಇರಾನಿನ ರಾಯಭಾರಿಗಳು ಪುಲಿಕೇಶಿಯ ಒಡ್ಡೋಲಗವನ್ನು ಪ್ರವೇಶಿಸಿ ತಮ್ಮ ದೊರೆಯ ಓಲೆಯನ್ನು ಸಲ್ಲಿಸುತ್ತಿರುವ ದೃಶ್ಯವನ್ನು ನೋಡಬಹುದು.

ವೈಭವದಿಂದ ಕೂಡಿದ ಪುಲಿಕೇಶಿಯ ಆಳ್ವಿಕೆಯ ಕೊನೆಗಾಲವು ವಿಷಾದಾಂತವಾಯಿತು. ಚಾಲುಕ್ಯರಿಂದ ಸೋತು ಅವಮಾನಗೊಂಡು ವೆಂಗಿ ಮಂಡಲವನ್ನು ಕಳೆದುಕೊಂಡು ಪರಿತಪಿಸುತ್ತಿದ್ದ ಪಲ್ಲವರು ಚಾಲುಕ್ಯರ ಮೇಲೆ ಪ್ರತೀಕಾರ ಮಾಡುವ ಮನಸ್ಸುಳ್ಳವರಾಗಿದ್ದರು. ಮಹೇಂದ್ರವರ್ಮನ ತರುವಾಯ ರಾಜ್ಯಾಧಿಕಾರಕ್ಕೆ ಬಂದ ನರಸಿಂಹವರ್ಮನು ಕ್ರಿ. ಶ. ೬೪೦ ರಲ್ಲಿ ದೊಡ್ಡ ಸೇನೆಯೊಡನೆ ಚಾಲುಕ್ಯ ಸಾಮ್ರಾಜ್ಯದ ಮೇಲೆ ದಂಡೆತ್ತಿ ಬಂದು, ವಾತಾಪಿ ಪುರವನ್ನು ಮುತ್ತಿ ಧ್ವಂಸಮಾಡಿದನು. ಹಟಾತ್ತಾಗಿ ಬಂದ ಶತ್ರುವನ್ನು ಎದುರಿಸಲಾರದೆಯೋ ಬೇರೆ ಯಾವ ಬಗೆಯ ದೌರ್ಬಲ್ಯದಿಂದಲೋ ಪುಲಿಕೇಶಿಯು ಈತನೊಡನೆ ಹೋರಾಟದಲ್ಲಿ ಸಮ ಬಲನಾಗದೆ ಕೊನೆಗೆ ತನ್ನ ಪ್ರಾಣವನ್ನೇ ಅರ್ಪಿಸಿದನು. ಚಾಲುಕ್ಯರಿಗೆ ಸಂಪೂರ್ಣ ಸೋಲುಂಟಾಯಿತು. ಎರಡನೆಯ ಪುಲಿಕೇಶಿಯ ಆಳ್ವಿಕೆಯು ಹೀಗೆ ಪೂರ್ಣ ವಿಘಾತದಲ್ಲಿ ಕೊನೆಗೊಂಡಿತು. ಇವನ ತರುವಾಯ ಪಶ್ಚಿಮ ಚಾಲುಕ್ಯರ ಇಳಿಗಾಲ ಮೊದಲಾಯಿತು.

ಕರ್ನಾಟಕ ಚರಿತ್ರೆಯ ದೃಷ್ಟಿಯಿಂದ ಪುಲಿಕೇಶಿಯ ಆಳ್ವಿಕೆಯು ಮಹತ್ವ ಪಡೆದಿದೆ. ಅಂದು ಕನ್ನಡ ಸಾಮ್ರಾಜ್ಯ ಕ್ರಮವಾಗಿ ಬೆಳೆದು ಹಬ್ಬಿತು. ಕರ್ನಾಟಕವನ್ನೆಲ್ಲಾ ಒಂದು ವೃತ್ತದ ಕೆಳಗೆ ತಂದು ಒಟ್ಟುಗೂಡಿಸಿದ್ದು, ಆಗಲೇ. ಪುಲಿಕೇಶಿಯು ಅದರ ಬಲವನ್ನು, ಪ್ರಭಾವವನ್ನು, ಇಡೀ ಭರತಖಂಡದಲ್ಲೆಲ್ಲಾ ಹೆಚ್ಚಿಸಿದನು. ಇದು ಅವನ ಪರಾಕ್ರಮ ಮತ್ತು ದೂರದರ್ಶಕವಾದ ರಾಜನೀತಿಗೆ ಸಾಕ್ಷಿಯಾಗಿದೆ ; ಅವನ ಕೀರ್ತಿಯನ್ನು ಅಮರವನ್ನಾಗಿ ಮಾಡಿದೆ.

---

೧೧. ಇಂಡಿಯನ್ ಆಂಟಿಕೇರಿ. ಸಂ. ೧೦, ೧೮೮೧, ಪು. ೬೦. (ಮಂಗಳೀಶನ ಕ್ರಿ. ಶ. ೫೭೮ರ ಶಿಲಾ ಲೇಖಾ) ಎಪಿಗ್ರಾಫಿಯಾ ೦ ॥ ಡಿಕಾ. ಸಂ. ೬. ಭಾಗ—೨, ೧೯೦೦–೯. ಪು. ೧–೧೨. (ಐಹೊಳೆಯ–ಶಿಲಾ ಲೇಖ.)

೧೨. ಕನ್ನಡ ಸಾಹಿತ್ಯ ಚರಿತ್ರೆ, ಮುಗಳಿ. ಪು. ೮, ೧೦, ೧೨.

೧೩. ತಬಾರಿ. ಪರ್ಷಿಯಾ ಚರಿತ್ರೆ, ಕರ್ನಾಟಕ ಚರಿತ್ರೆಯ ಮೂಲಾಧಾರಗಳು. ಡಾ॥ ಎಸ್. ಶ್ರೀಕಂಠ ಶಾಸ್ತ್ರಿ, ಪುಟ ೪೮.

"ಮೈಸೂರಿನ ಒಡೆಯರು
ಅವರ ಸಾಂಸ್ಕೃತಿಕ ಪರಂಪರೆಗಳು"[1]

ಡಿ.ಎಸ್. ಅಚ್ಚುತ ರಾವ್ ಎಂ.ಎ.,

1565ರಲ್ಲಿ ಸಂಭವಿಸಿದ ರಕ್ಕಸತಂಗಡಿ ಯುದ್ಧಾನಂತರದ ಕಾಲದಲ್ಲಿ ದಕ್ಷಿಣಭಾರತದ ಹಲವೆಡೆ ಕ್ರಿಯಾಶೀಲ ಸಾಮಂತರ ನಾಯಕತ್ವದಲ್ಲಿನ ಪಾಳೆಯಪಟ್ಟುಗಳು ಸ್ವತಂತ್ರಗೊಂಡವು. ಈ ಪಾಳೆಯಗಾರರು ಹಿಂದೆ ವಿಜಯನಗರ ಸಾಮ್ರಾಜ್ಯದ ಸಾಮಂತರಾಗಿದ್ದರು. ಈ ರೀತಿಯ ಸಾಮಂತ ರಾಜ್ಯಗಳಲ್ಲಿ ಮೈಸೂರು ಪ್ರಮುಖವಾಗಿತ್ತು. ಗಂಗರು ಮತ್ತು ಹೊಯ್ಸಳರು ಆಡಳಿತವನ್ನು ಸ್ಥಾಪಿಸಿದ ಭೌಗೋಳಿಕ ಪ್ರದೇಶದಲ್ಲಿ ಮೈಸೂರು ರಾಜ್ಯ ಪ್ರವರ್ಧಮಾನಕ್ಕೆ ಬಂದಿತು. ಕಾಲಾನಂತರ ಅದು ಕರ್ನಾಟಕದ ಬಹುಭಾಗ ಭೂಪ್ರದೇಶವನ್ನು ಒಟ್ಟುಗೂಡಿಸುವಲ್ಲಿ ಯಶಸ್ವಿಯಾಯಿತು. ಕದಂಬರು, ಗಂಗರು ಮತ್ತು ಹೊಯ್ಸಳರು ವಿಜಯನಗರ ಅರಸರು ಪೋಷಿಸಿದ್ದ ರಾಜಕೀಯ ಪರಂಪರೆ, ಸಾಂಸ್ಕೃತಿಕ ಪರಂಪರೆ ಮತ್ತು ಉನ್ನತ ಮೌಲ್ಯಗಳನ್ನು ಸುಮಾರು ಐದು ಶತಮಾನಗಳ ಕಾಲ ಮೈಸೂರು ಪೋಷಿಸಿ ಈ ರಾಜವಂಶಗಳ ಪರಂಪರೆಗಳನ್ನು ಮುಂದುವರಿಸಿ, ನಿಜವಾಗಿಯೂ ಇವುಗಳ ಉತ್ತರಾಧಿಕಾರಿ ಎಂದು ಹೆಸರಾಯಿತು. ವಿಜಯನಗರದ ಅರಸರುಗಳ ಆಶ್ರಯದಲ್ಲಿ ಮೈಸೂರಿನ ಒಡೆಯರು ರಾಜವಂಶದ ಕೆಲವು ಪ್ರಮುಖ ಅರಸರಾಗಿದ್ದ ರಾಜ ಒಡೆಯರು, ಚಾಮರಾಜ, ಮೊದಲನೇ ಕಂಠೀರವ ನರಸರಾಜ, ದೇವರಾಜ ಮತ್ತು ಚಿಕ್ಕದೇವರಾಜ ಹಿಂದೂ ಸಂಸ್ಕೃತಿ ಮತ್ತು ಪರಂಪರಾನುಗತ ಆಡಳಿತ ಮತ್ತು ಸಾಂಸ್ಕೃತಿಕ ಪರಂಪರೆಯನ್ನು ಪೋಷಿಸಿದರು.

ಉತ್ತರ ಭಾರತವನ್ನು ಆಕ್ರಮಿಸಿದ್ದ ಮುಸ್ಲಿಮರ ದಾಳಿಯಿಂದ ಸುಮಾರು ಮೂರು ಶತಮಾನಗಳ ಕಾಲ ವಿಜಯನಗರ ಪ್ರತಿರೋಧವನ್ನು ನೀಡಿ ದಕ್ಷಿಣ ಭಾರತವನ್ನು ದಾಳಿಯಿಂದ ಉಳಿಸಿತು. ಹಿಂದೂ ಧರ್ಮ ಮತ್ತು ಸಂಸ್ಕೃತಿಯನ್ನು ರಕ್ಷಿಸುವ ಯತ್ನದಲ್ಲಿ ಐತಿಹಾಸಿಕ ಮಹತ್ವದ ಆ ಕಾಲಕ್ಕೆ ತಕ್ಕುದಾದ ನಿರ್ಧಾರವನ್ನು ವಿಜಯನಗರ ಸಾಮ್ರಾಜ್ಯ ವ್ಯಕ್ತಪಡಿಸಿದ್ದು ಸರ್ವರೂ ನೆನಪಿನಲ್ಲಿಡಬೇಕಾದ ವಿಷಯವೇ ಆಗಿದೆ. ಆದರೆ 1565 ರ ತರುವಾಯ ಆಂತರಿಕ ಸಂಘರ್ಷ, ಪರಸ್ಪರ ದ್ವೇಷ ಮತ್ತು ಅಸೂಯೆ ಆಧಾರಿತ ನಿರ್ಣಯಗಳು ಮತ್ತು ಹೆಜ್ಜೆಗಳು ವಿಜಯನಗರ ಸಾಮ್ರಾಜ್ಯದಲ್ಲಿ ಬಿರುಕುಗಳನ್ನು ಮೂಡಿಸಿ ಬಹುಬೇಗನೆ ಅದರ ಪತನಕ್ಕೆ ನಾಂದಿ ಹಾಡಿದವು. ತರುವಾಯ ನಿರ್ಮಾಣವಾದ ರಾಜಕೀಯ ಶೂನ್ಯ ಸನ್ನಿವೇಶಗಳ ಕಾಲದಲ್ಲಿ, ಭಾರತದಲ್ಲಿ ಓರ್ವ ಶಿವಾಜಿಯ ಏಳಿಗೆಯಲ್ಲಿ ಪರ್ಯವಸಾನಗೊಂಡಿತು. ಇದನ್ನು ಭಾರತದ ಭಾಗ್ಯವೆಂದೇ ಕರೆಯಬಹುದಾಗಿದೆ. ಮೈಸೂರು ಸಂಸ್ಥಾನದ ಪ್ರಾರಂಭಿಕ ಏಳಿಗೆ, ವಿಜಯನಗರ ಸಾಮ್ರಾಜ್ಯದ ಹತೋಟಿಯಲ್ಲಿನ ಅವರ ಸಾಮಂತ

1 ಮೈಸೂರಿನ ಪ್ರಾರಂಭಿಕ ಒಡೆಯರುಗಳು ಮತ್ತು ಅವರ ಸಾಂಸ್ಕೃತಿಕ ತೊಡುಗೆಗಳು, ಕ್ವಾರ್ಟರ್ಲಿ ಜರ್ನಲ್ ಆಫ್ ಮಿಥಿಕ್ ಸೊಸೈಟಿ, ಸಂಪುಟ 46, ಜುಲೈ 1955, ಪುಟಗಳು 174–194.

ಪ್ರಭುತ್ವ ಮತ್ತು ಆ ಸಾಮ್ರಾಜ್ಯದ ರಕ್ಷಣೆಯಲ್ಲಿ ರಾಜ್ಯ ತೊಡಗಿಸಿಕೊಂಡಿದ್ದು ಮತ್ತು ಕಾಲಾನಂತರ ರಾಜ ಧರ್ಮದ ರಕ್ಷಣೆಗಾಗಿ ಮೈಸೂರು ನಿರಂತರವಾಗಿ ಶ್ರಮಿಸಿದ್ದು, ಇವುಗಳು ಇತಿಹಾಸಕಾರರ ಅವಗಣನೆ ಅಥವಾ ಸಂಪೂರ್ಣ ನಿರ್ಲಕ್ಷ್ಯಕ್ಕೆ ಒಳಗಾಗಿವೆ.

16ನೇ ಶತಮಾನದ ಕೊನೆಯ ವೇಳೆಗೆ ವಿಜಯನಗರ ಸಾಮ್ರಾಜ್ಯ ಬಿಜಾಪುರದ ಸುಲ್ತಾನರು ಮತ್ತು ಗೋಲ್ಕೊಂಡದ ವಿರುದ್ಧ ತನ್ನ ರಾಜಕೀಯ ಆಸ್ಮಿತೆಯ ರಕ್ಷಣೆಗಾಗಿ ಮತ್ತು ಉಳಿವಿಗಾಗಿ ನಿರಂತರ ರಾಜಕೀಯ ಹೋರಾಟಗಳು ಮತ್ತು ಯುದ್ಧಗಳಲ್ಲಿ ತೊಡಗಿಸಿಕೊಂಡಿತ್ತು. ಇವೆರಡೂ ರಾಜ್ಯಗಳು ಪರಸ್ಪರ ಸಂಬಂಧಗಳು ಮತ್ತು ಮಾತುಕತೆಗಳ ಮೂಲಕ ತಮ್ಮ ಹತೋಟಿಯಲ್ಲಿದ್ದ ಭೌಗೋಳಿಕ ಪ್ರದೇಶಗಳ ಸ್ವರಕ್ಷಣೆಯ ಪ್ರಯತ್ನದಲ್ಲಿದ್ದವು. ಪೂರ್ವ ಘಟ್ಟದ ಉತ್ತರದಲ್ಲಿರುವ ಕರ್ನಾಟಕ ಪ್ರದೇಶವನ್ನು ಬಿಜಾಪುರ ಮತ್ತು ದಕ್ಷಿಣ ಭಾಗದ ಮೇಲೆ ಗೋಲ್ಕೊಂಡ ರಾಜ್ಯ ಕೇಂದ್ರಿಕರಿಸಬೇಕೆನ್ನುವುದು ಈ ಒಡಂಬಡಿಕೆಯ ಮುಖ್ಯಾಂಶವಾಗಿತ್ತು. ವಿಜಯನಗರ ಸಾಮ್ರಾಜ್ಯದ ಮೇಲಿನ ಗೋಲ್ಕೊಂಡದ ಆಕ್ರಮಣ, ಮೊದಲು ಪೆನುಕೊಂಡ, ನಂತರ ಚಂದ್ರಗಿರಿ ಮತ್ತು ಅಂತಿಮವಾಗಿ ವೆಲ್ಲೂರಿನಲ್ಲಿ ಪರಿಸಮಾಪ್ತಿಯಾಯಿತು. ಸಾಮ್ರಾಜ್ಯ ಶಕ್ತಿಯೊಂದಿಗೆ ಕೈ ಜೋಡಿಸಿ ಅದರ ವೈರಿಗಳ ವಿರುದ್ಧ ಸೆಣಸುವುದು ದಕ್ಷಿಣದಲ್ಲಿದ್ದ ವಿಜಯನಗರದ ಸಾಮಂತ ರಾಜ್ಯಗಳಿಗೆ ಅನಿವಾರ್ಯವಾಯಿತು. ಪಾಳೆಯಪಟ್ಟುಗಳಲ್ಲಿ ಮೈಸೂರು ತನ್ನ ಅಸ್ತಿತ್ವವನ್ನು ಏಕಾಂಗಿಯಾಗಿ ಉಳಿಸಿಕೊಂಡಿತು. ಮಾತ್ರವಲ್ಲದೆ ಮುಸ್ಲಿಮರ ದಾಳಿಯ ವಿರುದ್ಧ ತನ್ನ ಹೋರಾಟಗಳನ್ನು ರೂಪಿಸಿಕೊಂಡಿತು. ಸಾಮ್ರಾಜ್ಯದ ದುರ್ಬಲತೆಯ ಲಾಭವನ್ನು ಮನಗಂಡ ಮಧುರೆಯ ನಾಯಕ ರಾಜವಂಶ ಸ್ವಾತಂತ್ರ್ಯವನ್ನು ಅಪೇಕ್ಷಿಸಿತು. ಸಾಮ್ರಾಜ್ಯಕ್ಕೆ ಒದಗಿಬಂದ ಸಂಕಷ್ಟ ಕಾಲದಲ್ಲಿ ಅದಕ್ಕೆ ನೆರವಾಗುವ ಬದಲು, ಸಾಮ್ರಾಜ್ಯ ವಿರೋಧಿ ಶಕ್ತಿಯಾಗಿ ಪರಿಣಮಿಸಿತು. ತಮ್ಮ ರಾಜ್ಯವನ್ನು ಗೆದ್ದುಕೊಳ್ಳುವ ಯತ್ನವನ್ನು ವಿರೋಧಿಸುವ ನಿಟ್ಟಿನಲ್ಲಿ ಅದು ಸಾಮ್ರಾಟನನ್ನು ಹತ್ತಿಕ್ಕಲು ಷಾಹಿ ಸುಲ್ತಾನನನ್ನು ಆಹ್ವಾನಿಸಿತು.[1] ಹೀಗಾಗಿ ಸಾಮ್ರಾಜ್ಯವನ್ನು ಬಿಜಾಪುರದ ದಾಳಿಯಿಂದ ರಕ್ಷಿಸುವ ಹೊಣೆಗಾರಿಕೆ ಬಹುಪಾಲು ಮೈಸೂರು ಮತ್ತು ಅಲ್ಪ ಪ್ರಮಾಣದಲ್ಲಿ ಇಕ್ಕೇರಿ ರಾಜ್ಯದ ಮೇಲೆ ಹೊರಿಸಲ್ಪಟ್ಟಿತು. ಬಿಜಾಪುರದ ದಾಳಿಯನ್ನು ಹಿಮ್ಮೆಟಿಸುವ ಮತ್ತು ಅದನ್ನು ನಿಯಂತ್ರಿಸುವ ನಿಟ್ಟಿನಲ್ಲಿ ಮೈಸೂರು, ಸಾಮ್ರಾಜ್ಯಕ್ಕೆ ಅನುಪಮವಾದ ಸೇವೆ ಸಲ್ಲಿಸಿತು. ಬೆಟ್ಟದ ಚಾಮರಾಜ ಒಡೆಯರ ಅವಧಿಯಲ್ಲಿ ಮೈಸೂರು ರಾಜ್ಯ ಪೂರ್ವದಲ್ಲಿನ ಮೈಸೂರು ಸೀಮೆಯ ಚನ್ನಪಟ್ಟಣ ಮತ್ತು ಬಾರಾಮಹಲ್ ಪ್ರಾಂತ್ಯಕ್ಕೆ ತನ್ನ ಗಡಿಯನ್ನು ವಿಸ್ತರಿಸಿದಂತೆ ಈ ನಿಷ್ಠೆ ಮತ್ತಷ್ಟು ಪ್ರಾಮುಖ್ಯವನ್ನು ಪಡೆದುಕೊಂಡಿತು. ಚಿತ್ರದುರ್ಗ, ತುಮಕೂರು, ಕೋಲಾರ ಮತ್ತು ಬೆಂಗಳೂರು ಜಿಲ್ಲೆಯ ಕೆಲವು ಪ್ರದೇಶಗಳನ್ನು ಬಿಜಾಪುರ ಗೆದ್ದುಕೊಂಡಿತು. ಈ ಸಂದರ್ಭದಲ್ಲಿ ಮೈಸೂರು ಅದನ್ನು ಯಶಸ್ವಿಯಾಗಿ ಎದುರಿಸುವ ಮೂಲಕ ಅದರ ವಿಸ್ತರಣೆಯನ್ನು ಕುಂಠಿತಗೊಳಿಸಿತು. ಇನ್ನೊಂದು ದಿಕ್ಕಿನಲ್ಲಿ ಗೋಲ್ಕೊಂಡ ಸಾಮ್ರಾಜ್ಯವನ್ನು ಮೀರಿಸುವ ಯತ್ನದಲ್ಲಿ ತೊಡಗಿತ್ತು. ಮೈಸೂರು ರಾಜ್ಯದ ರೀತಿಯಲ್ಲಿ ದಕ್ಷಿಣದ ಸಾಮಂತ ರಾಜರುಗಳಾಗಿದ್ದ ಮಧುರಾ, ತಂಜಾವೂರು ಮತ್ತು ಜಿಂಜಿ ಸಾಮ್ರಾಜ್ಯದೊಂದಿಗೆ ಸಹಕರಿಸಿ ಅದರ ಕಷ್ಟಕಾಲದಲ್ಲಿ ನೆರವನ್ನು ನೀಡಿದ್ದರೆ ಸಾಮ್ರಾಜ್ಯವನ್ನು ತೊಂದರೆಗಳಿಂದ ರಕ್ಷಿಸಬಹುದಾಗಿತ್ತು. ಆದರೆ ಈ ರಾಜ್ಯಗಳು ಸಾಮ್ರಾಜ್ಯದ ಕಷ್ಟಕಾಲದಲ್ಲಿ ತಾಳಿದ ನೀತಿ ಮತ್ತು ಧೋರಣೆ ಸಾಮ್ರಾಜ್ಯ ಶಕ್ತಿಗೆ ಮಾರಕವಾಯಿತು. ಇದರಿಂದಾಗಿ ಈ ರಾಜ್ಯಗಳ ಅಸ್ತಿತ್ವಕ್ಕೆ ಧಕ್ಕೆ ಒದಗಿ ಬಂದಿತು. ಈ ರಾಜ್ಯಗಳಿಗೆ

ಈ ಅವಧಿಯಲ್ಲಿ ಸ್ವರಕ್ಷಣೆ ಪ್ರಮುಖವಾಯಿತು. ಆದರೆ ತತ್ಕ್ಷಣದ ರಾಜಕೀಯ ಆಸಕ್ತಿಗಳಿಗಿಂತ ಮೈಸೂರಿಗೆ ವಿಶಾಲ ಆಶೋತ್ತರಗಳು ಪ್ರಮುಖವೆನಿಸಿದವು. ಕ್ರಿ.ಶ. ಸು. 1638 ರಿಂದ 1659 ರವರೆಗೆ ಆಳ್ವಿಕೆ ನಡೆಸಿದ ಮೊದಲನೆ ಕಂಠೀರವ, ಮೈಸೂರು ರಾಜ್ಯದ ಗಡಿಗಳನ್ನು ವಿಸ್ತರಿಸುವ ಮೂಲಕ ರಾಜ್ಯವನ್ನು ಬಾಲಾವಸ್ಥೆಯಿಂದ ಪ್ರವರ್ಧಮಾನಕ್ಕೆ ಕೊಂಡೊಯ್ದನು. ಸಮಕಾಲೀನ ಸಾಮಂತ ರಾಜ್ಯಗಳ ಸಾಮಂತರು, ಸಾಮ್ರಾಜ್ಯದ ಹಿತಾಸಕ್ತಿಯ ವಿರುದ್ಧ ತಾಳಿದ ನೀತಿ ಮತ್ತು ರಾಜಕೀಯ ಧೋರಣೆಗಳನ್ನೂ ಅನುಸರಿಸದೆ ಸಾಮ್ರಾಟರಾಗಿದ್ದ ಎರಡನೆ ವೆಂಕಟ ಮತ್ತು ಮೂರನೇ ಶ್ರೀರಂಗರೊಂದಿಗೆ ತನ್ನ ನಿಷ್ಠೆಯನ್ನು ವ್ಯಕ್ತಪಡಿಸಿದರು. ಬಿಜಾಪುರ, ಮಧುರೈ ಮತ್ತು ಇವುಗಳ ಮಿತ್ರ ರಾಜ್ಯಗಳ ವಿಸ್ತರಣಾ ನೀತಿಗೆ ಪ್ರತಿರೋಧ ನೀಡಿದ ಮೈಸೂರು ಈ ಸಂದಿಗ್ಧ ಕಾಲದಲ್ಲಿ ಸಾಮ್ರಾಜ್ಯಕ್ಕೆ ಸಲ್ಲಿಸಿದ ಸೇವೆ ಶ್ಲಾಘನೀಯವಾಗಿದೆ. ಹೀಗಾಗಿ ಮೈಸೂರು ದಕ್ಷಿಣದಲ್ಲಿ ಶ್ರೀರಂಗನ ಬಲಗೈ ಬಂಟರಾಜ್ಯ ಎಂಬ ಹೆಸರನ್ನು ಪಡೆದುಕೊಂಡಿರುವುದರಲ್ಲಿ ಸಂಶಯವೇನಿಲ್ಲ.[2] ಇದರ ಬಗ್ಗೆ ಡಾ.ಎಸ್.ಕೆ. ಅಯ್ಯಂಗಾರ್ "ಸಾಮ್ರಾಜ್ಯಕ್ಕೆ ಹಲವು ಪಲ್ಲಟಗಳಿದ್ದವು. ಈ ಕಾಲಘಟ್ಟದಲ್ಲಿಯೂ ಮೈಸೂರು, ಸಾಮ್ರಾಜ್ಯದ ಕೀರ್ತಿ ಪತಾಕೆಯನ್ನು ಮೆರೆಸಿತು" ಎಂದು ಅಭಿಪ್ರಾಯಪಟ್ಟಿರುತ್ತಾರೆ.[3] ಬಿಜಾಪುರದ ಸೈನ್ಯ ಅದರ ಸೇನಾನಿ ರಣದುಲ್ಲಾಖಾನ್‌ನ ನೇತೃತ್ವದಲ್ಲಿ 1639 ರಲ್ಲಿ ನಡೆಸಿದ ಮತ್ತು 1647ರಲ್ಲಿ ಮುಸ್ತಾಫಖಾನ್ ನಾಯಕತ್ವದಲ್ಲಿನ ಸೈನಿಕ ಕಾರ್ಯಾಚರಣೆಗಳಿಂದಾಗಿ ಮೈಸೂರು ಸಾರ್ವಕಾಲಿಕ ಹಾನಿ ಮತ್ತು ಪ್ರಕೋಪಕ್ಕೆ ಒಳಗಾಯಿತು.[4] ಸಮಕಾಲೀನ ಕವಿ ಮತ್ತು 'ಕಂಠೀರವ ನರಸರಾಜ ವಿಜಯ' ಕೃತಿಯನ್ನು ರಚಿಸಿದ ಗೋವಿಂದ ವೈದ್ಯ ಈ ಸಮಯದಲ್ಲಿ ರಾಜ್ಯ ಎದುರಿಸಿದ ಸಮಸ್ಯೆಗಳನ್ನು ಹೀಗೆಂದು ವರ್ಣಿಸಿದ್ದಾನೆ. "ಗೋವುಗಳನ್ನು ಕಡಿಯಲಾಯಿತು. ದೇವರ ವಿಗ್ರಹಗಳನ್ನು ಭಂಜಿಸಲಾಯಿತು. ಮಹಿಳೆಯರನ್ನು ಅವಮಾನಗೊಳಿಸಲಾಯಿತು. ನಗರ ಮತ್ತು ಪಟ್ಟಣಗಳನ್ನು ಸೂರೆಗೈಯಲಾಯಿತು."[5] ಶತ್ರು ಸೈನ್ಯದ ವಿರುದ್ಧ ವೀರಾವೇಶದಿಂದ ಕಾದಿದ ಕಂಠೀರವನು ಅಪಾರ ನಷ್ಟದೊಂದಿಗೆ ಅವರು ಹಿಮ್ಮೆಟ್ಟುವಂತೆ ಮಾಡಿ ರಾಜ್ಯವನ್ನು ಸೈನಿಕ ಕಾರ್ಯಾಚರಣೆಯ ತೊಂದರೆಯಿಂದ ಮುಕ್ತಗೊಳಿಸಿದನು. ಅತನ ಪ್ರಜೆಗಳು ಅವನನ್ನು ದೇವರ ಅವತಾರವೆಂದು (ನರರೂಪ, ನರಸಿಂಹ) ಮ್ಲೇಚ್ಛರನ್ನು ಸಂಹರಿಸಲು ಜಗತ್ತಿನಲ್ಲಿ ಜನ್ಮತಾಳಿದವನೆಂದು ಕಣ್ತುಂಬಿಕೊಂಡಿದ್ದಾರೆ.

ಮೊದಲನೆ ಕಂಠೀರವನ ಸಾಧನೆಗಳು, ಧರ್ಮ ರಕ್ಷಣೆಗೆ ಅವನು ತಾಳಿದ ಆಸಕ್ತಿ ಮತ್ತು ರಾಜ್ಯ ರಕ್ಷಣೆಯಲ್ಲಿ ತುರುಷ್ಕರ ವಿರುದ್ಧ ಅವನು ನಡೆಸಿದ ಯುದ್ಧಗಳ ಕುರಿತು ಸಮಕಾಲೀನ ಸಾಹಿತ್ಯ ಮತ್ತು ತರುವಾಯ ಐತಿಹಾಸಿಕ ಕೃತಿಗಳು ಅನೇಕ ಉಲ್ಲೇಖಗಳನ್ನು ನೀಡಿವೆ. ಕಂಠೀರವನ ಉತ್ತರಾಧಿಕಾರಿ ದೇವರಾಜ ಧರ್ಮ ರಕ್ಷಣೆಯ ನಿಟ್ಟಿನಲ್ಲಿ ಅನುಪಮ ಸೇವೆ ಸಲ್ಲಿಸಿದನು.[7] ಮ್ಲೇಚ್ಛರ ಹಾವಳಿಗೆ ಒಳಗಾಗಿ ಭೂಪ್ರದೇಶಗಳನ್ನು ಕಳೆದುಕೊಂಡಿದ್ದವರು ಅವುಗಳನ್ನು ಸ್ವಾಧೀನಪಡೆದುಕೊಳ್ಳಲು ಆತನಿಗೆ ಮೊರೆಹೋದರು[8] ಎಂದು ಹೇಳಲಾಗಿದೆ. "ತುರುಷ್ಕರ ವನಕ್ಕೆ ಅವನು ಕಾಡಿನ ಬೆಂಕಿಯಾಗಿ ಕಂಡುಬಂದನು" ಎಂದು ಅವನನ್ನು ವಿವರಿಸಲಾಗಿದೆ.[9] ಸುರ ಮತ್ತು ಬ್ರಾಹ್ಮಣರನ್ನು ರಕ್ಷಿಸುವ ಪರಮಾಧಿಕಾರ ಹೊಣೆಯನ್ನು ಅವನು ನಿಭಾಯಿಸಿದನು (ಸಿರಂ ದೇವಬ್ರಾಹ್ಮಣ ರಕ್ಷಣಾಯ. ಪೃಥ್ವಿ ಸಾಮ್ರಾಜ್ಯ ದೀಕ್ಷಂ ವಹಂ).[10] ಚಿಕ್ಕದೇವರಾಜ ಶತ್ರು ಸಂಹಾರಿ

9

ಎಂಬ ಬಿರುದು ಅಲಂಕರಿಸಿದ್ದು ಈ ಪರಂಪರೆಯ ದ್ಯೋತಕವಾಗಿದೆ. (ಶತ್ರುಗಳಿಗೆ ಸಾವಿನ ದ್ಯೋತಕ). ಕ್ರಿ.ಶ. 1699 ರಲ್ಲಿ ಮೊಗಲರೊಂದಿಗೆ ಹೊಂದಿದ ಸ್ನೇಹ ಸಂಪರ್ಕ ಹಿನ್ನೆಲೆಯಲ್ಲಿ ಆತನ ಆಸ್ಥಾನಕ್ಕೆ ತನ್ನ ರಾಯಭಾರಿಯನ್ನು ನಿಯೋಜಿಸಿದನಷ್ಟೆ. ಇದು ಆತನ ರಾಜಕೀಯ ನಡೆಯಾಗಿತ್ತೆ ವಿನಹ ಪರಂಪರಾನುಗತ ಧಾರ್ಮಿಕ ಮತ್ತು ಸಾಂಸ್ಕೃತಿಕ ನೀತಿಯೊಂದಿಗಿನ ಹೊಂದಾಣಿಕೆಯ ಮುಂದುವರೆದ ಭಾಗವೆಂದು ಪರಿಗಣಿಸಲಾಗದು. ಮೈಸೂರಿನ ಸಾರ್ವಭೌಮತ್ವಕ್ಕೆ ಧಕ್ಕೆತಂದಿದ್ದ ಮರಾಠರ ದಾಳಿ ಮತ್ತು ಹಾನಿಕಾರಕ ಸೈನಿಕ ಕಾರ್ಯಾಚರಣೆಗಳಿಂದ ರಾಜ್ಯವನ್ನು ರಕ್ಷಿಸಿಕೊಳ್ಳುವ ನಿಟ್ಟಿನಲ್ಲಿ ದಕ್ಷಿಣದಲ್ಲಿ ಮೊಗಲರಿಗೆ ಪ್ರತಿಸ್ಪರ್ಧಿಯಾಗಿದ್ದ ಮರಾಠರ ವಿರುದ್ಧ ಸ್ಪರ್ಧಿಸುವುದು ಈ ನೀತಿಯ ಉದ್ದೇಶವಾಗಿತ್ತು.

ಸಮಕಾಲೀನ ಘಟ್ಟದಲ್ಲಿ ಭೌಗೋಳಿಕವಾಗಿ ವಿಸ್ತರಣೆಯಾಗುತ್ತಿದ್ದ ವಿಶಾಲ ಚೌಕಟ್ಟಿನೊಳಗೆ ರಾಜ್ಯ ಮತ್ತು ಸಂಸ್ಕೃತಿಯ ರಕ್ಷಣೆಯ ನಿಟ್ಟಿನಲ್ಲಿ ಮೈಸೂರಿನ ಒಡೆಯರು ನಡೆಸುತ್ತಿದ್ದ ಈ ಪ್ರಯತ್ನಗಳನ್ನು ನಾವು ಅಲ್ಲಗೆಳೆಯಲಾಗದು. ರಕ್ಕಸತಂಗಡಿಯ ಯುದ್ಧ ತಲುಪಿದ ದುರಂತ ಅಂತ್ಯ ಮತ್ತು ವಿಜಯನಗರ ಸಾಮ್ರಾಜ್ಯದ ಪತನದ ಅನಂತರ ಕರ್ನಾಟಕವು ಮರಾಠರು, ಷಾಹಿ ರಾಜ್ಯಗಳು ಮತ್ತು ದಕ್ಷಿಣ ಭಾರತದಲ್ಲಿದ್ದ ಮೊಗಲ್ ಸರದಾರರ ನಿರಂತರ ರಾಜಕೀಯ ರಣಕ್ಷೇತ್ರವಾಗಿ ಪರಿಣಮಿಸಿತು. ಈ ಸಮಯದಲ್ಲಿ ನೆರೆಯ ರಾಜ್ಯಗಳ ಅಧಿಕಾರ ಮತ್ತು ಸೈನಿಕ ಕಾರ್ಯಾಚರಣೆಗಳಿಂದ ಕರ್ನಾಟಕವನ್ನು ರಕ್ಷಿಸಿದ ಮತ್ತು ಅದರ ಸಂಸ್ಕೃತಿಯ ವಿಶಿಷ್ಟ ಲಕ್ಷಣಗಳನ್ನು ಎತ್ತಿಹಿಡಿದ ಕೀರ್ತಿ ಮೈಸೂರಿಗೆ ಸಲ್ಲುತ್ತದೆ. ಕ್ರಿ.ಶ. 1677 ರಲ್ಲಿ ಉತ್ತುಂಗಕ್ಕೇಕೇರಿದ ಮರಾಠರ ಶಿವಾಜಿಯ ಪ್ರಾಬಲ್ಯ ಕರ್ನಾಟಕದ ಮೇಲೆ ತನ್ನ ಪ್ರಭಾವಗಳನ್ನು ಬೀರಿತು. ಈ ಸಂದರ್ಭದಲ್ಲಿ ಮೈಸೂರು ಚಿಕ್ಕದೇವರಾಜನ ನಾಯಕತ್ವದಲ್ಲಿ ಶಿವಾಜಿಯ ಸೈನ್ಯವನ್ನು ಹಿಮ್ಮೆಟ್ಟಿಸುವುದರಲ್ಲಿ ಪ್ರಯತ್ನಗಳನ್ನು ನಡೆಸಿತು.[12] ಚಿಕ್ಕದೇವರಾಜ ಮತ್ತು ಅವನ ಉತ್ತರಾಧಿಕಾರಿಗಳು ಶಿವಾಜಿ ಮತ್ತು ನಂತರ ಪೇಷ್ವೆಗಳ ನಾಯಕತ್ವದಲ್ಲಿನ ಮರಾಠ ಸೈನಿಕ ಕಾರ್ಯಾಚರಣೆಗಳನ್ನು ಯಶಸ್ವಿಯಾಗಿ ಪ್ರತಿರೋಧಿಸಿದರು. ಇದು ದಕ್ಷಿಣ ಕರ್ನಾಟಕದಲ್ಲಿ ಮರಾಠರ ಮುನ್ನಡೆಗೆ ಹಾನಿಯಾಯಿತು ಎಂದು ಹೇಳುವದರಲ್ಲಿ ಸಂಶಯವೇನಿಲ್ಲ.[13] ಈ ಸಮಯದಲ್ಲಿನ ಮೈಸೂರಿನ ಮಹಾರಾಜರನ್ನು ಈ ಜಗತ್ತನ್ನಾಳುತ್ತಿರುವ ಕರ್ನಾಟಕದ ರತ್ನಸಿಂಹಾಸನಾಧೀಶ್ವರರೆಂದೂ ವಿವರಿಸಲಾಗಿದೆ.[14] ಇವರು ಸಾಮಾನ್ಯವಾಗಿ ಕರ್ನಾಟಕ ಭೂಮಂಡಲೇಶ್ವರ, ದಕ್ಷಿಣ ದಿಕ್ಕು ಚಕ್ರವರ್ತಿ, ಶೃಂಗಾರ ಕರ್ನಾಟ ಚಕ್ರ, ಕರ್ನಾಟಕ ಚಕ್ರೇಶ್ವರ ಮೊದಲಾದ ಬಿರುದುಗಳನ್ನು ಧರಿಸಿದ್ದರು. ಇವುಗಳನ್ನು ಕರ್ನಾಟಕದ ಮಹಾರಾಜರಾಗಿ ಮತ್ತು ಇವರು ಸಾಧಿಸಿದ ರಾಜಕೀಯ ಸಾರ್ವಭೌಮತ್ವದ ಪ್ರತೀಕಗಳೆಂದು ಮತ್ತು ಶತ್ರುಗಳ ದಾಳಿಯಿಂದ ಕರ್ನಾಟಕವನ್ನು ರಕ್ಷಿಸಲು ಇವುಗಳನ್ನು ಇವರು ಹೊಂದಿದ್ದರು ಎಂಬ ವಿಷಯ ಕುರಿತಾದ ಮಾಹಿತಿಗಳನ್ನು ಇವು ನಮಗೆ ನೀಡುತ್ತವೆ.

ಮೈಸೂರು ಒಡೆಯರ ಚರಿತ್ರೆ ಕುರಿತು ಲಭ್ಯವಿರುವ ಅಗಾಧ ಸಾಹಿತ್ಯ ಕೃತಿಗಳು ಮತ್ತು ಶಾಸನ ಆಧಾರಗಳು ಪ್ರಾಚೀನ ಭಾರತೀಯ ಸಾಹಿತ್ಯ ಪರಂಪರೆಯಲ್ಲಿ ಪ್ರತಿಬಿಂಬಿತವಾಗಿರುವ ಸ್ಮೃತಿಗಳು ಮತ್ತು ಧರ್ಮಶಾಸ್ತ್ರಗಳು ನಿರೂಪಿಸಿರುವ ಹಾದಿಯಲ್ಲಿ ಮೈಸೂರಿನ ಒಡೆಯರು ರಾಜತ್ವ, ರಾಜ್ಯಾಡಳಿತ ಮತ್ತು ಧರ್ಮ ಪರಿಪಾಲನೆಯನ್ನು ಎತ್ತಿ ಹಿಡಿದಿದ್ದರು ಎಂದು ನಿರೂಪಿಸುತ್ತವೆ. ಈ ರಾಜರುಗಳನ್ನು ಸಾಮಾನ್ಯವಾಗಿ "ಧರ್ಮದಿಂ ಧರೆಯುಂ ಪಾಲಿಸುತ್ತಾ", "ಧರ್ಮದಿಂ

ರಾಜ್ಯಗೈಯುವಲ್ಲಿ", "ಧರ್ಮ ಮಾರ್ಗದಲ್ಲಿ ಪಾಲಿಸುತ್ತಾ", "ಅತಿಶಯ ಧರ್ಮ ನೀತಿಯೊಳು", "ಸ್ಥಿರ ಧರ್ಮ ಮಾರ್ಗದೊಳಗೆ" ಮತ್ತಿತರ ವಿಶೇಷಣಗಳಿಂದ ಪಟ್ಟಾಭಿಷಿಕ್ತರಾಗಿದ್ದರು ಎಂದು ಇವು ವಿವರಿಸುತ್ತವೆ.[16] ಮೈಸೂರಿನ ರಾಜತ್ವ ಧರ್ಮದ ತಾತ್ವಿಕ ಚಿಂತನೆಗಳ ಆಧಾರಗಳನ್ನು ಹೊಂದಿತ್ತು. ರಾಜ ಒಡೆಯರ ಉತ್ತರಾಧಿಕಾರಿಯಾಗಿದ್ದ ಬೆಟ್ಟದ ಚಾಮೇಂದ್ರ, "ಧರ್ಮಕ್ಕೆ ನಿಷ್ಠನಾಗಿದ್ದು ಮತ್ತು ಅದು ಕಾರುಣಪರ ಮತ್ತು ಸ್ವಚ್ಛವಾಗಿತ್ತು" ಎಂದು ವರ್ಣಿತನಾಗಿದ್ದಾನೆ.[17] ಈತನ ಉತ್ತರಾಧಿಕಾರಿ ದೇವರಾಜ ಸಮಕಾಲೀನ ಶಾಸನಗಳು ತಿಳಿಸುವಂತೆ ಸುರರು ಮತ್ತು ಬ್ರಾಹ್ಮಣರ ಸೇವೆಗಾಗಿ ರಾಜತ್ವದ ಜವಾಬುದಾರಿಯನ್ನು ಹೊಂದಿದ್ದನೆಂದು ತಿಳಿಸುತ್ತವೆ.[19] ಸ್ಮೃತಿಗಳು ನಿರೂಪಿಸಿದ್ದ ಚೌಕಟ್ಟಿನಡಿಯಲ್ಲಿ ಈತನು ರಾಜ್ಯಾಡಳಿತವನ್ನು ನಿರ್ವಹಿಸಿದನು (ಸ್ಮೃತ್ಯುಕ್ತ ಧರ್ಮದಿಂದ)[20] "ದುಷ್ಟ ಶಿಕ್ಷೆ ಶಿಷ್ಟ ಪರಿಪಾಲನೆ" ಅಥವಾ "ದುಷ್ಟರನ್ನು ಶಿಕ್ಷಿಸಿ ನ್ಯಾಯವನ್ನು ಎತ್ತಿಹಿಡಿಯುವ" ಕಾರ್ಯ ಸಾರ್ವಭೌಮತ್ವದ ಒಂದು ಪ್ರಮುಖ ಕರ್ತವ್ಯವೆಂದು ಈ ರಾಜರು ಭಾವಿಸಿದ್ದರು.[21] ಕಾನೂನು ಮತ್ತು ಶಿಸ್ತಿನ ಪಾಲನೆ ಮಾತ್ರವಲ್ಲದೆ ಜನರ ಹಿತ ಕಾಪಾಡುವಿಕೆ ರಾಜ್ಯದ ಒಂದು ಪ್ರಮುಖ ಕರ್ತವ್ಯ ಆಗಿತ್ತು. ಈ ನಿಟ್ಟಿನಲ್ಲಿ ಮೈಸೂರಿನ ರಾಜರು ತಮ್ಮ ಸ್ವಹಿತವೆಂದರೆ ಪ್ರಜೆಗಳ ಹಿತವೆಂದೆ ಭಾವಿಸಿದ್ದರು. ರಾಜತ್ವ ರಾಜನ ಮತ್ತು ಆತನಿಂದ ಆಳಿಸಿಕೊಳ್ಳುವ ಪ್ರಜೆಗಳ ನಡುವಿನ ಒಂದು ಒಪ್ಪಂದವಾಗಿದೆ ಎಂಬ ಅಂಶ ರಾಜ ಒಡೆಯರ್ ಮತ್ತು ಆತನ ಉತ್ತರಾಧಿಕಾರಿಗಳ ಕಾಲದಲ್ಲಿ ಹೆಚ್ಚು ಪ್ರಾಮುಖ್ಯವನ್ನು ಗಳಿಸಿಕೊಂಡಿತು. ಮೈಸೂರಿನಲ್ಲಿ ಅಸ್ತಿತ್ವದಲ್ಲಿದ್ದ ರಾಜತ್ವದ ಒಂದು ಸಾಮಾನ್ಯ ಲಕ್ಷಣ ಮತ್ತು ರಾಜರು ಪ್ರಜೆಗಳ ಹಿತದೃಷ್ಟಿಯಿಂದ ಅದನ್ನು ಚಲಾಯಿಸುತ್ತಿದ್ದ ರೀತಿ ಮತ್ತು ಅಧಿಕಾರ ನಿರ್ವಹಣೆ ಕುರಿತು ಚಿಕ್ಕದೇವರಾಜ ಸಿಂಹಾಸನಕ್ಕೆ ಬರುವ ಮುನ್ನ ದೇವರಾಜನು ತನ್ನ ಸಹೋದರನಿಗೆ ಅರ್ಪಿಸಿದ ಬಿನ್ನವತ್ತಳೆಯಲ್ಲಿನ ಈ ಕೆಳಗಿನ ಅಂಶಗಳನ್ನು ನಾವು ನೋಡಬಹುದು.[22] "ಪ್ರಿಯ ಸಹೋದರ, ನೀನು ಯಾದವ ಸಂತತಿಯಲ್ಲಿ ಒಂದು ಅನರ್ಘ್ಯರತ್ನವಾಗಿ ಜನಿಸಿದ್ದು ನಿನ್ನ ಸುಗುಣ ಪ್ರಜೆಗಳ ವಿಶ್ವಾಸವನ್ನು ನಿನಗೆ ದೊರಕಿಸಿದೆ. ನಾನು ರಾಜ್ಯದ ಹೊಣೆಯನ್ನು ನಿನಗೆ ವರ್ಗಾಯಿಸಿದ್ದೇನೆ. ಇಲ್ಲಿಂದ ನೀನು ರಾಮನು ರಾಜ್ಯವನ್ನು ಆಳಿದ ರೀತಿಯಲ್ಲಿ ಈ ಭೂಮಿಯನ್ನು ಆಳು. ನಿನಗೆ ಸರ್ವಶಾಸ್ತ್ರಗಳು ತಿಳಿದಿವೆ. ಹೀಗಿದ್ದರೂ ಕೂಡಾ ನಿನ್ನ ಮೇಲಿನ ನನ್ನ ನಿಷ್ಕಳಂಕ ಪ್ರೀತಿಯ ಹೊರತಾಗಿಯೂ ನಿನ್ನ ಸ್ವಹಿತಕ್ಕೆ ಹೆಚ್ಚು ಮಹತ್ವ ನೀಡದೆ ಸುರರು ಮತ್ತು ಬ್ರಾಹ್ಮಣರ ಒಳಿತಿಗೆ ನೀನು ಸೇವೆಯನ್ನು ಮುಡಿಪಾಗಿಸು. ನಿನ್ನ ಪ್ರಜೆಗಳನ್ನು ನಿನ್ನ ಸ್ವಂತ ಮಕ್ಕಳಂತೆ ಪಾಲಿಸು. ಹೀಗೆ ತೊಡಗಿಸಿಕೊಳ್ಳುವುದರ ಮೂಲಕ ನಿನ್ನ ಸಂಪತ್ತು, ಐಶ್ವರ್ಯ ಮತ್ತು ಕೀರ್ತಿ ಮತ್ತಷ್ಟು ವೃದ್ಧಿಸುತ್ತವೆ." ದೇವರಾಜನು ತನ್ನ ರಾಜ್ಯವನ್ನು ನಾಲ್ಕು ಭಾಗಗಳಾಗಿ ವಿಂಗಡಿಸಿದ್ದನು. ಒಂದು ಭಾಗವನ್ನು ಬ್ರಾಹ್ಮಣರಿಗೆ, ಎರಡನೆ ಭಾಗವನ್ನು ಸುರರಿಗೆ, ಮೂರನೆಯದನ್ನು ಧರ್ಮಾರ್ಥಕಾರ್ಯಕ್ಕೆ ಮತ್ತು ನಾಲ್ಕನೆಯ ಭಾಗವನ್ನು ತನ್ನ ಸ್ವಂತ ಉಪಯೋಗಕ್ಕೆ ಉಳಿಸಿಕೊಂಡಿದ್ದನೆಂದು ಹೇಳಲಾಗಿದೆ.[23] ಮೊದಲನೆ ಕಂಠೀರವ ಹೆಸರಾಂತ ರಾಜನಾಗಿದ್ದು, ಈತನ ಆಡಳಿತಕಾಲ ಸಂಪತ್ತು ಮತ್ತು ಸುಭಿಕ್ಷದ ಪ್ರತೀಕವಾಗಿತ್ತು. ಕ್ರಿ.ಶ. ಸು. 1647ರ ಈತನ ಕಾಲದ ಒಂದು ಶಾಸನ ಹೀಗೆಂದು ತಿಳಿಸುತ್ತದೆ. "ಸುರರ ಅಧಿಪತಿ ಒಳ್ಳೆಯ ಮಳೆಯನ್ನು ಹರಿಸಿದನು. ಭೂಮಿ ಫಲವತ್ತಾಯಿತು. ವ್ಯವಸ್ಥೆಗಳು ಕೇಂದ್ರೀಕೃತಗೊಂಡವು. ಸರ್ವಜನರೂ ಬೇನೆಗಳಿಂದ ಮುಕ್ತರಾದರು. ರಾಷ್ಟ ಕಂಟಕಗಳಿಂದ ಮುಕ್ತಿ ಹೊಂದಿತು. ಹೆಂಗಸರು ತಮ್ಮ ಗಂಡಂದಿರಿಗೆ ಅನುರಕ್ತರಾದರು ಸರ್ವಜಗತ್ತು ಸಂಪತ್‌ಭರಿತವಾಯಿತು."

ತಮ್ಮ ಪೂರ್ವಜರಾದ ಖ್ಯಾತಿಗಳಿಸಿದ್ದ ವಿಜಯನಗರ ಅರಸರಂತೆ ಮೈಸೂರಿನ ಅರಸರು ವರ್ಣಾಶ್ರಮ ಧರ್ಮವನ್ನು ಪ್ರತಿಪಾದಿಸಿದರು. ಸಮಾಜ ಪರಂಪರಾನುಗತವಾಗಿ ಭಾರತೀಯ ನೀತಿ ಶಾಸ್ತ್ರಗಳ ಬೇರುಗಳನ್ನು ಹೊಂದಿತ್ತು. ಇದರನ್ವಯ ವಿಭಿನ್ನ ವರ್ಗ ಮತ್ತು ಗುಂಪುಗಳಿಗೆ ಸೇರಿದವರು ತಮ್ಮ ವರ್ಣ ಮತ್ತು ಆಶ್ರಮ ವಿಧಿಸಿರುವ ಕಟ್ಟುಪಾಡುಗಳು ಧರ್ಮ ಮತ್ತು ಕರ್ತವ್ಯಗಳನ್ನು ಮೋಕ್ಷ ಸಾಧನೆಯ ಹಾದಿಯಲ್ಲಿ ಪಾಲಿಸಬೇಕಿತ್ತು. ಹೀಗೆ ಪಾಲಿಸುವ ಸಮಯದಲ್ಲಿ ಬೇರೆ ಯಾವುದೇ ವರ್ಗ ಅಥವಾ ಧರ್ಮೀಯರ ಸ್ವಾತಂತ್ರ್ಯಕ್ಕೆ ಧಕ್ಕೆ ಬರದ ರೀತಿಯಲ್ಲಿ ತಮ್ಮ ಜೀವನವನ್ನು ಸಾಗಿಸಬೇಕಾಗಿತ್ತು. ಪ್ರಜೆಗಳು ಮತ್ತು ವಿಭಿನ್ನ ವರ್ಗಗಳನ್ನು ಹೊಂದಿದ್ದ ಸಮಾಜವನ್ನು ಈ ದಿಕ್ಕಿನಲ್ಲಿ ಕೊಂಡೊಯ್ಯುವುದೇ ರಾಜನ ಕರ್ತವ್ಯವಾಗಿತ್ತು. ಪರಂಪರಾನುಗತ ನಂಬಿಕೆಯಂತೆ ರಾಜನು ಧರ್ಮ ರಕ್ಷಕನೂ ಮತ್ತು ಸಾಮಾಜಿಕ ಕಟ್ಟುಪಾಡುಗಳ ಸಂರಕ್ಷಕನೂ ಆಗಿದ್ದನು. ಅವನನ್ನು ಯುಗಕರ್ತನೆಂದೇ ವರ್ಣಿಸಲಾಗಿದೆ. (ರಾಜಾ ಕಾಲಸ್ಯ ಕಾರಣಂ).[25] ಈ ರೀತಿಯಲ್ಲಿ ಆಡಳಿತವನ್ನು ನಿರ್ವಹಿಸುವುದು ರಾಜನ ಕರ್ತವ್ಯವಾಗಿದ್ದು, ಪ್ರಜೆಗಳನ್ನು ಸಂರಕ್ಷಿಸುವ, ಅವರಿಗೆ ನ್ಯಾಯವನ್ನು ಒದಗಿಸುವ, ಅವರಿಗೆ ಆರ್ಥಿಕ ಭದ್ರತೆಯನ್ನು ಕಲ್ಪಿಸಿಕೊಟ್ಟು ಸಾಮಾಜಿಕ ಬದಲಾವಣೆಯನ್ನು ಗುರಿಯಾಗಿಸಿ, ಅವರಲ್ಲಿ ಆತ್ಮ ವಿಶ್ವಾಸ ಮೂಡಿಸುವ ಮೂಲಕ ನೈತಿಕತೆಯ ಮೌಲ್ಯಗಳನ್ನು ವೃದ್ಧಿಸುವುದು ರಾಜನ ಕರ್ತವ್ಯಗಳಾಗಿದ್ದವು. ಧರ್ಮಶಾಸ್ತ್ರಗಳು ಮತ್ತು ಪುರಾಣಗಳ ಬಗ್ಗೆ ಜ್ಞಾನ ಸಂಪಾದಿಸಿದ್ದ ಮೈಸೂರಿನ ಒಡೆಯರು ಹಿಂದೂ ರಾಜತ್ವದ ಈ ಎರಡನ್ನು ಪರಮ ಕರ್ತವ್ಯಗಳಾಗಿ ಸ್ವೀಕರಿಸಿದ್ದರು. ಇವು ಕೇವಲ ಸಿದ್ಧಾಂತವಾಗಿರದೆ ಸಮಕಾಲೀನ ಆಧಾರಗಳು ನಿರೂಪಿಸಿರುವಂತೆ ರಾಜನ ಕರ್ತವ್ಯಗಳಾಗಿದ್ದುವು. ರಾಜರು ಮತ್ತು ಪ್ರಜೆಗಳ ನಡುವಿನ ಸಂಬಂಧಗಳಿಗೆ ಧರ್ಮ ಮತ್ತು ಸಮಾಜದ ಚೌಕಟ್ಟು ತಳಹದಿಯಾಗಿತ್ತು. ವರ್ಣಾಶ್ರಮ ಧರ್ಮದ ರಕ್ಷಣೆ ರಾಜನ ಪರಮ ಉದ್ದೇಶವಾಗಿದ್ದುದರೊಂದಿಗೆ ಪ್ರಾಚೀನ ಮತ್ತು ಪರಂಪರಾನುಗತ ಜೀವನದ ಉದ್ದೇಶಗಳನ್ನು ಸಾರ್ಥಕಗೊಳಿಸಿಕೊಳ್ಳುವುದು ಪ್ರಜೆಗಳ ಆಶಯವೂ ಆಗಿತ್ತು. ಮೊದಲನೇ ಕಂಠೀರವ ಈ ಉದ್ದೇಶಗಳನ್ನು ತನ್ನ ಆಡಳಿತದಲ್ಲಿ ಅಳವಡಿಸಿಕೊಂಡಿದ್ದು, ಈ ಕಾರಣದಿಂದಾಗಿ ಈತನನ್ನು ಆತನ ಪ್ರಜೆಗಳು ಬಹಳವಾಗಿ ಆದರಿಸುತ್ತಿದ್ದರೆಂಬ ಅಂಶವನ್ನು ಸಮಕಾಲೀನ ಸಾಹಿತ್ಯ ಕೃತಿಗಳು ಮತ್ತು ಶಾಸನಗಳು ತಿಳಿಸುತ್ತವೆ.[26] ಇದೇ ರೀತಿಯಲ್ಲಿ ದೇವರಾಜನು ಈ ನೀತಿಯನ್ನು ಪ್ರತಿಪಾದಿಸಿದ್ದು, ಪ್ರಜೆಗಳು ಆತನಲ್ಲಿ ತಮ್ಮ ವಿಶ್ವಾಸವನ್ನು ವ್ಯಕ್ತಪಡಿಸಿದ್ದರು.[27] ಹೆಸರಾಂತ ರಾಜ ಮತ್ತು ಧರ್ಮಪಕ್ಷಾತೀತ ಎಂದು ಖ್ಯಾತಿ ಗಳಿಸಿದ್ದ ಚಿಕ್ಕದೇವರಾಜನು ಸಾಮಾಜಿಕ ಸಮನ್ವಯ, ರಾಜಕೀಯ ಸ್ಥಿರತೆ ಮತ್ತು ವೈಯಕ್ತಿಕ ಒಳಿತಿಗಾಗಿ ಈ ರೀತಿಯ ಚಿಂತನಾಧಾರಿತ ಆಡಳಿತ ಕ್ರಮವನ್ನು ಜಾರಿಗೊಳಿಸಿದ್ದನು. ಜಾತಿ ಮತ್ತು ಕೋಮುಗಳಿಗೆ ಅನ್ವಯವಾಗುವಂತೆ ಅವನು "ಸ್ವಧರ್ಮ" ಕಟ್ಟುಪಾಡುಗಳನ್ನು ವಿಧಿಸಿದ್ದನು.[28] ಚಿಕ್ಕದೇವರಾಜನಿಂದ ರಚನೆಯಾಗಿದೆ ಎಂದು ಹೇಳಲಾಗಿರುವ (ಸು 1687–90) ಸತ್‌ಶೂದ್ರಾಚಾರ ನಿರ್ಣಯ[29] ಎಂಬ ಸಾಮಾಜಿಕ ಕಟ್ಟುಪಾಡುಗಳ ಲಿಖಿತ ರೂಪದ ವಿಧಿನಿಯಮಗಳ ಕೃತಿ ರಾಜ ಮತ್ತು ಸಮಾಜದ ಎಲ್ಲಾ ವರ್ಗಗಳ ಜನತೆ ಸತ್‌ಶೂದ್ರರು ಮತ್ತು ವರ್ಣ ಮತ್ತು ಆಶ್ರಮಗಳಲ್ಲಿನ ಆಚಾರ ವಿಚಾರಗಳಲ್ಲಿ ಸಂಪೂರ್ಣ ನಂಬಿಕೆಗಳನ್ನು ಹೊಂದಿರಬೇಕು ಎಂದು ತಿಳಿಸುತ್ತದೆ. ಓರ್ವ ಒಳ್ಳೆಯ ಶೂದ್ರ ತನ್ನ ಆಚಾರಗಳನ್ನು ಪಾಲಿಸುವ ಮೂಲಕ ಮುಕ್ತಿ ಸಾಧಿಸುತ್ತಾನೆಯೇ ಹೊರತು ಉಳಿದ ಮೂರು ವರ್ಗಗಳಿಗೆ ವಿಧಿಸಲ್ಪಟ್ಟಿರುವ ಕರ್ತವ್ಯಗಳಿಂದಾಗಿ ಅಲ್ಲವೆಂದು ಚಿಕ್ಕದೇವರಾಜ ತಿಳಿಸಿದ್ದಾನೆ. ಚಿಕ್ಕದೇವರಾಜನು ಈ ರೀತಿ ಬರೆಯಲು

ಪ್ರೇರಣೆಯಾದರೂ ಏನು? ಹದಿನೇಳನೆ ಶತಮಾನದ ಉತ್ತರಾರ್ಧದಲ್ಲಿ ಕಂಡುಬಂದಿದ್ದ ಸಾಮಾಜಿಕ ಬೆಳವಣಿಗೆಗಳು ಇದಕ್ಕೆ ಸಾಕ್ಷ್ಯಾಧಾರಗಳನ್ನು ನೀಡುತ್ತವೆ. ಸಮಾಜದಲ್ಲಿನ ಕೆಲವು ಕೆಳವರ್ಗಗಳ ಮತ್ತು ಜಾತಿಗುಂಪುಗಳ ಅನ್ಯವರ್ಗಗಳ ಆಚಾರ ಮತ್ತು ರೂಢಿಗಳ ಬಗ್ಗೆ ಅಸೂಯೆಯಿಂದ ತಮ್ಮ ವರ್ಗದ ಶ್ರೇಣೀಕೃತ ಉನ್ನತಿಗಾಗಿ ಸಮಾಜದ ಕೆಳವರ್ಗದ ಸಮುದಾಯದೊಂದಿಗೆ ವೈವಾಹಿಕ ಸಂಪರ್ಕ ಸಾಧಿಸಿದ್ದು, ಸಾಮಾಜಿಕ ಹಿನ್ನಡೆಗೆ ಅವಕಾಶಗಳನ್ನು ಸೃಷ್ಟಿಸಿತು. ಅದರಲ್ಲಿಯೂ ಮುಖ್ಯವಾಗಿ ರಾಜಮನೆತನದೊಂದಿಗೆ ಸಂಬಂಧ ಸಾಧಿಸಿದ್ದ ಅರಸು ಜನಾಂಗದ ಕೆಲವು ಕುಟುಂಬಗಳು ಪರಂಪರಾನುಗತವಾಗಿ ರೂಢಿಯಲ್ಲಿದ್ದ ಪದ್ಧತಿಗಳು ಮತ್ತು ಆಚಾರ ವಿಚಾರಗಳನ್ನು ತೊರೆದು ಸಾಮಾಜಿಕವಾಗಿ, ಕೆಳಹಂತದಲ್ಲಿನ ವರ್ಗಗಳ ಕುಟುಂಬಗಳೊಂದಿಗೆ ವೈವಾಹಿಕ ಸಂಪರ್ಕ ಸಾಧಿಸಿದ್ದವು.[30] ಈ ಕೆಲವು ಕುಟುಂಬಗಳ ಸಾಮಾಜಿಕ ಅಂತಸ್ತನ್ನು ಕಾಯ್ದಿರಿಸುವ ನಿಟ್ಟಿನಲ್ಲಿ ರಾಜನು ವಿಚಾರಣೆ ಮೂಲಕ ಸಂಶಯಾಸ್ಪದ ಅರಸು ಕುಟುಂಬಗಳನ್ನು ಪ್ರತ್ಯೇಕಿಸುವ ವ್ಯವಸ್ಥೆಯನ್ನು ಜಾರಿಗೊಳಿಸಿದನು.[31] ಪ್ರಾಚೀನ ವರ್ಣಾಶ್ರಮ ಧರ್ಮದ ತತ್ವಗಳನ್ನು ಎತ್ತಿಹಿಡಿಯುವ ನಿಟ್ಟಿನಲ್ಲಿ ಮತ್ತು ಸಾಮಾಜಿಕ ಸಾಮರಸ್ಯ ಮತ್ತು ಶಾಂತಿ ಸ್ಥಾಪನೆಗಾಗಿ ಅವನು ಈ ಪ್ರಮುಖ ಸಿದ್ಧಾಂತ ಆಧಾರಿತ ಕೃತಿಯನ್ನು ರಚಿಸಿದನು ಎಂದು ತಿಳಿಯಬಹುದಾಗಿದೆ.

ರಾಜರು ಅಂತರ್ಗತವಾಗಿ ಧಾರ್ಮಿಕ ಮನೋಭಾವನೆಯುಳ್ಳವರಾಗಿದ್ದರು. ಅವರು ಧಾರ್ಮಿಕ ನೆಲೆಗಟ್ಟಿನ ಜವಾಬುದಾರಿಗಳನ್ನು ಪಾಲಿಸುತ್ತಿದ್ದರು. ದೈನಂದಿನ ಧಾರ್ಮಿಕ ರೀತಿ ಮತ್ತು ರಿವಾಜುಗಳ ಪಾಲನೆ ಮತ್ತು ಸರ್ವಧರ್ಮಗಳ ಅನುಯಾಯಿ ವ್ಯಕ್ತಿ ಮತ್ತು ಸಂಸ್ಥೆಗಳಿಗೆ ಅವರು ನೀಡಿದ ದಾನ ಮತ್ತು ಅವರು ಪೂರೈಸಿದ ಧರ್ಮಯಾತ್ರೆಗಳು, ಇದನ್ನು ಸ್ಪಷ್ಟಪಡಿಸುತ್ತವೆ. ರಾಜ ಒಡೆಯರ ನಂತರ ಪಟ್ಟಕ್ಕೆ ಬಂದ ಚಾಮರಾಜ ಪ್ರತಿನಿತ್ಯ ಧಾರ್ಮಿಕ ಕಥಾಪುರಾಣಗಳನ್ನು ಆಲಿಸುತ್ತಿದ್ದನು. (ಪುರಾಣ ಇತಿಹಾಸಾದಿ ಪುಣ್ಯ ಕಥಾ ಶ್ರವಣಾನುರಾಗ) ಮತ್ತು ಕ್ಲಪ್ತಕಾಲದಲ್ಲಿ ಧರ್ಮಯಾತ್ರೆ ಕೈಗೊಳ್ಳುತ್ತಿದ್ದನು.[32] ಎರಡನೆ ರಾಜ ಒಡೆಯರ್ (1637–38) ದೇವತೆಗಳ ಅರ್ಚನೆಯಲ್ಲಿ ತೊಡಗಿಸಿಕೊಂಡಿದ್ದು ಭಕ್ತಿ ಸಾಹಿತ್ಯವನ್ನು ಆಲಿಸುತ್ತಿದ್ದನು.[33] ಪವಿತ್ರ ನದಿಗಳಲ್ಲಿನ ಸ್ನಾನ, ದತ್ತಿ ಮತ್ತು ದಾನ ನೀಡುವಿಕೆ ಹಾಗೂ ವಿಷ್ಣುವಿನ ಆರಾಧನೆಯಲ್ಲಿ ಮೊದಲನೆ ಕಂಠೀರವನಿಗೆ ಸಮಾನರು ಯಾರೂ ಇರಲಿಲ್ಲ. ಆತನ ಆಸ್ಥಾನ ಕವಿ ಗೋವಿಂದ ವೈದ್ಯ ಆತನನ್ನು "ಸತ್ಯವ್ರತಾಚಾರ ಸಂಪನ್ನ"ನೆಂದೂ[35] ಮತ್ತು ಹರಿನಾಮ ಹರಿಪೂಜೆ, ಹರಿನಾಮ ಸಂಕೀರ್ತನೆಗಳಲ್ಲಿ[36] ತೊಡಗಿಸಿಕೊಂಡಿದ್ದನೆಂದೂ ತಿಳಿಸಿದ್ದಾನೆ. ವೈಷ್ಣವ ಧರ್ಮದ ಸಂಪ್ರದಾಯಗಳಾದ ವೈಷ್ಣವದೀಕ್ಷೆ (ಹೆಚ್ಚು ಅವಧಿಯವರೆಗೆ ಕೇಶ ಮುಂಡನ ಮಾಡಿಕೊಳ್ಳದಿರುವುದು), ಭಾಗವತ ಪುರಾಣ ಪ್ರಸಂಗ (ಭಾಗವತ ಪುರಾಣವನ್ನು ಆಲಿಸುವುದು), ಏಕಾದಶಿ ವ್ರತ (ಏಕಾದಶಿ ದಿನಗಳಲ್ಲಿ ಉಪವಾಸ ಮಾಡುವುದು), ಹರಿಧ್ಯಾನ (ಹರಿ ಅಥವಾ ವಿಷ್ಣು ಸ್ಮರಣೆ ಕೈಂಕರ್ಯ), ಬೃಂದಾವನ ಸೇವಾ (ತುಳಸಿ ಗಿಡವನ್ನು ಹೊಂದಿರುವ ಬೃಂದಾವನವನ್ನು ಪೂಜಿಸುವುದು)[37] ಇವುಗಳನ್ನು ಪಾಲಿಸುತ್ತಿದ್ದನು. ಆತನು ಕೈಗೊಳ್ಳುತ್ತಿದ್ದ ಏಕಾದಶಿ ವ್ರತ ಆಚರಣೆಯನ್ನು ಪುರಾಣಕಾಲದ ಹೆಸರಾಂತ ಅಂಬರೀಶ ಮಹಾರಾಜನ ವ್ರತದೊಂದಿಗೆ ಹೋಲಿಸಲಾಗಿದೆ.[38] ಒಂದು ಸಮಕಾಲೀನ ಸಾಹಿತ್ಯ ಕೃತಿ ದೇವರಾಜನು (ಸು 1659–73) ನಿತ್ಯವೂ ಸೂರ್ಯೋದಯದ ಮುನ್ನ ಎದ್ದು, ಜಳಕ ಪೂರೈಸಿ, ರೇಷ್ಮೆ ಮುಗುಟವನ್ನು ಧರಿಸಿ,

ತಿಲಕ ಭೂಷಣನಾಗಿ ವಿಷ್ಣು ಸಹಸ್ರನಾಮ ಜಪಿಸಿ ಹೋಮ ಮತ್ತು ಅಗ್ನಿಗೆ ಹವಿಸ್ಸನ್ನು ನೀಡಿ, ಬ್ರಾಹ್ಮಣರಿಗೆ ಗೋವು ಮತ್ತು ಸುವರ್ಣ ದಾನ ನೀಡಿ ಪುರಾಣ ಮತ್ತು ಇನ್ನಿತರ ಧಾರ್ಮಿಕ ಪಠ್ಯಗಳನ್ನು ಆಲಿಸುತ್ತಿದ್ದನೆಂದು ತಿಳಿಸುತ್ತದೆ. ಚಿಕ್ಕದೇವರಾಜನು ಅನುಸರಿಸಿದ್ದ ಧಾರ್ಮಿಕ ಮತ್ತು ತತ್ವಶಾಸ್ತ್ರದ ಕುರಿತ ಆಲೋಚನೆಗಳಿಗೆ ಸಮಕಾಲೀನ ಕೃತಿಗಳಲ್ಲಿ ಕಂಡು ಬಂದಿರುವ ವಿವರಣೆಗಳನ್ನು ಪರಿಶೀಲಿಸಬೇಕು. ಇವುಗಳಲ್ಲಿ ಪ್ರಮುಖವಾದವು ತಿರುಮಲಾರ್ಯನ "ಚಿಕ್ಕದೇವರಾಜ ವಂಶಾವಳಿ", "ಚಿಕ್ಕದೇವರಾಜ ವಿಜಯ", "ಅಪ್ರತಿಮ ವೀರಚರಿತ". ಮತ್ತು ಅನೇಕ ಸಮಕಾಲೀನ ಮಹಾತ್ಮೆಗಳು ಹಾಗೂ ಚಿಕ್ಕದೇವರಾಜ ರಚಿಸಿರುವನು ಎಂದು ಹೇಳಲಾಗಿರುವ "ಗೀತ ಗೋಪಾಲ" ಮತ್ತು "ಚಿಕ್ಕದೇವರಾಜ ಬಿನ್ನಪಂ" ಕೃತಿಗಳಲ್ಲಿ ರಾಜರ ಈ ಅವಧಿಯಲ್ಲಿನ ಜೀವನ ಸಮಕಾಲೀನ ಜನರ ಜೀವನ ಶೈಲಿಯೂ ಪ್ರತಿಬಿಂಬಿತವಾಗಿದೆ. ಹೀಗಾಗಿ ಧರ್ಮ ಜನಜೀವನದ ಒಂದು ಪ್ರಮುಖ ಸೋಪಾನವಾಗಿತ್ತು.

ಹದಿನಾರನೆ ಶತಮಾನದಲ್ಲಿ ಮೈಸೂರಿನ ಒಡೆಯರ ಮೆಚ್ಚುಗೆ ಗಳಿಸಿದ್ದ ಮತ್ತೊಂದು ಧರ್ಮ ವೀರಶೈವದ ಜಂಗಮ ಸಿದ್ಧಾಂತ. ಇದು ಆ ಅವಧಿಯಲ್ಲಿ ಪ್ರಾಂತ್ಯದಲ್ಲಿ ಹೆಚ್ಚು ಭೌಗೋಳಿಕ ವ್ಯಾಪ್ತಿಯಿದ್ದ ಧರ್ಮವಾಗಿತ್ತು. ಈ ರಾಜವಂಶದಅನಂತರದ ರಾಜರಾದ ಮೊದಲನೆ ಕಂಠೀರವ ಮತ್ತು ಚಿಕ್ಕದೇವರಾಜ ವೈಷ್ಣವ ಧರ್ಮದ ಅನುಯಾಯಿಗಳಾಗಿದ್ದರು. ವಿಷ್ಣು ಆರಾಧನೆ ಮತ್ತು ಭಕ್ತಿಗೆ ಅವರು ಹೆಚ್ಚು ಪ್ರಾಶಸ್ತ್ಯ ನೀಡಿದ್ದರೂ, ಶೈವಧರ್ಮ ಮತ್ತು ಶಕ್ತಿದೇವತೆಗಳ ಆರಾಧನೆಗೆ ಮಹತ್ವ ನೀಡಿದರು. ವೈಯಕ್ತಿಕವಾಗಿ ಒಂದು ಧರ್ಮದ ಅನುಯಾಯಿಗಳಾಗಿದ್ದರೂ ಅವರು ಸರ್ವಕೋಮುಗಳು ಮತ್ತು ಮತ ಪರಂಪರೆಗಳನ್ನು ಗುರುತಿಸಿ ಪ್ರೋತ್ಸಾಹಿಸಿದರು. ಹೊಯ್ಸಳರು ಮತ್ತು ವಿಜಯನಗರ ಅರಸರ ರೀತಿಯಲ್ಲಿ ಒಡೆಯರು ಧಾರ್ಮಿಕ ಸಹಿಷ್ಣುತೆಗೆ ಹೆಸರಾಗಿದ್ದರು. ಶಿವ ಮತ್ತು ವಿಷ್ಣು ದೇವಾಲಯಗಳನ್ನು ಕಟ್ಟಿಸಲು ಮತ್ತು ಅವುಗಳ ನಿರ್ವಹಣೆ ನಡೆಸಲು ನೆರವಾಗುವಂತೆ ಅನೇಕ ಧಾರ್ಮಿಕ ಸಂಘ-ಸಂಸ್ಥೆಗಳಿಗೆ ದತ್ತಿ ನೀಡಿದರು. ಮೇಲುಕೋಟೆಯ ತಿರುನಾರಾಯಣ, ಶ್ರೀರಂಗಪಟ್ಟಣದ ರಂಗನಾಥ, ತಿರುಪತಿಯಲ್ಲಿನ ವೆಂಕಟೇಶ್ವರ, ನಂಜನಗೂಡಿನ ಶ್ರೀಕಂಠೇಶ್ವರ, ಮೈಸೂರಿನ ಸಮೀಪದ ಮಹಾಬಲಾಚಲಾದ್ರಿಯಲ್ಲಿನ ಚಾಮುಂಡೇಶ್ವರಿ, ಮೈಸೂರಿನ ತ್ರಿಣೇಶ್ವರ ಮತ್ತು ಲಕ್ಷ್ಮೀಕಾಂತ ಸ್ವಾಮಿ ದೇವಾಲಯಗಳಲ್ಲಿನ ದೇವತೆಗಳನ್ನು ಕುಲದೇವತೆಗಳೆಂದು ಆಧರಿಸಿ ಇವುಗಳಿಗೆ ಹೆಚ್ಚು ಪ್ರಾಮುಖ್ಯತೆ ನೀಡಿದರು.[39] ಶಿವ ಮತ್ತು ವಿಷ್ಣು ಆರಾಧಕನಾಗಿದ್ದ ಚಾಮರಾಜನನ್ನು (ಸು 1617–37) "ಸದ್ದರ್ಶನ ಧರ್ಮ ಸ್ಥಾಪನಾಚಾರ್ಯ" ಎಂದು ಕರೆಯಲಾಗಿತ್ತು. ಇವನು ಜೈನಧರ್ಮೀಯರನ್ನು ಪ್ರೋತ್ಸಾಹಿಸಿದನು. ತನ್ನ ಒಂದು ಪ್ರವಾಸದಲ್ಲಿ ಸು. 1631 ರಲ್ಲಿ ಶ್ರವಣಬೆಳಗೊಳಕ್ಕೆ ಭೇಟಿ ನೀಡಿದ್ದನು. ಈ ಸಮಯದಲ್ಲಿ ಅವನು ಚನ್ನಪಟ್ಟಣದ ಪಾಳೇಯಗಾರನಾಗಿದ್ದ ಜಗ್ಗದೇವರಾಯ ಶ್ರವಣಬೆಳಗೊಳದ ಮಠಾಧಿಪತಿ ಪಂಡಿತ ಯೋಗೇಂದ್ರನಿಗೆ ನೀಡಿದ ಕಿರುಕುಳ ಮತ್ತು ಮಠದ ಭೂಮಿ ಮತ್ತು ಇತರ ಸ್ವತ್ತು ಅನ್ಯಾಕ್ರಾಂತವಾದುದರಿಂದ ಮಠಾಧಿಪತಿ ಭಲ್ಲಾಕಿಪುರದಲ್ಲಿ ಆಶ್ರಯವನ್ನು ಪಡೆದಿರುವ ವಿಷಯವನ್ನು ಮನಗಂಡನು. ಚಾಮರಾಜ ಅನ್ಯಾಕ್ರಾಂತವಾಗಿದ್ದ ಒಳಪಟ್ಟಿ ಭೂಮಿ ಮತ್ತು ಇನ್ನಿತರ ಸ್ವತ್ತನ್ನು ಸ್ವಾಧೀನಪಡಿಸಿಕೊಂಡು, ಮಠಾಧಿಪತಿಯನ್ನು ಶ್ರವಣಬೆಳಗೊಳಕ್ಕೆ ಬರಮಾಡಿಕೊಳ್ಳುವ ವ್ಯವಸ್ಥೆ ಕಲ್ಪಿಸಿಕೊಟ್ಟು ಮಠಾಧಿಪತಿಗೆ ಮಠದ ನಿರ್ವಹಣೆಗೆ ಅಗತ್ಯವಾಗಿರುವ

ಗೌರವ ಮತ್ತು ಭೂದಾನ ನಡೆಸುವ ಮೂಲಕ ರಾಜಧಾನಿಗೆ ಅವರನ್ನು ಬರಮಾಡಿಕೊಂಡು ಸತ್ಕರಿಸಿ ಆ ಸ್ಥಳದಲ್ಲಿ ಧಾರ್ಮಿಕ ಸೌಹಾರ್ದತೆಯನ್ನು ಪುನರ್ ಸ್ಥಾಪಿಸಿದನು.[40] ಮೊದಲನೆ ಕಂಠೀರವನ ಧಾರ್ಮಿಕ ಸಹಿಷ್ಣುತೆ ಬಗ್ಗೆ ಶಾಸನ ಮತ್ತು ಸಾಹಿತ್ಯ ಆಧಾರಗಳು ಹೆಚ್ಚು ಬೆಳಕನ್ನು ಚೆಲ್ಲುತ್ತವೆ. ಅವನು ಗಾಢ ವೈಷ್ಣವನಾಗಿದ್ದನು. ಹೀಗಿದ್ದರೂ ಕೂಡ ಅವನು ಹರಿ ಮತ್ತು ಹರನ ಭಕ್ತನಾಗಿದ್ದ (ಹರಿಹರ ಭಕ್ತಿಯಲ್ಲಿರುವ)[41] ಲಕ್ಷ್ಮೀಕಾಂತ, ತ್ರಿಣೇಶ್ವರ ಮತ್ತು ಚಾಮುಂಡೇಶ್ವರಿ ಆರಾಧಕನಾಗಿದ್ದನು.[42] ಬನಾರಸ್ಸಿನ ವಿಶ್ವನಾಥ ಮತ್ತು ನಂಜನಗೂಡಿನ ನಂಜುಂಡೇಶ್ವರ ಪೂಜಾಕೈಂಕರ್ಯಗಳಿಗೆ ವ್ಯವಸ್ಥೆ ಕಲ್ಪಿಸಿಕೊಟ್ಟನು.[43] ಪಶ್ಚಿಮ ರಂಗ (ಶ್ರೀರಂಗಪಟ್ಟಣ), ಕರಿಗಿರಿ (ಕರಿಘಟ್ಟ), ಯಾದವಗಿರಿ (ಮೇಲುಕೋಟೆ), ಶ್ರೀಶೈಲಂ, ಬನಾರಸ್, ಶ್ರೀರಂಗ ಮತ್ತು ರಾಮೇಶ್ವರಂನಲ್ಲಿ ಅಗ್ರಹಾರಗಳನ್ನು ಸ್ಥಾಪಿಸಿ ಅವುಗಳಲ್ಲಿ ಬ್ರಾಹ್ಮಣರ ವಿವಿಧ ಮತಸ್ಥರಿಗೆ ಆಶ್ರಯ ಕಲ್ಪಿಸಿ ಅವರಿಗೆ ಅನ್ನದಾನ ಮತ್ತು ವಾರ್ಷಿಕ ದಾನ ನೀಡುವ ವ್ಯವಸ್ಥೆಯನ್ನು ಕಲ್ಪಿಸಿಕೊಟ್ಟನು.[44] ಇದೇ ರೀತಿಯ ಧಾರ್ಮಿಕ ಮನೋಧರ್ಮವನ್ನು ದೇವರಾಜ[45] ಮತ್ತು ಚಿಕ್ಕದೇವರಾಜ ಹೊಂದಿದ್ದರು.

ಚಿಕ್ಕದೇವರಾಜನ ಆಡಳಿತದ ಅವಧಿಯಲ್ಲಿ ಪ್ರಾಂತ್ಯದಲ್ಲಿ ಶ್ರೀವೈಷ್ಣವ ಪಂಥ ಹೆಚ್ಚು ಪ್ರಾಮುಖ್ಯ ಗಳಿಸಿತು. ಆತನು ತನ್ನ ಬಾಲ್ಯದಲ್ಲಿ ಹೆಸರಾಂತ ಶ್ರೀ ವೈಷ್ಣವ ಪಂಥೀಯ ಗುರುಗಳಾಗಿದ್ದ ಆಳಸಿಂಗಾರಾರ್ಯ ಮತ್ತು ಈತನ ಮಗನಾಗಿದ್ದ ತಿರುಮಲಾರ್ಯರಿಂದ ಪಡೆದುಕೊಂಡ ಶಿಕ್ಷಣ ಆತನನ್ನು ವೈಷ್ಣವನನ್ನಾಗಿ ಪರಿವರ್ತಿಸಿದವು. ಈತನು ಆ ಪಂಥದೊಂದಿಗೆ ಹೊಂದಿದ್ದ ಅತೀವ ಆಸಕ್ತಿ ಮತ್ತು ಶ್ರೀ ವೈಷ್ಣವ ಪಂಥದೊಂದಿಗಿನ ಆತನ ಸಾಂಗತ್ಯ ಆತನನ್ನು "ಶ್ರೀ ವೈಷ್ಣವ ಮತ ಪ್ರತಿಷ್ಠಾಪಕ" (ಶ್ರೀ ವೈಷ್ಣವ ಧರ್ಮದ ಸ್ಥಾಪಕ) ಮತ್ತು ಸದಾ ಶ್ರೀ ವೈಷ್ಣವ ಪ್ರಿಯ (ಎಂದಿಗೂ ಶ್ರೀ ವೈಷ್ಣವರ ಪ್ರಿಯ)[46] ಎಂದೂ ಖ್ಯಾತಿಗೊಳಿಸಿತು. ಅವನು ಈ ರೀತಿಯಲ್ಲಿ ಪೂರೈಸಿದ ಶಿಕ್ಷಣ ಅವನನ್ನು ವಿಶಾಲ ಹೃದಯಿಯನ್ನಾಗಿ ಪರಿವರ್ತಿಸಿತಲ್ಲದೆ ಬೇರೆ ಧರ್ಮ ಮತ್ತು ಮತಗಳ ಅಂತಸ್ಸತ್ವವನ್ನು ಅರಿತುಕೊಳ್ಳುವಲ್ಲಿ ಸಹಕರಿಸಿ ಅವನನ್ನು ವಿಶಾಲ ಮನೋಭಾವನೆಯುಳ್ಳ ವ್ಯಕ್ತಿಯನ್ನಾಗಿ ಮಾರ್ಪಡಿಸಿತು. ಭಗವದ್ಗೀತೆ, ಪುರಾಣಗಳು ಮತ್ತು ಧರ್ಮಶಾಸ್ತ್ರಗಳನ್ನು ಅವನು ಆಳವಾಗಿ ಅಧ್ಯಯನ ನಡೆಸಿದ್ದು, ಅವುಗಳ ಸಾರವನ್ನು ಸಂಗ್ರಹಿಸಿದ್ದನು. "ಮುನಿವಂಶಾಭ್ಯುದಯ" ಎಂಬ ಕೃತಿಯ ಕರ್ತೃವಿನಂತೆ ಇವನು ಮೀಮಾಂಸಾ, ಶೈವ, ವೈಷ್ಣವ ಮತ್ತು ಜೈನ ಪಂಥ ಮತ್ತು ಪದ್ಧತಿಗಳ ಬಗೆಗಿನ ಚರ್ಚೆ ಮತ್ತು ಅಧ್ಯಯನಗಳ ಮೂಲಕ ವಿಭಿನ್ನ ಧರ್ಮಗಳ ಸತ್ಯಾನೇಷ್ವಣೆ ನಡೆಸಿದ್ದನು.[47] ಹಿಂದೆ ಉಲ್ಲೇಖಿಸಿರುವ ಕೃತಿ ಚಿಕ್ಕದೇವರಾಜ ತನ್ನ ಆಳ್ವಿಕೆಯ ಪ್ರಾರಂಭಿಕ ವರ್ಷಗಳಲ್ಲಿ ಜೈನಧರ್ಮದ ಸೆಳೆತಕ್ಕೆ ಒಳಗಾಗಿದ್ದನೆಂದು ತಿಳಿಸುತ್ತದೆ. ಹೀಗಾಗಿ ಕೆಲವು ವರ್ಷಗಳನ್ನು ಜೀವನದ ಸಂಪೂರ್ಣ ಅರ್ಥದ ತಿಳುವಳಿಕೆಗಾಗಿ ಮೀಸಲಾಗಿರಿಸಿದನು. ಜೀವ ದಯಾಪರನಾಗಿ ಜೀವಿಗಳಿಗೆ ಹಾನಿಕಾರಕವಾದ ಕೆಲವು ವಸ್ತುಗಳ ಉಪಯೋಗವನ್ನು ತ್ಯಜಿಸಿದನು. ತನ್ನ ಅರಮನೆಯ ಅಧಿಕಾರಿಗಳಿಗೆ ಶುದ್ಧ ಜಲವನ್ನು ತನ್ನ ಉಪಯೋಗಕ್ಕೆ ತರಬೇಕೆಂದು ಕಟ್ಟಾಜ್ಞೆಯನ್ನು ವಿಧಿಸಿದನು. ಶೈವಧರ್ಮವೂ ಕೂಡಾ ಆತನ ಮನಸ್ಸನ್ನು ಸೆಳೆಯಿತು. ಆತನು ಶಿವನ ಬಗ್ಗೆ ಹೊಂದಿದ ಆದರ ಮತ್ತು ಭಕ್ತಿಯನ್ನು "ಗೀತ ಗೋಪಾಲ" ನಿರೂಪಿಸುತ್ತದೆ.[48] ಪ್ರತಿನಿತ್ಯ ಜಂಗಮರನ್ನು ಆದರಿಸುತ್ತಿದ್ದ ಅವನು ಅವರೊಂದಿಗೆ ಶಿವಾಚಾರದ ನಿಯಮ ಮತ್ತು ತತ್ವಗಳನ್ನು ಚರ್ಚಿಸುತ್ತಿದ್ದನು.[49] ಬ್ರಾಹ್ಮಣರಲ್ಲಿನ ಒಳಪಂಗಡಗಳ ಅನುಯಾಯಿಗಳಾಗಿದ್ದ ಅದ್ವೈತಿಗಳು,

ಶ್ರೀವೈಷ್ಣವರು ಮತ್ತು ದ್ವೈತರು ಅಥವಾ ಮಾಧ್ವರಿಗೆ ಅನೇಕ ದತ್ತಿ-ದಾನಗಳನ್ನು ನೀಡಿದನು.[50] ಇದೇ ರೀತಿಯಲ್ಲಿ ಜೈನ ಮತ್ತು ವೀರಶೈವ ಧರ್ಮೀಯರೂ ಈತನಿಂದ ಕೊಡುಗೆಗಳನ್ನು ಸ್ವೀಕರಿಸಿದರು.[51] ಶ್ರೀವೈಷ್ಣವರಾಗಿದ್ದ ತಿರುಮಲಾರ್ಯ ಮತ್ತು ಚಿಕ್ಕುಪಾಧ್ಯಾಯ ಮತ್ತು ಜೈನಧರ್ಮೀಯನಾಗಿದ್ದ ವಿಶಾಲಾಕ್ಷ ಪಂಡಿತ ಈತನ ಮಂತ್ರಿಮಂಡಲದಲ್ಲಿ ಸದಸ್ಯರಾಗಿದ್ದರು. ಷಡಕ್ಷರಿ ಮತ್ತು ಲಿಂಗಣ್ಣ ವೀರಶೈವರಾಗಿದ್ದರು. ಕರ್ನಲ್ ವಿಲ್ಕ್ಸ್52 ಮತ್ತು ದೇವಚಂದ್ರ53 ತಮ್ಮ ಬರವಣಿಗೆಯಲ್ಲಿ ಈತನ ಮೇಲೆ ಹೊರಿಸಿರುವ ಜಂಗಮರನ್ನು ಕೊಲೆ ಮಾಡಿಸಿದ ಅಪಾದನೆಯನ್ನು ಈತನು ತಾಳಿದ್ದ ಧಾರ್ಮಿಕ ವಿಶಾಲ ಮನೋಭಾವನೆಯ ಹಿನ್ನೆಲೆಯಲ್ಲಿ ತಕ್ಷಣ ಒಪ್ಪಿಕೊಳ್ಳುವುದು ಕಷ್ಟ. ರೈತರು ಮತ್ತು ಭೂಮಾಲೀಕರು ಸು 1682-84ರ ಅವಧಿಯಲ್ಲಿ ಸಂಘಟಿಸಿದ ದಂಗೆಯು ಚಿಕ್ಕದೇವರಾಜನ ಕಂದಾಯ ಪದ್ಧತಿಯ ವಿರುದ್ದವೇ ಕಂಡು ಬಂದಿದ್ದು, ಹೀಗಾಗಿ ಆತನು ದಂಗೆಯನ್ನು ಅಡಗಿಸುವ ನಿಟ್ಟಿನಲ್ಲಿ ಜಂಗಮರನ್ನು ಕೊಲ್ಲಿಸಿರಬೇಕು. ಇದು ನಡೆದಿತ್ತೆಂದಾದಲ್ಲಿ ದಂಗೆಯನ್ನು ಅಡಗಿಸುವುದು ಹಾಗೂ ಶಾಂತಿ ಮತ್ತು ಸುವ್ಯವಸ್ಥೆ ಸ್ಥಾಪಿಸುವುದು ಆತನಿಗೆ ರಾಜಕೀಯವಾಗಿ ಅನಿವಾರ್ಯವಾಗಿತ್ತು ಮತ್ತು ದಂಗೆಯ ದಮನಕ್ಕೆ ಯಾವುದೇ ರೀತಿಯ ಮತೀಯ ಕಾರಣಗಳು ಇಲ್ಲವಾಗಿತ್ತು ಎಂದು ತಿಳಿಯಬಹುದಾಗಿದೆ. ಒಡೆಯರ್ ಸಂತತಿಯ ಯಾವುದೇ ಅರಸನು ಧಾರ್ಮಿಕ ಕಾರಣಗಳಿಂದಾಗಿ ಯಾವುದೇ ಧರ್ಮ ಅಥವಾ ಪಂಥದ ಅನುಯಾಯಿಗಳನ್ನು ಅವಮಾನಗೊಳಿಸಿದ ಅಥವಾ ಹಿಂಸಿಸಿದ ಉದಾಹರಣೆಗಳು ಲಭ್ಯವಿಲ್ಲ. ಒಡೆಯರು ತಮ್ಮ ಧರ್ಮದ ತತ್ವದ ನಡುವೆಯೂ ಯಾವ ಪೂರ್ವಾಗ್ರಹಗಳನ್ನು ತಾಳದೆ ಜೈನ, ವೈಷ್ಣವ ಮತ್ತು ವೀರಶೈವಗಳ ನಡುವಿನ ಭಿನ್ನಾಭಿಪ್ರಾಯಗಳ ನಡುವೆಯೇ ಇವುಗಳ ಅನುಯಾಯಿಗಳ ಮೇಲೆ ಬಲವಾದ ಪ್ರಭುತ್ವವನ್ನು ಸಾಧಿಸಿದರು. ರಾಜ್ಯವು ಅಳವಡಿಸಿದ ಧಾರ್ಮಿಕ ನೀತಿ ಸರ್ವ ಧರ್ಮಗಳ ತತ್ವಗಳ ಸಾರವನ್ನು ಸಂಗ್ರಹಿಸಿದ ನೀತಿಗೆ ಅನುಗುಣವಾಗಿತ್ತು. ಸರ್ವಧರ್ಮ ಮತ್ತು ಪಂಥಗಳ ಪ್ರಮುಖ ಲಕ್ಷಣ ಮತ್ತು ಸಾರವನ್ನು ಒಗ್ಗೂಡಿಸಿಕೊಂಡಿದ್ದ ಅವರ ಧಾರ್ಮಿಕ ನೀತಿಯ ವ್ಯಾಪ್ತಿ ವಿಶಾಲವಾಗಿದ್ದು ಇದು ಬ್ರಹ್ಮನ್ ಕುರಿತ ಚಿಂತನೆಯೊಂದಿಗೆ ಕೊನೆಗೊಳ್ಳುತ್ತಿತ್ತು. ಭಗವದ್ಗೀತೆಯ ಸತ್ಯದ ತಿರುಳು ಮತ್ತು ಧಾರ್ಮಿಕ ಚಿಂತನೆಗಳ ಹೂರಣವೇ ಅವರ ಧಾರ್ಮಿಕ ನೀತಿಯಾಗಿತ್ತು. ಅವರದು ಧಾರ್ಮಿಕ ಸಮನ್ವಯ ನೀತಿಯೂ ಆಗಿತ್ತು.

ಮೈಸೂರು ಮತ್ತು ಕರ್ನಾಟಕದ ಪೂರ್ವ ಪದ್ಧತಿ ಮತ್ತು ಸಾಂಸ್ಕೃತಿಕ ಚರಿತ್ರೆಯನ್ನು ಪರಿಶೀಲಿಸಿದಲ್ಲಿ ಇದು ಸಹಿಷ್ಣುತೆಯ ನಾಡು ಎಂದು ಹೆಸರಾಗಿತ್ತು. ಎರಡು ಸಾವಿರದ ಎರಡುನೂರು ವರ್ಷಗಳ ಹಿಂದೆ ಮಗಧ ಸಾಮ್ರಾಜ್ಯದಲ್ಲಿನ ಜೈನರು ತಮ್ಮ ಆಚಾರ್ಯ ಭದ್ರಬಾಹು ಶ್ರುತಕೇವಲಿಯನ್ನು ಅನುಸರಿಸಿ ದಕ್ಷಿಣಕ್ಕೆ ವಲಸೆ ಬಂದು ಮೈಸೂರಿನ ಮಧ್ಯಭಾಗದಲ್ಲಿ ನೆಲೆಸಿದರು. ತರುವಾಯ ಸಹಿಷ್ಣುತೆ ಮತ್ತು ಸರ್ವರ ಸುಖವನ್ನು ಬಯಸುವ ಸಿದ್ಧಾಂತವನ್ನು ಪ್ರಚುರಪಡಿಸಿದ ಅಶೋಕನ ತತ್ವ ಈ ದೇಶದಲ್ಲಿ ಬಲವಾಗಿ ನೆಲೆಯೂರಿತು. ಕೆಲವು ಶತಮಾನಗಳ ನಂತರ ಮೈಸೂರಿನಲ್ಲಿ ವೇದಾಂತ ಜನಿಸಿತು. ಅದ್ವೈತ ತತ್ವದ ಪ್ರತಿಪಾದಕ ಶಂಕರ; ವಿಶಿಷ್ಟಾದ್ವೈತ ತತ್ವದ ಪ್ರತಿಪಾದಕ ರಾಮನುಜ ಮತ್ತು ದ್ವೈತ ತತ್ವದ ನಿರ್ಮಾಪಕ ಮಧ್ವ, ಮೈಸೂರನ್ನು ತಮ್ಮ ಚಟುವಟಿಕೆಗಳ ಕೇಂದ್ರವನ್ನಾಗಿಸಿದರು. ಈ ತತ್ವಗಳ ಮತ್ತು ವಿಭಿನ್ನ ಧರ್ಮ ಮತಗಳ ಅನುಯಾಯಿಗಳು ಧಾರ್ಮಿಕ ಸಹಿಷ್ಣುತೆಯಿಂದ

ಪರಸ್ಪರ ಸೌಹಾರ್ದ ಜೀವನವನ್ನು ರೂಢಿಸಿಕೊಂಡರು. ಶಾಂತಿಯುತ ಸಹಜೀವನದ ಸತ್ವ ಪರಸ್ಪರ ಗೌರವ ಮೂಡಿಸುವಿಕೆ, ಅರ್ಥ ಮಾಡಿಕೊಳ್ಳುವಿಕೆ, ತಾಳ್ಮೆಮತ್ತು ಆಂತರ್ಯದ ಸ್ವಾತಂತ್ರ್ಯವನ್ನು ಗೌರವಿಸುವುದೇ ಆಗಿದೆ. ಕರ್ನಾಟಕವನ್ನು ಆಳಿದ ಅರಸರು ಧರ್ಮಗಳಿಗೆ ಗೌರವ ಮಾತ್ರವಲ್ಲದೆ ಧಾರ್ಮಿಕ ಸ್ವಾತಂತ್ರ್ಯವನ್ನು ನೀಡಿದ್ದರು. ಮೊದಲನೆ ಬುಕ್ಕನ ಶ್ರವಣಬೆಳಗೊಳ ಶಾಸನ[54] ವು ಶ್ರೀವೈಷ್ಣವರ ವೈಷ್ಣವ ದರ್ಶನ ಮತ್ತು ಜೈನರ ಜೈನ ದರ್ಶನಗಳ ನಡುವೆ ವ್ಯತ್ಯಾಸಗಳಿಲ್ಲವೆಂದೂ, ಒಬ್ಬರಿಗೆ ಒಳಿತು ಅಥವಾ ಕೆಡಕು ಉಂಟಾದಲ್ಲಿ ಅದು ಬೇರೊಬ್ಬರಿಗೆ ಒಳಿತು ಅಥವಾ ಕೆಡಕು ಬಗೆದಂತೆ ಎಂದೂ ಧಾರ್ಮಿಕ ಸಮನ್ವಯತೆ ಮತ್ತು ಸ್ವಾತಂತ್ರ್ಯಗಳನ್ನು ಕಾಪಾಡಬೇಕೆಂದೂ ಹೊರಡಿಸಿರುವ ಆಜ್ಞೆ ವಿಜಯನಗರದ ಅರಸರ ಚರಿತ್ರೆಯಲ್ಲಿ ಒಂದು ಪ್ರಮುಖ ಮೈಲಿಗಲ್ಲಾಗಿದೆ. ಧಾರ್ಮಿಕ ವಸ್ತುಗಳು ಮತ್ತು ಧಾರ್ಮಿಕ ಪ್ರತಿಕ್ರಿಯೆಗಳು ವಿಭಿನ್ನವಲಯ ಮತ್ತು ಅರ್ಥಗಳನ್ನು ಪ್ರತಿನಿಧಿಸಿದ್ದರೂ ಹೆಸರು ಮತ್ತು ತರದಲ್ಲಿ ವ್ಯತ್ಯಾಸಗಳಿಗಳಿದ್ದರೂ ಸಂಯಮ ಮತ್ತು ಪರಸ್ಪರ ಗೌರವ, ಸಾಮಾಜಿಕ ಸಾಮರಸ್ಯವನ್ನು ಎತ್ತಿ ಹಿಡಿಯುತ್ತದೆ. ಮೈಸೂರಿನಲ್ಲಿ ಉದಯಿಸಿದ ಈ ರೀತಿಯ ಆಶಾದಾಯಕ ಉದಾರಚಿಂತನೆಯ ಚಿಗುರಿಗೆ ಹೊಯ್ಸಳ ರಾಜ ವಿಷ್ಣುವರ್ಧನನ ಕಾಲದ ಬೇಲೂರಿನ ಚನ್ನಕೇಶವ ದೇವಾಲಯದ ಶಾಸನದ ಸಾಲುಗಳು ಸಾಕ್ಷಿಯಾಗಿವೆ. ಈ ಸಾಲುಗಳು ಕೆಳಗಿನಂತಿವೆ.

"ಯಂ ಶೈವಾ ಸಮುಪಾಸತೇ ಶಿವ ಇತಿ
ಬ್ರಹ್ಮೇತಿ ವೇದಾಂತಿನೋ
ಬೌದ್ಧಾ ಬುದ್ದ ಇತಿ ಪ್ರಮಾಣ
ಪಟವಃ ಕರ್ತೇತಿ ನೈಯಾಯಿಕಾ:
ಅರಹನ್ನಿತ್ಯಥ ಜೈನ ಶಾಸನರತಾ:
ಕರ್ಮೇತಿ ಮೀಮಾಂಸಕಾ:
ಸೋಯಂವೋ ವಿದಧಾತು ವಾಂಛಿತಫಲಂ
ತ್ರೈಲೋಕ್ಯ ನಾಥೋ ಹರಿ:

"ಯಾವನನ್ನು ಶೈವರು ಶಿವನೆಂದು, ವೇದಾಂತಿಗಳು ಬ್ರಹ್ಮನೆಂದು, ಬೌದ್ಧರು ಬುದ್ಧನೆಂದು, ನೈಯಾಯಿಕರು ಕರ್ತನೆಂದು, ಜೈನರು ಅರಿಹಂತನೆಂದು, ಮೀಮಾಂಸಕರು ಕರ್ಮವೆಂದು ಪೂಜಿಸುತ್ತಾರೋ ಆ ಹರಿ ತ್ರಿಲೋಕಗಳ ಒಡೆಯ ನಮ್ಮ ಇಚ್ಛೆಯನ್ನು ಪೂರೈಸಿ ಹರಸಲಿ."

ಈ ಶ್ಲೋಕವು ಧರ್ಮಗಳ ನಡುವಿನ ಐಕ್ಯತೆಯನ್ನು ಪರಮೋಚ್ಚಗೊಳಿಸಿದೆ. ಈ ಪರಂಪರೆಯ ಆಕರ್ಷಕ ಚಿಂತನೆಗಳನ್ನು ಮುಂದುವರೆಸಿದ ಮೈಸೂರಿನ ಒಡೆಯರು ಸಾಮಾಜಿಕ ಮತ್ತು ಧಾರ್ಮಿಕ ಚಿಂತನೆಗಳ ಮೂಸೆಯಲ್ಲಿ ಧಾರ್ಮಿಕ ದೃಷ್ಟಿಕೋನದಲ್ಲಿ ಸರ್ವರಿಗೂ ಹಿತವನ್ನು ಬಯಸುವ ಮತ್ತು ಹಿಂದೂಧರ್ಮದ ಪ್ರಮುಖ ಲಕ್ಷಣವಾಗಿರುವ ಧಾರ್ಮಿಕ ಸಮನ್ವಯತೆಯನ್ನು ಮೆರೆದರು. ಅವರು ಸರ್ವ ವಿಧಗಳಲ್ಲಿಯೂ ಹಿಂದೂ ಸಂಸ್ಕೃತಿಯನ್ನು ರಕ್ಷಿಸಿದ ವೀರಾಗ್ರಣಿಗಳೇ ಆಗಿದ್ದಾರೆ.

ಟಿಪ್ಪಣಿಗಳು:

1, ಬರ್ಟ್ರಾಂಡ್; ಲಾ ಮಿಷನ್ ಡು ಮಧುರಾ ಮತ್ತು ಎಸ್ ಸತಿಯನಾಥ ಐಯ್ಯರ್, "ದಿ ನಾಯಕಾಸ್ ಆಫ್ ಮಧುರಾ" ಅನುಬಂಧ ಪುಟ 263. ಬರ್ಟ್ರಾಂಡ್‌ರು ಹೀಗೆಂದು ಬರೆಯುತ್ತಾರೆ "ಮದುರೆಯ ನಾಯಕರು ತಂಜಾವೂರು ಮತ್ತು ಜಿಂಜಿಯೊಂದಿಗೆ ತಮ್ಮ ಸಾಮ್ರಾಟನ ವಿರುದ್ಧ ಒಂದು ಕೂಟವನ್ನು ರಚಿಸಿಕೊಂಡರು. ಗೋಲ್ಗೋಂಡಾದ ಸುಭೇದಾರನಿಗೆ ಕಳುಹಿಸಿದ ಗುಪ್ತ ನಿರೂಪದಲ್ಲಿ ತಿರುಮಲ ನಾಯಕ ಆತನನ್ನು ವೆಲ್ಲೂರಿನ ರಾಜ್ಯವನ್ನು ಆಕ್ರಮಿಸುವಂತೆ ವಿನಂತಿಸಿಕೊಂಡನು. ಹಾಗೂ ನೋಡಿ ಡಾ ಎಸ್ ಕೆ ಅಯ್ಯಂಗಾರ್ ಇವರ ಅಭಿಪ್ರಾಯ ಮೇಲಿನ ಕೃತಿಯಲ್ಲಿನ ಅವರ ಮುನ್ನುಡಿ. ಪುಟ 22.

2. ಎಪಿಗ್ರಾಫಿಯಾ ಕರ್ನಾಟಕ (ಎಕ) ಸಂಪುಟ IV ವೈಡಿ 5 ಪುಟ 52, ಸುಮಾರು 1642. ಬರ್ಟ್ರಾಂಡ್: ಉದ್ಧರಿತ ಪುಟ 267.

3. ದಿ ನಾಯಕಾಸ್ ಆಫ್ ಮದುರಾ" ಮುನ್ನುಡಿ ಪುಟ 21.

4. ಮೈಸೂರು ದೊರೆಗಳ ವಂಶಾವಳಿ (ಮೈದೊವಂ) ಹಸ್ತಪ್ರತಿ ಪುಟಗಳು 34, 40–41; ಕಂಠೀರವ ನರಸರಾಜ ವಿಜಯಂ (ಕೆಎನ್‌ವಿ) ಗೋವಿಂದ ವೈದ್ಯ, ಪುಟಗಳು, 198–284.

5. "ಗೋವುಗಳನ್ನು ಸೆದೆಬಡಿದು ಧರೆಯಯೊಳಿಹ
ದೇವತಾ ಶಿಲೆಗಳನೊಡೆದು
ಪಾವನ ಸಾಧ್ವಿಯರನು ಭಂಗಕೆ ತಂದು
ಹಾವಳಿಯನ್ನು ಮಾಡಿದರು.
ಅಂದಿನ ಖಳರೀಗ ಬಂದು ತುರಕರಾಗಿ
ಮುಂದುಗೆಡಿಸು, ಗೋದ್ವಿಜರ!
ಕೊಂದು ಕೂಗುತ ಧರ್ಮ ಪಂದವನಳಿದರು.
ಆಳಿದರು ಹವ್ಯಕವ ವೇದಶಾಸ್ತ್ರವ
ಪಳಿದು ಪತಿವ್ರತೆಯರನು

6. ಎಕ ಸಂಪುಟ III ಎಸ್‌ಆರ್ 103 ಸು 1646.

7. ಕೆಎನ್‌ವಿ ಅಧ್ಯಾಯ XVI ಚರಣ 92. ಇದು ಕೆಳಗಿನಂತಿದೆ.
"ನರರಕಸರ ಸಂಹರಿಸಿ ಭೂಭಾರವ
ಪರಿಹರಿಸುವೋಕ್ಕೈತಂದೆ
ನರರೂಪಿ ನರಸಿಂಹ ನರಸರಾಜೇಂದ್ರ ನೆಂದರೆ ಪೊಗಳಿತು ಸರ್ವ ಜನವು

ಚರಣ 93 ಕೆಳಗಿನಂತಿದೆ

ಪಟ್ಟಣ ಖಳವಶವಾಗೆ ಕೆರ್ನಾಟಕ,
ಕೆಟ್ಟು ನಮ್ಮಯ ರಾಜಸಿರಿಗೆ

ಮುಟ್ಟುಡೆಯಾಗುವಂದದ, ನಿಲಿಸಿದನೆಂದು
ಸೃಷ್ಟೀಸರು ಪೊಗಳಿದರು

ಚರಣ 94 ಹೀಗೆ ಮುಂದುವರೆಯುತ್ತದೆ
ತೀವಿದ ಪುಣ್ಯಸ್ಥಳದ ರಾಜ್ಯವ ಪಾಪ ಜೀವಿಗಳಿಗೆ ವಶಗೊಡೆದೆ ।
ದೇವಬ್ರಾಹ್ಮಣರ ಪಿರಿದು ರಕ್ಷಿಸಿದ ನೀ ಭೂವರನೆಂಬುದು ಲೋಕ ॥

ಕೆಎನ್‌ವಿ ಅಧ್ಯಾಯ XVII ಚರಣ : 5
ಧರೆಗೆ ದುರ್ಜನರಾದ ತುರಕರ ಬಲವನು ಹರಿಹಂಚಿ ಮಾಡಿ ಯೋಡಿಸಿದ
ದೊರೆರಾಯ ನರಸ ರಾಜೇಂದ್ರ

ವೆಂಕಟರಮಣಯ್ಯ ಮತ್ತು ಇತರರು : "ಮೈಸೂರು ದೊರೆಗಳ

ಪೂರ್ವ ವಂಶಾವಳಿ: ಆನಲ್ಸ್ ಆಫ್ ದಿ ಮೈಸೂರ್ ರಾಯಲ್ ಫ್ಯಾಮಿಲಿ : ಪುಟಗಳು 76, 86

8. ಎಂಎಆರ್ IV ವೈಡಿ 43, ಪುಟ 148 ಸು 1667

9. ಎಕ ಸಂಪುಟ IV ವೈಡಿ 43, ಪುಟ 148, ಸು 1667

10. ಎಂ ಎ ಆರ್, 1917, ಪುಟ 34, ಸಾಲುಗಳು 21 ಮತ್ತು 22

11. ಮಲ್ಲಿಕಾರ್ಜುನ: "ಶ್ರೀರಂಗ ಮಹಾತ್ಮ್ಯ" ಎಂಎಸ್ಎಸ್ ಪುಟ 27

12. ತಿರುಮಲಾರ್ಯ: "ಅಪ್ರತಿಮ ವೀರ ಚರಿತಂ" 1 ಪುಟ 30; III ಪುಟ 28 ಮತ್ತು ಚಿಕ್ಕದೇವರಾಜ ಬಿನ್ನಪಂ" ಪುಟ 2 IV 10 ಮತ್ತು ಹಾಗೆ ಎಕ III ಎಸ್‌ಆರ್ 64 ಎಕ XIV ಎಂವೈಎಸ್ 15, P. 79. ಕರ್ನಲ್ ವಿಲ್ಕ್ಸ್ "ಹಿಸ್ಟರಿ ಆಫ್ ಮೈಸೂರು" ಸಂಪುಟ 1 ಪುಟ 149 ಹಾಗೆ ಕ್ಯುಜೆಎಂಎಸ್ "ಕೃಷ್ಣರಾಜ ಸ್ಮರಣ ಸಂಚಿಕೆ" 1940 ಪುಟಗಳು 380–85; ಶಿವಾಜಿ ಎಂಡ್ ದಿ ಮೈಸೂರ್ ರಾಜ್" ಡಾ.ಎಂ.ಎಚ್. ಕೃಷ್ಣ.

13. ಆನ್ನಲ್ಸ್ ಪುಟಗಳು 114, 160.

14. ಚಿ ವಂ ಪುಟ 160: ಅನಲ್ಸ್ ಪು 157; ಎಂಎಆರ್ 1918 ಪು 58

15. ಕೆಎನ್‌ವಿ ಅಧ್ಯಾಯ 1, ಚರಣ 21, ಅಧ್ಯಾಯ 31, ಚರಣ 35; ಚಿ ವಂ ಪುಟ 166, ಎ ಕ III ಎಸ್‌ಆರ್ 94; ಚಿದಾನಂದ ಕವಿ 'ಮುನಿವಂಶಾಭ್ಯುದಯ" ಎಂಎಸ್ಎಸ್ ಪುಟ 25, ಅಧ್ಯಾಯ II ಚರಣ 85; ಎಕ XIV ಎಂವೈಎಸ್ 115, ಪಿ III.

16. ಕೆನವಿ ಅಧ್ಯಾಯ III, ಚರಣ 20, 21; ಅಧ್ಯಾಯ IV, ಚರಣ 107, ಅಧ್ಯಾಯ IX, ಚರಣ 3, ಅಧ್ಯಾಯ XX ಚರಣ 1 ಮತ್ತು ಅಧ್ಯಾಯ XXVI, ಚರಣ 40.

ಮೈಸೂರು ದೊರೆಗಳ ವಂಶಾವಳಿ ಎಂಎಸ್ಎಸ್ ಪುಟ 23 ಎಕ ಸಂಪುಟ IV ಭಾಗ II ಜಿಯು 6 ಪುಟ 117; ಮುನಿವಂಶಾಭ್ಯುದಯ ಎಂಎಸ್ಎಸ್ ಪುಟ 18, ಅಧ್ಯಾಯ II ಚರಣ 7.

ಅನಲ್ಸ್: ಪುಟ 14, 17, 63 ಮತ್ತು 93 ಮೈಸೂರು ದೊರೆಗಳ ಪೂರ್ವಾಭ್ಯುದಯ ಎಂಎಸ್‌ಎಸ್ ಪುಟ 29.

17. ಎಕ ಸಂಪುಟ V ಭಾಗ I ಎಜಿ 64 ಸು 1647.

18. ಕೆಎನ್‌ವಿ ಅದೇ

19. ಎಕ ಸಂಪುಟ III, ಎಸ್‌ಆರ್ 151, ಎಸ್‌ಆರ್ 103, ಎಂಎಆರ್ 1917, ಪುಟ 34.

20. ಎಕ ಸಂಪುಟ IV, ವೈಡಿ 54.

21. ಆನಲ್ಸ್: ಪುಟ 45, 45, ಮೈಸೂರು ದೊರೆಗಳ ವಂಶಾವಳಿ, ಎಂಎಸ್‌ಎಸ್ ಪುಟ 32, ಮೈಸೂರು ದೊರೆಗಳ ಪೂರ್ವಾಭ್ಯುದಯ, ಎಂಎಸ್‌ಎಸ್ ಪುಟ 22.

22. ಚಿ ವಂ ಪುಟಗಳು 187–88,

"ಮಕ್ಕಳೋಲ್ ಮರುಕದಿಂ ಪ್ರಜೆಯಂ ಕಾಪಿಡುವುದು .. .. ಭೋಗಿಸದೆ ಫಲಮೆಂದೆಣಿಸಿದೆ ದೇವರು ಪಾರ್ವರಂ ಪೊರೆದೆವರ ಸೇವೆಗೆಯ್ದುದುಂ"

23. ಎಕ ಸಂಪುಟ IV, ವೈಡಿ 54 ಮತ್ತು ಎಕ ಸಂಪುಟ III, ಎಸ್‌ಆರ್ 14.

24. ಎಕ ಸಂಪುಟ III, ಎಸ್‌ಆರ್ 103, ಪುಟ 95.

25. ರಂಗಸ್ವಾಮಿ ಅಯ್ಯಂಗಾರ್, ಕೆ.ವಿ. 'ರಾಜಧರ್ಮ' ಪುಟಗಳು 102–04.

26. ಜಾತಿ ಶಂಕರವಿಲ್ಲ ಜಡದೇಹಿಗಳಲ್ಲ

ನೀತಿ ಹೀನರು .... ಘಾತುಕರಿಲ್ಲ ದುರ್ಜನರಿಲ್ಲ

ಕರ್ಣಾಟ ರೀತಿಯ ನೆಂತು ಬಣ್ಣಿಪೆನು .. ..

ಕೆಎನ್‌ವಿ ಅಧ್ಯಾಯ III ಚರಣ 16

ಸ್ನಾನಸಂಧ್ಯಾವಂದನೆ, ಜಪತಪಗಳ ಮೌನವೆ

ಮಾಡಿ ರಾಜಿಸುವ ಜ್ಞಾನಾಧಿಕರಿಂದ

ಅದೆ ಅಧ್ಯಾಯ V ಚರಣ 50

ಆರು ಶಾಸ್ತ್ರವು ನಾಲ್ಕು ವೇದಪುರಾಣದ

ಸಾರದರ್ಥವ, ನಿರ್ಣೈಸಿ

ತೋರಿವಾಚಿಸುವ ಬ್ರಾಹ್ಮಣ .. ..

ಅದೇ ಅಧ್ಯಾಯ VI ಚರಣ 41

ಹಾಗೆಯೆ ನೋಡಿ ಕೆಎನ್‌ವಿ ಅಧ್ಯಾಯ II ಚರಣ 74; ಅಧ್ಯಾಯ III ಚರಣಗಳು 5 ಮತ್ತು 102, ಅಧ್ಯಾಯ IV ಚರಣಗಳು 84, 100, 105; ಅಧ್ಯಾಯ VI ಚರಣಗಳು 50–58, ಅಧ್ಯಾಯ XVIII ಚರಣಗಳು 36, 36, ಅಧ್ಯಾಯ XXIII ಚರಣಗಳು 32, 38, 40.

27. ಚಿಕ್ಕದೇವರಾಜ ವಿಜಯಂ; ಅಧ್ಯಾಯ V ಚರಣಗಳು 170, ಎಕ ಸಂಪುಟ IV ವೈಡಿ 54, ಸು 1666, ಪುಟ 157, ಎಂಎಆರ್ 1934 ಸಂಖ್ಯೆ 39 ಸುಮಾರು 1667, ಪುಟ 161.

28. ಚಿವಂ ಪುಟಗಳು 160, 188–89.

"ಕೃಷ್ಣನಂತೆ ಧರ್ಮಪ್ರತಿಷ್ಠಾಪನಂ ಗೆಯ್ವಂ'

ಅಪ್ರತಿಮ ವೀರ ಚರಿತೆ, ಚರಣಗಳು 149, 151

ಚಿಕ್ಕದೇವರಾಜ ಬಿನ್ನಪಂ, ಪುಟಗಳು 3, 33

ಮುನಿವಂಶಾಭ್ಯುದಯ, ಅಧ್ಯಾಯ 1, ಚರಣ 155

ಸರ್ವವರ್ಣಾಶ್ರಮಪಾಲನ ಪೂರ್ವಿಕ, ಊರ್ಮಿಯ ಪಾಲಿಪುದೊಂದು ...."

ಗೀತಗೋಪಾಲಂ ಪುಟಗಳು 3, 58

29. ಎಂಎಆರ್ 1938 ಪುಟಗಳು 77–79.

30 ಮತ್ತು 31 ಆನ್ನಲ್ಸ್ ಪುಟಗಳು 129–130.

32 ಚಿ ವಂ ಪುಟಗಳು 24, 64–65 ಮೈಸೂರು ದೊರೆಗಳ ಪೂರ್ವಾಭ್ಯುದಯ ಎಂಎಸ್ಎಸ್ ಪುಟ 16 ಎಕ ಸಂಪುಟ III ಎಸ್‌ಆರ್ 103, ಸುಮಾರು 1647 ಕೆಎನ್‌ವಿ ಅಧ್ಯಾಯ XXVI ಚರಣಗಳು 6–7, 31–32.

33. ಚಿಕ್ಕವಂಶ ಮೇಲಿನದೇ ಪುಟ 65.

34. ಎಕ ಸಂಪುಟ III ಎಸ್‌ಆರ್ 103, ಸುಮಾರು 1647; ಕೆಎನ್‌ವಿ ಅಧ್ಯಾಯ XXVI ಚರಣಗಳು 6–7, 31–32.

35, ಕೆಎನ್‌ವಿ ಅಧ್ಯಾಯ XXVI ಚರಣ 15.

36. ಅದೇ, ಚರಣ 8.

37. ಆನ್ನಲ್ಸ್ ಪುಟಗಳು 92–93; ಕೆಎನ್‌ವಿ ಅಧ್ಯಾಯ VII ಚರಣಗಳು 63, 79, ಅಧ್ಯಾಯ XXVI ಚರಣಗಳು 6–8 ಮೈಸೂರು ದೊರೆಗಳ ವಂಶಾವಳಿ ಎಂಎಸ್ಎಸ್ ಪುಟ–19.

38. ಕೆಎನ್‌ವಿ ಅಧ್ಯಾಯ XXVI ಚರಣ 6.

39. ಅನ್ನಲ್ಸ್ ಪುಟಗಳು 21, 100; ಚಿವಂ ಪುಟ 121.

40. ಮುನಿವಂ ಎಂಎಸ್‌ಎಸ್ ಪುಟಗಳು 1922. ಎಕ ಸಂಪುಟ II ಎಸ್‌ಬಿ, 250, ಪುಟ 106; ಸಂಖ್ಯೆ 352, 1634, ಪುಟಗಳು 155–6; ಆನ್ನಲ್ಸ್ ಪುಟ 60.

41. ಕೆಎನ್‌ವಿ ಅಧ್ಯಾಯ VII ಚರಣ 63.

42. ಅದೇ ಅಧ್ಯಾಯ IV ಚರಣ 96; ಅನ್ನಲ್ಸ್ ಪುಟಗಳು 78–79.

43. ಎಕ ಸಂಪುಟ III ಎಸ್‌ಆರ್ 103 ಸು 1646 ಪುಟ 95, ಆನ್ನಲ್ಸ್ ಪುಟ 79.

44. ಅದೇ ಸಂಪುಟ IV ವೈಡಿ 5; ಸಂಪುಟ III ಎಸ್‌ಆರ್ 103; ಸಂಪುಟ V ಎಜಿ64.

45. ಅದೇ ಸಂಪುಟ IV, ವೈಡಿ 54 ಸುಮಾರು 1666 ಪುಟಗಳು 156–60; ಎಂಎಆರ್ 1936 ಸಂಖ್ಯೆ 48, ಸುಮಾರು 1662 ಪುಟಗಳು 122–24; ಎಂಎಆರ್ 1941, ಸಂಖ್ಯೆ 24, ಪುಟಗಳು 174–75; ಎಕ ಸಂಪುಟ III ಎನ್‌ಜೆ 56, ಸುಮಾರು 1662; ಸಂಖ್ಯೆ 81; ಪು. 341; ಎಸ್‌ಐಐ (1936) ಸಂಪುಟ IX ಸಂಖ್ಯೆ 108 ಸುಮಾರು 1662 ಪುಟಗಳು 89, 92; ಎಸ್‌ಐಐ (1941) ಸಂಪುಟ IX ಪುಟ 693. ಸಂಖ್ಯೆ 703 ಇತರೆ.

46. ಎಕ ಸಂಪುಟ XIV ಎಂವೈಎಸ್ 115, ಪುಟ 199 ಸುಮಾರು 1674 ಪುಟಗಳು 99, 112. ಎಂಎಆರ್ 1911–12 ಪುಟಗಳು 56–57.

47. ಮುನಿವಂಶಾಭ್ಯುದಯಂ ಎಂಎಸ್‌ಎಸ್ ಚರಣ 151.

48. ಗೀತಗೋಪಾಲ ಪುಟ 51.

49. ಮೈಸೂರು ಗೆಜೆಟಿಯರ್, ಸಂಪುಟ II ಭಾಗ IV, ಪುಟ 2462

50. ಆನ್ನಲ್ಸ್, ಪುಟಗಳು 137–42; ಎಕ ಸಂಪುಟ XIV ಎಂವೈಎಸ್ ಸಂಖ್ಯೆ 115.

51. ಬೆಳಗೊಳದ ಗೊಮ್ಮಟೇಶ್ವರ ಚರಿತ್ರೆ ಎಂಎಸ್‌ಎಸ್ ಪುಟಗಳು 100–109 ಎಕ ಸಂಪುಟ II ಎಸ್‌ಬಿ ಸಂಖ್ಯೆ 365; ಎಂಎಆರ್ 1907–08, ಪುಟ 23 ಎಕ ಸಂಪುಟ IV ಎನ್‌ಜಿ 43, ಎಂಎಆರ್ 1934, ಪುಟ 52.

52. ವಿಲ್ಕ್ಸ್ "ಹಿಸ್ಟರಿ ಆಫ್ ಮೈಸೂರು" (1910) ಸಂಪುಟ 1 ಪುಟಗಳು 206–08.

53. ದೇವಚಂದ್ರ "ರಾಜಾವಳಿ ಕಥಾ" (1839) ಅಧ್ಯಾಯ XII, ಪುಟಗಳು 482–85; 487–88.

54. ಎಕ ಸಂಪುಟ II (ಪರಿಷ್ಕೃತ) ಎಸ್‌ಬಿ 344; ಹಾಗೇಯೆ ನೋಡಿ ಎಕ ಸಂಪುಟ IX ಎಂಜಿ 181.

"ಒಡೆಯರ ಎರಡು ಶತಮಾನಗಳ ಆಡಳಿತದ ಮೈಸೂರಿನಲ್ಲಿ ಜೈನ ಧರ್ಮ; 1578-1760"[1*]

ಡಿ.ಎಸ್. ಅಚ್ಚುತ ರಾವ್

ಈ ವಿಷಯ ಕುರಿತು ನಮ್ಮ ಅಧ್ಯಯನಕ್ಕೆ ಲಭ್ಯವಿರುವ ಪ್ರಮುಖ ಆಧಾರಗಳು ಶಾಸನಗಳು ಮತ್ತು ಸಾಹಿತ್ಯ. ಲೂಯಿ ರೈಸ್ ಮತ್ತು ರಾವ್ ಬಹಾದ್ದೂರ್ ಆರ್. ನರಸಿಂಹಾಚಾರ್ ಸಂಪಾದಿಸಿರುವ ಎಪಿಗ್ರಾಫಿಯ ಕರ್ನಾಟಕ, ಮತ್ತು ಶ್ರವಣಬೆಳಗೊಳ ಸಂಪುಟದಲ್ಲಿರುವ ಅನೇಕ ಶಾಸನಗಳು ಮತ್ತು ಮೈಸೂರು ಪುರಾತತ್ವ ವರದಿ ಪ್ರಮುಖವಾಗಿವೆ. ಸಾಹಿತ್ಯ ಆಧಾರಗಳಲ್ಲಿ' ಮುನಿವಂಶಾಭ್ಯುದಯ, ಬೆಳಗೊಳದ ಗೊಮ್ಮಟೇಶ್ವರ ಚರಿತ್ರೆ ಮತ್ತು ರಾಜಾವಳಿಕಥಾ ಉಲ್ಲೇಖಾರ್ಹ ಕೃತಿಗಳು.

ಮುನಿವಂಶಾಭ್ಯುದಯ (ಸುಮಾರು 1700[1])

ಶ್ರವಣಬೆಳಗೊಳದ ಜೈನಮಠದ ಮಠಾಧಿಪತಿಯಾಗಿದ್ದ ಚಾರುಕೀರ್ತಿ ಪಂಡಿತ ಯೋಗೀಂದ್ರರ ಉತ್ತರಾಧಿಕಾರಿ ಮತ್ತು ಜೈನ ಕವಿಯೂ ಆಗಿದ್ದ ಚಿದಾನಂದ ಕನ್ನಡದಲ್ಲಿ ಈ ಕಾವ್ಯವನ್ನು ರಚಿಸಿದನು. ಇವನು ಕವಿ ಚಿಕ್ಕದೇವರಾಜನ (1673-1704) ಸಮಕಾಲೀನನಾಗಿದ್ದನು. ಈ ಕೃತಿಯನ್ನು ಆಶ್ರಯದಾತನಿಗೆ ಅರ್ಪಿಸಲಾಗಿದೆ. ಇದು ಸಾಂಗತ್ಯ ಶೈಲಿಯಲ್ಲಿ ರಚಿಸಲ್ಪಟ್ಟಿದೆ. ಯಾವ ವರ್ಷದಲ್ಲಿ ಇದು ರಚಿಸಲ್ಪಟ್ಟಿತು ಎಂಬುದರ ಕುರಿತು ಈ ಕೃತಿಯಲ್ಲಿ ಮಾಹಿತಿ ಲಭ್ಯವಿಲ್ಲ. ಆದರೆ ಕೃತಿಯಲ್ಲಿನ ವಿವರಣೆಗಳ ಹಿನ್ನೆಲೆಯಲ್ಲಿ ಇದು 17ನೇ ಶತಮಾನದ ಕೊನೆಯಲ್ಲಿ ರಚಿಸಲ್ಪಟ್ಟಿದೆ ಎಂದು ನಿರ್ಧರಿಸಬಹುದಾಗಿದೆ. ಲೂಯಿ ರೈಸ್ ಇದನ್ನು ಸು 1680ರ ಕಾಲದ್ದೆಂದು ನಿರ್ಧರಿಸಿದ್ದಾರೆ.[2] ಐದು ಅಧ್ಯಾಯಗಳಿರುವ ಈ ಕಾವ್ಯ ಅಪೂರ್ಣವಾಗಿದೆ. ಈ ಕೃತಿ ವರ್ಧಮಾನದ ಕಾಲದಿಂದ ಶ್ರವಣಬೆಳಗೊಳದಲ್ಲಿನ ಜೈನ ಮಠದ ಮಠಾಧಿಪತಿಯಾಗಿದ್ದ ಮತ್ತು ದಕ್ಷಿಣಾಚಾರ್ಯ ಪೀಠದ ಮುಖ್ಯಸ್ಥನಾಗಿದ್ದ ಚಾರುಕೀರ್ತಿ ಪಂಡಿತ ಯೋಗೀಂದ್ರನ ಕಾಲದವರೆಗಿನ ಚರಿತ್ರೆಯನ್ನು ಗುರುತಿಸುತ್ತದೆ. ಇದಲ್ಲದೆ, ಈ ಕಾವ್ಯ ಚಿಕ್ಕದೇವರಾಜನ ಆಡಳಿತವನ್ನು ಪ್ರಶಂಸಿಸುವ ಕೃತಿಯೂ ಆಗಿದೆ. ಮೈಸೂರಿನ ಆಡಳಿತ ನಿರ್ವಹಿಸಿದ ರಾಜರು ಮತ್ತು ಶ್ರವಣಬೆಳಗೊಳದ ಮಠಾಧಿಪತಿಗಳ ನಡುವೆ ಅಸ್ತಿತ್ವದಲ್ಲಿದ್ದ ಸಂಬಂಧಗಳನ್ನು ಕುರಿತು ಇದು ಮಾಹಿತಿ ಒದಗಿಸುತ್ತದೆ. ಮೈಸೂರು ರಾಜ್ಯದಲ್ಲಿನ ಜೈನಧರ್ಮದ ಸ್ಥಿತಿಗತಿಗಳ ಕುರಿತು ನಮಗೆ ಈ ಕೃತಿ ಪ್ರಮುಖ ಮಾಹಿತಿಗಳನ್ನು ನೀಡುತ್ತದೆ.

1* "ಒಡೆಯರ ಎರಡು ಶತಮಾನಗಳ ಆಡಳಿತದ ಮೈಸೂರಿನಲ್ಲಿ ಜೈನಧರ್ಮ 1578-1760," ಅಖಿಲ ಭಾರತೀಯ ಪೌರ್ವಾತ್ಯ ಸಮ್ಮೇಳನ, ಶ್ರೀನಗರ ಅಧಿವೇಶನ, ಅಕ್ಟೋಬರ್ 1961,

ಬೆಳಗೊಳದ ಗೊಮ್ಮಟೇಶ್ವರ ಚರಿತ್ರೆ ಸುಮಾರು 1780[3]

ಇದು ಸ್ಥಳಪುರಾಣ ಅಥವಾ ಮಹಾತ್ಮೆಯ ರೀತಿಯಲ್ಲಿದೆ. ಅನಂತ ಕವಿ ಇದರ ಕರ್ತೃ. ಇದು ಕನ್ನಡದಲ್ಲಿದೆ. ಲೂಯಿ ರೈಸ್ ಇದು ಸುಮಾರು 1600ರ ಕಾಲದ್ದೆಂದು ನಿರ್ಧರಿಸಿದ್ದಾರೆ.[4] ತರುವಾಯದ ಕಾಲಘಟ್ಟದಲ್ಲಿನ ವಿದ್ಯಮಾನಗಳ ಕುರಿತು ಈ ಕೃತಿ ವಿವರಿಸುವುದರಿಂದ ಇದು ನಂತರದ ಕಾಲದ್ದೆಂದು ಅಭಿಪ್ರಾಯಪಡಬಹುದಾಗಿದೆ. ಹದಿನೆಂಟನೆ ಶತಮಾನದ ಕೊನೆಯ ದಶಕಗಳಲಿ ಇದರ ರಚನೆಯಾಯಿತು ಮತ್ತು ಇದು 'ಮುನಿವಂಶಾಭ್ಯುದಯ' ರಚನೆಯಾದ ತರುವಾಯದ ಕಾಲಘಟ್ಟಕ್ಕೆ ಸೇರಿದುದಾಗಿದೆ ಎಂದೂ ಹೇಳಬಹುದಾಗಿದೆ.[5] ಹೀಗಿದ್ದರೂ, ಕೃತಿಯಲ್ಲಿನ ವಿವರಣೆಗಳು ಕಾಲಾನುಕ್ರಮವಾಗಿ ಘಟನೆಗಳನ್ನು ನಿರೂಪಿಸಿರುವುದು ಕಂಡು ಬಂದಿಲ್ಲ. ಮಹಾರಾಜರು ಮತ್ತು ಅಧಿಕಾರಿಗಳು ಜೈನಧರ್ಮಕ್ಕೆ ನೀಡಿದ ಪ್ರೋತ್ಸಾಹ ಮತ್ತು ಆ ಸ್ಥಳದ ಜಾತ್ರೆಗಳು ಮತ್ತು ಹಬ್ಬಗಳ ಬಗ್ಗೆ ಈ ಕೃತಿ ಮಾಹಿತಿ ನೀಡುತ್ತದೆ.

ರಾಜಾವಳಿ ಕಥಾ (ಸುಮಾರು 1838[6])

ಮಹಾರಾಜರು ಮತ್ತು ರಾಜಸಂತತಿ ಕುರಿತಾದ ವಿವರಣೆಯನ್ನು ಈ ಕೃತಿ ಒಳಗೊಂಡಿದೆ. 1804–1838ರ ಕಾಲದಲ್ಲಿ ಮುಮ್ಮಡಿ ಕೃಷ್ಣರಾಜ ಒಡೆಯರ ಅವಧಿಯಲ್ಲಿ ಈ ಕೃತಿ 'ರಚಿಸಲ್ಪಟ್ಟಿತು. ಜೈನನಾಗಿದ್ದ ದೇವಚಂದ್ರ ಈ ಕೃತಿಯ ಕರ್ತೃ. ಖಾಸಾ ಚಾಮರಾಜನ (ಸುಮಾರು 1776–1796) ರಾಣಿಯಾಗಿದ್ದ ದೇವಿರಾಂಬಿಕೆಯ ಒತ್ತಾಸೆಯ ಮೇರೆಗೆ ಈ ಕೃತಿಯನ್ನು ರಚಿಸಬೇಕಾಯಿತೆಂದು ಕೃತಿಕಾರ ತಿಳಿಸಿದ್ದಾನೆ. ಒಂದು ಪ್ರಮುಖ ಅನುಷಂಗಿಕ ಆಧಾರವಾಗಿರುವ ಇದರ ಮೌಲ್ಯವನ್ನು ನಾವು ಅಲ್ಲಗೆಳೆಯಲಾಗದು.

ಮೈಸೂರಿನಲ್ಲಿ ಜೈನಧರ್ಮದ ಏಳಿಗೆ

ಮೌಖಿಕ ಪರಂಪರೆಯಲ್ಲಿನ ಕಥಾನಕಗಳಂತೆ ಎರಡು ಸಾವಿರ ವರ್ಷಗಳಿಗಿಂತಲೂ ಹಿಂದೆ ಮಗಧ ಸಾಮ್ರಾಜ್ಯದ ಜೈನರು ತಮ್ಮ ಗುರು ಭದ್ರಬಾಹು ಶ್ರುತ ಕೇವಲಿಯನ್ನು ಅನುಸರಿಸಿ ದಕ್ಷಿಣಕ್ಕೆ ವಲಸೆ ಬಂದು ಮೈಸೂರಿನ ಹೃದಯಭಾಗ ಪ್ರದೇಶದಲ್ಲಿ ಆಶ್ರಯವನ್ನು ಪಡೆದರು. ತರುವಾಯ ಒಂದು ಸಾವಿರ ವರ್ಷಗಳಲ್ಲಿ ಜೈನಧರ್ಮ ಒಂದು ಪ್ರಬಲ ಧರ್ಮವಾಗಿ ಈ ಪ್ರದೇಶದಲ್ಲಿ ಕಂಡು ಬಂದಿತು. ಪ್ರಾರಂಭಿಕ ಚಾಳುಕ್ಯರು, ಗಂಗರು ಮತ್ತು ಹೊಯ್ಸಳರ ಅವಧಿಯಲ್ಲಿ ಅದು ಪ್ರಮುಖ ಸ್ಥಾನವನ್ನು ಗಳಿಸಿಕೊಂಡಿತು. ಹನ್ನೆರಡನೆಯ ಶತಮಾನದಲ್ಲಿ ವೈಷ್ಣವಧರ್ಮ, ಶೈವಧರ್ಮ ಮತ್ತು ವೀರಶೈವ ಧರ್ಮಗಳೊಂದಿಗೆ ಏಳಿಗೆ ಹೊಂದಿದ ಧಾರ್ಮಿಕ ಚಳವಳಿಯ ಪ್ರಗತಿಯೊಂದಿಗೆ ಇದು ಪತನದ ಹಾದಿಯನ್ನು ಹಿಡಿಯಿತು.[7] ತನ್ನ ಸಮಕಾಲೀನ ಬೌದ್ಧಧರ್ಮದ ರೀತಿಯಲ್ಲಿ ಸ್ವಮತ ಪೂರ್ವಾಗ್ರಹ ಮತ್ತು ಅನ್ಯಮತ ದ್ವೇಷ ಭಾವನೆಯಿದ್ದಾಗಲೂ ಇದು ಸಂಪೂರ್ಣವಾಗಿ ಕಣ್ಮರೆಯಾಗಲಿಲ್ಲ. ಆದರೂ ಒಂದು ಕ್ರಿಯಾಶೀಲ ಮತವಾಗಿ ಜನರ ಜೀವನ ಮತ್ತು ಆಲೋಚನೆಯ ಮೇಲೆ ಪ್ರಭಾವ ಬೀರುವ ಧರ್ಮವಾಗಿ ಮುಂದುವರೆಯಿತು. ಸನ್ಯಾಸಿಗಳನ್ನು ಹೊಂದಿದ್ದ ಒಂದು ಸಣ್ಣ ಗುಂಪು, ಮತ್ತು ಇವರ ಅನುಯಾಯಿಗಳು, ಅನ್ಯ ಮತಗಳಿಗಿಂತ ಅಲ್ಪ ಪ್ರಾಮುಖ್ಯತೆಯಿದ್ದಾಗಲೂ ಶ್ರವಣಬೆಳಗೊಳ

ಜೈನಧರ್ಮದ ಒಂದು ಪ್ರಮುಖ ಕೇಂದ್ರವಾಗಿ ದೇಶದಾದ್ಯಂತ ಅನುಯಾಯಿಗಳನ್ನು ತನ್ನೆಡೆಗೆ ಸೆಳೆಯಿತು.

ಮೈಸೂರಿನ ಒಡೆಯರು ಮತ್ತು ಜೈನಧರ್ಮ

ಮೈಸೂರಿನ ಒಡೆಯರು, ತಮ್ಮ ಖ್ಯಾತಿವೆತ್ತ ಪೂರ್ವಿಕರಾಗಿದ್ದ ವಿಜಯನಗರ ಅರಸರ ಸಾಂಸ್ಕೃತಿಕ ಪರಂಪರೆಗಳನ್ನು ಮುಂದುವರೆಸಿದರೂ, ತಮ್ಮ ಧಾರ್ಮಿಕ ಸಹಿಷ್ಣುತೆಗೆ ಹೆಸರಾಗಿದ್ದರು. ಕೆಲವು ಅರಸರು ಶ್ರೀವೈಷ್ಣವ ಧರ್ಮ ಅಥವಾ ಶೈವಧರ್ಮಕ್ಕೆ ಹೆಚ್ಚು ಒಲವನ್ನು ತೋರಿದ್ದರೂ, ಸಕಲ ಮತಧರ್ಮಗಳಿಗೆ ಸಮಾನ ಪ್ರೋತ್ಸಾಹಗಳನ್ನು ನೀಡಿದ್ದರು. ಮತೀಯ ಪೂರ್ವಾಗ್ರಹಗಳಿಂದ ಭಿನ್ನವಾಗಿ ಏಳಿಗೆ ಸಾಧಿಸಿದ ಅವರಿಗೆ ಈ ನೀತಿ ಸಮಕಾಲೀನ ಯುಗದ ಜನರ ಮೇಲೆ ಪ್ರಭುತ್ವ ಸಾಧಿಸುವುದಕ್ಕೆ ಸಹಕರಿಸಿತು. ವಿವಿಧ ಧರ್ಮ ಮತ್ತು ಮತಗಳ ನಡುವೆ ಸಮನ್ವಯ ಸಾಧಿಸುವ ನಿಟ್ಟಿನಲ್ಲಿ ರಾಜ್ಯದ ಧಾರ್ಮಿಕ ವ್ಯವಹಾರಗಳ ಬಗೆಗೆ ಒಂದು ನೀತಿಯನ್ನು ಅಳವಡಿಸಿಕೊಂಡಿತು. ಉಳಿದ ಮತಗಳಂತೆ ಅರಸರ ಪ್ರೋತ್ಸಾಹಗಳಿಸಿತು, ಮಾತ್ರವಲ್ಲದೆ ಅವರ ಗಮನವನ್ನು ಸೆಳೆಯಿತು.

ಈ ರಾಜವಂಶದ ಮೊದಲ ಪ್ರಮುಖ ಅರಸನಾಗಿದ್ದ ರಾಜ ಒಡೆಯರ್ (1578–1617) ವೈಷ್ಣವನಾಗಿದ್ದರೂ, ಜೈನರ ಕುರಿತು ಆಸಕ್ತಿಯನ್ನು ತಾಳಿದನು. ಶ್ರೀರಂಗಪಟ್ಟಣದ ಜೈನರ ಬಸದಿ ಮತ್ತು ಜೈನರಿಗೆ ಕಂದಾಯ ರಹಿತ ಭೂದಾನವನ್ನು ನೀಡಿದನಲ್ಲದೆ, ಕನಕಗಿರಿಯಲ್ಲಿನ ಬಸದಿಗೆ ಒಂದು ಪ್ರಾಕಾರವನ್ನು ನಿರ್ಮಿಸಿಕೊಟ್ಟನು.[8]

ಈತನ ಉತ್ತರಾಧಿಕಾರಿ ಚಾಮರಾಜ (1617–1637) ಸಂಪ್ರದಾಯವಾದಿ ವೈಷ್ಣವನಾಗಿದ್ದನು. ಹೀಗಿದ್ದರೂ ಜೈನಧರ್ಮ ಆತನ ವೈಯುಕ್ತಿಕ ಆಸಕ್ತಿಯನ್ನು ಪಡೆದುಕೊಂಡಿತು. ಈತನ ದಯಾಕಾರುಣ್ಯಕ್ಕಾಗಿ ಆ ಧರ್ಮದ ಅನುಯಾಯಿಗಳು ಆತನನ್ನು 'ಷಡ್‌ದರ್ಶನಧರ್ಮ – ಸ್ಥಾಪನಾಚಾರ್ಯ' (ಆರು ದರ್ಶನಗಳು ಅಥವಾ ತತ್ವಗಳ ಆಧಾರದ ಮೇಲೆ ಧರ್ಮವನ್ನು ಸ್ಥಾಪಿಸಿದವನು) ಮತ್ತು 'ಷಡ್‌ದರ್ಶನ ಚಕ್ರೇಶ್ವರ' (ಆರು ರೀತಿಯ ಧರ್ಮ ಅಥವಾ ಮತಗಳನ್ನು ಸ್ಥಾಪಿಸಿದ ಚಕ್ರವರ್ತಿ) ಎಂದು ಉಲ್ಲೇಖಿಸಿದ್ದಾರೆ.[9] ಈ ಅವಧಿಯಲ್ಲಿ ಜೈನಧರ್ಮ ಶಿಥಿಲಾವಸ್ಥೆಯಲ್ಲಿದ್ದು ಅದರ ಪ್ರಮುಖ ಕೇಂದ್ರ ಶ್ರವಣಬೆಳಗೊಳ ಸಾಕಷ್ಟು ಘಾಸಿಗೊಳಗಾಗಿತ್ತು. ಚಾಮರಾಜ ತನ್ನ ಪ್ರಾಂತ್ಯ ಪ್ರವಾಸದಲ್ಲಿ 1631ರಲ್ಲಿ ಶ್ರವಣಬೆಳಗೊಳಕ್ಕೆ ಭೇಟಿ ನೀಡಿದನು. ಈ ಭೇಟಿಯ ಸಂದರ್ಭದಲ್ಲಿ ಅಲ್ಲಿನ ಪರಿಸ್ಥಿತಿಗಳನ್ನು ಕಂಡು ದುಃಖಿತನಾದನು. ಆ ಸ್ಥಳದಲ್ಲಿ ಪೂಜಾಕೈಂಕರ್ಯಗಳಿಗೆ ವಿಘ್ನವುಂಟಾಗಿದ್ದು, ದೇವಸ್ಥಾನದ ಭೂಮಿಗಳನ್ನು ಕೆಲವು ಸ್ಥಳೀಯ ವಣಿಕರಿಗೆ ಪರಭಾರೆ ಮಾಡಲಾಗಿತ್ತು. ಮಠಾಧಿಪತಿ ಚಾರುಕೀರ್ತಿ ಪಂಡಿತ ಯೋಗೀಂದ್ರ ಆ ಸ್ಥಳವನ್ನು ತೊರೆದು ಭಲ್ಲಾಕಿಪುರ (ಗೆರುಸೊಪ್ಪ)ದಲ್ಲಿ ಭೈರವ ರಾಜನ ಆಶ್ರಯ ಕೋರಿದ್ದನು. ಚನ್ನಪಟ್ಟಣದ ತೆಲುಗು ಮೂಲದ ಪಾಳೇಗಾರನಾಗಿದ್ದ ಜಗದೇವರಾಯನು[10] ಅನುಸರಿಸಿದ ಹಿಂಸಾನೀತಿ ಇದಕ್ಕೆ ಕಾರಣವಾಗಿತ್ತು. ತರುವಾಯ ಚಾಮರಾಜ ಒಂದು ವಿಚಾರಣೆಯನ್ನು ನಡೆಸಿದನು. ಇದರ ಅನ್ವಯ ಪರಭಾರೆಗೊಳಿಸಲ್ಪಟ್ಟ ಭೂಮಿಯನ್ನು ವಶಪಡಿಸಿಕೊಂಡು ದೇವಾಲಯದ ಮೋಕ್ತೇಸರರು ಭವಿಷ್ಯದಲ್ಲಿ ಭೂಮಿಯನ್ನು ಪರಭಾರೆ ಮಾಡದಂತೆ ಒಂದು ಕಠಿಣ

ಆಜ್ಞೆಯನ್ನು ಹೊರಡಿಸಲಾಯಿತು.[11] ಭಲ್ಲಾಕಿಪುರದಿಂದ ಯೋಗೀಂದ್ರನು ಮರಳಿ ಬರುವ ವ್ಯವಸ್ಥೆ ಕಲ್ಪಿಸಿಕೊಟ್ಟು ಆತನನ್ನು ರಾಜಧಾನಿಗೆ ಬರಮಾಡಿಕೊಂಡು ಆದರಿಸಿ ಭೂಮಿ ದಾನ ನೀಡಿ ಗೌರವಿಸಿ ಶ್ರವಣಬೆಳಗೊಳದಲ್ಲಿ ಆತನ ಪೂಜಾಕೈಂಕರ್ಯಗಳಿಗೆ ಯಾವುದೇ ರೀತಿಯ ಚ್ಯುತಿ ಒದಗಿಬರದಂತೆ ವ್ಯವಸ್ಥೆಗಳನ್ನು ಕಲ್ಪಿಸಿ ಆ ಸ್ಥಳದ ಧಾರ್ಮಿಕತೆಯ ಪ್ರಾಮುಖ್ಯವನ್ನು ಎತ್ತಿಹಿಡಿಯಲಾಯಿತು.[12] ಆತನ ಆಸ್ಥಾನದಲ್ಲಿ ಜರುಗುತ್ತಿದ್ದ ಜೈನ ಬ್ರಾಹ್ಮಣ ಮತ್ತು ವೀರಶೈವ ಮತಾವಲಂಬಿಗಳ ನಡುವಿನ ಚರ್ಚೆ ಮತ್ತು ಜಿಜ್ಞಾಸೆಗಳಲ್ಲಿ ಅವನು ವಿಶೇಷ ಆಸಕ್ತಿ ವಹಿಸಿದ್ದನು. ಶ್ರವಣಬೆಳಗೊಳದಿಂದ ಆತನು ಹಿಂದಿರುಗಿ ರಾಜಧಾನಿಗೆ ಬಂದ ತರುವಾಯ ಆತನ ಆಸ್ಥಾನದಲ್ಲಿ ಜೈನರ ಮಠಾಧಿಪತಿ ಚಾರುಕೀರ್ತಿ ಪಂಡಿತನ (ಮಂತ್ರವಾದದ ಪ್ರಸಿದ್ಧ ಪುರುಷ) ಒಂದು ಧರ್ಮಗೋಷ್ಠಿ ಸಮಾವೇಶಗೊಂಡಿತು. ಈ ಸಂದರ್ಭದಲ್ಲಿ ರಾಜಾವಳಿ ಕಥೆಯಲ್ಲಿರುವಂತೆ ಚಾಮರಾಜನ ಚರಿತ್ರೆ (ರತ್ನಾಕರವರ್ಣಿ ರಚಿಸಿದ್ದು), ಹರಿವಂಶ, ಶಾಂತಕುಮಾರ ಷಟ್ಪದಿ (ಬೊಮ್ಮರಸನ ಕೃತಿ) ಮತ್ತು ಚಂದ್ರ ಪ್ರಭ ಚರಿತ್ರೆ (ದೊಡ್ಡಯ್ಯನಿಂದ ರಚನೆಯಾದ ಕೃತಿ), ಆಸ್ಥಾನದಲ್ಲಿ ಶ್ರವಣ ಮಾಡಿಸಿ ಜೈನಧರ್ಮವನ್ನು ಹೆಸರಾಂತ ಧರ್ಮದ ಉನ್ನತ ಸ್ಥಾನಕ್ಕೆ ಕೊಂಡೊಯ್ಯುವ ಕಾರ್ಯ ನಡೆಸಲಾಯಿತು.[13] ರಾಜ, ಈ ಕೃತಿಕಾರನು ಹೇಳಿರುವಂತೆ ಸಂಸ್ಕೃತ ಭಾಷೆಯಲ್ಲಿನ ಅನೇಕ ಜೈನ ಕೃತಿಗಳಾದ ಹರಿವಂಶ, ಪ್ರಭಂಜನಕಥಾ, ಶ್ರೀಪಾಲ ಚರಿತ್ರೆ, ಜಯಕುಮಾರ ಪರಿವರ್ಧಿನಿ ಷಟ್ಪದಿ, ಸಂಯುಕ್ತ ಕೌಮುದಿ ಷಟ್ಪದಿ, ಇವುಗಳನ್ನು ಕನ್ನಡ ಭಾಷೆಗೆ ಭಾಷಾಂತರಗೊಳ್ಳಲು ಕ್ರಮವಹಿಸಿದನೆಂದು ತಿಳಿಯಬಹುದಾಗಿದೆ. ಹೀಗಾಗಿ ಚಾಮರಾಜ ಓರ್ವ ಹೆಸರಾಂತ ಜೈನ ಸಾಹಿತಿಗಳ ಪೋಷಕನಾಗಿದ್ದನು ಎಂದು ತಿಳಿದುಬರುತ್ತದೆ.

ಚಾಮರಾಜನ ಉತ್ತರಾಧಿಕಾರಿಯಾಗಿದ್ದ ಮೊದಲನೇ ಕಂಠೀರವ (1638–1659) ಧಾರ್ಮಿಕ ವ್ಯಕ್ತಿಗಳು ಮತ್ತು ಸಂಘಸಂಸ್ಥೆಗಳಿಗೆ ಉದಾರ ದಾನ ನೀಡಿ ಖ್ಯಾತಿಗಳಿಸಿದನು. ಶ್ರವಣಬೆಳಗೊಳದ ಬಸದಿ ಮತ್ತು ಅಲ್ಲಿನ ಜೈನ ಬ್ರಾಹ್ಮಣರಿಗೆ ಭೂದಾನ ಮತ್ತು ಉಂಬಳಿಯನ್ನು ನೀಡಿದನು.

ಪ್ರಾರಂಭಿಕ ಒಡೆಯರುಗಳ ಅರಸರಲ್ಲಿ ಚಿಕ್ಕದೇವರಾಜ (1673–1704) ಹೆಚ್ಚು ಖ್ಯಾತಿಗಳಿಸಿದ್ದಾನೆ. ಇವನ ಕಾಲದಲ್ಲಿ ಶ್ರೀ ವೈಷ್ಣವ ಧರ್ಮ ಆತನ ಆಸ್ಥಾನದಲ್ಲಿ ಹೆಚ್ಚು ಪ್ರಾಮುಖ್ಯ ಗಳಿಸಿತು. ಚಿಕ್ಕದೇವರಾಜ ತನ್ನ ಪ್ರಾಥಮಿಕ ಶಿಕ್ಷಣ ಮತ್ತು ತರಬೇತಿಯನ್ನು ಶ್ರೀವೈಷ್ಣವ ಧರ್ಮದ ಅಳಸಿಂಗರಾರ್ಯ ಮತ್ತು ಈತನ ಮಗ ತಿರುಮಲಾರ್ಯ ಹಾಗೂ ಲಕ್ಷ್ಮೀಪತಿ ಎಂದೂ ಹೆಸರಾಗಿದ್ದ ಹೆಸರಾಂತ ವಿದ್ವಾಂಸ ಚಿಕುಪಾಧ್ಯಾಯರ ಬಳಿ ಪಡೆದುಕೊಂಡನು. ಇದು ಆತನನ್ನು ಓರ್ವ ಧರ್ಮನಿಷ್ಠ ವೈಷ್ಣವನನ್ನಾಗಿ ಪರಿವರ್ತಿಸಿತು. ಸ್ಥೂಲವಾಗಿ ಹೇಳುವುದಾದಲ್ಲಿ ಶ್ರೀವೈಷ್ಣವ ಧರ್ಮದೆಡೆಗಿನ ಆತನ ಸಂಪೂರ್ಣ ಆಸಕ್ತಿ ಮತ್ತು ಆ ಧರ್ಮದ ಪೋಷಣೆಗೆ ಅವನು ಅನುಸರಿಸಿದ ಮಾರ್ಗ ಆತನ ಅನುಯಾಯಿಗಳು ಅವನನ್ನು ಶ್ರೀ ವೈಷ್ಣವ ಮತ ಪ್ರತಿಷ್ಠಾಪಕ (ಶ್ರೀ ವೈಷ್ಣವ ಧರ್ಮ ಸ್ಥಾಪಕ) ಮತ್ತು ಸದಾ ಶ್ರೀವೈಷ್ಣವಧರ್ಮ ಪ್ರಿಯ: ಎಂದು ಮೆರೆಸಿದ್ದರಲಿ ಆಶ್ಚರ್ಯವೇನಿಲ್ಲ.[15] ಆದರೆ ಆತ ಪಡೆದುಕೊಂಡ ಶಿಕ್ಷಣದ ವ್ಯಾಪ್ತಿ ಮತ್ತು ಹರವು ವಿಶಾಲವಾಗಿದ್ದು ಬೇರೆ ಧರ್ಮ ಮತ್ತು ಮತಗಳನ್ನು ಅರಿತುಕೊಳ್ಳುವುದರಲ್ಲಿ ಮತ್ತು ಅವುಗಳ ಸಾರವನ್ನು ಸಂಗ್ರಹಿಸಿ ಒಂದು ಸಾರ್ವಕಾಲಿಕ ದೃಷ್ಟಿಕೋನವನ್ನು ಬೆಳೆಸಿಕೊಳ್ಳುವಲ್ಲಿ ಅವನು ಸಫಲನಾದನು. ಧರ್ಮಕ್ಕೆ ಸಂಬಂಧಿಸಿದಂತೆ ಅವನು ಆಗಾಗ್ಗೆ ಅನ್ಯಮತ ಧರ್ಮೀಯರೊಂದಿಗೆ ಚರ್ಚೆಗಳಲ್ಲಿ ಪಾಲ್ಗೊಳ್ಳುತ್ತಿದ್ದನು. ಜೈನ ಹಾಗೂ ವೈಷ್ಣವ

ಧರ್ಮ ತತ್ವಗಳ ತಿಳುವಳಿಕೆ ಮತ್ತು ಗ್ರಹಿಕೆಯಲ್ಲಿ ಆತನು ತೋರುತ್ತಿದ್ದ ಆಸಕ್ತಿ ಮತ್ತು ಆತನು ಧಾರ್ಮಿಕ ಚರ್ಚೆಗಳಲ್ಲಿ ಭಾಗವಹಿಸಲು ತೋರಿಸುತ್ತಿದ್ದ ಉತ್ಸಾಹದಿಂದಾಗಿ ಸಕಲ ಧರ್ಮ ಮತ್ತು ಮತಗಳ ಸಾರವನ್ನು ಅವನು ಸಂಗ್ರಹಿಸುವಂತಾಯಿತು ಎಂದು ಮುನಿವಂಶಾಭ್ಯುದಯಂ ಕೃತಿಯ ಕರ್ತೃ ನಮಗೆ ತಿಳಿಸುತ್ತಾನೆ.[16] ಆತನ ಮಂತ್ರಿ ಪರಿಷತ್ತು ಅಥವಾ ಮಂತ್ರಾಲೋಚನೆ ಸಭೆ ಜೈನ, ವೀರಶೈವ ಮತ್ತು ಬ್ರಾಹ್ಮಣ ಮಂತ್ರಿಗಳನ್ನು ಹೊಂದಿತ್ತು.[17] ಇದು ಆತನ ಧಾರ್ಮಿಕ ಉದಾರತನಕ್ಕೆ ಸಾಕ್ಷಿಯಾಗಿದೆ.

ತನ್ನ ಆಳ್ವಿಕೆಯ ಪ್ರಾರಂಭಿಕ ವರ್ಷಗಳಲ್ಲಿ ಚಿಕ್ಕದೇವರಾಜ ಜೈನಧರ್ಮದ ತೀವ್ರವಾದ ಪ್ರಭಾವಕ್ಕೆ ಒಳಗಾದನು. ತನ್ನ ಪೂರ್ವಾಧಿಕಾರಿಯ ಕಾಲದಲ್ಲಿ ಪಟ್ಟಕ್ಕೆ ಬರುವ ಮುನ್ನ ಶ್ರವಣಬೆಳಗೊಳಕ್ಕೆ ಭೇಟಿ ನೀಡಿದ್ದ ಅವನು ಜೈನ ಸನ್ಯಾಸಿಗಳಿಗೆ ಪ್ರತಿದಿನ ಆಹಾರ ವಿತರಣೆಯ ಖರ್ಚಿಗೆ ಮದನಿ ಎಂಬ ಗ್ರಾಮವನ್ನು ಉಂಬಳಿಯನ್ನಾಗಿ ನೀಡಿದನು.[18] ಈ ಧರ್ಮದ ಪ್ರಭಾವಕ್ಕೆ ಒಳಗಾಗಿದ್ದ ಅವನು ಕೆಲವು ನಿಷಿದ್ಧ ವಸ್ತುಗಳ ಉಪಯೋಗವನ್ನು ತ್ಯಜಿಸಿ ತನ್ನ ದಿನನಿತ್ಯ ಬಳಕೆಗೆ ಅರಮನೆಯಲ್ಲಿ ಶುದ್ಧೀಕರಿಸಿದ ಜಲವನ್ನು ಮಾತ್ರ ನೀಡುವಂತೆ ಆಜ್ಞಾಪಿಸಿದ್ದನು.[19]

ಸಕಲ ಜೀವಿಗಳ ಪವಿತ್ರತೆಯನ್ನು ಗೌರವಿಸಲು ಅವನು ನಿರ್ಧರಿಸಿದನು.[20] ಧರ್ಮದ ಹೆಸರಿನಲ್ಲಿ ಪ್ರಾಣಿಗಳನ್ನು ಬಲಿ ನೀಡುವ ಪದ್ಧತಿಯನ್ನು ತಡೆಹಿಡಿದಿದ್ದ ಅವನು ದೇವರ ಸನ್ನಿಧಿಯಲ್ಲಿ ಅವುಗಳ ಸ್ಥಾನದಲ್ಲಿ ತೆಂಗಿನಕಾಯಿ ಅರ್ಪಿಸುವ ಪದ್ಧತಿಯನ್ನು ಆರಂಭಿಸುವ ನಿಟ್ಟಿನಲ್ಲಿ ಆಜ್ಞೆ ಹೊರಡಿಸಿದನು.[21]

ಮುನಿವಂಶಾಭ್ಯುದಯ ಕೃತಿಯ ಕೃತಿಕಾರ ಚಿದಾನಂದನು ಶ್ರವಣಬೆಳಗೊಳದ ಜೈನಮಠಾಧಿಪತಿಯಾಗಿದ್ದ ಚಾರುಕೀರ್ತಿ ಪಂಡಿತ ಯೋಗೀಂದ್ರರ ಮರಣಾನಂತರ ಕಂಡು ಬಂದ ಉತ್ತರಾಧಿಕಾರತ್ವದ ಸಮಸ್ಯೆಗಳನ್ನು ಬಗೆಹರಿಸುವಲ್ಲಿ ರಾಜನು ತನಗೆ ನೆರವಾದನು; ಹೀಗೆ ತಾನು ಮಠಾಧಿಪತಿಯಾಗುವುದಕ್ಕೆ ನೆರವಾದ ರಾಜನಿಗೆ ತಾನು ಚಿರಋಣಿಯಾಗಿರುವುದಾಗಿ ಹೇಳಿದ್ದಾನೆ.[22]

ಚಿಕ್ಕದೇವರಾಜ ಈ ಅವಧಿಯಲ್ಲಿ (1673–1686) ಜೈನಧರ್ಮಕ್ಕೆ ತೋರಿದ ನಿಷ್ಠೆಗೆ ಪ್ರಮುಖ ಕಾರಣ ನಿಷ್ಠಜೈನನೂ ಮತ್ತು ಆತನ ಪ್ರಮುಖ ಸಲಹೆಗಾರನೂ ಆಗಿದ್ದ ವಿಶಾಲಾಕ್ಷ ಪಂಡಿತ. ಇವನು ಮಹಾ ಅಮಾತ್ಯ ಅಥವಾ ಮಂತ್ರಿಗಳಲ್ಲಿ ಪ್ರಮುಖನಾಗಿದ್ದನು. ಅವನು ಚಿಕ್ಕದೇವರಾಜನ ಸಹಾಧ್ಯಾಯಿಯಾಗಿದ್ದನೆಂದೂ ಗುಂಡ್ಲುಪೇಟೆ ತಾಲ್ಲೂಕಿನ ಹಂಗಳದಲ್ಲಿ ಚಿಕ್ಕದೇವರಾಜ ತಂಗಿದ್ದಾಗ ವಿಶಾಲಾಕ್ಷ ಪಂಡಿತನು ಅವನ ಜೊತೆಗಾರನಾಗಿದ್ದನೆಂದೂ ಐತಿಹ್ಯಗಳು ತಿಳಿಸುತ್ತವೆ. ಬೊಮ್ಮರಸ ಪಂಡಿತ ಮತ್ತು ಸುಮಾಂಬಿಕೆಯ ಮಗನಾಗಿದ್ದ ವಿಶಾಲಾಕ್ಷ ಪಂಡಿತ ಯಳಂದೂರಿನ ಓರ್ವ ಜೈನ ಬ್ರಾಹ್ಮಣ. ಈತನು "ಯಳಂದೂರಿನ ದೊಡ್ಡ ಪಂಡಿತ" ಎಂದು ಚಿರಪರಿಚಿತನಾಗಿದ್ದಾನೆ.

ಹದಿನೇಳನೆ ಶತಮಾನದ ಮೈಸೂರಿನ ಜೈನಧರ್ಮದ ಚರಿತ್ರೆಯಲ್ಲಿ ವಿಶಾಲಾಕ್ಷ ಪಂಡಿತನ ಹೆಸರು ಚಿರಸ್ಥಾಯಿಯಾಗಿ ಉಳಿದುಕೊಂಡಿದೆ. ಬೆಳಗೊಳದ ಗೊಮ್ಮಟೇಶ್ವರ ಚರಿತ್ರೆ ಅವನು ತನ್ನ ಬಾಲ್ಯದಲ್ಲಿಯೇ ವಯಸ್ಸಿಗೆ ಮೀರಿದ ಪ್ರೌಢಿಮೆಯ ಲಕ್ಷಣಗಳನ್ನು ಹೊಂದಿದ್ದು, ಇದರಿಂದಾಗಿ ಪ್ರಮುಖ ಮತ ಮತ್ತು ಧರ್ಮಗಳ ವಿಷಯದಲ್ಲಿ ಜ್ಞಾನಾಕಾಂಕ್ಷೆಯನ್ನು ಬೆಳೆಸಿಕೊಂಡನೆಂದೂ,

ಪ್ರಮುಖವಾಗಿ ಜೈನಧರ್ಮ ಮತ್ತು ತತ್ವದಲ್ಲಿ ಹೆಚ್ಚು ಪಾಂಡಿತ್ಯವನ್ನು ಗಳಿಸಿದನೆಂದೂ ತಿಳಿಸುತ್ತದೆ. ಧರ್ಮಶ್ರದ್ಧೆ ಮತ್ತು ಪಾಂಡಿತ್ಯಕ್ಕೆ ಇವನು ಹೆಸರಾಗಿದ್ದನು. ರಾಜಧಾನಿಯಲ್ಲಿ ಕೊನೆಯ ತೀರ್ಥಂಕರನಿಗೆ ಚೈತ್ಯಾಲಯವನ್ನು ನಿರ್ಮಿಸಿ ಕೀರ್ತಿಯನ್ನು ಪಡೆದನು.[24] ಜೈನದೇವಾಲಯಗಳು ಮತ್ತು ಜಿನಗೃಹಗಳ ದುರಸ್ತಿ ಮತ್ತು ವಿಸ್ತರಣೆಯನ್ನು ಕೈಗೊಂಡ ಇವನು ಅವುಗಳಿಗೆ ರಾಜರ ಸಹಾಯಧನ ದೊರಕಿಸುವಲ್ಲಿ ಶ್ರಮವಹಿಸಿದನು.[25] ರಾಜ್ಯದಲ್ಲಿ ಅರಿಹಂತನ ಧರ್ಮಕ್ಕೆ ಎಲ್ಲಾ ಅಡೆತಡೆಗಳನ್ನು ನಿವಾರಿಸಿದನು. ಬೆಳಗೊಳತೀರ್ಥದಲ್ಲಿ ಅರಿಹಂತರಿಗೆ ಒಂದು ದೇವಾಲಯದ ರಥದ ನಿರ್ಮಾಣಕ್ಕಾಗಿ ಸಹಾಯ ನೀಡಿದನು.[26] ' ರಾಜನ ಅನುಮತಿಯನ್ನು ಪಡೆದು ಶ್ರವಣಬೆಳಗೊಳದಲ್ಲಿ ದೊರ್ಬಾಲಿ ದೇವತೆಯ ಅಭಿಷೇಕವನ್ನು ನಡೆಸಿದ್ದು ವಿಶಾಲಾಕ್ಷ ಪಂಡಿತನ ಮತ್ತೊಂದು ಪ್ರಮುಖವಾದ ಸಾಧನೆ.[27] ಇದು 1678ರಲ್ಲಿ ಆಚರಿಸಲ್ಪಟ್ಟ ಮಹಾಮಸ್ತಕಾಭಿಷೇಕ. ಜೈನಧರ್ಮದ ಉನ್ನತಿಗಾಗಿ ಆತನು ಕೈಗೊಂಡ ಕಾರ್ಯಗಳಿಂದಾಗಿ ಅವನಿಗೆ 'ಜೈನಕುಲ ರತ್ನ ಭೂಷಣ' ಎಂಬ ಬಿರುದು ಲಭಿಸಿತು. ಆತನ ಅಂತ್ಯ ಒಂದು ದುರಂತ ಸನ್ನಿವೇಶದಲ್ಲಿ 1686ರಲ್ಲಿ ಘಟಿಸಿತು. ಒಂದು ಸಂಜೆ ಅವನು ರಾಜನ ಆಸ್ಥಾನದಿಂದ ಪಲ್ಲಕಿಯಲ್ಲಿ ಮನೆಗೆ ಮರಳಿ ಬರುತ್ತಿದ್ದಾಗ ಕೊಲೆಗಡುಕರು ಅವನ ದಾರಿಗೆ ಅಡ್ಡಿಪಡಿಸಿ ಅವನ ಹತ್ಯೆಗೈದರು. ಆವನ ಕೊಲೆಯ ಕಾರಣ ಸಂಶಯಾಸ್ಪದವಾಗಿ ಉಳಿದಿದೆ. ರಾಜಾವಳಿ ಕಥೆ ರಚಿಸಿದ ದೇವಚಂದ್ರನು ಚಿಕ್ಕದೇವರಾಜ ಜಾರಿಗೊಳಿಸಿದ್ದ ಕಂದಾಯ ಸುಧಾರಣೆಗಳಿಂದ ಹಾನಿಗೊಳಗಾಗಿದ್ದ ಸಂಸ್ಥಾನದಲ್ಲಿನ ಜಂಗಮರು ಇದಕ್ಕೆ ವಿಶಾಲಾಕ್ಷ ಪಂಡಿತನೇ ಕಾರಣನೆಂದು ಬಗೆದು ಈ ಕೃತ್ಯದಲ್ಲಿ ಭಾಗಿಯಾದರು ಎಂದು ತಿಳಿಸಿದ್ದಾನೆ.[29] ಇದಲ್ಲದೆ ಇದಕ್ಕೆ ಪೂರಕವಾಗಿ ಧಾರ್ಮಿಕ ಉದ್ದೇಶಗಳೂ ಇದ್ದವೆಂದು ವಿಲ್ಕ್ಸ್ ಅಭಿಪ್ರಾಯಪಟ್ಟಿದ್ದಾನೆ. ರಾಜನನ್ನು ತಮ್ಮ ಸಿದ್ಧಾಂತದಿಂದ ವಿಮುಖಗೊಳಿಸಲು ಪ್ರಯತ್ನಿಸಿದನೆಂಬ ಆಪಾದನೆಯನ್ನು ಜಂಗಮರು ವಿಶಾಲಾಕ್ಷ ಪಂಡಿತನ ಮೇಲೆ ಹೊರಿಸಿದ್ದಾರೆ.[30]

ವಿಶಾಲಾಕ್ಷ ಪಂಡಿತನ ಮರಣದಿಂದ ಜೈನಧರ್ಮ ತನ್ನ ಓರ್ವ ಪ್ರಮುಖ ಅನುಯಾಯಿಯನ್ನು ಕಳೆದುಕೊಂಡಿತು. ಕಾಲಾನಂತರ ಅದು ತನ್ನ ಪ್ರಾಮುಖ್ಯವನ್ನು ಕಳೆದುಕೊಂಡಿತು. ರಾಜನ ಆಸ್ಥಾನದಲ್ಲಿ ತಿರುಮಲಾರ್ಯ, ಚಿಕ್ಕುಪಾಧ್ಯಾಯ ಮತ್ತು ಷಡಕ್ಷರಯ್ಯ ಪ್ರಾಮುಖ್ಯ ಗಳಿಸಿದಂತೆ ಶ್ರೀವೈಷ್ಣವ ಧರ್ಮ ಮತ್ತು ವೀರಶೈವತತ್ವ ಮತ್ತಷ್ಟು ಪ್ರಬಲಗೊಂಡವು. ಶ್ರೀವೈಷ್ಣವ ಧರ್ಮ ಮತ್ತು ವೀರಶೈವತತ್ವಕ್ಕೆ ಜೈನರು ಮತಾಂತರಗೊಂಡಿದ್ದು ಹಾಗೂ ವಿವಿಧ ಧರ್ಮ ಮತ್ತು ಮತಗಳಲ್ಲಿನ ಸಂಘರ್ಷಗಳಿಂದಾಗಿ ಜೈನಧರ್ಮ ಸಾಕಷ್ಟು ಹಾನಿಗೆ ಒಳಗಾಯಿತು ಎಂದು ರಾಜಾವಳಿ ಕಥೆ ತಿಳಿಸುತ್ತದೆ.[31] ದೇವಚಂದ್ರನ ಈ ಹೇಳಿಕೆ ಉತ್ಪ್ರೇಕ್ಷೆಯಿಂದ ಕೂಡಿದ್ದಾದರೂ, ಜೈನಧರ್ಮ ತನ್ನ ಉತ್ತುಂಗ ಸ್ಥಿತಿಯಿಂದ ಅಧೋಮುಖವಾಗಿ ಸಾಗಿತ್ತು ಎಂಬುದನ್ನು ಅಲ್ಲಗೆಳೆಯಲಾಗದು. ಬೆಳಗೊಳದ "ಗೊಮ್ಮಟೇಶ್ವರ ಚರಿತ್ರೆ" ಯ ಕರ್ತೃ ಅನಂತ ಕವಿ 18ನೇ ಶತಮಾನದ ಪ್ರಾರಂಭದಲ್ಲಿ ಜೈನಧರ್ಮ ಅವನತಿಯತ್ತ ಸಾಗಿತ್ತು ಎಂದು ಹೇಳಿದ್ದಾನೆ.[32]

ಧಾರ್ಮಿಕ ಸಂಘರ್ಷಗಳು ಮತ್ತು ಮತದೊಳಗಿನ ಒಳಗುಂಪುಗಳು ಆಗಿನ ಕಾಲಕ್ಕೆ ಹೊರತಾಗಿರಲಿಲ್ಲ. ಶ್ರವಣಬೆಳಗೊಳದಲ್ಲಿನ ಹಾಸನ ರಸ್ತೆಯಲ್ಲಿ ಒಂದು ಸಂದರ್ಭದಲ್ಲಿ ಜೈನರ ಒಂದು ಧಾರ್ಮಿಕ ಮೆರವಣಿಗೆ, ಜಿನೋತ್ಸವಂ ತೆರಳುತ್ತಿದ್ದಾಗ, ಕೆಲವು ಮತಾಂಧರು ಅದಕ್ಕೆ ಅಡ್ಡಿಪಡಿಸಿ ಅದನ್ನು ನಿಲ್ಲಿಸಿದ್ದರು; ಇದನ್ನು ಕುರಿತು ಸ್ಥಳೀಯ ಅಧಿಕಾರಿ ಪುಟ್ಟಯ್ಯ, ಶ್ರೀರಂಗಪಟ್ಟಣದಲ್ಲಿದ್ದ ಚಕ್ರವರ್ತಿಯ

ಗಮನ ಸೆಳೆದನು. ರಾಜ ಇದನ್ನು ಕುರಿತು ಒಂದು ವಿಚಾರಣೆ ನಡೆಯಿಸಿ ಜೈನರ ಪರವಾಗಿ ತನ್ನ ತೀರ್ಪು ನೀಡಿದನು. ಕೆಲವು ವ್ಯಕ್ತಿಗಳ ಈ ನಡತೆಯನ್ನು ವಿರೋಧಿಸಿದ ರಾಜ ಈ ನಿಟ್ಟಿನಲ್ಲಿ ಒಂದು ನಿರೂಪವನ್ನು ಜಾಹೀರುಗೊಳಿಸಿ ಇನ್ನು ಮುಂದೆ ಜೈನರ ಹಬ್ಬಗಳು ನಿರಾತಂಕವಾಗಿ ನಡೆಯುವಂತೆ ಕ್ರಮಗಳನ್ನು ವಹಿಸಿದನು.

ಈ ರೀತಿಯ ಸಮಸ್ಯೆಗಳಿದ್ದರೂ ಜೈನಧರ್ಮ ಜನಸಾಮಾನ್ಯರು ಮತ್ತು ರಾಜಪ್ರೋತ್ಸಾಹ ಗಳಿಸಿ ಒಂದು ಸಕ್ರಿಯ ಧರ್ಮವಾಗಿ ಬೆಳೆಯಿತು. ಚಿಕ್ಕದೇವರಾಜನ ಟಂಕಸಾಲೆಯ ಪ್ರಭಾರ ಅಧಿಕಾರಿಯಾಗಿದ್ದ ಅಣ್ಣಯ್ಯ ಪರಮ ಧಾರ್ಮಿಕ ಎಂದು ಗುರುತಿಸಲ್ಪಟ್ಟಿದ್ದನು. ಬೆಳಗೊಳದ ಹೃದಯಭಾಗದಲ್ಲಿ ಇವನು ರಾಜನ ಅನುಮತಿಯನ್ನು ಪಡೆದು ಒಂದು ಕಲ್ಯಾಣಿಯ ನಿರ್ಮಾಣದ ಕಾರ್ಯವನ್ನು ಪ್ರಾರಂಭಿಸಿದನು.[33] “ಚಿಕ್ಕದೇವರಾಜ” ಎಂದು ಹೆಸರಾಗಿರುವ ಇದು ಆತನ ಉತ್ತರಾಧಿಕಾರಿಗಳ ಕಾಲದಲ್ಲಿ ಪೂರ್ಣಗೊಂಡಿತು. ಚಿಕ್ಕದೇವರಾಜನ ಉತ್ತರಾಧಿಕಾರಿಗಳಾಗಿದ್ದ ಮೊದಲನೆ ಕೃಷ್ಣರಾಜ ಮತ್ತು ಎರಡನೇ ಕಂಠೀರವ, ಹಿಂದಿನ ರಾಜರ ರೀತಿಯಲ್ಲಿ ಜೈನಧರ್ಮದ ಬಗ್ಗೆ ಉದಾರ ನೀತಿಯನ್ನು ತಾಳಿದರು.[34]

ದಿನಾಂಕ ನವೆಂಬರ್ 14, 1723ರ ಒಂದು ಶಾಸನದನ್ವಯ ಚಿಕ್ಕದೇವರಾಜನ ಉತ್ತರಾಧಿಕಾರಿ ಮೊದಲನೆ ಕೃಷ್ಣರಾಜ (1714–1732) ಶ್ರವಣಬೆಳಗೊಳಕ್ಕೆ ಭೇಟಿ ನೀಡಿ ಬೆಟ್ಟವನ್ನು ಏರಿದನು. ಗೊಮ್ಮಟನ ಪೂಜ್ಯ ಮುಖವನ್ನು ನೋಡಿ ಸಂಪ್ರೀತನಾದ ಅವನು ಆ ಸ್ಥಳದ ಜೈನಧರ್ಮ ಮತ್ತು ಗೊಮ್ಮಟಸ್ವಾಮಿಯ ಪೂಜಾಕೈಂಕರ್ಯ ಹಾಗು ಹಬ್ಬ ಹರಿದಿನಗಳಿಗಾಗಿ ಮತ್ತು ಕಬ್ಬಾಳು ಗ್ರಾಮ ಹಾಗೂ ಚಿಕ್ಕದೇವರಾಜ ಕಲ್ಯಾಣಿಯ ಸಮೀಪದಲ್ಲಿನ ಜೈನರ ಪ್ರಸಾದ ಮನೆಗಳ ಅವಶ್ಯಕತೆಗಳ ಪೂರೈಕೆಗಾಗಿ ಕೆಲವು ಗ್ರಾಮಗಳನ್ನು ಉಂಬಳಿಯಾಗಿ ನೀಡಿದನು (1914). “ಬೆಳಗೊಳದ ಗೊಮ್ಮಟೇಶ್ವರ ಚರಿತ್ರೆ” ಹೇಳಿರುವಂತೆ ಅಣ್ಣಯ್ಯ ಪ್ರಾರಂಭಿಸಿದ ಈ ಕಲ್ಯಾಣಿ ಪೂರ್ಣಗೊಂಡ ನಂತರ ರಾಜ ಆ ಸ್ಥಳಕ್ಕೆ ಭೇಟಿ ನೀಡಿದನು. ರಾಜನ ಭೇಟಿಯ ಕಾಲದಲ್ಲಿ ಸರ್ವಾಧಿಕಾರಿ ಚೆಲುವಯ್ಯ ದಳವಾಯಿ ದೇವಯ್ಯ ಮತ್ತು ಅರಮನೆಯ ಅಂತಃಪುರದ ಮಹಿಳೆಯರು ಜೊತೆಯಲ್ಲಿದ್ದರು.[35]

ಈ ವರ್ಷಗಳಲ್ಲಿ ಶ್ರವಣಬೆಳಗೊಳವು ಜೈನರ ಒಂದು ಪ್ರಮುಖ ಆಧ್ಯಾತ್ಮ ಕೇಂದ್ರವಾಗಿ ದೇಶದಾದ್ಯಂತ ಕಳಿಂಗ, ಪಾಂಚಾಲ, ಚೋಳನಾಡು, ಪಾಂಡ್ಯದೇಶ, ಕೊಂಕಣ, ಗುರ್ಜರ, ಕಾಶ್ಮೀರ, ಕುಂತಳ, ಕೊಡಗು, ಸಿಂಹಳ, ಮಲೆಯನಾಡು ಪ್ರದೇಶಗಳಿಂದ ಭಕ್ತರನ್ನು ಆಕರ್ಷಿಸಿತು.[36] ಪ್ರಾರಂಭಿಕ ಒಡೆಯರುಗಳ ಕಾಲದಲ್ಲಿ ಒಂದಕ್ಕಿಂತ ಹೆಚ್ಚು ಬಾರಿ ಗೊಮ್ಮಟನ ಮಹಾಮಸ್ತಕಾಭಿಷೇಕ ನಡೆಸಲಾಗಿತ್ತು ಎಂದು ದಾಖಲೆಗಳಲ್ಲಿ ಉಲ್ಲೇಖಗಳು ಲಭಿಸುತ್ತವೆ.[37] ಇದನ್ನು ಆಕಾಶದಲ್ಲಿರುವ ಗ್ರಹಗಳು ಅನುಕೂಲವಾಗಿದ್ದ ಶುಭಲಗ್ನದಲ್ಲಿ ಹಲವು ವರ್ಷಗಳ ಅಂತರದಲ್ಲಿ ಅಪಾರ ವೆಚ್ಚದಲ್ಲಿ ಹಮ್ಮಿಕೊಳ್ಳಲಾಗುತ್ತಿತ್ತು. ಕ್ರಿ.ಶ. 1500ರ ಒಂದು ಶಾಸನದಲ್ಲಿ ಇದನ್ನು ಮಹಾಮಸ್ತಕಾಭಿಷೇಕ ಎಂದು ವರ್ಣಿಸಲಾಗಿದೆ. ಈ ಸಮಯದಲ್ಲಿ ಪ್ರಧಾನ ಅರ್ಚಕ, ಕಲ್ಲು ಕೆಲಸಗಾರರು, ಬಡಗಿಗಳು ಮತ್ತು ಇನ್ನಿತರ ಕರ್ಮಿಗಳಿಗೆ ಸಂದ ಪಾವತಿ ಮತ್ತು ಮಹಾಮಸ್ತಕಾಭಿಷೇಕದ ಹಾಲು ಮತ್ತು ಮೊಸರಿನ ಸರಬರಾಜಿಗೆ ತಗಲುವ ವೆಚ್ಚ ಈ ಶಾಸನದಲ್ಲಿ ನಮೂದಾಗಿದೆ. ‘ಎಪಿಗ್ರಾಫಿಯಾ ಕರ್ನಾಟಕ’ದ

ಸಂಪುಟ ಎರಡರ ಶ್ರವಣಬೆಳಗೊಳದ ಸಂಪುಟದಲ್ಲಿನ ಸಂಖ್ಯೆ 254ರ 1398ರ ಶಾಸನ ಇದರ ಪ್ರಥಮ ಮಹಾಮಸ್ತಕಾಭಿಷೇಕ ಕುರಿತು ವಿವರಿಸುತ್ತದೆ. ಜೈನ ಕವಿ ಪಂಚಬಾಣನು 1612ರಲ್ಲಿ ಜರುಗಿದ ಮಹಾಮಸ್ತಕಾಭಿಷೇಕವನ್ನು ಉಲ್ಲೇಖಿಸಿದ್ದಾನೆ. ಚಿಕ್ಕದೇವರಾಜನ ಕಾಲದಲ್ಲಿ 1677 ರಲ್ಲಿ ವಿಶಾಲಾಕ್ಷ ಪಂಡಿತನ ಉಸ್ತುವಾರಿಯಲ್ಲಿ ಜರುಗಿದ ಮಹಾಮಸ್ತಕಾಭಿಷೇಕ ಕುರಿತು ಬೆಳಗೊಳದ ಗೊಮ್ಮಟೇಶ್ವರ ಚರಿತ್ರೆ ವಿವರಿಸುತ್ತದೆ. ಮೂರನೆಯ ಮಹಾಮಸ್ತಕಾಭಿಷೇಕ ಮುಮ್ಮಡಿ ಕೃಷ್ಣರಾಜನ ಆಳ್ವಿಕೆಯ ಕಾಲದಲ್ಲಿ ಸುಮಾರು 1825ರಲ್ಲಿ ಆಚರಿಸಲ್ಪಟ್ಟಿತ್ತೆಂದು ತಿಳಿದು ಬರುತ್ತದೆ.

ಟಿಪ್ಪಣಿಗಳು:

1. ಪೌರ್ವಾತ್ಯ ಸಂಶೋಧನಾ ಸಂಸ್ಥೆ, ಮೈಸೂರು ಇಲ್ಲಿ ಲಭ್ಯವಿದ್ದ ಕೆಎ 198 ಹಸ್ತಪ್ರತಿಯ ಪ್ರತಿಲಿಪಿ ಪರಿಶೋಧಿಸಿದೆ (ಸಂಖ್ಯೆ 87, ಬಿಬ್ಲಿಯೋಥೆಕಾ, ಕರ್ನಾಟಕ).
2. ಅದೆ, ಹಯವದನರಾಯ. ಅದನ್ನು ಸುಮಾರು 1700ರಲ್ಲಿ ಗುರುತಿಸಿದ್ದಾರೆ. ನೋಡಿ: 'ಹಿಸ್ಟರಿ ಆಫ್ ಮೈಸೂರ್', ಸಂಪುಟ I, ಪುಟಗಳು 457–58.
3. ಪೌರ್ವಾತ್ಯ ಸಂಶೋಧನಾ ಸಂಸ್ಥೆ, ಮೈಸೂರು ಇಲ್ಲಿನ ಪ್ರತಿಲಿಪಿ ವ 202(ಸಂಖ್ಯೆ 62, ಬಿಬ್ಲಿಯೋಥೆಕಾ ಕರ್ನಾಟಕ).
4. ಅದೇ.
5. 'ಹಿಸ್ಟರಿ ಆಫ್ ಮೈಸೂರ್,' ಸಂಪುಟ I, ಪುಟ 327, ಸುಮಾರು 1750.
6. ಹಸ್ತಪ್ರತಿ ಸಂಖ್ಯೆ ಎ–65–ಪಿ, ಪೌರ್ವಾತ್ಯ ಸಂಶೋಧನಾ ಸಂಸ್ಥೆ, ಮೈಸೂರು.
7. ಭದ್ರಬಾಹು ಪರಂಪರೆ, ಎಕ ಸಂಪುಟ II, ಎಸ್‌ಬಿ ಸಂಖ್ಯೆ 1.
8. ರಾಜಕಥಾ, ಪುಟ 465.
9. ಎಕ II:ಎಸ್‌ಬಿ 250(84) ಪುಟ 106 ಸುಮಾರು 1634 ಎಸ್‌ಬಿ 352 (140).
10. ಮುನಿವಂ ಪುಟ 20 ಚರಣಗಳು 29–40" ಆನಲ್ಸ್ ಸಂಪುಟ I. ಪುಟ 60, 'ಆನ್ನಲ್ಸ್ ಆಫ್ ದಿ ರಾಯಲ್ ಫ್ಯಾಮಿಲಿ' ಹೇಳಿರುವಂತೆ ರಾಜ ಜೈನ ಧರ್ಮೀಯನಾಗಿದ್ದ ನಿಯೋಗಿ ಬೊಮ್ಮರಸಯ್ಯನ ಒತ್ತಾಸೆಯ ಮೇರೆಗೆ ಶ್ರವಣಬೆಳಗೊಳಕ್ಕೆ ಭೇಟಿ ನೀಡಿದ್ದಾಗಿ ತಿಳಿದು ಬರುತ್ತದೆ.
11. ಅದೇ ಚರಣಗಳು. 46–47: ಎಲ್‌ಇಸಿ: ಎಸ್‌ಬಿ ಸಂಪುಟ II; (250) 4.
12. ರಾಜಕಥಾ, ಪುಟಗಳು. 373–375.
13. ಅದೇ.
14. ಅದೇ XII, ಪುಟ 272.
15. ಎಕ ಸಂಪುಟ XIV, ಎಂವೈಎಸ್ 115, ಪುಟ 99, 122. ಸುಮಾರು 1674, ಎಂಎಆರ್ 1911–12 ಪುಟಗಳು 56–57.

16. ಮುನಿ ವಿಎಸ್ಎಮ್ ಚರಣ 156.

17. ಇವರು ವಿಶಾಲಾಕ್ಷಪಂಡಿತ, ತಿರುಮಲಾರ್ಯ, ಷಡಕ್ಷರಯ್ಯ, ಚಿಕ್ಕುಪಾಧ್ಯಾಯ ಮತ್ತು ಕರಣಿಕ ಲಿಂಗಣ್ಣಯ್ಯ. ಇವರಲ್ಲಿ ವಿಶಾಲಾಕ್ಷಪಂಡಿತ ಜೈನನಾಗಿದ್ದು, ತಿರುಮಲಾರ್ಯ ಮತ್ತು ಚಿಕ್ಕುಪಾಧ್ಯಾಯ ಶ್ರೀವೈಷ್ಣವರಾಗಿದ್ದರು. ಷಡಕ್ಷರಯ್ಯ ಓರ್ವ ವೀರಶೈವನಾಗಿದ್ದರೆ, ಕರಣಿಕ ಲಿಂಗಣ್ಣಯ್ಯ ಸ್ಮಾರ್ತ ಬ್ರಾಹ್ಮಣನಾಗಿದ್ದನು.

18. ಎಕ ಸಂಪುಟ V:(1) ಸಿಎನ್275 ಈ ಉಂಬಳಿಯನ್ನು ಅವನು ನೀಡಿದ್ದನೇ ಅಥವಾ ಆತನ ಉತ್ತರಾಧಿಕಾರಿಯಾಗಿದ್ದ ದೊಡ್ಡದೇವರಾಜನೆ ಎಂಬ ವಿಷಯದಲ್ಲಿ ಜಿಜ್ಞಾಸೆಗಳಿವೆ.

19. ರಾಜಕಥಾ. 479–80.

20. ಮತ್ತು 21. ಅದೇ.

22. ಮುನಿವಂ ಅಧ್ಯಾಯ II, ಚರಣಗಳು 83–104 ಪುಟ 26.

23. ಬೆಳ್ಗೊಮ್ ಸಿಎಬ್ ಚರಣಗಳು 8–9.

24, 25 ಮತ್ತು 26. ಅದೇ ಚರಣಗಳು. 19–26.

27. ಅದೇ. ಅನಂತ ಕವಿಯ ಬೆಳಗೊಳ, ಗೊಮ್ಮಟೇಶ್ವರ ಚರಿತ್ರೆಯನ್ವಯ ನಳ ಸಂವತ್ಸರದ ಪಾಲ್ಗುಣದ ಹುಣ್ಣಿಮೆಯ ಏಕಾದಶಿಯಂದು ಮಹಾಮಸ್ತಕ ಪೂಜೆ ನಡೆಯಿತೆಂದು ತಿಳಿದು ಬರುತ್ತದೆ (1678).

28. ಅದೇ.

29. ರಾಜಕಥಾ, ಪುಟಗಳು 393–395.

30. ಕರ್ನಲ್ ಮಾರ್ಕ್ ವಿಲ್ಕ್ಸ 'ಹಿಸ್ಟಾರಿಕಲ್ ಸ್ಕೆಚಸ್ ಆಫ್ ದಿ ಸೌತ್' ಸಂಪುಟ ಪುಟಗಳು 107–108.

31. ರಾಜಕಥಾ. ಪುಟಗಳು 393–395.

32. ?

33.?

34. ಅದೇ.

35. ಬೆಳ್ಗೊಮ್ ಸಿಎಬ್ ಅದೇ. ಪುಟ 109.

36. ಅದೇ ಪುಟ 49.

37. ಎಕ II , ಎಸ್‌ಬಿ ಪುಟ 18.

ಮೈಸೂರಿನಲ್ಲಿ ಗುಪ್ತಚರ ಇಲಾಖೆ ಮತ್ತು ಅದರ ರಾಜ ತಂತ್ರ[1]

ಕ್ರಿ.ಶ. 1600–1761ರ

ಡಿ.ಎಸ್. ಅಚ್ಯುತ ರಾವ್ ಎಂ.ಎ.

ಪ್ರಾಚೀನ ಮತ್ತು ಮಧ್ಯಯುಗದಲ್ಲಿ ಗೂಢಚಾರ ವ್ಯವಸ್ಥೆ ರಾಜತಂತ್ರದ ಒಂದು ಪ್ರಮುಖ ಅಂಶವಾಗಿತ್ತು. ಗೂಢಚರರನ್ನು ರಾಜನ ಕಣ್ಣುಗಳೆಂದು ಬಗೆಯಲಾಗಿದ್ದು ಇವರು ಆತ ಗುಪ್ತವಾಗಿ ಹೊರವೃತ್ತಾಂತಗಳನ್ನು ಅರಿತುಕೊಳ್ಳಲು ಸಹಕರಿಸುತ್ತಿದ್ದರು.[1] ಹದಿನೇಳು ಮತ್ತು ಹದಿನೆಂಟನೆ ಶತಮಾನಗಳಲ್ಲಿ ದಕ್ಷಿಣ ಭಾರತದಲ್ಲಿನ ರಾಜಕೀಯವು ಪರಸ್ಪರ ದ್ವೇಷ, ಅಸೂಯೆಗಳ ಹಿನ್ನೆಲೆಯಲ್ಲಿ ನಡೆಯುತ್ತಿತ್ತು. ಈ ರೀತಿಯ ಪರಿಸ್ಥಿತಿಯಲ್ಲಿ ಪ್ರತಿಯೊಂದು ರಾಜ್ಯದ ರಾಜನು ತನ್ನ ನೆರೆಹೊರೆ ರಾಜ್ಯಗಳ ಅರಸರ ಉದ್ದೇಶಗಳು ಮತ್ತು ಚಟುವಟಿಕೆಗಳನ್ನು ಸಂಶಯದೃಷ್ಟಿಯಲ್ಲಿ ನೋಡುವಂತಾಯಿತು. ಹೀಗಾಗಿ ಪ್ರತಿ ಅರಸನಿಗೂ ಎಲ್ಲ ವ್ಯವಹಾರಗಳನ್ನು ಸೂಕ್ಷ್ಮವಾಗಿ ಗಮನಿಸುವ, ತನ್ನ ನೆರೆಹೊರೆ ರಾಜ್ಯಗಳನ್ನು ಪರಿಶೀಲಿಸುವ ಮತ್ತು ತನ್ನ ರಾಜ್ಯದ ವಿರುದ್ಧ ಇವುಗಳು ಹೂಡುವ ಕಾರ್ಯತಂತ್ರಕ್ಕೆ ವಿರುದ್ಧವಾಗಿ ರಾಜ್ಯವನ್ನು ರಕ್ಷಿಸುವ ನಿಟ್ಟಿನಲ್ಲಿ ಪ್ರಯತ್ನಗಳನ್ನು ನಡೆಸುವ ಅನಿವಾರ್ಯತೆ ಕಂಡುಬಂದಿತ್ತು. ಸಾಮಾನ್ಯವಾಗಿ ಗೂಢಚಾರರನ್ನು ಸಮೀಪದ ಮತ್ತು ದೂರದ ರಾಜ್ಯಗಳಿಗೆ, ಆ ರಾಜ್ಯಗಳಲ್ಲಿ ಸಂಭವಿಸುತ್ತಿದ್ದ ವಿದ್ಯಮಾನಗಳು, ಅವುಗಳ ರಕ್ಷಣಾತ್ಮಕ ವ್ಯವಸ್ಥೆಯ ಬಗ್ಗೆ ಗುಪ್ತಮಾಹಿತಿ ಪಡೆದುಕೊಳ್ಳಲು, ಅವಲ್ಲಿನ ಸೈನ್ಯದ ಬಲಾಬಲ ಅರಿಯಲು ಮತ್ತು ರಾಜರ ಮನೋಧರ್ಮ ಗುಪ್ತವಾಗಿ ತಿಳಿಯಲು ನಿಯೋಜಿಸಲಾಗುತ್ತಿತ್ತು. ತಿರುಮಲ ಮಧುರೆಯಿಂದ ಶ್ರೀರಂಗಪಟ್ಟಣಕ್ಕೆ ಮರಳಿದ ನಂತರ, 1596ರಲ್ಲಿ ಮೈಸೂರಿನ ರಾಜ ಒಡೆಯರನ ಆಕ್ರಮಣವನ್ನು ನಿರೀಕ್ಷಿಸಿದ್ದ ಪಾಳೆಯಗಾರರು ಮತ್ತು ಸ್ಥಳೀಯ ಸಾಮಂತರು ಶ್ರೀರಂಗಪಟ್ಟಣದಲ್ಲಿನ ಆಸ್ಥಾನಕ್ಕೆ ಕಪ್ಪ ಮತ್ತು ಉಡುಗೊರೆ ಸಮೇತ ತೆರಳಿ, ತಿರುಮಲನ ಸಾರ್ವಭೌಮತ್ವವನ್ನು ಒಪ್ಪಿಕೊಂಡು ರಾಜ ಒಡೆಯರನ ವಿರುದ್ಧ ಶತ್ರುತ್ವ ಸಾಧಿಸುವ ಒಂದು ನೀತಿಯನ್ನು ಅಳವಡಿಸಿಕೊಂಡರು. ಈ ವೇಳೆಗೆ ಮೈಸೂರಿನ ಅರಸ ಶ್ರೀರಂಗಪಟ್ಟಣದಲ್ಲಿನ ತನ್ನ ಗೂಢಚಾರರಿಂದ ಈ ರಾಜಕೀಯ ಬೆಳವಣಿಗೆಯ ಬಗ್ಗೆ ಮಾಹಿತಿ ಸಂಗ್ರಹಿಸಿದ್ದು ವಿಜಯನಗರ ರಾಜಪ್ರತಿನಿಧಿಯಾಗಿದ್ದ ತಿರುಮಲನೊಂದಿಗೆ ಸ್ನೇಹವನ್ನು ಕುದುರಿಸಿ ನೆರೆಹೊರೆಯಲ್ಲಿದ್ದ ಪಾಳೆಯಗಾರರ ಹಗೆತನವನ್ನು ನೀಗಿಸುವುದರ ನಿಟ್ಟಿನಲ್ಲಿ ಕ್ರಮವಹಿಸಿದನು.

ಗೂಢಚಾರರು ಅಥವಾ ಗೌಪ್ಯ ಮಾಹಿತಿದಾರರು ತೀಕ್ಷ್ಣ ಬುದ್ಧಿಯುಳ್ಳವರಾಗಿದ್ದು ಹಲವು ಭಾಷೆಗಳನ್ನು ಬಲ್ಲವರಾಗಿದ್ದರು. ಅವರು ವಿವಿಧ ವೇಷಭೂಷಣಗಳ ಮೂಲಕ ತಮ್ಮ ರೂಪವನ್ನು ಮರೆಮಾಚಿಕೊಳ್ಳುವ ತಂತ್ರದಲ್ಲಿ ಪಳಗಿದ್ದರು. ಆಸ್ಥಾನಕ್ಕೆ ಅವರು ಆಗಿಂದಾಗ ಕಳುಹಿಸುತ್ತಿದ್ದ ವರದಿಗಳು

1 ಸೀಕ್ರೆಟ್ ಸರ್ವಿಸ್ ಎಂಡ್ ಡಿಪ್ಲೋಮಸಿ ಇನ್ ಮೈಸೂರು, 1600–1761AD ಕ್ವಾರ್ಟರ್ಲಿ ಜರ್ನಲ್ ಆಫ್ ಮಿಥಿಕ್ ಸೊಸೈಟಿ, ಸಂಪುಟ 48, 1957, ಪುಟಗಳು 61–65.

ಅಥವಾ ಬಿನ್ನವತ್ತಳೆಗಳು ರಾಜ್ಯದ ನೀತಿಯನ್ನು ಬಹುಪಾಲು ರೂಪಿಸುವಂತಿದ್ದವು. ತಾವು ನೋಡಿದ ಮತ್ತು ಕೇಳಿದ ವಿಷಯಗಳನ್ನು ಕುರಿತು ಅವರು ತಮ್ಮ ಹಿರಿಯ ಅಧಿಕಾರಿಗಳಿಗೆ ವರದಿ ಸಲ್ಲಿಸುತ್ತಿದ್ದರು, ಇದು ಅವರ ಆದ್ಯ ಕರ್ತವ್ಯವಾಗಿತ್ತು. 1596 ಸಮಯದಲ್ಲಿ ಒಮ್ಮೆ ರಾಜ ಒಡೆಯರ್ ತನ್ನ ಮಾಹಿತಿದಾರ (ದೂತ)ನನ್ನು ಶ್ರೀರಂಗಪಟ್ಟಣದಲ್ಲಿನ ವಿದ್ಯಮಾನ ಮತ್ತು ತಿರುಮಲನ ಮನೋಸ್ಥಿತಿಯ ಕುರಿತು ವರದಿ ಸಲ್ಲಿಸಲು ಬಂದಾಗ ತಾನು ತರುವ ಮಾಹಿತಿಯು ಪ್ರಿಯವೋ ಅಪ್ರಿಯವೋ ಎಂದು ಗಣಿಸದೆ ಯಾವ ವಿಷಯವನ್ನೂ ಮರೆಮಾಚದೆ ಅಥವಾ ಸೇರಿಸದೆ ಇದ್ದುದನ್ನು ಇದ್ದಂತೆ ವರದಿ ನೀಡಬೇಕೆಂದು ಆಜ್ಞಾಪಿಸಿದ್ದು ಇದಕ್ಕೊಂದು ಉದಾಹರಣೆ.[3] ಗುಪ್ತಚಾರ ಇಲಾಖೆಯಲ್ಲಿ ಸೇವೆ ಸಲ್ಲಿಸುತ್ತಿದ್ದವರಿಗೆ ರಾಜನ ಬೊಕ್ಕಸದಿಂದ ವೇತನ ಪಾವತಿಯಾಗುತ್ತಿತ್ತು. ಕಠಿಣ ಕಾರ್ಯವನ್ನು ಯಶಸ್ವಿಯಾಗಿ ಪೂರೈಸಿದವರಿಗೆ ಗೌರವ ಮತ್ತು ಬಹುಮಾನ ನೀಡಿ ಸತ್ಕರಿಸಲಾಗುತ್ತಿತ್ತು.

ಗುಪ್ತಚರ ವ್ಯವಸ್ಥೆ ರಾಜತಾಂತ್ರಿಕ ಇಲಾಖೆಯೊಂದಿಗೆ ನಿಕಟ ಸಂಬಂಧ ಹೊಂದಿತ್ತು. "ರಾಜ್ಯ ವ್ಯವಸ್ಥೆ ರಚನೆಗೊಂಡ ಪ್ರಾಚೀನ ಕಾಲದಿಂದಲೂ ರಾಜ್ಯಗಳು ರಾಜತಾಂತ್ರಿಕ ವ್ಯವಸ್ಥೆ ಮತ್ತು ರಾಯಭಾರಿಗಳನ್ನು ಹೊಂದಿದ್ದು, ಇವೆರೆಡರ ಅಗತ್ಯವಿಲ್ಲದ ರಾಜ್ಯಗಳೇ ಇರಲಿಲ್ಲ" ಎಂದು ಕೆ ಎಂ ಪಣಿಕ್ಕರ್ ಬರೆಯುತ್ತಾರೆ. ಹದಿನೆಂಟು ಮತ್ತು ಹತ್ತೊಂಬತ್ತನೆ ಶತಮಾನಗಳಲ್ಲಿ ಒಬ್ಬ ರಾಜನುತನ್ನೊಂದಿಗೆ ರಾಜಕೀಯ ಸಂಬಂಧವಿದ್ದ ಮತ್ತೊಬ್ಬ ರಾಜನ ಆಸ್ಥಾನಕ್ಕೆ ತನ್ನ ರಾಯಭಾರಿ ಅಥವಾ ಪ್ರತಿನಿಧಿಯನ್ನು ನಿಯೋಜಿಸುವ ಪದ್ಧತಿ ಸರ್ವೇಸಾಮಾನ್ಯವಾಗಿತ್ತು. ಅದಕ್ಕೂ ಹಿಂದಿನ ಶತಮಾನಗಳಲ್ಲಿ ಒಂದು ರಾಜ್ಯ ಮತ್ತೊಬ್ಬ ರಾಜನ ಆಸ್ಥಾನಕ್ಕೆ ಖಾಯಂ ಪ್ರತಿನಿಧಿಯನ್ನು ನಿಯಮಿಸುತ್ತಿತ್ತೆ ಎಂಬುದು ಪ್ರಶ್ನಾರ್ಹವಾಗಿದೆ.[5] ಮೊದಲನೆ ಕಂಠೀರವ ನರಸರಾಜನ ಆಸ್ಥಾನದಲ್ಲಿ ಮಂತ್ರಿಗಳು ಮತ್ತು ತಂಜಾವೂರು, ಮಧುರಾ ಮತ್ತು ಜಿಂಜಿ (ಚೆಂಚೆ) ಮೊದಲಾದ ರಾಜ್ಯಗಳ ರಾಯಭಾರಿಗಳಿದ್ದರೆಂದು ಗೋವಿಂದ ವೈದ್ಯನ 'ಕಂಠೀರವ ನರಸರಾಜ ವಿಜಯಂ'" ಪ್ರಸ್ತಾಪಿಸುತ್ತದೆ.[6] ಇವರು ಮಹಾನವಮಿ ಮತ್ತು ಇತರ ಉತ್ಸವಗಳ ಕಾಲದಲ್ಲಿ ತಾವು ಪ್ರತಿನಿಧಿಸುತ್ತಿದ್ದ ರಾಜ್ಯ ಮತ್ತು ರಾಜನ ಪರವಾಗಿ ಶುಭಾಶಯಗಳು ಮತ್ತು ಉಡುಗೊರೆಗಳನ್ನು ಸಲ್ಲಿಸುತ್ತಿದ್ದರು. ರಾಜತಾಂತ್ರಿಕ ಪ್ರತಿನಿಧಿಗಳು, ನಿಯೋಗಿಗಳು, ರಾಯಭಾರಿ, ದೂತ ಮೊದಲಾದವರನ್ನು- ಸಂದರ್ಭ ಮತ್ತು ಸಮಯಕ್ಕೆ ಅನುಗುಣವಾಗಿ ವಿದೇಶಗಳಿಗೂ ನಿಯೋಜನೆ ಮಾಡಲಾಗುತ್ತಿತ್ತು. ಈ ನಿಯೋಗಿ ಅಥವಾ ವಕೀಲರ ನಿಯೋಜನೆ ತಾತ್ಕಾಲಿಕವಾಗಿದ್ದು ಅವರನ್ನು ವಿಶೇಷ ಸಂದರ್ಭ ಮತ್ತು ಕಾರ್ಯಕ್ಕೆ ಕಳುಹಿಸಲಾಗುತ್ತಿತ್ತು.[8] ಇದು ಅತ್ಯಂತ ಪ್ರಮುಖವಾಗಿತ್ತು. ಇದನ್ನು ಅತ್ಯಂತ ಜವಾಬುದಾರಿಯಿಂದ ನಿರ್ವಹಿಸಬೇಕಾಗಿತ್ತು. ಎರಡು ರಾಜ್ಯಗಳ ನಡುವಿನ ಸ್ನೇಹಸೌಹಾರ್ದಯುತ ಸಂಬಂಧಗಳು, ಪ್ರಮುಖ ಮತ್ತು ಕ್ಲಿಷ್ಟ ವಿದ್ಯಮಾನಗಳು, ಯುದ್ಧ ಘೋಷಣೆ ಮತ್ತು ಸುಗ್ರೀವಾಜ್ಞೆ, ಮತ್ತು ಶಾಂತಿ ಒಪ್ಪಂದಗಳು ಇವರು ಕಳುಹಿಸುತ್ತಿದ್ದ ವರದಿಯ ಆಧಾರದಲ್ಲಿ ನಡೆಯುತ್ತಿದ್ದವು. ಸಾಮಾನ್ಯವಾಗಿ ಇವರು ಕಾರ್ಯಕುಶಲರೂ ಗೌರವಾನ್ವಿತರೂ ಆಗಿರುತ್ತಿದ್ದರು. ಅವರು ನಿರ್ವಹಿಸುತ್ತಿದ್ದ ಕಾರ್ಯದ ಮಹತ್ವ ಅವರು ಕೊನೆಗೆ ಪಡೆದ ಯಶಸ್ಸು ಅವರನ್ನು ಗೌರವಾರ್ಹರನ್ನಾಗಿ ಮಾಡುತ್ತಿದ್ದುವು.

ಮೈಸೂರಿನ ಒಡೆಯರು ತಮ್ಮ ನೆರೆ ರಾಜ್ಯಗಳಾಗಿದ್ದ ಇಕ್ಕೇರಿ, ಮಧುರಾ, ತಂಜಾವೂರು, ಜಿಂಜಿ ಮಾತ್ರವಲ್ಲದೆ ದೂರದ ಮೊಗಲ್ ಸಾಮ್ರಾಟನ ಆಸ್ಥಾನಕ್ಕೂ ತಮ್ಮ ಪ್ರತಿನಿಧಿಗಳನ್ನು ಸಮಸ್ಯೆಗಳನ್ನು

ತಿಳಿಗೊಳಿಸುವುದಕ್ಕಾಗಿ ಮತ್ತು ಸ್ನೇಹಸಂಪರ್ಕ ತಳಹದಿಗಳನ್ನು ಗಟ್ಟಿಗೊಳಿಸುವುದಕ್ಕಾಗಿ ನಿಯೋಜಿಸಿದ್ದರು. ಇಮ್ಮಡಿ ಕೃಷ್ಣರಾಜನ ಆಡಳಿತದ ಕಾಲದಲ್ಲಿ (1734–66) ಮೈಸೂರು, ಫೋರ್ಟ್ ಸೈಂಟ್ ಜಾರ್ಜ್‌ನಲ್ಲಿದ್ದ ಕಂಪನಿ ಸರ್ಕಾರ, ಆರ್ಕಾಟ್‌ನ ಮಹಮ್ಮದ್ ಅಲಿ, ಗೂಟಿಯ ಮುರಾರಿರಾಯ ಮತ್ತು ಪಾಂಡಿಚೆರ್ರಿಯಲ್ಲಿನ ಫ್ರೆಂಚರೊಂದಿಗೆ ರಾಜತಾಂತ್ರಿಕ ಸಂಪರ್ಕವನ್ನು ಸಾಧಿಸಿತ್ತು.[10]

ಹಿಂದೂ ನೀತಿಶಾಸ್ತ್ರ[11] ನಿರೂಪಿಸಿರುವ ಚತುರುಪಾಯ ಸಿದ್ಧಾಂತದಂತೆ – ಸಾಮ, ದಾನ, ಭೇದ ಮತ್ತು ದಂಡ (ಸಂಧಾನ, ಕೊಡುಗೆ, ಒಡಕು ಮತ್ತು ಶಿಕ್ಷೆ) ಗಳನ್ನು ಹದಿನೇಳು ಮತ್ತು ಹದಿನೆಂಟನೆ ಶತಮಾನದ ರಾಜತಾಂತ್ರಿಕ ವ್ಯವಸ್ಥೆಯಲ್ಲಿ ಅಳವಡಿಸಲಾಗಿತ್ತು. ಪ್ರತಿಯೊಂದು ರಾಜ್ಯದ ಪರಮೋಚ್ಚ ಗುರಿ ತನ್ನ ಗಡಿಗಳನ್ನು ಕಾಯ್ದಿಟ್ಟುಕೊಂಡು ಮಾತ್ರವಲ್ಲದೆ ತನ್ನ ಭೌಗೋಳಿಕ ಸಮಗ್ರತೆಯನ್ನು ರಕ್ಷಿಸುವುದಾಗಿತ್ತು. ಇತರ ರಾಜ್ಯಗಳ ನಡುವಿನ ಸೈನಿಕ ಒಪ್ಪಂದ ಅಥವಾ ನೆರೆರಾಜ್ಯಗಳು ಸಂಘಟಿತರಾಗಿ ನಡೆಸುತ್ತಿದ್ದ ಸೈನ್ಯದಾಳಿಗಳಿಂದ ಒಂದು ರಾಜ್ಯದ ರಕ್ಷಣೆಗೆ ಚ್ಯುತಿ ಉಂಟಾಗುತ್ತಿತ್ತು. ತಮ್ಮ ರಾಜ್ಯದ ಹಿತಾಸಕ್ತಿಯ ವಿರುದ್ಧ ಬ ರಾಜ್ಯ ಅಥವಾ ರಾಜ್ಯಗಳ ತಂತ್ರಗಳು ಸಫಲವಾಗದಿರುವಂತೆ ರಾಯಭಾರಿಗಳು ಎಚ್ಚರಿಕೆ ವಹಿಸಬೇಕಾಗಿತ್ತು. ವಿಜಯನಗರದ ರಾಜಪ್ರತಿನಿಧಿ ತಿರುಮಲನು ಶ್ರೀರಂಗಪಟ್ಟಣದಲ್ಲಿ ವಾಸ್ತವ್ಯ ಹೂಡಿದ್ದ ರಹಸ್ಯವಾರ್ತೆಯನ್ನು ತನ್ನ ಪ್ರತಿನಿಧಿಗಳಿಂದ ರಾಜ ಒಡೆಯರು ಗ್ರಹಿಸಿದ್ದರು. ಇದರನ್ವಯ ಒಡೆಯರಿಂದ ತೊಂದರೆಗೊಳಗಾಗಿದ್ದ ಸ್ಥಳೀಯ ಪಾಳೇಯಗಾರರು ವಿಜಯನಗರದ ಪ್ರತಿನಿಧಿ ತಿರುಮಲನ ಸಹಾಯವನ್ನು ಅಪೇಕ್ಷಿಸಿ ಆತನ ಮತ್ತು ಒಡೆಯರ ನಡುವಿನ ಸಂಬಂಧಗಳನ್ನು ಹಾಳುಗೆಡವಲು ಯತ್ನಿಸಿದರು. ಇದನ್ನು ಮೊದಲೇ ತನ್ನ ಬೇಹುಗಾರರಿಂದ ತಿಳಿದಿದ್ದ ರಾಜ ಒಡೆಯರ್ ತಿರುಮಲನ ಆಸ್ಥಾನಕ್ಕೆ ತನ್ನ ರಾಯಭಾರಿಯನ್ನು ನಿಯೋಜಿಸಿ ಆತನೊಡನೆ ಸ್ನೇಹಸಂಪರ್ಕವನ್ನು ಸಾಧಿಸಿದರು.[12] ಇದೇ ರೀತಿಯಲ್ಲಿ ಚಿಕ್ಕದೇವರಾಜನು ಔರಂಗಜೇಬನ ಆಸ್ಥಾನಕ್ಕೆ ರಾಯಭಾರಿಗಳನ್ನು ಕಳುಹಿಸಿದ್ದು ಈ ನಿಟ್ಟಿನಲ್ಲಿ ಒಂದು ಪ್ರಮುಖ ಹೆಜ್ಜೆಯಾಗಿದೆ. ಇದರಿಂದ ಮೊಗಲ್ ಚಕ್ರವರ್ತಿಯೊಂದಿಗೆ ಆತನ ಸ್ನೇಹವು ವೃದ್ಧಿಸಿತು ಮಾತ್ರವಲ್ಲದೆ ಸ್ಥಳೀಯ ಮಟ್ಟದಲ್ಲಿ ಚಿಕ್ಕದೇವರಾಜನ ಅಧಿಕಾರ ಮತ್ತು ಪ್ರತಿಷ್ಠೆಯನ್ನು ಹೆಚ್ಚಿಸಿತು. ಇದು ಕರ್ನಾಟಕದಲ್ಲಿ ಮರಾಠರ ರಾಜಕೀಯ ಆಕಾಂಕ್ಷೆಗಳಿದ್ದಾಗ್ಯೂ ಆತನ ಬಲ ವೃದ್ಧಿಸಲು ಸಹಾಯ ನೀಡಿತು.

ಒಂದು ದೇಶದ ಸಮರ್ಥ ವಿದೇಶಾಂಗ ನೀತಿಯು ಅದು ನೆರೆರಾಷ್ಟ್ರಗಳೊಡನೆ ಹೊಂದಿರುವ ಸ್ನೇಹ ಸಂಪರ್ಕಗಳನ್ನು ಹೆಚ್ಚಿಸುತ್ತದೆ ಮಾತ್ರವಲ್ಲದೆ ದೂರ ದೇಶಗಳಲ್ಲಿರುವ ವಿರೋಧಿಗಳನ್ನು, ಶತ್ರುಗಳನ್ನು ಕುಗ್ಗಿಸಲು ಸಹಕರಿಸುತ್ತದೆ. ಸಂಧಾನಗಳ ಮೂಲಕ ಒಂದು ರಾಷ್ಟ್ರ ತನ್ನ ಮಿತ್ರ ಮತ್ತು ಸ್ನೇಹಿತ ರಾಷ್ಟ್ರಗಳೊಂದಿಗೆ ಗುರುತಿಸಿಕೊಳ್ಳುತ್ತದೆ. ಈ ರೀತಿಯ ಸ್ನೇಹಸಂಪರ್ಕ ಮತ್ತು ಒಪ್ಪಂದಗಳು ಸಾಮಾನ್ಯವಾಗಿ ಒಂದು ಸಮಾನ ಆಸಕ್ತಿಯ ಅಥವಾ ಎರಡೂ ರಾಷ್ಟ್ರಗಳಿಗೆ ಮಾರಕವಾಗಿರುವ ರಾಜಕೀಯ ಶತ್ರುವಿನ ಹಿನ್ನೆಲೆಯ ಕಾರಣದಿಂದ ಏರ್ಪಡುತ್ತವೆ. ಈ ಚಿಂತನೆಯ ಹಿನ್ನೆಲೆಯಲ್ಲಿ ಕರಣಿಕ ಲಿಂಗಣ್ಣಯ್ಯನು ಚಿಕ್ಕದೇವರಾಜನ ರಾಯಭಾರಿಯಾಗಿ ಔರಂಗಜೇಬನ ಆಸ್ಥಾನಕ್ಕೆ 1699ರಲ್ಲಿ ನಿಯೋಜನೆಗೊಂಡದ್ದು ಮುತ್ಸದ್ದಿತನದ ಒಂದು ಪ್ರಮುಖ ಹೆಜ್ಜೆಯಾಗಿದೆ. [13]

ಯುದ್ಧದ ಸಮಯದಲ್ಲಿ ರಾಜತಾಂತ್ರಿಕ ಸಂಬಂಧಗಳನ್ನು ಕಡಿದುಕೊಳ್ಳುವ ಪದ್ಧತಿ ಸಾಮಾನ್ಯವಾಗಿ ರೂಢಿಯಲ್ಲಿರಲಿಲ್ಲ. ಯುದ್ಧನಿರತ ರಾಜ್ಯಗಳು ತಮ್ಮ ಶತ್ರು ರಾಜ್ಯಗಳ ಪ್ರತಿನಿಧಿಗಳು ತಮ್ಮ ಆಸ್ಥಾನದಲ್ಲಿ

ಅವರರಾಜ್ಯವನ್ನು ಪ್ರತಿನಿಧಿಸುವುದನ್ನುಆಕ್ಷೇಪಿಸುತ್ತಿರಲಿಲ್ಲ. 1667ರಲ್ಲಿ ಮೈಸೂರಿನ ವಿರುದ್ಧ ಮಧುರೈ ಮತ್ತು ಅದರ ಒಕ್ಕೂಟದಲ್ಲಿನ ದೇವರಾಜನ ನಾಯಕತ್ವದ ರಾಜ್ಯಗಳು ಯುದ್ಧವನ್ನು ಮುಂದುವರಿಸಿದ ಸಂದರ್ಭದಲ್ಲಿ ಶ್ರೀರಂಗಪಟ್ಟಣದಲ್ಲಿದ್ದ ಮಧುರೆಯ ನಾಯಕ ವಂಶದ ಚೊಕ್ಕನಾಥನನ್ನು ಪ್ರತಿನಿಧಿಸಿದ್ದ ರಾಯಭಾರಿ ಮೈಸೂರು ರಾಜ್ಯದ ಬಲ, ಅಧಿಕಾರ ಮತ್ತು ಸಂಪನ್ಮೂಲಗಳ ಕುರಿತು ತನ್ನ ರಾಜನಿಗೆ ನಿರಂತರವಾಗಿ ವರದಿ ಕಳುಹಿಸುತ್ತಿದ್ದನು. ಮೈಸೂರಿನ ವಿರುದ್ದದ ಯುದ್ಧವನ್ನು ನಿಲ್ಲಿಸಬೇಕೆಂದು ಆತನು ತನ್ನ ವರದಿಯಲ್ಲಿ ಸಲಹೆ ನೀಡಿದ್ದನು.[14]

ಗುಪ್ತಚರ ಇಲಾಖೆ ಮತ್ತು ರಾಜತಾಂತ್ರಿಕ ಪ್ರತಿನಿಧಿಗಳು ಎರಡು ಭಿನ್ನಸ್ವರೂಪದ ಇಲಾಖೆಗಳಾಗಿದ್ದವು. ವಿದೇಶಾಂಗ ನೀತಿ ವ್ಯವಹಾರವನ್ನು ನೋಡಿಕೊಳ್ಳಲು ಒಂದು ಪ್ರತ್ಯೇಕ ಇಲಾಖೆ ಎಂದು ಇರಲಿಲ್ಲ. ಇವೆರೆಡೂ ನೇರವಾಗಿ ರಾಜನ ಹತೋಟಿಯಲ್ಲಿದ್ದವು. ರಾಜ ಅಸಮರ್ಥನಾಗಿದ್ದ ಪಕ್ಷದಲ್ಲಿ ಸರ್ವಾಧಿಕಾರಿ ಅಥವಾ ಪ್ರಧಾನ್ ತನ್ನಸಾಮರ್ಥ್ಯಕ್ಕೆ ಅನುಸಾರವಾಗಿ ಅಧಿಕಾರವನ್ನು ಚಲಾಯಿಸುತ್ತಿದ್ದನು.

ಟಿಪ್ಪಣಿಗಳು:

1. ಕಮಂಡಕ ನೀತಿಸಾರ ಭಾಗ XII ಪರಿಚ್ಛೆದಗಳು 27, 39, "ಓರ್ವ ರಾಜನು ತನ್ನ ಶತ್ರುಗಳ ಏಳಿಗೆ ಮತ್ತು ಬೆಳವಣಿಗೆಯನ್ನು ಅವರ ಸರ್ವರೀತಿಯ ಚಟುವಟಿಕೆಗಳನ್ನು ಮತ್ತು ಅವರ ಕುತೂಹಲ ಮತ್ತು ಉದ್ದೇಶಗಳನ್ನು ಗುಪ್ತಚಾರರ ಮೂಲಕ ಗ್ರಹಿಸುತ್ತಾನೆ; ಅದೇ ಪರಿಚ್ಛೇದ 31, ಪುಟಗಳು 188–89.

2. ತಿರುಮಲಾರ್ಯ: "ಚಿಕ್ಕದೇವರಾಜ ವಂಶಾವಳಿ" (ಇನ್ನು ಮುಂದೆ ಸಿವಿಎಮ್) ಪುಟಗಳು 3–32. 1895ರ ಮುದ್ರಣ.

3. ತಿರುಮಲಾರ್ಯ ಅದೇ ಪುಟಗಳು 6,13.

   "'ಅಪ್ರಿಯಮಾದೊಡಂ, ಗ್ರಾಮ್ಯಮಾದೊಡಂ, ಪಳಿವಾದೊಡಂ, ಪರಿಹಾಸಮಾದೊಡಂ, ಚುನ್ನವಾದೊಡಂ, ಜುಗುಪ್ಸೆಯಾದೊಡಂ, ಇರ್ದುದನಿರ್ದಂತೆ ಅರಸಂಗೆ

   ಒಳಓಲಗದೊಳಳಿಪುವುದೆ ದೂತರ್ಗೆ ನೀತಿ.'"

   'ಕೂಡಿ ಕಳೆಯದೆ ಕಬ್ಬಂಗೆಯ್ಯದೆ ಇರ್ದುದನಿರ್ದಂತೆ ಪೇಳ್.'"

4. ಕೆ ಎಮ್ ಪಣಿಕ್ಕರ್; "ಪ್ರಿನ್ಸಿಪಲ್ಸ್ ಎಂಡ್ ಪ್ರಾಕ್ಟೀಸ್ ಆಫ್ ಡಿಪ್ಲೋಮಸಿ" ಪುಟ 7.

5. ಈ ವಿಷಯ ಕುರಿತಂತೆ ಲಭ್ಯವಿರುವ ಭಿನ್ನಾಭಿಪ್ರಾಯಗಳಿಗೆ ನೋಡಿ ಟಿ ವಿ ಮಹಾಲಿಂಗಂ: "'ಸೌತ್ ಇಂಡಿಯನ್ ಪಾಲಿಟಿ'" ಪುಟ 296. ಇದು ಆಧುನಿಕ ಯುಗದಲ್ಲಿ ಪ್ರಾರಂಭವಾಯಿತೆಂದೂ ಮಧ್ಯಯುಗದ ಭಾರತದಲ್ಲಿ ಅದು ಅಸ್ತಿತ್ವದಲ್ಲಿರಲಿಲ್ಲವೆಂದೂ ಅವರು ತಿಳಿಸುತ್ತಾರೆ. ಆದರೆ ಎನ್. ವೆಂಕಟರಮಣಯ್ಯ ತಮ್ಮ "'ಸ್ಟಡೀಸ್ ಇನ್ ದಿ ಥರ್ಡ್ ಡೈನಸ್ಟಿ ಆಫ್ ವಿಜಯನಗರ'" ಕೃತಿಯಲ್ಲಿ ಹೀಗೆ ತಿಳಿಸುತ್ತಾರೆ; "'ಯಾವ ರಾಜ್ಯಗಳೊಂದಿಗೆ ರಾಜ ತಾಂತ್ರಿಕ ಸಂಪರ್ಕಗಳನ್ನು ಹೊಂದಿದೆಯೋ ಆ ರಾಜರ ಆಸ್ಥಾನಗಳಿಗೆ ರಾಯಭಾರಿಗಳನ್ನು ನಿಯೋಜಿಸುವುದು ಆ ಕಾಲದಲ್ಲಿನ ಒಂದು ಸಾಮಾನ್ಯ ಪದ್ಧತಿಯಾಗಿತ್ತು.'

'ಮನುಚರಿತ' ಮತ್ತು 'ರಾಜವಾಚಕ' ಒಂದಕ್ಕಿಂತ ಹೆಚ್ಚು ಬಾರಿ ಇದನ್ನು ಉಲ್ಲೇಖಿಸುತವೆಂದು ವೆಂಕಟರಮಣಯ್ಯ ಹೇಳುತ್ತಾರೆ. "'ಸ್ಟಡೀಸ್ ಇನ್ ದಿ ಥರ್ಡ್ ಡೈನಸ್ಟಿ ಆಫ್ ವಿಜಯನಗರ'," ಪುಟಗಳು 116–117.

6. ಕಂಠೀರವ ನರಸರಾಜ ವಿಜಯಂ ಅಧ್ಯಾಯ VIII, ಚರಣಗಳು 45, 'ದಿಕ್ಕುದಿಕ್ಕಿನ ದೊರೆಗಳ ರಾಯಭಾರಿಗಳಕ್ಕರುಮಿಗಿಲ್ಯೆತಂದು ಹೊಕ್ಕಾ ಸ್ಥಾನವನೋಡಿ, ತಲೆಯ ತೂಗಿಯುಕ್ಕಿದರತಿ ಹರುಷದಲಿ.'"

7. ಅದೇ ಅಧ್ಯಾಯ XXI ಚರಣ 53, ಅಧ್ಯಾಯ XXV, ಚರಣಗಳು 89–91.

8. ರಾಜ ಒಡೆಯರು 1595ರಲ್ಲಿ ತಿರುಮಲನ ಆಸ್ಥಾನಕ್ಕೆ ತನ್ನ ನಿಯೋಗಿಯನ್ನು ಕಳುಹಿಸಿ ಆತನೊಂದಿಗೆ ಸ್ನೇಹಸಂಪರ್ಕವನ್ನು ಹೊಂದುವ ತನ್ನ ಅಭಿಲಾಷೆಯನ್ನು ವ್ಯಕ್ತಪಡಿಸಿದ್ದನು. ಸಿವಿಎಮ್ ಪುಟಗಳು 30–31.

   "ಚಿಕ್ಕದೇವರಾಜನು ಔರಂಗಜೇಬನ ಆಸ್ಥಾನಕ್ಕೆ ತನ್ನ ವಕೀಲನಾಗಿದ್ದ ಕರಣಿಕ ಲಿಂಗಣ್ಣಯ್ಯನನ್ನು ಕಳುಹಿಸಿದ್ದು ಆತನೊಂದಿಗಿನ ಪರಸ್ಪರ ಸ್ನೇಹ ಸಂಪರ್ಕವನ್ನು ಗಟ್ಟಿಗೊಳಿಸುವ ಸಲುವಾಗಿ. "'ಆನ್ನಲ್ಸ್ ಆಫ್ ದಿ ಮೈಸೂರ್ ರಾಯಲ್ ಫ್ಯಾಮಿಲಿ', ಸಂಪುಟ I, ಪುಟಗಳು 142–45.

   ಸರ್ವಾಧಿಕಾರಿ ನಂಜರಾಜಯ್ಯ 1751ರಲ್ಲಿ ಬರ್ಕಿ ವೆಂಕಟರಾಯ ಮತ್ತು ಶೇಷಗಿರಿ ಪಂತರನ್ನು ವಿಶೇಷ ರಾಯಭಾರಿಗಳಾಗಿ ಫೋರ್ಟ್ ಸೈಂಟ್ ಜಾರ್ಜ್‌ನಲ್ಲಿನ ಕಂಪನಿಯ ಸರ್ಕಾರ ಮತ್ತು ಆರ್ಕಾಟಿನ ಮುಹಮ್ಮದ್ ಆಲಿಯ ಬಳಿಗೆ ಚಂದಾ ಸಾಹೇಬರ ವಿರುದ್ಧ ಅವನು ನೀಡುತ್ತಿದ್ದ ಸೈನಿಕ ಸಹಾಯಕ್ಕೆ ಪ್ರತಿಯಾಗಿ ತಿರುಚಿನಾಪಳ್ಳಿಯನ್ನು ಬಿಟ್ಟುಕೊಡುವ ಪ್ರಯತ್ನದಲ್ಲಿ ಸಂಧಾನ ನಡೆಸಲು ನಿಯೋಜಿಸಿದ್ದನು. ಫೋರ್ಟ್ ಸೈಂಟ್ ಜಾರ್ಜ್‌ನ ದಾಖಲೆಗಳು. ದೇಶದ ಪತ್ರವ್ಯವಹಾರ 1751 ಪತ್ರ ಸಂಖ್ಯೆ 140, 141. ಪುಟಗಳು 65–66; 1753, ಪತ್ರದ ಸಂಖ್ಯೆ 13, ಪುಟಗಳು 11–12.

9. ಅದೇ.

10. ಫೋರ್ಟ್ ಸೈಂಟ್ ಜಾರ್ಜ್ ದಾಖಲೆಗಳು, ದೇಶದ ಪತ್ರ ವ್ಯವಹಾರ 1754 ಪತ್ರ ಸಂಖ್ಯೆ 4, ಪುಟ 67.

11. ಕೌಟಿಲ್ಯ: ಅರ್ಥಶಾಸ್ತ್ರ ಪುಸ್ತಕ IV, ಅಧ್ಯಾಯಗಳು I, III, ಪುಟಗಳು 318–22 ಮತ್ತು ಪುಸ್ತಕ IV, ಅಧ್ಯಾಯ XXV, ಪುಟಗಳು 366–68.

    ಕಮಂಡಕ ನೀತಿಸಾರ, ಭಾಗ XVII, ಪುಟಗಳು, 231–40.

    ಮುನಿವಂಶಾಭ್ಯುದಯ, ಹಸ್ತಪ್ರತಿ; ಪುಟಗಳು 4–5, ಚರಣಗಳು 39–44.

12. ಸಿವಿಎಮ್, ಪುಟಗಳು 30–31.

13. 'ಆನ್ನಲ್ಸ್ ಆಫ್ ದಿ ಮೈಸೂರ್ ರಾಯಲ್ ಫ್ಯಾಮಿಲಿ'," ಭಾಗ I, ಪುಟಗಳು 142–46.

14. 'ಚಿಕ್ಕದೇವರಾಜ ವಿಜಯಂ', ಅಧ್ಯಾಯ V, ಪುಟ 113, 1896ರ ಅವತರಣಿಕೆ.

ಹೈದರ್ ಆಲಿ

ನಡತೆ, ವ್ಯಕ್ತಿತ್ವ ಸಾರ್ವಜನಿಕ ಜೀವನ ಮತ್ತು ಖಾಸಗಿ ಬದುಕು[1]

ಡಿ.ಎಸ್. ಅಚ್ಚುತ ರಾವ್ ಎಂ.ಎ.

ನಾವು ತಿಳಿದಿರುವಂತೆ ಹೈದರ್ ಆಲಿ ಯುದ್ಧ-ಶಸ್ತ್ರಸನ್ನದ್ಧನಾಗಿ ಯುದ್ಧೋತ್ಸಾಹಿಯಾಗಿದ್ದಿರಲಿಲ್ಲ ಅಲ್ಲದೆ ಉಗ್ರಸ್ವರೂಪಿಯೂ ಆಗಿರಲಿಲ್ಲ. ತನ್ನ ಪ್ರಜೆಗಳಿಗೆ ತಂದೆಯೂ, ಪುಂಡರಿಗೆ ಮತ್ತು ದುಷ್ಟರಿಗೆ ಸಿಂಹಸ್ವರೂಪಿಯೂ ಸಹಾಯ ಬೇಡಿದವರಿಗೆ ಉದಾರದಾನಿಯೂ ದುರ್ಬಲರು ಹಾಗೂ ನಿರ್ಗತಿಕರಿಗೆ ದಯಾಳುವಾದ ಆಶ್ರಯದಾತನೂ ಆಗಿದ್ದನು. ನಿರ್ಗತಿಕರನ್ನು ಒಳಗೊಂಡ ಒಂದು ಪಡೆಯನ್ನೇ ಕಟ್ಟಿಕೊಂಡ ಅವನು ಅವರ ಅವಶ್ಯಕತೆಗಳನ್ನು ಪೂರೈಸಿ ಅವರಿಗೆ ಸೂಕ್ತ ಶಿಕ್ಷಣವನ್ನು ಒದಗಿಸಿದ್ದನು. ಇದನ್ನು ಕುರಿತು ಶ್ವಾರ್ಟ್ಜ್ ಹೀಗೆ ಹೇಳುತ್ತಾರೆ: ""ಅವನು ಅನಾಥರಿಗೆ ತೋರಿದ್ದ ಕಾಳಜಿಯಿಂದ ನನಗೆ ಸಂತೋಷವಾಗಿದೆ. .... ತನ್ನ ರಾಜ್ಯದ ಅನಾಥರನ್ನು ಅವನು ಎಂದಿಗೂ ಕಡೆಗಣಿಸಲಿಲ್ಲ. ಅವರಿಗೆ ಆಹಾರ ಮತ್ತು ತೊಡಲು ಬಟ್ಟೆ ಒದಗಿಸಿದ್ದನು. ಮಾತ್ರವಲ್ಲದೆ ಅವರಿಗೆ ತಾಲೀಮು ನಡೆಸಲು ಬೆಂಕಿ ಹಚ್ಚಿದ ಮರದ ಚುಚ್ಚುಗೋಲುಗಳನ್ನು ನೀಡಿದ್ದನು.""[1]

ಹೈದರ ತನ್ನ ಪ್ರಜೆಗಳು ಮತ್ತು ಅಧಿಕಾರಿಗಳೊಂದಿಗೆ ವ್ಯವಹರಿಸುವಾಗ ನ್ಯಾಯನಿಷ್ಠುರನಾಗಿದ್ದನು. ಇದು ಆತನ ವ್ಯಕ್ತಿತ್ವದಲ್ಲಿನ ಒಂದು ಗಮನಾರ್ಹವಾದ ಅಂಶವಾಗಿತ್ತು. ಆತನ ಇಪ್ಪತ್ತೊಂದು ವರ್ಷಗಳ ಆಡಳಿತದಲ್ಲಿ ಈ ನೀತಿಯ ಹಾದಿಯಲ್ಲಿ ಅವನು ಎಂದೂ ಅಡ್ಡದಾರಿ ಹಿಡಿಯಲಿಲ್ಲ. ಶೋಷಿತರ ಮತ್ತು ನ್ಯಾಯ ಅಪೇಕ್ಷಿಸಿದ್ದ ಜನರಿಂದ ಆತ ಸತ್ಯಾಂಶಗಳನ್ನು ಪಡೆದುಕೊಳ್ಳಲು ಕಾತರನಾಗಿದ್ದನು. ಯಜಮಾನರು ಅಥವಾ ಸೇವಕರು, ಶತ್ರುಗಳು ಅಥವಾ ಸ್ನೇಹಿತರು ಮತ್ತು ಮಕ್ಕಳು ಅಥವಾ ಬಂಧುಗಳು ಎಂಬ ತಾರತಮ್ಯ ಮಾಡದ ಅವನು ಎಲ್ಲಕಾಲಕ್ಕೂ ಶೋಷಿತರ ಪರವಾಗಿದ್ದನು.[2] ತಪ್ಪು ಮಾಡಿದವರಿಗೆ ಮತ್ತು ಅಪರಾಧಿಗಳಿಗೆ ಆತನು ಶಿಕ್ಷೆ ವಿಧಿಸಲು ಹಿಂಜರಿಯಲೂ ಇಲ್ಲ ಮತ್ತು ನಿಧಾನಿಸಲೂ ಇಲ್ಲ. ಡಿ ಲಾ ಟೂರ್ ಒಂದು ವಿಶೇಷ ಘಟನೆಯನ್ನು ನಮಗೆ ವಿವರಿಸಿದ್ದಾರೆ. ಇದು ಹೈದರನ ವ್ಯಕ್ತಿತ್ವಕ್ಕೆ ಕನ್ನಡಿಯಾಗಿದೆ.[3] ಹೈದರ ಒಮ್ಮೆ 1767ರ ಒಂದು ಸಂಜೆ ತನ್ನ ಹಿಂಬಾಲಕರೊಂದಿಗೆ ಕೊಯಮತ್ತೂರಿಗೆ ಹೋಗುತ್ತಿದ್ದಾಗ ಓರ್ವ ವಯಸ್ಸಾದ ಮಹಿಳೆ ಆತನ ಕಾಲಿಗೆ ಬಿದ್ದು ತನಗೆ ನ್ಯಾಯ ಒದಗಿಸಿಕೊಡಬೇಕೆಂದು ಕೇಳಿಕೊಂಡಳು. ಹೈದರ್ ಡಿ ಲಾ ಟೂರ್ ಹೇಳುವಂತೆ ತಕ್ಷಣ ತನ್ನ ಬಂಡಿಯನ್ನು ನಿಲ್ಲಿಸಲು ಆಜ್ಞಾಪಿಸಿ ಅವಳ ಕೋರಿಕೆಯೇನೆಂದು ವಿಚಾರಿಸಿದನು. ಅವಳು ಉತ್ತರಿಸುತ್ತಾ, 'ನನ್ನ ಓರ್ವಳೇ ಮಗಳನ್ನು ಅಗ್ಗಿ ಮುಹಮ್ಮದನು ನನ್ನಿಂದ ಅಪಹರಿಸಿದ್ದಾನೆ"' ಎಂದಳು. ಹೈದರ್ ಇದಕ್ಕೆ ಪ್ರತ್ಯುತ್ತರಿಸುತ್ತಾ ""ಈ ಘಟನೆ ನಡೆದ ಬಳಿಕ ಅಗ್ಗಿ ಮುಹಮ್ಮದನು

1 "ಹೈದರ್ ಆಲಿ; ನಡತೆ, ವ್ಯಕ್ತಿತ್ವ, ಸಾರ್ವಜನಿಕ ಜೀವನ ಮತ್ತು ಖಾಸಗಿ ಬದುಕು," ಕ್ವಾರ್ಟರ್ಲಿ ಜರ್ನಲ್ ಆಫ್ ಮಿಥಿಕ್ ಸೊಸೈಟಿ, ಸಂಪುಟ 31 ಜುಲೈ 1940, ಪುಟಗಳು 25–35.

ಊರು ಬಿಟ್ಟು ಹೋಗಿದ್ದು. ಈಗಾಗಲೇ ಒಂದು ತಿಂಗಳಾಗಿದೆ. ನೀನು ಇಷ್ಟು ಸಮಯ್ಲ್ಲ ದೂರು ಕೊಡದೆ ಕಾಲಹರಣ ಏಕೆ ಮಾಡಿದೆ?'" ಎಂದು ಕೇಳಿದನು. ಅದಕ್ಕೆ ಅವಳು "'ಮಹಾಪ್ರಭು, ನಾನು ಈ ಹಿಂದೆ ಹಲವಾರು ಬಾರಿ ಹೈದರ್ ಷಹಾರಲ್ಲಿ ದೂರು ಕೊಟ್ಟಿದ್ದರೂ, ಯಾವುದೇ ಉತ್ತರ ದೊರೆತಿಲ್ಲ,'" ಎಂದು ಹೇಳಿದಳು. ಈ ಹೈದರ್ ಷಹಾ ಪ್ರತೀಹಾರಿಗಳ ಮುಖ್ಯಸ್ಥನಾಗಿದ್ದು, ಸಾಮಾನ್ಯವಾಗಿ ಹೈದರ್ ಆಲಿಯ ಸೈನಿಕರ ಸವಾರಿ ಮೆರವಣಿಗೆಯ ಮುಂಭಾಗದಲ್ಲಿ ಆಕರ್ಷಕ ಚಿನ್ನದ ಕುಸುರಿ ಹೊಂದಿದ ಪತಾಕೆಯನ್ನು ಗೌರವಸೂಚಕವಾಗಿ ಹಿಡಿದು ಸಾಗುತ್ತಿದ್ದನು. ಹೈದರ್ ತತ್‌ಕ್ಷಣ ತನ್ನ ಪ್ರತೀಹಾರಿಗಳ ಮುಖ್ಯಸ್ಥನು ರಾಜಧಾನಿಗೆ ಹಿಂದಿರುಗುವಂತೆ ಆಜ್ಞಾಪಿಸಿ ಆ ಹಿರಿಯ ಮಹಿಳೆಯನ್ನು ಅಲ್ಲಿಂದ ಕಳುಹಿಸಿಕೊಟ್ಟನು.. ಆಸ್ಥಾನದಲ್ಲಿದ್ದ ಸಮಸ್ತ ಆಸ್ಥಾನಿಕರು ಹೈದರನಿಗೆ ಆಪ್ತನಾಗಿದ್ದವನಿಗೆ ಏನಾಗಬಹುದೋ ಎಂದು ಕಾತುರದಿಂದ ಕಾಯುತ್ತಿದ್ದರು. ಪ್ರತೀಹಾರಿಯ ಪರವಾಗಿ ವಿವರಣೆ ನೀಡುವ ಧೈರ್ಯ ಯಾರಿಗೂ ಇರಲಿಲ್ಲ. ಆಸ್ಥಾನದಲ್ಲಿದ್ದ ಟೀಪು, ಯುರೋಪ್ ಮೂಲದ ಸೈನ್ಯಾಧಿಕಾರಿ ಮೊದಲಾದವರು ಆತನನ್ನು ಕ್ಷಮಿಸಬೇಕೆಂಬ ಒತ್ತಡವನ್ನು ಹೈದರನ ಮೇಲೆ ತರಲು ಸೂಚಿಸಿದರಾದರೂ ಇದು ಫಲನೀಡಲಿಲ್ಲ. ಆದರೆ ಹೈದರ್ ಅಧಿಕಾರಿಗೆ ಕ್ಷಮೆ ನೀಡಲು ನಿರಾಕರಿಸಿ 'ರಾಜ ಮತ್ತು ಪ್ರಜೆಗಳ ನಡುವಿನ ಸಂಬಂಧಗಳನ್ನು ಹಾಳುಗೆಡುವುದು ಬೇರೆ ಯಾವುದೇ ಅಪರಾಧಕ್ಕಿಂತ ಕಡಿಮೆ ಅಲ್ಲ. ದೀನರಿಗೆ ನ್ಯಾಯ ಒದಗಿಸುವುದು ಅದ ಪ್ರಮುಖ ಕರ್ತವ್ಯವೂ ಆಗಿದೆ. ದೀನರನ್ನು ಕಾಪಾಡುವುದಕ್ಕಾಗಿಯೇ ದೇವರು ರಾಜನನ್ನು ನೇಮಿಸಿರುತ್ತಾನೆ. ಪ್ರಜೆಗಳಿಗೆ ಯಾರಾದರೂ ಉಪಟಳ ನೀಡಿ ಶಿಕ್ಷೆಯಿಂದ ತಪ್ಪಿಸಿಕೊಂಡರೆ ದೇವರು, ರಾಜನಲ್ಲಿ ಜನರು ಇರಿಸಿರುವ ನಂಬಿಕೆ ಹುಸಿಯಾಗುತ್ತದೆ"[3] ಎಂದು ಹೇಳಿದನು. ಹೈದರ್ ಪತೀಹಾರಿಗೆ ಎರಡು ನೂರು ಕೊರಡೇಟು ನೀಡಲು ತಕ್ಷಣ ಆಜ್ಞೆ ವಿಧಿಸಿದ್ದಲ್ಲದೆ ಅಬ್ಬಿಸಿನೀಯಾದ ಓರ್ವ ಕುದುರೆ ಸವಾರನನ್ನು ಕರೆಸಿ ದೂರುಕೊಟ್ಟಿದ್ದ ಆ ಮಹಿಳೆಯ ಸಂಗಡ ಅಗ್ಗಿ ಮುಹಮ್ಮದ್ ಅಡಗಿರಬಹುದಾದ ಗ್ರಾಮಕ್ಕೆ ತೆರಳಿ ಆ ಅಪಹೃತ ಹುಡುಗಿಯನ್ನು ಬಂಧಮುಕ್ತಗೊಳಿಸಿ ಅವಳ ತಾಯಿಯ ವಶಕ್ಕೊಪ್ಪಿಸಿ ಅಗ್ಗಿ ಮುಹಮ್ಮದ್‌ನನ್ನು ವಧಿಸಿ ಅವನ ಶಿರದೊಂದಿಗೆ ಮರಳುವಂತೆ ಆಜ್ಞಾಪಿಸಿದನು. ಇದರಂತೆ ಹುಡುಗಿಯನ್ನು ರಕ್ಷಿಸಿ ಅಗ್ಗಿ ಮುಹಮ್ಮದ್‌ನ ಶಿರವನ್ನು ಹೈದರ್‌ನ ಬಳಿ ತರಲಾಯಿತು. ಈ ರೀತಿಯ ಕಠಿಣ ಶಿಕ್ಷೆಯ ಕ್ರಮಗಳು ಆತನ ಆಡಳಿತದ ಯಶಸ್ಸಿನ ಹಲವು ಕಾರಣಗಳಲ್ಲಿ ಒಂದು. ಈ ಘಟನೆ ನ್ಯಾಯವಿತರಣೆಯಲ್ಲಿ ಸರ್ವಸಮದೃಷ್ಟಿಗಾಗಿ, ಸಮರ್ಥ ಆಡಳಿತೆಗಾಗಿ ಹೆಸರಾಂತ ಹೈದರನಲ್ಲಿ ಪ್ರಜೆಗಳು ಹೊಂದಿದ್ದ ವಿಶ್ವಾಸಕ್ಕೆ ಉದಾಹರಣೆಯಾಗಿದೆ.

ಹೈದರ್ ಸ್ನೇಹಶೀಲ, ವಿನಯ ಶೀಲ ಮತ್ತು ಉದಾರಿ ಆಗಿದ್ದನು. ಸಂದರ್ಭಕ್ಕೆ ತಕ್ಕಂತೆ ಒಮ್ಮೊಮ್ಮೆ ತನ್ನ ಕ್ರೌರ್ಯವನ್ನು ತೋರ್ಪಡಿಸುತ್ತಿದ್ದನಾದರೂ ಅದು ಅವನ ಸ್ಥಾಯೀಗುಣವಾಗಿರಲಿಲ್ಲ. ಅವನು ಯೂರೋಪಿಯನ್ ಖೈದಿಗಳನ್ನು ನಡೆಸಿಕೊಳ್ಳುತ್ತಿದ್ದ ರೀತಿಯಿಂದಾಗಿ ಅವನ ಮೇಲೆಆಪಾದನೆಗಳನ್ನು ಹೊರೆಸಿದ್ದುಂಟು.[6] ಆದರೆ ಜಾನ್ ಲಿಂಡ್ಸೆ ಎಂಬಾತ ಬೈಲಿಯ ಜೊತೆಯಲ್ಲಿ ಸೆರೆಯಾಳಾಗಿದ್ದ ಕಾಲದಲ್ಲಿ ತನ್ನ ವರದಿಯಲ್ಲಿ,[7] ಅನಾಗರಿಕ ಮತ್ತು ನಿರಂಕುಶ ಪ್ರಭುವಿನ ಯಾವ ಗುಣಗಳನ್ನೂ ಹೊಂದಿರದಿದ್ದ ಹೈದರ್ ಓರ್ವ ಸಭ್ಯನೆಂದು ಚಿತ್ರಿಸಿದ್ದಾನೆ." ಲಿಂಡ್ಸೆಯ ವರ್ಣನೆಯಂತೆ '(ಹೈದರ್) ನಮ್ಮನ್ನು ಗೌರವ ಮತ್ತು ಕರುಣೆಯಿಂದ ನಡೆಸಿಕೊಳ್ಳಬೇಕೆಂದು ಆಜ್ಞೆಯನ್ನು ವಿಧಿಸಿದನು'.[8] 'ಯುದ್ಧ ಖೈದಿಗಳ

ಮೈಯಲ್ಲಿನ ಗಾಯಗಳನ್ನು ನೋಡಿದ ಹೈದರ್ ತನ್ನ ಫ್ರೆಂಚ್ ಶಸ್ತ್ರಚಿಕಿತ್ಸರಿಗೆ ಅವರ ಗಾಯಗಳಿಗೆ ಮುಲಾಮು ಸವರುವ ಮತ್ತು ಎಲ್ಲಾ ರೀತಿಯ ವೈದ್ಯಕೀಯ ಸಹಾಯವನ್ನು ನೀಡುವಂತೆ ವಿಧಿಸಿದನು'.[9] 'ಖೈದಿಗಳು ಆತನ ಸೈನಿಕರಿಂದ ಅನುಭವಿಸಿದ ಸಂಕಷ್ಟಗಳ ಬಗ್ಗೆ ತಿಳಿದುಕೊಂಡ ಹೈದರ್ ಆಗಿರುವ ಅನ್ಯಾಯಕ್ಕೆ ವಿಷಾದವನ್ನು ವ್ಯಕ್ತಪಡಿಸಿದನು.'[10] 'ಊಟ ತಿಂಡಿ ಮುಗಿಸಿ ವಿಶ್ರಮಿಸುವಂತೆ ಹಾಗೂ ಸಂತೋಷ ದಲ್ಲಿರುವಂತೊ ಹಾರೈಸಿ, ಖರ್ಚಿಗಾಗಿ ಅವರಿಗೆ ಒಂದು ಸಾವಿರ ರೂಪಾಯಿಗಳನ್ನು ಬಿಡುಗಡೆ ಮಾಡಿದನು.'[11] ಈ ರೀತಿಯ ' ಅನುಭವಕಥನಗಳಲ್ಲಿ ದಾಖಲಾಗಿರುವಂತೆ ಹೈದರನ ಈ ರೀತಿಯ ಗುಣಗಳು ಆತನ ವ್ಯಕ್ತಿತ್ವವನ್ನು ರೂಪಿಸಿದ್ದು ಅವನು ಓರ್ವ ಮಾನವತಾವಾದಿ ಎಂದು ರುಜುವಾತಾಗುತ್ತದೆ. ಆತನು ಮಿತಿಮೀರಿದ ಔದಾರ್ಯದೊಂದಿಗೆ ಮೃದುಹೃದಯಿಯೂ ಆಗಿದ್ದನು. ಆತನ ಖೈದಿಗಳಾಗಿದ್ದ ಅನೇಕ ಇಂಗ್ಲಿಷ್ ಬಂಧಿಗಳು ತಾವು ಅರೆಹೊಟ್ಟೆಯಲ್ಲಿರಬೇಕಾದ, ಬಲವಂತದ ಸುನ್ನತಿಗೆ ಒಳಗಾದ ಭಯಾನಕ ಕಥೆಗಳನ್ನು ಹೇಳಿರುವುದಾದರೂ, ಬೌರಿಂಗ್ ಹೇಳಿರುವಂತೆ 'ದೇಶಿಯರು ಇಂಗ್ಲಿಷ್ ಸೈನಿಕನೆಂದರೆ ಒಂದು ಕ್ರೂರ ಪ್ರಾಣಿ, ಪಾಶವಿಕಶಕ್ತಿಯಿಂದಲೇ ಅದನ್ನು ದಮನಿಸಲು ಸಾಧ್ಯ ಎಂದು ತಿಳಿದಿದ್ದರು.'[12]

ಸಮಕಾಲೀನ ಬರಹಗಾರರು ಆತನ ವ್ಯಕ್ತಿತ್ವ, ಖಾಸಗಿ ಬದುಕು ಮತ್ತು ಸಾರ್ವಜನಿಕ ಜೀವನ ಕುರಿತು ಅನೇಕ ವಿವರಣಾತ್ಮಕ ವರ್ಣನೆಗಳನ್ನು ನೀಡಿದ್ದಾರೆ. ಹೈದರನ ವೈಯುಕ್ತಿಕ ಚಹರೆ ಬಗ್ಗೆ ಡಿ ಲಾ ಟೂರ್ ನೀಡಿರುವ ವಿವರ ಎಲ್ಲಾ ವರ್ಣನೆಗಳಿಗಿಂತಲೂ ಸೊಗಸಾಗಿದೆ. 'ಆತನದು ಐದು ಅಡಿ ಆರು ಇಂಚು ಎತ್ತರ. ಚುರುಕು ನಡಿಗೆ. ಸಮರ್ಥಕುದುರೆ ಸವಾರನಂತೆ ಅಥವಾ ಕಾಲ್ದಳ ಸೈನಿಕನಂತೆ ಆಯಾಸವನ್ನು ತಡೆದುಕೊಳ್ಳುವ ಶಕ್ತಿ ಅವನಿಗಿತ್ತು. ಎಲ್ಲ ಭಾರತೀಯರಂತೆ ಅವನದೂ ಕಂದು ಬಣ್ಣವಾಗಿದ್ದು, ಅವರಂತೆಯೇ ಗಾಳಿ ಮತ್ತು ಬಿಸಿಲಿಗೆ ಒಡ್ಡಿಕೊಂಡ ಅವನ ದೇಹವು ಅವಕ್ಕೆ ಹೊಂದಿಕೊಂಡಿತ್ತು. ನೋಡಲು ಆತ ಒರಟ. ಆತನದು ಮೇಲ್ಮುಖವಾದಮೂಗು ಮತ್ತು ದಪ್ಪ ಕೆಳತುಟಿ. ಅವನ ಮುಖಚರ್ಯೆ ಅಷ್ಟೇನೂ ಸುಂದರವಾಗಿರಲಿಲ್ಲ. ಆದರೂ, ಅದು ಬೇರೆಯವರನ್ನು ಆಕರ್ಷಿಸುವ, ವಿಶ್ವಾಸ ಗೌರವ ಮೂಡಿಸುವ ಗಾಂಭೀರ್ಯದ ಲಕ್ಷಣಗಳನ್ನು ಹೊಂದಿತ್ತು".[13]

ಆತ ದೈಹಿಕವಾಗಿ ಬಲಶಾಲಿಯೂ ಮತ್ತು ಮಾನಸಿಕವಾಗಿ ಸ್ಥೈರ್ಯವಂತನೂ ಆಗಿದ್ದನು. ಪ್ರತಿಯೊಂದು ವಿಷಯಕ್ಕೂ ನೀಡುತ್ತಿದ್ದ ಆದ್ಯತೆ ಮತ್ತು ಕಾರ್ಯತತ್ಪರತೆ ಆತನು ಸಮರ್ಥಆಡಳಿತಗಾರನೆಂದು ಹೆಸರು ಗಳಿಸಲು ನೆರವಾದವು. ರಾಜ್ಯದ ಆಡಳಿತದ ನಿರ್ವಹಣೆಯಲ್ಲಿ ಆತನಿಗೆ ಸಹಕರಿಸಲು ಮೇಧಾವಿ ಮಂತ್ರಿಗಳಿದ್ದರೂ, ಆತನು ಆಡಳಿತ ಯಂತ್ರದಲ್ಲಿ ಕ್ರಿಯಾಶೀಲನಾಗಿ ತೊಡಗಿಸಿಕೊಂಡದ್ದರಿಂದ ಆಡಳಿತ ಯಂತ್ರದ ಮೇಲೆ ಮತ್ತು ಆಡಳಿತದ ವಿವಿಧ ವಿಭಾಗಗಳ ಮೇಲೆ ನಿಯಂತ್ರಣ ಹೊಂದಲು ಅನುಕೂಲವಾಯಿತು. ಮುಂಜಾನೆಯಿಂದ ತಡರಾತ್ರಿಯ ವರೆಗೂ ಸಾರ್ವಜನಿಕ ವ್ಯವಹಾರಗಳಲ್ಲಿ ಅವನು ತನ್ನನ್ನು ತೊಡಗಿಸಿಕೊಂಡಿದ್ದನು. ಸಾರ್ವಜನಿಕ ಮತ್ತು ಖಾಸಗಿ ವ್ಯವಹಾರಗಳಿಗೆ ಸಂಬಂಧಿಸಿದಂತೆ ಆತ ತನ್ನ ಸಮಯವನ್ನು ನಿಗದಿಗೊಳಿಸಿದ್ದು ಸಾಮಾನ್ಯ ಮನುಷ್ಯ ಮಾಡಬಹುದಾಗಿದ್ದ ಕಾರ್ಯಕ್ಕಿಂತ ಹೆಚ್ಚು ಪ್ರಮಾಣದ ಕೆಲಸ ಕಾರ್ಯಗಳನ್ನು ನಿರ್ವಹಿಸುತ್ತಿದ್ದನು. ಸೂರ್ಯೋದಯವಾದಂತೆ ಸೇವಕರು, ಆತನನ್ನು ಎಬ್ಬಿಸುತ್ತಿದ್ದರು. ಹಿಂದಿನ ದಿನ ಅಥವಾ ರಾತ್ರಿ ಆತನ ಸೈನ್ಯದಲ್ಲಿ ಸೇವೆಸಲ್ಲಿಸುತ್ತಿದ್ದ ಸೈನಾಧಿಕಾರಿಗಳಿಂದ ಅವರ ವರದಿಗಳನ್ನು

ಪಡೆದು ತಕ್ಕ ಆದೇಶಗಳನ್ನು ನೀಡುತ್ತಿದ್ದನು. ಮಂತ್ರಿಗಳು ಅವನ ಆದೇಶಗಳನ್ನು ಈ ಸಮಯದಲ್ಲಿ ಸ್ವೀಕರಿಸುತ್ತಿದ್ದರು.[14] ಹೆಚ್ಚಿನ ಮಾಹಿತಿಗಳನ್ನು ಅವನಿಗೆ ನೀಡಲು ಅಪೇಕ್ಷಿಸುವ ಅಧಿಕಾರಿಗಳು ಮತ್ತು ಸೈನ್ಯಾಧಿಕಾರಿಗಳು ಈ ಸಂದರ್ಭದಲ್ಲಿ ಹಾಜರಿರುತ್ತಿದ್ದರು. ನಂತರ ಒಂದು ಕುರ್ಚಿಯ ಮೇಲೆ ಕುಳಿತುಕೊಂಡು, ಮುಖಮಾರ್ಜನ ಮಾಡುವ ಸಂದರ್ಭದಲ್ಲಿ ಹಿಂದಿನ ರಾತ್ರಿ ಅಥವಾ ಅಂದು ಬೆಳಿಗ್ಗೆ ಹಿಂದಿರುಗಿದ ಗುಪ್ತಚರರು ಮತ್ತು ದೂತರು ಆತನನ್ನು ಸುತ್ತುವರಿದು ಸಮಾಚಾರ ಮತ್ತು ಗುಪ್ತಮಾಹಿತಿಗಳನ್ನು ಒಪ್ಪಿಸುತ್ತಿದ್ದರು.[15] ಆತನು ಶೌಚಾಲಯದಲ್ಲಿ ಎರಡು ಅಥವಾ ಮೂರು ಗಂಟೆಗಳ ಕಾಲವಿದ್ದರೂ ಆತನಿಗೆ ಅಗತ್ಯವೆನಿಸಿದ್ದ ಸೈನ್ಯದ ಯಾವುದೇ ಮಾಹಿತಿಯನ್ನು ಯಾವುದೇ ಹಿಂಜರಿಕೆಯಿಲ್ಲದೆ ತಿಳಿಸುತ್ತಿದ್ದರು.[16] ಬೆಳಗಿನ ಎಂಟು ಮತ್ತು ಒಂಬತ್ತು ಗಂಟೆಗಳ ಅವಧಿಯಲ್ಲಿ ಅನೇಕ ಇಲಾಖೆಗಳ ಕಾರ್ಯದರ್ಶಿಗಳು ಅವನನ್ನು ಭೇಟಿ ಮಾಡಿ ತಮ್ಮ ಇಲಾಖೆಗಳ ಕುರಿತು ಮಾಹಿತಿಗಳು ಮತ್ತು ಇಲಾಖೆಗಳಿಗೆ ಅವನು ನೀಡುವ ಸಲಹೆ ಸೂಚನೆಗಳನ್ನು ಸ್ವೀಕರಿಸುತ್ತಿದ್ದರು. ತರುವಾಯ ಆಗಮಿಸುತ್ತಿದ್ದ ಆತನ ಮಕ್ಕಳು, ಬಂಧುಗಳು ಮತ್ತು ಸರದಾರರೊಂದಿಗೆ ತನ್ನ ಬೆಳಗಿನ ಉಪಾಹಾರವನ್ನು ಸ್ವೀಕರಿಸುತ್ತಿದ್ದನು. ತರುವಾಯ ಉಪ್ಪರಿಗೆಯಿಂದ ಬರುತ್ತ ಆನೆಗಳ ಮತ್ತು ಕುದುರೆಗಳ ವಂದನೆಯನ್ನು ಸ್ವೀಕರಿಸುವ ಸಮಯದಲ್ಲಿ ಜರಿಬಟ್ಟೆಯಿಂದ ಮೈಯನ್ನು ಹೊದಿಸಿದ ಆತನ ಹುಲಿಗಳು ಈ ಸಂದರ್ಭದಲ್ಲಿ ಹಾದುಹೋಗುತ್ತಿದ್ದವು.[17] ತರುವಾಯ ಹೈದರ್ ಸಮ್ಮುಖದ ಕೊಠಡಿಯನ್ನೋ ಅಥವಾ ಯುದ್ಧ ಸಮಯದಲ್ಲಿ ಎಬ್ಬಿಸಲಾಗಿದ್ದ ವಿಶೇಷ ಗುಡಾರವನ್ನು ಪ್ರವೇಶಿಸುತ್ತಿದ್ದನು.[18] "ಈ ಸಮಯದಲ್ಲಿ ಹಾಜರಿರುತ್ತಿದ್ದ ಸುಮಾರು ಮೂವತ್ತು ಅಥವಾ ನಲವತ್ತು ಗುಮಾಸ್ತರು ಆತನ ಎಡಪಾರ್ಶ್ವದಲ್ಲಿದ್ದ ಗೋಡೆಯ ಬಳಿ ಕುಳಿತುಕೊಂಡು ನಿರಂತರವಾಗಿ ಬರವಣಿಗೆಯಲ್ಲಿ ತಮ್ಮನ್ನು ತೊಡಗಿಸಿಕೊಳ್ಳುತ್ತಿದ್ದರು. ಪ್ರತಿಯೊಂದು ಬಾರಿ ಓಲೆಕಾರರು ಬಂದಾಗ ಅವರನ್ನು ಕೊಂಬು ಕಹಳೆಯ ಧ್ವನಿಯಿಂದ ಬರಮಾಡಿಕೊಂಡು ರಾಜನ ಬಳಿ ಕರೆದೊಯ್ಯಲಾಗುತ್ತಿದ್ದು, ಈ ಸಂದರ್ಭದಲ್ಲಿ ಓಲೆಕಾರರು ತಮ್ಮ ಕಾಗದ ಪತ್ರಗಳ ಲಕೋಟೆಗಳನ್ನು ಹರಡುತ್ತಿದ್ದರು. ಓರ್ವ ಗುಮಾಸ್ತನು ಕಾಲುಗಳನ್ನು ಬಗ್ಗಿಸಿ ಪ್ರತಿಯೊಂದು ಲಕೋಟೆಯನ್ನು ತೆರೆದು ಅದರಲ್ಲಿನ ಕಾಗದವನ್ನು ಓದುತ್ತಿದ್ದನು. ತತ್‌ಕ್ಷಣ ಹೈದರ್ ಆ ಪತ್ರಕ್ಕೆ ಉತ್ತರವನ್ನು ನೀಡುತ್ತಿದ್ದು ಅದು ತರುವಾಯ ಸಂಬಂಧಿಸಿದ ಇಲಾಖೆಯ ಮಂತ್ರಿಯ ಕಛೇರಿಯನ್ನು ತಲುಪಿ ಅಲ್ಲಿ ಹೆಸರು ಮತ್ತು ಮೊಹರಿನೊಂದಿಗೆ ರವಾನೆಯಾಗುತ್ತಿತ್ತು. ಈ ಆದೇಶಗಳು ಮತ್ತು ಕಾಗದ ಪತ್ರಗಳು ಮತ್ತು ಖಾಸಗಿ ಪತ್ರಗಳು ಪೂರ್ಣಗೊಂಡ ನಂತರ ಸ್ವತಃ ಹೈದರ್ ಸಹಿ ಮಾಡುತ್ತಿದ್ದನು.[19] ಹೊಸದಾಗಿ ಸೈನ್ಯಕ್ಕೆ ಕುದುರೆಗಳನ್ನು ಖರೀದಿಸಿದ ಸಂದರ್ಭದಲ್ಲಿ ಅಥವಾ ಯಾವುದಾದರೂ ಬಂದರು ಪಟ್ಟಣ ಅಥವಾ ಶಸ್ತ್ರಾಸ್ತ್ರಗಳನ್ನು ತಯಾರಿಸುವ ಕಾರ್ಯಾಗಾರದಿಂದ ಹೊಸ ಫಿರಂಗಿಗಳನ್ನು ಸೈನ್ಯಕ್ಕೆ ತರಿಸುವ ಸಮಯದಲ್ಲಿ ಆತನು ಅವುಗಳನ್ನು ಸ್ವತಃ ಪರಿಶೀಲಿಸುತ್ತಿದ್ದನು. ಸೈನ್ಯಕ್ಕೆ ಸೇರ್ಪಡೆಯಾಗುವ ಆಕಾಂಕ್ಷೆಯಿಂದ ಹೆಸರನ್ನು ನೀಡಿದ್ದ ಹೊಸ ಅಭ್ಯರ್ಥಿಗಳನ್ನು ಅವನು ಪರಿಶೀಲಿಸುತ್ತಿದ್ದು ಅವರ ಮಾಸಿಕ ವೇತನ ಮತ್ತು ಸೈನ್ಯದ ವಿವಿಧ ಸ್ತರಗಳಲ್ಲಿನ ಅವರ ನೇಮಕಾತಿಯನ್ನು ನಿರ್ದೇಶಿಸುತ್ತಿದ್ದನು.[20]

ಮಧ್ಯಾಹ್ನದವರೆಗೆ ಹೀಗೆ ನಿರಂತರವಾಗಿ ತನ್ನನ್ನು ತೊಡಗಿಸಿಕೊಳ್ಳುತ್ತಿದ್ದ ಹೈದರ್‌ಗೆ ಈಗ ತುಸು ವಿರಾಮ. ಸಂಜೆ ಖಾಸ್ ಸಮ್ಮುಖದ ಕೊಠಡಿಯಲ್ಲಿ ಮೇಲಧಿಕಾರಿಗಳು, ಉನ್ನತ ಅಧಿಕಾರಿಗಳು,

ಮಂತ್ರಿಗಳು, ಸೈನ್ಯಾಧಿಕಾರಿಗಳು ಅಥವಾ ವಿದೇಶಿ ಆಸ್ಥಾನಗಳನ್ನು ಪ್ರತಿನಿಧಿಸಿದ್ದ ರಾಯಭಾರಿಗಳಿಗೆ ಆತನ ಭೇಟಿಗೆ ಅವಕಾಶ ನೀಡಲಾಗುತ್ತಿತ್ತು. ಉಪ್ಪರಿಗೆಯಲ್ಲಿ ನಿಂತು ತನ್ನ ಸೈನ್ಯವನ್ನು ಅವನು ತರುವಾಯ ವೀಕ್ಷಿಸುತ್ತಿದ್ದನು. ರಾತ್ರಿ ಹೊತ್ತು ಸಾಮಾನ್ಯವಾಗಿ ವಿನೋದ-ಪ್ರಮೋದಗಳು, ಸಂಗೀತ ಮತ್ತು ಬೇಡ ಜಾತಿಯ ತರುಣಿಯರಿಂದ ನೃತ್ಯ ಏರ್ಪಡಿಸಲಾಗುತ್ತಿತ್ತು.[21] ಈ ರೀತಿಯ ವಿನೋದ ಕಾರ್ಯಕ್ರಮಗಳಿಗೆ ಆತನ ಮನಸ್ಸು ಒಗ್ಗದಿದ್ದರೂ ಈ ಸಂದರ್ಭದಲ್ಲಿ ಅಲ್ಲಿದ್ದು ತನ್ನ ಮಂತ್ರಿಗಳು ಅಥವಾ ರಾಯಭಾರಿಗಳೊಂದಿಗೆ ಚರ್ಚೆಯಲ್ಲಿ ಅಥವಾ ಆ ಸ್ಥಳದಿಂದ ಸ್ವಲ್ಪ ದೂರವಿದ್ದ ಒಂದು ಕಿರು ಕೊಠಡಿಯಲ್ಲಿ ಅವರೊಂದಿಗೆ ಗುಪ್ತಸಮಾಲೋಚನೆ ನಡೆಸುವಲ್ಲಿ ಮಗ್ನನಾಗಿರುತ್ತಿದ್ದನು. ಪ್ರತಿದಿನ ಬೆಳಗಿನಲ್ಲಿ ರಾಜ್ಯದ ವ್ಯವಹಾರಗಳನ್ನು ನಿರ್ವಹಿಸುವ ರೀತಿಯಲ್ಲೆ ಈ ಸಮಯದಲ್ಲಿಯೂ ತನ್ನ ವಿವಿಧ ಹೊಣೆಗಾರಿಕೆಗಳನ್ನು ನಿರ್ವಹಿಸುತ್ತಿದ್ದನು.[22] ರಾತ್ರಿ ಭೋಜನಾನಂತರ ತನ್ನ ಖಾಸಗಿ ಶಯನಗೃಹಕ್ಕೆ ವಿಶ್ರಾಂತಿಗೆ ತೆರಳುತ್ತಿದ್ದನು.

ತನ್ನ ದಿನನಿತ್ಯ ವ್ಯವಹಾರಗಳಲ್ಲಿ ಹೈದರ್ ಚಟುವಟಿಕೆಯಿಂದ ಏಕಕಾಲದಲ್ಲಿ ವಿಭಿನ್ನ ಕೆಲಸಕಾರ್ಯಗಳನ್ನು ನಿರ್ವಹಿಸುತ್ತಿದ್ದನು. ಗುಮಾಸ್ತರಿಗೆ ಉತ್ತರವನ್ನು ಬರೆಸುವುದು, ಓರ್ವ ಗುಪ್ತಚಾರನ ಕೋರಿಕೆಯನ್ನು ಮನ್ನಿಸುವುದು, ಅಥವಾ ಯಾವುದೋ ಒಂದು ಕಠಿಣವಾದ ಲೆಕ್ಕಚಾರವನ್ನು ಸರಿದೂಗಿಸುವುದು ಮತ್ತು ಪ್ರತಿಯೋರ್ವನಿಗೂ ನಿಗದಿತ ಸೂಚನೆಗಳನ್ನು ನೀಡುವುದು ಇತ್ಯಾದಿಗಳನ್ನು ನಿರಂತರವಾಗಿ ಮತ್ತು ತನ್ಮಯತೆಯಿಂದ ನಡೆಸುತ್ತಿದ್ದನು.[23] ಈ ಸಂದರ್ಭದಲ್ಲಿ ಯಾವ ವಿಷಯವೂ ಆತನ ದೃಷ್ಟಿ, , ನೆನಪು ಮತ್ತು ಅವಗಾಹನೆಗಳಿಂದ ತಪ್ಪಿಸಿಕೊಳ್ಳುತ್ತಿರಲಿಲ್ಲ. "ನಾನು ಆತನ ಬಳಿ ಕುಳಿತಿದ್ದಾಗ" ಶ್ವಾರ್ಟ್ಸ್ ತಿಳಿಸುತ್ತಾರೆ; "'ಒಂದರ ನಂತರ ಮತ್ತೊಂದು ಸಂದೇಶ ಕ್ಲಯುಕ್ತಕಾಲದಲ್ಲಿ ರವಾನೆಯಾಗುತ್ತಿದ್ದುದ್ದನ್ನು ಬಹಳ ಪ್ರಮುಖವಾಗಿ ಗುರುತಿಸಿದೆನು'."[24] ಹೈದರನ ಈ ಚಟುವಟಿಕೆಗಳು ಮತ್ತು ಕಾರ್ಯತತ್ಪರತೆ ಅಕ್ಬರ್ ಮತ್ತು ಔರಂಗಜೇಬ್ ಮತ್ತು ಹೈದರನ ಸಮಕಾಲೀನನಾಗಿದ್ದ ನಾನಾ ಫಡ್ನಾವೀಸ್‌ನ ರೀತಿಯಲ್ಲಿದ್ದರೂ, ಅವರು ಕಲಿತವರಿದ್ದರೂ ಇವನು ಅಕ್ಷರಸ್ಥನಾಗಿರಲಿಲ್ಲ. ತನ್ನ ಹೆಸರಿನಲ್ಲಿರುವ ಮೊದಲ ಅಕ್ಷರವನ್ನು ಹಿಂದಿನಿಂದ ಬರೆಯುವಷ್ಟು ಮಾತ್ರ ಅಕ್ಷರ ಜ್ಞಾನ ಪಡೆದುಕೊಂಡಿದ್ದು ಇದನ್ನು ಅವನು ಕಲಿಯುತ್ತಿದ್ದನು. ಸಾರ್ವಜನಿಕ ದಸ್ತಾವೇಜುಗಳಲ್ಲಿ ಅವನ ಸಹಿಯ ಅವಶ್ಯಕತೆ ಇದ್ದುದರಿಂದ ತನ್ನ ಹೆಸರಿನ ಮೊದಲನೆ ಅಕ್ಷರವನ್ನು ಹಿಂದಿನಿಂದ ಬರೆಯುವ ನಿಟ್ಟಿನಲ್ಲಿ ಸತತ ಅಭ್ಯಾಸವನ್ನು ನಡೆಸಿದ್ದನು.'[25] 'ಈ ನಿಟ್ಟಿನಲ್ಲಿನ ಆತನ ಆಸಕ್ತಿಗೆ ಪ್ರೋತ್ಸಾಹ ಸಿಗದಿದ್ದರೂ ಆತನಿಗೆ ಕಲಿಯುವ ಉತ್ಸಾಹವಿತ್ತು. ತಾನು ಪಡೆದಿದ್ದ ಅನುಭವಗಳ ಆಧಾರದಲ್ಲಿಮೇಲೆ ತನ್ನ ತಳಹದಿಯನ್ನು ನಿರ್ಮಿಸಿಕೊಂಡಿದ್ದ ಅವನು ತನ್ನ ಪ್ರಜೆಗಳ ಜೀವನದ ಸಂಕಷ್ಟಗಳನ್ನು ಅರಿತುಕೊಂಡಿದ್ದನು. ಸಾಕ್ಷರ ವ್ಯಕ್ತಿಯಬುದ್ಧಿವಂತಿಕೆ ಮತ್ತು ದೃಷ್ಟಿವೈಶಾಲ್ಯವನ್ನು ಹೊಂದಿದ್ದ ಹೈದರನು, ಸಾಕ್ಷರರನ್ನು ಮೀರಿಸುವಂತಹ ಸಾಮ್ರಾಜ್ಯ ಜ್ಞಾನವನ್ನು ಪಡೆದುಕೊಂಡಿದ್ದನು. ತನ್ನ ವ್ಯಾವಹಾರಿಕ ಜ್ಞಾನದಲ್ಲಿ ಈ ನವಾಬ ತನ್ನ ಎಲ್ಲ ಮಂತ್ರಿಗಳು, ರಾಜಕುಮಾರರು ಮತ್ತು ಹಿಂದಿನ ರಾಜರುಗಳನ್ನೂ ಮೀರಿಸಿದ್ದನು.'[26] 'ತನ್ನ ಕಾಲದ ಬುದ್ದಿವಂತರು ಮತ್ತು ಜ್ಞಾನಿಗಳಿಗಿಂತ ಮೀರಿದ ಪಕ್ವತೆ ಗಳಿಸಲು ಅವನಿಗಿದ್ದ ಸಾಮರ್ಥ್ಯವೇ ದೇವರು ಆತನಿಗೆ ನೀಡಿದ್ದ ಕೊಡುಗೆ'.[27] ಯಾವುದೇ ವಿಷಯದ ಬಗೆಗೆ ಮಾತನಾಡುವ ಆತ್ಮವಿಶ್ವಾಸವು ಅವನಿಗಿತ್ತು'.[28] ಭಾಷಣಗಳನ್ನು ನೀಡುವ ಸಂದರ್ಭದಲ್ಲಿ

ಆತನು ಬಳಸುತ್ತಿದ್ದ ಭಾಷೆ ಮಧುರ ಮತ್ತು ಆಹ್ಲಾದಕರವಾಗಿರುತ್ತಿತ್ತು.[29] ದೇಹರಚನಾ ಶಾಸ್ತ್ರ ಮತ್ತು ಹಸ್ತರೇಖಾ ಶಾಸ್ತ್ರಗಳಲ್ಲಿ ಅವನಿಗೆ ಹೆಚ್ಚು ಜ್ಞಾನತ್ತು.'[30] ಆತನಲ್ಲಿ ಹುದುಗಿದ್ದ ಯಾವುದೋ ಒಂದು ಸುಪ್ತ ಪ್ರತಿಭೆಯ ಪ್ರವಾಹ ಆತನಿಗೆ ಜನ್ಮದತ್ತ ವರವಾಗಿತ್ತು. ಸೈನ್ಯಕ್ಕೆ ಸೈನಿಕರನ್ನು ಭರ್ತಿ ಮಾಡಿಕೊಳ್ಳುವುದು, ಕುದುರೆಗಳ ಗುಣ ಮತ್ತು ಬಲದ ಆಧಾರದ ಮೇರೆಗೆ ಅವುಗಳ ಮೌಲ್ಯವನ್ನು ನಿರ್ಧರಿಸುವುದು ಮತ್ತು ಅಗರ್ಭ ರತ್ನಗಳ ಆಯ್ಕೆ ಮತ್ತು ಮೌಲ್ಯನಿರ್ಣಯದಲ್ಲಿ ಆತನು ಸಿದ್ಧಹಸ್ತನಾಗಿದ್ದನು.'[31]

ಇವೆಲ್ಲಕ್ಕಿಂತಲೂ ಮಿಗಿಲಾಗಿ ಆತನಿಗಿದ್ದ ನೆನಪಿನ ಶಕ್ತಿ ಅದ್ಭುತವಾಗಿತ್ತು.[32] ಆತನು ಸಭೆಯನ್ನು ನಡೆಸುತ್ತಿದ್ದ ಸಂದರ್ಭದಲ್ಲಿ ಬೇರೊಂದು ಕೆಲಸದಲ್ಲಿ ಮಗ್ನನಾಗಿದ್ದರೂ, ಸಭಿಕರನ್ನು ಅವರ ಧ್ವನಿಯ ಮೂಲಕ ಗುರುತಿಸುತ್ತಿದ್ದು, ಅನೇಕ ವರ್ಷಗಳ ಕಾಲ ಶಬ್ದ ಅಥವಾ ವಾಕ್ಯವನ್ನು ಮರೆಯದೆ ಯಥಾವತ್ತಾಗಿ ಪುನರುಚ್ಚರಿಸುವ ಕೌಶಲ್ಯವನ್ನು ಪಡೆದಿದ್ದನು. ಆತನ ವ್ಯಾಪ್ತಿ ಹೇಗಿತ್ತೆಂದರೆ, "ಕಿರ್ಮಾನಿ ಹೇಳಿರುವಂತೆ ದೇವರು ನೀಡಿದ ನೆನಪಿನ ಶಕ್ತಿಯ ಕೊಡುಗೆಯನ್ನು ಈ ಹಿಂದೆ ಪಡೆದಿದ್ದ ಹಾಗೂ ಆಧಿಕೃತ ಶಿಕ್ಷಣದ ಪ್ರಯೋಜನ ಪಡೆದಿದ್ದ ಯಾವ ನಿವೃತ್ತ ಸೈನ್ಯಾಧಿಕಾರಿಗಳಿಗೂ ಅಥವಾ ಬಲಿಷ್ಠ ರಾಜರುಗಳಿಗೂ ಹೈದರನಿಗಿದ್ದಷ್ಟು ಬುದ್ಧಿವಂತಿಕೆ ಮತ್ತು ನೆನಪಿನ ಶಕ್ತಿ ಇರಲಿಲ್ಲ.'"[33]

ರಾಜ್ಯದ ಆಡಳಿತವನ್ನು ಜವಾಬುದಾರಿಯುತವಾಗಿ ನಿರ್ವಹಿಸುವಲ್ಲಿ ಹೈದರ್ ತನ್ನ ನಿರಕ್ಷರಕುಕ್ಷಿತನವು ಅಡ್ಡಿಯಾಗುತ್ತಿದೆ ಎಂದು ಎಂದಿಗೂ ಪರಿಗಣಿಸಲಿಲ್ಲ. ಇದಕ್ಕೆ ಪರ್ಯಾಯವಾಗಿ ಆಡಳಿತದಲ್ಲಿ ಯಶಸ್ಸು ತನ್ನ ಹಾಗೂ ತನ್ನ ಸರಕಾರದ ಕಾರ್ಯದಕ್ಷತೆಯ ಮೇಲೆ ಅವಲಂಬಿತವಾಗಿದೆ ಎಂದು ಆತನು ನಂಬಿದ್ದನು. ಈ ಹಿನ್ನೆಲೆಯಲ್ಲಿ ಇದಕ್ಕೆ ಸಂಬಂಧಿಸಿದಂತೆ ವಿಲ್ಕ್ಸ್ ನೀಡಿರುವ ಒಂದು ಐತಿಹ್ಯವನ್ನು ಉದ್ಧರಿಸುವುದು ಸೂಕ್ತವಾಗಿದೆ. ಚಿತ್ರದುರ್ಗವನ್ನು ವಶಪಡಿಸಿಕೊಂಡ ತರುವಾಯ ಹೈದರ್ ಅದರ ವ್ಯವಹಾರ, ಮತ್ತು ಸೈನ್ಯ ಜವಾಬುದಾರಿ ನಿರ್ವಹಣೆ, ಕೋಟೆ ಮತ್ತು ಚಿತ್ರದುರ್ಗ ಪ್ರಾಂತ್ಯದ ಆಡಳಿತ ಇವುಗಳನ್ನು ಗವರ್ನರನಾಗಿ ನೇಮಕಗೊಂಡಿದ್ದ ಶೇಕ್ ಆಯಾಜ್‌ನಿಗೆ ವಹಿಸಿದನು. ಈತ ಮೊದಲು ನಾಯರ್ ಜಾತಿಯವನಾಗಿದ್ದು, ಹೈದರ್‌ನಿಂದಾಗಿ ಇಸ್ಲಾಂ ಧರ್ಮಕ್ಕೆ ಮತಾಂತರಹೊಂದಿದ್ದನು. ವಿಧೇಯನು ಮತ್ತು ಧೈರ್ಯಶಾಲಿಯೂ ಆಗಿದ್ದ ಅವನು ತನ್ನ ಮೇಲೆ ಹೊರಿಸಲಾಗಿದ್ದ ಈ ಜವಾಬುದಾರಿ ಮತ್ತು ಹೊಣೆಗಾರಿಕೆಯ ಅಧಿಕಾರದಿಂದ ಮುಕ್ತನಾಗಲು ತಾನು ಈ ಪದವಿಗೆ ತಕ್ಕುದಾದ ವ್ಯಕ್ತಿಯಲ್ಲವೆಂದೂ ಮತ್ತು ತಾನು ನಿರಕ್ಷರಕುಕ್ಷಿಯಾಗಿರುವುದರಿಂದ ಆಡಳಿತದ ನಿರ್ವಹಣೆ ಸುಲಭವಲ್ಲವೆಂದು ನಿರೂಪಿಸಲು ಪ್ರಯತ್ನಿಸಿದನು. ಹೈದರ ತತ್‌ಕ್ಷಣ ಆತನಿಗೆ "ಬಲಗೈಯಲ್ಲಿ ಒಂದು ಬಾರುಕೋಲನ್ನು ಇಟ್ಟುಕೊಂಡಲ್ಲಿ ಅದು ಸಾಕ್ಷರನಿಗಿಂತ ಹೆಚ್ಚು ಸೇವೆಯನ್ನು ಸಲ್ಲಿಸುತ್ತದೆ" ಎಂದು ಪ್ರತ್ಯುತ್ತರಿಸಿದನು.[34] "ತನ್ನ ಮಾತನ್ನು ಮುಂದುವರಿಸುತ್ತ 'ಈ ರೀತಿ ಮಾಡುವುದರಿಂದ," ನಿನ್ನ ಕಾರ್ಯ ಸುಲಭವಾಗುತ್ತದೆ. "ನಿನ್ನ ಸ್ವಸಾಮರ್ಥ್ಯವನ್ನು ನಂಬು. ಸಾಕ್ಷರರ ಆಪಾದನೆಗಳಿಗೆ ಹಿಂಜರಿಯದೆ ನಿನ್ನ ಸಾಮರ್ಥ್ಯವನ್ನು ಹೊರಗೆಡಹು. ನಾನು ನಿನ್ನಲ್ಲಿ ನಂಬಿಕೆ ಹೊಂದಿರುವ ರೀತಿಯಲ್ಲಿ ನೀನು ನನ್ನಲ್ಲಿ ನಂಬಿಕೆಯಿರಿಸು. ಆಹಾ ಓದುವುದು ಮತು ಬರೆಯುವುದು! ಇವೆರಡರ ಜ್ಞಾನಸ್ಪರ್ಶವೂ ಇಲ್ಲದಿರುವ ನಾನು ಸಾಮ್ರಾಟದ ಪದವಿಯನ್ನು ಏರಿಲ್ಲವೇ? ಎಂದು ಹೇಳಿದನು.[35]

ಹೈದರ್ ಈ ರೀತಿಯ ಧೋರಣೆ ಹೊಂದಿ ದ್ದರೂ, ವಿದ್ಯೆಯ ಮಹತ್ವವನ್ನು ಅರಿಯುವಲ್ಲಿ ಆತನಿಗೆ ಇದು ತೊಡಕಾಗಲಿಲ್ಲ ತನ್ನ ಮಕ್ಕಳಿಗೆ ಶಿಕ್ಷಣ ಶಿಕ್ಷಣ ಕೊಡಿಸುವಲ್ಲಿ ಆತನು ಹಿಂದೆ ಬೀಳಲಿಲ್ಲ, "'ಫಕೀರರ ಪಾಲನೆ ಮತ್ತು ತಂದೆಯ ನಿರ್ದೇಶನದಲ್ಲಿ ಟೀಪ್ಪು ಓರ್ವ ದಕ್ಷ ಸೈನಿಕನಾಗಿ ಕುದುರೆಸವಾರಿ,, ಬಿಲ್ಲುಗಾರಿಕೆ, ಭರ್ಜಿ ಎಸೆತ ಮತ್ತು ಶಸ್ತ್ರಾಸ್ತ್ರಗಳ ಪ್ರಯೋಗಗಳಲ್ಲಿ ಪರಿಣಿತಿಯನ್ನು ಪಡೆದನು'.[36]

ಹೈದರ್ ನವಾಬನಾಗಿದ್ದರೂ ಓರ್ವ ಸಿಪಾಯಿ ರೀತಿಯಲ್ಲಿ ಸಾಧಾರಣ ಮತ್ತು ಆಡಂಬರರಹಿತ ಜೀವನ ಶೈಲಿಯನ್ನು ರೂಢಿಸಿಕೊಂಡನು. ರಾಜ ಪೋಷಾಕುಗಳು ಮತ್ತು ಅಡಂಬರದ ಭೂಷಣಗಳನ್ನು ಸಮಾನವಾಗಿ ಉಪೇಕ್ಷಿಸಿದನು. ಆತನ ಉಡುಪು ಸರ್ವೇಸಾಧಾರಣವಾಗಿತ್ತು. ಸಾಮಾನ್ಯವಾಗಿ ಆತನು ಸೊಂಟದ ವರೆಗೆ ಬರುವ ಅಂಗಿ ಮತ್ತು ಬಿಳಿ ಮಸ್ಲಿನ್ ಬಟ್ಟೆಯ ಷರಾಯಿಯನ್ನು ಧರಿಸುತ್ತಿದ್ದು ತಲೆಗೆ ಒಂದು ಹಳದಿ ಪೇಟ ಕಟ್ಟಿರುತ್ತಿದ್ದನು.[38] ಸೈನ್ಯವನ್ನು ಮುನ್ನೆಡೆಸುವ ಸಂದರ್ಭದಲ್ಲಿನ ಆತನ ಸೈನ್ಯಾಧಿಕಾರಿಯ ಸಮವಸ್ತ್ರವಾಗಿ ಬಿಳಿ ಸ್ಯಾಟಿನ್ ಬಟ್ಟೆಯ ಮೇಲೆ ಹಳದಿ ಬಣ್ಣದ ಚಿನ್ನದ ಹೂಗಳನ್ನು ಬಿಡಿಸಿದ್ದ ಬಟ್ಟೆ ಮತ್ತು ಕೊರಳಲ್ಲಿ ಅದೇ ಬಣ್ಣದ ದಾರದಲ್ಲಿ ಪೋಣಿಸಿದ ಸರಗಳನ್ನು ಧರಿಸಿ ಸೊಂಟಕ್ಕೆ ಬಿಳಿ ರೇಷ್ಮೆಯ ಪಾಗನ್ನು ಸುತ್ತಿಕೊಳ್ಳುತ್ತಿದ್ದನು.[39]

ಆತನಿಗೆ ದುಬಾರಿ ಬೆಲೆಯ ಅಥವಾ ವಿಶೇಷ ರುಚಿಕರವಾದ ಖಾದ್ಯಗಳಲ್ಲಿ ಆಸಕ್ತಿಯೂ ಅಥವಾ ನಿರ್ದಿಷ್ಟವಾದ ಆಹಾರಪದಾರ್ಥಗಳೇ ತಿನ್ನಲು ಇಷ್ಟವೆಂಬ ಮನಸ್ಸೂ ಇರಲಿಲ್ಲ. ಅವನು ತನ್ನ ಊಟದ ಮೇಜಿಗೆ ಯಾವ ಆಹಾರ ಖಾದ್ಯಗಳನ್ನು ತನಗಾಗಿ ಎಂದು ತರಿಸುತ್ತಿರಲಿಲ್ಲ; ಆದರೂ, ಆತನ ಮುಂದೆ ಇರಿಸಿದ್ದ ಖಾದ್ಯಗಳನ್ನು ಇಷ್ಟಪಟ್ಟೇ ತಿನ್ನುತ್ತಿದ್ದನು.[40] ತನ್ನ ಪ್ರಯಾಣಕಾಲದಲ್ಲಿ ಅಥವಾ ಸೈನ್ಯದೊಂದಿಗೆ ಮುನ್ನೆಡೆಯುವ ಸಂದರ್ಭಗಳಲ್ಲಿ ಹುರಿದಿರುವ ಕಾಳುಗಳು, ಬಾದಾಮಿ ಬೀಜಗಳು ಮತ್ತು ಅಕ್ಕಿ ಅಥವಾ ರಾಗಿಯಿಂದ ತಯಾರಿಸಲಾಗಿದ್ದ ಒಣ ರೊಟ್ಟಿಯನ್ನು ಸೇವಿಸುತ್ತಿದ್ದು ಇದರಲ್ಲಿಯೇ ತೃಪ್ತನಾದಂತೆ ಕಾಣುತ್ತಿದ್ದನು.[41] ಆತನ ಜೊತೆಯಲ್ಲಿ ಊಟಮಾಡುವ ಸಂದರ್ಭದಲ್ಲಿ ಮೇಜಿನ ಮೇಲೆ ಇರಿಸಿದ್ದ ಎಲ್ಲ ಖಾದ್ಯಗಳ ಪಾಲು ಆತನ ಜೊತೆಗಾರರಿಗೆ ಎಲ್ಲರಿಗೂ ದೊರೆಯುತ್ತಲಿತ್ತು.[42]

ಅವನ ಹಾಸಿಗೆ ಎಂದರೆ ಒಂದು ಸಣ್ಣ ರೇಷ್ಮೆಯ ಜಮಖಾನೆ, ಎರಡು ಅಥವಾ ಮೂರು ದಿಂಬುಗಳು– ಅಷ್ಟೆ..[43] ಸಂಕ್ಷಿಪ್ತವಾಗಿ ಹೇಳುವುದಾದಲ್ಲಿ ಹೈದರನ ಜೀವನ ಶೈಲಿ ಸರಳ–ಸಾಧಾರಣವಾಗಿತ್ತು ಎಂದರೆ ಸಂಯಮಕ್ಕೆ ಉದಾಹರಣೆಯಾಗಿತ್ತು. ಅಧಿಕಾರದ ಸ್ಥಾನವನ್ನು ಪಡೆದಿದ್ದವರ ಶೈಲಿಗಿಂತ ಬೇರೆಯಾಗಿ, ಸಾಧಾರಣ ಸಿಪಾಯಿಯ ಜೀವನ ಶೈಲಿಯನ್ನು ಹೋಲುತ್ತಿತ್ತು.

ಈ ರೀತಿಯ ತತ್ವ ಹಾಗೂ ಜೀವನ ಶೈಲಿಯನ್ನು ಆತ ಅಳವಡಿಸಿಕೊಂಡಿದ್ದರೂ ಮದ್ಯವನ್ನು ಮಿತವಾಗಿ ಸ್ವೀಕರಿಸುತ್ತಿದ್ದನು. ಇದನ್ನು ಕುರಿತು ಏಡ್ರಿಯನ್ ಮೋನ್ ಆತನು ಮದ್ಯದ ಆರಾಧಕನಾಗಿದ್ದು ಚೊಗರು ರುಚಿ ಹೊಂದಿದ್ದ ಮದ್ಯವನ್ನು ಕುಡಿಯುತ್ತಿದ್ದನು[44] ಎಂದು ತಿಳಿಸಿದ್ದಾನೆ. ಮದ್ಯವನ್ನು ಅವನು ಕುಡಿಯುತ್ತಿದ್ದನಾದರೂ ಕುಡಿದ ಸಂದರ್ಭದಲ್ಲಿ ತನ್ನ ಮನಸ್ಸು ಮತ್ತು ದೇಹದ ಮೇಲೆ

ಹಿಡಿತ ಇಟ್ಟುಕೊಳ್ಳುತ್ತಿದುದು ಮಾತ್ರವಲ್ಲದೆ, ಮದ್ಯದಿಂದಾಗಿ ತನ್ನಆರೋಗ್ಯಕ್ಕೂ ಆಯುಷ್ಯಕ್ಕೂ ಹಾನಿ ತಂದುಕೊಳ್ಳಲಿಲ್ಲ ಎಂದು ಮೋನ್ಸ್ ಅಭಿಪ್ರಾಯ ಪಟ್ಟಿದ್ದಾರೆ.

ಕೆಲವು ವೇಳೆ ಆತನ ಮುಖಭಾವದಲ್ಲಿ ವ್ಯಗ್ರತೆ ಕಂಡು ಬಂದರೂ ಅದನ್ನು ಪ್ರಜ್ಞಾಪೂರ್ವಕವಾಗಿ ಅವನು ನಿಯಂತ್ರಣದಲ್ಲಿ ಇರಿಸಿಕೊಳ್ಳುತ್ತಿದ್ದನು. ಆತನಲ್ಲಿನ ಕೋಪ ಕೆಲವೊಮ್ಮೆ ಇದ್ದಕ್ಕಿದ್ದ ಹಾಗೆ ಸ್ಫೋಟಗೊಂಡರೂ ಅದು ಲ್ಲೂಆತ ತನ್ನ ತನ್ನ ಮಾನಸಿಕ ಸಮತೋಲ ಕಳೆದು ಕೊಂಡ ಸಂದರ್ಭವಾಗಿರದೆ, ಅದು ಇರುವ ಸಮಸ್ಯೆಯನ್ನು ಕಠಿಣ ನಿಲುವಿನಿಂದಲೇ ಪರಿಹರಿಸುವ ವಿಧಾನವಾಗಿತ್ತು. ಸಾಮಾನ್ಯಸಂದರ್ಭಗಳಲ್ಲಿ ಅವನು ಹಾಸ್ಯಪ್ರವೃತ್ತಿಯ ಮನುಷ್ಯನೆಂದು ಕಂಡಿದ್ದಿರಬಹುದು. ಗೆಳೆತನಕ್ಕೂ ಅವನು ಹೊರತಾಗಿರಲಿಲ್ಲ. ಏನಿದ್ದರೂ ಆಳುವವರ ಹಮ್ಮು, ದರ್ಪ, ಬಿಗುಮಾನ, ಅವನ ಸ್ವಭಾವವಾಗಿರಲಿಲ್ಲ.ಹೀಗೆಂದು" ಎಂಎಂಡಿಎಲ್‌ಟಿ ತಿಳಿಸುತ್ತಾರೆ. ಅವನು ಸಭ್ಯನಾಗಿದ್ದು, ಮಾತುಗಳನ್ನು ಅಳೆದು ತೂಗುತ್ತಿದ್ದನು.[45] ಸಂಕ್ಷಿಪ್ತವಾಗಿ ಹೇಳುವುದಾದಲ್ಲಿ ಅವನು ಸರಳ ನಡತೆಯ ನಿಷ್ಕಪಟಿಯಾಗಿದ್ದು' ಔದಾರ್ಯ ಆತನ ಬಳಿಗೆ ಬರುತ್ತಿದ್ದ ಎಲ್ಲರ ಹೃದಯಗಳನ್ನು ಗೆದ್ದು ಅವರಿಂದ ಪ್ರಶಂಸೆ ಪಡೆದುಕೊಳ್ಳುತ್ತಿದ್ದನು.

ಅಂತಿಮವಾಗಿ ಈ ರೀತಿಯ ವಿಶೇಷ ವ್ಯಕ್ತಿಯ ಖಾಸಗೀ ಜೀವನದಲ್ಲಿನ ಬಾಂಧವ್ಯ, ಪ್ರೀತಿ, ಪ್ರೇಮ ಸಂಬಂಧಗಳ ಕುರಿತು ಕೆಲವು ಮಾತುಗಳನ್ನು ಹೇಳಬೇಕು. ರಾಜಕಾರ್ಯಬಾಹುಳ್ಯ ಆತನ ಖಾಸಗಿ ಜೀವನವನ್ನು ಅಷ್ಟಾಗಿ ಬಾಧಿಸಲಿಲ್ಲ. ಗೃಹಕೃತ್ಯದ ದೈನಂದಿನ ವ್ಯವಹಾರಗಳಲ್ಲಿ ತೊಂದರೆಗಳಿರಲಿಲ್ಲ. ಆತನು ತನ್ನ ಕುಟುಂಬದೊಂದಿಗೆ ಉತ್ತಮ ಸಂಬಂಧ ಹೊಂದಿದ್ದನು. ಹೀಗಾಗಿ ಅವನು ತನ್ನ ತಾಯಿಗೆ ಪ್ರೀತಿಯ ಮಗನಾದನು. ಹೈದರ್ ಮತ್ತು ನಿಜಾಮನ ಸಂಘಟಿತ ಸೈನ್ಯವನ್ನು 1767ರಲ್ಲಿ ತಿರುವಣ್ಣಾಮಲೈ ಸಮೀಪ ಯುದ್ಧಭೂಮಿಯಲ್ಲಿ ಇಂಗ್ಲಿಷರು ಸೋಲಿಸಿದಾಗ, ಬಿದನೂರಿನಲ್ಲಿದ್ದ ಹೈದರನ ತಾಯಿ ಅವನ ಸೋಲಿನ ಸುದ್ದಿ ತಿಳಿದು ಕಂಗೆಟ್ಟು ತನ್ನ ಮಗ ಕಷ್ಟದಲ್ಲಿದ್ದಾನೆ ಎಂದು ಅರಿತು ಸುಮಾರು ಒಂದು ನೂರ ಐವತ್ತು ಮೈಲು ದೂರದ ದಾರಿಯನ್ನು ಭೀಕರವಾದ ಮಳೆಯಲ್ಲಿ ಕ್ರಮಿಸಿ ತಿರುವಣ್ಣಾಮಲೈಗೆ ಬಂದಳು. ತಾಯಿ ಬಂದಿರುವ ಸುದ್ದಿಯನ್ನು ತಿಳಿದ ಹೈದರ್ ಮಗ ಟಿಪ್ಪುವಿನ ಸಂಗಡ ಯುದ್ಧರಂಗದಿಂದ ಅವಳ ಬಳಿ ಬಂದು ಆಕೆಯನ್ನು ತನ್ನ ಗುಡಾರಕ್ಕೆ ಕರೆತಂದನು. 'ಯಾಕಾಗಿ ನೀನು ಯುದ್ಧಭೂಮಿಗೆ ಧಾವಿಸಿ ಬಂದೆ?' ಎಂದು ಆಕೆಯನ್ನು ಕೇಳಿದಾಗ, ಅವಳು ನಿಧಾನವಾಗಿ 'ನಿನಗೊದಗಿದ ದುರ್ಗತಿಯನ್ನು ನೀನು ಹೇಗೆ ಹೊಣೆ ನಿಭಾಯಿಸುತ್ತಿರುವೆ ಎಂಬ ಆತಂಕದಿಂದ ನಾನು ಬಂದೆ' ಎಂದು ಉದ್ಗರಿಸಿದಳು. ಹೈದರ್ ಇದಕ್ಕೆ ತನ್ನ ಸಾಮಾನ್ಯ ಶಾಂತ ಚಿತ್ತದಲ್ಲೇ ಒಂದಷ್ಟೂ ಜಗ್ಗದೆ ಆತ್ಮವಿಶ್ವಾಸದಿಂದ 'ಸ್ವರ್ಗ 'ತನ್ನನ್ನುನ್ನು ವಿಚಾರಣೆಗೆ ಒಳಪಡಿಸಿದ್ದಲ್ಲಿ ತನ್ನನ್ನು ತಾನು ರಕ್ಷಿಸಿಕೊಳ್ಳುವಲ್ಲಿ ಕಷ್ಟವೇನೂ ಆಗದು" ಎಂದು ಉತ್ತರಿಸಿದನು. ತಾಯಿ ಈ ರೀತಿಯ ಭರವಸೆಯನ್ನು ಹೊಂದಿದ ತನ್ನ ಮಗನ ಸಾಮರ್ಥ್ಯಗಳನ್ನು ಅರಿತು ಸಮಾಧಾನದಿಂದ ಬಿದನೂರಿಗೆ ಮರಳಿದಳು.[46]

ನಾನಾ ಫಡ್ನಾವಿಸನಂತೆ[47] ಹೈದರ್ ಸುಂದರ ತರುಣಿಯರಿಂದ ಸುಲಭದಲ್ಲಿ ಆಕರ್ಷಿತನಾಗುತ್ತಿದ್ದ. ತನ್ನ ಜೀವಿತದ ಅವಧಿಯಲ್ಲಿ ನಾಲ್ಕು ಬಾರಿ ಮದುವೆಯಾಗಿದ್ದನು. ಎಲ್ಲರಿಗಿಂತಲೂ ಮಿಗಿಲಾಗಿ

ತನ್ನ ಮೊದಲನೆ ಪತ್ನಿಯಾಗಿದ್ದ ಶಾಫಿಮಾ ಬೇಗಂಳನ್ನು ಅವಳ ಅನುಪಮ ಸೌಂದರ್ಯ ಮತ್ತು ಗುಣಗಳಿಗಾಗಿ ಅಪಾರವಾಗಿ ಪ್ರೀತಿಸುತ್ತಿದ್ದನು. ಅವಳು ಮೀರ್ ಆಲಿ ರಜಾಖಾನನ ಮತ್ತು ಟೀಪ್ಪುವಿನ ತಾಯಿಯ ಸೋದರಿಯಾಗಿದ್ದಳು. ಆದರೆ ಹೈದರ್ ತನ್ನ ಪತ್ನಿಯೊಂದಿಗೆ ಜಗಳವಾಡುತ್ತಿದ್ದನೆಂದೂ ಕೆಲವು ಸಂದರ್ಭಗಳಲ್ಲಿ ಆ ಹೆಂಗಸಿನ ನಾಲಿಗೆಯ ಹಿಂಸೆಯನ್ನು ತಡೆದುಕೊಳ್ಳಲಾರದೆ ಆ ಸ್ಥಳದಿಂದ ಎದ್ದು ಹೋಗುತ್ತಿದ್ದನು ಅಥವಾ ತಾಳ್ಮೆಯಿಂದ ಎಲ್ಲವನ್ನು ಕೇಳಿಸಿಕೊಳ್ಳುತ್ತಿದ್ದನೆಂದೂ ಮಿರ್ಜಾ ಇಕ್ಬಾಲ್ ನಮಗೆ ತಿಳಿಸುತ್ತಾನೆ. ಹೀಗಿದ್ದರೂ ಕೂಡಾ ಮನೆವಾರ್ತೆಯ ನಿರ್ವಹಣೆಯಲ್ಲಿ ಅವಳಿಗಿದ್ದ ಆಸಕ್ತಿ ಮತ್ತು ತನ್ನ ಅಭ್ಯುದಯಕ್ಕೆ ಅವಳು ಹಾರೈಸುತ್ತಿದ್ದ ರೀತಿ ಕಾರಣವಾಗಿ ಹೈದರ್ ಅವಳನ್ನು ಅಖಂಡವಾಗಿ ಪ್ರೀತಿಸುತ್ತಿದ್ದನು.

ಅನೇಕ ಮೊಗಲ್ ಚಕ್ರವರ್ತಿಗಳಂತೆ ಹೈದರ್ ತನ್ನ ಅಂತಃಪುರದಲ್ಲಿ ವಿವಿಧ ದೇಶಗಳ ಮತ್ತು ವಿಭಿನ್ನ ಚಹರೆಯುಳ್ಳ ಮಹಿಳೆಯರನ್ನು [52] ಇರಿಸಿಕೊಂಡಿದ್ದನು. ಇಲ್ಲಿ ಯುರೋಪ್ ಮೂಲದ ನಲ್ಲೆಯರೂ ಇದ್ದರು. ಆಕರ್ಷಕ ಸೌಂದರ್ಯದ ' ಯಾವುದೇ ತರುಣಿಯನ್ನು ವಶಪಡಿಸಿಕೊಳ್ಳಲು ಇವನು ಹಿಂಜರಿಯುತ್ತಿರಲಿಲ್ಲವೆಂಬ ಆಪಾದನೆಯನ್ನು ಅವನ ಮೇಲೆ ಹೊರಿಸಲಾಗಿದೆ. ಆದರೆ ಈ ವಿಷಯದಲ್ಲಿ ಹೈದರ್ ತನ್ನ ಎಲ್ಲೆ ದಾಟಲಿಲ್ಲವಾದರೂ ಈ ಆಪಾದನೆ ಟೀಪ್ಪುವಿಗೆ ಮಾತ್ರ ಅನ್ವಯವಾಗುವಂತಿತ್ತು.

ಈ ಹಿಂದಿನ ವಾಕ್ಯಗಳನ್ನು ಗಮನಿಸಿದಲ್ಲಿ ಹೈದರನ ಖಾಸಗಿ ಬದುಕಿನ ಮೇಲಿನ ಈ ಟೀಕೆಗಳಿಗೆ ಸರಿಯಾದ ಸಾಕ್ಷ್ಯಾಧಾರಗಳು ಲಭ್ಯವಿಲ್ಲ. ತನ್ನ ಪ್ರಮುಖ ಕರ್ತವ್ಯವಾಗಿದ್ದ ರಾಜ್ಯದ ಆಡಳಿತದಿಂದ ವಿಮುಖಗೊಳಿಸುವ ಇಂಥ ನಡೆಗಳಿಂದ ಮುಕ್ತನಾಗಿದ್ದ. . ಈ ರೀತಿಯ ಸಂದರ್ಭ ಸನ್ನಿವೇಶಗಳು ಮತ್ತು ಆಗಿನ ಕಾಲದ ಯುದ್ಧಗಳು ಅವನನ್ನು ಪರಿವರ್ತಿಸಿದ್ದವು ಎಂದು ನಾವು ಅರಿಯಬೇಕಾಗಿದೆ. ಹೈದರ್ ಅಪೂರ್ವವಾದ ಬುದ್ಧಿಶಕ್ತಿ ಮತ್ತು ಮನೋಧರ್ಮಗಳ ಸಂಗಮವಾಗಿದ್ದು, ಹೆಚ್ಚಾಗಿ ಎಲ್ಲರ ಮೆಚ್ಚುಗೆಗೆ ಪಾತ್ರನಾಗಿದ್ದನು.

ಟಿಪ್ಪಣಿಗಳು:

1. ರೆವರೆಂಡ್ ಶ್ವಾರ್ಟ್ಸ್‌ರ ಪತ್ರ; ಪಿಯರ್‌ಸನ್, "ಲೈಫ್ ಆಫ್ ಶ್ವಾರಟ್ಸ್, I, 388–40, ವಿಲ್ಕ್ಸ್, ii ಅನುಬಂಧ 577.(ಉದ್ಧೃತ)
2. ರೆವರೆಂಡ್ ಶ್ವಾರ್ಟ್ಸ್‌ರ ಪತ್ರ. .(ಉದ್ಧೃತ).
3. ಎಂಎಂಡಿಎಲ್‌ಟಿ I 29–30.
4. ಎಂಎಂಡಿಎಲ್‌ಟಿಯನ್ವಯ ಈ ಅಗ್ಗಿ ಮುಹಮ್ಮದ ಆಗ್ಗೆ 60 ವರ್ಷ ಪ್ರಾಯದವನಾಗಿದ್ದು ಹೈದರ್‌ಗೆ 25 ವರ್ಷ ಕಾಲ ಸೇವೆ ಸಲ್ಲಿಸಿದ್ದು, ತನ್ನ ಸೇವೆಗೆ ಬಹುಮಾನವನ್ನು ಪಡೆದುಕೊಂಡಿದ್ದನು. ಎಂಎಂಡಿಎಲ್‌ಟಿ ಯಲ್ಲಿ. (ಉದ್ಧೃತ) .
5. ಎಂಎಂಡಿಎಲ್‌ಟಿಯಲ್ಲಿ .(ಉದ್ಧೃತ)
6. ನೋಡಿ ಮೆಮಾಯರ್ಸ್ I, 123, 166–67.

7. ಲೈಫ್ ಆಫ್ ಲಿಂಡ್ಸೆ, III, 318.
8. ಅದೆ.
9. ಅದೆ.
10. ಅದೆ 271–72.
11. ಅದೆ 27172.
12. ಬೌರಿಂಗ್, 109. ಫ್ರೆಂಚ್ ಇತಿಹಾಸಕಾರನಾಗಿರುವ ಮಿಚಾಡ್ 19ನೆ ಶತಮಾನದ ಪ್ರಾರಂಭಿಕ ವರ್ಷಗಳಲ್ಲಿ ಹೈದರನ ಕುರಿತ ತನ್ನ ಬರವಣಿಗೆಯಲ್ಲಿ ಹೀಗೆ ಹೇಳುತ್ತಾನೆ. "ಆತನ ಕೆಲವು ಧೋರಣೆಗಳು ನಾಗರಿಕ ಯುರೋಪ್‌ಗೆ ಕ್ರೂರಿ ಮತಾಂಧನ ರೀತಿಯಲ್ಲಿ ತೋರಿದರೂ, ಬೇರೆ ರಾಜರೊಂದಿಗೆ ಆತನನ್ನು ಹೋಲಿಸಿದಲ್ಲಿ ಆತನ ಸದ್ಗುಣಗಳು ಆತನನ್ನು ಉದಾರಿ ರಾಜನ್ನನಾಗಿ ಮಾಡುತ್ತವೆ." ಹಿಸ್ಟೋರಿ ಡಿ ಮೈಸೂರ್, I, 43.
13. ಎಂಎಂಡಿಎಲ್‌ಟಿ I, 23.
14. ಅದೇ, I, 36; ಹೈದರನ ದಿನನಿತ್ಯದ ವಿವರಗಳನ್ನು ಎಂಎಂಡಿಎಲ್‌ಟಿ, ಕಿರ್ಮಾನಿ ಮತ್ತು ಮಿರ್ಜಾ ಇಕ್ಬಾಲರ ವರ್ಣನೆಗಳಿಂದ ಪಡೆಯಲಾಗಿದೆ.
15. ಮಿರ್ಜಾ ಇಕ್ಬಾಲ್, 505.
16. ಎಂಎಂಡಿಎಲ್‌ಟಿ. 27.
17. ಎಂಎಂಡಿಎಲ್‌ಟಿ i 28.
18. ಅದೇ 30.
19. ಅದೇ 31–32.
20. ಅದೇ 32.
21. ಅದೇ 37; ಕಿರ್ಮಾನಿ 489.
22. ಅದೇ 38.
23. ಕಿರ್ಮಾನಿ, 477–82; ರೆವೆರೆಂಡ್ ಶ್ವಾರ್ಟ್ಸ್‌ರ ಪತ್ರ; ವಿಲ್ಕ್ಸ್, 575; ಆಡ್ರಿಯನ್ ಬೋನ್ಸ್ ಮೆಮಾಯರ್ಸ್, 164.
24. ಅದೇ ರೆವೆರೆಂಡ್ ಶ್ವಾರ್ಟ್ಸರ್ ಪತ್ರ.
25. ಅದೇ 192.
26. ಅದೇ 473.
27. ಅದೇ 477.
28. ಎಂಎಂಡಿಎಲ್‌ಟಿ i, 24
29. ಕಿರ್ಮಾನಿ, 477.

30. ಅದೇ 482.

31. ಅದೇ

32. ಮಿರ್ಜಾ ಇಕ್ಬಾಲ್, 505; ಆಡ್ರಿಯನ್ ಮೋನ್ಸ್ ಮೆಮೊಯಾರ್ಸ್, 164.

33. ಕಿರ್ಮಾನಿ, 82–83.

34. ಒಂದು ಉದ್ದವಾದ ಚಾವಟಿ.

35. ವಿಲ್ಕ್ಸ್, ii, 189.

36. ಲೈಫ್ ಆಫ್ ದಿ ಲಿಂಡ್ಸೆಸ್, iii.

37. ಮಿರ್ಜಾ ಇಕ್ಬಾಲ್, 506; ಎಂಎಂಡಿಎಲ್‌ಟಿ, 23–24.

38. ಅದೇ (ಎಂಐ)

39. ಎಂಎಂಡಿಎಲ್‌ಟಿಯಲ್ಲಿ (ಉದ್ಧೃತ) .

40. ಮಿರ್ಜಾ ಇಕ್ಬಾಲ್, 506.

41. ಅದೇ.

42. ಅದೇ.

43. ಮಿರ್ಜಾ ಇಕ್ಬಾಲ್, 506.

44. ಎಡ್ರಿಯನ್ ಮೋನ್ಸ್, 164; ನೋಡಿ ಕಿರ್ಮಾನಿ, 475.

45. ಎಂಎಂಡಿಎಲ್‌ಟಿ 23–24.

46. ಎಂಎಂಡಿಎಲ್‌ಟಿ, ii, 98–100

47. ನೋಡಿ ಕಿನ್‌ಸಾಯ್ಡ್ ಮತ್ತು ಪಾರ್ಸಿನಿಸ್, iii, 246.

48. ಎಚ್‌ಎನ್‌ಎಂಎಆರ್, 1930, ಪುಟ 102.

49. ಅದೇ ಹಸ್ತಪ್ರತಿ ಎಫ್ 184–86.

50. ಅದೇ 500.

51. ಅದೇ 501.

52. ಎಚ್‌ಎನ್ ಹಸ್ತಪ್ರತಿ ಎಫ್ 109; ಎಂಐ 499.

53. ಪೀಟೋ ಎಫ್ 139.

54. ಎಚ್‌ಎನ್ ಹಸ್ತಪ್ರತಿ ಎಫ್ 109.

ಗ್ರಂಥಸೂಚಿ:

1. ಹೈದರ್ ಆಲಿ ಬಳಿ ಸೇವೆ ಸಲ್ಲಿಸುತ್ತಿದ್ದ ಓರ್ವ ಹಿಂದೂ ಅಧಿಕಾರಿಯ: "'ಹೈದರ್ ನಾಮಾ'" 1784. ಹಸ್ತಪ್ರತಿಯ ನಕಲು ನಿರ್ದೇಶಕರ ಕಛೇರಿ, ಪುರಾತತ್ವ ಸಂಶೋಧನೆಗಳು, ಮೈಸೂರು ಇಲ್ಲಿ ದಾಖಲೆಯ ರೂಪದಲ್ಲಿದೆ.
2. ಎಲೆ ಜೋಜೋ ಕೋಮೆಎ ಪೀಟೋ "ಮೆಮೋಯರ್ಸ್ ಆಫ್ ಹೈದರ್ ಆಲಿ ಫ್ರಂ ದಿ ಇಯರ್ 1758–1770"; ಹಸ್ತಪ್ರತಿ ದಾಖಲೆ– ಅದರ ಪ್ರತಿ (1), 1770.
3. ಡಚ್ ಅಭಿಲೇಖಗಳು. ಸಂಖ್ಯೆ 13, 'ಅಡ್ರಿಯನ್ ಮೋನ್ಸ್ ಮೆಮೋಯರ್ ಆನ್ ಹೈದರ್ ಆಲಿ'. ಡಚ್ ಭಾಷೆಯಿಂದ ಭಾಷಾಂತರಗೊಂಡಿದೆ. ಎ. ಗ್ಯಾಲೆಟ್ಟಿ ವ್ಯಾನ್ ಡೆರ್‌ವೆರ್ಗ್ ಮತ್ತು ರೆವೆರೆಂಡ್ ಪಿ. ಗ್ರೌಟ್, 1909.
4. ಮೇಟ್ರೆ ಡಿ ಲಾ ಟೂರ್: 'ದಿ ಹಿಸ್ಟರಿ ಆಫ್ ಹೈದರ್ ಆಲಿ ಖಾನ್ ಆರ್ ನ್ಯೂ ಮೆಮೋಯರ್ಸ್ ಕನ್‌ಸರ್‌ನಿಂಗ್ ದಿ ಈಸ್ಟ್ ಇಂಡೀಸ್' (ಎರಡು ಸಂಪುಟಗಳನ್ನು ಹೊಂದಿರುವ ಸಂಚಿಕೆ), 1784.
5. ಮಿಚಾಂದ್; 'ಹಿಸ್ಟೋರಿ ಡಿ ಮೈಸೂರ್', 1801–1809 ಭಾಷಾಂತರ ವಿ.ಕೆ. ರಾಮನ್ ಮೆನನ್, 1920.
6. ಮೀರ್ ಹುಸೇನ್ ಆಲಿ ಖಾನ್ 'ಕಿರ್ಮಾನಿ; ನಿಶಾನ್–ಇ–ಹೈದರಿ', 1800, ಭಾಷಾಂತರ ಮತ್ತು ಸಂಪಾದನೆ, ಮಿಲಾಸ್, 1864.
7. ಮಿರ್ಜಾ ಇಕ್ಬಾಲ್ ಅಹ್‌ವಲಿ ಹೈದರ್ ನಾಯಕ್; 'ನಿಶಾನ್–ಇ–ಹೈದರಿ'ಯೊಂದಿಗೆ ಪುರವಣಿಯ ರೀತಿಯಲ್ಲಿ ಮುದ್ರಣಗೊಂಡಿದೆ.
8. ಪಿಯರ್ಸ್‌ನ್ ಹ್ಯೂ: 'ಮೆಮೋಯರ್ಸ್ ಆಫ್ ದಿ ಲೈಫ್ ಆಫ್ ಶ್ವಾರಟ್ಸ್' I, ii, 1834.
9. ಲಿಂಡ್ಸೆ ಲಾರ್ಡ್; 'ಲೈಫ್ ಆಫ್ ಲಿಂಡ್ಸೆ', iii, 1849.
10. ವಿಲ್ಕ್ಸ್, ಕರ್ನಲ್ ಮಾರ್ಕ್ "'ಹಿಸ್ಟಾರಿಕಲ್ ಸ್ಕೆಚೆಸ್ ಆಫ್ ದಿ ಸೌತ್' ಮತ್ತಿತ್ತರ ಸಂಪುಟಗಳು, I, II, III, 1809–17.
11. ಬೌರಿಂಗ್, ಲೆವೀನ್ ಬಿ. "ಹೈದರ್ ಆಲಿ ಎಂಡ್ ಟೀಪ್ಪು ಸುಲ್ತಾನ್' (1899) (ರೂಲರ್ಸ್ ಆಫ್ ಇಂಡಿಯಾ ಸರಣಿ).

ಹೈದರ್ ಆಲಿ

ಆತನ ಧಾರ್ಮಿಕ ಪ್ರವೃತ್ತಿ[1]

ಡಿ.ಎಸ್. ಅಚ್ಚುತ ರಾವ್ ಬಿ.ಎ. (ಆನರ್ಸ್)

ಹದಿನೆಂಟನೇ ಶತಮಾನದ ಪ್ರಾರಂಭಿಕ ವರ್ಷಗಳ ಅನಂತರ ಮೈಸೂರಿನ ರಾಜರು ಕಾಲಕ್ರಮೇಣ ರಾಜಕೀಯ ಪ್ರಾಮುಖ್ಯವನ್ನು ಕಳೆದುಕೊಂಡು ನೇಪಥ್ಯಕ್ಕೆ ಸರಿದರು. ಹೆಸರಾಂತ ಆಡಳಿತಗಾರ ಮತ್ತು ಗೌರವಾನ್ವಿತ ಎಂದು ಹೆಸರಾಗಿದ್ದ ಚಿಕ್ಕದೇವರಾಜ ಒಡೆಯನ ಉತ್ತರಾಧಿಕಾರಿಗಳು, ಕೆಲವರು ನಿಶ್ಶಕ್ತರೂ ಮತ್ತೆ ಕೆಲವರು ಬಲಹೀನರೂ ಆಗಿದ್ದುದರಿಂದ ಅಧಿಕಾರ ಕೆಲವು ಮಂತ್ರಿಗಳ ಅಥವಾ ಹೆಚ್ಚು ಪ್ರಾಬಲ್ಯ ಪಡೆದಿದ್ದ ಸೈನ್ಯಾಧಿಕಾರಿಗಳ – ಇವರನ್ನು ದಳವಾಯಿಗಳು ಎಂದು ಕರೆಯಲಾಗಿದೆ– ಕೈವಶವಾಯಿತು. ರಾಜ ಸಿಂಹಾಸನದ ಮೇಲೆ ಕುಳಿತ ರಾಜರು ಅಲ್ಲಿ ಮುಂದುವರಿಯಬೇಕೋ ಎಂಬುದನ್ನು ಈ ಚಂಚಲಚಿತ್ತರಾದ ದಳವಾಯಿಗಳು ನಿರ್ಧರಿಸುತ್ತಿದ್ದರು. ಇವರು ರಾಜ ನಿರ್ಮಾಪಕರೆಂದೆ ಹೆಸರಾಗಿದ್ದರು. ಅಧಿಕಾರದಿಂದ ಕೊಬ್ಬಿದ ಇವರ ನಡುವೆ ಆಗಿಂದಾಗ ಆಂತರಿಕ ಸಂಘರ್ಷಗಳು ಭುಗಿಲೇಳುತ್ತಿದ್ದುವು.[1] ಅನಾಯಕತ್ವದಿಂದ ಉಂಟಾದ ಆಂತರಿಕ ಗೊಂದಲದೊಂದಿಗೆ ಶತ್ರುರಾಜ್ಯಗಳ ಆಕ್ರಮಣವೂ ಜೊತೆಗೂಡಿ ಸಮಸ್ಯೆಗಳ ತೀವ್ರತೆಯನ್ನು ಉತ್ತುಂಗಕ್ಕೇರಿಸುತ್ತಿದ್ದವು.[2] ರಾಜಕೀಯ ಕ್ಷೇತ್ರವು ಹೊರಗಿನ ಮಹತ್ವಾಕಾಂಕ್ಷಿಗಳಿಗೆ ಎಲ್ಲರಿಗೂ ಮುಕ್ತವಾಗಿ ತೆರೆದಂತಾಗಿ ಅಕ್ರಮಣಕಾರಿಯಾಗಿ ಖಡ್ಗವನ್ನು ಝಳಪಿಸುವವರಿಗೆ ಮತ್ತು ತಮ್ಮ ಕುಟಿಲ ನೀತಿಯಲ್ಲಿ ಸಮಯಸಾಧಕತನದಿಂದ ವರ್ತಿಸುವವರಿಗೆ ಅನುಕೂಲವಾದ ಆಡಂಬೊಲವಾಯಿತು.

ಹೈದರ್ ಓರ್ವ ಸಮಯಸಾಧಕನಾಗಿದ್ದನು. ಬಡತನದ ಹಿನ್ನೆಲೆ ಇದ್ದರೂ ಬುದ್ಧಿಮತ್ತೆಯುಳ್ಳವರು ಏನನ್ನಾದರೂ ಸಾಧಿಸುತ್ತಾರೆ ಎಂಬುದನ್ನು ಆಗಿನ ದಿನಗಳಲ್ಲಿ ರುಜುವಾತು ಪಡಿಸಿದ ಹೈದರನ ಜೀವನ ವೃತ್ತಾಂತ ರೋಚಕವಾಗಿದೆ. ಅದು ಕಾರ್ಯದಕ್ಷತೆ, ಬುದ್ಧಿಮತ್ತೆ, ಸಾಧಿಸಬೇಕೆನ್ನುವ ಛಲ ಮತ್ತು ಇಚ್ಛಾಶಕ್ತಿ ಹಾಗೂ ದಣಿವಳಿಯದ ಧೈರ್ಯಗಳ ಸಂಯುಕ್ತ ಬಲವೇ ಆಗಿತ್ತು.

ಹದಿನೆಂಟನೇ ಶತಮಾನದ ಇಪ್ಪತ್ತರ ದಶಕದಲ್ಲಿ ಜನಿಸಿದ ಮತ್ತು ಬಹು ಚಿಕ್ಕ ವಯಸ್ಸಿನಲ್ಲಿಯೆ ತನ್ನ ತಂದೆ ತಾಯಿಗಳನ್ನು ಕಳೆದುಕೊಂಡ ಹೈದರ್ ಮೈಸೂರಿನ ದಳವಾಯಿಯಾಗಿದ್ದ ಕರಾಚೂರಿ ನಂಜರಾಜಯ್ಯನ ಕಾಲದಲ್ಲಿ ಸೈನಿಕನಾಗಿ ಶಸ್ತ್ರ ಪ್ರಯೋಗಿಸುವ ಉದ್ಯೋಗವನ್ನು ಹಿಡಿದನು. ಬಹುಬೇಗನೆ ತನ್ನ ಒಡೆಯನ ಮೆಚ್ಚುಗೆಗೆ ಮತ್ತು ಪ್ರಶಂಸೆಗೆ ಪಾತ್ರನಾಗಿ ಸೈನಿಕ ಸಾಮರ್ಥ್ಯದಲ್ಲಿ ಹೆಚ್ಚು ಪ್ರಾವೀಣ್ಯವನ್ನು ಸಾಧಿಸಿ ಮೊದಲು ದೇವನಹಳ್ಳಿ ಮುತ್ತಿಗೆ ಕಾಲದಲ್ಲಿ, ನಂತರ ಆರ್ಕಾಟ್

---

1 ಹೈದರ್ ಆಲಿ "ಆತನ ಧಾರ್ಮಿಕ ಪ್ರವೃತ್ತಿ" ಕ್ವಾರ್ಟರ್ಲಿ ಜರ್ನಲ್ ಆಫ್ ಮಿಥಿಕ್ ಸೊಸೈಟಿ, ಸಂಪುಟ 29, ಏಪ್ರಿಲ್ 1939, ಪುಟಗಳು 452–465.

ಮತ್ತು ತಿರುಚಿನಾಪಳ್ಳಿಯ ಸೈನಿಕ ಕಾರ್ಯಚರಣೆ ಕಾಲದಲ್ಲಿ ಹೆಚ್ಚು ಪ್ರಸಿದ್ಧಿ ಪಡೆದನು. ಒಂದು ಸಣ್ಣ ಸೈನ್ಯದ ತುಕಡಿಯ ಮುಖ್ಯಸ್ಥನಾಗಿದ್ದ ಅವನು ಆ ತುಕಡಿಯ ಪ್ರತಿಯೊಂದು ಕಾರ್ಯಾಚರಣೆಯಲ್ಲಿ ಯಶಸ್ಸು ಗಳಿಸಿದನು. ತುಕಡಿ ವಿಸ್ತರಿಸಿದಂತೆ ಆತನ ಪ್ರಾಮುಖ್ಯವೂ ವೃದ್ಧಿಸಿತು. ಅವನು 1761ರಲ್ಲಿ ಫೌಜುದಾರನ ಹುದ್ದೆ ಅಥವಾ ದಿಂಡಿಗಲ್‌ನ ಸೈನಿಕ ಗವರ್ನರ್ ಪದವಿ ಗಳಿಸಿಕೊಂಡಿದ್ದನು.

1761ರಲ್ಲಿ ಮೈಸೂರು ಅನೇಕ ಸಮಸ್ಯೆಗಳನ್ನು ಎದುರಿಸಬೇಕಾಯಿತು. ಬಾಜಿರಾಯನ ನಾಯಕತ್ವದಲ್ಲಿ ಮರಾಠರು ಮೈಸೂರಿನ ಮೇಲೆ ನಡೆಸಿದ ದಾಳಿ, ಮಂತ್ರಿಗಳ ನಡುವಿನ ಪರಸ್ಪರ ಸಂಘರ್ಷಗಳು, ನಂಜರಾಜಯ್ಯ ಕಳೆದುಕೊಳ್ಳುತ್ತಿದ್ದ ಜನಪ್ರಿಯತೆ, ಸಂಸ್ಥಾನದ ಆರ್ಥಿಕ ಬಿಕ್ಕಟ್ಟಿನ ಪರಿಸ್ಥಿತಿಗಳು ಮತ್ತು ವೇತನ ಪಡೆಯದ ಹಾಗೂ ದಂಗೆಯನ್ನು ಪ್ರಚೋದಿಸಲು ಸಜ್ಜಾಗಿದ್ದ ಸೈನ್ಯ ಮೊದಲಾದ ಸಮಸ್ಯೆಗಳು ಹೈದರನನ್ನು ರಾಜ್ಯದ ವ್ಯವಹಾರಗಳ ಮುಂಚೂಣಿಗೆ ಕರೆತಂದವು ಮತ್ತು ಇದು ಆತನು ಅಧಿಕಾರವನ್ನು ವಶಪಡಿಸಿಕೊಳ್ಳುವ ಮಾರ್ಗವನ್ನು ಸುಗಮಗೊಳಿಸಿತು.

ಮರಾಠರನ್ನು ಹಿಮ್ಮೆಟಿಸಿ, ಅಧಿಕಾರದ ಚುಕ್ಕಾಣಿಯನ್ನು ಹಿಡಿದಿದ್ದ ಮಂತ್ರಿಗಳನ್ನು ಪದಚ್ಯುತಗೊಳಿಸಿ, ದಂಗೆಯ ಯತ್ನದಲ್ಲಿದ್ದ ಸೈನ್ಯವನ್ನು ತಹಬಂದಿಗೆ ತಂದು, ವಿಶ್ವಾಸ ದ್ರೋಹ ಬಗೆದ ಖಂಡೇರಾಯನನ್ನು ಶಿಕ್ಷಿಸಿ, ಪ್ರಾಂತ್ಯದ ಸಂಪನ್ಮೂಲಗಳನ್ನು ಕ್ರೋಡೀಕರಿಸಿದನು. ಈ ರೀತಿಯ ಎಲ್ಲಾ ಸಮಸ್ಯೆಗಳನ್ನು ನಿವಾರಿಸಿ ಹೈದರ್ ಶಾಂತಿ ಮತ್ತು ಸುವ್ಯವಸ್ಥೆಯನ್ನು ಸ್ಥಾಪಿಸಿದನು. ವಾಸ್ತವ ಸ್ಥಿತಿಯ ಪ್ರಾಮುಖ್ಯವನ್ನು ಮನಗಂಡ ಆತ ಪರಮ ಅಧಿಕಾರವನ್ನು ತನ್ನ ನಿಯಂತ್ರಣದಲ್ಲಿರಿಸಿ ರಾಜನ ಸ್ಥಾನಮಾನ ಕಾಲಕ್ರಮೇಣ ನಶಿಸಿದಂತೆ ಕಾರ್ಯತಃ ರಾಜ್ಯದ ರಾಜನೇ ಆದನು. ತರುವಾಯ ಮೈಸೂರು ರಾಜ್ಯದ ಗಡಿಗಳನ್ನು ವಿಸ್ತರಿಸಿ ದಕ್ಷಿಣ ಭಾರತದಲ್ಲಿ ಅದನ್ನು ಒಂದು ಬಲಶಾಲಿ ರಾಜ್ಯವನ್ನಾಗಿಸುವ ನಿಟ್ಟಿನಲ್ಲಿ ಎಲ್ಲ ಪ್ರಯತ್ನಗಳನ್ನು ನಡೆಸಿದನು. ಪ್ರಾಂತ್ಯದಲ್ಲಿ ಅಸ್ತಿತ್ವದಲ್ಲಿದ್ದ ಶಾಂತಿ ಮತ್ತು ಸುವ್ಯವಸ್ಥೆ ಮತ್ತು ಪ್ರಜೆಗಳು ಆತನಲ್ಲಿ ಹೊಂದಿದ್ದ ವಿಶ್ವಾಸ ಆತನ ಹಾದಿಯನ್ನು ಸುಗಮಗೊಳಿಸಿದವು. ಇವೆಲ್ಲವುಗಳಿಗೂ ಪ್ರೇರಣೆ ನೀಡಿದ ಪ್ರಮುಖ ಅಂಶವೆಂದರೆ ಆತನ ಉನ್ನತ ಸೈರಣೆಯುಳ್ಳ ಧಾರ್ಮಿಕ ನೀತಿ.

ಆತನ ಪರ್ಷಿಯನ್ ಚರಿತ್ರೆಕಾರನು[3] ಹೇಳಿರುವಂತೆ ಹೈದರ್ ಖೋರೇಶ್ ಪ್ರಾಂತ್ಯದ ಗುಡ್ಡಗಾಡು ಜನಾಂಗದಲ್ಲಿ ಸಂಜಾತ. ಆತನ ಪೂರ್ವಿಕನೊಬ್ಬನು ಬಿಜಾಪುರದ ಸುಲ್ತಾನನಲ್ಲಿ ಯಾವುದೋ ಒಂದು ಧಾರ್ಮಿಕ ಹುದ್ದೆಯನ್ನು ಅಲಂಕರಿಸಿದ್ದನು.[4] ಆತನ ಪೂರ್ವಿಕರು ಪರಂಪರೆಯಿಂದ ಧರ್ಮದಲ್ಲಿ ಹೊಂದಿದ್ದ ನಿಷ್ಠೆ ಮತ್ತು ನಂಬಿಕೆ ಹೈದರನಲ್ಲಿ ಇರಲಿಲ್ಲ. ಹಿಂದೂ ಧರ್ಮೀಯರ ಬಗ್ಗೆ ಆತ ಹೆಚ್ಚು ಸಹಿಷ್ಣುವಾಗಿದ್ದನು. ಈ ನಿಟ್ಟಿನಲ್ಲಿ ಸ್ವಭಾವಜನ್ಯ ಹಿಂಸಾಚಾರ ಬಲಾತ್ಕಾರದ ಮತಾಂತರಕ್ಕೆ ಅವನು ಇಳಿಯಲಿಲ್ಲ. ಹಿಂದೂಗಳಿಗೆ ಅವನು ನೀಡಿದ ಉದಾರ ಕೊಡುಗೆಗಳ ಕುರಿತು ಅನೇಕ ಉದಾಹರಣೆಗಳಿವೆ. ಹಿಂದೂ ಧಾರ್ಮಿಕ ಮಠಮಾನ್ಯ ಸಂಸ್ಥೆಗಳು, ಮುಖ್ಯಸ್ಥರ ಬಗೆಗೆ ಅವನು ಹೃತ್ಪೂರ್ವಕವಾಗಿ ಪೂಜ್ಯ ಭಾವನೆಯನ್ನು ಹೊಂದಿದ್ದನು. ಶೃಂಗೇರಿಯ ಸ್ವಾಮಿಗಳಿಗೆ ಹೈದರ್ 1769ರಲ್ಲಿ ಬರೆದಿರುವ ಪತ್ರಗಳು ಇದನ್ನು ಸೂಚಿಸುತ್ತವೆ.[5] ಒಂದು ಪತ್ರದಲ್ಲಿ[6] ಹೈದರ್ ಸ್ವಾಮಿಗಳನ್ನು ಓರ್ವ ಪ್ರಮುಖ ಮತ್ತು ಧಾರ್ಮಿಕ ವ್ಯಕ್ತಿಯೆಂದು ಸಂಬೋಧಿಸಿ "ಹೀಗಾಗಿ ಸರ್ವರೂ ಸ್ವಾಭಾವಿಕವಾಗಿ ನಿಮ್ಮನ್ನು ಗೌರವಿಸಲು ಬಯಸುತ್ತಾರೆ" ಎಂದು ತಿಳಿಸಿದನಲ್ಲದೆ ದೇವರಿಗೆ ಚಿನ್ನದ ಬಟ್ಟೆ ಮತ್ತು

ಅವರ ಖರ್ಚಿಗಾಗಿ ಸ್ವಲ್ಪ ಹಣವನ್ನೂ ಕಳುಹಿಸಿದ್ದನು. ತನ್ನ ಪೂರ್ವಿಕರು ಜಾರಿಗೊಳಿಸಿದ್ದ ಇನಾಮು ನೀಡುವ ಪದ್ಧತಿಯನ್ನು ಹೈದರ್ ಮುಂದುವರೆಸಿದನು. ಸ್ವಾಮಿ ಅಭಿನವ ನರಸಿಂಹ ಭಾರತಿ ಅವರು ಆತನಿಗೆ ಕಳುಹಿಸಿದ್ದ ಆಶೀರ್ವಚನ ಪತ್ರಕ್ಕೆ ನೀಡಿದ್ದ ಪ್ರತ್ಯುತ್ತರದ ಪತ್ರವೊಂದರಲ್ಲಿ[7] ಇನಾಮು ಮತ್ತಿತ್ತರಗಳನ್ನು ಮುಂದುವರೆಸುವ ಆಶ್ವಾಸನೆ ನೀಡಿದ್ದನು. 1780ರ ಮತ್ತೊಂದು ಪತ್ರದಲ್ಲಿ ಶೃಂಗೇರಿ ಮಠದ ಪ್ರತಿನಿಧಿಗಳು ಸಂಗ್ರಹಿಸುವ ಕಾಣಿಕೆಗಳಿಗೆ, ಯಾರೂ ಅಡ್ಡಿಪಡಿಸಬಾರದು ಎಂದು ಸಂಬಂಧಪಟ್ಟ ಅಧಿಕಾರಿಗಳಿಗೆ ಸೂಚನೆಗಳನ್ನು ನೀಡಿದ್ದನು. ತನ್ನ ಧರ್ಮದ ಅನುಯಾಯಿಗಳಿಗೂ ಇದೇ ನೀತಿ ತಾಳಿದನು ಎಂಬ ವಿಷಯ ಕುರಿತು ಇದೇ ರೀತಿಯ ಆಧಾರಗಳು ಲಭಿಸಿವೆ.[8] ಸುಂಕದ ಅಧಿಕಾರಿಯಾಗಿದ್ದ ಲಿಂಗಪ್ಪಯ್ಯನಿಗೆ 1769ರಲ್ಲಿ ಹೊರಡಿಸಿದ ಸನ್ನದಿನಲ್ಲಿ ಯಾದುಲ್ಲಾಷಹಾ ಪಾದ್‌ಶಾಹ ಹುಸೇನಿಗೆ ಹಾಗಲವಾಡಿಯಲ್ಲಿ ವಸೂಲಾಗುವ ಸುಂಕದಲ್ಲಿ ಪ್ರತಿದಿನ ಒಂದು ಮತ್ತು ಅರ್ಧ ಹಣವನ್ನು ನೀಡಬೇಕೆಂದು ತಿಳಿಸಿರುತ್ತಾನೆ. ಈ ಫಕೀರನಿಗೆ ಐದು ಕೊಳಗ ಉತ್ಪನ್ನವಿರುವ ಭೂಮಿ ದಾನ ನೀಡಿದನು.

ಹಿಂದೂ ದೇವಾಲಯಗಳ ಜೀರ್ಣೋದ್ಧಾರ ಮತ್ತು ಪುನರ್ ನಿರ್ಮಾಣ ಕಾರ್ಯಗಳಲ್ಲೂ ಹೈದರನು ಧಾರ್ಮಿಕ ಸಹಿಷ್ಣುತಾ ನೀತಿ ತಾಳಿದನು. ಹೈದರನ ಸೇವಕನಾಗಿದ್ದ ಖಾದಿಮುದ್ದೀನ್‌ಖಾನನ ಶ್ರೀರಂಗಪಟ್ಟಣದಲ್ಲಿನ ಮನೆ ಬೆಂಕಿಗೆ ಅಹುತಿಯಾದ ಸಂದರ್ಭದಲ್ಲಿ ಅನೇಕ ಮಂದಿಗಳ ಪ್ರಾಣ ಹಾನಿ ಆಯಿತಲ್ಲದೆ ಶ್ರೀರಂಗನಾಥ ದೇವಾಲಯ ಸೇರಿದಂತೆ ಸಮೀಪದಲ್ಲಿನ ಅನೇಕ ದೇವಾಲಯಗಳು ನಾಶವಾದವು. ಕೇವಲ ಒಂದು ತಿಂಗಳ ಅವಧಿಯಲ್ಲಿ ಹೈದರನ ನಿರ್ದೇಶದನ್ವಯ ಇವುಗಳು ಪುನರ್ ನಿರ್ಮಿಸಲ್ಪಟ್ಟವು.[10] ಕಲಬುರ್ಗಿಯ ಗಂಗಾಸಲಾರ್‌ನ ನೇತೃತ್ವದಲ್ಲಿನ ಮುಹಮ್ಮಡನ್ ಸೈನ್ಯ ಹಾಳುಗೆಡವಿ ಬೆಂಕಿಯಲ್ಲಿ ಸುಟ್ಟಿದ್ದ ಬೇಲೂರಿನ ಚೆನ್ನಕೇಶವ ದೇವಾಲಯದ ಕೇಂದ್ರಗೋಪುರನ್ನು ಆದೇ ವರ್ಷ ಜೀರ್ಣೋದ್ಧಾರಗೊಳಿಸಲಾಯಿತು.[11] ಹಿಂದೂ ದೇವಾಲಯಗಳಿಗೆ ಹೈದರ್ ಅನೇಕ ದತ್ತಿಗಳನ್ನು ನೀಡಿದ್ದು[12] ಮಿರ್ಜಾ ಇಕ್ಬಾಲ್ ಹೇಳಿರುವಂತೆ "ಹೈದರ್ ಎಂದಿಗೂ ಹಿಂದೂ ದೇವಾಲಯಗಳ ಕಾಣಿಕೆ ನಶಿಸಿಹೋಗುವಂತೆ ಮಾಡಲಿಲ್ಲ."[13] ಆತನಿಂದ ಬ್ರಾಹ್ಮಣ ವರ್ಗದವರು ಪರಂಪರೆಯಿಂದ ರೂಢಿಯಲ್ಲಿದ್ದ ಕಂದಾಯ ರಹಿತ ಭೂಮಿ ಕಾಣಿಕೆಗಳನ್ನು ಸ್ವೀಕರಿಸಿದ್ದರು.[14]

ತಿರುಚಿನಾಪಳ್ಳಿಯನ್ನು ಹೈದರನ ಸೈನ್ಯ 1751ರಲ್ಲಿ ಮುತ್ತಿಗೆ ಹಾಕಿದಾಗ, ಅವನು ಶ್ರೀರಂಗಂ ದೇವಸ್ಥಾನದ ಬ್ರಾಹ್ಮಣರಿಗೆ ಗೌರವ ಸಲ್ಲಿಸಿ, ಆ ದೇವಾಲಯದ ಪ್ರಮುಖ ದೇವತೆಯಾಗಿದ್ದ ವಿಷ್ಣುವಿಗೆ ತನ್ನ ಭಕ್ತಿಯನ್ನು ಅರ್ಪಿಸಿದನು.[15] ಮಲಬಾರ್ ಅದರಲ್ಲಿಯೂ ವಿಶೇಷವಾಗಿ ಜಾಮೋರಿನ್ ರಾಜ್ಯದ ವಿರುದ್ಧ ಹೈದರ್ ದಂಡೆತ್ತಿ ಹೋದಾಗ ಅವನು ದೇವಾಲಯಗಳನ್ನು ಸೂರೆಗೈಯಲಿಲ್ಲ ಮತ್ತು ಜನರ ಧರ್ಮದಲ್ಲಿ ಹಸ್ತಕ್ಷೇಪ ಮಾಡಲಿಲ್ಲ.[16] ಹಿಂದೂಗಳು ಬಹುಸಂಖ್ಯಾತರಾಗಿದ್ದ ಆತನ ರಾಜ್ಯದಲ್ಲಿ ಗೋವುಗಳನ್ನು, ಈ ಹಿಂದೆಯೂ ಮತ್ತು ಅವನ ಕಾಲದಲ್ಲಿಯೂ ಪೂಜ್ಯ ಭಾವನೆಯಿಂದ ನೋಡಲಾಗುತ್ತಿತ್ತು. ಹೈದರ್ ಗೋಹತ್ಯೆಯನ್ನು ನಿಷೇಧಿಸಿದ್ದು, ಮೋಯಿನ್ಸರ ಹೇಳಿಕೆಯಂತೆ "ಅವುಗಳ ಹತ್ಯೆಯನ್ನು ನಿಷೇಧಿಸಿ" (ಸಂಪೂರ್ಣವಾಗಿ ಅಧಿಕಾರವನ್ನು ಪಡೆದುಕೊಂಡು ತರುವಾಯ) ಕಠಿಣ ಆಜ್ಞೆಗಳನ್ನು ಹೊರಡಿಸಿದನು. ಟೀಪ್ಪು ತಾನು ಬೇಟೆಗೆ ಹೋಗುತ್ತಿದ್ದ ಸಂದರ್ಭದಲ್ಲಿ ಹಿಂದೂ ದೇವಾಲಯಗಳಿಗೆ ಸೇರಿದ್ದ ದೇವರಿಗೆ ಬಿಟ್ಟಿದ್ದ ಬಸವಗಳನ್ನು ಘಾಸಿಗೊಳಿಸಿ ಕೆಲವು ವೇಳೆ ತನ್ನ

ಭರ್ಜಿಯಿಂದ ಅವುಗಳನ್ನು ಸಂಹರಿಸುತ್ತಿದ್ದನು. ಇದನ್ನು ಅವನು ವಿನೋದವೆಂದು ತಿಳಿದಿದ್ದನು. ಇದನ್ನು ಅಂಕೆಯಿಲ್ಲದ ಮತ್ತು ದುರುದ್ದೇಶದ ದುಷ್ಕೃತ್ಯ ಎಂದು ಬಗೆದ ಹೈದರ್ ತನ್ನ ಬಹುಸಂಖ್ಯಾತ ಪ್ರಜೆಗಳ ಮನೋಭಾವನೆಗಳನ್ನು ಗೌರವಿಸುವ ನಿಟ್ಟಿನಲ್ಲಿ[17] ತನ್ನ ಮಗನಿಗೆ ಛೀಮಾರಿ ಹಾಕಿದ್ದನು.

ಧರ್ಮದ ಹೆಸರಿನಲ್ಲಿ ನಡೆಸಲಾಗುತ್ತಿದ್ದ ಕೆಲವು ರೂಢಿ ಮತ್ತು ರಿವಾಜುಗಳಿಗೆ ಹೈದರ್ ಕಡಿವಾಣ ಹಾಕಲು ಕ್ರಮಗಳನ್ನು ಕೈಗೊಂಡನು. ಮೈಸೂರು ಪ್ರಾಂತ್ಯದಲ್ಲಿನ ತನ್ನ ಪ್ರವಾಸದ ಸಮಯದಲ್ಲಿ, 1780ರಲ್ಲಿ ಹೈದರನ ಆಸ್ಥಾನಕ್ಕೆ ಭೇಟಿ ನೀಡಿದ್ದ ರೆವೆರೆಂಡ್ ಶ್ವಾರ್ಟ್ಸ್ ಮೈಸೂರಿನ ಬಳಿಯ ಚಾಮುಂಡಿಬೆಟ್ಟದಲ್ಲಿನ ಜನ ಮನುಷ್ಯರ ಮೂಗುಗಳನ್ನು ಕತ್ತರಿಸುವುದನ್ನು ದೇವತೆಯ ಹೆಸರಿನಲ್ಲಿ ಒಂದು ರೂಢಿಯನ್ನಾಗಿಸಿಕೊಂಡಿದ್ದರೆಂದು ಪ್ರವಾಸಿಗಳ ಮೇಲೆ ಮುಗಿಬಿದ್ದು ಅವರ ಮೂಗುಗಳನ್ನು ಕತ್ತರಿಸಿ ತಮ್ಮ ದೇವತೆಗೆ ಅರ್ಪಿಸುತ್ತಿದ್ದರೆಂದು ದಾಖಲಿಸಿದ್ದಾರೆ. ಆದರೆ ಹೈದರ್, ಈ ಪಾದ್ರಿ ಹೇಳಿರುವಂತೆ, "ಅದನ್ನು ಕಠಿಣ ಕ್ರಮಗಳಿಂದ ನಿಷೇಧಿಸಿದನು."[18]

ಹೈದರ್ ಕ್ರಿಶ್ಚಿಯನ್ ಧರ್ಮದ ಬಗ್ಗೆ ಇದೇ ರೀತಿಯ ನೀತಿ ಮತ್ತು ವಿಶ್ವಾಸ ಭಾವನೆ ಹೊಂದಿದ್ದನು. ಅವನು ಕ್ರಿಶ್ಚಿಯನ್ ಮಿಷನರಿಗಳು ಮತ್ತು ಅವರ ಧಾರ್ಮಿಕ ಸಂಸ್ಥೆಗಳನ್ನು ಗೌರವಿಸಿದನು. ಜೇಸ್ಯುಯಿಟ್ ಮಿಷನರಿಗಳು ತಮ್ಮ ಧರ್ಮ ಪ್ರಚಾರವನ್ನು ಮುಕ್ತ ರೀತಿಯಲ್ಲಿ ಕೈಗೊಂಡಿದ್ದು, ಇದಕ್ಕೆ ಯಾವುದೇ ರೀತಿಯ ಅಡ್ಡಿಗಳು ಇರಲಿಲ್ಲ. ಅವರನ್ನು ಗೌರವದಿಂದ ನಡೆಸಿಕೊಳ್ಳಬೇಕೆಂದು ಅವನು ಆಜ್ಞಾಪಿಸಿದ್ದನು.[19] ಆರ್ಕಾಟಿನ ನವಾಬನಾಗಿದ್ದ ಮುಹಮ್ಮದ್ ಆಲಿಯ ವಿರುದ್ಧದ ಕದನಗಳ ಸಂದರ್ಭದಲ್ಲಿ ಕರ್ನಾಟಕ ಪ್ರದೇಶದ ಬಯಲು ಸೀಮೆಯನ್ನು ಗೆದ್ದು ಬೀಗಿದ ಟೀಪ್ಪು ಮದರಾಸಿನ ಸಮೀಪದ ಸೈಂಟ್‌ಥೋಮ್ ಬಳಿ ಬೀಡು ಬಿಟ್ಟ ಸಂದರ್ಭದಲ್ಲಿ ಅನೇಕ ಯುರೋಪಿಯರನ್ನು ಸೆರೆಹಿಡಿದು ಶ್ರೀರಂಗಪಟ್ಟಣಕ್ಕೆ ಖೈದಿಗಳಾಗಿ ಕಳುಹಿಸಲಾಯಿತು. ಅವರಲ್ಲಿ ಐದು ಮಂದಿ ಕ್ರೈಸ್ತ ಧರ್ಮದ ಉಪದೇಶಕರಾಗಿದ್ದರು. ಈ ಖೈದಿಗಳು ಇಂಗ್ಲಿಷರಲ್ಲರೆಂದು ಆದರೆ ಫ್ರೆಂಚ್ ಪಾದ್ರಿಗಳೆಂದು ತಿಳಿದ ಹೈದರ್ ಅವರನ್ನು ಬರಮಾಡಿಕೊಂಡು, ಬಹಳ ಪ್ರೀತಿ ಮತ್ತು ಗೌರವಗಳಿಂದ ಆದರಿಸಿ ಜಾಗ್ರತೆಯಿಂದ ಮದರಾಸಿಗೆ ಕಳುಹಿಸುವ ಏರ್ಪಾಡುಗಳನ್ನು ನಡೆಸಿ ಅವರ ಧರ್ಮದ ವಿಷಯದಲ್ಲಿ ಹಸ್ತಕ್ಷೇಪ ನಡೆಸುವುದಿಲ್ಲವೆಂದು ಅವರಿಗೆ ಆಶ್ವಾಸನೆಗಳನ್ನು ನೀಡಿದನು."[20] ಕ್ರಿಶ್ಚಿಯನ್ನರು ತಮ್ಮ ಧಾರ್ಮಿಕ ಕಾರ್ಯಗಳನ್ನು ನಡೆಸುವುದಕ್ಕೆ ಅವರಿಗೆ ಸಂಪೂರ್ಣ ಸ್ವಾತಂತ್ರ್ಯವನ್ನು ನೀಡಲಾಗಿತ್ತು. ಶ್ರೀರಂಗಪಟ್ಟಣದಲ್ಲಿರುವಾಗ ರೆವೆರೆಂಡ್ ಶ್ವಾರ್ಟ್ಸ್ ಹೈದರನ ಸೈನ್ಯದಲ್ಲಿನ ಯುರೋಪ್ ಮೂಲದವರಿಗೆ ಧಾರ್ಮಿಕ ಕಾರ್ಯಗಳನ್ನು ನಡೆಸುತ್ತಿದ್ದ ಒಂದು ಸಂದರ್ಭದಲ್ಲಿ ""ನಾವು ಹಾಡಿದೆವು, ಉಪದೇಶಿಸಿದೆವು, ಪ್ರಾರ್ಥಿಸಿದೆವು ಮತ್ತು ಯಾರು ಅಡ್ಡಿಪಡಿಸಿದಂತೆ ಕಂಡುಬರಲಿಲ್ಲ"" ಎಂದು ಹೇಳಿರುತ್ತಾರೆ.

ನ್ಯಾಯ ವಿತರಣೆಯ ಕ್ಷೇತ್ರದಲ್ಲಿಯೂ ಪ್ರತಿಯೊಬ್ಬನು ತನ್ನ ಧರ್ಮದ ಅನುಸಾರ ನ್ಯಾಯ ಪಡೆದುಕೊಳ್ಳಬೇಕೆಂದು ಹೈದರನ ಪ್ರಮುಖ ತೀರ್ಮಾನವಾಗಿತ್ತು. ಮೈಸೂರು ಪ್ರಾಂತ್ಯದಲ್ಲಿ ಜೇಸುಯಿಟ್ ಮಿಷನರಿಯೋರ್ವನ ವಿರುದ್ಧ ಹೈದರನ ಸೈನ್ಯದಲ್ಲಿದ್ದ ಮೇಡಂ ಮೆಕ್ಟಿನೆಜ್ ಎಂಬ ಮಹಿಳಾ ಕರ್ನಲ್ ತಾನು ಆತನ ಬಳಿ ಇಟ್ಟಿದ್ದ ಒಡವೆ ಮತ್ತು ಹಣವನ್ನು ಅವನು ನೀಡದೆ ಮೋಸ ಮಾಡಿರುವನೆಂದು ಆಪಾದಿಸಿದಳು. ಈ ಆಪಾದನೆಯನ್ನು ಪರಿಶೀಲಿಸಿದ ಹೈದರ್ ತನ್ನ ಸೈನ್ಯದಲ್ಲಿದ್ದ

ಓರ್ವ ಫ್ರೆಂಚ್ ಕಮಾಂಡರ್‌ನನ್ನು ವಿಚಾರಣೆ ನಡೆಸಲು ನೇಮಿಸಿದನು. ಈ ಕಮಾಂಡರನು ತನಗೆ ಸ್ಥಳೀಯ ಕಾನೂನು ತಿಳಿದಿಲ್ಲವೆಂದು ವಿಚಾರಣೆ ನಡೆಸಿ ಕಾನೂನಿನ ರೀತಿಯಲ್ಲಿ ಕ್ರಮವನ್ನು ಸೂಚಿಸಲು ತಾನು ತಜ್ಞನಲ್ಲವೆಂದು ಹೀಗಾಗಿ ತಾನು ನ್ಯಾಯವನ್ನು ವಿತರಿಸುವುದಕ್ಕೆ ತಕ್ಕುದಾದ ವ್ಯಕ್ತಿಯಲ್ಲವೆಂದು ಹೈದರನಿಗೆ ತಿಳಿಸಿದನು. ಆದರೆ ಹೈದರ್ ಆ ಮಿಷನರಿಯ ಮೇಲಿನ ಆಪಾದನೆಯ ವಿಚಾರಣೆಯನ್ನು ಬೇರೆ ರಾಷ್ಟ್ರೀಕನೋ ಅಥವಾ ಧರ್ಮೀಯನಿಗೋ ನಡೆಸಲು ಅನುಮತಿ ನೀಡಲಾರದೆ ಹೋದನು. ಈ ನಿಟ್ಟಿನಲ್ಲಿ ಅಸಹಾಯಕನೆಂದು ತೋರ್ಪಡಿಸಿಕೊಂಡಿದ್ದ ಫ್ರೆಂಚ್ ಕಮಾಂಡರನಿಗೆ ಯಶಸ್ಸನ್ನು ಕೋರುತ್ತಾ "“ನೀನು ಕ್ರಿಶ್ಚಿಯನ್ ಧರ್ಮದವನಾಗಿರುವುದರಿಂದ ಮತ್ತು ಕ್ರಿಶ್ಚಿಯನ್‌ರಿಗೆ ಅನ್ವಯವಾಗುವ ಕಾನೂನು ನಿನಗೆ ನನ್ನ ರಾಜ್ಯದಲ್ಲಿ ಬೇರೆ ಯಾವುದೇ ನ್ಯಾಯಾಧೀಶನಿಗಿಂತ ಹೆಚ್ಚಾಗಿ ತಿಳಿದಿರುವುದರಿಂದ ಮತ್ತು ಪ್ರತಿಯೊಬ್ಬ ವ್ಯಕ್ತಿಯೂ ತನಗೆ ಸಂಬಂಧಿಸಿದ ಕಾನೂನಿನಿಂದ ತೀರ್ಪು ಪಡೆದುಕೊಳ್ಳುವುದು ಸೂಕ್ತ. ನೀನು ಇದನ್ನು ನಿರಾಕರಿಸಲಾಗದು”"[22] ಎಂದು ತಿಳಿಸಿದನು. ಇದು ಹೈದರನು ಪಾಲಿಸುತ್ತಿದ್ದ ಸಂವೇದನಾ ಶೀಲತೆ ಮತ್ತು ನ್ಯಾಯ ವಿತರಣೆ ಕುರಿತು ಅವನ ದೃಷ್ಟಿಕೋನವನ್ನು ತಿಳಿಸುತ್ತದೆ. ಒಂದು ಧರ್ಮದ ಕಾನೂನು ಮತ್ತೊಂದು ಧರ್ಮದ ಮೇಲೆ ಸವಾರಿ ಮಾಡುವುದನ್ನು ಅವನು ನಡೆಯಗೊಡಲಿಲ್ಲ.

ತನ್ನ ಸ್ವಂತ ಧರ್ಮದ ವಿಷಯದಲ್ಲಿ ಹೆಚ್ಚು ಅರಿವು ಬೆಳೆಸಿಕೊಳ್ಳುವಲ್ಲಿ ಹೈದರ್ ತುಸು ಕಷ್ಟವನ್ನು ಎದುರಿಸಬೇಕಾಯಿತು. ಆತ ಆ ಧರ್ಮಕ್ಕೆ ಸಂಬಂಧಿಸಿದ ಸಂಸ್ಕಾರಗಳನ್ನು ಪಾಲಿಸಲಿಲ್ಲ. ಪ್ರಾರ್ಥನೆ, ಉಪವಾಸ ಮತ್ತು ಇನ್ನಿತರ ಅನುಷ್ಠಾನಗಳ ಕುರಿತು ಆತನು ಯಾರಿಂದಲೂ ಹೆಚ್ಚು ಉಪದೇಶಿತನೂ ಆಗಿರಲಿಲ್ಲ. ಒಂದು ಸಣ್ಣ ಜಪಮಾಲೆಯನ್ನು ಅವನು ದೇವರ ಸ್ಮರಣೆಗೋಸ್ಕರವಾಗಿ ಬಳಸುತ್ತಿದ್ದು ಇದು ಆತನು ನಡೆಸುತ್ತಿದ್ದ ಧಾರ್ಮಿಕ ವಿಧಿ ವಿಧಾನಗಳ ಒಂದು ಬಾಹ್ಯ ಸ್ವರೂಪದ್ದಾಗಿತ್ತು.[23] ಮುಹಮ್ಮಡನರು ಹೊಂದಿದ್ದ ಸಂಪ್ರದಾಯದ ವಿರುದ್ಧ ತನ್ನ ಗಡ್ಡ ಮತ್ತು ಮೀಸೆಗಳನ್ನು ಬೋಳಿಸಿಕೊಳ್ಳುತ್ತಿದ್ದನು.[24] ಮೂರ್ ಜನಾಂಗದವರು ಅಥವಾ ಓರ್ವ ಮುಸಲ್ಮಾನ ಉಪೇಕ್ಷಿಸಿದ್ದ ಮದ್ಯಪಾನ ಬಗ್ಗೆ ಪ್ರೀತಿ ಬೆಳೆಸಿಕೊಂಡ ಹೈದರ್ ಮದ್ಯ ಸ್ವೀಕರಿಸುತ್ತಿದ್ದನು. ಅದರಲ್ಲಿಯೂ ಒಗಚಾದ ಪೇಯ ಅವನಿಗೆ ಪ್ರಿಯವಾಗಿತ್ತು.

ಆತನ ಆಸ್ಥಾನದಲ್ಲಿನ ರೀತಿರಿವಾಜುಗಳು ಮತ್ತು ಸಮಾರಂಭಗಳು ಆತನ ಪೂರ್ವಿಕರು ಅನುಸರಿಸಿದ್ದ ಪರಂಪರೆಗೆ ಹೊಂದಿಕೊಂಡಿದ್ದವು. ತನ್ನ ಆಸ್ಥಾನಕ್ಕೆ ಯಾವುದಾದರು ಒಂದು ಧರ್ಮದ ಚೌಕಟ್ಟನ್ನು ನೀಡುವುದು ಅಥವಾ ಧರ್ಮದ ಆಧಾರದಲ್ಲಿ ರಾಜ್ಯವನ್ನು ನಡೆಸುವುದರಲ್ಲಿ ಆತನಿಗೆ ಆಸಕ್ತಿ ಇರಲಿಲ್ಲ. ರಾಜಕೀಯ ಪ್ರಾಮುಖ್ಯವುಳ್ಳ ಸಮಸ್ಯೆಗಳು ಹೆಚ್ಚಿದಂತೆ ಮತ್ತು ಅವುಗಳ ನಿರೀಕ್ಷೆ ಹೆಚ್ಚಿದಂತೆ ಹೈದರ್ ಧರ್ಮ ಮತ್ತು ಅದಕ್ಕೆ ಸಂಬಂಧಿಸಿದ ವಿಷಯಗಳಲ್ಲಿ ಹೊಂದಾಣಿಕೆಯನ್ನು ಮಾಡಿಕೊಂಡನಲ್ಲದೆ ಅದಕ್ಕಾಗಿ ತ್ಯಾಗ ಮಾಡಲು ನಿರ್ಧರಿಸಿದನು. ಮರಾಠರು ನಡೆಸುತ್ತಿದ್ದ ನಿರಂತರ ದಾಳಿಗಳು ಹೈದರನಿಗೆ ಹೆಚ್ಚು ಹಾನಿ ತಂದಿದ್ದವು. ಮರಾಠರು 1770ರಲ್ಲಿ ಮತ್ತೊಮ್ಮೆ ಮೈಸೂರನ್ನು ಆಕ್ರಮಿಸಿದಾಗ ಹೈದರ್ ಅವರನ್ನು ಎದುರಿಸಲು ಬೇಕಾಗಿರುವ ಅವಶ್ಯ ಸಿದ್ಧತೆಗಳನ್ನು ರಾಜಧಾನಿಯಲ್ಲಿ ಮಾಡಿಕೊಂಡನು. ಇದೆ ವೇಳೆಗೆ 1770ರಲ್ಲಿ ಮುಹರಂ ಹಬ್ಬ ಸನಿಹವಾಯಿತು. ಈ ಸಂದರ್ಭದಲ್ಲಿ ಎರಗಿದ್ದ ದುರಂತ ಚಿತ್ರಣದ ಬಗ್ಗೆ ಪಿಯೋಟೆ ಹೀಗೆ ಹೇಳಿದ್ದಾನೆ; "“ತಮ್ಮ ಹಬ್ಬವನ್ನು ಸಂಯಮದಿಂದ ಆಚರಿಸುವಂತೆ

ನವಾಬನು ಆಜ್ಞಾಪಿಸಿದ್ದಾನೆ. ಅಬ್ಬರವಿಲ್ಲದೆ ಆಚರಿಸಿ. ಇದನ್ನು ಮೀರಿದಲ್ಲಿ ಅವನು ಶಿಕ್ಷಿಸುತ್ತಾನೆ.'[26] ಹಬ್ಬದ ಸಮಯದಲ್ಲಿ ಸೈನ್ಯವು ನಡೆಸುತ್ತಿದ್ದ ಕವಾಯಿತನ್ನು ರದ್ದುಪಡಿಸಿದ ರಾಜ್ಯ ಅದನ್ನು ನಡೆಸುವಂತೆ ನಿರ್ದಿಷ್ಟವಾದ ಅಜ್ಞೆಗಳನ್ನು ಜಾರಿಗೊಳಿಸಿತು. ತನ್ನ ದಿನ ನಿತ್ಯದ ವ್ಯವಹಾರಗಳಲ್ಲಿ ಮತ್ತು ರಾಜ್ಯದ ವಿಶಾಲ ಆಸಕ್ತಿಗೆ ಮಾರಕವಾಗುವಂತಹ ನಿಟ್ಟಿನಲ್ಲಿ ಧರ್ಮದ ಪ್ರವೇಶವನ್ನು ಹೈದರ್ ನಿರಾಕರಿಸಿದನು.

ಧರ್ಮ ಮತ್ತು ಧರ್ಮಶಾಸ್ತ್ರದ ನಡುವಿನ ಸೂಕ್ಷ್ಮ ವ್ಯತ್ಯಾಸಗಳ ಬಗ್ಗೆ ಹೈದರ್ ಉದಾಸೀನನಾಗಿದ್ದು ಕ್ರೂರ ನಂಬಿಕೆಗಳನ್ನು ವಿರೋಧಿಸುತ್ತಿದ್ದನು. ಆತನ ಜೀವನದಲ್ಲಿನ ಕೆಲವು ಐತಿಹ್ಯಗಳ ಕುರಿತು ಕಿರ್ಮಾನಿಯ ಹೇಳಿಕೆ ಆಸಕ್ತಿದಾಯಕವಾಗಿವೆ. ಇದರನ್ವಯ ಒಂದು ದಿನ ಶಿಯಾ ಮತ್ತು ಸುನ್ನಿಗಳ ನಡುವೆ ಧಾರ್ಮಿಕ ಸಂಘರ್ಷ ಏರ್ಪಟ್ಟಿದ್ದ ಸಂದರ್ಭದಲ್ಲಿ, ಮಾತು ಮತ್ತು ಚರ್ಚೆ ಗುದ್ದಾಟದ ಹಂತ ತಲುಪಿ ಶಿಯಾಗಳು ಪ್ರವಾದಿ ಮುಹಮ್ಮದನ ಉತ್ತರಾಧಿಕಾರಿಯನ್ನು ಕುರಿತು ತಿರಸ್ಕರಿಸುವ ರೀತಿಯಲ್ಲಿ ಮಾತನಾಡಿದರು. ಇದು ಗಲಭೆಗೆ ಕಾರಣವಾಯಿತು. ಸರ್ಕಾರದ ಗುಪ್ತಚರರು ಈ ಮಾಹಿತಿಯನ್ನು ಹೈದರನಿಗೆ ನೀಡಿದಾಗ ಅವನು ಎರಡೂ ಗುಂಪುಗಳನ್ನು ತನ್ನ ಮುಂದೆ ಹಾಜರಾಗುವಂತೆ ಮಾಡಿ ಯಾವುದೇ ವರ್ಗದ ಧಾರ್ಮಿಕ ಮನೋಭಾವನೆಗಳಿಗೆ ಧಕ್ಕೆಯಾಗದಂತೆ ನಡೆದುಕೊಳ್ಳದೆ, ಅವರ ಪೆದ್ದುತನದ ಜಗಳಕ್ಕೆ ಅವರನ್ನು ಹಗುರವಾದ ಶಬ್ದಗಳಲ್ಲಿ ನಿಂದಿಸಿದನು.[27] ಈ ಸಂದರ್ಭದಲ್ಲಿ ಶಿಯಾಗಳಿಗೆ ತನ್ನ ಮತ್ತು ಸರ್ಕಾರದ ಸಮಯವನ್ನು ಮತ್ತೊಮ್ಮೆ ಹಾಳು ಮಾಡದಂತೆ ಮತ್ತು ಸರ್ಕಾರದ ಮುಂದೆ ಈ ರೀತಿಯ ಪ್ರಸ್ತುತವಲ್ಲದ ಮತ್ತು ಕೆಟ್ಟ ಜಗಳವನ್ನು ಮತ್ತೊಮ್ಮೆ ತೊಡಗದಂತೆ ಎಚ್ಚರಿಸಿ[28] ಅವರಿಗೆ ಬುದ್ದಿ ಹೇಳಿದನು.

ಇನ್ನೊಂದು ಸಂದರ್ಭ: ಒಂದು ದಿನ ಆತನ ಆಸ್ಥಾನದಲ್ಲಿ ಇವೆರಡೂ ಗುಂಪಿನವರು ಹಾಜರಿದ್ದ ಸಮಯದಲ್ಲಿ ಆಸ್ಥಾನಿಕನೋರ್ವ ಓರ್ವ ಪ್ರವಾಸಿಗೆ ಸಂಬಂಧಿಸಿದ ಒಂದು ಘಟನೆಯನ್ನು ಹೈದರನಿಗೆ ತಿಳಿಸಿದನು. ಇದರನ್ವಯ ಪ್ರವಾಸಿ ಇಸ್ಲಾಂ ಧರ್ಮೀಯನೂ ಆಗಿದ್ದು ಕುದುರೆಯ ಮೇಲೆ ತೆರಳುತ್ತಿದ್ದಾಗ ದುರ್ಧೃಷ್ಟವೆಂಬಂತೆ ಕುದುರೆಯ ಕಾಲು ಜೌಗುನೆಲದಲ್ಲಿ ಹುದುಗಿ ಹೋಯಿತು. ಅದು ಇಸ್ಲಾಂ ಧರ್ಮದ ಸಂತರಾಗಿದ್ದ ಸಿದ್ದಿಕ್ ಅಬುಬೆಕರ್, ಓಮರ್ ಫರೂಕ್ ಮತ್ತು ಹಜರತ್ ಇಮಾಮ್‌ರ ಹೆಸರಿನಲ್ಲಿ ಪ್ರಾರ್ಥಿಸಿದರೂ ಹೊರಗೆ ಬರಲಿಲ್ಲ. ಆದರೆ ಹೆಸರಾಂತ ಮುರ್ತುಜ್ ಆಲಿಯ ಶಕ್ತಿ ಮತ್ತು ಪರಾಕ್ರಮವಿದ್ದಲ್ಲಿ ಹೊರಗೆ ಬಾ ಎಂದು ಕೂಗಿದ ಕೂಡಲೆ ಕುದುರೆ ಜೌಗಿನಿಂದ ಆಚೆ ಬರುವಂತಾಗಿದ್ದು ಒಂದು ಪವಾಡವೇ ಹೊರತು ಬೇರೇನಿಲ್ಲ ಎಂದು ತಿಳಿದುಕೊಂಡ ಕುದುರೆ ಸವಾರನು ತಕ್ಷಣ ತನ್ನ ಖಡ್ಗವನ್ನು ಸೆಳೆದು ಕುದುರೆಯನ್ನು ಉದ್ದೇಶಿಸಿ, "'ಓ ಕುದುರೆಯೇ, ಎಂದು ನೀನು ಧರ್ಮ ವಿರೋಧಿಯಾದೆಯೋ ಇನ್ನು ನನಗೆ ನಿನ್ನ ಅವಶ್ಯಕತೆ ಇರುವುದಿಲ್ಲ'" ಎಂದು ಹೇಳಿ ಅದರ ಕಾಲುಗಳನ್ನು ಕತ್ತರಿಸಿದನು. ಈ ಕಥೆಯನ್ನು ಕೇಳಿ ಮುಗುಳ್ನಕ್ಕ ಹೈದರ್, "'ಆ ಕುದುರೆ ಸವಾರನೊಬ್ಬ ದೊಡ್ಡ ಪೆದ್ದ. ಕುದುರೆಯನ್ನು ಜೌಗಿನಿಂದ ಬಿಡಿಸಿದವನೆ ಅತಿ ಬಲಶಾಲಿ ಎಂದು ಆತನಿಗೆ ತಿಳಿದಿಲ್ಲವೇ?'" ಎಂದು ಉದ್ಗರಿಸಿದನು.[29] ಅವಿಚಾರಿತ ಭಕ್ತಿ ಮತ್ತು ಅಂಧವಿಶ್ವಾಸಗಳು ಸಾಮಾನ್ಯ ತಿಳುವಳಿಕೆಯ ನೆಲೆಯಲ್ಲೇ ಸ್ವೀಕಾರಯೋಗ್ಯವಲ್ಲವೆಂಬುದು ಹೈದರನ ನಿಲುವಾಗಿತ್ತು.

ಸಾರ್ವಜನಿಕ ಸೇವೆಯಲ್ಲಿ ಹೈದರ್ ಎಲ್ಲರಿಗೂ ಸಮಾನ ಅವಕಾಶಗಳನ್ನು ಕಲ್ಪಿಸಿಕೊಟ್ಟಿದ್ದನು. ಆದರೂ ಹೊಸದಾಗಿ ಗೆದ್ದುಕೊಂಡ ಪ್ರಾಂತ್ಯಗಳಿಗೆ ಗರ್ವನರ್‌ಗಳ ಅಥವಾ ಉನ್ನತ ಅಧಿಕಾರ ಸ್ಥಾನಗಳಿಗೆ ಮಹಮದೀಯರನ್ನೇ ನೇಮಕಮಾಡುತ್ತಿದ್ದನು. ಹೀಗೆ ನೇಮಕಗೊಂಡ ' ಗಣ್ಯ ಮಹಮದೀಯ ಅಧಿಕಾರಿಗಳಲ್ಲಿ ಸಯ್ಯದ್ ಮುಕ್ದುಂ ಆಲಿ, ಮೀರ್ ಫೈಜುಲ್ಲಾಖಾನ್, ಶೇಕ್ ಅಯಾಜ್, ಲಾಲಮಿಯಾ, ಮುಹಮ್ಮದ್ ಆಲಿ ಕುಮಾದಿನ್, ಸರ್ದಾರ್ ಖಾನ್, ಮುಹಮ್ಮದ್ ಮಿರ್ದೆ ಪ್ರಮುಖರಾಗಿದ್ದರು ಆದರೆ ಅಧಿಕಾರದಲ್ಲಿದ್ದ ಹಿಂದೂಗಳನ್ನು ಅಲ್ಲೇ ಮುಂದುವರಿಸುತ್ತಿದ್ದನೆಂಬುದಕ್ಕೆ ಹೇರಳ ಆಧಾರಗಳು ಲಭಿಸಿವೆ. ಇಲಾಖೆಗಳ ಮುಖ್ಯಸ್ಥರು ಸಾಮಾನ್ಯವಾಗಿ ಹಿಂದೂಗಳಾಗಿದ್ದು, ಅದರಲ್ಲಿಯೂ ಬ್ರಾಹ್ಮಣರು ಪ್ರಾಂತ್ಯದ ಆಡಳಿತದಲ್ಲಿ ಉನ್ನತ ಹುದ್ದೆಗಳನ್ನು ಪಡೆದುಕೊಂಡಿದ್ದರು. ಹಿಂದೂ ಅಧಿಕಾರಿಗಳಲ್ಲಿ ಪ್ರಮುಖರಾಗಿದ್ದವರಲ್ಲಿ ಯಾರೆಂದರೆ ಸೈನ್ಯದಲ್ಲಿ ದಳಪತಿಯಾಗಿ ಖ್ಯಾತಿಗಳಿಸಿದ್ದ ಬರ್ಕಿ ಸಹೋದರರು, ಬಿದನೂರಿನ ಗವರ್ನರ್‌ನಾಗಿ 1673ರಲ್ಲಿ ನೇಮಕಗೊಂಡಿದ್ದ ಪ್ರಧಾನ ವೆಂಕಪ್ಪಯ್ಯ, ತೋಷೀಖಾನಾ ಶ್ರೀನಿವಾಸರಾವು, ಸೈನ್ಯ ಮತ್ತು ಅದರ ಅವಶ್ಯಕತೆಗಳನ್ನು ಪೂರೈಸುವ ಇಲಾಖೆಯ ಅಧಿಕಾರಿಯಾಗಿದ್ದ ಹೆಸರಾಂತ ಪೂರ್ಣಯ್ಯ, ಅಂಚೆ ಮತ್ತು ಪೋಲೀಸ್ ಇಲಾಖೆಗಳ ಮುಖ್ಯಸ್ಥ ಅಂಚೆ ಗುರಿಕಾರ ರಾಮಯ್ಯ ಮತ್ತು ಇತರರು ಉಲ್ಲೇಖಾರ್ಹರು. ಸರ್ಕಾರದ ವಿವಿಧ ಇಲಾಖೆಗಳ ಅಧೀನ ಅಧಿಕಾರ, ವಿವಿಧ ಜಿಲ್ಲೆಗಳಲ್ಲಿನ ಅಮೀಲುದಾರ ಮತ್ತು ಕಂದಾಯ ಇಲಾಖೆಯ ಸಣ್ಣಪುಟ್ಟ ಅಧಿಕಾರಸ್ಥಾನಗಳು ಬ್ರಾಹ್ಮಣರ ಕೈಯಲ್ಲಿದ್ದವು. ಸೈನ್ಯದಲ್ಲಿ ಎಲ್ಲಾ ಧರ್ಮಗಳ ಅನುಯಾಯಿಗಳು ಮತ್ತು ವಿವಿಧ ರಾಷ್ಟ್ರಗಳಿಂದ ಬಂದವರು ಸೇವೆ ಸಲ್ಲಿಸುತ್ತಿದ್ದರು. ಇದರ ಬಗ್ಗೆ ಕಿರ್ಮಾನಿ ಸ್ವತಃ ಹೀಗೆ ಹೇಳಿದ್ದಾನೆ: "ಅವನ, (ಹೈದರನ) ತನ್ನ ಸೈನ್ಯದಲ್ಲಿ ಧೈರ್ಯ, ಶೌರ್ಯ, ಅನುಭವಗಳಲ್ಲಿ ಹೆಸರಾಂತ ಸೈನಿಕನ ಬಗ್ಗೆ, ಅವನು ಯಾವುದೇ ಜನಾಂಗ ಅಥವಾ ಜಾತಿಯ ಹಿನ್ನೆಲೆಯಿಂದ ಬಂದರೂ ತುಂಬ ಅಭಿಮಾನಪಡುತ್ತಿದ್ದನು ಹಾಗೂ ಅವನಿಗೆ ಎಲ್ಲ ಬಗೆಯ ಉತ್ತೇಜನ ಹಾಗೂ ಬೆಂಬಲ ನೀಡುತ್ತಿದ್ದನು.

ಇದಲ್ಲದೆ, ಅಧಿಕಾರಿಗಳ ಕಾರ್ಯದಕ್ಷತೆಯನ್ನು ಗುರುತಿಸಿ ಅವರಿಗೆ ಬಹುಮಾನವನ್ನು ನೀಡುತ್ತಿದ್ದನಲ್ಲದೆ, ಅವರು ಲೋಪ ಏನಾದರೂ ಎಸಗಿದಲ್ಲಿ ಯಾವುದೇ ತಾರತಮ್ಯವಿಲ್ಲದೆ ಅವರನ್ನು ಕಠಿಣವಾಗಿ ಶಿಕ್ಷಿಸುತ್ತಿದ್ದನು. ಹೈದರನ ಸಮಕಾಲೀನ ವರ್ಣನೆ ನೀಡುವ ಹೈದರ್‌ನಾಮಾ ಕೃತಿಯಲ್ಲಿ ಇದರ ಕುರಿತಾದ ಅನೇಕ ರೋಚಕ ಉದಾಹರಣೆಗಳನ್ನು ನಾವು ಗಮನಿಸಬಹುದಾಗಿದೆ. ಪ್ರಧಾನ್ ವೆಂಕಪ್ಪಯ್ಯನ ಅಳಿಯ ರಘುನಾಥಯ್ಯನು ತನ್ನ ಅವಿಧೇಯತೆಯಿಂದಾಗಿ ಕೆಲಸದಿಂದ ವಜಾಗೊಳಿಸಲ್ಪಟ್ಟನು.[31] ಆತನ ವಶದಲ್ಲಿದ್ದ ಅಧಿಕಾರವನ್ನು ಖಾಜಾ ಅಬ್ದುಲ್ಲಾನ ಹಸ್ತಕ್ಕೆ ವರ್ಗಾಯಿಸಲಾಯಿತು. ಹೈದರ್‌ನಾಮಾ ಕೃತಿಯ ಕೃತಿಕಾರನು ಹೇಳುವಂತೆ ಮಂತ್ರಿಯಾಗಿ ಮತ್ತು ಇತರ ಹೊಣೆಗಳಿಂದಾಗಿ ಮೈಸೂರು ಚರಿತ್ರೆಯಲ್ಲಿ ಚಿರಸ್ಥಾಯಿ ಹೆಸರುಗಳಿಸಿದ ಪೂರ್ಣಯ್ಯನೂ ಹೈದರನ ದೃಷ್ಟಿಯಿಂದ ಪಾರಾಗಲು ಸಾಧ್ಯವಾಗಲಿಲ್ಲ. ಪೂರ್ಣಯ್ಯನು 1,11,000 ವರಹಗಳನ್ನು[32] ದಂಡ ರೂಪದಲ್ಲಿ ನೀಡಬೇಕಾಯಿತೆಂದು ಹೈದರ್‌ನಾಮಾ ಕೃತಿಯ ಲ್ಲಿ ಹೇಳಲಾಗಿದೆ. ಆದರೆ ಪೂರ್ಣಯ್ಯನು ಯಾವ ಅಪರಾಧಕ್ಕಾಗಿ ದಂಡನೆಗೊಳಗಾದನು ಎಂಬ ವಿವರವಿಲ್ಲ. ಶ್ರೀರಂಗಪಟ್ಟಣದ ಖಿಲ್ಲೇದಾರ ಆಲಿಯ ಭಾವನಾಗಿದ್ದ ಸಯ್ಯದ್ ಮುಕದಂ ಆಲಿಯೂ ಹೈದರನ ಶಿಕ್ಷೆಯಿಂದ ತಪ್ಪಿಸಿಕೊಳ್ಳಲು ಸಾಧ್ಯವಾಗಲಿಲ್ಲ. ಸೈನ್ಯದಲ್ಲಿ ತನಗಿಂತ ಕಿರಿಯ ದರ್ಜೆ ಓರ್ವ ಹಿಂದೂ ಅಧಿಕಾರಿಯನ್ನು ಸಯ್ಯದ್

ಮುಕದಂ ಕೊಂದುದಲ್ಲದೆ ಶ್ರೀರಂಗಪಟ್ಟಣದಲ್ಲಿ ಕೆಲವು ಜನರನ್ನು ಕೀಳಾಗಿ ನಡೆಸಿಕೊಂಡಿದ್ದನೆಂಬ ಆಪಾದನೆಯನ್ನು ತಿಳಿದ ಹೈದರ್ ಸೈನ್ಯದಿಂದ ಆತನನ್ನು ವಜಾಗೊಳಿಸಿ ರಿಸಾಲ್ದಾರ್‌ನಾಗಿ ಹಿಂಬಡ್ತಿ ನೀಡಿದನು.[33] ಆತನ ಸ್ವಂತ ಮಗ ಟೀಪ್ಪು ಕೂಡ ಹೈದರನ ಕೋಪಕ್ಕೆ ತುತ್ತಾಗಬೇಕಾಯಿತು. ಯಾವುದೋ ಒಂದು ಸಂದರ್ಭದಲ್ಲಿ ಟೀಪ್ಪು ಮತ್ತು ಬರ್ಕಿ ಶ್ರೀನಿವಾಸರಾವ್ ಮರಾಠರ ಒಂದು ತುಕ್ಕಡಿಯನ್ನು ಸೂರೆಗೈದು ಆ ವಸ್ತುಗಳನ್ನು ಮಾರಿದ ಹಣದೊಂದಿಗೆ ಮರಳಿ ಬಂದಿದ್ದರು. ಈ ಘಟನೆ ಹೈದರ್ ವಿಧಿಸಿದ್ದ ಕಟ್ಟುಪಾಡುಗಳ ಎಲ್ಲೆ ಮೀರಿದ್ದರಿಂದ, ತನ್ನ ಮಗನ ವರ್ತನೆಯಿಂದ ಕ್ರೋಧಗೊಂಡು ಆತನ ಜಹಗೀರಿನಿಂದ ಎರಡು ಲಕ್ಷ ವರಹಗಳ ದಂಡ ವಸೂಲಿ ಮಾಡಿದನು.[34] ತರುವಾಯ ಇನ್ನಾವುದೋ ಉದ್ಧಟತನದ ವರ್ತನೆಗೆ ಶಿಕ್ಷೆಯಾಗಿ ಆತನಿಗೆ ನೀಡಿದ ಮಳವಳ್ಳಿಯ ಜಹಗೀರನ್ನು ಮರಳಿ ವಶಪಡಿಸಿಕೊಂಡನು.[35] ತನ್ನ ವಿಧೇಯ ಮತ್ತು ಪ್ರಾಮಾಣಿಕ ಸೇವಕರಿಗೆ ಕೊಡುಗೆಗಳನ್ನು ನೀಡಿದನು. ಪೂರ್ಣಯ್ಯನ ಕಾರ್ಯಕ್ಷಮತೆ, ದಕ್ಷತೆ ಮತ್ತು ಲೆಕ್ಕಾಚಾರದ ಆತನ ಬುದ್ಧಿಮತ್ತೆ ಪ್ರಶಂಶಿಸಿ ಸಣ್ಣ ಗುಮಸ್ತನಾಗಿದ್ದ ಅವನಿಗೆ ತೋಷಿಖಾನೆಯ ಉನ್ನತ ಹುದ್ದೆ ನೀಡಿದನು. (ಸೈನಿಕ ಭಂಡಶಾಲೆ ಮತ್ತು ಸರಬರಾಯಿ ಇಲಾಖಾ). ಕೆಲವು ಪ್ರಮುಖ ವಿಷಯಗಳ ಕುರಿತು ಹೈದರ್ ಆತನೊಂದಿಗೆ ಚರ್ಚಿಸಿ ಆಗಾಗ್ಗೆ ಸಲಹೆ ಕೋರುತ್ತಿದ್ದನು. ನವಾಬನು ಪೂರ್ಣಯ್ಯನಿಗೆ ಒಂದು ಸಂದರ್ಭದಲ್ಲಿ ಚಿನ್ನದ ಛತ್ರಿಯನ್ನು ಕೊಡುಗೆಯಾಗಿ ನೀಡಿದ್ದನು. ಅಂಚೆ ಮತ್ತು ಪೊಲೀಸ್ ಇಲಾಖಾದ ಮುಖ್ಯಸ್ಥನಾಗಿದ್ದ ಅಂಚೆ ಗುರಿಕಾರ ಶ್ಯಾಮಯ್ಯ ಕಂದಾಯ ಆಡಳಿತದಲ್ಲಿ ಜಾರಿಗೊಳಿಸಿದ್ದ ಭ್ರಷ್ಟಾಚಾರ ವಿರೋಧಿ ನೀತಿಯನ್ನು ಪುರಸ್ಕರಿಸಿ ಆತನಿಗೆ ಚಿನ್ನ ಮತ್ತು ಒಂದು ಕಂಠೀಸರ ನೀಡಿ ಗೌರವಿಸಿದ್ದಲ್ಲದೆ ಆತನ ಬಂಧುಗಳಿಗೆ ಅನೇಕ ಇಲಾಖೆಗಳಲ್ಲಿ ವಿವಿಧ ಸಣ್ಣ ಹುದ್ದೆಗಳನ್ನು ನೀಡಿದನು.[36] ರಾಜ್ಯದ ಆಡಳಿತಕ್ಕೆ ಪ್ರಾಮಾಣಿಕತೆ ಮತ್ತು ದಕ್ಷತೆಯ ಹಿನ್ನೆಲೆಯಿರುವ ಜನರನ್ನು ಭರ್ತಿ ಮಾಡಿಕೊಳ್ಳುವ, ಜಾತಿ ಅಥವಾ ಪಂಥ ಪರಿಗಣಿಸದೆ ದಕ್ಷರನ್ನು ಪುರಸ್ಕರಿಸಿ ಮತ್ತು ತಪ್ಪಿತಸ್ಥರನ್ನು ಶಿಕ್ಷಿಸುವ ಕ್ರಮ ಈ ಅವಧಿಯ ಪ್ರಮುಖ ಲಕ್ಷಣವಾಗಿತ್ತು.

ಸಾಮಾನ್ಯವಾಗಿ ಹೈದರ್ ಮಿಲಿಟರಿಯಲ್ಲಿ ಬಟವಾಡೆ ಸೇರಿದಂತೆ ಸೂರ್ಯಮಾನ ಮತ್ತು ಚಂದ್ರಮಾನ ಪದ್ಧತಿಯನ್ನು ಅನುಸರಿಸುತ್ತಿದ್ದನು. ಮಿಲಿಟರಿ ಇಲಾಖಾದಲ್ಲಿ ಸಂಬಳದ ಬಟವಾಡೆಯನ್ನು ಆರು ವಾರಗಳಿಗೊಮ್ಮೆ ಮಾಡಲಾಗುತ್ತಿತ್ತು. ಶುಂಸಿ ಮತ್ತು ಕುಮ್ರಿ ಅಥವಾ ಸೌರ ಮತ್ತು ಚಂದ್ರಮಾನದ ವ್ಯತ್ಯಾಸಗಳಿಗೆ ಅನುಸಾರವಾಗಿ ಸಂಬಳದಲ್ಲಿ ಕಡಿತ ಮಾಡಲಾಗುತ್ತಿತ್ತು.

ಹೈದರನ ನಾಣ್ಯಗಳು ಇಸ್ಲಾಂ ಪ್ರಭಾವದ ಯಾವುದೇ ಚಿಹ್ನೆಗಳನ್ನು ಹೊಂದಿರಲಿಲ್ಲ. ಇದಕ್ಕಿಂತ ಭಿನ್ನವಾಗಿ ಆತನ ಮಗ ವಿವೇಚನಾರಹಿತ ಬದಲಾವಣೆಗಳನ್ನು ಜಾರಿಗೊಳಿಸಿದ್ದನು. ವಿಜಯನಗರ ಸಾಮ್ರಾಜ್ಯದ ಸದಾಶಿವರಾಯನ ಪಗೋಡಗಳನ್ನು ಅನುಸರಿಸಿ ಶಿವಪ್ಪನಾಯಕ[37] ತನ್ನ ಚಿನ್ನದ ನಾಣ್ಯದಲ್ಲಿ ಟಂಕಿಸಿದ್ದ ಒಂದು ಪಾರ್ಶ್ವದಲ್ಲಿ ಶಿವನ ಚಿತ್ರ ಹೊಂದಿದ್ದ ಶೈಲಿಯನ್ನು ಆ ಮೇಲೆ ಹೈದರನು ಹೈದರ್‌ನಗರ ಅಥವಾ ಬಿದನೂರಿನಿಂದ ಹೊರಡಿಸಿದ ಪಗೋಡಗಳ ಮೇಲೆ ಮುಂದುವರೆಸಿದನು. ರೀತಿಯಲ್ಲಿ ಮುಂದುವರೆಸಿದನು. ತನ್ನ ಅರ್ಧ ಪಗೋಡ ನಾಣ್ಯದಲ್ಲಿ ಹೈದರ್ ಚಕ್ರ ಮತ್ತು ಶಂಖಧಾರಿಯಾಗಿ ಕುಳಿತಿರುವ ಭಂಗಿಯಲ್ಲಿನ ವಿಷ್ಣುವಿನ ಚಿತ್ರವನ್ನು ಉಳಿಸಿಕೊಂಡನು.[38] ಹೈದರನ ಕಡಿಮೆ ಮೌಲ್ಯದ ನಾಣ್ಯಗಳಲ್ಲಿ ಕನ್ನಡ ಅಂಕೆಗಳು ಆತನ ಆಡಳಿತ ವರ್ಷಗಳನ್ನು ಮತ್ತು ಅರೆಬಿಕ್

ಅಂಕೆಗಳು ನಾಣ್ಯದ ಮೌಲ್ಯವನ್ನು ಸೂಚಿಸುತ್ತವೆ. ಸಂಕ್ಷಿಪ್ತವಾಗಿ ಹೇಳುವುದಾದಲ್ಲಿ ಹೈದರ್ ಅಸ್ತಿತ್ವದಲ್ಲಿದ್ದ ಪದ್ಧತಿಯನ್ನು ಮುಂದುವರೆಸಿದನು ಮತ್ತು ಅದು ವಿಜಯನಗರ ಸಾಮ್ರಾಜ್ಯದಲ್ಲಿ ಪದ್ಧತಿಯನ್ನು ಆಧರಿಸಿತ್ತು. ಆತನ ಹೆಸರಿನಲ್ಲಿರುವ ಮೊದಲ ಅಕ್ಷರವನ್ನು ಹೊರತುಪಡಿಸಿ ಆತನ ನಾಣ್ಯಗಳು ಬೇರೆ ಯಾವ ಹೊಸ ಚಿಹ್ನೆಗಳನ್ನೂ ಒಳಗೊಳ್ಳದಿರುವುದು ಮತ್ತು ಅದರೊಂದಿಗೆ ಹಿಂದೂ ದೇವತೆಗಳ ಚಿತ್ರಗಳು ಮುಂದುವರೆದಿರುವುದು ಆತನ ಅಸಾಧಾರಣ ಪರಧರ್ಮ ಸಹಿಷ್ಣುತೆಯ ಉದಾಹರಣೆಗಳಾಗಿವೆ.

ಇಷ್ಟಿದ್ದರೂ ಹೈದರ್ ತನ್ನ ಸಹಿಷ್ಣುತಾ ನೀತಿಯನ್ನು ಉಲ್ಲಂಘಿಸಿ ರಾಜಕೀಯ ಅವಶ್ಯಕತೆಗಳಿಗೆ ಅನುಗುಣವಾಗಿ ಕೆಲವು ಸಂದರ್ಭಗಳಲ್ಲಿ ಹಿಂಸೆ ಮತ್ತು ಮತಾಂತರ ನೀತಿಯನ್ನು ಅಳವಡಿಸಿಕೊಂಡಿದ್ದರಲ್ಲಿ ಆಶ್ಚರ್ಯಗಳೇನಿಲ್ಲ. ಮಲಬಾರ್‌ನ ನಾಯರುಗಳ ವಿಷಯದಲ್ಲಿ ಅವನು ಈ ನೀತಿ ಅನುಸರಿಸಿದನು. ನಾಯರುಗಳನ್ನು ಅವರ ಮೂಲ ಗುಡ್ಡಗಾಡು ಪ್ರದೇಶಗಳಿಂದ ಮೈಸೂರು ರಾಜ್ಯದ ಬಯಲು ಪ್ರದೇಶಕ್ಕೆ ಬಲವಂತದಿಂದ ಸ್ಥಳಾಂತರಗೊಳಿಸಿದ್ದು ಅವರು ದಂಗೆ ಏಳಬಹುದಾದ ಸಾಧ್ಯತೆಗಳನ್ನು ಉತ್ತಮ ಮಾರ್ಗ ಅನುಸರಿಸಿಯೇ ತಡೆಯಲು ಪ್ರಯತ್ನಿಸಿದನು. ಅವರಲ್ಲಿ ಕೆಲವರು ಇಸ್ಲಾಂಗೆ ಮತಪರಿವರ್ತನೆಗೊಂಡರು. ಅವರ ದೈಹಿಕ ಶಕ್ತಿ ಮತ್ತು ಧೈರ್ಯಕ್ಕೆ ಮನಸೋತ ಹೈದರನು ಅವರಲ್ಲಿ ಕೆಲವರಿಗೆ ಸೈನ್ಯದಲ್ಲಿ ನೌಕರಿ ನೀಡಿದನು. ಈ ಮತಾಂತರ ಹೊಂದಿದ್ದ ಸಿಪಾಯಿಗಳ ಒಂದು ತುಕಡಿ ರಚನೆಯಾಗಿದ್ದು ಇದು ಚೆರಪಡೆ ಎಂದು ಹೆಸರಾಗಿತ್ತು. ಹೈದರ್ 1770ರಲ್ಲಿ ವಶಪಡಿಸಿಕೊಂಡಿದ್ದ ಚಿರ್ಕೋಲದ ನಾಯರ್ ಪಾಳೇಯಗಾರನ ಮಗನಾಗಿದ್ದ ಶೇಕ್ ಅಯಾಜ್ ನಾಯರ್‌ಗಳಲ್ಲಿ ಮತಪರಿವರ್ತನೆ ಹೊಂದಿದವರಲ್ಲಿ ಪ್ರಮುಖ ವ್ಯಕ್ತಿ ಯಾರೆಂದರೆ. ನಂದಿ ದುರ್ಗವನ್ನು ವಶಪಡಿಸಿಕೊಂಡ ನಂತರ, ಆ ದುರ್ಗದಲ್ಲಿ ತಲೆಮರೆಸಿಕೊಂಡಿದ್ದ ಚಿಕ್ಕಬಳ್ಳಾಪುರದ ಪಾಳೇಯಗಾರನ ಶರಣಾಗತಿಯ ನಂತರ ಆತನ ಇಬ್ಬರು ಮಕ್ಕಳನ್ನು ಮುಸಲ್ಮಾನರನ್ನಾಗಿ ಮಾಡಲಾಯಿತು.[39] ಕೆಲವು ಯುರೋಪ್ ಮೂಲದ ಖೈದಿಗಳ ಸುನ್ನತಿಯ ನಂತರ ಅವರನ್ನು ಇಸ್ಲಾಂಗೆ ಮನಪರಿವರ್ತನೆಗೊಳಿಸಿ ಅವರನ್ನು ಹಾಗೆ ಬಿಡದೆ ತನ್ನ ಫಿರಂಗಿದಳಕ್ಕೆ ಸಹಾಯವಾಗುವಂತೆ ನೇಮಿಸಿದನು. ಅವರು ತನ್ನ ಸೈನ್ಯದ ಸೈನಿಕರಿಗೆ ಯುರೋಪಿನ ಮಾದರಿಯಲ್ಲಿ ಕವಾಯತು ಶಿಕ್ಷಣ ಪೂರೈಸಬಲ್ಲರು ಎಂದು ಅವನು ಯೋಚಿಸಿದ್ದನು ಎಂದು ಹೇಳಬಹುದಾಗಿದೆ.

ಹಿಂದೂ ದೇವಾಲಯದ ನಾಶದ ಕುರಿತು ಏಕೈಕ ಸಾಕ್ಷ್ಯವಿದೆ. ಮಲಬಾರ ತೀರದಲ್ಲಿನ ಸಮಕಾಲೀನ ಡಚ್ ನೆಲೆಗಳ ಗವರ್ನರ್ ಏಡ್ರಿಯನ್ ಮೋಯಿನ್ ಹೀಗೆ ಹೇಳಿದ್ದಾನೆ,[40] "ನವಾಬ ಹೈದರ್ ಆಲಿ ಖಾನ್ ವರ್ಷ 1776ರ ಕೊನೆಗೂ ಕಂಪನಿಯ (ಡಚ್) ಒಡೆತನದ ನೆಲೆಗಳು ಮತ್ತು ಕ್ರಾಂಗನೂರಿನ ಸಣ್ಣ ರಾಜ್ಯದ ಮೇಲೆ ಮುತ್ತಿಗೆ ಹಾಕಿ, ಪಗೋಡವನ್ನು ಕೆಡವಿ ನಾಶಪಡಿಸಿದನು."

ಇದರ ಸಾರಾಂಶವೇನೆಂದರೆ, ಹೈದರ್ ಓರ್ವ ತೀವ್ರಸಂಪ್ರದಾಯಬದ್ಧ ನಾದ ಮುಸ್ಲಿಮನಾಗಿರಲಿಲ್ಲ. ಭಾರತದ ಅನೇಕ ಮಹಮ್ಮದೀಯ ಸುಲ್ತಾನರಿಗಿಂತ ಭಿನ್ನನಾಗಿರಂತೆ ಅವನು ಸ್ವಮತಾಂಧತೆ ಇರದ ನವಾಬನಾಗಿದ್ದ. ಸಂಕ್ಷಿಪ್ತವಾಗಿ ಹೇಳುವುದಾದಲ್ಲಿ ತನ್ನ ಸ್ವಂತ ಮಗ ಟೀಪ್ಪುವಿನ ನೀತಿ, ನೀತಿಗಳನ್ನು ವಿರೋಧಿಸಿದನು. ಧರ್ಮಾಂಧತೆಯಿಂದ ಮುಕ್ತನಾಗಿದ್ದನು. ಆತನು ತನ್ನ ಅಧಿಕಾರದ

ಉತ್ತುಂಗದಲ್ಲಿದ್ದಾಗಲೂ ಆತನಿಗೆ ಯಾವುದೇ ಧಾರ್ಮಿಕ ಮಹತ್ವಾಕಾಂಕ್ಷೆಗಳಿರಲಿಲ್ಲ. ವಿಶಾಲ ದೃಷ್ಟಿಕೋನ ಹೊಂದಿದ್ದ ಅವನು ಬೇರೆ ಧಾರ್ಮಿಕ ವ್ಯಕ್ತಿಗಳು ಹೊಂದಿದ್ದ ಸಹಿಷ್ಣುತಾ ನೀತಿ ಹೊಂದಿದ್ದನು. ಆತನ ಸಂಪ್ರದಾಯವಾದಿ ಮತ್ತು ಸ್ವಮತೀಯವಾದಿ ಪರ್ಷಿಯನ್ ಚರಿತ್ರೆಕಾರ ಕಿರ್ಮಾನಿ ಚಿತ್ರಿಸಿರುವಂತೆ ಹೈದರ್ ಧರ್ಮಾಂಧ ಭವನೆಗಳನ್ನಾಗಲಿ ದೇಶದ ಬಗ್ಗೆ ಅಂಧಾಭಿಮಾನವನ್ನಾಗಲಿ ಹೊಂದಿರಲಿಲ್ಲ. ಧರ್ಮನಿಂದಕರನ್ನೂ ಸಹಿಸಿಕೊಳ್ಳುವಷ್ಟು ಅವನ ಹೃದಯವೈಶಾಲ್ಯವಿತ್ತು. ' ಕಿರ್ಮಾನಿಯು ಹೈದರ ಹೊಂದಿದ್ದ ಸಹಿಷ್ಣುತಾ ನೀತಿಯಿಂದ ಗಲಿಬಿಲಿಗೊಂಡು ತನ್ನ ಪೂರ್ವಾಗ್ರಹ ಪೀಡಿತ ದೃಷ್ಟಿಯಿಂದ ಹೀಗೆ ಹೇಳಿರುತ್ತಾನೆ: "'ಧರ್ಮನಿಂದಕರ ನಡೆ ಅವನಿಗೆ ಧರ್ಮನಿಂದನೆ ಎನ್ನಿಸಿಕೊಳ್ಳಲಿಲ್ಲ. ಹೀಗಾಗಿ ಗತಿಸಿದ ನವಾಬನಿಗೆ ಸರ್ವರೂ ಪ್ರಿಯರಾಗಿದ್ದರು.'"[41] ಧರ್ಮದ ವಿಷಯಗಳಿಗೆ ಸಂಬಂಧಿಸಿದಂತೆ ಹೈದರನ ವರ್ತನೆ ನಿಜವಾಗಿಯೂ ಆತನ ಮಗ ಟೀಪ್ಪುಗಿಂತ ಭಿನ್ನವಾಗಿ, ಅದು ಸದಾ ಸಮನ್ವಯನೀತಿಯನ್ನೇ ಹಿಡಿದು ಮುಂದುವರಿದ ನೇರ ಮಾರ್ಗವಾಗಿತ್ತು. "ಯಾವ ಧರ್ಮನ್ನು ಜನ ಅನುಸರಿಸಿದರೋ, ಅಥವಾ ಯಾವುದನ್ನು ಅವರು ಸ್ವೀಕರಿಸಲಿಲ್ಲವೊ ಅದು ಆತನಿಗೆ ಮುಖ್ಯವಾಗಿರಲಿಲ್ಲ. ಪ್ರತಿಯೊಬ್ಬನೂ ತನ್ನದನ್ನು ಆಯ್ಕೆ ಮಾಡಿಕೊಳ್ಳಲು ಅನುವು ಮಾಡಿಕೊಟ್ಟನು"[42] ಎಂದು ರೆವೆರೆಂಡ್ ಶ್ವಾರ್ಟ್ಸ್ ಹೇಳಿದ್ದಾರೆ. ತನ್ನ ಪ್ರಜೆಗಳು ಯಾವುದೇ ಧರ್ಮವನ್ನು ಅನುಸರಿಸುವಲ್ಲಿ ಸ್ವಾತಂತ್ರ್ಯ ಪಡೆದುಕೊಂಡಿದ್ದಾರೆ ಎಂದು ಅವನ ನೀತಿಯಾಗಿತ್ತು. 'ಈ ನಿಟ್ಟಿನಲ್ಲಿ ಯಾರಿಗಾದರೂ ತೊಂದರೆಗಳು ಬಂದಲ್ಲಿ ನೇರವಾಗಿ ನನಗೆ (ಹೈದರನಿಗೆ) ದೂರು ಸಲ್ಲಿಸಿ ನಿಶ್ಚಿಂತೆಯಿಂದ ಇರಬಹುದು' ಎಂದೂ ಘೋಷಿಸಿದ್ದನು.[43]

ಈ ರೀತಿಯಲ್ಲಿ ಹೈದರನ ಧಾರ್ಮಿಕ ನೆಲೆಗಟ್ಟು ಸಹಿಷ್ಣುತೆಯ ಅಂಶಗಳನ್ನು ಒಳಗೊಂಡಿತ್ತು. ಅವನು ಧರ್ಮವನ್ನು ರಾಜಕೀಯದಿಂದ ಬೇರ್ಪಡಿಸಿ ರಾಜ್ಯದ ವ್ಯವಹಾರಗಳನ್ನು ಜಾತ್ಯತೀತಗೊಳಿಸಿದನು.

ಹೈದರ್ ತಾಳಿದ ಈ ನೀತಿಗೆ ರಾಜಕೀಯ ಅವಶ್ಯಕತೆಗಳು, ' ಮುಖ್ಯವಾಗಿ ಆತನು ಸ್ವಭಾವತ: ಹೊಂದಿದ್ದ ಸೌಜನ್ಯ ಶೀಲತೆ ಕಾರಣ. ಆತ ಹತೋಟಿ ಸಾಧಿಸಿದ್ದ ರಾಜ್ಯ ಮೂಲತಃ ಹಿಂದೂ ರಾಜ್ಯವಾಗಿದ್ದು, ಆ ಪ್ರಾಂತ್ಯದಲ್ಲಿ ಕಂಡುಬಂದಿದ್ದ ಪದ್ಧತಿಗಳು ಮತ್ತು ಪರಂಪರೆಗೆ ಭಂಗ ತರಲು ಅವನು ಪ್ರಯತ್ನಿಸಲಿಲ್ಲ. ಪರಮೋಚ್ಚ ಪ್ರಶ್ನಾತೀತ ಸ್ವಾಮ್ಯವನ್ನು ಚಲಾಯಿಸುವುದು, ಮೈಸೂರು ರಾಜ್ಯದ ಸಮಗ್ರತೆಯನ್ನು ಕಾಪಿಡುವುದು ಮತ್ತು ಗಡಿಗಳನ್ನು ವಿಸ್ತರಿಸುವುದು ಆತನ ಪ್ರಮುಖ ಮತ್ತು ಮೂಲಭೂತ ಉದ್ದೇಶಗಳಾಗಿದ್ದವು. ಉಳಿದವುಗಳನ್ನು ಆತನು ಮುಖ್ಯವೆಂದು ಗಣಿಸಲಿಲ್ಲ. ತನ್ನ ಪ್ರಜೆಗಳ ಧಾರ್ಮಿಕ ಮನೋಭಾವನೆಗಳನ್ನು ನೋಯಿಸಿ ತನ್ನ ಅಧಿಕಾರಕ್ಕೆ ಚ್ಯುತಿ ತಂದುಕೊಳ್ಳುವ ಆಸಕ್ತಿಯೂ ಆತನಿಗೆ ಇರಲಿಲ್ಲ.

ಆತನ ಸೌಜನ್ಯಶೀಲ ವ್ಯಕ್ತಿತ್ವ ಆತನ ಧಾರ್ಮಿಕ ನೀತಿಯನ್ನು ರೂಪಿಸುವುದರಲ್ಲಿ ಹೆಚ್ಚು ಪರಿಣಾಮಗಳನ್ನು ಬೀರಿತು. ಜೊತೆಗೆ ಆತನು ಬೆಳೆದ ಪರಿಸರವೂ ಇದಕ್ಕೆ ಇಂಬು ನೀಡಿತು. ತನ್ನ ಚಿಕ್ಕ ವಯಸ್ಸಿನಿಂದಲೂ ಆತ ಹಿಂದೂಗಳ ನಡುವೆ ಬೆಳೆದಿದ್ದು ನಂತರ ಓರ್ವ ಹಿಂದೂ ರಾಜನ ಆಸ್ಥಾನದಲ್ಲಿ ಸೇವೆ ಸಲ್ಲಿಸಿದ್ದನು. ಆತನು ಯಾವ ಧಾರ್ಮಿಕ ವ್ಯಕ್ತಿಗಳಿಂದಲೂ ಶಿಕ್ಷಣವನ್ನು ಪಡೆದುಕೊಂಡಿರಲಿಲ್ಲ. ಕುರಾನ್ ಬೋಧಿಸಿರುವ ಕಠಿಣ ಕಟ್ಟಳೆಗಳ ಪ್ರಭಾವಗಳಿಂದ ಅವನು ಮುಕ್ತನಾಗಿದ್ದ. ಧರ್ಮಾಂಧರು

ಇತರ ಮತೀಯರ ಬಗ್ಗೆ ದ್ವೇಷವನ್ನಷ್ಟೇ ಹರಡುತ್ತಾರೆ. ಎಲ್ಲರನ್ನೂ ಪ್ರೀತಿಸುವ ಮಾತು ಅಂಥವರಿಂದ ಬರುವುದೇ ಇಲ್ಲ. ಧರ್ಮನಿಂದಕರನ್ನು ಶಿಕ್ಷಿಸುವ ಕರೆ ಕೊಡುತ್ತಾರೆ. ಟೀಪ್ಪು ತನ್ನ ಬಾಲ್ಯಕಾಲದಲ್ಲಿ ಧರ್ಮಾಂಧತೆಯನ್ನೂ ಪರಧರ್ಮದ್ವೇಷವನ್ನೂ ಮೈಗೂಡಿಸಿಕೊಂಡನು. ಆದರೆ ಹೈದರನ ಧಾರ್ಮಿಕ ಗುರುಗಳು ಆತನಲ್ಲಿ ಇಸ್ಲಾಂ ಕುರಿತು ಧರ್ಮಾಂಧತೆಯನ್ನು ಬೆಳೆಸಲಿಲ್ಲ. ಟೀಪ್ಪುವಿನ ಕಾಲ ಧಾರ್ಮಿಕ ಆವೇಶಗಳ ನೀತಿಗಳ ಕಾಲವಾಗಿದ್ದರೆ, ಹೈದರನ ಕಾಲದಲ್ಲಿ ಇದು ಪ್ರಚಲಿತದಲ್ಲಿರಲಿಲ್ಲ. ಹೀಗಾಗಿ ಆತನ ಅವಧಿಯಲ್ಲಿನ ಚರಿತ್ರಕಾರರು ಆತನ ಧರ್ಮ ಶ್ರದ್ಧೆ ಮತ್ತು ಸಹಿಷ್ಣುತೆಯನ್ನು ಹೊಗಳಿರುವುದರಲ್ಲಿ ಆಶ್ಚರ್ಯವೇನಿಲ್ಲ. ಹೈದರ ಇಸ್ಲಾಂಗೆ ಮತಾಂತರಗೊಳಿಸಿದ ಮತ್ತು ಧಾರ್ಮಿಕ ಸಂಸ್ಥೆಗಳನ್ನು ಹಾಳು ಮಾಡಿದ ಉದಾಹರಣೆಗಳು ಅಲ್ಲಲ್ಲಿ ನಮಗೆ ದೊರೆಯುತ್ತವಾದರೂ, ಇವುಗಳು ಆತನ ಉನ್ನತವಾದ ಉದ್ದೇಶಗಳು ಮತ್ತು ತಾಳಿದ ನೀತಿ, ಆತನ ಕೀರ್ತಿ ಮತ್ತು ಉನ್ನತ ಆದರ್ಶಗಳ ನಡುವೆ ಮರೆಯಾಗುತ್ತವೆ.

ಹೈದರ್ ತನ್ನ ಆಳ್ವಿಕೆಯ ಕೊನೆಯ ವರ್ಷಗಳಲ್ಲಿ ಹಿಂದೂಗಳ ಬಗ್ಗೆ ಹೆಚ್ಚು ದಯಾಪರನಾದನೆಂದು ಮತ್ತು ತನ್ನ ನೀತಿ ಹಾಗೂ ಭಾವನೆಗಳಲ್ಲಿ ಇದನ್ನು ತೋರ್ಪಡಿಸಿದನೆಂದು ಅನಂತರದ ಚರಿತ್ರಕಾರರು ತಿಳಿಸಿರುತ್ತಾರೆ.[44] ಚಾರ್ಲ್ಸ್ ಸ್ಟೂಅರ್ಟ್[45] 'ಹೈದರನ ಮನಸ್ಸು ಮುಲಾಮು ಸವರಲ್ಪಟ್ಟ ಮೂಢನಂಬಿಕೆಗಳ ಅಗರವಾಗಿತ್ತು,. ಅವನು ಜ್ಯೋತಿಷರಲ್ಲಿ ಹೆಚ್ಚು ನಂಬಿಕೆಯನ್ನು ಇರಿಸಿದ್ದು ಹಿಂದೂ ದೇವತೆಗಳನ್ನು ಭಕ್ತಿಯಿಂದ ನೋಡುತ್ತಿದ್ದನೆಂದು ಮಹಮ್ಮದೀಯರು ಅವನನ್ನು ಹೀಯಾಳಿಸುತ್ತಿದ್ದರೆಂದು'" ಸ್ಪಷ್ಟವಾಗಿ ಹೇಳುತ್ತಾನೆ. ಇದಲ್ಲದೆ ಮಾರ್ಕ್ ವಿಲ್ಕ್ಸ್[46] ಹೈದರ್ ಎಲ್ಲಾ ಧರ್ಮಗಳ ಕೇಂದ್ರ ಸ್ಥಾನ ದೇವರು ಎಂಬ ಸಾರ್ವಕಾಲಿಕ ದೃಷ್ಟಿಯಲ್ಲಿ ನಂಬಿಕೆ ಹೊಂದಿದ್ದನೆಂದೂ ಶ್ರೀರಂಗಪಟ್ಟಣದ ಶ್ರೀರಂಗನಾಥನು ಪ್ರತಿನಿಧಿಸಿದ್ದ ಭಕ್ತಿ ಹೆಚ್ಚು ಶಕ್ತಿಯುತವಾಗಿದ್ದು ಮುಹಮ್ಮದರನ್ನು ಕೇಂದ್ರ ಬಿಂದುವನ್ನಾಗಿರಿಸಿ ಎಲ್ಲಾ ಇಮಾಮ್‌ಗಳು ವ್ಯಕ್ತಪಡಿಸುವ ಭಕ್ತಿಯಷ್ಟೇ ಅದಕ್ಕಿಂತಲೂ ಮಿಗಿಲಾಗಿತ್ತೆಂದು ಹೇಳಿದ್ದಾನೆ. ಆದರೆ ಇದನ್ನು ನಿಜವೆಂದು ಪ್ರತಿಪಾದಿಸಲು ನೇರ ಸಾಕ್ಷ್ಯಾಧಾರಗಳು ಲಭ್ಯವಿಲ್ಲ. ಹೈದರನ ಪರ್ಷಿಯನ್ ಚರಿತ್ರೆಕಾರರಾದ ಕಿರ್ಮಾನಿ ಮತ್ತು ಮಿರ್ಜಾ ಇಕ್ಬಾಲ್ ಹೈದರನ ಈ ವ್ಯಕ್ತಿತ್ವದ ಪರವಾಗಲಿ ಅಥವಾ ವಿರೋಧವಾಗಲಿ ಏನನ್ನು ಹೇಳಿರುವುದಿಲ್ಲ. ಮೇಲಿನ ಹೇಳಿಕೆಯಲ್ಲಿ ಸತ್ಯಾಂಶವು ಹುದುಗಿದೆ ಮತ್ತು ಅದು ಹೈದರ ನುಡಿದಂತೆ ನಡೆದ ಪ್ರವೃತ್ತಿಯ ದ್ಯೋತಕ" ಎಂದು ಭಾವಿಸಬಹುದಾಗಿದೆ. ಹೈದರ್ ಇಸ್ಲಾಂನ ನಿಷ್ಠುರ ಪ್ರಚಾರಕನಲ್ಲದಿದ್ದರೂ ಆತನು ಹೆಚ್ಚಿನ ಸಂಖ್ಯೆಯಲ್ಲಿ ಮಹಮ್ಮದೀಯ ಸರದಾರರುಗಳು ಮತ್ತು ಬಹುಸಂಖ್ಯಾತ ಇಸ್ಲಾಂ ಮತೀಯರಿಂದ ಸುತ್ತುವರೆಯಲ್ಪಟ್ಟಿದ್ದು, ಆತನ ಪ್ರಜೆಗಳಿಗೆ ತಮ್ಮ ನವಾಬನು ಧರ್ಮನಿಂದಕರ ಬಗ್ಗೆ ತಾಳಿದ ಪ್ರವೃತ್ತಿ ಮತ್ತು ಧೋರಣೆಗಳು ತಿಳಿದಿದ್ದವು. ಆದರೆ ಯಾರೂ ಇಸ್ಲಾಂ ಸಂಕಷ್ಟದಲ್ಲಿದೆ ಎಂದು ಕೂಗುವುದಾಗಲಿ ಅಥವಾ ಆತನ ವಿರುದ್ಧ ಆಪಾದನೆಗಳನ್ನು ಹೊರಿಸುವುದಾಗಲಿ ಮಾಡಲಿಲ್ಲ. ಹಿಂದೂ ದೇವಾಲಯಗಳ ಬಗ್ಗೆ ತಾನು ತೋರಿದ್ದ ಗೌರವಗಳನ್ನು ಅದೇ ಪ್ರಮಾಣದಲ್ಲಿ ಮುಹಮ್ಮದೀಯರ ಧಾರ್ಮಿಕ ಸ್ಥಾನಗಳಿಗೂ ತೋರಿದನು. ಆರ್ಕಾಟಿನ ಹೆಸರಾಂತ ಸಂತ ಟೀಪ್ಪು ಸುಲ್ತಾನರಲ್ಲಿ ಹೆಚ್ಚು ಭಕ್ತಿಯಿರಿಸಿದ ಹೈದರ್ ಈ ಸಂತರ ಗೋರಿಯಿರುವ ಸ್ಥಳಕ್ಕೆ ಅಗಿಂದಾಗ್ಯೆ ಧರ್ಮ ಯಾತ್ರೆ ಕೈಗೊಳ್ಳುತ್ತಿದ್ದನು. ತನ್ನ ಹಿರಿಯ ಮಗನಿಗೆ ಈ ಸಂತನ ಹೆಸರನ್ನಿಟ್ಟನು.

ಹೈದರನ ಧಾರ್ಮಿಕ ನೀತಿಯಲ್ಲಿ ಯಾವ ಹೊಸತನವೂ ಇರಲಿಲ್ಲವೆಂದು ಹಾಗೂ ಆತ ಮೈಸೂರಿನ ಅರಸರ ನೀತಿಯನ್ನು ಮುಂದುವರೆಸಿದನು ಎಂದು ಹೇಳಬಹುದಾಗಿದೆ. ರಾಜಕೀಯ ಅಧಿಕಾರದ ಲಾಲಸೆಯನ್ನು ಪೂರ್ಣವಾಗಿ ಅನುಭವಿಸಿದ ಹೈದರ್, ಸಹಿಷ್ಣುತೆಯ ಹಾದಿಯಲ್ಲಿನ ಸರ್ವ ಅಂಶಗಳನ್ನು ಪರಿಗಣಿಸದಿದ್ದಲ್ಲಿ ತನ್ನ ನೀತಿಯನ್ನು ಬದಲಿಸಿಕೊಂಡು ಖಡ್ಗದ ಸಹಾಯದಿಂದ ಇಸ್ಲಾಂನ ಪ್ರಚಾರವನ್ನು ಕೈಗೊಳ್ಳುತ್ತಿದ್ದನು ಎಂಬ ಅಭಿಪ್ರಾಯವನ್ನು ವ್ಯಕ್ತಪಡಿಸಬಹುದಾಗಿದೆ. ಆದರೆ ಅದರಿಂದ ಎಲ್ಲರಿಗೂ ತಿಳಿದಿರುವ ರೀತಿಯಲ್ಲಿ ಆ ನೀತಿಯ ಭಯಾನಕ ಪರಿಣಾಮಗಳನ್ನು ಆತ ಎದುರಿಸಬೇಕಾಗಿತ್ತು, ಈ ರೀತಿಯ ಉದಾಹರಣೆಗಳು ಚರಿತ್ರೆಯಲ್ಲಿ ಬಹಳ ದೊರೆತಿವೆ. ತನ್ನ ಅಧಿಕಾರದ ಉದಾರತಾವಾದದ ಮೂಸೆಯಲ್ಲಿ ಹೊಮ್ಮಿದ್ದ ಸಹಿಷ್ಣುತೆಯನ್ನು, ಆತ ರಾಜಕೀಯದಲ್ಲಿಯೂ ಅಳವಡಿಸಿಕೊಂಡು ತನ್ನ ಉದ್ದೇಶಗಳ ಈಡೇರಿಕೆಗೆ ಅದನ್ನು ಬಳಸಿಕೊಳ್ಳಲು ಶಕ್ತನಾದನು. ಆತನು ಅಧಿಕಾರದ ಮೇಲೆ ಸ್ವಾಮ್ಯವನ್ನು ಸಾಧಿಸುವ ನಿಟ್ಟಿನಲ್ಲಿ ಒಮ್ಮೊಮ್ಮೆ ಅನುಸರಿಸಿದ ಹಿಂಸಾ ಮಾರ್ಗ ಮತ್ತು ಆಂತರಿಕ ಸಂಘರ್ಷಗಳನ್ನು ಆತನ ಸಹಿಷ್ಣುತಾ ಮತ್ತು ಸಮನ್ವಯ ನೀತಿಗಳು ಮರೆಮಾಡಿದುವಲ್ಲದೆ, ಪ್ರಜೆಗಳ ವಿಶ್ವಾಸವನ್ನು ಪಡೆಯುವಲ್ಲಿ, ಪ್ರಜೆಗಳನ್ನು ಆದರಿಸುವ ಮತ್ತು ಅವರಿಗೆ ಸೇವೆ ಸಲ್ಲಿಸುವ ನಿಟ್ಟಿನಲ್ಲಿ ಸಹಕರಿಸಿತು. ಆತನ ನೀತಿಯನ್ನು ಅಕ್ಬರನ ಆದರ್ಶವಾಗಿದ್ದ "ಸಮಗ್ರ ರಾಜ್ಯದ ಸಮಾನತತ್ವದ ಒಂದು ಉದಾಹರಣೆ ಎಂದು ಪರಿಗಣಿಸಬಹುದಾಗಿದೆ.

ಹೈದರನದು ಸಂಪೂರ್ಣವಾಗಿ ನ್ಯಾಯಪರವಾದ ಆಡಳಿತ ವಿಧಾನವಾಗಿತ್ತು. ರೈತರು, ಉತ್ಪಾದಕರು ಮತ್ತು ವರ್ತಕರು ಆತನ ರಾಜ್ಯದ ವಿವಿಧ ಭಾಗಗಳಲ್ಲಿ ಸಂತೃಪ್ತರಾಗಿದ್ದರು. ಕೃಷಿಕಾರ್ಯ ಚಟುವಟಿಕೆಗಳು ಹೆಚ್ಚಿದಂತೆ ಹೊಸ ಕೈಗಾರಿಕೆಗಳು ಸ್ಥಾಪನೆಗೊಂಡು ರಾಜ್ಯಕ್ಕೆ ಸಂಪತ್ತು ಹರಿದು ಬಂದಿತು.[47] ಆತ ಸಾಕ್ಷರನಲ್ಲದಿದ್ದರೂ, ಓರ್ವ ಬುದ್ಧಿಮತ್ತೆ ಮತ್ತು ಕನಸುಗಳನ್ನು ಹೊಂದಿದ ಆದರ್ಶ ವ್ಯಕ್ತಿಯಾಗಿದ್ದನು. ತನ್ನ ರಾಜಕೀಯ ಚಿಂತನೆಗಳು, ಕ್ರಿಯಾತ್ಮಕ ಮುತ್ಸದ್ದಿತನ, ಜವಾಬ್ದಾರಿಯುತ ರಾಜತಾಂತ್ರಿಕತೆ, ಮತ್ತು ಕುಶಲ ತಂತ್ರಗಳನ್ನು ಅಳವಡಿಸಿಕೊಂಡು ತನ್ನ ಸಮನ್ವಯ ನೀತಿಗೆ ಗಟ್ಟಿಯಾದ ತಳಹದಿಯನ್ನು ನಿರ್ಮಿಸಿ ಅಧಿಕಾರದ ಮೇಲೆ ಹೆಚ್ಚಿನ ಸ್ವಾಮ್ಯವನ್ನು ಸ್ಥಾಪಿಸುವ ಮೂಲಕ ಬಾಹ್ಯದಾಳಿಗಳು ಮೈಸೂರು ರಾಜ್ಯವನ್ನು ಭಕ್ಷಿಸುವ ಪ್ರಯತ್ನಗಳನ್ನು ವಿಫಲಗೊಳಿಸಿ ಕರ್ನಾಟಕದಲ್ಲಿ ಅದರ ಸ್ಥಾನವನ್ನು ಮೇಲ್ಮಟ್ಟಕ್ಕೆ ಒಯ್ದು, ನೆರೆಯ ಮತ್ತು ಸಮಕಾಲೀನ ರಾಜ್ಯಗಳು ಅದನ್ನು ಗೌರವಿಸುವಂತೆ ಮಾಡುವುದರಲ್ಲಿ ಯಶಸ್ವಿಯಾದನು.

ಟಿಪ್ಪಣಿಗಳು:

1. ಹೈದರ್‌ನಾಮಾ, ಎಂಎಆರ್, 1930, ಪುಟ 81 (ನೋಡಿ ಎಂವೈಎಸ್ ಜಿಎಜೆಡ್, ಸಂಪುಟ II, ಭಾಗ– IV, ಪುಟಗಳು 2473–2475.
2. ಅದೇ, ಪುಟ 83, ಮೈಸೂರ್ ಗೆಜೆಟ್ಟೀಯರ್, ಸಂಪುಟ II, IV, ಪುಟಗಳು 2472, 2476.
3. ಕಿರ್ಮಾನಿ, ಪ್ರಸ್ತಾವನೆ ಪುಟ 18.
4. ಅದೇ, ಹೈದರ್–ನಾಮಾ, ಎಂಎಆರ್, 1930, ಪುಟ 82.

5. ಎಂಎಆರ್, 191, 6.
6. ಅದೇ ಪುಟ 61, ಟಿಆರ್ 73.
7. ಅದೇ 8, ಎಪಿಗ್ರಾಫಿಯ ಕರ್ನಾಟಕ, ಸಂಪುಟ IX ಪ್ರಸ್ತಾವನೆ ಪುಟ 27.
8. ಎಪಿಕರ್ ಸಂಪುಟ 9, ಪ್ರಸ್ತಾವನೆ ಪುಟ 27 (ಬಾರಾಮಹಲ್ ದಾಖಲೆಗಳು, ಸೆಕ್ಷನ್ V, ಪ್ರಾಪರ್ಟಿ, ಪುಟ 42: ಸಂಖ್ಯೆ 4, ಪುಟಗಳು 107, 127, 137: ಎಂಎಆರ್ 1925, ಪುಟ 69.
9. ಎಂಎಆರ್, 1918 ಪುಟ 38, ಟಿಆರ್ 60.
10. ಹೈದರ್–ನಾಮಾ, ಎಂಎಆರ್, 1930, ಪುಟ 93.
11. ಎಪಿಸಿಎಆರ್, ಸಂಪುಟ V, ಪುಟ 93.
12. ಎಂಎಆರ್, 1930, 192.
13. ಮಿರ್ಜಾ ಇಕ್ಬಾಲ್, ಕಿರ್ಮಾನಿ ಪುರವಣಿ, ಪುಟ 565.
14. ಬಾರಾಮಹಲ್ ದಾಖಲೆಗಳು, ಸೆಕ್ಷನ್ V, 'ಪ್ರಾಪರ್ಟಿ', ಪುಟಗಳು 46, 49, 68–114, ವಿಆರ್ಎಸ್ ಕೆನರಾ, 257.
15. ವಿಲಿಯಂ ಫುಲ್ಲರ್‌ಟನ್. "'ವ್ಯೂವ್ ಆಫ್ ಇಂಗ್ಲಿಷ್ ಇಂಟರೆಸ್ಟ್ ಇನ್ ಇಂಡಿಯ'" ಪುಟ 7.
16. ಎಡ್ರಿಯನ್ ಮೋಯಿನ್ಸ್ 'ಮೆಮೋಯಾರ್', ಪುಟ 130 ಡಚ್ ದಾಖಲೆಗಳು, ಸಂಖ್ಯೆ 13 (ಫೋರ್ಟ್ ಸೈಂಟ್ ಜಾರ್ಜ್ ಅಭಿಲೇಖಗಳು).
17. ವಿಲ್ಕ್ಸ್, ಸಂಪುಟ II, ಪುಟ 565.
18. ರೆವೆರೆಂಡ್ ಶ್ವಾರಟ್ಸ್ ಪತ್ರ, 'ವಿಲ್ಕ್ಸ್' ಸಂಪುಟ II, ಅನುಬಂಧ, ಪುಟ 573.
19. ಎಂಎಂಡಿಎಲ್‌ಟಿ, ಸಂಪುಟ I, ಪುಟ 159.
20. 'ಮೆಮೋಯಾರ್ ಆಫ್ ಹೈದರ್ ಆಲಿ', ಅನುವಾದದ ಅವತರಣಿಕೆ. 1758 ರಿಂದ 1770 ಪೀಟೋ ಪುಟಗಳು 94–95,100.
21. ರೆವೆರೆಂಡ್ ಶ್ವಾರಟ್ಸ ಪತ್ರ, ವಿಲ್ಕ್ಸ್ ಸಂಪುಟ II, ಅನುಬಂಧ, ಪುಟ 577.
22. ಎಂಎಂಡಿಎಲ್‌ಟಿ "'ಹಿಸ್ಟರಿ ಆಫ್ ಹೈದರ್ ಆಲಿ'" ಸಂಪುಟ I, ಪುಟ 160.
23. ವಿಲ್ಕ್ಸ್ ಸಂಪುಟ III, ಪುಟ 456.
24. ಕಿರ್ಮಾನಿ ಪುಟ 481: ಮಿರ್ಜಾ ಇಕ್ಬಾಲ್, ಪುಟ 508, ಎಂಎಂಡಿಎಲ್‌ಟಿ ಸಂಪುಟ I, ಪುಟ 22.
25. ಎಡ್ರಿಯನ್ ಮೋಯಿನ್ಸ್, 'ಮೆಮೋಯಾರ್ಸ್' ಪುಟ 164: ಕಿರ್ಮಾನಿ ಪುಟ 475.
26. ಪೀಟೋ ಪುಟ 144.

27. ಕಿರ್ಮಾನಿ ಪುಟಗಳು 483–84.

28. ಕಿರ್ಮಾನಿ 27.

29. ಅದೇ ಪುಟ 485.

30. ಅದೇ ಪುಟ 476.

31. 'ಹೈದರ್‌ನಾಮಾ' ಎಂಎಆರ್, 1930, ಪುಟ 114.

32. ಅದೇ ಹಸ್ತಪ್ರತಿ ಪುಟ 117.

33. ಅದೇ, ಹಸ್ತಪ್ರತಿ, ಪುಟ 123.

34. 'ಹೈದರ್‌ನಾಮಾ', ಪುಟ 92, ಎಂಎಆರ್, 1930

35. ಅದೇ ಪುಟ 95.

36. ಅದೇ ಪುಟ 96.

37. ಅದೇ ಪುಟ 101; ಹೆಂಡರ್‌ಸನ್ "'ಕಾಯಿನ್ಸ್ ಆಫ್ ಹೈದರ್ ಎಂಡ್ ಟಿಪ್ಪು'", ಪುಟ 1.

38. ಹೈದರ್‌ನಾಮಾ, ಪುಟ 4.

39. ಕಿರ್ಮಾನಿ, ಪುಟ 123.

40. ಎಡ್ರಿಯನ್ ಮೋಯಿನ್ಸ್, 'ಮೆಮೋಯಾರ್' ಪುಟಗಳು 172–73.

41. ಕಿರ್ಮಾನಿ ಪುಟ 489.

42. ರೆವೆರೆಂಡ್ ಶ್ವಾರಟ್ಜ ಪತ್ರ. ವಿಲ್ಕ್ಸ್ ಸಂಪುಟ II, ಪುಟ 576.

43. ಎಡ್ರಿಯನ್ ಮೋಯಿನ್ಸ್, 'ಮೆಮೋಯಾರ್' ಪುಟ 151.

44. ಕಿರ್ಮಾನಿ, ಪ್ರಸ್ತಾವನೆ, ಮೈಲ್ಸ್ ಪುಟ 20.

45. ಚಾರ್ಲ್ಸ್ ಸ್ಟೂವರ್ಟ್ "ಲೈಬ್ರರಿ ಆಫ್ ಟೀಪ್ಪು ಸುಲ್ತಾನ್" ಪುಟ 42.

46. ವಿಲ್ಕ್ಸ್ ಸಂಪುಟ III , ಪುಟಗಳು 454–57.

47. ಡಬ್ಲ್ಯು. ಫುಲ್ಲರ್‌ಟನ್, ಪುಟ 62.

"ಹದಿನೆಂಟನೆ ಶತಮಾನದಲ್ಲಿ ಮೈಸೂರಿನ ನೌಕಾಪಡೆ"[1]

ಡಿ.ಎಸ್. ಅಚ್ಯುತ ರಾವ್ ಎಂ.ಎ.

ಕೆಲವು ಇತಿಹಾಸಕಾರರ ಅಭಿಪ್ರಾಯದಂತೆ ಮೈಸೂರು ಸಂಸ್ಥಾನ ಒಂದು ನೌಕಾಪಡೆ ಅಥವ ಅದಕ್ಕಿಂತ ಉನ್ನತವಾದದ್ದನ್ನು ಹೊಂದಿದ್ದರೆ ಅದನ್ನು ಟೀಪ್ಪು ಸ್ಥಾಪಿಸಿದನು ಎಂದು ಹೇಳಬಹುದು. ಹೈದರ್ ಅದನ್ನು ಕಡೆಗಣಿಸಿದನು ಅಥವಾ ಅದರಲ್ಲಿ ಅಲ್ಪ ಪ್ರಮಾಣದ ಆಸಕ್ತಿ ವಹಿಸಿದನು. ಅಂತೂ ಅವನ ಕಾಲಾನಂತರದಲ್ಲಷ್ಟೇ ಅದರ ಪ್ರಾಮುಖ್ಯ ದ್ವಿಗುಣಗೊಂಡಿತು.[1] ವಿಲ್ಕ್ಸನ ಅಭಿಪ್ರಾಯದಂತೆ ಈ ನೌಕಾಪಡೆ, 1796ರ ವರೆಗೆ ದಾಖಲೆಗೇ ಬಂದಿರಲಿಲ್ಲ ಮತ್ತು ಪ್ರಾಯೋಗಿಕವಾಗಿ ಅಸ್ತಿತ್ವದಲ್ಲೇ ಇದ್ದಿರಲಿಲ್ಲ.[2] ಅಪ್ರಕಟಿತ ಪೋರ್ಚುಗೀಸ್ ದಾಖಲೆಗಳನ್ನು ಪರಿಶೀಲಿಸಿರುವ ಡಾ.ಎಸ್.ಎನ್. ಸೇನ್[3] ನೇತ್ಯಾತ್ಮಕ ದೃಷ್ಟಿಯಲ್ಲಿ ದಾಖಲೆಗಳನ್ನು ಪರಿಶೀಲಿಸುವ ಕ್ರಮವು ಸಮರ್ಥನೀಯವಲ್ಲವೆಂದು ತೋರಿಸಿದ್ದಾರೆ. ಪೋರ್ಚುಗೀಸ್ ದಾಖಲೆಗಳಲ್ಲಿ ಕಂಡುಬಂದಿರುವಂತೆ, ಸಮಕಾಲೀನ ಬರವಣಿಗೆಗಳು ಮೈಸೂರಿನಲ್ಲಿ ನೌಕಾದಳದ ಪ್ರಾರಂಬ 1763ರಲ್ಲೇ ಆಯಿತು ಮತ್ತು ಅದರ ಜನಕ ಹೈದರ್ ಆಲಿಯೇ ಆಗಿದ್ದನೆಂದು ನಿರೂಪಿಸುತ್ತವೆ. ಲಭ್ಯವಿರುವ ಸಮಕಾಲೀನ ಮತ್ತು ಇತರ ಐತಿಹಾಸಿಕ ಆಧಾರಗಳ ಮೇಲೆ ಒಂದು ಪಕ್ಷಿನೋಟ ಬೀರಿದಲ್ಲಿ, 1763–82 ಅವಧಿಯಲ್ಲಿ ಹೈದರ್ ನೌಕದಳವನ್ನು ಸ್ಥಾಪಿಸುವ ನಿಟ್ಟಿನಲ್ಲಿ ಪ್ರಯತ್ನಗಳನ್ನು ಕೈಗೊಂಡಿದ್ದನೆಂದೂ ಅದರ ಮೇಲ್ವನಿಕೆಗಾಗಿ ಒಂದು ಸಂಸ್ಥೆಯನ್ನು ರೂಪಿಸಿದ್ದನೆಂದೂ ತಿಳಿಯಬಹುದಾಗಿದೆ.

ಹೈದರ್ ಆಲಿ ತನ್ನ ಜೀವನದ ಪ್ರಾರಂಭಿಕ ವರ್ಷಗಳಿಂದಲೂ ಒಂದು ಬಲಾಢ್ಯ ನೌಕಾಪಡೆಯ ಪ್ರಯೋಜನಗಳನ್ನು ಅರಿತಿದ್ದನು. ಆತನ ಪ್ರಮುಖ ಶತ್ರುಗಳಾಗಿದ್ದ ಇಂಗ್ಲಿಷರು, ಸಮುದ್ರದ ಮೇಲೆ ಹೆಚ್ಚು ಪ್ರಾಬಲ್ಯವನ್ನು ಸಾಧಿಸಿದ್ದರಲ್ಲದೆ ನೆರೆಯ ಡಚ್ಚರು, ಪೋರ್ಚುಗೀಸರು ಮತ್ತು ಫ್ರೆಂಚರೂ ಭಾರತದಲ್ಲಿ ತಮ್ಮ ಸಾರ್ವಭೌಮತ್ವದ ವಿಸ್ತರಣೆಗಾಗಿ ನಡೆಸಿದ ಹೋರಾಟಗಳಲ್ಲಿ ನೌಕಾದಳವನ್ನು ಒಂದು ಪ್ರಮುಖ ಅಸ್ತ್ರವನ್ನಾಗಿ ಬಳಸಿಕೊಂಡಿದ್ದರು. ಮರಾಠರು, ಕೊಂಕಣ ತೀರದಲ್ಲಿ ನೌಕೆಗಳ ಒಂದು ಪಡೆಯನ್ನು ಹೊಂದಿದ್ದರು. ಮಂಗಳೂರು, ಹೊನ್ನಾವರ ಮತ್ತು ಭಟ್ಕಳ ಹೈದರನ ವಶಕ್ಕೆ ಬಂದಂತೆ, ಕಾರವಾರದಿಂದ ತಿರುವಾಂಕೂರಿನ ವರೆಗಿನ ಮಲಬಾರಿನ ಕರಾವಳಿಯ ಆಧಿಪತ್ಯ ವಹಿಸಿದ ತರುವಾಯ (1763–6) ರೇವು ತೀರದಲ್ಲಿನ ಪ್ರದೇಶಗಳ ಸಂರಕ್ಷಣೆಯ ನಿಟ್ಟಿನಲ್ಲಿ ಒಂದು ಚಿಕ್ಕ ನೌಕಾಪಡೆಯನ್ನು ಕಟ್ಟಬೇಕೆಂದುಅವನು ಕಾರ್ಯೋನ್ಮುಖನಾದನು. ಮೇಲೆ ತಿಳಿಸಿರುವ ನೈಸರ್ಗಿಕ ರೇವು ಪ್ರದೇಶಗಳಲ್ಲಿ ಕೋಟೆಗಳನ್ನು, ಮಂಗಳೂರು, ಹೊನ್ನಾವರಗಳಲ್ಲಿ ಒಂದು ನೌಕಾ ಶಸ್ತ್ರಾಸ್ತ್ರಗಾರ ಮತ್ತು ಒಂದು ಹಡಗು ಕಟ್ಟೆಯನ್ನು 1763ರಲ್ಲಿ ನಿರ್ಮಿಸಿ, ಯುದ್ಧಕ್ಕಾಗಿ ನೌಕಾದಳಕ್ಕೆ ತರಬೇತಿ ನೀಡುವ ಕಾರ್ಯ ಪ್ರಾರಂಭಿಸಲಾಯಿತು.[4] ಹೈದರ್ ಆಲಿಯ ಜೀವನ ಚಿತ್ರವನ್ನು ರಚಿಸಿರುವ,

1 ಹದಿನೆಂಟನೆ ಶತಮಾನದಲ್ಲಿನ ಮೈಸೂರಿನ ನೌಕಾಪಡೆ, ಕ್ಯುಜೆಎಂಎಸ್, ಸಂಪುಟ 36, 1945–46, ಪುಟಗಳು 49–54

ಡಚ್‌ಪ್ರಜೆ ಏಡ್ರಿಯನ್ ಮೋಯೆನ್ಸ್ ಪ್ರಕಾರ "ಬಿದನೂರು ರಾಜ್ಯವನ್ನು ಗೆದ್ದುಕೊಂಡ ನಂತರ ಹೈದರನ ಮೊದಲ ಪ್ರಾಶಸ್ತ್ಯ ರಾಜಧಾನಿ ಬಿದನೂರಿನಲ್ಲಿ ಕೋಟೆ ನಿರ್ಮಾಣದೊಂದಿಗೆ ಕೆನರಾದ ನಾಲ್ಕು ಬಂದರುಗಳನ್ನು ಸಂರಕ್ಷಿಸುವುದಾಗಿತ್ತು. ಕೆಲವು ನೌಕೆಗಳನ್ನು ನಿರ್ಮಿಸುವ ಮೂಲಕ ಸಮುದ್ರದ ಮೇಲಿನ ತನ್ನ ಅಧಿಪತ್ಯ ಸ್ಥಾಪಿಸುವುದಾಗಿತ್ತು."[5] ಮರಾಠರ ದಾಳಿ ಮತ್ತು ಹಡಗುಗಳ್ಳರಿಂದ ಕರಾವಳಿಯನ್ನು ರಕ್ಷಿಸುವ ನಿಟ್ಟಿನಲ್ಲಿ ಹೈದರ್ ಆಲಿ ಹಡಗುಗಳ ಒಂದು ಪಡೆಯನ್ನು ಹೊಂದಲು ನಿರ್ಧರಿಸಿದನೆಂದು ಮೈತ್ರೆ ಡಿ ಲಾ ಟೂರ್ ತಿಳಿಸಿದ್ದಾನೆ.[6] 1761ರಲ್ಲಿ ಸಂಭವಿಸಿದ ಪಾಂಡಿಚೆರ್ರಿಯ ಪತನಾನಂತರ ಚಂದಾ ಸಾಹೇಬನ ಮಗ ಮೀರ್ ಆಲಿ ರೆಜಾ ಅಲ್ಲಿಂದ ತಪ್ಪಿಸಿಕೊಂಡು ಕೆನರಾಗೆ ಬಂದು, ಹೈದರ್ ಆಲಿಯ ಆಶ್ರಯ ಕೋರಿದನು. ಮಂಗಳೂರಿನ ಮಿಲಿಟರಿ ಗವರ್ನರ್‌ನಾಗಿ ನೇಮಕಗೊಂಡ ಇವನು ಸೈನ್ಯವನ್ನು ಸಂಘಟಿಸುವುದರಲ್ಲಿ ಪರಿಣತಿ ಪಡೆದಿದ್ದು ಕಾಲಾನಂತರ ನೌಕಾಪಡೆಯಲ್ಲಿ ಉನ್ನತ ಅಡ್ಮಿರಲ್‌ನಾದನು.[7] ಆತನ ಸಹೋದರ ಲತೀಫ್ ಆಲಿ ಬೇಗ್, ವಿಲ್ಕ್ಸ್ ಮಾಹಿತಿಯನ್ವಯ ಕಾಲ್ದಳಪಡೆಯಲ್ಲಿ ನಿಷ್ಣಾತನಾಗಿದ್ದನು. ಅದೇ ವಿಲ್ಕ್ಸ್ ಈತ ನೌಕಾಪಡೆಯಲ್ಲಿ ತಾಂತ್ರಿಕ ಹುದ್ದೆ ನಿರ್ವಹಿಸಿದ್ದ ಮಾಹಿತಿ ನೀಡುವುದಿಲ್ಲ. ಇವನನ್ನು ನೌಕಾಪಡೆಗೆ ನೇಮಿಸಿದ್ದು ತನ್ನ ಪ್ರಾಂತ್ಯದ ಬಂದರುಗಳು ಮತ್ತು ಸಮುದ್ರ ವ್ಯಾಪಾರ ವ್ಯವಹಾರಗಳನ್ನು ಅಭಿವೃದ್ಧಿಪಡಿಸುವುದು ಮತ್ತು ಹಡಗುಗಳನ್ನು ಕಟ್ಟಲು ಮತ್ತು ಅವುಗಳನ್ನು ಕೊಳ್ಳಲು ಈತನಿಗೆ ಹಣವನ್ನು ನೀಡಲಾಗಿತ್ತು ಎಂಬ ವಿಷಯ ಕುರಿತು ಮಾಹಿತಿ ದೊರೆತಿದೆ.[8]

ಹೈದರ್ ಆಲಿ ಲಭ್ಯವಿದ್ದ ಎಲ್ಲ ಕೌಶಲ್ಯಗಳು ಮತ್ತು ಸಂಪನ್ಮೂಲಗಳನ್ನು ನೌಕಾಪಡೆಯನ್ನು ನಿರ್ಮಿಸುವುದಕ್ಕೆ ಬಳಸಿದನು. "ಈ ರಾಜ ತನ್ನ ಚಿಂತನೆಗಳು ಮತ್ತು ಆಕಾಂಕ್ಷೆಗಳನ್ನು ವಿಸ್ತರಿಸಿದ ಪರಿ ಮತ್ತು ಸಮುದ್ರದ ಮೇಲೆ ಪಾರಮ್ಯ ಸಾಧಿಸಬೇಕೆಂದು ತೊಟ್ಟ ಛಲ ನಿಜವಾಗಿಯೂ ಆಶ್ಚರ್ಯದಾಯಕವಾಗಿವೆ. ಇಂಗ್ಲಿಷ್ ಚರಿತ್ರಕಾರ ಇನ್ನೆಸ್ ಮನ್ರೋ ಹೇಳುತ್ತಾನೆ: 'ಬಾಂಬೆ ಮತ್ತು ಇತರ ಸ್ಥಳಗಳಲ್ಲಿನ ನಮ್ಮ ನೌಕೆಗಳ ಬಡಗಿಗಳು ಮತ್ತು ಹಡಗು ಧಕ್ಕೆ ಕರ್ಮಿಗಳನ್ನು ಎಲ್ಲ ವಿಧದ ಆಮಿಷಗಳನ್ನು ತೋರಿಸಿ ತನ್ನ ನೌಕರರನ್ನಾಗಿ ಮಾಡಿಕೊಂಡ ಹಾಗೂ ಫ್ರೆಂಚರು ಮತ್ತು ಇತರ ಯುರೋಪಿಯನ್ ಶಕ್ತಿಗಳು ತನಗೆ ಸಹಾಯ ನೀಡುವಂತೆ ಅವರನ್ನು ಒಲಿಸಿಕೊಂಡ ಕೌಶಲ ನಂಬಲಾಗದಷ್ಟು ಅದ್ಭುತ'"[9] ಎಂದು ತಿಳಿಸಿದ್ದಾನೆ. ಹೈದರ್ ಆಲಿ ಹೊಂದಿದ್ದ ನೌಕಾಪಡೆಯ ಕೆಲವು ಹಡಗುಗಳನ್ನು ಬೊಂಬಾಯಿನ ಇಂಗ್ಲಿಷ್ ಈಸ್ಟ್ ಇಂಡಿಯಾ ಕಂಪನಿಯ ಹಡಗುಕಟ್ಟೆಯಲ್ಲಿ ನಿರ್ಮಿಸಲಾಗಿತ್ತು. ಪ್ರಾರಂಭದಲ್ಲಿ ಇಂಗ್ಲಿಷರು ಕೊಂಕಣ ಕರಾವಳಿಯಲ್ಲಿ ಮರಾಠರ ನೌಕಾದಳದ ಪ್ರಾಬಲ್ಯವನ್ನು ಮುರಿಯುವ ಮತ್ತು ಹಡಗುಗಳ್ಳರ ಚಟುವಟಿಕೆಗಳಿಗೆ ಇತಿಶ್ರೀ ಹಾಡಲು ಅವನು ನೌಕಾದಳವನ್ನು ಕಟ್ಟುತ್ತಿದ್ದಾನೆ ಎಂದು ತಿಳಿದುಕೊಂಡ ಇಂಗ್ಲಿಷರು ಆತನಿಗೆ ನೆರವು ನೀಡಲು ಆಶಿಸಿದ್ದರು.[10] ಕಂಪನಿ ಬೊಂಬಾಯಿನಲ್ಲಿ ಹೊಂದಿದ್ದ ಹಡಗುಗಟ್ಟೆಯಲ್ಲಿ ಕೆಲವು ಯುದ್ಧ ನೌಕೆಗಳನ್ನು ನಿರ್ಮಿಸಿಕೊಡಬೇಕೆಂದು ಹೈದರ್ ಆಲಿ ವಿನಂತಿಸಿಕೊಂಡಾಗ, ಬೊಂಬಾಯಿನ ಕೌನ್ಸಿಲಿನ ಅಧ್ಯಕ್ಷ ಹೀಗೆ ಬರೆದರು: "ನಿರ್ದಿಷ್ಟ ಜವಾಬುದಾರಿ ಹೊಂದಿರುವ ವ್ಯಕ್ತಿಗಳನ್ನು ಆತನು ಕಳುಹಿಸಿದಲ್ಲಿ, ಅವರಿಗೆ ಯಾವ ವಿಧದ ನೌಕೆಗಳ ಅವಶ್ಯಕತೆ ಇರುವುದೋ, ಅವುಗಳ ನಿರ್ಮಾಣದಲ್ಲಿ ನಾವು ಸಹಕರಿಸುತ್ತೇವೆ."

ಮೈಸೂರು 1763ರ ವೇಳೆಗೆ ಮೀರ್ ಆಲಿ ರೆಜಾನ ನಾಯಕತ್ವದಲ್ಲಿ ಯುದ್ಧನೌಕೆಗಳ ಒಂದು ಸಣ್ಣ ಪಡೆ ನಿರ್ಮಿಸಿತ್ತು. ರಕ್ಷಣೆ ಮತ್ತು ಯುದ್ಧಕ್ಕೆ ಇದನ್ನು ಒಂದು ಪ್ರಮುಖ ಅಸ್ತ್ರವನ್ನಾಗಿ ಬಳಕೆ ಮಾಡಲಾಯಿತು. ಅರಬ್ ಕರಾವಳಿಯ ಸನಿಹದ ಮಾಲ್ದೀವ್ ದ್ವೀಪಗಳ ಮೇಲಿನ ಕಾರ್ಯಾಚರಣೆಯಲ್ಲಿ, 1764ರಲ್ಲಿ ಒಂದು ನೌಕಾದಳವನ್ನು ನಿಯೋಜಿಸಲಾಗಿತ್ತು. "ಎಂಎಂಡಿಎಲ್‌ಟಿ ಹೇಳಿರುವಂತೆ "ಈ ದಾಳಿ" ಹೈದರ್ ಆಲಿಯ ಹೆಸರು ಮತ್ತು ಆತನ ಖರ್ಚಿನಲ್ಲಿ ನಡೆದು ಆತನ ಧ್ವಜಗಳನ್ನು ಏರಿಸಲಾಗಿದ್ದ ನೌಕಾ ಪಡೆ" ಇದರಲ್ಲಿ ಪಾಲ್ಗೊಂಡಿತ್ತು. ಪೋರ್ಚುಗೀಸರ ಅಧೀನದಲ್ಲಿದ್ದ ಸೂಂಡಾ ಸೇರಿದಂತೆ ಮಲಬಾರನ ಕರಾವಳಿಯಲ್ಲಿನ ರಾಜ್ಯಗಳನ್ನು ಗೆಲ್ಲುವಲ್ಲಿ ಈ ನೌಕಾಪಡೆ ಸಹಕರಿಸಿತ್ತೆಂದು ಮತ್ತು ಪಿಟೋ ಹೇಳಿರುವಂತೆ ಈ ದಳ ಎಂಬತ್ತು ನೌಕೆಗಳು ಹದಿಮೂರು ಭಿರುಸಿನಿಂದ ಚಲಿಸಬಹುದಾದ ಹಡಗುಗಳು ಮತ್ತು ಯುದ್ಧನೌಕೆಗಳನ್ನು ಹೊಂದಿತ್ತು."[13] ಆದರೆ ಮೈಸೂರಿನ ಈ ಪ್ರಾರಂಭಿಕ ನೌಕಾದಳ ಮರಾಠರ ವಿರುದ್ಧ 1765ರಲ್ಲಿ ಸಂಭವಿಸಿದ ಸಂಗ್ರಾಮದಲ್ಲಿ ಹಿನ್ನೆಡೆ ಸಾಧಿಸಿತು. ಆನವಟ್ಟಿಯಲ್ಲಿ 1764ರ ನವೆಂಬರ್‌ನಲ್ಲಿ ಹೈದರ್ ಆಲಿ ಪರಾಭವ ಹೊಂದಿದ ನಂತರ, ಪೇಶ್ವೆಯು ಚಾಮಾಜಿ ಧುಳಪ ಎಂಬುವನನ್ನು ನೌಕಾಧಿಪತಿಯಾಗಿ ನಿಯಮಿಸಿ ಸಮುದ್ರದ ಮೂಲಕ ಮೈಸೂರಿನ ಸೀಮೆಯ ಮೇಲೆ ಪೋರ್ಚುಗೀಸರ ಸಹಾಯ ಪಡೆದು ಲಗ್ಗೆ ಹಾಕಿ ಸೂಂಡಾ ಮತ್ತು ಬಿದನೂರುಗಳನ್ನು ಸ್ವಾಧೀನಕ್ಕೆ ಪಡೆದುಕೊಳ್ಳುವಂತೆ, ಆಜ್ಞಾಪಿಸಿದನು.[14] ಈ ನೌಕಾದಾಳಿಯಿಂದ ಮರಾಠರಿಗೆ ಅಂಶಿಕ ವಿಜಯ ದೊರೆಯಿತೆ ಹೊರತು ಮೈಸೂರು ಯಾವ ಪ್ರದೇಶಗಳನ್ನು ಕಳೆದುಕೊಳ್ಳಲಿಲ್ಲ ಹಾಗೂ ಇದು ಮೈಸೂರಿನ ನೌಕಾದಳದ ಬಲವನ್ನೂ ಕುಗ್ಗಿಸಲಿಲ್ಲ.

ಈ ರೀತಿಯಲ್ಲಿನ ಬೆಳವಣಿಗೆಯ ಕಾಲದಲ್ಲಿ ನೌಕಾದಳವನ್ನು ಮುನ್ನಡೆಸುವ ಹುದ್ದೆಯ ಜವಾಬುದಾರಿಯನ್ನು ಮೀರ್ ಆಲಿ ರೇಜಾನಿಂದ ಹಿಂಪಡೆದು ಲತಿಫ್ ಆಲಿ ಬೇಗ್‌ನನ್ನು ಆ ಹುದ್ದೆಯಲ್ಲಿ ಏರ್ಪಡಿಸಿ ಸ್ಟೆನೆಟ್ ಎಂಬ ಹೆಸರಿನ ಓರ್ವ ಇಂಗ್ಲಿಷನನ್ನು ಚಿಕ್ಕ ದಳಕ್ಕೆ ನೇಮಿಸಲಾಯಿತು.[15]

ಹೈದರನ ನೆರೆಯಲ್ಲಿದ್ದ ಪೋರ್ಚುಗೀಸರು ರಚಿಸಿ 1764ರಲ್ಲಿ ಲಿಸ್ಬನ್‌ಗೆ ಕಳುಹಿಸಿದ ಒಂದು ಸಣ್ಣ ಜೀವನಚರಿತ್ರೆಯು ಹೈದರನ ನೌಕಾದಳ ಗಳಿಸಿಕೊಂಡ ಖ್ಯಾತಿ ಮತ್ತು ಅದರಿಂದ ಹೆಚ್ಚಳಗೊಂಡಿದ್ದ ಹೈದರ್ ಆಲಿಯ ಪ್ರತಿಷ್ಠೆ ಮತ್ತು ಅಧಿಕಾರ ಕುರಿತು ಮತ್ತು ಇದೇ ಕಾಲದಲ್ಲಿ ನೌಕಾದಳ ಅವರಿಗೆ ಉಂಟುಮಾಡಿದ್ದ ಆತಂಕದ ಬಗ್ಗೆ ಮಾಹಿತಿಗಳನ್ನು ಒಳಗೊಂಡಿದೆ.[16] ಅದೇ ವರ್ಷದ ಡಿಸೆಂಬರ್ 12ರಂದು ರವಾನಿಸಿದ ಪತ್ರವು ನಮಗೆ ಹೈದರ್ ಆಲಿ ಸಮುದ್ರದ ಮೇಲೆ ವಿಸ್ತರಿಸುತ್ತಿದ್ದ ಹತೋಟಿಯನ್ನು ತಿಳಿಸುತ್ತದೆ. ಈ ನೌಕಾದಳ ಬಲಶಾಲಿಯಾಗಿದ್ದರೂ ಇಂಗ್ಲಿಷರ ನೌಕೆಗಳು ಮತ್ತು ಅವರು ಸಮುದ್ರದ ಮೇಲೆ ಹೊಂದಿದ್ದ ಬಲಾಢ್ಯ ಹಿಡಿತ ಇದಕ್ಕೆ ತೊಡಕಾಯಿತು. ಇಂಗ್ಲಿಷರ ವಿರುದ್ಧ 1767ರಲ್ಲಿ ಮತ್ತೊಂದು ಸಂಘರ್ಷ ಏರ್ಪಟ್ಟಾಗ, ಬಾಂಬೆ ಸರ್ಕಾರ ಮೈಸೂರಿನ ಬಂದರುಗಳ ಮೇಲೆ ಒಂದು ದಾಳಿಯನ್ನು ಪ್ರಾಯೋಜಿಸಿ ಅದರ ನೌಕಾದಳದ ಕೆಲವು ಹಡಗುಗಳನ್ನು ನಾಶಪಡಿಸಿ ಹೊನ್ನಾವರವನ್ನು ವಶಪಡಿಸಿಕೊಂಡು ಮಂಗಳೂರಿಗೆ ಮುತ್ತಿಗೆಹಾಕಿತು.[18] ಈ ಪರಾಭವಕ್ಕೆ ನೌಕಾದಳಪತಿ ಮತ್ತು ಇಂಗ್ಲಿಷನೂ ಆಗಿದ್ದ ಸ್ಟನ್ನೆಟನ ವಿಶ್ವಾಸದ್ರೋಹ ಪ್ರಮುಖ ಕಾರಣ. 'ಇವನು ಇಂಗ್ಲಿಷರೊಂದಿಗೆ ಅಳಿದುಳಿದ ಎರಡು ನೌಕೆಗಳು ಎರಡು ಗ್ರಾಬ್ಸ್ ಮತ್ತು ಹತ್ತು ಗಾಲ್ಲಿವಾಂಟ್ಸ್ ಹೊಂದಿದ್ದ ದಳದೊಂದಿಗೆ ಕೈಜೋಡಿಸಿದ್ದು" ಪ್ರಮುಖ ಕಾರಣವಾಯಿತು.,

ಲೋ ಅಭಿಪ್ರಾಯಪಟ್ಟಿರುವಂತೆ 'ಹೈದರ್ ಆಲಿಯು ನೌಕೆಗಳ ಕಪ್ತಾನರ ಅಭಿಪ್ರಾಯಗಳನ್ನು ಲೆಕ್ಕಿಸದೆ ಆಲಿ ಬೇಗನನ್ನು ತನ್ನ ನೌಕಾದಳದ ಮುಖ್ಯಸ್ಥನನ್ನಾಗಿ ಸ್ಟನ್ನೆಟನ ಈ ಪಕ್ಷಾಂತರಕ್ಕೆ ಪ್ರಮುಖ ಕಾರಣ.

ಈ ದುರ್ಘಟನೆ ಸಂಭವಿಸಿದ ತರುವಾಯ ಹೈದರ್ ಆಲಿ ಮುರಿದು ಬಿದ್ದ ತನ್ನ ನೌಕದಳವನ್ನು ಪುನಶ್ಚೇತನಗೊಳಿಸುವ ನಿಟ್ಟಿನಲ್ಲಿ ಹೊಸ ರೀತಿ ಪ್ರಯತ್ನಗಳನ್ನು ನಡೆಸಿದನು. ಮರಾಠರ ನೌಕಾಪಡೆಯ ಅಧಿಪತಿಯಾಗಿದ್ದ ತುಳಾಜಿ ಅಂಗ್ರೆಯ ಮಗ ರಘೋಜಿ ಅಂಗ್ರೆಯನನ್ನು ಹೊಸದಾಗಿ ನಿರ್ಮಿಸಲ್ಪಟ್ಟ ನೌಕಾದಳಕ್ಕೆ ಅಧಿಪತಿಯನ್ನಾಗಿ ನೇಮಿಸಲಾಯಿತು. ಜೋಸ್ ಪೆಡ್ರೊ ಡ ಕಮೇರ ಎಂಬವನು ಲಿಸ್ಬನ್‌ನಲ್ಲಿನ ಮಾರ್ಟಿನೋ ಡಿ ಮೆಲೋಕಾಸ್ಟ್ರೋ ಎಂಬವನಿಗೆ ದಿನಾಂಕ 28 ಡಿಸೆಂಬರ್ 1778ರ ಒಂದು ಸಮಕಾಲೀನ ಪೋರ್ಚುಗಲ್ ಪತ್ರವು[20] ಹೈದರ್ ಆಲಿಯು ನೌಕಾದಳ ನಿರ್ಮಿಸುವ ನಿಟ್ಟಿನಲ್ಲಿ ಉತ್ಸಾಹತೋರಿದ ಕುರಿತು ಬೆಳಕು ಚೆಲ್ಲುತ್ತದೆ. ಅವನು ನೌಕಾದಳದ ಸೈನ್ಯವನ್ನು ಬಲಪಡಿಸಲು ಕ್ರಮಗಳನ್ನು ವಹಿಸಿದನೆಂತಲೂ ಮತ್ತು ಓರ್ವ ಡಚ್ಚನನ್ನು ಭಟ್ಕಳದ ಬಂದರನ್ನು ಒಂದು ಪ್ರಮುಖ ನೌಕಾದಳದ ಶಸ್ತ್ರಾಗಾರ ಮತ್ತು ಹಡಗು ಕಟ್ಟೆಯನ್ನಾಗಿ ಪರಿವರ್ತಿಸಲು ನೇಮಕ ಮಾಡಿದನೆಂತಲೂ ತಿಳಿಸುತ್ತದೆ. ಈ ಪತ್ರ ಕೆಳಗಿನಂತೆ ಸಾಗುತ್ತದೆ;

'ಪ್ರಮುಖವಾಗಿ ಭೂಮಿಯ ಮೇಲೆ ಸೈನಿಕ ಪಡೆಯಿಂದಾಗಿ ಅತ್ಯಂತ ಬಲಶಾಲಿಯಾಗಿರುವಂತೆ ಸಮುದ್ರದ ಮೇಲೂ ಹತೋಟಿ ಸಾಧಿಸಲು ಹೈದರ್ ಆಲಿಯು ದಕ್ಷಿಣ ಕರಾವಳಿಯಲ್ಲಿ ಹಾಯಿ ಹಡಗುಗಳನ್ನು ನಿರ್ಮಿಸುವ ಕಾರ್ಯವನ್ನು ಕೈಗೆತ್ತಿಕೊಂಡಿದ್ದಾನೆ. ಇದು ಖಂಡಿತವಾಗಿಯೂ ಆತನ ದೊಡ್ಡಯೋಜನೆಗಳಲ್ಲಿ ಒಂದಾಗಿದೆ. ಈಗಾಗಲೆ ಅವನು ಅನೇಕ ನೌಕೆಗಳನ್ನು ಹೊಂದಿದ್ದು ಇನ್ನೂ ಮೂರು ಧ್ವಜಸ್ಥಂಭಗಳುಳ್ಳ ಸುಮಾರು 28 ರಿಂದ 40 ತುಪಾಕಿಗಳನ್ನು ಹೊರಬಲ್ಲ ನೌಕೆಗಳನ್ನು ಮತ್ತು ಇಷ್ಟೆ ಸಂಖ್ಯೆಯ ಕಡಿಮೆ ತೂಕದ ಸಣ್ಣ ನೌಕೆಗಳನ್ನು ನಿರ್ಮಿಸುವ ಇರಾದೆಯಲ್ಲಿ ಇದ್ದಾನೆ ಅಥವಾ ಕೆಲವು ಈಗಾಗಲೆ ಆತನ ಬಳಿ ಇವೆ. ಈ ನಿಟ್ಟಿನಲ್ಲಿ ಪ್ರಗತಿ ಸಾಧಿಸಲು ಮತ್ತು ಏಷ್ಯಾದಲ್ಲಿ ಒಂದು ಪ್ರಮುಖ ಮತ್ತು ಬಲಶಾಲಿ ನೌಕಾಪಡೆಯನ್ನು ನಿರ್ಮಿಸಲು ಈ ತಿಂಗಳಿನಲ್ಲಿ ಅವನು ಭಟ್ಕಳದ ಸಮೀಪ ಇರುವ ಕೊಲ್ಲಿಯಲ್ಲಿ[21] ಒಂದು ನಿರ್ದಿಷ್ಟವಾದ ಜಾಗದಲ್ಲಿ ತಡೆಬೇಲಿಯನ್ನು ನಿರ್ಮಿಸಿದ್ದು ಇದು ಬನಾರೆಯ ಸಮೀಪದಲ್ಲಿದೆ.[22] ಹೀಗೆ ದಕ್ಷಿಣದ ಮತ್ತು ಅಂಜಿದೀವಿ ದ್ವೀಪಗಳ ಸಮೀಪ ಒಂದು ಬೃಹತ್ ಬಂದರು ನಿರ್ಮಾಣವಾದಲ್ಲಿ ಬೃಹತ್ ನೌಕೆಗಳನ್ನು ಹೊಂದಿರುವ ಒಂದು ನೌಕಾಬಲ ಇಲ್ಲಿ ತಂಗಲು ಅವಕಾಶಗಳು ಸೃಷ್ಟಿಯಾಗಲಿವೆ. ಬಂದರುಗಳ ರಕ್ಷಣೆಗಾಗಿ ಸುತ್ತಲೂ ಕೋಟೆಯನ್ನು ನಿರ್ಮಿಸಲು ಈ ಪ್ರಸ್ತಾವನೆಯಲ್ಲಿ ತಿಳಿಯಪಡಿಸಲಾಗಿದೆ. ಇದು ಸದ್ಯ ದ್ವೀಪದ ಸುತ್ತಲೂ ನಡೆಯಬಹುದಾದ ಚಟುವಟಿಕೆಗಳನ್ನು ಮಾತ್ರ ಕೇಂದ್ರೀಕರಿಸಿದೆ. ಈ ಬಂದರು ಪಟ್ಟಣದ ಸುತ್ತಲೂ ವ್ಯಾಪಾರಿಗಳು ತಮ್ಮ ಮನೆಗಳನ್ನು ನಿರ್ಮಿಸಿದಲ್ಲಿ ಅವರು ಯಾವುದೇ ದೇಶದಿಂದ ಬಂದವರಾಗಲಿ ಸುತ್ತಲಿನ ಪ್ರದೇಶವು ಅಭಿವೃದ್ಧಿಯಾಗುತ್ತದೆ ಮತ್ತು ಅವರಿಗೆ ಬಂಡವಾಳವನ್ನು ಸಾಲದ ರೂಪದಲ್ಲಿ ನೀಡಿದಲ್ಲಿ ಅವರು ಅಲ್ಲಿ ನೆಲೆಸಲು ಇಚ್ಛಿಸುತ್ತಾರೆ. ಅಲ್ಲದೆ ಆ ಸ್ಥಳದಲ್ಲಿ ವಸ್ತುಗಳನ್ನು ಸಂಗ್ರಹಿಸಿ ಇಡಲು ದೊಡ್ಡ ಗೋದಾಮುಗಳು ಮತ್ತು ಸಿಡ್ಡಿಮದ್ದುಗಳು ಮತ್ತು ಶಸ್ತ್ರಾಸ್ತ್ರಗಳನ್ನು ಸಂಗ್ರಹಿಸಲು ಒಂದು ಶಸ್ತ್ರಾಗಾರದ ರೂಪುರೇಷೆಗಳನ್ನೂ ಕಲ್ಪಿಸಲಾಗಿದೆ. ಡಚ್ ಈಸ್ಟ್ ಇಂಡಿಯಾ ಕಂಪನಿಯಲ್ಲಿ ಉದ್ಯೋಗಿಯಾಗಿದ್ದ ಮತ್ತು ಹಡಗುಗಳನ್ನು ಕಟ್ಟುವ ಕುಶಲತೆಯನ್ನು

ಗಳಿಸಿದ ಜೋಜೆ ಅಚಲಾರ್ಸ್ ಎಂಬ ಡಚ್‌ನನ್ನು ಪ್ರಾರಂಭದಲ್ಲಿ ಈ ಬೃಹತ್ ಯೋಜನೆಯ ಉಸ್ತುವಾರಿಗಾಗಿ ನೇಮಿಸಿ, ಸುಮಾರು ಹದಿನೇಳು ಲಕ್ಷ ಪಗೋಡಗಳ ಅಂದಾಜಿನಲ್ಲಿ ಮೂರು ವರ್ಷಗಳ ಅವಧಿಯಲ್ಲಿ ಇದು ಪೂರ್ಣಗೊಳ್ಳುವುದು ಎಂದು ಆಶಿಸಲಾಗಿತ್ತು.[23] ಆದರೆ ಹೈದರ್ ಆಲಿ ಈ ಕಾರ್ಯ ಹೆಚ್ಚಿನ ಪ್ರಗತಿ ಸಾಧಿಸಲಿಲ್ಲವೆಂಬುದಕ್ಕೆ ದಿನಾಂಕ 11, ಮೇ, 1779ರ ಒಂದು ಪತ್ರ ಸಾಕ್ಷಿಯಾಗಿದೆ. ಈ ನಿಟ್ಟಿನಲ್ಲಿನ ಕಾರ್ಯ ಹೆಚ್ಚಿನ ಪ್ರಗತಿಯನ್ನು ಸಾಧಿಸಿರುವುದಿಲ್ಲ ಎಂದು ತಿಳಿಸುತ್ತಾ ಉಸ್ತುವಾರಿಯಾಗಿ ನೇಮಿಸಲ್ಪಟ್ಟಿರುವ ಡಚ್ ಅಧಿಕಾರಿ ಕೊಲ್ಲಿಯ ಪ್ರವೇಶದಲ್ಲಿ ಅನೇಕ ಸಮಸ್ಯೆಗಳನ್ನು ಎದುರಿಸಿದ್ದಲ್ಲದೆ ಆತನ ಕೆಲಸದಲ್ಲಿ ಸಹಾಯ ನೀಡುತ್ತಿದ್ದ ಬ್ರಾಹ್ಮಣ ಹಿನ್ನೆಲೆಯ ನಿರೀಕ್ಷಕರು ಮತ್ತು ಮೇಲ್ವಿಚಾರಕರು ಆತನನ್ನು ಬಹುವಾಗಿ ವಿರೋಧಿಸುತ್ತಿದ್ದುದರಿಂದ ಆ ಕೆಲಸ ಮಂದಗತಿಯಲ್ಲಿದೆ" ಎಂದು ಈ ಪತ್ರ ತಿಳಿಸುತ್ತದೆ. ಪತ್ರದ ಲೇಖಕ "ಈ ಪ್ರಭಾವಿ ಸುಲ್ತಾನ ಸಾಧಿಸಿರುವ ನಿಧಾನ ಪ್ರಗತಿ ಕುರಿತು 'ಮಹಾಪ್ರಭುಗಳೆ, ಇಷ್ಟು ಹೇಳಲು ನಾನು ಬಯಸುತ್ತೇನೆ'" ಎಂದು ಪತ್ರವನ್ನು ಕೊನೆಗೊಳಿಸಿದ್ದಾನೆ.

ಮೈಸೂರಿನ ನೌಕಾಪಡೆ 1780–2 ರ ಅವಧಿಯಲ್ಲಿ ಇಂಗ್ಲಿಷರ ವಿರುದ್ಧ ಪಾಲ್ಗೊಂಡಿದ್ದ ಕಾರ್ಯಾಚರಣೆಗಳು ತಕ್ಕಮಟ್ಟಿಗೆ ಸಮರ್ಥವೇ ಆಗಿದ್ದರೂ ಸರ್ ಎಡ್ವರ್ಡ್ ಹೂಸ್‌ನ ನಾಯಕತ್ವದಲ್ಲಿನ ಇಂಗ್ಲಿಷ್ ನೌಕಾಪಡೆಯಿಂದ ಸೋಲನ್ನು ಅನುಭವಿಸಿದುವು. ಮಂಗಳೂರಿನ ಕರಾವಳಿಗೆ ಇಂಗ್ಲಿಷ್ ನೌಕಾಪಡೆ ಆಗಮಿಸಿದಾಗ "ನವಾಬನ ಧ್ವಜ ಸಹಿತ ಸ್ಥಂಭಗಳ ಎರಡು ದೊಡ್ಡ ಹಡಗುಗಳು, ಒಂದು ದೊಡ್ಡ ಹಾಯಿದೋಣಿ, ಮೂರು ಸಣ್ಣ ನೌಕೆಗಳು ಮತ್ತು ಅನೇಕ ಸಣ್ಣ ನೌಕೆಗಳು ಲಂಗರು ಹಾಕಿದ್ದವು" ಎಂದು ಹಿಂದೆ ಹೇಳಿದ ಪತ್ರ ತಿಳಿಸುತ್ತದೆ. ಈ ನೌಕಾಪಡೆಯ ಆಕ್ರಮಣದಿಂದ ನವಾಬನ ಇಪ್ಪತ್ತಕ್ಕಿಂತಲೂ ಹೆಚ್ಚು ಎತ್ತರ ಧ್ವಜಸ್ಥಂಭವಿರುವ ಎರಡು ನೌಕೆಗಳು, ಇಪ್ಪತ್ತಾರು ಫಿರಂಗಿಗಳು, ಹನ್ನೆರೆಡು ಫಿರಂಗಿಗಳು ಅಳವಡಿಸಿದ್ದ ನೌಕೆಗಳು, ನಾಶಹೊಂದಿದವೆಂದೂ" ಕೆಲವರನ್ನು ವಶಪಡಿಸಿಕೊಳ್ಳಲಾಯಿತೆಂದೂ ಇನ್ನು ಕೆಲವರು ತೀರಕ್ಕೆ ಓಡಿಹೋದರೆಂದು ತಿಳಿಸುತ್ತದೆ.[25] ಶತ್ರುಗಳ ಅಳಿದುಳಿದ ನೌಕೆಗಳು ಕಂಪನಿಯ ಸಣ್ಣ ನೌಕೆಗಳನ್ನು ವಶಪಡಿಸಿಕೊಳ್ಳುವ ಮೂಲಕ ಸೋಲಿನ ಸೇಡನ್ನು ತೀರಿಸಿಕೊಂಡರಲ್ಲದೆ ತಲ್ಲಿಚೆರ್ರಿಯಲ್ಲಿ ಲಂಗರು ಹಾಕಿದ್ದ ಡ್ಯೂಕ್ ಆಫ್ ಪೋರ್ಟ್‌ಲ್ಯಾಂಡ್ ಮತ್ತು ದಿ ಈಗಲ್ ಎಂಬ ಹೆಸರಿನ ನೌಕೆಗಳು ಹೈದರ್ ಆಲಿಯ ನೌಕೆಗಳಿಂದ ಕಂಗೆಟ್ಟು ಬಾಂಬೆಯ ಕಡೆಗೆ ಧಾವಿಸಿದವು.[26] ಇಂಗ್ಲಿಷರಿಂದ ಹೈದರನ ನೌಕಾಪಡೆಗೆ ಸಾಕಷ್ಟು ಹಾನಿಗಳಾಗಿದ್ದರೂ, ತಲ್ಲಿಚೆರ್ರಿಯ ಮೇಲಿನ ಭೂ ಮತ್ತು ಸಮುದ್ರ ದಾಳಿಯು ಬಲವಾಗಿತ್ತು. ಏಡ್ರಿಯನ್ ಮೋಯಿನ್ಸ್ ಹೇಳುವಂತೆ" ತಲ್ಲಿಚೆರ್ರಿ ನವಾಬನ ಕೈವಶಕ್ಕೆ ಒಳಗಾಗುವ ಸಂಭಾವ್ಯತೆ ಇತ್ತು. ಆದರೆ ಬೊಂಬಾಯಿನಿಂದ ಬಂದ, ಹೆಚ್ಚಿನ ನೌಕಾಬಲದಿಂದಾಗಿ ಅವನಿಗೆ ತಲ್ಲಿಚೆರ್ರಿಯನ್ನು ಧ್ವಂಸಮಾಡುವುದಕ್ಕಾಗಲಿಲ್ಲ. ಇದಕ್ಕೂ ಮುನ್ನ ಅಲ್ಲಿ ಆಹಾರ ಸರಬರಾಜು ಪರಿಸ್ಥಿತಿ ವಿಷಮಿಸಿತ್ತು. ದಿನಸಿ ತುಂಬಿದ್ದ ಹಡಗುಗಳನ್ನು ನವಾಬನ ನೌಕೆಗಳು ತಡೆಹಿಡಿದುದ್ದರಿಂದ ಪರಿಸ್ಥಿತಿ ಬಹಳ ಗಂಭೀರವಾಗಿತ್ತು" ಎಂದು ತಿಳಿಸಿದ್ದಾನೆ.[27]

1781ರಲ್ಲಿ ತಲ್ಲಿಚೇರಿಯ ಸಮಸ್ಯೆಗಳನ್ನು ಪರಿಹರಿಸುವ ನಿಟ್ಟಿನಲ್ಲಿ ಇಂಗ್ಲಿಷರ ನೌಕೆಗಳು, ಅದನ್ನು ಸಮೀಪಿಸಿ ಮೈಸೂರಿನವರನ್ನು ಸೋಲಿಸಿದವು.[28] ಹೈದರ್ ಆಲಿ 1780–1ರಲ್ಲಿ ಅನುಭವಿಸಿದ

ನೌಕಾಪಡೆಯ ಸೋಲು ಆತನ ಸಮುದ್ರ ಸಂಪರ್ಕ ಅಭಿವೃದ್ಧಿಪಡಿಸುವ ಯೋಜನೆಗಳನ್ನು ತಲೆಕೆಳಗು ಮಾಡಿ, ಅವನು ಇದರಿಂದ ಚೇತರಿಸಿಕೊಳ್ಳಲಾರದೆ ಹೋದನು.

ಟಿಪ್ಪಣಿಗಳು:

1. ಕರ್ನಲ್ ಡಬ್ಲು ಕಿರ್ಕ್‌ಪ್ಯಾಟ್ರಿಕ್ "ಸೆಲೆಕ್ಟ್ ಲೇಟರ್ಸ್ ಆಫ್ ಸುಲ್ತಾನ್" ಪುಟ 145.
2. ಕರ್ನಲ್ ಮಾರ್ಕ್ ವಿಲ್ಕ್ಸ್ "ಹಿಸ್ಟಾರಿಕಲ್ ಸ್ಕೆಚಸ್ ಆಫ್ ದಿ ಸೌತ್" ಹೊಸ ಅವತರಣಿಕೆ, ಸಂಪುಟ II, ಪುಟ 267.
3. ಎಸ್ ಎನ್ ಸೇನ್, "ಸ್ಟಡೀಸ್ ಇನ್ ಇಂಡಿಯನ್ ಹಿಸ್ಟರಿ" ಪುಟಗಳು 146–154.
4. ಪುಂಗನೂರಿ ಪುಟ 111. ತಲ್ಲಿಚೇರ್ರಿ ಫ್ಯಾಕ್ಟರಿ ರೆಕಾರ್ಡ್ಸ್, ಸಂಪುಟ XVIII ಪುಟಗಳು 113–4,7.
5. ಎಡ್ರಿಯನ್ ಮೋಯಿನ್ಸ್ ಮೆಮೋಯಾರ್: ಡಚ್ ರೆಕಾರ್ಡ್ಸ್ ಸಂಖ್ಯೆ 13.
6. ಎಂಎಂಡಿಎಲ್‌ಟಿ ಸಂಪುಟ I ಪುಟ 96.

7 ಮತ್ತು 8. ಅದೇ ಪುಟಗಳು 96.

9. ಇನ್ನೆಸ್‌ಮನೋ ಪುಟಗಳು 121–2 ಪೀಟೋ ಹಸ್ತಪ್ರತಿ. ಫೋಲಿಯೋ 62 ಎಂಎಂಡಿಎಲ್‌ಟಿ ಮೇಲೆ ಉದ್ಧೃತ.
10. ಫಾರ್ರೆಸ್ಟ್ "ಸೆಲಕ್ಷನ್ಸ್ ಫ್ರಂ ಬಾಂಬೆ ಡೈರೀಸ್" ಸಂಪುಟ ಪುಟ 126 2 ಏಪ್ರಿಲ್, 1763.
11. ಅದೇ
12. ಎಂಎಂಡಿಎಲ್‌ಟಿ ಸಂಪುಟ I ಪುಟ 98.
13. ಪೀಟೋ ಹಸ್ತಪ್ರತಿ ಫೋಲಿಯೋ 62.
14. ಸೆಲೆಕ್ಷನ್ ಫ್ರಂ ಪೇಷ್ವಾ ದಫ್ತರ್ ಸಂಪುಟ 37, ಪತ್ರ ಸಂಖ್ಯೆ 42. ಪೇಷ್ವೆಯಿಂದ ಜಾನೂಜಿಗೆ.
15. ಎಂಎಂಟಿಎಲ್‌ಟಿ ಸಂಪುಟ I ಪುಟ 98 ಪಿ ಪಿಟೋ ಹಸ್ತಪ್ರತಿ ಫೋಲಿಯೋ 62.
16. ಆರ್ಕಿವೋ ಉಲ್ಟಾ ಮರಿನೋ ಅಫಿಕೋಸ್ ಡಾಸ್ ಗವರ್ನರ್ಡೆರೋಸ್ ಮ್ಯಾಕೋ 3 ಸಂಖ್ಯೆ 44, ಪತ್ರ ದಿನಾಂಕ 23 ಸೆಪ್ಟೆಂಬರ್, 1765. ಎಸ್‌ಎನ್ ಸೇನ್ ಅದೇ ಪುಟಗಳು 145–9.
17. ಅದೇ ಮ್ಯಾಕೋ 3, ಸಂಖ್ಯೆ: 25, ಪುಟ 149.
18. ಲೋ "ಹಿಸ್ಟರಿ ಆಫ್ ದಿ ಇಂಡಿಯನ್ ನೇವಿ, ಸಂಪುಟ I, ಪುಟ 153.
19. ಅದೇ.
20. ಅರ್ಕಿವೋ ಉಲ್ಟ್ರಾ ಮರೀನೋ ಅಫಿಕೋಸ್ ಡಾಸ್ ಗವರ್ನರ್ಡೆರೋಸ್ ಮ್ಯಾಕೋ 5 ಸಂಖ್ಯೆ 28 ಎಸ್‌ಎನ್ ಸೇನ್, ಅದೇ ಪುಟ 152.
21. ಭಟ್ಕಳ.
22. ಹೊನ್ನಾವರ.

23. ಅದೇ ಪುಟ 151.

24. ಆರ್ಕಿವೋ ಉಲ್ಟ್ರಾ ಮರಿನೋ, ಲಿಸ್ಬನ್ ಆಪೀಕೋಸ್ ಡಾಸ್ ಗವರ್ನಡೆರೋಸ್ ಮ್ಯಾಕೋ 5, ಸಂಖ್ಯೆ 28 ಎಸ್ಎನ್ ಸೇನ್ ಅದೇ ಪುಟ 152.

25. ಲೋ ಅದೇ ಸಂಪುಟ ಪುಟ 178 ತಲ್ಲಿಚೇರಿ ಫ್ಯಾಕ್ಟರಿ ರೆಕಾರ್ಡ್ಸ್ ಇನ್‌ವರ್ಡ್ ಲೆಟರ್ ಬುಕ್ 1780–88 ಸಂಪುಟ ex ಪುಟ 27.

26. ತಲ್ಲಿಚೆರ್ರಿ ಫ್ಯಾಕ್ಟರಿ ರೆಕಾರ್ಡ್ಸ್ ಸಂಪುಟ XXXIII ಪುಟ 44. 8 ಏಪ್ರಿಲ್ 1781, ಲೆಟರ್ ಫ್ರಂ ಫ್ಯಾಕ್ಟರೀಸ್ ಟು ದಿ ಸೆಲೆಕ್ಟ್ ಕಮಿಟಿ ಆಫ್ ಬಾಂಬೆ.

27. ಎಡ್ರಿಯನ್ ಮೋಯಿನ್ಸ್ ಮೆಮೋಯರ್ ಪುಟ 163.

28. ಹೈದರ್‌ನಾಮಾ ಹಸ್ತಪ್ರತಿ ಫೋಲಿಯೋ 133–4.

"ಅಪ್ಪಾಜಿ ರಾಂ

ಹದಿನೆಂಟನೆ ಶತಮಾನದ ಮೈಸೂರಿನ ಓರ್ವ ರಾಜತಾಂತ್ರಿಕ ಪ್ರತಿನಿಧಿ"[1]

ಡಿ.ಎಸ್. ಅಚ್ಚುತ ರಾವ್

ರಾಜ್ಯಗಳು ಸಂಘಟಿತಗೊಂಡ ಪ್ರಾರಂಭಿಕ ದಿನಗಳಿಂದಲೂ ಅಲ್ಲಿ ರಾಯಭಾರ ಮತ್ತು ರಾಯಭಾರಿ ಪದ್ಧತಿ ಅಸ್ತಿತ್ವದಲ್ಲಿದ್ದವು. ರಾಜ್ಯ ರಾಜ್ಯಗಳ ನಡುವಿನ ಸಂಬಂಧಗಳನ್ನು ಕುದುರಿಸುವುದಕ್ಕಾಗಿ ಇದು ಜಾರಿಯಲ್ಲಿತ್ತು. ಇದು ಇಲ್ಲದಿದ್ದ ರಾಜ್ಯಗಳನ್ನು ಊಹಿಸಲು ಸಾಧ್ಯವಾಗುವುದಿಲ್ಲ. ಭಾರತದಲ್ಲಿ, ಹದಿನೇಳು ಮತ್ತು ಹದಿನೆಂಟನೆಯ ಶತಮಾನಗಳಲ್ಲಿ ಒಂದು ರಾಜ್ಯ ವಿದೇಶಿ ರಾಜ್ಯಗಳ ಆಸ್ಥಾನಗಳಿಗೆ ತನ್ನ ಪ್ರತಿನಿಧಿ ಅಥವಾ ವಕೀಲರನ್ನು ನಿಯೋಜಿಸುತ್ತಿದ್ದವು. ನಿಯೋಗಿಗಳು, ರಾಯಭಾರಿಗಳು, ದೂತರು ಅಥವಾ ವಕೀಲರು ಎಂಬ ಹೆಸರಿನ ಇವರು ರಾಜತಾಂತ್ರಿಕ ಸಂಬಂಧಗಳನ್ನು ಕುದುರಿಸುತ್ತಿದ್ದರು. ವಕೀಲರು ವಿದೇಶಿ ಆಸ್ಥಾನಗಳಲ್ಲಿ ವಿಶೇಷ ಸಮಯ ಮತ್ತು ಸಂದರ್ಭಗಳ ಕಾಲದಲ್ಲಿ ಪ್ರಮುಖ ಮತ್ತು ವಿಶೇಷ ನಿಯೋಗಗಳನ್ನು ಪ್ರತಿನಿಧಿಸುವ ಪದ್ಧತಿಯಿತ್ತು. ರಾಯಭಾರ ಕಛೇರಿ ತಾತ್ಕಾಲಿಕ ಮತ್ತು ವಿಶಿಷ್ಟ ಕಾರ್ಯಕ್ಕೆ ಸೀಮಿತಗೊಂಡಿದ್ದುದಾದರೂ, ಒಂದು ರಾಜ್ಯ ಮತ್ತೊಂದು ಆಸ್ಥಾನಕ್ಕೆ ಖಾಯಂ ಮತ್ತು ಅಧಿಕೃತ ರಾಯಭಾರಿಯನ್ನು ನಿಯೋಜಿಸುವ ವ್ಯವಸ್ಥೆ ಹೆಚ್ಚು ಕಡಿಮೆ ಹದಿನೆಂಟನೇ ಶತಮಾನದ ಭಾರತೀಯ ರಾಜ್ಯಗಳಲ್ಲಿ ರೂಢಿಗೆ ಬಂದಿತು. ಗೋವಿಂದ ವೈದ್ಯ ಮೈಸೂರಿನ ರಾಜಾಶ್ರಯದಲ್ಲಿ ರಚಿಸಿದ್ದ ಚರಿತ್ರೆ "ಕಂಠೀರವನರಸರಾಜ ವಿಜಯಂ" ಹದಿನೇಳನೆ ಶತಮಾನದ ಕಾಲಘಟ್ಟಕ್ಕೆ ಸೇರಿದ್ದು. ಇದು ಮೈಸೂರಿನ ಅರಸನಾಗಿದ್ದ ಕಂಠೀರವ ನರಸರಾಜನ (1638–1659) ಆಸ್ಥಾನದಲ್ಲಿದ್ದ ತಂಜಾವೂರು, ಮಧುರಾ, ಜಿಂಜಿ ಮೊದಲಾದ ರಾಜ್ಯಗಳನ್ನು ಪ್ರತಿನಿಧಿಸಿದ್ದ ಮಂತ್ರಿಗಳು ಮತ್ತು ರಾಯಭಾರಿಗಳ ಬಗ್ಗೆ ಪ್ರಸ್ತಾಪಿಸುತ್ತದೆ.[1] ಮೈಸೂರು ಒಡೆಯರು ತಮ್ಮ ನೆರೆರಾಜ್ಯಗಳಾಗಿದ್ದ ಇಕ್ಕೇರಿ ಮಧುರಾ, ತಂಜಾವೂರು ಮತ್ತು ದೂರದಲ್ಲಿದ್ದ ಮೊಗಲರ ರಾಜಧಾನಿ ದೆಹಲಿಯೊಂದಿಗೆ ಸಮಸ್ಯೆಗಳನ್ನು ಬಗೆಹರಿಸುವುದಕ್ಕಾಗಿ ಮತ್ತು ಸ್ನೇಹ ವೃದ್ಧಿಗಾಗಿ ರಾಜತಾಂತ್ರಿಕ ಸಂಬಂಧಗಳನ್ನು ಹೊಂದಿದ್ದರು.[2] ಹೈದರ್ ಅಲಿಯ ಆಡಳಿತ (1767–82) ಮೈಸೂರು ಫೋರ್ಟ್ ಸೈಂಟ್ ಜಾರ್ಜ್‌ನಲ್ಲಿನ ಕಂಪನಿಯ ಸರ್ಕಾರ, ಆರ್ಕಾಟಿನ ಮೊಹಮ್ಮದ್ ಅಲಿ, ಗೂಟಿಯ ಮುರಾರಿರಾಯ, ಪೇಷ್ವೆಯ ಆಸ್ಥಾನಗಳಲ್ಲಿ ಮತ್ತು ಪಾಂಡಿಚೆರ್ರಿಯ ಫ್ರೆಂಚರಲ್ಲಿ ತನ್ನ ಪ್ರತಿನಿಧಿಗಳು ಅಥವಾ ವಕೀಲರನ್ನು ಹೊಂದಿತ್ತು.[3] ಈ ರಾಯಭಾರಿಗಳು ತಮ್ಮ ಕಾರ್ಯನಿರ್ವಹಣೆಯಮೂಲಕ ರಾಜ್ಯಗಳ ನೀತಿಗಳ ಮೇಲೆ ಅಪಾರವಾಗಿ ಪ್ರಭಾವವನ್ನು ಬೀರಿದ್ದರೆಂದೂ ಮತ್ತು ತಮ್ಮ ಅಂತಿಮ ಗುರಿಗಳನ್ನು ರೂಪಿಸಿಕೊಂಡರೆಂದೂ ಹೇಳಬೇಕಾಗಿಲ್ಲ. ದಕ್ಷಿಣ ಭಾರತದ ನಾಲ್ಕು ಪ್ರಮುಖ

---

1 ಅಪ್ಪಾಜಿರಾಂ, 'ಎಯ್‌ಟೀನ್ತ ಸೆಂಚುರಿ ಡಿಪ್ಲೊಮ್ಯಾಟ್ ಆಫ್ ಮೈಸೂರ್,' ಇಂಡಿಯನ್‌ಹಿಸ್ಟರಿ ಕಾಂಗ್ರೆಸ್, ತ್ರಿವೆಂಡ್ರಮ್ ಅಧಿವೇಶನ, 1958.

ಶಕ್ತಿಗಳಾಗಿದ್ದ ಮರಾಠ, ನಿಜಾಮ, ಇಂಗ್ಲಿಷರು ಮತ್ತು ಮೈಸೂರು ಹದಿನೆಂಟನೆ ಶತಮಾನದಲ್ಲಿ ಸಾರ್ವಭೌಮತ್ವ ಅಧಿಕಾರ ಪಡೆದುಕೊಳ್ಳುವ ನಿಟ್ಟಿನಲ್ಲಿ ಪರಸ್ಪರರ ವಿರುದ್ಧ ಭೀಕರ ಸಂಘರ್ಷದಲ್ಲಿ ತೊಡಗಿಸಿಕೊಂಡರು. ಸ್ವರಕ್ಷಣೆ ಮತ್ತು ಅದರ ಭೌಗೋಳಿಕ ಸಮಗ್ರತೆಯನ್ನು ಕಾಯ್ದಿಟ್ಟುಕೊಂಡು ತನ್ನ ಅಧಿಕಾರವನ್ನು ರಕ್ಷಿಸಿಕೊಳ್ಳುವುದು ಪ್ರತಿಯೊಂದು ರಾಜ್ಯದ ಪ್ರಮುಖ ಹಿತಾಸಕ್ತಿಗಳಾಗಿದ್ದವು. ಒಂದು ರಾಜ್ಯದ ಭದ್ರತೆಗೆ ನೆರೆರಾಜ್ಯಗಳು ತಮ್ಮೊಳಗೆ ಮಾಡಿಕೊಂಡಿದ್ದ ಸೈನಿಕ ಒಪ್ಪಂದಗಳು ಅಥವಾ ಅವುಗಳ ಅಕ್ರಮಣದಿಂದ ಭಂಗ ಬರುವ ಸಾಧ್ಯತೆಗಳೂ ಇದ್ದವು. ವ್ಯವಹಾರದಲ್ಲಿ ಎಚ್ಚರಿಕೆ ವಹಿಸಿ ತಾವು ಇರುವ ರಾಜ್ಯಗಳ ನೀತಿ ಅಥವಾ ಧೋರಣೆಗಳು ತಮ್ಮ ಸ್ವಂತ ರಾಜ್ಯದ ಆಸಕ್ತಿಗಳಿಗೆ ಮಾರಕವಾಗುತ್ತವೆಯೇ ಎಂದು ಯೋಚಿಸಿ ಇದರ ಫಲ ಮತ್ತು ದುಷ್ಪರಿಣಾಮಗಳನ್ನು ಮನಗಂಡು ಅನ್ಯ ರಾಜ್ಯಗಳ ಭಯ ಮತ್ತು ತಮ್ಮ ದೌರ್ಬಲ್ಯಗಳ ಹಿನ್ನೆಲೆಯಲ್ಲಿ ಕಾರ್ಯಸಾಧಿಸಬೇಕಾಗಿತ್ತು.

ಅನೇಕ ಖ್ಯಾತ ವಕೀಲರು ಅಥವಾ ರಾಯಭಾರಿಗಳ ಸಾಲಿನಲ್ಲಿ ಹದಿನೆಂಟನೆ ಶತಮಾನದಲ್ಲಿ ಮೈಸೂರಿನಲ್ಲಿ ಸೇವೆ ಸಲ್ಲಿಸಿದವರ ಯಾದಿಯಲ್ಲಿ ಬಿನಾ ವಿಸಾಜಿ ಅಥವಾ ವಿಸಾಜಿ ಪಂತ,[4] ಪ್ರಧಾನ ವೆಂಕಪ್ಪಯ್ಯ,[5] ಶೇಷಗಿರಿರಾವ್,[6] ಮತ್ತು ತಿರುಮಲರಾವ್.[7]ಮೊದಲಾದವರು ಹೆಸರಾಗಿದ್ದಾರೆ. ಇವರಲ್ಲಿ ಅಪ್ಪಾಜಿ ರಾಂ ಅತಿಹೆಚ್ಚು ಖ್ಯಾತಿ ಪಡೆದಿದ್ದ ಓರ್ವನಾಗಿದ್ದಾನೆ.

ಹೈದರ್ ಆಲಿಯ ಅವಧಿಯಲ್ಲಿ ಸೇವೆಯನ್ನು ಸಲ್ಲಿಸಿದ್ದ ಅಪ್ಪಾಜಿ ರಾಂ ತರುವಾಯ ಅವನ ಮಗ ಹಾಗೂ ಉತ್ತರಾಧಿಕಾರಿ ಟೀಪ್ಪು ಸುಲ್ತಾನನಿಗೂ ಸೇವೆ ಸಲ್ಲಿಸಿದದ್ದನು. ಅನಕ್ಷರಸ್ಥನೂ ಮತ್ತು ಓದುಬರಹ ಬರದವನೂ ಆಗಿದ್ದ ಹೈದರ್ ಆಲಿ, ತನ್ನ ಸುತ್ತಲಿನ ಜನರ ಕಾರ್ಯವ್ಯವಹಾರಗಳನ್ನು ಗಮನಿಸುತ್ತಿದ್ದನು, ಸಮರ್ಥ ಆಡಳಿತಗಾರನಾಗಿದ್ದ ಅವನು ಸರ್ವರನ್ನು ಸಮಾನವಾಗಿ ಕಾಣುತ್ತಿದ್ದನು. ಅಪ್ಪಾಜಿ ರಾಂ ಪಡೆದುಕೊಂಡಿದ್ದ ಕುಶಲ ಸಂಧಾನಕಾರ ಮತ್ತು ಅಗಣಿತ ರಾಜತಾಂತ್ರಿಕ ಬುದ್ಧಿಮತ್ತೆಯನ್ನು ಅವನು ಗುರುತಿಸಿದನು.

ಅಪ್ಪಾಜಿ ರಾಂ ಓರ್ವ ಮಹಾರಾಷ್ಟ್ರ ದೇಶಸ್ಥ ಬ್ರಾಹ್ಮಣ. “ಅವನುಪೂನಾದಲ್ಲಿ ಹೈದರ್ ಆಲಿಯ ರಾಯಭಾರಿಯಾಗಿದ್ದನು.”[9]ಅಸಾಧಾರಣ ದೂರದೃಷ್ಟಿ ಹಾಗೂ ಬುದ್ಧಿಮತ್ತೆ ಹೊಂದಿದ್ದ ಇವನು ಉತ್ಸಾಹಿ; ಹಾಸ್ಯ ಪ್ರವೃತ್ತಿ ಇದ್ದವನು; ಕಾರ್ಯಕುಶಲಿ. ಸಂದರ್ಭದ ಅಗತ್ಯಗಳಿಗೆ ಒಪ್ಪುವ ಸೂಕ್ತ ನಿರ್ಧಾರಗಳನ್ನು ತೆಗೆದುಕೊಳ್ಳಲು ಸಮರ್ಥನೂ ಆಗಿದ್ದನು. ಮೈಸೂರು ಮತ್ತು ಪೂನಾ ಸರ್ಕಾರಗಳ ನಡುವೆ 1764–80ರ ಕಾಲದಲ್ಲಿ ಕಂಡುಬಂದ ರಾಜತಾಂತ್ರಿಕ ವ್ಯವಹಾರ ಸಂಬಂಧಗಳ ಕುದುರುವಿಕೆಯಲ್ಲಿ ಈತ ಪ್ರಮುಖ ಮಾರ್ಗದರ್ಶಿಯಾದನು. ಈ ರೀತಿಯ ಸನ್ನಿವೇಶಗಳಲ್ಲಿ ಕೆಲವನ್ನು ಪ್ರಾಸ್ತಾವಿಕವಗಿ ನೀಡಬಹುದಾಗಿದ್ದು ಅವು ಅಪ್ಪಾಜಿ ರಾಂನ ರಾಜತಾಂತ್ರಿಕ ಕೌಶಲ್ಯ ಮತ್ತು ನಿಯೋಗದ ಸಾಧಕ–ಬಾಧಕಗಳ ವ್ಯಾಪ್ತಿಯ ಕುರಿತು ನಮಗೆ ಮಾಹಿತಿ ನೀಡುತ್ತವೆ.

ಹೈದರ್ ಆಲಿ 1763ರ ನಂತರ ನಡೆಸಿದ ಶಿರಾ, ಬಿದನೂರು, ಸವಣೂರು, ಹರಪನಹಳ್ಳಿ ಮತ್ತು ಸನಿಹದ ಪ್ರದೇಶಗಳ ಅತಿಕ್ರಮಣ ಮತ್ತು ಉತ್ತರದಲ್ಲಿ ಕೃಷ್ಣಾ ನದಿ ತೀರದರೆವಿಗೂ ರಾಜ್ಯವನ್ನು ವಿಸ್ತರಿಸುವ ನಿಟ್ಟಿನಲ್ಲಿ ಪ್ರಾರಂಭಿಸಿದ ಸೈನಿಕ ಕಾರ್ಯಾಚರಣೆಗಳು 1761ರಲ್ಲಿ ಬಾಲಾಜಿ ಬಾಜಿರಾಯನ ಮರಣಾನಂತರ ಪೂನಾ ಸರ್ಕಾರದ ಮುಖ್ಯಸ್ಥನಾಗಿದ್ದ ಪೇಷ್ವೆ ಮಾಧವರಾಯನ

ಸ್ಥಾನವನ್ನು ಅಸ್ಥಿರಗೊಳಿಸಿದುವು. ದಕ್ಷಿಣದಲ್ಲಿ ಸಂಭವಿಸುತ್ತಿದ್ದ ಕ್ರಿಪ್ರ ಕಾರ್ಯಾಚರಣೆಗಳಿಗೆ ಆತ ತನ್ನ ಆದ್ಯತೆಯನ್ನು ನೀಡದಿದ್ದರೂ ಬಿದನೂರಿಗೆ ಸಂಬಂಧಿಸಿದ ವಿಷಯ ಆತನನ್ನು ಕಾರ್ಯಪ್ರವೃತ್ತನಾಗುವಂತೆ ಮಾಡಿತು.[10] ತೊಂದರೆಗಳು ತನ್ನನ್ನು ಆರಿಸಿಕೊಂಡು ಬರುತ್ತವೆ ಎಂಬ ಮುಂದಾಲೋಚನೆಯಲ್ಲಿದ್ದ ಹೈದರ್ ಭವಿಷ್ಯದ ಸಮಸ್ಯೆಗಳಿಂದ ಮುಕ್ತನಾಗಲು ಮತ್ತು ಪೇಷ್ವೆಯೊಂದಿಗೆ ಸ್ನೇಹ ಸಾಧಿಸಲು ಅದ್ದೂರಿ ಬಹುಮಾನಗಳು ಮತ್ತು ಕೊಡುಗೆಗಳೊಂದಿಗೆ ಅಪ್ಪಾಜಿ ರಾಂನನ್ನು ಪೇಷ್ವೆಯ ಆಸ್ಥಾನಕ್ಕೆ ಕಳುಹಿಸಿದನು. "ಎಲ್ಲಾ ರಾಜತಾಂತ್ರಿಕಮಾತುಕತೆಗಳು ನಡ 'ದರೂಹೈದರನಪ್ರತಿನಿಧಿಪೇಷ್ವೆಯೊಂದಿಗೆಸ್ನೇಹಹಸ್ತಚಾಚಲು ನಿರಾಕರಿಸಿದನು. ಶಿರಾ ಮತ್ತು ಇತರ ಪ್ರದೇಶಗಳನ್ನು ಮೈಸೂರು ವಶಪಡಿಸಿಕೊಂಡಿದ್ದುದು ಇದಕ್ಕೆ ಕಾರಣವಾಗಿತ್ತು. ಈ ಆಕ್ರಮಣವು ಮರಾಠರ ಆಸಕ್ತಿ ಮತ್ತು ಪ್ರತಿಷ್ಠೆಗಳಿಗೆ ನೇರ ಧಕ್ಕೆಯೆಂದೂ ಅವನು ಭಾವಿಸಿದ್ದನು." ಹೀಗಾಗಿ ಅವನು"ಮರಾಠರಸ್ವರಾಜ್ಯವನ್ನುವಶಪಡಿಸಿಕೊಂಡಮೈಸೂರನ್ನು ಎಂದಿಗೂಮನ್ನಿಸುವುದಿಲ್ಲ" ಎಂದು ಉದ್ಗರಿಸಿದನು.[12]ಪೇಷ್ವೆ ಸ್ವತಃ ತಾನೇ ಮರಾಠರ ವಿಶಾಲ ಸೈನ್ಯದ ಮುಂದಾಳುತ್ವ ವಹಿಸಿ, 1764ರ ಮೇ ತಿಂಗಳಿನಲ್ಲಿ ಕಳೆದುಕೊಂಡಿದ್ದ ಪ್ರದೇಶಗಳನ್ನು ಮರಳಿಪಡೆಯಲು ಕೃಷ್ಣಾನದಿಯನ್ನು ದಾಟಿ ಮುನ್ನಡೆದನು. ಅಪ್ಪಾಜಿ ರಾಂನ ದೂತದ ವೈಫಲ್ಯಕ್ಕೆ ಅಪರಾಧದ ಅಗಾಧತೆ ಮತ್ತು ಆತ ಈ ನಿಟ್ಟಿನಲ್ಲಿ ಮಾಡಿದ್ದ ತಪ್ಪು ಲೆಕ್ಕಾಚಾರ ಕಾರಣವಾದವು. ಮರಾಠರನ್ನು ಎದುರಿಸಲು ಹೈದರ್ 20,000 ಕುದುರೆ ಸವಾರರು ಮತ್ತು 30,000 ಪದಾತಿ ಸೈನಿಕರನ್ನು ಒಗ್ಗೂಡಿಸುವ ನಿಟ್ಟಿನಲ್ಲಿ ಬಿರುಸಿನ ಸಿದ್ಧತೆಗಳನ್ನು ನಡೆಸಿದನು. ಆದರೆ ಯುದ್ಧ ಮುಂದುವರೆದಂತೆಅವನು ಅನೇಕ ಹಿನ್ನಡೆಗಳನ್ನು ಅನುಭವಿಸಿ ಕೊನೆಯಲ್ಲಿ ಪ್ರತಿರೋಧವನ್ನು ನಿರರ್ಥಕ ಎಂದು ಎಣಿಸಿ ಕೈಚೆಲ್ಲಿದನು. ಹೈದರ್ ಈ ಯುದ್ಧದಲ್ಲಿ ತೀವ್ರ ತೊಂದರೆಗಳನ್ನು ಎದುರಿಸಿದನು. ಯುದ್ಧರಂಗದಿಂದ ಕೆಲವು ಅಶ್ವಾರೋಹಿ ಸೈನಿಕರೊಂದಿಗೆ ಬಿದನೂರಿನ ಸಮೀಪದ ಅರಣ್ಯಕ್ಕೆ ನುಗ್ಗಿದಂತೆಶತ್ರುಗಳು ಎಲ್ಲ ಕಡೆಯಿಂದಲೂ ಸುತ್ತುವರೆದಿರುವುದನ್ನು ಕಂಡು, ಅನಿವಾರ್ಯವಾಗಿ ಶಾಂತಿ ಒಪ್ಪಂದಕ್ಕೆ ಮೊರೆಹೋಗಬೇಕಾಯಿತು. ನಂತರ ತನ್ನ ವಕೀಲ ಅಪ್ಪಾಜಿ ರಾಂನನ್ನು ಪೇಷ್ವೆ ಮೊಕ್ಕಾಂ ಹೂಡಿದ್ದ ಸ್ಥಳಕ್ಕೆ ಕಳುಹಿಸಿದನು. ಕರ್ನಲ್ ವಿಲ್ಕ್ಸ್‌ನ ಹೇಳಿಕೆಯಂತೆ ಸುಮಾರು ನಾಲ್ಕು ನೂರು ಸಂಖ್ಯೆಯಲ್ಲಿದ್ದ ಮಂತ್ರಿಗಳು, ಅಧಿಕಾರಿಗಳು ಮತ್ತು ಸೈನ್ಯದ ದಳಪತಿಗಳು ತುಂಬಿದ್ದ ಒಂದು ಬೃಹತ್ತಾದ ಬಿಡಾರದಲ್ಲಿ ಸಮಾವೇಶಗೊಂಡಿದ್ದ ಒಂದು ಪರಿಪೂರ್ಣ ದರ್ಬಾರ್‌ನಲ್ಲಿ ಮಾಧವರಾವ್ ಅಪ್ಪಾಜಿ ರಾಂನ ನಿಯೋಗವನ್ನು ಎದುರುಗೊಂಡನು. ಆತನ ಸ್ಥಾನ ಮತ್ತು ಅಧಿಕಾರಗಳ ಪರಿಚಯ ದೊರೆತ ನಂತರ, ತನಗೆ ಆತನನ್ನು ಅನ್ಯಕಾರ್ಯ ನಿಮಿತ್ತ ಬಿಡುವಿಲ್ಲದಿರುವುದರಿಂದಅಪ್ಪಾಜಿ ರಾಂನನ್ನುಪಟ್ಟವರ್ಧನನ ಬಳಿ ಕಳುಹಿಸಿ ಅವನ ಬಳಿ ತಾನು ವಕೀಲನಾಗಿ ಬಂದಿರುವ ನಿಮಿತ್ತ ಮತ್ತು ಕಾರಣಗಳನ್ನು ವಿವರಿಸುವಂತೆ ಕೋರಲಾಯಿತು. ತನ್ನ ಬಗ್ಗೆಪೇಷ್ವೆ ಹೊಂದಿದ್ದ ವಿರೋಧ ಮೈಸೂರಿನ ಪ್ರತಿನಿಧಿಯನ್ನು ಧೃತಿಗೆಡಿಸುವಂತಿದ್ದರೂ, ಅಪ್ಪಾಜಿ ರಾಂ ಕಾಲಹರಣ ಮಾಡದೆ ತನ್ನನಿಯೋಗದ ಉದ್ದೇಶಗಳನ್ನು ವಿವರಿಸಲು ಪ್ರಾರಂಭಿಸಿದನು. ಈ ವಿವರಣೆಯಲ್ಲಿ ಅಪ್ಪಾಜಿ ರಾಂ"ವಾಕ್‌ಚಾತುರ್ಯವನ್ನುಪ್ರದರ್ಶಿಸಿದನೆಂದು" ವಿಲ್ಕ್ಸ್ ಹೇಳುತ್ತಾರೆ. ಮುಂದುವರೆಯುತ್ತಾ"ಯುದ್ಧಮತ್ತು ಅದರಿಂದಾಗುವ ಕಷ್ಟಕಾರ್ಪಣ್ಯಗಳ ಕುರಿತು ಬಹಳ ಬೇಗುದಿಯಿಂದ ವಿವರಿಸಿದ ಅಪ್ಪಾಜಿ ರಾಂ ಜನರಲ್ಲಿ ಶಾಂತಿಯನ್ನು ಸ್ಥಾಪಿಸುವ ನಿಟ್ಟಿನಲ್ಲಿ ರಾಜ್ಯಗಳ ಹೊಣೆಗಾರಿಕೆಯನ್ನು ಪ್ರಸ್ತಾಪಿಸಿ ಭವಿಷ್ಯವನ್ನು ನಿರ್ಧರಿಸುವ ಶಕ್ತಿ ರಾಜ್ಯಗಳಿಗೆ

ದೊರೆತಿದೆ" ಎಂದುವಿವರಿಸಿದ್ದಾರೆ. ನಂತರ, ಸ್ಪಷ್ಟ ಮತ್ತು ವ್ಯಾವಹಾರಿಕ ಭಾಷೆಯಲ್ಲಿ ಮಾತನಾಡಿದ ಅವನು 1763ರ ಬೆನ್ನೂರು ಶಾಂತಿ ಒಪ್ಪಂದ ಎಲ್ಲಾ ಸಮಸ್ಯೆಗಳನ್ನು ಪರಿಹರಿಸಿದೆ ಎಂದು ಹೈದರ್ ಆಲಿ ತಿಳಿದಿದ್ದರೂ, ಆತನ ಸೈನಿಕ ಕಾರ್ಯಾಚರಣೆಗಳು ತೆಗೆದುಕೊಂಡ ನಿಲುವುಗಳಿಂದಾಗಿಆತನು ಎಂದಿಗೂ ಪ್ರಸ್ತುತ ನಡೆದಿರುವ ಯುದ್ಧಕ್ಕೆ ಜವಾಬುದಾರಿಯಲ್ಲ" ಎಂದು ಮುಂದುವರೆಸಿದನು.[15] ಸಂಧಾನದ ಮಾತುಕತೆಗಳ ಕಾಲದಲ್ಲಿ ಆದ ಪ್ರಾಸ್ತಾವಿಕ ನುಡಿಗಳ ತರುವಾಯ ಮರುದಿನ ಅಪ್ಪಾಜಿ ರಾನಿಗೆ ಪೇಷ್ವೆಯ ಖಾಸಗಿ ಭೇಟಿಗೆ ಅವಕಾಶ ಕಲ್ಪಿಸಿಕೊಡಲಾಯಿತು. ಈ ಸಂದರ್ಭದಲ್ಲಿ ಒಂದು ಒಪ್ಪಂದ ಏರ್ಪಟ್ಟಿತು.[16] ಸೆಲೆಕ್ಷನ್ ಫ್ರಂ ಪೇಷ್ವಾ ದಫ್ತರ್[17] ಅನ್ವಯ ರಘುನಾಥ ರಾಮನ ಸಲಹೆ ಮತ್ತು ಪ್ರೇರಣೆ ಮೇರೆಗೆ ಪೇಷ್ವೆ ಈ ಒಪ್ಪಂದ ಮಾಡಿಕೊಂಡನು. ಹೈದರನಿಗೆ ಈ ಒಪ್ಪಂದ ಲಾಭ ತಂದಿತು. ಹೈದರ್ ಗೆದ್ದುಕೊಂಡಿದ್ದ ಶಿರಾ, ರಾಯದುರ್ಗ, ಹರಪನಹಳ್ಳಿ ಮತ್ತು ಇನ್ನಿತರ ಪ್ರದೇಶಗಳ ಬಗ್ಗೆ ಮಾಹಿತಿಗಳನ್ನು ಮುಚ್ಚಿಟ್ಟು ಶಾಂತಿ ಸಂಧಾನಗಳಲ್ಲಿಯೂ ಇದರ ಬಗ್ಗೆ ಪ್ರಸ್ತಾಪಗಳು ಇಲ್ಲದಿರುವ ಹಾಗೆ ನೋಡಿಕೊಂಡನು. ಹೀಗಾಗಿ ಈ ಶಾಂತಿ ಒಪ್ಪಂದ ಸಫಲವಾಯಿತೆಂದೂ ಮತ್ತು ಅದರ ಯಶಸ್ಸು ಅಪ್ಪಾಜಿರಾಂನ ರಾಜ ತಾಂತ್ರಿಕ ಕೌಶಲ್ಯ, ಮತ್ತು ರಘೋಭನ ಮಧ್ಯಸ್ತಿಕೆಯಿಂದ ಮೂಡಿ ಬಂದಿತೆಂದೂ ತಿಳಿಯಬಹುದಾಗಿದೆ. ಈ ಒಪ್ಪಂದವು ಮೈಸೂರನ್ನು ಮರಾಠರ ಸಂಪೂರ್ಣ ಸ್ವಾಮ್ಯ ಹಾಗೂ ನಿಯಂತ್ರಣಕ್ಕೆ ಒಳಗಾಗದ ರೀತಿಯಲ್ಲಿ ರಕ್ಷಿಸಿತು. ಇದಲ್ಲದೆ ಶಿರಾದ ಉತ್ತರದಲ್ಲಿ ಅದು ಗೆದ್ದುಕೊಂಡಿದ್ದ ಪ್ರದೇಶಗಳು ಅದಕ್ಕೆ ಮರಳಿ ಬರುವಂತೆ ನೋಡಿಕೊಂಡಿತು.

1770ರ ಜನವರಿಯಲ್ಲಿ, ಮರಾಠರು ಮತ್ತೊಮ್ಮೆ ಮೈಸೂರಿನ ಮೇಲೆ ಆಕ್ರಮಣ ನಡೆಸಿದರು. ಹಿಂದಿನ ಆಕ್ರಮಣಗಳ ರೀತಿಯಂತೆ ಬಿಜಾಪುರ ಸುಲ್ತಾನನ ಸಾರ್ವಭೌಮತ್ವವನ್ನು ಅಂಗೀಕರಿಸಿ ಮೈಸೂರಿನ ಮೇಲೆ ಆಕ್ರಮಣವನ್ನು ನಡೆಸಿದ್ದರು. ಆದರೆ ಬಿಜಾಪುರ ಮೈಸೂರಿನ ಮೇಲೆ ತನ್ನ ಹತೋಟಿಯನ್ನು ಇಟ್ಟುಕೊಂಡಿದ್ದು ಹೀಗಾಗಿ ತಮ್ಮ ಪರಂಪರೆಗಳನ್ನು ಮುಂದುವರೆಸುತ್ತ ಸಾರ್ವಭೌಮತ್ವ ಪ್ರತ್ಯೇಕವಾಗಿ ಚೌಥ್ ಸಂಗ್ರಹಿಸುವ ಹಕ್ಕನ್ನು ಪಡೆದುಕೊಂಡಿದ್ದಾರೆ ಎಂದು ತಿಳಿಯಲಾಗಿತ್ತು. ಪೇಷ್ವೆಯ ವ್ಯಕ್ತಿತ್ವ ಮತ್ತು ಬುದ್ಧಿಮತ್ತೆಯನ್ನು ಹೆಚ್ಚಾಗಿ ಅರಿತಿದ್ದ ಹೈದರ್ ಯುದ್ಧವನ್ನು ಸಮಾಪ್ತ ಗೊಳಿಸಲು ಅನೇಕ ಪ್ರಯತ್ನಗಳನ್ನು ನಡೆಸಿ ಪೇಷ್ವೆಯ ಬಳಿಗೆ ಮಾತುಕತೆಗಾಗಿ ಅಪ್ಪಾಜಿ ರಾಂನನ್ನು ನಿಯೋಜಿಸಿದನು. "ಹೈದರನಿಂದ 1 ಕೋಟಿ ರೂಪಾಯಿ ಬೇಡಿಕೆಸಲ್ಲಿಸಿದ ಪೇಷ್ವೆ, ಹೈದರ್ ಪಾಳೆಗಾರರ ಮೇಲೆ ಕರವನ್ನು ಹೇರಿ ಅಪಾರ ಮೊತ್ತದ ಹಣವನ್ನು ಸಂಗ್ರಹಿಸಿದ್ದಾನೆಂದು ಮತ್ತು ಮರಾಠರಿಗೆ ಅವನು ಸಲ್ಲಿಸಬೇಕಾಗಿದ್ದ ಕಪ್ಪದ ಬಾಕಿಯನ್ನು ಉಳಿಸಿಕೊಂಡಿದ್ದನು"[19]ಎಂದು ತಿಳಿಯಲಾಯಿತು. ಅಪ್ಪಾಜಿ ರಾಂ ಹೈದರನ ಪರವಾಗಿ ಈ ಸಮಯದಲ್ಲಿ "ತನ್ನ ಸುಲ್ತಾನ ಅವರಿಗೆ (ಮರಾಠರಿಗೆ) ಅಪಾರ ಮೊತ್ತದ ಹಣವನ್ನು ಈಗಾಗಲೆ ನೀಡಿರುವುದರಿಂದ ಇನ್ನೂ ಹೆಚ್ಚಿನ ಮೊತ್ತವನ್ನು ನೀಡುವುದಕ್ಕೆ ಸಂಪನ್ಮೂಲಗಳ ಕೊರತೆ ಇದೆ" ಎಂದು ತಿಳಿಸಿದನು.[20] ಆದರೆ ತನ್ನ ಬೇಡಿಕೆಯನ್ನು ಸ್ವಲ್ಪವೂ ಕಡಿಮೆ ಮಾಡಲು ಇಚ್ಚಿಸದ ಮಾಧವರಾಯನ ಧೋರಣೆಯಿಂದಾಗಿ ಸಂಧಾನ ಮುರಿದುಬಿದ್ದಿತು. ಮೈಸೂರಿನ ಅದೃಷ್ಟವೆಂಬಂತೆ ಪೇಷ್ವೆ ಈ ಸಮಯದಲ್ಲಿ ಜಡ್ಡು ಬಿದ್ದು ತನ್ನ ಸೋದರ ಮಾವನಾಗಿದ್ದ ತ್ರೈಯಂಬಕರಾವ್ ಮಾಮನಿಗೆ ಯುದ್ಧ ಮುಂದುವರೆಸಲು ಆದೇಶಿಸಿ ಪೂನಾಗೆ ಹಿಂದಿರುಗಿದನು. ಹೈದರ್ ಎರಡು ವರ್ಷಗಳ ತರುವಾಯ ಶಾಂತಿ ಒಪ್ಪಂದಕ್ಕೆ ಸಜ್ಜಾದನು.[21]

ಪೂನಾದಲ್ಲಿ ಮರಾಠರ ವ್ಯವಹಾರಗಳು ಗೋಜಲಿನಲ್ಲಿ ಸಿಲುಕಿದ್ದ ಸನ್ನಿವೇಶಗಳಲ್ಲಿ ಅಪ್ಪಾಜಿ ರಾಂ 1773–1774ರ ಅವಧಿಯಲ್ಲಿ ಮತ್ತೊಮ್ಮೆ ಬೆಳಕಿಗೆ ಬಂದನು. ರಘುನಾಥರಾಯ ಅಥವಾ ರಘೋಬ ಷಡ್ಯಂತರಗಳಲ್ಲಿ ತೊಡಗಿದ್ದಾನೆ ಎಂದು ಅರಿತ ಪೇಷ್ವೆ ನಾರಾಯಣ ರಾವ್ ಪೂನಾ ಸರಕಾರದಲ್ಲಿ ತನ್ನ ಸ್ಥಾನವನ್ನು ಭದ್ರ ಪಡಿಸಿಕೊಳ್ಳಲು ಆತನನ್ನು ಆ ವರ್ಷಗಳಲ್ಲಿ ಗೃಹಬಂಧನದಲ್ಲಿ ಇರಿಸಿದನು. ತನ್ನ ಸಂಕಷ್ಟ ಪರಿಸ್ಥಿತಿಗಳನ್ನು ತಾಳದ ರಘೋಭ ಗೃಹಬಂಧನದಿಂದ ತಪ್ಪಿಸಿಕೊಳ್ಳಲು ಹೈದರ್ ಆಲಿಯ ಸಹಾಯವನ್ನು ಅಪೇಕ್ಷಿಸಿದನು. ಪೂನಾದಲ್ಲಿನ ಹೈದರನ ಅಧಿಕೃತ ಪ್ರತಿನಿಧಿ ಅಪ್ಪಾಜಿ ರಾಂನ ಕನಿಕರ ಪಡೆದುಕೊಳ್ಳುವುದರಲ್ಲಿ ಅವನು ಸಫಲನಾದನು.[21] ಸರ್‌ದೇಸಾಯಿ ಹೇಳಿರುವಂತೆ, "1773ರ ಆಗಸ್ಟ್‌ನಲ್ಲಿ ರಘುನಾಥರಾಯನ ಯೋಜನೆಗಳಿಗೆ ಸಹಮತ ವ್ಯಕ್ತಪಡಿಸಿದ ಅಪ್ಪಾಜಿ ರಾಂ ಪೇಷ್ವೆ ಕುಟುಂಬದ ಈ ನತದೃಷ್ಟ ಸದಸ್ಯನಿಗೆ ಸಹಾಯ ಹಸ್ತನೀಡಿ ಬೆಂಬಲಿಸುವಂತೆ ತನ್ನ ಸುಲ್ತಾನನನ್ನು ಒಪ್ಪಿಸಿದನು."[22] ಆದರೆ ಇದರ ಫಲದಿಂದಾಗಿ ಈ ಷಡ್ಯಂತರಗಳನ್ನು ಅರಿತ ಪೇಷ್ವೆ ನಾರಾಯಣರಾವ್, ರಘೋಬನ ಮೇಲೆ ವಿಧಿಸಿದ್ದ ಕ್ರಮಗಳನ್ನು ಮತ್ತಷ್ಟು ಕಠಿಣಗೊಳಿಸಿದನು.[23] ಪೇಷ್ವೆ ನಾರಾಯಣರಾವ್ ಮತ್ತು ಹತ್ತು ಮಂದಿ ಇತರರು ಕೊಲೆಯಾದ ನಂತರ, 1773ರ ಆಗಸ್ಟ್ ಅನಂತರದ ಘಟನೆಗಳ ಬಗ್ಗೆ ಮತ್ತು ಆ ಬಳಿಕ ಕಂಡು ಬಂದ ಗೊಂದಲಗಳು ಹಾಗೂ ಪೂನಾದಲ್ಲಿ ಉದ್ಭವಿಸಿದ್ದ ಸಮಸ್ಯೆಗಳನ್ನು ಅಪ್ಪಾಜಿ ರಾಂ ಓರ್ವ ವೀಕ್ಷಕನಾಗಿ ಸೂಕ್ಷ್ಮ ರೀತಿಯಲ್ಲಿ ಗಮನಿಸಿದ್ದನು. ಈ ಘಟನೆಯ ಅನಂತರ ತನ್ನ ಬೆಂಬಲಿಗರ ಸಹಾಯ ಪಡೆದು ರಘೋಬ ತನ್ನನ್ನು ಪೇಷ್ವೆ ಎಂದು ಘೋಷಿಸಿಕೊಂಡಾಗ ಬಹುಬೇಗನೆ ರಘೋಬನ ಷಡ್ಯಂತರಗಳನ್ನು ವಿರೋಧಿಸಲು ಬಾಲಾಜಿ ಜನಾರ್ಧನ ಅಥವಾ ನಾನಾ ಫಡ್ನವೀಸನ ನಾಯಕತ್ವದಲ್ಲಿ ಒಂದು ಚಳವಳಿ ಮೊದಲಾಯಿತು. ಇದನ್ನು ಕುರಿತು ಸರ್ದೇಸಾಯಿ ಹೀಗೆ ಬರೆಯುತ್ತಾರೆ:"ಪೂನಾದಲ್ಲಿ ಅಪ್ಪಾಜಿ ರಾಂ ಕಾಲಹರಣ ಮಾಡಲಿಲ್ಲ. ಮರಾಠರ ರಾಜಧಾನಿಯಲ್ಲಿ ನಡೆಯುತ್ತಿದ್ದ ಈ ವಿದ್ಯಮಾನಗಳನ್ನು ತನ್ನ ನಾಯಕನಿಗೆ ವರದಿ ಮಾಡಿ, ಮರಾಠರ ಸರ್ಕಾರದಲ್ಲಿ ಉಂಟಾದ ಅನಿಶ್ಚಿತ ಪರಿಸ್ಥಿತಿಗಳ ಲಾಭವನ್ನು ಪಡೆದುಕೊಂಡು ಕರ್ನಾಟಕದಲ್ಲಿ ಅವನು ಕಳೆದುಕೊಂಡಿರುವ ಸ್ಥಾನವನ್ನು ಭದ್ರಗಳಿಸಿಕೊಳ್ಳಬೇಕೆಂದು ತಿಳಿಸಿದನು." ತನ್ನ ರಾಯಭಾರಿ ನೀಡಿದ ಸೂಚನೆಗಳನ್ನು ಒಪ್ಪಿದ ಹೈದರ್ ಆಲಿ 1773–74ರ ಅವಧಿಯಲ್ಲಿ ಸೈನಿಕ ಕಾರ್ಯಾಚರಣೆಗಳನ್ನು ಪ್ರಾರಂಭಿಸಿ, ಪಟ್ಟವರ್ಧನರು ಮತ್ತು ರಾಸ್ತಾಗಳ ಜಮೀನುಗಳನ್ನು ಕಾವಲಿಗೆ ಇರಿಸಿದ್ದ ಮರಾಠರ ತುಕಡಿಗಳನ್ನು ಅಲ್ಲಿಂದ ಹೊರಗೋಡಿಸಿದನು.[25] ಪೇಷ್ವೆಯಾಗಿ ಅಧಿಕಾರವನ್ನು ಸ್ವೀಕರಿಸಿದ ರಘೋಬ, ತ್ರ್ಯೈಯಂಬಕರಾವ್ ಮೈಸೂರಿನ ಮೇಲೆ ನಡೆಸಿದ್ದ ಸೈನಿಕ ಕಾರ್ಯಾಚರಣೆಯ ಕಾಲದಲ್ಲಿ ಬಲವಂತವಾಗಿ ತನ್ನ ಸುಪರ್ದಿಗೆ ಕೆಲವು ಪ್ರದೇಶಗಳನ್ನು ತೆಗೆದುಕೊಂಡಿದ್ದ ಹೈದರ ಆಲಿಯ ವಿರುದ್ಧ ಒಂದು ಬೃಹತ್ ಸೈನ್ಯವನ್ನು ಕೂಡಿಸಿ ಅದರ ನಾಯಕತ್ವ ವಹಿಸಿ ಹೈದರನೆಡೆಗೆ ಮುನ್ನುಗಿದನು. ಆತನೊಂದಿಗೆ ಸಂಘರ್ಷಕ್ಕೆ ಇಳಿಯಲು ಒಪ್ಪದ ಹೈದರ್ ಎಂದಿಗೂ ಸಿದ್ಧನಾಗಿರುತ್ತಿದ್ದ ಅಪ್ಪಾಜಿ ರಾಂನನ್ನು ರಘೋಬ ಬೀಡುಬಿಟ್ಟಿದ್ದ ಕಲ್ಯಾಣದುರ್ಗಕ್ಕೆ ಸಂಧಾನಕಾರನಾಗಿ ನಿಯೋಜಿಸಿದನು.[26]'ನಿಧನನಾಗಿದ್ದ ಪೇಷ್ವೆನಾರಾಯಣ ರಾವ್‌ನ ಮಗನನ್ನು ಪೇಷ್ವೆಯನ್ನಾಗಿ ಮಾಡಬೇಕೆಂದು ಕೆಲವರು ರಘುನಾಥ ರಾಯನ ವಿರುದ್ಧ ಷಡ್ಯಂತರಗಳನ್ನು ನಡೆಸುತ್ತಿದ್ದಾರೆ ಮತ್ತು ಇದಕ್ಕೆ ಕೊಲೆಯಾಗಿರುವ ಪೇಷ್ವೆ ನಾರಾಯಣ ರಾವ್‌ನ ಕೆಲವು ಮಂತ್ರಿಗಳು ಸಹಕರಿಸುತ್ತಿದ್ದಾರೆ' ಎಂಬ ವರ್ತಮಾನ ಆತನಿಗೆ ಈ ಸಮಯದಲ್ಲಿ ಪೂನಾದಿಂದ ಬಂದಿತು.

ರಘೋಬನಿಗೆ ಒದಗಿ ಬಂದಿದ್ದ ಈ ಸಂದಿಗ್ಧ ಪರಿಸ್ಥಿತಿಗಳ ಲಾಭವನ್ನು ಪಡೆದುಕೊಳ್ಳಲು ನಿಶ್ಚಯಿಸಿದ ಅಪ್ಪಾಜಿ ರಾಂ ಆತನನ್ನು ಭೇಟಿಯಾದ ಸಮಯದಲ್ಲಿ ಆತನ ಮತ್ತು ಹೈದರ್ ಆಲಿಯ ನಡುವೆ ಇರುವ ಪರಸ್ಪರ ಒಪ್ಪಂದದ ಲಾಭವನ್ನು ತಿಳಿಸಿ ಎಂದಿನಂತೆ, ತನ್ನ ರಾಜ ತಾಂತ್ರಿಕ ಕೌಶಲ್ಯವನ್ನು ಪ್ರಯೋಗಿಸುವ ಮೂಲಕ ಹೈದರ್ ಆಲಿಯೊಂದಿಗೆ ಆತನು ಒಪ್ಪಂದ ಮಾಡಿಕೊಳ್ಳುವಂತೆ ಒಲಿಸುವಲ್ಲಿ ಯಶಸ್ವಿಯಾದನು.[27] ಹೈದರ್‌ನೊಂದಿಗೆ ಒಪ್ಪಂದ ಮಾಡಿಕೊಳ್ಳಲು ಹಾತೊರೆಯುತ್ತಿದ್ದ ರಘೋಬ ತಕ್ಷಣ ಪೂನಾಗೆ ಹಿಂದಿರುಗಿದನು. ಹೈದರ್‌ನೊಂದಿಗೆ ಆತ ಮಾಡಿಕೊಂಡ ಒಪ್ಪಂದದಲ್ಲಿ ಸಂಪೂರ್ಣ ಶಿರಾ ಸುಭಾ ಆತನಿಗೆ ಕೊಟ್ಟು ಕೃಷ್ಣಾ ನದಿತೀರದಿಂದ ಬಾದಾಮಿಯವರೆಗಿನ ಪ್ರದೇಶಗಳನ್ನು ಆತನಿಗೆ ಕೊಡುಗೆಯಾಗಿ ನೀಡಿದನು. ಇದಕ್ಕೆ ಪ್ರತಿಯಾಗಿ ಆವನು ತನ್ನನ್ನು ತಾನು ಮರಾಠ ಸರ್ಕಾರದ ಮುಖ್ಯಸ್ಥ ಎಂದು ಘೋಷಿಸಿಕೊಳ್ಳಲು ಮಾಡುತ್ತಿದ್ದ ಪ್ರಯತ್ನಗಳಿಗೆ ಹೈದರ್ ಸಹಾಯ ನೀಡಬೇಕಾಯಿತು.[28] ರಘೋಬನ ರಾಜಕೀಯ ಪುನಶ್ಚೇತನ ಮತ್ತು ಮೈಸೂರಿನ ಭೌಗೋಳಿಕ ವಿಸ್ತರಣೆಗೆ ಸಹಾಯ ನೀಡಿದ ಈ ಒಪ್ಪಂದ ಅಪ್ಪಾಜಿ ರಾಂನ ರಾಜತಾಂತ್ರಿಕ ಕೌಶಲ್ಯಕ್ಕೆ ಸಾಕ್ಷಿಯಾಗಿದೆ. ಮೇಲಿನ ಈ ಘಟನೆ ಯಾವ ರೀತಿಯಲ್ಲಿ ಅವನು ತನ್ನ ರಾಜತಾಂತ್ರಿಕ ಕುಶಲತೆಯನ್ನು ಪ್ರಯೋಗಿಸಿ ತನ್ನ ರಾಜ್ಯಕ್ಕೆ ಒದಗಿದ್ದಸಮಸ್ಯೆಯನ್ನು ಬಗೆಹರಿಸಿದನು ಎಂದು ತಿಳಿಸುತ್ತದೆ.

ಹೈದರನ ಮಗ ಟೀಪ್ಪು ಸುಲ್ತಾನನಿಗೂ ಅಪ್ಪಾಜಿ ರಾಂ ಸೇವೆ ಸಲ್ಲಿಸಿದ್ದನು. ಟೀಪ್ಪುವಿನ ನಂಬಿಕಸ್ಥ ವಕೀಲನಾಗಿ ಮದರಾಸು ಸರ್ಕಾರದೊಂದಿಗೆ ಮಾರ್ಚ್ 11, 1784ರಲ್ಲಿ ಮಂಗಳೂರು ಒಪ್ಪಂದ ಕುದುರಿಸುವುದರ ಹಿನ್ನೆಲೆಯಲ್ಲಿ ಸಂಧಾನಗಳನ್ನು ನಡೆಸಿದ್ದನು.

ಅಪ್ಪಾಜಿ ರಾಂ ವ್ಯವಹಾರಕುಶಲನಾಗಿದ್ದುದ್ದು ಮಾತ್ರವಲ್ಲದೆ ಹಾಸ್ಯ ಪ್ರವೃತ್ತಿಯವನೂಆಗಿದ್ದನು. ಇದಕ್ಕೆ ಸಂಬಂಧಿಸಿದ ಒಂದು ಘಟನೆಯನ್ನಿಲ್ಲಿ ನಮೂದಿಸಬಹುದು. ಮಾರ್ಚ್–ಮೇ ತಿಂಗಳು 1767ರಲ್ಲಿ ಮಾಧವರಾವ್ ಪೇಷ್ವೆಯ ಆಸ್ಥಾನದಲ್ಲಿ ಅಪ್ಪಾಜಿ ರಾಂ ಸಂಧಾನಗಳಲ್ಲಿ ತೊಡಗಿದ್ದ ಕಾಲ. ಈ ಸಮಯದಲ್ಲಿ ಮೈಸೂರಿನ ಹಿಂದೂ ರಾಜನೊಂದಿಗೆ ಪೇಷ್ವೆ ಮಾಡಿಕೊಂಡಿದ್ದ 1763ರ ಬಿದನೂರು ಒಪ್ಪಂದದ ಷರತ್ತುಗಳನ್ನು ಪೇಷ್ವೆಪಾಲಿಸಿಲ್ಲ ಎಂದು ವಿರುದ್ಧ ಅಪ್ಪಾಜಿ ರಾಂ ದೂರಿದನು. ಆಗ ಪೇಷ್ವೆಯ ಆಸ್ಥಾನದಲ್ಲಿದ್ದ ಪಟ್ಟವರ್ಧನ ಮೈಸೂರಿನ ರಾಜ ಹೈದರ್‌ನ ಖೈದಿಯಾಗಿರುವುದರಿಂದ, ಆತನು ಬಿಡುಗಡೆಯಾಗದ ಹೊರತು ಮರಾಠರ ಆಕ್ರಮಣದ ವಿರುದ್ಧ ದೂರನ್ನು ಪರಿಶೀಲಿಸಲಾಗುವುದಿಲ್ಲ ಎಂದು ಹೇಳಿದನು. ಈ ಹೇಳಿಕೆ ಆಸ್ಥಾನದಲ್ಲಿ ಒಂದು ಸಾಮಾನ್ಯ ಗೊಂದಲ ಸೃಷ್ಟಿಸಿತು. ಹೀಗಾಗಿ ಅಪ್ಪಾಜಿ ರಾಂ ಚರ್ಚೆಯನ್ನು ಮುಂದುವರಿಯಲು ಸಾಧ್ಯವಿಲ್ಲ ಎಂಬ ಅಭಿಪ್ರಾಯ ಕೇಳಿಬಂದಿತು. ಆದರೆ ಇಷ್ಟು ಹೊತ್ತಿಗೆ ಚರ್ಚೆ ಮರಾಠರಿಗೆ ಪ್ರತಿಕೂಲವಾಗಿ ಕಂಡು ಬಂದಿತ್ತು. ಅಪ್ಪಾಜಿ ರಾಂ ತಕ್ಷಣ ಇದಕ್ಕೆ ಬಹಳ ವಿನಯದಿಂದ ಪ್ರತಿಕ್ರಿಯಿಸಿ, ರಾಜ ಹೈದರನ ವಶದಲ್ಲಿರುವುದು ನಿಜವೆಂದೂ, ಅದರೆ ಈ ತಂತ್ರ ಮೂಲತ:ಹೈದರನದ್ದೆಂದು ಅದನ್ನು ಆತ ತನ್ನ ಹಿರಿಯರಿಂದ ಬಳುವಳಿ ಪಡೆದಿರುವನೆಂದೂ, ಹೀಗಾಗಿ ಸುಲ್ತಾನ ಇದನ್ನು ಯಾವುದೇ ಶಂಕೆಗಳಿಲ್ಲದೆ ಚಾಚೂ ತಪ್ಪದೆ ಪಾಲಿಸುತ್ತಿರುವುದಾಗಿ ತಿಳಿಸಿದನು. ಅಪ್ಪಾಜಿ ರಾಂನ ಈ ಹೇಳಿಕೆ ಆಸ್ಥಾನದಲ್ಲಿ ನಗುವಿನ ಬುಗ್ಗೆಯನ್ನು ಎಬ್ಬಿಸಿತು, ಮಾತ್ರವಲ್ಲದೆ ಮಾಧವ ರಾವ್ ತನ್ನ ತಲೆ ತಗ್ಗಿಸುವಂತೆ ಮಾಡಿತು.[30] ಶಿವಾಜಿ ವಂಶದ ಪ್ರತಿನಿಧಿಯನ್ನು ಸತಾರದಲ್ಲಿ ಖೈದಿಯನ್ನಾಗಿಸಿದ್ದ ಮತ್ತು ಮಾಧವರಾವ್ ಸ್ವತಃ ಅಧಿಕಾರವನ್ನು

ಕಸಿದಿದ್ದ ಮತ್ತು ಆ ಪರಂಪರೆಯನ್ನು ಮುಂದುವರೆಸಿದ್ದ ಹಿನ್ನೆಲೆಯಲ್ಲಿನ ಅಪ್ಪಾಜಿ ರಾಂನ ಈ ಹೇಳಿಕೆ ನಿಖರ ಮಾತ್ರವಲ್ಲದೆ ಸಂದರ್ಭಕ್ಕೆ ಉಚಿತವಾಗಿತ್ತು.

ರಾಯಭಾರಿಯ ಎಲ್ಲ ಲಕ್ಷಣಗಳನ್ನು ಮೈಗೂಡಿಸಿಕೊಂಡಿದ್ದ ಅಪ್ಪಾಜಿ ರಾಂನನ್ನು ಜನ್ಮತಃ ರಾಯಭಾರಿ ಎಂದೇ ಕರೆಯಬಹುದಾಗಿದೆ. ಆತನು ಬುದ್ಧಿವಂತ, ಸಂಪನ್ಮೂಲಗಳ ಗಣಿ ಮತ್ತು ಹಾಸ್ಯ ಪ್ರವೃತ್ತಿಯುಳ್ಳವನೂ ಆಗಿದ್ದನು. ಹೈದರ್ ಮತ್ತು ಟಿಪ್ಪುವಿನ ವಿಶ್ವಾಸಕ್ಕೆ ಪಾತ್ರನಾಗಿದ್ದ ಅವನು ಅನೇಕ ವಿಷಣ್ಣ ಪರಿಸ್ಥಿತಿಗಳಲ್ಲಿ ಅವರಿಗೆ ವಿಧೇಯನಾಗಿ ಸೇವೆ ಸಲ್ಲಿಸಿದನು. ಮಧ್ಯಯುಗದ ಸಂದಿಗ್ಧ ಕಾಲದಲ್ಲಿನ ರಾಯಭಾರಿಗಳ ಕರ್ತವ್ಯ ಮತ್ತು ಜೀವನ ಅನೇಕ ಏಳುಬೀಳುಗಳು ಈ ದೇಶದಲ್ಲಿ ಕಂಡುಬಂದವಾದರೂ, ವ್ಯಾವಹಾರಿಕ ದೃಷ್ಟಿಯಿಂದ ಅಪ್ಪಾಜಿ ರಾಂನ ಸಾಧನೆಯನ್ನು ವಿಫಲವೆಂದು ಹೇಳುವುದು ಸೂಕ್ತವಲ್ಲ.

ಟಿಪ್ಪಣಿಗಳು:

1. "ಕಂಠೀರವ ನರಸರಾಜ ವಿಜಯಂ" ಅಧ್ಯಾಯVIII ಚರಣ 45.
2. "ಆನ್ನಲ್ಸ್ ಆಫ್‌ದಿಮೈಸೂರ್‌ರಾಯಲ್‌ಫ್ಯಾಮಿಲಿ"ಸಂಪುಟ I ಪುಟಗಳು 142–45.
3. "ರೆಕಾರ್ಡ್ಸ್ ಆಫ್‌ಫೋರ್ಟ್ ಸೈಂಟ್ ಜಾರ್ಜ್" ಕಂಟ್ರಿ ಕರೆಸ್ಪಾಂಡೆನ್ಸ್ 1751 ಪತ್ರಸಂಖ್ಯೆ 140, 141 ಪುಟಗಳು 65–66, 1753, ಪತ್ರ ಸಂಖ್ಯೆ 13 ಪುಟ 11–12, 1754. ಪತ್ರ ಸಂಖ್ಯೆ 4, ಪುಟ 67.
4. ಬಿನಾ ವಿಸಾಜಿ ಅಥವಾ ವಿಸಾಜಿ ಪಾನ್ ಮೈಸೂರನ್ನು ಪ್ರತಿನಿಧಿಸಿದ್ದ ವಕೀಲನಾಗಿದ್ದು, ಹೈದರ್ ಆತನನ್ನು ಶಾಂತಿ ಸ್ಥಾಪಿಸುವ ನಿಟ್ಟಿನಲ್ಲಿ ಇಂಗ್ಲಿಷರೊಂದಿಗೆ ಸಂಧಾನಗಳನ್ನು ನಡೆಸಲು 1769ರಲ್ಲಿ ನಿಯೋಜಿಸಿದ್ದನು.
5. ಪ್ರಧಾನ ವೆಂಕಪ್ಪಯ್ಯ ಹೆಸರಾಂತ ವಕೀಲನೂ ಮತ್ತು ಬರಹಗಾರನಾಗಿದ್ದು, 1774–1776ರ ಅವಧಿಯಲ್ಲಿ ರಘೋಬನ ಆಸ್ಥಾನಕ್ಕೆ ಪೂನಾಗೆ ಒಂದು ಆಯೋಗದ ಮುಖ್ಯಸ್ಥನಾಗಿ ತೆರಳಿದ್ದನು.
6. ಮೈಸೂರಿನ ವಕೀಲನಾಗಿದ್ದ ಶ್ರೀನಿವಾಸರಾವು, ಟಿಪ್ಪುವಿನ ಪ್ರತಿನಿಧಿಯಾಗಿ ಇಂಗ್ಲಿಷರೊಂದಿಗೆ ಶಾಂತಿ ಸಂಧಾನ ನಡೆಸಲು ಮದರಾಸಿಗೆ 1783ರಲ್ಲಿ ತೆರಳಿದ್ದನು.
7. ಶೇಷಗಿರಿ ರಾವು ಟಿಪ್ಪುವಿನ ವಕೀಲನಾಗಿ ಸೇವೆ ಸಲ್ಲಿಸುತ್ತಿದ್ದನು.
8. ಮೈಸೂರಿನ ರಾಜಪ್ರತಿನಿಧಿ ಮಹಾರಾಣಿ ಲಕ್ಷಮ್ಮಣ್ಣಿಯ ಮಂತ್ರಿಯಾಗಿದ್ದ ತಿರುಮಲರಾಯ, ರಾಣಿಯ ಆದೇಶದಂತೆ ಮದರಾಸಿನ ಕಂಪನಿ ಸರ್ಕಾರದೊಂದಿಗೆ ಹೈದರ್ ಮತ್ತು ಟಿಪ್ಪುವಿನ ಅಧಿಕಾರವನ್ನು ಮೊಟಕುಗೊಳಿಸಿ ಮೈಸೂರಿನಲ್ಲಿ ಪ್ರಾಚೀನ ಹಿಂದೂ ರಾಜವಂಶದ ಆಡಳಿತವನ್ನು ಪುನರ್ ಸ್ಥಾಪಿಸುವ ನಿಟ್ಟಿನಲ್ಲಿ ಸಹಾಯ ಬೇಡಿ 1776–99ರ ಅವಧಿಯಲ್ಲಿ ಗುಪ್ತ ರಾಯಭಾರಿಯಾಗಿ ತೆರಳಿದ್ದನು.
9. ಸರ್ದೇಸಾಯಿ "ಹಿಸ್ಟರಿ ಆಫ್ ದಿ ಮರಾಠಾಸ್" ಸಂಪುಟ III ಪುಟ– 22.
10. ಗ್ರಾಂಟ್ ಡಫ್–"ಹಿಸ್ಟರಿ ಆಫ್ ದಿ ಮರಾಠಾಸ್"ಸಂಪುಟ I 90–91.
11. ಹೈದರ್ ನಾಮಾ ಹಸ್ತಪ್ರತಿ ಫೋಲಿಯೋ 56, ಪುಂಗನೂರಿ "ಮೆಮೋಯಾರ್ಸ್ ಆಫ್ ಹೈದರ್

ಆಲಿ" ಪುಟ 12, ಸಿಟಿಎಲ್ ದಫ್ತರ್ 1764, ಪತ್ರಸಂಖ್ಯೆ 16, ಪೂನಾ ಆಸ್ಥಾನದಲ್ಲಿ ಹೈದರನ ವಕೀಲನು ನಡೆಸಿದ ಸಂಧಾನಗಳ ಕುರಿತು ತಿಳಿಸುತ್ತದೆ.

12. ಖರೆ, "ಐತಿಹಾಸಿಕ್‌ಲೇಖ್‌ಸಂಗ್ರಹ್"II 707.
13. ವಿಲ್ಕ್ಸ್ ಸಂಪುಟ I ಉದ್ಧೃತ.
14 ಮತ್ತು 15 ಅದೇ
16. ಪೇಷ್ವೆ 1765ರ ಮಾರ್ಚ್‌ನಲ್ಲಿ ಅನಂತಪುರ ಒಪ್ಪಂದಕ್ಕೆ ಸಹಿಮಾಡಿ ಪೂನಾಗೆ ಹಿಂದಿರುಗಿದನು. ಎಚ್‌ಎನ್‌ಎಂಎಆರ್, 1930. 88 ಪುಟ 10 ರಿಂದ 12 ಎಸ್‌ಪಿಡಿ 37 ಪತ್ರ ಸಂಖ್ಯೆ 59 ದಿನಾಂಕ 28.2.1765.
17. ಎಸ್‌ಪಿಡಿ 37: ದಿನಾಂಕ 30.3.1765 ರಲ್ಲಿ ಪೇಷ್ವೆ ಮಾಧವರಾಯ ನಾನಾ ಫಡ್ನಾವಿಸನಿಗೆ ಬರೆದ ಪತ್ರ: ಪತ್ರ ಸಂಖ್ಯೆ 63.
18. ವಿಲ್ಕ್ಸ್ ಸಂಪುಟ I 686–88.
19. ಎಸ್‌ಪಿಡಿ ಪತ್ರ ಸಂಖ್ಯೆ 167, 190, 192, ದಿನಾಂಕ ಜನವರಿ 5 ಮತ್ತು 15 ಫೆಬ್ರವರಿ, 1770.
20. ವಿಲ್ಕ್ಸ್ ಸಂಪುಟ I ಉಧೃತ. ಮಾಡರ್ನ್ ಮೈಸೂರ್ ಪುಟ 70.
21. ವಿಲ್ಕ್ಸ್ ಉಧೃತ 688–690. ಎಚ್‌ಎನ್ ಹಸ್ತಪ್ರತಿ 48–49 ಎಸ್‌ಪಿಡಿ ಪತ್ರಗಳ ಸಂಖ್ಯೆ 203, 204, 205, 207, ಏಪ್ರಿಲ್–ಮೇ, 1770.
22. ಸರ್ದೇಸಾಯ್ ಸಂಪುಟ III ಪುಟ 22.
23. ಸರ್ದೇಸಾಯ್ ಉದ್ಧೃತ.
24. ಅದೇ.
25. ಅದೇ, ಪುಟ 38.
26. ಎಚ್‌ಎನ್ ಹಸ್ತಪ್ರತಿ ಎಫ್ 96–97, ಕ್ಯಾಲೆಂಡರ್ ಆಫ್ ದಿ ಪರ್ಷಿಯನ್ ಕರೆಸ್ಪಾಂಡೆನ್ಸ್ ಸಂಪುಟ IV, ಪುಟ 159.
27. ಎಚ್‌ಎನ್ ಉದ್ಧೃತ. ಮಾಡರ್ನ್ ಮೈಸೂರ್ ಪುಟ 85.
28 ಮತ್ತು 29. ಕಿರ್ಮಾನಿ, ನಿಶಾನಿ–ಇ–ಹೈದರ್ ಅನುವಾದ ಬಿ–7– ಮೈಲ್ಸ್ ಪುಟ 234, ಸರ್ದೇಸಾಯಿ ಸಂಪುಟ III ಪುಟ 38. "ತನ್ನದೆ ಸರ್ಕಾರದಲ್ಲಿ ತನ್ನ ಸ್ಥಾನಕ್ಕಿರುವ ಅಭದ್ರತೆಯನ್ನು ಮನಗಂಡ ರಘುನಾಥ್ ರಾವ್‌ನಿಜಾಂ ಆಲಿ ಮತ್ತು ಹೈದರ್ ಆಲಿಯವರ ಸಹಾಯ ಅಪೇಕ್ಷಿಸಿ ಗುಪ್ತ ಪ್ರಯತ್ನಗಳನ್ನು ನಡೆಸುತ್ತಿದ್ದನು" ಎಂದು ಸರ್ದೇಸಾಯಿ ವರ್ಣಿಸಿದ್ದಾರೆ.
30. ವಿಲ್ಕ್ಸ್ ಸಂಪುಟ II ಪುಟ 256.
31. ವಿಲ್ಕ್ಸ್ ಸಂಪುಟ II 556–57.

“ಹೈದರ್ ಆಲಿ
ಅರಸೊತ್ತಿಗೆಯೊಂದಿಗೆ ಆತನ ಸಂಬಂಧಗಳು”

ಡಿ.ಎಸ್. ಅಚ್ಚುತ ರಾವ್, ಎಂ.ಎ.

ಶಕ್ತಿಶಾಲಿಗಳಾದವರು ತಮ್ಮ ಸಾಧನೆಗಳ ಮೂಲಕ ಯಶಸ್ಸಿನ ಶಿಖರಕ್ಕೇರುತ್ತಾರೆಂಬುದನ್ನು ನಿರೂಪಿಸಿದ ಯುಗದಲ್ಲಿದ್ದ ಹೈದರ್ ಅದನ್ನು ಸಂಪೂರ್ಣವಾಗಿ ತನ್ನ ಚೈತ್ರಕಾಲವನ್ನಾಗಿ ಪರಿವರ್ತಿಸಿಕೊಂಡನು. ಅಸಾಧಾರಣ ದೂರದೃಷ್ಟಿಯ ಹೈದರ್‌ನಿಗೆ ಆತನಲ್ಲಿದ್ದ ವೈಜ್ಞಾನಿಕ ಮತ್ತು ಚಿಂತನಾಗುಣಗಳು, ಸ್ವಸಾಮರ್ಥ್ಯದ ಕಲ್ಪನೆ, ಎಲ್ಲವನ್ನೂ ಸಾಧಿಸಬೇಕೆನ್ನುವ ಛಲ ಮತ್ತು ಸಾಹಸ ಪ್ರವೃತ್ತಿ ಯಾವ ಯುಗದಲ್ಲಾಗಿದ್ದರೂ ಯಶಸ್ಸು ಮತ್ತು ಖ್ಯಾತಿಯನ್ನು ಗಳಿಸಿಕೊಡುತ್ತಿದ್ದವು. ಆತನ ಪೂರ್ವಿಕರು ಹೊಂದಿದ್ದ ಶಸ್ತ್ರಾಸ್ತ್ರಗಳನ್ನು ಉಪಯೋಗಿಸುವ ಕಲೆಯಲ್ಲಿ ನಿಷ್ಣಾತನಾಗಿದ್ದ ಅವನು ಈ ಪರಂಪರೆಯನ್ನು ಮುಂದುವರೆಸಿದನು. ಓರ್ವ ಸಾಮಾನ್ಯ ಸೈನಿಕನ ಸ್ಥಾನದಿಂದ ರಾಜ್ಯದ ಉನ್ನತ ನವಾಬ ಪದವಿಯನ್ನು ಅವನು ಕ್ಷಿಪ್ರವಾಗಿ ಅಲಂಕರಿಸುವಂತಾಯಿತು ಮತ್ತು ಇದರ ಸಾಧನೆಯಲ್ಲಿ ಅವನು ಬಳಸಿದ ಮಾರ್ಗೋಪಾಯಗಳು ಆತನಿಗೆ ಅಪರಿಮಿತ ಅಧಿಕಾರಗಳನ್ನು ನೀಡಿದವು.ಆತನಲ್ಲಿಜನ್ಮತಃ ಕಂಡುಬಂದಿದ್ದ ಅಸಾಮಾನ್ಯ ಕ್ರಿಯಾಶೀಲತೆ ಒಂದು ಖ್ಯಾತಿವೆತ್ತ ರಾಜ್ಯದ ಆಡಳಿತ ಚುಕ್ಕಾಣಿಯ ಮೇಲೆ ಹತೋಟಿ ಸಾಧಿಸುವ ನಿಟ್ಟಿನಲ್ಲಿ ಸಹಕರಿಸಿದುದರಲ್ಲಿ ಆಶ್ಚರ್ಯವೇನಿಲ್ಲ. ಇನ್ನಿತರ ಯಶಸ್ವಿ ನಾಯಕರಂತೆ ಆತ ಆ ಯುಗದ ಶಿಶು ಮಾತ್ರವಲ್ಲ ಅಂಶಿಕವಾಗಿ ಅದರ ಕರ್ತೃವೂ ಆಗಿದ್ದನು.

ಪರಿಪೂರ್ಣ ದಕ್ಷತೆ ಮತ್ತು ಕಾರ್ಯಾಚರಣೆಗಳ ಮೂಲಕ ಅಧಿಕಾರದ ಮೇಲೆ ಹತೋಟಿ ಸಾಧಿಸಿದ ಆತನ ಉದ್ದೇಶಗಳು ಸ್ಪಷ್ಟಸಕಾರಣವಾಗಿದ್ದವು. ರಾಜಮನೆತನದ ಪರಂಪರಾಗತ ಮೌಲ್ಯಗಳಿಗೆ ಯಾವುದೇ ಧಕ್ಕೆ ಬರದಂತೆ ಅವನು ತನ್ನ ಯೋಜನೆಗಳನ್ನು ರೂಪಿಸಿಕೊಂಡನು. ಅನಾಯಕತ್ವ ತುಂಬಿದ್ದ ಅಂಧಯುಗ ಮತ್ತು ಶಿಸ್ತನ್ನು ರೂಪಿಸಿದ್ದ ಬೆಳಗಿನ ಕಾಲಗಳ ನಡುವೆ ಕೊಂಡಿಯಂತಿದ್ದ ಆ ಕಾಲದಲ್ಲಿ ಅವನ ಜೀವನ ರೂಪಿತವಾಗಿತ್ತು. ಆತನು ಅಳವಡಿಸಿಕೊಂಡ ನೀತಿ ದೇಶ ಪ್ರೇಮದ ತತ್ವಗಳನ್ನು ಒಳಗೊಂಡಿದ್ದು, ಇದನ್ನು ಆಡಳಿತದ ಚುಕ್ಕಾಣಿಯ ಮೇಲೆ ಹತೋಟಿ ಸಾಧಿಸುವಲ್ಲಿ ಬಳಸಿಕೊಂಡನು.ಮೈಸೂರಿನ ಸಮಗ್ರತೆಯನ್ನು ಸಂರಕ್ಷಿಸಿ ಸಾಧ್ಯವಾದಲ್ಲಿ ಅದರ ಗಡಿಗಳನ್ನು ವಿಸ್ತರಿಸಿ ಅದರ ಬೆಳವಣಿಗೆಗೆ ಭದ್ರವಾದ ತಳಹದಿಯನ್ನು ನಿರ್ಮಿಸುವ ಮೂಲಕ ಅದನ್ನು ಸಮಕಾಲೀನ ಭಾರತದಲ್ಲಿ ಹೆಚ್ಚು ಬಲಶಾಲಿಯನ್ನಾಗಿ ಉನ್ನತಗೊಳಿಸುವುದು ಆತನ ಜೀವನದ ಉದ್ದೇಶಗಳಾಗಿದ್ದವು. ಸಂಕ್ಷಿಪ್ತವಾಗಿ ಹೇಳುವುದಾದಲ್ಲಿ ದಕ್ಷಿಣ ಭಾರತದಲ್ಲಿ ಮೈಸೂರುರಾಜ್ಯಒಂದುಶಕ್ತಿಯಾಗಿ ಹೊರಹೊಮ್ಮ ಬೇಕೆಂಬುದೇ ಆತನ ಆದರ್ಶವಾಗಿತ್ತು. ಅಧಿಕಾರಕ್ಕೆ ಬಂದ ತರುವಾಯ, ಅಸಾಧಾರಣ ಬುದ್ಧಿಮತ್ತೆ ಮತ್ತು ನಿಯಂತ್ರಣಗಳ ಮೂಲಕ ತನ್ನ ರಾಜ್ಯವನ್ನು ಒಂದು ಸ್ಥಿರ ಆಡಳಿತವಿರುವ ಬಲಾಢ್ಯ

ರಾಜ್ಯವನ್ನಾಗಿ ಪರಿವರ್ತಿಸಲು ಶ್ರಮಿಸಿದನು. ಸಮಸ್ಯೆಗಳಿದ್ದ ರಾಜ್ಯದಲ್ಲಿ ಶಾಂತಿ ನೆಲಸಿ ಸಂಪತ್ತು ವೃದ್ಧಿಸುವಂತೆ ಮಾಡಿದನು.ಇವುಗಳಿಂದಾಗಿ ಹೈದರ ಓರ್ವ ಸಾಧಾರಣ ಅಧಿಕಾರ ಲಾಲಸೆಯ ವ್ಯಕ್ತಿಯಾಗದೆ ಹೆಚ್ಚು ದೇಶಹಿತ ಕಾರ್ಯಕ್ರಮಗಳನ್ನು ಜ್ಯಾರಿಗೆ ತಂದನು ಎಂದು ಯಾವುದೇ ಸಂಕೋಚಗಳಿಲ್ಲದೆ ಹೇಳಬಹುದು.

ಹೈದರನ ಅದಿಕಾರದ ಉನ್ನತ ಸ್ಥಾನದಲ್ಲಿ ಮೈಸೂರಿನ ರಾಜ ಹೊಂದಿದ್ದ ನಿಖರ ಸ್ಥಾನಮಾನಗಳ ಬಗ್ಗೆ ಊಹಾಪೋಹಗಳಿವೆ. ಸಮಕಾಲೀನ ಸ್ಥಳೀಯ ಆಧಾರಗಳು ಸೂಚಿಸುವಂತೆ ಹೈದರ್ ಯಾವುದೇ ಒಂದು ಹೊಸ ಸ್ಥಾನವನ್ನು ಪಡೆಯದೆ, ಆತನ ಹಿಂದಿನ ದಳವಾಯಿಗಳು ಹೊಂದಿದ್ದ ಅಧಿಕಾರವನ್ನೇ ಹೊಂದಿ ಅದೇರೀತಿಯಲ್ಲಿ ಅಧಿಕಾರ ಚಲಾಯಿಸಿದನು. ಆ ಹಿಂದಿನ ದಳವಾಯಿಗಳು ರಾಜನು ತನ್ನ ಅಧಿಕಾರ ಚಲಾಯಿಸದಂತೆ ಜಾಗ್ರತೆವಹಿಸಿ ವಿಮುಖಗೊಳಿಸಿ ಆದರೆ ಆತನ ಹೆಸರಿನಲ್ಲೆ ಸಂಪೂರ್ಣ ಅಧಿಕಾರ ಚಲಾಯಿಸುತ್ತಿದ್ದು ಹೈದರ್ ಈ ನೀತಿಯನ್ನು ಮುಂದುವರೆಸಿದನು. ಹೈದರನಉಸ್ತುವಾರಿಯಲ್ಲಿರಾಜನ ಸ್ಥಾನಮಾನ ಮತ್ತುಅಧಿಕಾರಯಾವ ಬದಲಾವಣೆಗಳಿಗೂ ಒಳಗಾಗದೆ ಯಥಾಸ್ಥಿತಿಯಲ್ಲಿ ಮುಂದುವರೆದವು. ಹೈದರನಿಗೆ ಅಪರಿಮಿತ ಅಧಿಕಾರಗಳಿದ್ದರೂ, ಆಡಳಿತವನ್ನು ನಿರ್ವಹಿಸುತ್ತಿದ್ದ ರಾಜನಿಗೆ ವಿಧೇಯನಾಗಿದ್ದು, ಆತನ ಹೆಸರಿನಲ್ಲಿ ಅಂಗೀಕೃತವಾಗಿದ್ದ ಸಾರ್ವಭೌಮತ್ವವನ್ನು ಒಪ್ಪಿಕೊಂಡಿದ್ದನು. ವಾಸ್ತವವಾಗಿ ಹೈದರನು ಸೈನ್ಯದ ದಂಡನಾಯಕನಾಗಿ ರಾಜ್ಯದ ಆಡಳಿತದಲ್ಲಿ ಬಲಾಢ್ಯನಾಗಿ ರಾಜ್ಯದ ಎಲ್ಲ ಅಧಿಕಾರಗಳನ್ನು ತನ್ನ ಕೈಯಲ್ಲೇ ಇರಿಸಿಕೊಂಡಿದ್ದನು. ಆತ ಯಾವ ಸಂದರ್ಭದಲ್ಲೂ ಎಂದಿಗೂ ತಾನೇ ಸಂಪೂರ್ಣ ಸಾರ್ವಭೌಮನೆಂದು ಘೋಷಿಸಿಕೊಳ್ಳಲಿಲ್ಲ. ಅವನು ಸಿಂಹಾಸನಾಕಾಂಕ್ಷಿಯಗಿದ್ದನು ಎಂದು ನಿರ್ಧರಿಸುವುದಕ್ಕೆ ಯಾವುದೇ ಸಾಕ್ಷಾಧ್ಯಾರಗಳು ಲಭ್ಯವಿಲ್ಲ. ಮಿರ್ಜಾಇಕ್ಬಾಲ್ ಹೈದರ್ ಸಿಂಹಾಸನದ ಬಗ್ಗೆ ಆಸಕ್ತಿಯನ್ನು ಹೊಂದಿರಲಿಲ್ಲವೆಂದೂ ಮತ್ತು ಎಂದಿಗೂ ತಾನು ಸಿಂಹಾಸನದಲ್ಲಿರಬೇಕೆಂದು ಆಶಿಸಿರಲಿಲ್ಲವೆಂದು ಪ್ರಮಾಣೀಕರಿಸುತ್ತಾನೆ.[1] "ಅವನು ನಮ್ರನಾಗಿ ತನ್ನನ್ನು ರಾಜನ ಪ್ರಧಾನ ಸಚಿವ ಮತ್ತು ಸೈನ್ಯಾಧಿಕಾರಿ" ಎಂದಷ್ಟೇ ಕರೆದುಕೊಂಡನು."[2] ಆತನ ಸಮಕಾಲೀನ ಜೀವನ ಚರಿತ್ರೆಕಾರರಾದ ಪೀಟೋ ಮತ್ತು ಎಂಎಂಡಿಎಲ್‌ಟಿ ಮತ್ತು ಹೈದರ್‌ನಾಮಾದಲ್ಲಿ ಲಭ್ಯವಿರುವ ವರ್ಣನೆಗಳು ಅವನನ್ನು ಕಾರ್ಯಕರ್ತ[3] ಅಥವಾ ರಾಜ್ಯದ ಪ್ರತಿನಿಧಿ ಎಂದು ಕರೆದಿರುವುದನ್ನು ಆ ಕಾಲದ ಶಾಸನಾಧಾರಗಳು ಪುಷ್ಟೀಕರಿಸುತ್ತವೆ.[4]

ಈ ಅವಧಿಯಲ್ಲಿ ರಾಜ ಕುಟುಂಬದ ಸರ್ವರೀತಿಯ ಸಾರ್ವಜನಿಕ ಚಟುವಟಿಕೆಗಳು ಪರಂಪರೆಗೆ ಅನುಗುಣವಾಗಿ ಯಾವುದೇ ಲೋಪಗಳಿಲ್ಲದೆ ನಡೆದವು. ಅಧಿಕಾರದಲ್ಲಿದ್ದ ರಾಜರು ಪ್ರತಿವರ್ಷ ದಸರಾ ಮಹೋತ್ಸವವನ್ನು ಪರಂಪರೆಗೆ ಚ್ಯುತಿ ಬರದಂತೆ ವಿಜೃಂಭಣೆ ಮತ್ತು ಉತ್ಸಾಹದಿಂದ ಆಚರಿಸುತ್ತಿದ್ದು[5] ಇವುಗಳಲ್ಲಿ ಹೈದರ್ ನಿರ್ಭೀತಿಯಿಂದ ಪಾಲ್ಗೊಳ್ಳುತ್ತಿದ್ದನು. [6]ಆತನ ಪೂರ್ವಾಗ್ರಹಪೀಡಿತ ಪರ್ಷಿಯನ್ ಚರಿತ್ರೆಕಾರ ಕಿರ್ಮಾನಿ ಯಾವುದೇ ಸಂಕೋಚಗಳು ಇಲ್ಲದಿರುವ ರೀತಿಯಲ್ಲಿ ಹೀಗೆ ಹೇಳಿದ್ದಾನೆ: "'ಅವನು (ಹೈದರ್) ತನ್ನ ಹೃದಯಾಂತರಾಳವೇನಿದ್ದರೂ, ಮೈಸೂರಿಗರ ಅಂದರೆ ಕೃಷ್ಣರಾಜ ಒಡೆಯರ್ ಮತ್ತು ಆತನ ಸಚಿವರನ್ನು (ದಸರಾ ಮಹೋತ್ಸವದಲ್ಲಿ ಪಾಲ್ಗೊಂಡಿದ್ದವರು)

ಓಲೈಸಿ ಅವರ ಪ್ರೀತಿ ವಿಶ್ವಾಸಗಳನ್ನು ಗಳಿಸಿಕೊಳ್ಳುವುದಕ್ಕಾಗಿ ಗತಿಸಿರುವ ನವಾಬನ ಪ್ರತಿಯೊಂದು ನರವು ಹಾತೊರೆಯುತ್ತಿತ್ತು.""[7]

ರಾಜ ಮತ್ತು ಹೈದರ್ ನಡುವೆ ಅಸ್ತಿತ್ವದಲ್ಲಿದ್ದ ಸೌಹಾರ್ದ ಸಂಬಂಧಗಳ ಮೇಲೆ ಇದೊಂದು ದಾಖಲೆ ಬೆಳಕು ಚೆಲ್ಲುತ್ತದೆ. ಇದು ಹೈದರ್ ಹೊಂದಿದ್ದ ವಿಶ್ವಾಸ ಮತ್ತು ಆತ್ಮಸ್ಥೈರ್ಯವನ್ನು ಸೂಚಿಸುತ್ತದೆ. 1761ರಲ್ಲಿ ಮರಾಠರನ್ನು ಮೈಸೂರಿನಿಂದ ಹೊರದೂಡಿ ಹೈದರ್ ರಾಜಧಾನಿಗೆ ವಿಜಯಿಯಾಗಿ ಮರಳಿದಾಗ, ರಾಜ ಆತನನ್ನು ರಾಜ ಮರ್ಯಾದೆಯಿಂದ ಗೌರವಿಸಿ ಅವನಿಗೆ ನವಾಬ ಎಂಬ ಬಿರುದು ದಯಪಾಲಿಸಿದನು.[8] ಮರಾಠರು ಮೈಸೂರಿನ ಮೇಲೆ 1770ರಲ್ಲಿ ನಡೆಸಿದ ದಾಳಿಯ ಸಂದರ್ಭದಲ್ಲಿ ಅವರನ್ನು ಎದುರಿಸಿದ್ದ ಹೈದರ್ ರಾಜನಾಗಿದ್ದ ನಂಜರಾಜ ಒಡೆಯರನ ಬಳಿ ಪರಿಸ್ಥಿತಿಗಳನ್ನು ಮತ್ತು ಪೇಷ್ವೆಯ ಬೇಡಿಕೆಯಾಗಿದ್ದ ಒಂದು ಕೋಟಿ ರೂಪಾಯಿಗಳ ಕುರಿತು ವರದಿ ಮಾಡುವ ಸಂದರ್ಭದಲ್ಲಿ ""ತಾನು ಹೋರಾಡುತ್ತೇನೆ. ಮತ್ತು ಆತನಿಗೆ (ಪೇಷ್ವೆಗೆ) ರಾಜ್ಯ ಅವನ ಮರ್ಜಿಯಲ್ಲಿಲ್ಲ ಎಂದು ಹೇಳಿಸುತ್ತೇನೆ"" ಎಂದು ಘೋಷಿಸಿದ್ದನು. ತನ್ನ ಸೈನ್ಯಾಧಿಕಾರಿಯ ಮಹಾನ್ ಶಕ್ತಿಗಳ ಅರಿವಿದ್ದ ರಾಜನು ಹೈದರನಿಗೆ ""ನಾನು ಮತ್ತು ಈ ಸಂಪೂರ್ಣ ರಾಜ್ಯ ಮರಾಠರ ಅಥವಾ ಇನ್ನಾವುದೋ ಶತ್ರುಗಳ ದಾಳಿಯು ದೇವರು ನಿನ್ನ ಜೀವನವನ್ನು ರಕ್ಷಿಸುವ ಕೊನೆಯ ಗಳಿಗೆಯವರೆವಿಗೂ ನಮ್ಮನ್ನು ಏನೂ ಮಾಡಲಾಗದು. ರಾಜ್ಯದ ರಕ್ಷಣೆ ಮತ್ತು ಅದನ್ನು ಕಾಪಿಡುವ ಶಕ್ತಿ ನಿನ್ನ ಕೈಯಲ್ಲಿದೆ. ಮತ್ತು ನೀನು ಎಲ್ಲದರಲ್ಲಿಯೂ ಜಯವನ್ನು ಸಾಧಿಸುವೆ ಎಂಬ ವಿಶ್ವಾಸ ನನಗಿದೆ"" ಎಂದು ಹೇಳಿದ್ದನು.[9] ಪೋರ್ಚುಗೀಸ್ ಜೀವನ ಚರಿತ್ರಕಾರನಾಗಿರುವ ಪೀಟೋನ ಈ ವರ್ಣನೆ ಬಹುಮುಖ್ಯವಾದದ್ದು. ಹೈದರನ ಮತ್ತು ರಾಜ್ಯವನ್ನು ಆಳುತ್ತಿದ್ದ ರಾಜರ ಸ್ಥಾನಮಾನಗಳು ಹಾಗೂ ಅವರ ನಡುವಣ ಸಂಬಂಧಗಳು ಅಲ್ಲದೆ ಹೈದರನುರಾಜನ ಬಗ್ಗೆ ಹೊಂದಿದ್ದ ಕರ್ತವ್ಯತತ್ಪರತೆ, ವಿಧೇಯತೆ ಮತ್ತು ಆತನ ದೇಶಪ್ರೇಮ ಕುರಿತು ಇದು ವಿಹಂಗಮ ಚಿತ್ರವನ್ನು ನೀಡುತ್ತದೆ.

ಹೈದರನಿಗೆ ತನ್ನನ್ನು ರಾಜನೆಂದು ಕರೆಯಿಸಿಕೊಳ್ಳಲು ಇಷ್ಟವಿರಲಿಲ್ಲ. ತನ್ನ ಬಳಿಯಲ್ಲಿನ ಅಧಿಕಾರದ ಬಗ್ಗೆ ತೃಪ್ತನಾಗಿದ್ದ ಆತ ರಾಜರ ದಿರುಸುಗಳನ್ನು ಧರಿಸಲು ಮುಂದಾಗಲಿಲ್ಲ. ಬ್ರಿಟಿಷರು, ಫ್ರೆಂಚರು, ಡಚ್ಚರು ಮತ್ತು ಪೋರ್ಚುಗೀಸರು ಆತನ ನಡತೆಯನ್ನು ಗಮನಿಸಿ ಅವನನ್ನು ಸ್ವತಂತ್ರ ರಾಜಕುಮಾರ ಎಂದು ಪರಿಗಣಿಸಿದಾಗ ಆತ ಇದನ್ನು ಗೌರವದ ಒಂದು ಸಂಕೇತವನ್ನಾಗಿ ಸ್ವೀಕರಿಸಿದ್ದನು. ಆದರೆ ಸತ್ಯವನ್ನು ನಿಷ್ಠುರವಾಗಿ ಪ್ರಕಟಿಸಲು ಸಾಧ್ಯವಿಲ್ಲವೆಂದು ಅರಿತಿದ್ದ ಅವನು, ತನ್ನ ಜೀವನದಲ್ಲಿನ ಅನೇಕ ಕಷ್ಟ ಕಾರ್ಪಣ್ಯಗಳು ಸತ್ಯವನ್ನು ಮರೆಮಾಚಿವೆಯೆಂದೂ ತಿಳಿದಿದ್ದನು.ತನ್ನದೇ ಸ್ಥೈರ್ಯ ಮತ್ತು ಇಚ್ಛಾಶಕ್ತಿಗಳಿಂದಾಗಿ ಮೇಲೆ ಬಂದ ಹೈದರ್ ಆಲಿ, ತನ್ನ ಕೆಲವು ಸಮಕಾಲೀನರಿಗಿಂತ ಭಿನ್ನನಾಗಿ ಯಾವುದೇ ಭ್ರಾಂತಿಗಳಿಗೆ ಒಳಗಾಗದೆ ಲೆಕ್ಕಿಸದೆ ಸರ್ವಾಧಿಕಾರಿಯ ಮತ್ತು ರಾಜತ್ವದ ಅಧಿಕಾರಗಳ ಎಲ್ಲ ಪ್ರಯೋಜನಗಳನ್ನೂ ಕೆಲವೇ ಅನನುಕೂಲತೆಗಳನ್ನೂ ಅನುಭವಿಸಿದನು. ಓರ್ವ ರಾಜನು ಪಡೆಯ ಬಹುದಾದ ಕಾನೂನುರೀತಿಯ ಎಲ್ಲ ಹಕ್ಕುಗಳನ್ನು ಹೊಂದಿದ್ದ ಹೈದರ್ ಅಧಿಕಾರವನ್ನು ಅದರ ನಿಜ ಅರ್ಥದಲ್ಲಿಯೂ ಅನುಭವಿಸಿ ಚಲಾಯಿಸುತ್ತಿದ್ದನು. ತನ್ನ ಕಾರ್ಯದಲ್ಲಿ ದೃಢತೆಯನ್ನು ಪ್ರದರ್ಶಿಸುವ ನಿಟ್ಟಿನಲ್ಲಿ ತನ್ನ ಸ್ಥಾನವನ್ನು ಯುಕ್ತವಾಗಿ ಬಳಸಿಕೊಂಡು ಚರಿತ್ರೆಯಲ್ಲಿ ಕೆಲವು ಹೆಸರಾಂತ ವ್ಯಕ್ತಿಗಳೊಂದಿಗೆ ಸ್ಥಾನ ಪಡೆದುಕೊಂಡಿದ್ದಾನೆ.

ಹೈದರ್ ತನ್ನ ಜೀವಿತದ ಕಾಲದಲ್ಲಿ ತನ್ನ ಸ್ಥಾನ ಭದ್ರಪಡಿಸಿಕೊಳ್ಳುವ ನಿಟ್ಟಿನಲ್ಲಿ ಸರ್ವಾಧಿಕಾರಿಯ ಶೈಲಿಯನ್ನು ಅಳವಡಿಸಿಕೊಂಡನು. ತನ್ನ ಅಧಿಕಾರದಲ್ಲಿ ನಂಬಿಕೆಯಿರಿಸಿದ್ದ ಅದನ್ನು ರಕ್ಷಿಸುವಲ್ಲಿ ಮತ್ತು ಚಲಾಯಿಸುವಲ್ಲಿ ಬಲಪ್ರಯೋಗ ಮಾಡಲು ಹಿಂಜರಿಯಲಿಲ್ಲ. ಇದು ಅವನಿಗೆ ಅನಿವಾರ್ಯವೂ ಆಗಿತ್ತು. ರಾಜನೊಂದಿಗೆ ಹೊಂದಿದ್ದ ಸಂಬಂಧಗಳನ್ನು ಈ ಉದ್ದೇಶಗಳಿಗೆ ಅನುಗುಣವಾಗಿರುವಂತೆಯೇ ಹೊಂದಿಸಿಕೊಂಡನು. ಸಿಂಹಾಸನದಲ್ಲಿ ಅಭಿಷಿಕ್ತನಾಗಿದ್ದ ರಾಜನನ್ನು ತನ್ನ ಕೈಗೊಂಬೆಯನ್ನಾಗಿಸಿ ತನ್ನ ಅಧಿಕಾರವನ್ನು ಸ್ಥಿರಗೊಳಿಸಿದನು. ರಾಜನು ಅವನ ಅಧಿಕಾರವನ್ನು ಪ್ರಶ್ನಿಸುವ ಯಾವ ಪ್ರಯತ್ನಗಳನ್ನೂ ಅವನು ಸರ್ವಥಾ ಕ್ಷಮಿಸುತ್ತಿರಲಿಲ್ಲ. ಕೆಲವು ಸಂದರ್ಭಗಳಲ್ಲಿ ಹೈದರ್ ಅಧಿಕಾರವನ್ನು ಉಳಿಸುವ ಮಾರ್ಗದಲ್ಲಿ ರಾಜನ ವಿರುದ್ಧ ಹಿಂಸಾತ್ಮಕವಾಗಿ ನಡೆದುಕೊಂಡದ್ದು ಎಂದೂ ಸಮರ್ಥನೀಯವಲ್ಲ. [10]ಆದರೆ ಅವುಗಳು ಆತನ ಅಂತಿಮಗುರಿಯಾದ ರಾಜ್ಯದ ಹಿತಾಸಕ್ತಿಯನ್ನು ರಕ್ಷಿಸುವ ಸಲುವಾಗಿದ್ದವೆಂಬುದು ಸ್ವಲ್ಪ ಸಮಾಧಾನಕರ ಅಂಶವೆಂದು ತಿಳಿಯಬಹುದಾಗಿದೆ.

ಹೈದರ್ ರಾಜನಿಂದ ರಾಜ್ಯ ಅಧಿಕಾರವನ್ನು ಕಸಿದುಕೊಂಡನು ಎಂಬ ವಿಷಯವನ್ನು ಯಾರು ಅಲ್ಲಗಳೆಯುವಂತಿಲ್ಲ. ರಾಜ್ಯದ ಅಧಿಕಾರವನ್ನು ಕಸಿದುಕೊಳ್ಳುವುದು ಆಗಿನ ಕಾಲದಲ್ಲಿ ಒಂದು ರಾಜಕೀಯ ನೀತಿಯಾಗಿ ಅಸ್ತಿತ್ವದಲ್ಲಿತ್ತು. ಹೈದರನ ಆತ್ಮೀಯ ರಾಯಭಾರಿಯಾಗಿದ್ದ ಅಪ್ಪಾಜಿರಾಂ ಒಂದು ಸಂದರ್ಭದಲ್ಲಿ ಮರಾಠರ ದರ್ಬಾರಿನಲ್ಲಿ ಇರುವ ಸಮಯದಲ್ಲಿ ಪೇಷ್ವೆ ಮಾಧವರಾವ್ ಮತ್ತು ಆತನ ಸೈನ್ಯಾಧಿಕಾರಿ, ಅಪ್ಪಾಜಿರಾಂನ ಯಜಮಾನ ರಾಜನ ಅಧಿಕಾರವನ್ನು ಮೊಟಕುಗೊಳಿಸಿ ಅವನನ್ನು ತನ್ನದೇ ರಾಜ್ಯದ ಓರ್ವ ಸೆರೆಯಾಳಾಗಿಸಿದ್ದಾನೆ ಎಂದು ಹೈದರನನ್ನು ಚುಚ್ಚಿದರು. ಹೈದರನ ಹತೋಟಿಯಲ್ಲಿ ರಾಜ ಓರ್ವ ಪ್ರದರ್ಶನದ ಬೊಂಬೆಯಾಗಿದ್ದಾನೆ ಎಂದು ಒಪ್ಪಿಕೊಂಡ ಅಪ್ಪಾಜಿರಾಂ, ಮುಂದುವರೆದು "ಈ ವ್ಯವಸ್ಥೆ ನಮ್ಮದೆಂದು ನಾವು ಹೇಳಿಕೊಳ್ಳುವುದಿಲ್ಲ ಏಕೆಂದರೆ ಇದನ್ನು ನಮಗಿಂತ ಮಿಗಿಲಾದವರು ನಮಗಿಂತ ಹಿಂದೆಯೇ ಜಾರಿಗೊಳಿಸಿದ್ದರು. ನಾವು ಅದನ್ನು ಗೌರವದಿಂದ ಪಾಲಿಸಿಕೊಂಡು ಬಂದಿದ್ದೇವೆ ಅಷ್ಟೆ" ಎಂದನು.

ಶಿವಾಜಿ ಸಂತತಿಗೆ ಸೇರಿದ್ದ ಅವನು ಸತಾರಾದಲ್ಲಿ ಬಂಧಿತನಾಗಿದ್ದು ಪೇಷ್ವೆ ಆತನಿಂದ ರಾಜ್ಯವನ್ನು ಕಸಿದುಕೊಂಡಿದ್ದನು ಎಂಬುದು ನಾವು ಈ ಸಂಬಂಧದಲ್ಲಿ ಗಮನಿಸಬೇಕಾದ ಅಂಶವಾಗಿದೆ. ಅಪ್ಪಾಜಿರಾಂನ ಸ್ಪಷ್ಟವಾದ ಮಾತುಗಳನ್ನು ಆಲಿಸಿದ ಮಾಧವರಾವ್ ತನ್ನ ಮುಖವನ್ನು ನಾಚಿಕೆಯಿಂದ ಮುಚ್ಚಿಕೊಂಡನೆಂದು, ಮತ್ತು ದರ್ಬಾರಿನಲ್ಲಿ ಹಾಜರಿದ್ದವರು ತಮ್ಮ ನಗುವನ್ನು ಕಷ್ಟದಿಂದ ತಡೆ ಹಿಡಿದಿದ್ದರೆಂದು ಹೇಳಲಾಗಿದೆ.[13] ಹೀಗಾಗಿ ಈ ಅವಧಿ, ಭಾರತದಲ್ಲಿ ರಾಜ್ಯ ಅಧಿಕಾರ ಅಪಹರಿಸುವ ಕಾಲವಾಗಿತ್ತು ಮತ್ತು ರಾಜ್ಯ ಅಪಹರಣದಂತಹ ಅನೇಕ ಪ್ರಕರಣಗಳು ಕಂಡುಬಂದಿದ್ದವು. ಇವುಗಳು ಸಂಭವಿಸಿದ್ದ ರಾಜ್ಯಗಳಲ್ಲಿನ ಪ್ರಜೆಗಳು ತಮ್ಮ ರಾಜ ಹೊಂದಿದ್ದ ಬಿರುದು ಬಾವಲಿಗಳು ಸಾಚಾ ಆಗಿರದಿದ್ದರೂ ಅದನ್ನು ಗಮನಿಸದೆ ಆತನ ಆಳ್ವಿಕೆ ದಯಾಪರ ಮತ್ತು ಪ್ರಜಾಪರವಾಗಿದ್ದ ಪಕ್ಷದಲ್ಲಿ ಇದರ ವಿರುದ್ಧ ಅಸಹನೆ ತೋರ್ಪಡಿಸುತ್ತಿರಲಿಲ್ಲ. ಹಿಂದೂ ರಾಜವಂಶದ ಅಡಿಪಾಯದ ಮೇಲೆ ಮೈಸೂರಿನಲ್ಲಿ ಇಸ್ಲಾಂಧರ್ಮ ಆಧಾರಿತ ಒಂದು ಸರ್ಕಾರ ಸ್ಥಾಪಿಸಬೇಕೆನ್ನುವ ಅಥವಾ ಸಿಂಹಾಸನದ ಮೇಲೆ ತನ್ನ ವಂಶದ ಹಕ್ಕನ್ನು ಸ್ಥಾಪಿಸುವ ಆಕಾಂಕ್ಷೆ ಹೈದರನಿಗೆ ಇರಲಿಲ್ಲವೆಂಬುದು

ಗಮನಾರ್ಹವಾಗಿದೆ. ಈ ಸತ್ಯವನ್ನು ಕಡೆಗಣಿಸಿದರೆ ಅದಕ್ಕಿಂತ ದೊಡ್ಡ ಅಪಚಾರವಿಲ್ಲ. ತನ್ನ ಆಡಳಿತವನ್ನು ಕುರಿತ ಅವನ ನಿಲುವು ಅವನದೇ ಮಾತುಗಳಲ್ಲಿ ವ್ಯಕ್ತವಾಗಿರುವುದನ್ನು ನಾವು ಗಮನಿಸಬೇಕು. ಪ್ರಖ್ಯಾತ ಮುಸ್ಲಿಂ ಸಂತ ಹೀರ್ ಲಡ್ಡಾ ಒಂದು ಸಂದರ್ಭದಲ್ಲಿ ಹೈದರ್‌ನಿಗೆ ರಾಜಧಾನಿಯಲ್ಲಿನ ಹಿಂದೂಗಳು ತನ್ನ ಅನುಯಾಯಿಗಳನ್ನು (ಹಿಂದೂಗಳ ಒಂದು ಮೆರವಣಿಗೆಯ ಮೇಲೆ ಹಲ್ಲೆ ನಡೆಸಿದ್ದವರು) ಹೊಡೆದಿದ್ದು, ಹಿಂದೂಗಳ ಈ ಮೆರವಣಿಗೆಯಿಂದ ಮುಸಲ್ಮಾನರ ಧರ್ಮಕ್ಕೆ ಚ್ಯುತಿ ಬಂದಿದೆಯೆಂದು ದೂರುಕೊಟ್ಟು, ಮುಸಲ್ಮಾನ ಸರ್ಕಾರದ ಮುಖ್ಯಸ್ಥನಾಗಿ ಹೈದರ್ ಹಿಂದೂಗಳ ಈ ನಡವಳಿಕೆಯನ್ನು ವಿರೋಧಿಸಬೇಕೆಂದು ನಿವೇದಿಸಿದನು.[14]ತಕ್ಷಣ ಹೈದರ್ ಇದಕ್ಕೆ ಮುಖದಲ್ಲಿ ವಿರೋಧವನ್ನು ವ್ಯಕ್ತಪಡಿಸಿ ಹೀಗೆಂದು ಹೇಳಿದನು: "'ಇದು ಮುಸಲ್ಮಾನರ ಸರ್ಕಾರ ಎಂದು ನಿನಗೆ ಯಾರು ಹೇಳಿದರು? ,. .. .. ನಾನು ಎಂದೂ ಹೀಗೆ ಹೇಳಿದ್ದಿಲ್ಲ .....'.[15]ಮೈಸೂರು ಒಂದು ಹಿಂದೂ ರಾಜ್ಯವಾಗಿ ಮುಂದುವರೆದಿತ್ತು. ಹೈದರ್ ಅದರ ಓರ್ವ ನಿಷ್ಠಾವಂತ ಸೈನಿಕನಾಗಿ ಸೇವೆ ಸಲ್ಲಿಸಿ ಆದೃಷ್ಟವಶಾತ್ ತನಗೊದಗಿದ ಸರ್ವ ಅಧಿಕಾರಗಳನ್ನು ಉಪಯೋಗಿಸಿಕೊಂಡು ರಾಜ್ಯವು ಹಿಂದೆಗಳಿಸಿದ್ದ ಪ್ರತಿಷ್ಠೆ ಮತ್ತು ಕೀರ್ತಿಗಳನ್ನುಮರಳಿ ಗಳಿಸಿಕೊಡುವಲ್ಲಿ ಸಫಲನಾದನು ಎಂದು ಹೇಳಬಹುದಾಗಿದೆ.

ಆತನ ಮಗನ ಉದ್ದೇಶಗಳೇನೇ ಇದ್ದರೂ ಹೈದರ ತನ್ನ ವಂಶದ ಆಡಳಿತವನ್ನು ಸ್ಥಿರಗೊಳಿಸುವ ಉದ್ದೇಶವನ್ನು ಹೊಂದಿದ್ದನು ಎಂದು ನಾವು ಒಪ್ಪಿಕೊಳ್ಳಲಾಗದು. ಆತನ ಹೋರಾಟಗಳ ಅಂತಿಮ ಕಾಲಘಟ್ಟದಲ್ಲಿ ಮತ್ತು ಪ್ರಸ್ತುತ ಸನ್ನಿವೇಶದಲ್ಲಿ ತನ್ನ ರಾಜ್ಯಕ್ಕೆ ಓರ್ವ ಬಲಶಾಲಿ ಆಡಳಿತಗಾರನ ಅವಶ್ಯಕತೆ ಇದ್ದುದರಿಂದ ಮತ್ತು ತನ್ನ ಮಗನ ಸಾಮರ್ಥ್ಯದಲ್ಲಿ ವಿಶ್ವಾಸ ಹೊಂದಿದ್ದ ಅವನು ಆತನ ಮೇಲೆ ಸರ್ಕಾರದ ಜವಾಬ್ದಾರಿ ಹೊರಿಸಿ ತನ್ನ ಉತ್ತರಾಧಿಕಾರಿ ಮತ್ತು ಸೈನ್ಯದ ಪ್ರಧಾನ ನಾಯಕನಾಗಿ ನೇಮಕ ಮಾಡಿದನು.

ಟಿಪ್ಪಣಿಗಳು:

1. ಮಿರ್ಜಾಇಕ್ಬಾಲ್, ಸಂಪಾದಕರು. ಮೈಲ್ಸ್ ಪುಟ497.
2. ಲೈಫ್‌ಆಫ್ ದಿ ಲಿಂಡ್ಸೆಸ್" ಸಂಪುಟIII, ಪುಟ 300.
3. ಪೀಟ್ಟೋ ಹಸ್ತಪ್ರತಿ ಎಫ್I 148, ಎಂಎಂಡಿಎಲ್‌ಟಿ ಸಂಪುಟ I, ಪುಟ 24.
4. ಎಂಎಆರ್ 1924, ಪುಟಗಳು 56–58, ಶಾಸನ ಸಂಖ್ಯೆ 61 ದಿನಾಂಕ 5 ನವಂಬರ್, 1764 ಮತ್ತು ಶಾಸನ ಸಂಖ್ಯೆ 62, ದಿನಾಂಕ 1 ಅಕ್ಟೋಬರ್, 1764, ಹೈದರನನ್ನು ಕುರಿತು ನಮೂದಿಸುವಲ್ಲಿ ಎರಡನೆ ಕೃಷ್ಣರಾಜ ಒಡೆಯರನ ಕರ್ನಾಟಕ ಎಂದು ತಿಳಿಸುತ್ತವೆ. ಎಕ ಸಂಪುಟII , ಪುಟ 37, ಶಾಸನ ಸಂಖ್ಯೆ 65.
5. ಕಿರ್ಮಾನಿ ಪುಟಗಳು 489–90.
6. ಲೈಫ್ ಆಫ್ ದಿ ಲಿಂಡ್ಸೆಸ್' ಸಂಪುಟIII , ಪುಟ 300.
7. ಕಿರ್ಮಾನಿ ಪುಟ 489.

8. ಪುಂಗನೂರಿ ಪುಟ 6 ಪೀಟೋ ಹಸ್ತಪ್ರತಿಎಫ್। 4.

9. ಪೀಟೋ ಹಸ್ತಪ್ರತಿ. ಎಫ್। 4.

10. ಪೀಟೋ ಹಸ್ತಪ್ರತಿ. ಎಫ್। 137–58.

11. ವಿಲ್ಕ್ಸ್, ಸಂಪುಟII, ಪುಟ 213.

12. ಅದೇ.

13. ಅದೇ.

14. ಲಾರ್ಡ್ ವ್ಯಾಲೆಂಟ್ಯೆನ್‌ನ ದಿನಚರಿ ಕ್ಯೂಜೆಎಂಎಸ್ ಸಂಪುಟ X ಪುಟ 25.

15. ಅದೇ. ಸಂಪೂರ್ಣವಾಗಿ ಹಿಂದೂ ಶೈಲಿಯನ್ನು ಹೊಂದಿದ್ದ ಹೈದರನ ಸರ್ಕಾರ ಮತ್ತು ಆಡಳಿತದ ಬಗ್ಗೆ ಪರಿಪೂರ್ಣ ಮಾಹಿತಿಗೆ ನೋಡಿ: ಲೇಖಕರ ಲೇಖನ ಕ್ಯೂಜೆ ಎಂಎಸ್, ಸಂಪುಟ X IX, ಪುಟಗಳು 452–65.

"ಹೈದರ್ ಆಲಿ
1782ರಲ್ಲಿ ಹತಾಶೆಯ ಸ್ಥಿತಿಗೆ ತಲುಪಿದ್ದನೇ?"[1]

ಡಿ.ಎಸ್. ಅಚ್ಚುತ ರಾವ್

ಕರ್ನಲ್ ಮಾರ್ಕ್ ವಿಲ್ಕ್ಸ್ ಮೈಸೂರಿನ ಚರಿತ್ರೆಯ ಕುರಿತು ಮೊದಲ ಸಮಗ್ರಕೃತಿ ರಚಿಸಿದ್ದಾನೆ.[1] ಕೇವಲ ಇಂಗ್ಲಿಷ್ ದಾಖಲೆಗಳು ಮತ್ತು ಸ್ಥಳೀಯ ವಿವರ ಹಾಗೂ ಮೌಖಿಕ ಮಾಹಿತಿಗಳು ಆತನ ಕೃತಿಯ ಆಧಾರಗಳಾಗಿವೆ. ಅವನಿಗೆ ಪ್ರಸ್ತುತ ಕಾಲದಲ್ಲಷ್ಟೆ ಬೆಳಕಿಗೆ ಬಂದ ಮರಾಠಿ, ಫ್ರೆಂಚ್, ಡಚ್, ಪೋರ್ಚುಗೀಸ್ ಮತ್ತು ಇತರ ಭಾಷೆಗಳಲ್ಲಿನ ದಾಖಲೆಗಳ ಬಗ್ಗೆ ಅಥವಾ ಅವುಗಳ ಉಪಯೋಗ ಕುರಿತಾದ ಮಾಹಿತಿ ಇರಲಿಲ್ಲ. ಹೀಗಾಗಿ ಆತನ ವರ್ಣನೆ ಏಕಪಕ್ಷೀಯವಾಗಿದೆ. ಆತ ಹೈದರ್ ಆಲಿ ಮತ್ತು ಟಿಪ್ಪು ಸುಲ್ತಾನನ ಬಗ್ಗೆ ನೀಡಿರುವ ಮಾಹಿತಿ ಅಶುದ್ಧ ಮತ್ತು ಅಸಂಬದ್ಧತೆಗಳಿಂದ ಕೂಡಿದ್ದಾಗಿದೆ. ಬ್ರಿಟಿಷರ ಶಸ್ತ್ರಾಸ್ತ್ರಬಲವನ್ನು ಮತ್ತು ತನ್ನ ಸ್ವದೇಶೀಯರ ಸಾಧನೆಗಳನ್ನು ಮೆರೆಸುವ ನಿಟ್ಟಿನಲ್ಲಿ ಅವನು ಹೈದರ್ ಆಲಿ ಕುರಿತು ಕೆಲವು ತಪ್ಪು ಮಾಹಿತಿಗಳನ್ನು ಪ್ರಚಾರ ಮಾಡಿದ್ದಾನೆ. ದೇಶೀಯ ಮತ್ತು ವಿದೇಶಿ ಮೂಲದ ಆಧಾರಗಳ ಅಧ್ಯಯನದಿಂದ ಈ ರೀತಿಯ ತಪ್ಪು ಮಾಹಿತಿಗಳನ್ನು ನಾವು ತಿದ್ದಿಕೊಳ್ಳ ಬಹುದಾಗಿದೆ.

ಭಾರತದ ಚರಿತ್ರೆಯಲ್ಲಿ 1780–82ರ ಕಾಲದಲ್ಲಿ ಅನೇಕ ಘಟನೆಗಳು ಸಂಭವಿಸಿದುವು. ಬ್ರಿಟಿಷ್ ಈಸ್ಟ್ ಇಂಡಿಯಾ ಕಂಪನಿಯ ಕುತಂತ್ರಗಳು ಮತ್ತು ರಾಜಕೀಯ ಹುನ್ನಾರಗಳು ಅರಿವಿಗೆ ಬಂದೊಡನೆ ಪ್ರಮುಖ ಭಾರತೀಯ ರಾಜಕೀಯ ಶಕ್ತಿಗಳು ಇವುಗಳ ವಿರುದ್ಧ ಒಗ್ಗೂಡಿ ಕೊಂಡುಏಕ ಉದ್ದೇಶಕ್ಕಾಗಿ ಹೋರಾಡುವ ನಿಟ್ಟಿನಲ್ಲಿ ರಾಜಕೀಯ ಮಹತ್ವಾಕಾಂಕ್ಷೆ ಮತ್ತು ವೈಯುಕ್ತಿಕ ಆಸಕ್ತಿಗಳನ್ನು ಬದಿಗಿರಿಸಿ ಏಕ ಉದ್ದೇಶಕ್ಕಾಗಿ ಹೋರಾಡುವ ನಿಟ್ಟಿನಲ್ಲಿ ಸಂಘಟಿತ ಪ್ರಯತ್ನಗಳನ್ನು ಮಾಡಲು ಪ್ರಚೋದನೆ ನೀಡಿದುವು. ಭಾರತದ ಪ್ರತಿಯೊಂದು ಭಾಗದಲ್ಲಿರುವ ಬ್ರಿಟಿಷರ ನೆಲೆಗಳ ಮೇಲೆ ಆಕ್ರಮಣ ನಡೆಸಲು ಈ ಸಂಘಟಿತ ಒಕ್ಕೂಟ ಯೋಜನೆ ನಿರೂಪಿಸಿತು. ಈ ಸಂಘಟಿತ ಒಕ್ಕೂಟ ನಿರ್ಧರಿಸಿದಂತೆ ಹೈದರ್ ಆಲಿ ದಕ್ಷಿಣದಲ್ಲಿದ್ದ ಅವರ ನೆಲೆಗಳನ್ನು ಆಕ್ರಮಿಸಿ, ಮದರಾಸಿಗೆ ಮುತ್ತಿಗೆ ಹಾಕಿ ಮದರಾಸ್ ಸರ್ಕಾರದ ವ್ಯವಹಾರಗಳನ್ನು ನಿಯಂತ್ರಿಸಿ ಹತೋಟಿಗೆ ಒಳಪಡಿಸಿಕೊಂಡು ಅದಕ್ಕೆ ಸಾಕಷ್ಟು ಹಾನಿ ಉಂಟು ಮಾಡುವುದು ಯೋಜನೆಯಾಗಿತ್ತು. ಈ ಒಕ್ಕೂಟದ ಇನ್ನಿತರ ರಾಜಕೀಯ ಶಕ್ತಿಗಳಿಂದ ಆತ ಸಹಕಾರ ಅಪೇಕ್ಷಿಸಿದ್ದರೂ, ಹಿಂಜರಿಕೆಗಳು ಮತ್ತು ಈ ಯೋಜನೆಯನ್ನು ಸಂಪೂರ್ಣವಾಗಿ ಕಾರ್ಯರೂಪಕ್ಕೆ ತರುವ ನಿಟ್ಟಿನಲ್ಲಿ ಕಂಡು ಬಂದ ರಾಜಕೀಯಗೊಂದಲ ಇದರ ಮುನ್ನೆಡೆಗೆ ಧಕ್ಕೆ ತಂದಿತು.[2] ಕೊನೆಗೆ ನಿಜಾಮ ಮತ್ತು ಮರಾಠರ ಮುಖ್ಯಸ್ಥರಲ್ಲಿ ಪ್ರಮುಖರಾಗಿದ್ದ ಸಿಂಧ್ಯ

---

1 ಹ್ಯಾಡ್ ಹೈದರ್ ಆಲಿ ಟರ್ನ್ ಎ ಡಿಫೀಟಿಸ್ಟ್ ಇನ್ 1782 ?" ಇಂಡಿಯನ್ ಹಿಸ್ಟರಿ ಕಾಂಗ್ರೆಸ್, 1952, ಗ್ವಾಲಿಯರ್.

ಮತ್ತು ಭೋನ್ಸ್ಲೆ ಇವರನ್ನು ತಮ್ಮ ಕಡೆಗೆ ಸೆಳೆಯುವಲ್ಲಿ ಸಫಲರಾದ ಇಂಗ್ಲಿಷರು ಅವರನ್ನು ಬಗ್ಗುಬಡಿಯುವ ಯೋಜನೆಯನ್ನು ವಿಫಲಗೊಳಿಸಿದರು. ವಾರನ್ ಹೇಸ್ಟಿಂಗ್ಸ್‌ನ ಕುಟಿಲ ರಾಜತಂತ್ರ ನೀತಿ ನಾನಾ ಫಡ್ನಾವೀಸನ್ನ ಕ್ರಿಯಾಶೀಲತೆಯನ್ನು ಭಗ್ನ ಮಾಡಿತು. ಹೀಗಾಗಿ ಹಿಮ್ಮುಖನಾಗಲು ಬಯಸದ ಅಥವಾ ಸಂಧಾನಕ್ಕೆ ಒಪ್ಪದ ಹೈದರ್ ಆಲಿ ಈ ಯುದ್ಧದಲ್ಲಿ ಏಕಾಂಗಿಯಾಗಿ ಹೋರಾಟವನ್ನು ಮುಂದುವರಿಸಬೇಕಾಯಿತು."ಹೈದರ್ ಆಲಿ ಈ ಸಂದರ್ಭದಲ್ಲಿ ಅಸೌಖ್ಯಗೊಂಡು ತಾನು ದುಡುಕಿದೆನೆಂದು ಪಶ್ಚಾತ್ತಾಪಪಟ್ಟು ದಿವಾನ್ ಪೂರ್ಣಯ್ಯನವರಿಗೆ ಹೀಗೊಂದು ಪತ್ರ ಬರೆದಿದ್ದನು" ಎಂದು ಮಾರ್ಕ್ ವಿಲ್ಕ್ಸ್ ಸತ್ಯಸ್ಥಿತಿಯನ್ನು ತಿರುಚಿ ದಾಖಲಿಸಿದ್ದಾನೆ. ವಿಲ್ಕ್ಸ್ ಹೀಗೆ ಬರೆಯುತ್ತಾನೆ:[3] ""ನಾನು ಒಂದು ದೊಡ್ಡ ತಪ್ಪು ಮಾಡಿದ್ದೇನೆ. ನನ್ನ ಅಹಂಕಾರಕ್ಕಾಗಿ ಹೆಚ್ಚಿನ ಬೆಲೆ ನಾನು ತೆರಬೇಕಾಗಿದೆ. ನನ್ನ ಮತ್ತು ಇಂಗ್ಲಿಷರ ನಡುವೆ ಪರಸ್ಪರ ಅಪನಂಬಿಕೆ ಮತ್ತು ಅತೃಪ್ತಿಗಳಿದ್ದರೂ ಇವುಗಳು ಯುದ್ಧಕ್ಕೆ ಅವಶ್ಯವಾದ ಕಾರಣಗಳನ್ನು ಸೃಷ್ಟಿಸಿರಲಿಲ್ಲ. ದ್ರೋಹಿಯಾಗಿರುವ ಮೊಹಮ್ಮದ್ ಆಲಿಯ ಮಾತುಗಳಿಗೆ ಕಿವಿಗೊಡದೆ ನಾನು ಅವರ ಇಂಗ್ಲಿಷರ ಸ್ನೇಹ ಸಾಧಿಸುತ್ತಿದ್ದೆ. ಅನೇಕ ಬೈಲಿಗಳ ಮತ್ತು ಬ್ರೈತ್‌ವೇಟ್ಸ್‌ಗಳ ಸೋಲೂ ಅವರನ್ನು ನಾಶ ಮಾಡುವುದಿಲ್ಲ. ನಾನು ಅವರ ಭೂಮಿಯ ಮೇಲಿನ ಸಂಪನ್ಮೂಲದ ಹಿಡಿತವನ್ನು ನಾಶಪಡಿಸಬಲ್ಲೆ. ಆದರೆ ಅವರು ಸಮುದ್ರದ ಮೇಲೆ ಹೊಂದಿರುವ ಸಾಮರ್ಥ್ಯವನ್ನು ಕುಗ್ಗಿಸಲಾರೆ. ಈ ಯುದ್ಧದಿಂದ ನನಗೆ ಏನೂ ಸಿಗಲಾರದು. ನಾನು ಜಾಗೃತೆಯಿಂದ ಇರಬೇಕು. ನಾನು ಈ ಮರಾಠರನ್ನು ನಂಬಬಾರದು ಮತ್ತು ಅವರು ವಿಶ್ವಾಸಕ್ಕೆ ಅನರ್ಹರು ಎಂದು ಈ ಮೊದಲೇ ಯೋಚಿಸಬೇಕಿತ್ತು. ಯುರೋಪಿನಿಂದ ಒಂದು ಫ್ರೆಂಚ್ ಸೈನ್ಯ ಬರುತ್ತದೆ ಎಂದು ನಾನು ನಿರೀಕ್ಷೆಯಲ್ಲಿದ್ದುದಾಗಿಯೂ ಅದು ಇಲ್ಲಿ ಜಯಗಳಿಸುತ್ತದೆ ಎಂದು ನಾನು ನಂಬಿದ್ದೆನಾಗಿಯೂ ನನ್ನನ್ನು ಆಪಾದಿಸಲಾಗಿದೆ.""[4] ಹೈದರ್ ಆಲಿ ಕುರಿತ ವಿಲ್ಕ್ಸ್‌ನ ಈ ರೀತಿಯ ಹೇಳಿಕೆ ತರುವಾಯ ಕಾಲಘಟ್ಟದಲ್ಲಿ ಹೊಸೆಯಲ್ಪಟ್ಟ ಕಟ್ಟುಕತೆಯೆಂದು ಮತ್ತು ಕಾಲು ಶತಮಾನಗಳ ನಂತರ ತೇಲಿ ಬಂದ ಗಾಳಿಸುದ್ದಿ ಎಂದು ತಿಳಿಯಬಹುದಾಗಿದೆ. ಈ ಹೇಳಿಕೆಗೆ ಯಾವುದೇ ಸಮಕಾಲೀನ ಆಧಾರಗಳಿಲ್ಲ. ಬ್ರಿಟಿಷರ ಶಸ್ತ್ರಾಸ್ತ್ರ ಬಲವನ್ನು ಮೆರೆಸಿ ಹೈದರ್ ಆಲಿ ಪರಾಭವದ ಸಾಲಿನಲ್ಲಿದ್ದಾನೆ ಎಂದು ಚಿತ್ರಿಸಿ ಇಂಗ್ಲಿಷ್‌ರೊಂದಿಗೆ ಸ್ನೇಹಸಂಪರ್ಕಗಳಿಸಿದ್ದ ಪಕ್ಷದಲ್ಲಿ ಆತನು ಸಾಧಿಸಬಹುದಾಗಿದ್ದ ಸಾಧನೆಗಳು ಮತ್ತು ಇಂಗ್ಲಿಷರ ವಿರುದ್ಧ ಆತನು ಮಾಡಿಕೊಂಡಿದ್ದ ಮೈತ್ರಿಯ ವೈಫಲ್ಯಗಳನ್ನು ಚಿತ್ರಿಸಿ ರಂಜಿಸಿ ವಿವರಿಸುವುದು ಈ ಹೇಳಿಕೆಯ ಉದ್ದೇಶವಾಗಿದೆ. ವಿಲ್ಕ್ಸ್‌ನ ಈ ಅಭಿಪ್ರಾಯವು ತರುವಾಯದ ಕಾಲಘಟ್ಟದಲ್ಲಿ ರಚಿಸಲ್ಪಟ್ಟ ಅನೇಕ ಬರವಣಿಗೆಗಳಲ್ಲಿ ಪುನರುಕ್ತಿಗೊಂಡು ಭಾರತ ಚರಿತ್ರೆಯ ಅವಿಭಾಜ್ಯ ಅಂಗವಾಗಿ ಕಾಣಿಸಿಕೊಂಡಿದೆ. ಇದೇ ರೀತಿಯಲ್ಲಿ ಮೈಸೂರಿನ ಚರಿತ್ರೆಯನ್ನು ಬರೆದಿರುವ ಚರಿತ್ರಕಾರರು ವಿಲ್ಕ್ಸ್ ಮತ್ತು ಬೌರಿಂಗರ ಬರವಣಿಗೆಗಳನ್ನು ಆಧಾರಗಳನ್ನಾಗಿ ತೆಗೆದುಕೊಂಡು, ಹದಿನೆಂಟನೆ ಶತಮಾನದ ಹೆಸರಾಂತ ಮುತ್ಸದ್ದಿ ಮತ್ತು ಸೈನಿಕ ಹೈದರ್‌ಆಲಿಯ ವ್ಯಕ್ತಿತ್ವ ಮತ್ತು ಸಾಧನೆಗೆ ಮಸಿ ಬಳಿದಿರುವುದು ನಾವು ಗಮನಿಸಬೇಕಾದ ಅಂಶವಾಗಿದೆ. ದೃಢಚಿತ್ತನೂ, ದಿಟ್ಟ ಉದ್ದೇಶಗಳನ್ನು ಹೊಂದಿದ್ದವನೂ ಸಮರ್ಥ ಸೇನಾನಿಯೂ, ನಿಪುಣ ತಂತ್ರಜ್ಞನೂ ಮತ್ತು ಸಂಪನ್ಮೂಲಗಳ ಅಗಾಧಗಣಿಯೂ ಆಗಿದ್ದ ಹೈದರನು ಧೈರ್ಯ ಮತ್ತು ಶೌರ್ಯಕ್ಕೆ ಹೆಸರಾಗಿದ್ದವನು. ಮಿತ್ರರು ಆತನಿಗೆ ದ್ರೋಹವೆಸಗಿದರೂ, ತನ್ನ ಅಂತಿಮ ಉದ್ದೇಶಗಳ ಈಡೇರಿಕೆಗಾಗಿ ತನ್ನ ಜೀವಿತ ಕಾಲದ ಕೊನೆಯವರೆಗೂ ಹೋರಾಡಿದನು. ಸಾಲ್‌ಬಾಯ್ ಒಪ್ಪಂದದ ಷರತ್ತುಗಳು ಮತ್ತು ಅನುಬಂಧಗಳನ್ನು ಪೂರ್ಣವಾಗಿ ಒಪ್ಪಿಕೊಳ್ಳಲು ನಿರಾಕರಿಸಿದ

ಅವನು, ಜನರಲ್ ಗೊಡ್ಡಾರ್ಡನ ಪ್ರಸ್ತಾವನೆಗಳಿಗೆ ಮಾರುತ್ತರವಾಗಿ ತನ್ನ ಪ್ರತಿನಿಧಿಯ ಮೂಲಕ ಈ ರೀತಿ ಉತ್ತರಿಸಿದನು: "“ನಾನು ಕರ್ನಾಟಕ ಪ್ರಾಂತ್ಯವನ್ನು ಪ್ರದೇಶಿಸಿರುವುದು ಮತ್ತು ಈ ಎರಡು ವರ್ಷಗಳಲ್ಲಿ ಯುದ್ಧದಲ್ಲಿ ತೊಡಗಿಸಿಕೊಂಡಿರುವುದು ಇದನ್ನು ಬಿಟ್ಟು ಹೋಗಲು ಅಲ್ಲ. ನಾನು ಇನ್ನೂ ಎರಡು ವರ್ಷಗಳು ಇಲ್ಲಿಯೇ ತಂಗುತ್ತೇನೆ ಮತ್ತು ಖರ್ಚುವೆಚ್ಚಕ್ಕೆ ಅಂಜುವುದಿಲ್ಲ."”[5] ವಾರನ್‌ಹೇಸ್ಟಿಂಗ್ಸ್ ಹೈದರ್ ಆಲಿಯಿಂದ ಆತನ ಮಿತ್ರರನ್ನು ಪ್ರತ್ಯೇಕಿಸುವ ತಂತ್ರಗಳನ್ನು ಹೂಡುತ್ತಿದ್ದಾಗ ಇದನ್ನು ಮೊದಲೇ ಗ್ರಹಿಸಿದ್ದ ಹೈದರ್ ಆಲಿ ಪೂನಾದಲ್ಲಿದ್ದ ನಾನಾ ಫಡ್ನಾವೀಸನ ಬಳಿ ತನ್ನ ಪ್ರತಿನಿಧಿಯನ್ನು ಕಳುಹಿಸಿ ಆತ ಇಂಗ್ಲಿಷರೊಂದಿಗೆ ಒಪ್ಪಂದ ಮಾಡಿಕೊಳ್ಳಬಾರದೆಂದು ಆಗ್ರಹಿಸಿ, ದಕ್ಷಿಣ ಭಾರತದಲ್ಲಿ ತನ್ನ ವ್ಯವಹಾರಗಳು ವೃದ್ಧಿಯಾಗಲಿವೆಯೆಂದು ಮನವರಿಕೆ ಮಾಡಿಸಿದ್ದನು. ವಾರನ್ ಹೇಸ್ಟಿಂಗ್ಸ್‌ನು ಜನರಲ್ ಗೊಡ್ಡಾರ್ಡ್‌ನನ್ನು ತನ್ನ ಪ್ರತಿನಿಧಿಯಾಗಿ ನಾನಾ ಫಡ್ನಾವೀಸನ ಬಳಿ ಕಳುಹಿಸಿ ಆತ ಸಿಂಧಿಯಾನೊಂದಿಗೆ ಮಾಡಿಕೊಂಡಿದ್ದ ಸಾಲ್‌ಭಾಯಿ ಒಪ್ಪಂದವನ್ನು ಮರುಪರಿಶೀಲನೆ ಮಾಡುವಂತೆ ಕೋರಿದಾಗ, ಆತ ಇದನ್ನು ತಿರಸ್ಕರಿಸಿ ಗೊಡ್ಡಾರ್ಡನಿಗೆ "“ಶ್ರೀಮಂತ ಪ್ರಧಾನ್ ಮತ್ತು ನವಾಬ ಹೈದರ್ ಆಲಿ ಖಾನರ ನಡುವಣ ಸಂಬಂಧಗಳು ಬರಿ ತೋರಿಕೆಯಲ್ಲ. ಅದು ಸೂರ್ಯನಿಗಿಂತಲೂ ಪ್ರಕಾಶಮಾನವಾಗಿದೆ. ಈ ರೀತಿಯ ಒಪ್ಪಂದ ಮತ್ತು ಸಂಬಂಧಗಳು ಅಖಂಡವಾಗಿ ಮುಂದುವರೆಯಲಿ ಎಂದು ನನ್ನ ಸ್ನೇಹಿತನ ಕೋರಿಕೆ"”[7] ಎಂದು ಹೇಳಿದನು. ಇದು ನಾನಾ ಫಡ್ನಾವೀಸ್ ಮತ್ತು ಹೈದರ್ ಆಲಿ ನಡುವೆ ಅಸ್ತಿತ್ವದಲ್ಲಿದ್ದ ಅಖಂಡ ಸ್ನೇಹಸಂಪರ್ಕ ಮತ್ತು ತನ್ನ ಮಿತ್ರ ರಾಜ್ಯಗಳ ಬಗ್ಗೆ ಹೈದರ್ ಹೊಂದಿದ್ದ ವಿಶ್ವಾಸಕ್ಕೆ ಕುರುಹಾಗಿದೆ. ಸಮಕಾಲೀನ ಕನ್ನಡಕೃತಿ "ಹೈದರ್‌ನಾಮಾ'ದಲ್ಲಿನ ಈ ಕೆಲವು ಸಾಲುಗಳು ಹೈದರ್‌ಆಲಿಯ ದೃಢಮನೋಸ್ಥಿತಿ, ತನ್ನ ಅಂತಿಮ ಉದ್ದೇಶಗಳನ್ನು ಈಡೇರಿಸಿಕೊಳ್ಳಲು ಆತನು ಅಳವಡಿಸಿಕೊಂಡ ಛಲ, ತನ್ನ ತತ್ವಕ್ಕೆ ವಿರುದ್ಧವಾಗಿ ಹೊಂದಾಣಿಕೆ ಮಾಡಿಕೊಳ್ಳದ" ನೀತಿ ಮತ್ತು ಆತನ ಕಾರ್ಯತತ್ಪರತೆಗಳನ್ನು ಸೂಚಿಸುತ್ತವೆ. "“ಶೀಘ್ರದಲ್ಲಿಯೆ[8] ತನ್ನಯುದ್ಧ ಮಂತ್ರಾಲೋಚನೆ ಸಭೆಯನ್ನು ಕರೆದು ಇಂಗ್ಲಿಷರನ್ನು ನಾಶಮಾಡುವ ಯುದ್ಧೋಪಾಯ ತಂತ್ರಗಳ ಕುರಿತು ಸಮಾಲೋಚನೆ" ನಡೆಸಿದನು. ಇಂಗ್ಲಿಷರ ವಿರುದ್ಧ ನಡೆಸಿರುವ ಕಾರ್ಯಾಚರಣೆಗಳ ಅನೇಕ ಸಂದರ್ಭಗಳಲ್ಲಿ ಇಂಗ್ಲಿಷರು ಸೋಲನ್ನಪ್ಪಿದ್ದರೂ, ಮದರಾಸು, ಬಾಂಬೆ, ಕಲ್ಕತ್ತಾಗಳಲ್ಲಿರುವ ಮತ್ತು ಎಲ್ಲಕ್ಕಿಂತಲೂ ಮಿಗಿಲಾಗಿ ಇಂಗ್ಲೆಂಡ್‌ನಿಂದ ಹರಿದು ಬರುತ್ತಿರುವ ಅಧಿಕ ಸೇನಾಬಲದಿಂದಾಗಿ ಅವರನ್ನು ಒಂದೇ ಸ್ಥಳದಲ್ಲಿ ಎದುರಿಸಿ ಗೆಲ್ಲುವುದು ಕಷ್ಟ ಎಂದು ತನ್ನ ಮಿತ್ರರಿಗೆ ಮನವರಿಕೆ ಮಾಡಿಕೊಟ್ಟನು." 'ಇಂಗ್ಲಿಷರ ಬಲ ಕುಗ್ಗಿಸುವುದು ನಮ್ಮ ಆಶಯವಾಗಿರುವುದರಿಂದ ಇದಕ್ಕೆ ಪೂರಕವಾಗಿ ಯುರೋಪ್‌ನಲ್ಲಿ ಇಂಗ್ಲೆಂಡ್ ಮತ್ತು ಫ್ರೆಂಚರ ನಡುವೆ ಒಂದು ಘೋರ ಸಮರ ಪ್ರಾರಂಭಕ್ಕೆ ನಾವು ನಾಂದಿ ಹಾಡಬೇಕು. ಬಂಗಾಳದ ವಿರುದ್ಧ ಕಂದಹಾರ್ ಮತ್ತು ಇರಾನ್‌ನ ರಾಜರನ್ನು ಮತ್ತು ಬಾಂಬೆಯ ವಿರುದ್ಧ ಮರಾಠರನ್ನು ಅಣಿಗೊಳಿಸಬೇಕು. ತರುವಾಯ ಒಂದು ಬೃಹತ್ ಸೈನ್ಯದ ಸಹಾಯದಿಂದ ಮತ್ತು ಫ್ರೆಂಚರ ನೆರವಿನಿಂದ ಮತ್ತು ನಮ್ಮೆಲ್ಲರ ಸೈನ್ಯಗಳನ್ನು ಒಳಗೊಂಡ ಒಂದು ಒಕ್ಕೂಟ ರಚಿಸಿ ಅವರ ವಿರುದ್ಧ ಏಕಕಾಲದಲ್ಲಿ ಅನೇಕ ಸ್ಥಳಗಳಲ್ಲಿ ಹೋರಾಟ ನಡೆಸಿದಲ್ಲಿ ಒಂದು ರಾಜ್ಯವು ಮತ್ತೊಂದು ರಾಜ್ಯದ ನೆರವಿಗೆ ಧಾವಿಸಿ ಬರದಂತೆ ತಡೆಯಬಹುದು. ನಮ್ಮ ಸೈನ್ಯ ಇಡೀ ದೇಶವನ್ನು ಸೂರೆಗೈಯುವುದಾದಲ್ಲಿ, ಅವರ ಸೈನ್ಯದ ಸರಬರಾಜನ್ನು ತಡೆದು ತನ್ಮೂಲಕ ಸೈನ್ಯದಲ್ಲಿ ಹಾಹಾಕಾರವನ್ನು ಸೃಷ್ಟಿಸಬಹುದು. ಹೀಗೆ ಮಾಡಿದಲ್ಲಿ ಮಾತ್ರ ಇಡೀ ದೇಶ ನಮ್ಮ ಹತೋಟಿಗೆ ಬರುತ್ತದೆ."' ಈ ದೃಢನಿಶ್ಚಯದಿಂದ, ಹೈದರ್‌ನಾಮಾ ಕೃತಿಯ ಕರ್ತೃ ತಿಳಿಸಿರುವಂತೆ,

ಹೈದರ್ ಆಲಿ ತನ್ನ ವಿಶ್ವಾಸಾರ್ಹ ಅಧಿಕಾರಿ ಅಪ್ಪಾಜಿರಾಂನಿಗೆ ಸುಮಾರು ಐವತ್ತು ಸಾವಿರ ರಾವುತರ ಪಡೆಯ ಸಂಘಟನೆಗೆ. ಇಂಗ್ಲಿಷರ ನಿರ್ಮೂಲನೆಗೆ ಅಪಾರ ಮೊತ್ತದ ಹಣ ನೀಡಿದನು.[10] ಪೂರ್ಣಯ್ಯನ ಎದುರು ಹೈದರ್ ಆಲಿ ದೈನ್ಯ ಭಾವನೆಯಿಂದ ಪಶ್ಚಾತ್ತಾಪ ವ್ಯಕ್ತಪಡಿಸಿದನು ಎಂದು ಈ ಹಿಂದೆ ಪ್ರಸ್ತಾಪಿಸಲ್ಪಟ್ಟ ವಿಲ್ಕ್ಸ್‌ನ ಹೇಳಿಕೆ ಸುಳ್ಳು ಎಂದು ಹೈದರ್ ನಾಮಾದಲ್ಲಿರುವ ಈ ವಿವರಣೆಯಿಂದ ತಿಳಿದುಬರುತ್ತದೆ. ಹೈದರ್ ಆಲಿ ಆಯೋಜಿಸಿದ್ದ ಯುದ್ಧೋಪಾಯ ಕಾಯತಂತ್ರದ ಕುರಿತಾದ ಮಂತ್ರಾಲೋಚನೆ ಸಭೆಯಲ್ಲಿ ಹೈದರನ ಸರಬರಾಯಿ ಇಲಾಖೆಯ ಮುಖ್ಯಸ್ಥನಾಗಿದ್ದ ಪೂರ್ಣಯ್ಯ ಪಾಲ್ಗೊಂಡಿದ್ದು, ತನ್ನ ಮುಖ್ಯಸ್ಥನ ಉತ್ಸಾಹದ ಸೂಚನೆಗಳನ್ನು ಕೇಳಿಸಿಕೊಂಡಿದ್ದನು. ಮೈಸೂರು ಸಂಸ್ಥಾನದ ಆಡಳಿತ ನಿರ್ವಹಣೆಯ ಜವಾಬುದಾರಿ 1799ರಲ್ಲಿ ಹಿಂದಿನ ರಾಜವಂಶದ ಸುಪರ್ದಿಗೆ ವರ್ಗಾಯಿಸಲ್ಪಟ್ಟ ತರುವಾಯ, ಪೂರ್ಣಯ್ಯ ತನ್ನ ಇಳಿಗಾಲದಲ್ಲಿ ಕರ್ನಲ್ ಮಾರ್ಕ್ ವಿಲ್ಕ್ಸ್‌ನೊಂದಿಗೆ ತನ್ನ ನೆನಪಿನಲ್ಲಿದ್ದ ಕೊಂಚ ಮಾಹಿತಿಗಳನ್ನು ಹಂಚಿಕೊಂಡನೆಂದೂ, ಇದನ್ನು ತಿಳಿದ ವಿಲ್ಕ್ಸ್ ತನ್ನ ಬರವಣಿಗೆಯಲ್ಲಿ ಟಿಪ್ಪು ಸುಲ್ತಾನನು ತನ್ನ ತಂದೆ ಹೈದರ್‌ಆಲಿಗಿಂತ ಹೆಚ್ಚು ಇಂಗ್ಲಿಷರೊಡನೆ ದ್ವೇಷಸಾಧಿಸಿದನೆಂಬ ಮಾಹಿತಿಯನ್ನು ಓದುಗರಿಗೆ ನೀಡಿದನು. ತನ್ನ ಮಗ ಟಿಪ್ಪು ಸುಲ್ತಾನನಂತೆಯೇ ಹೈದರ್ ಆಲಿ ತನ್ನ ದೀರ್ಘ ಘಟನೆಗಳಿಂದ ತುಂಬಿದ್ದ ಜೀವಿತದ ಅವಧಿಯಲ್ಲಿ ಭಾರತದಲ್ಲಿ ಇಂಗ್ಲಿಷರ ಅಧಿಕಾರಕ್ಕೆ ರಾಜೀಯಾಗದ ಶತ್ರುವಾಗಿ ಉಳಿದನು.

ಟಿಪ್ಪಣಿಗಳು:

1. 'ಹಿಸ್ಟಾರಿಕಲ್ ಸ್ಕೆಚಸ್‌ಆಫ್ ದಿ ಸೌತ್',' 3 ಸಂಪುಟಗಳು, 1809–1817.
2. ಫಾರ್ರೆಸ್ಟ್ – 'ಬಾಂಬೆ ಡೈರೀಸ್' ಸಂಪುಟI, ಪುಟಗಳು 459–64, 'ಕ್ಯಾಲೆಂಡರ್ ಆಫ್ ದಿ ಪರ್ಷಿಯನ್ ಕರೆಸ್ಪಾಂಡೆನ್ಸ್', ಸಂಪುಟVI, ಪುಟಗಳು 101, 116, 138, 189 ಮತ್ತು 203.
3. ಡಿಸೆಂಬರ್ 1781 ಅಥವಾ ಜನವರಿ 1782.
4. ವಿಲ್ಕ್ಸ್ ಸಂಪುಟII, ಪುಟಗಳು 373–74. ಅಡ್ಮಿರಲ್ ಸಫನ್ ಎಂಬವನ ನಾಯಕತ್ವದಲ್ಲಿ ಒಂದು ಫ್ರೆಂಚ್ ನೌಕಾಪಡೆ ನಿಜವಾಗಿಯೂ 1782ರ ಪ್ರಾರಂಭದಲ್ಲಿ ಪಶ್ಚಿಮ ಕರಾವಳಿಯಲ್ಲಿ ಕಾಣಿಸಿಕೊಂಡಿತ್ತು. ಫೆಬ್ರವರಿ ತರುವಾಯ ತಿಂಗಳಿನಲ್ಲಿ 2000 ಸೈನಿಕರನ್ನು ಒಳಗೊಂಡ ಒಂದು ದಳ ಡುಚೆಮ್ಮಿನ್‌ನ ನಾಯಕತ್ವದಲ್ಲಿ ಬಂದಿತು.
5. ಫಾರೆಸ್ಟ್: 'ಸೆಲೆಕ್ಷನ್ಸ್ ಫ್ರಂ ಲೆಟರ್ಸ್, ಡೆಸ್‌ಪ್ಯಾಚನ್ ಆಫ್ ದಿ ಫಾರಿನ್ ಡಿಪಾರ್ಟ್‌ಮೆಂಟ್ ಆಫ್ ಗವರ್ನಮೆಂಟ್ ಆಫ್ ಇಂಡಿಯಾ' ಸಂಪುಟ III, ಪುಟ 393.
6. 'ಕ್ಯಾಲೆಂಡರ್ ಆಫ್ ಪರ್ಷಿಯನ್ ಕರ್ರೆಸ್ಪಾಂಡೆನ್ಸ್', ಸಂಪುಟ V I, ಪುಟ 157, 189, 238.
7. ಫಾರ್ರೆಸ್ಟ್: 'ಬಾಂಬೆ ಡೈರೀಸ್', ಸಂಪುಟ I – 'ಲೆಟರ್ ಫ್ರಂ ನಾನಾ ಫಡ್ನಾವೀಸ್ ಟು ಬ್ರಿಗೇಡಿಯರ್ ಜನರಲ್ ಗೊಡ್ಡಾರ್ಡ್', 'ಕ್ಯಾಲೆಂಡರ್ ಆಫ್ ಪರ್ಷಿಯನ್ ಕರೆಸ್ಪಾಂಡೆನ್ಸ್' ಸಂಪುಟ VI, ಪುಟ 5, ಲೆಟರ್ ನಂ.7.
8. ಜನವರಿ 1782.
9. 'ಹೈದರ್ ನಾಮಾ' ಹಸ್ತಪ್ರತಿ ಫೋಲಿಯೋ 76–77.
10. ಅದೇ – ಫೋಲಿಯೋ 77.

“ಈ ಅರವತ್ತು ವರ್ಷಗಳು”[1]

ಡಿ.ಎಸ್. ಅಚ್ಚುತ ರಾವ್

ವಿಶ್ವ ವಿದ್ಯಾನಿಲಯದ ಇತಿಹಾಸ ಸಂಘ, ಮಹಾರಾಜ ಕಾಲೇಜಿನ ಒಂದು ಹಳೆಯ ಸಂಘಟನೆಯಾಗಿದೆ. ಥಾಮಸ್ ಡೆನ್‌ಹ್ಯಾಮ್ 1894ರಲ್ಲಿ ಸ್ಥಾಪಿಸಿದ “ಹಿಸ್ಟಾರಿಕಲ್ ಸೊಸೈಟಿಯ” ಸ್ಥಾಪನೆಯೊಂದಿಗೇ ಇದರ ಪ್ರಾರಂಭವನ್ನೂ ಗುರುತಿಸಬಹುದು. ಸೈದಾಪೇಟೆಯ ಶಿಕ್ಷಕರ ಕಾಲೇಜಿನಲ್ಲಿ ಉಪಪ್ರಾಚಾರ್ಯರಾಗಿದ್ದ ಡೆನ್‌ಹ್ಯಾಮ್, 1894ರಲ್ಲಿ ಮಹಾರಾಜ ಕಾಲೇಜಿಗೆ ಇತಿಹಾಸ ಪ್ರಾಧ್ಯಾಪಕರಾಗಿ ಬಂದ ತರುವಾಯ ಹಿಸ್ಟಾರಿಕಲ್ ಸೊಸೈಟಿ ಜನ್ಮ ತಾಳಿತು. ಅದರ ಅಧ್ಯಕ್ಷರಾಗಿ 1916ರಲ್ಲಿ ಪ್ರಾಧ್ಯಾಪಕ ಮತ್ತು ಪ್ರಾಚಾರ್ಯರಾಗಿ ನಿವೃತ್ತಿ ಹೊಂದುವವರೆಗೂ ಅವರು ಇತಿಹಾಸ ಸಂಘದೊಂದಿಗೆ ನಿಕಟ ಸಂಪರ್ಕ ಹೊಂದಿದ್ದರು. ಡೆನ್‌ಹ್ಯಾಮರ ಮನೆಯಲ್ಲಿ, ಸಾಮಾನ್ಯವಾಗಿ ಶುಕ್ರವಾರಗಳಂದು ಸಭೆಯ ಕಲಾಪಗಳು ನಡೆಯುತ್ತಿದ್ದವು. ಇದರಲ್ಲಿ ಹಾಜರಿದ್ದ ಸದಸ್ಯರು ಯಾವುದಾದರೂ ಐತಿಹಾಸಿಕ ಅಥವ ಸಮಕಾಲೀನ ಆಸಕ್ತಿಯ ವಿಷಯ ಪ್ರಸ್ತಾಪಿಸಿದಲ್ಲಿ ಅದರ ಕುರಿತು ವಾದ ಮತ್ತು ಚರ್ಚೆ ಪ್ರಾರಂಭವಾಗುತ್ತಿತ್ತು. ನಮಗೆ ತಿಳಿದಿರುವ ಮಾಹಿತಿಯಂತೆ, ಆ ಸಮಯದಲ್ಲಿ ಹಾಜರಿದ್ದ ಪ್ರತಿಯೋರ್ವ ಸದಸ್ಯನೂ ಚರ್ಚಾವಿಷಯ ಕುರಿತು ತಮ್ಮ ಅಭಿಪ್ರಾಯಗಳನ್ನು ವ್ಯಕ್ತಪಡಿಸುವಂತೆ ಡೆನ್‌ಹ್ಯಾಮ್ ಪ್ರೇರೇಪಿಸುತ್ತಿದ್ದರು. ಅವರ ಮನೆಯಲ್ಲಿ ಸಣ್ಣ ಸಭೆಗಳಲ್ಲಿ ಮತ್ತು ಕಾಲೇಜಿನಲ್ಲಿ ಹೆಚ್ಚು ಸದಸ್ಯರನ್ನು ಒಳಗೊಂಡ ದೊಡ್ಡ ಸಭೆಗಳಲ್ಲಿ ಚರ್ಚಾಗೋಷ್ಠಿಗಳು ಏರ್ಪಾಡಾಗುತ್ತಿದ್ದವು. ಎರಡು ಬಿಎ ತರಗತಿಗಳ ವಿದ್ಯಾರ್ಥಿಗಳನ್ನು ಒಳಗೊಂಡಿದ್ದ ಸಾಮಾನ್ಯವಾಗಿ ಈ ಸಂಘದ ಸದಸ್ಯರ ಸಂಖ್ಯೆ ಇಪ್ಪತ್ತನ್ನು ಮೀರುತ್ತಿರಲಿಲ್ಲ. ಡೆನ್‌ಹ್ಯಾಮರ ಪ್ರೇರಣೆಯಾಧಾರದಲ್ಲಿ ಮಾರ್ಗದರ್ಶನ, ಮತ್ತು ಇತಿಹಾಸ ಬೋಧಿಸುತ್ತಿದ್ದ ಆಗಿನ ಅಧ್ಯಾಪಕ ಬಾಪು ಸುಬ್ಬರಾವ್ ಇವರ ಕಾರ್ಯತತ್ಪರತೆ ವಿಶೇಷವಾಗಿದ್ದು ಕಳೆದ ಶತಮಾನದ ಕೊನೆಯ ದಶಕದಲ್ಲಿನ ವಿದ್ಯಾರ್ಥಿಗಳಾಗಿದ್ದ ಸಿ. ನರಸಿಂಹಯ್ಯ, ಎ. ಸುಬ್ರಮಣ್ಯ ಅಯ್ಯರ್, ಎಂ ಎನ್ ಕೃಷ್ಣರಾವ್, ಎನ್ ನರಸಿಂಹ ಮೂರ್ತಿ ಮತ್ತು ಎಸ್ ಇ ರಂಗನಾಥನ್, ಹೀಗೆ ಉಲ್ಲೇಖಿಸಬಹುದಾಗಿರುವ ಕೆಲವರು ಸಂಘದ ಜೀವಾಳವಾಗಿದ್ದರು.

ಸಂಘವು ತನ್ನ ಪೂರಕ ಚಟುವಟಿಕೆಗಳ ಅಂಗವಾಗಿ ಷೇಕ್ಸ್‌ಪಿಯರನ ಐತಿಹಾಸಿಕ ನಾಟಕಗಳನ್ನು ಕಾಲೇಜಿನಲ್ಲಿ ಪ್ರದರ್ಶಿಸುತ್ತಿತ್ತು. ರಾಜವಂಶದ ಸದಸ್ಯರು ಈ ನಾಟಕಗಳನ್ನು ಬಹಳ ಆಸಕ್ತಿಯಿಂದ ಎದುರು ನೋಡುತ್ತಿದ್ದರು. ಸಂಘದ ನಾಟಕ ಚಟುವಟಿಕೆಯ ಭಾಗವಾಗಿ ಅರಮನೆಯಲ್ಲಿ ಜರಗಿದ “ಜೂಲಿಯಸ್' ಸೀಸರ್” ಮತ್ತು “ಮಚ್ ಅಡೋ ಎಬೌಟ್ ನಥಿಂಗ್” ಪ್ರದರ್ಶನಗಳನ್ನು ರಾಜವಂಶದ ಗಣ್ಯ ಮಹನೀಯರೂ ಆಸಕ್ತಿಯಿಂದ ವೀಕ್ಷಿಸುತ್ತಿದ್ದರು. ವಿದ್ಯಾರ್ಥಿಗಳಾಗಿದ್ದ ಸಿ ಆರ್ ನರಸಿಂಹಮೂರ್ತಿ, ವಿ ಲಿಂಗಪ್ಪಯ್ಯ, ಎಚ್.ಕೃಷ್ಣರಾವ್, ಡಿ. ರಾಮಯ್ಯ,

1 ‘ದೀಸ್ ಸಿಕ್ಸ್‌ಟಿ ಇಯರ್ಸ್’ – ಹಿಸ್ಟರಿ ಆಫ್ ಯುನಿವರ್ಸಿಟಿ ಹಿಸ್ಟರಿ ಅಸೋಸಿಯೇಶನ್, ಡೈಮಂಡ್ ಜೂಬಿಲಿ ಪಬ್ಲಿಕೇಷನ್ಸ್, ಪುಟಗಳು 20–34.

ಡಿ ನರಸಿಂಹಮೂರ್ತಿ, ದಿವಂಗತ ಎಂ ಎನ್ ಬಾಲರಾಜೇ ಅರಸು ಮತ್ತು ಎಂ ಸುಬ್ಬರಾವ್ ತಮ್ಮ ಪ್ರತಿಭೆ ಮತ್ತು ಚಾತುರ್ಯಗಳಿಂದ ಈ ನಾಟಕಗಳಲ್ಲಿ ನಟರಾಗಿ ಖ್ಯಾತಿಗಳಿಸಿದ್ದರು. ಇತಿಹಾಸ ಸಂಘ ಮೈಸೂರಿನ ರಾಜವಂಶದ ಮಹಾರಾಜರ ಪ್ರೋತ್ಸಾಹಕ್ಕೆ ಋಣಿಯಾಗಿದೆ ಮಾತ್ರವಲ್ಲದೆ, ಅವರ ನಿರಂತರ ಪ್ರೋತ್ಸಾಹ ಮತ್ತು ವೈಯುಕ್ತಿಕ ಆಸಕ್ತಿಗಳು ಸಂಘದ ಚಟುವಟಕೆ ಮತ್ತು ಬೆಳವಣಿಗೆಗೆ ಪ್ರೋತ್ಸಾಹ ನೀಡಿದುವು. ಯಾವುದೆಂದರೆ, ಆಗ ಯುವರಾಜರಾಗಿದ್ದ ದಿವಂಗತ ನಾಲ್ವಡಿ ಕೃಷ್ಣರಾಜ ಒಡೆಯರು ಅದರ ಒಂದು ಸಮಾರಂಭದ ಅಧ್ಯಕ್ಷತೆಯನ್ನು ದಯಪಾಲಿಸಿದ್ದು ಸಂಘದ ಪ್ರಾರಂಭಿಕ ಚರಿತ್ರೆಯಲ್ಲಿನ ಒಂದು ಘಟನೆ ಅಮೂಲ್ಯವೂ ಸ್ಮರಣಾರ್ಹವೂ ಆಗಿದೆ. ಕಾಲೇಜಿನ ಚರಿತ್ರೆ ವಿಭಾಗದ ಹಿರಿಯ ವಿದ್ಯಾರ್ಥಿ ಮತ್ತು ಲಂಡನ್‌ನಲ್ಲಿ ಭಾರತದ ಹೈಕಮೀಷನರ್‌ರಾಗಿ ನೇಮಕ ಹೊಂದಿ ನಿವೃತ್ತರಾಗಿದ್ದ ದಿವಾನ್ ಬಹಾದ್ದೂರ್ ಎಸ್ ಇ ರಂಗನಾಥನ್ ಇದರ ಕುರಿತು ತಮ್ಮ ಬರವಣಿಗೆಯಲ್ಲಿ ಹೀಗೆ ಹೇಳಿದ್ದಾರೆ: "ನಾನು ಸಂಘದ ಕಾರ್ಯದರ್ಶಿಯಾಗಿದ್ದ ಸಮಯದಲ್ಲಿ ಕಾಲೇಜಿನ ಇತಿಹಾಸ ಸಂಘದ ಒಂದು ಕಾರ್ಯಕ್ರಮಕ್ಕೆ ಗತಿಸಿರುವ ಮಹಾರಾಜ ನಾಲ್ವಡಿ ಕೃಷ್ಣರಾಜ ಒಡೆಯರನ್ನು ಅಧ್ಯಕ್ಷತೆ ವಹಿಸಿಕೊಳ್ಳುವಂತೆ ಕೋರಿ ಆಮಂತ್ರಿಸಿದ್ದು ನನಗೆ ನೆನಪಿದೆ. ಸರ್ ಇವಾನ್ ಮ್ಯಾಕೋನೋಚಿಯವರ ಮಾರ್ಗದರ್ಶನದಲ್ಲಿ ಶಿಕ್ಷಣ ಕ್ರಮಗಳ ಬಗ್ಗೆ ತರಬೇತಿ ಪಡೆಯುತ್ತಿದ್ದ ಯುವರಾಜ ಕುಮಾರ ತಕ್ಷಣ ಇದಕ್ಕೆ ಸಮ್ಮತಿಸಿ ಸಭೆಯಲ್ಲಿ ಪಾಲ್ಗೊಂಡು ಸಂಘದ ಗೌರವವನ್ನು ಹೆಚ್ಚಿಸಿದರು."

ಐರಿಷ್‌ರಾಗಿದ್ದ ಡೆನ್‌ಹ್ಯಾಂ ಮತ್ತು ಅವರ ಸಹೋದ್ಯೋಗಿಗಳ ಪೋಷಣೆ ಮತ್ತು ಕಾರ್ಯದಕ್ಷತೆಯಿಂದಾಗಿ "ಇತಿಹಾಸಸಂಘ" ಒಂದು ಹೊಸ ರೂಪ ಪಡೆದುಕೊಂಡು ಕಾಲೇಜಿನ ಸಾಂಸ್ಕೃತಿಕ ಚಟುವಟಿಕೆಗಳಿಗೆ ಒಂದು ಸೂಕ್ತ ವೇದಿಕೆ ಸೃಷ್ಟಿಸಿತು. ಅಲ್ಲಿಂದೀಚೆಗೆ, ಸಂಘವು–ಉನ್ನತ ಮಟ್ಟದ ಬೌದ್ಧಿಕ ಮತ್ತು ಸಾಮಾಜಿಕ ಚಟುವಟಿಕೆಗಳಿಗೆ ಹೆಚ್ಚು ಒತ್ತು ನೀಡಿದೆಯಲ್ಲದೆ, ತನ್ನ ಸದಸ್ಯರು ತಮ್ಮ ವ್ಯಕ್ತಿತ್ವ ಮತ್ತು ಶಿಸ್ತು ರೂಪಿಸಿಕೊಳ್ಳುವುದರಲ್ಲಿ ಸಹಕರಿಸುತ್ತಾ ಅವರಲ್ಲಿ ನಾಯಕತ್ವ ಗುಣ ಮತ್ತು ಸಂಘಟನಾ ಶಕ್ತಿಯನ್ನು ಹೆಚ್ಚಿಸಿದೆ.

ಮೈಸೂರು ವಿಶ್ವವಿದ್ಯಾನಿಲಯದ ಸ್ಥಾಪನೆ ಮಹಾರಾಜ ಕಾಲೇಜಿನ ಚರಿತ್ರೆಯಲ್ಲಿ ಒಂದು ಹೊಸ ಯುಗವನ್ನೆ ಪ್ರಾರಂಭಿಸಿತು. ಇದರಿಂದ ಎರಡೂವರೆ ಶತಮಾನಗಳ ಅವಧಿಯ ತನ್ನ ಅಸ್ತಿತ್ವದ ಕಾಲದಲ್ಲಿ ವಿಜಯನಗರ ಸಾಮ್ರಾಜ್ಯವು ಹಾಕಿಕೊಂಡಿದ್ದ ಐತಿಹಾಸಿಕ ಗುರಿ ಹತ್ತಿರ ಬಂದಂತಾಯಿತು. ಅದು ಮುಂದಿನ ಪೀಳಿಗೆಗೆ ಬಿಟ್ಟು ಹೋದ ಅದರ ಸಾಂಸ್ಕೃತಿಕ ಸಂಪತ್ತು ಮತ್ತು ಪರಂಪರೆ ಮುಂದಿನ ಇತಿಹಾಸದ ಮೇಲೂ ಪ್ರಭಾವ ಬೀರುವಲ್ಲಿ ಹೊಸ ವಿಶ್ವವಿದ್ಯಾಲಯವು ಪೂರಕವಾಗಲಿದೆಯೆಂದು ಎಲ್ಲರೂ ಭರವಸೆ ಹೊಂದಿದರು ಎಂದು ಹೇಳಬಹುದಾಗಿದೆ.

1937–38 ಸಾಲಿನಲ್ಲಿ ಇತಿಹಾಸ ಸಂಘದ ಗೌರವ ಅಧ್ಯಕ್ಷರಾಗಿ ಯುವರಾಜ ಜಯಚಾಮರಾಜ ಒಡೆಯರ್ ಸರ್ವಾನುಮತದಿಂದ ಆಯ್ಕೆಯಾಗಿದ್ದು ಸಂಘದ ಚರಿತ್ರೆಯಲ್ಲಿ ಮತ್ತೊಂದು ಸ್ಮರಣೀಯ ಘಟನೆ. ಸಂಘದ ಗೌರವ ಅಧ್ಯಕ್ಷರ ಜವಾಬುದಾರಿಯ ನಿರ್ವಹಣೆಯನ್ನು ಒಪ್ಪಿಕೊಂಡ ಶ್ರೀ ಯುವರಾಜರ ಈ ನಡೆಯಿಂದ ಸಂಘಕ್ಕೆ ಗೌರವ ಬಂದಿತು. ಇದು ಅವರು ಇತಿಹಾಸದ ವಿದ್ಯಾರ್ಥಿಯಾಗಿ ಸಂಘದ

ಬಗ್ಗೆ ಹೊಂದಿರುವ ಅತೀವ ಪ್ರೀತಿ ಮತ್ತು ಆಸಕ್ತಿಗೆ ಉದಾಹರಣೆಯಾಗಿದೆ."ದೂರಪ್ರಾಚ್ಯ ದೇಶಗಳ" ತಮ್ಮ ಪ್ರವಾಸದಿಂದ ಹಿಂದಿರುಗಿದ ಶ್ರೀ ಯುವರಾಜರು ಸಂಘದ ಆಶ್ರಯದಲ್ಲಿ ಏರ್ಪಡಿಸಲಾಗಿದ್ದ ಸಭೆಯಲ್ಲಿ "ದೂರ ಪ್ರಾಚ್ಯ ವ್ಯವಹಾರ" ಕುರಿತು ಸದಸ್ಯರನ್ನು ಉದ್ದೇಶಿಸಿ ಭಾಷಣ ಮಾಡಿದರು. ಅದು ನಿಜವಾಗಿಯೂ ಒಂದು ಐತಿಹಾಸಿಕ ಸುಸಂದರ್ಭವೇ ಸರಿ. ತಮ್ಮ ವಿದ್ವತ್‌ಪೂರ್ಣ ಭಾಷಣದಲ್ಲಿ ಶ್ರೀ ಯುವರಾಜರು ದೂರಪೂರ್ವದಲ್ಲಿ ಚೀನಾ-ಜಪಾನ್ ರಾಷ್ಟ್ರಗಳ ನಡುವಿನ ಹದಗೆಡುತ್ತಿರುವ ಸಂಬಂಧಗಳ ಹಿನ್ನೆಲೆಯಲ್ಲಿ ಕಂಡು ಬಂದಿರುವ ಗೊಂದಲಮಯ ಪರಿಸ್ಥಿತಿಗಳನ್ನು ಪ್ರಸ್ತಾಪಿಸಿದರು. ಕಾಲೇಜಿನ ಹಿರಿಯ ವಿದ್ಯಾರ್ಥಿಗಳ ನಡುವೆ ಮುಕುಟದ ವಜ್ರದಂತೆ ಇದ್ದ ಯುವರಾಜರು ಸರ್ವ ವಿಧದಲ್ಲಿಯೂ ಓರ್ವ ಜನತಾಂತ್ರಿಕ ಪ್ರಜ್ಞೆಯ ರಾಜಕುಮಾರರಾಗಿದ್ದು ಸ್ವಭಾವತಃ ವಿನಯಶೀಲ ಮತ್ತು ಸ್ನೇಹ ತತ್ಪರರಾಗಿದ್ದುವಿದ್ಯಾರ್ಥಿಗಳನ್ನು ಆಕರ್ಷಿಸಿದ್ದರು.

1942 ರ ಕ್ವಿಟ್ ಇಂಡಿಯಾ ಚಳವಳಿ ನಮ್ಮ ವಿದ್ಯಾರ್ಥಿಗಳಲ್ಲಿ ದೇಶ ಪ್ರೇಮವನ್ನು ಉಕ್ಕಿಸಿತು. ದೇಶ ಅವರ ಸೇವೆಯನ್ನು ಅಪೇಕ್ಷಿಸುವಂತಾಯಿತು. ಇತಿಹಾಸ ಸಂಘದ ವಿದ್ಯಾರ್ಥಿ ಸದಸ್ಯರ ಉಪಾಧ್ಯಕ್ಷರಾಗಿದ್ದ ನಾಡಿಗ ಕೃಷ್ಣಮೂರ್ತಿ ಮತ್ತು ಚರಿತ್ರೆ ವಿಭಾಗದ ಇನ್ನಿತರ ಹೆಸರಾಂತ ವಿದ್ಯಾರ್ಥಿಗಳಾಗಿದ್ದ ಎಂ ವಿ ಕೃಷ್ಣಪ್ಪ ಮತ್ತು ಸಂಗಡಿಗರು 1942ರಲ್ಲಿ ರಾಷ್ಟ್ರೀಯ ಸಂಗ್ರಾಮದ ಮುಂಚೂಣಿಯಲ್ಲಿದ್ದು ರಾಷ್ಟ್ರಕ್ಕಾಗಿ ಅನೇಕ ತೊಂದರೆಗಳನ್ನು ಎದುರಿಸಿದರು.

ಸಂಘವು 1943ರ ಡಿಸೆಂಬರ್‌ನಲ್ಲಿ ತನ್ನ ಸುವರ್ಣ ಮಹೋತ್ಸವವನ್ನು ಉತ್ಸಾಹ ಮತ್ತು ಸಡಗರದಿಂದ ಆಚರಿಸಿತು. ಐದು ದಿನಗಳ ಕಾಲ ನಡೆದ ಈ ಸಮಾರಂಭವನ್ನು ಭಾರತ ಅಧ್ಯಯನ ಶಾಸ್ತ್ರದಲ್ಲಿ ಹೆಸರಾಗಿದ್ದ ಮಹಾಮಹೋಪಾಧ್ಯಾಯ ಅರ್ಥಶಾಸ್ತ್ರ ವಿಶಾರದ ದಿವಂಗತ ಡಾ.ಆರ್.ಶಾಮಾಶಾಸ್ತ್ರಿ ಉದ್ಘಾಟಿಸಿದರು. ಸಂಶೋಧನಾ ಲೇಖನಗಳ ಮಂಡನೆ, ಭಾರತದಲ್ಲಿದ್ದ ಸಾಮ್ರಾಜ್ಯಗಳ ಕುರಿತು ಒಂದು ವಿಚಾರಸಂಕಿರಣ, ಐತಿಹಾಸಿಕ ಕಾವ್ಯಗಳ ಓದು ಮತ್ತು ಶಿವಾಜಿ ಭಾವಚಿತ್ರದ ಅನಾವರಣ ಹಾಗೂ ಕನ್ನಡದಲ್ಲಿ 'ಚಂದ್ರಗುಪ್ತಮೌರ್ಯ', ಎಂಬ ಒಂದು ಐತಿಹಾಸಿಕ ನಾಟಕ ಪ್ರದರ್ಶನ ಈ ಐದೂ ದಿನಗಳ ಪ್ರಮುಖ ಕಾರ್ಯಕ್ರಮಗಳಾಗಿದ್ದವು. ಆ ವರ್ಷ ಸಂಘದ ಕಾರ್ಯದರ್ಶಿಯಾಗಿದ್ದ ಜಿ. ಸುಬ್ರಹ್ಮಣ್ಯ ಇವರ ಅವಿರತ ದುಡಿಮೆ ಮತ್ತು ಕಾರ್ಯದಕ್ಷತೆ ಹಾಗೂ ಚರಿತ್ರೆ ವಿಭಾಗದಲ್ಲಿನ ಸಹೋದ್ಯೋಗಿಗಳು ಮತ್ತು ವಿದ್ಯಾರ್ಥಿಗಳು, ಅದರಲ್ಲಿಯೂ ಹೆಸರಿಸಬಹುದಾದ ಎಂ ವಿ ಕೃಷ್ಣರಾವ್, ಪಿ ಜಿ ಸತ್ಯಗಿರಿನಾಥನ್, ಬಿ ಎಸ್ ಕೃಷ್ಣಸ್ವಾಮಿ ಅಯ್ಯಂಗಾರ್, ಎಸ್ ವೆಂಕಟದೇಶಿಕಾಚಾರ್, ಎಂ ಶೇಷಾದ್ರಿ, ಎಚ್ ಕೆ ರಂಗನಾಥ್, ಕೆ ವಿ ಅಚ್ಚುತ ರಾವ್ ಮೊದಲಾದವರ ಚುರುಕಾದ ಮಾರ್ಗದರ್ಶನ ಮತ್ತು ಸಹಕಾರ ಈ ಕಾರ್ಯಕ್ರಮಗಳ ಯಶಸ್ಸಿಗೆ ಕಾರಣವಾದುವು.

ಹೆಸರಾಂತ ವಿದ್ವಾಂಸರುಗಳಿಂದ ಪ್ರವಚನ, ಸಂಶೋಧನಾ ಲೇಖನಗಳ ಮಂಡನಾ ಕಾರ್ಯಕ್ರಮ, ಚರ್ಚೆ, ವಿಚಾರಸಂಕಿರಣ, ಸಾಮಾಜಿಕ ಮತ್ತು ಐತಿಹಾಸಿಕ ವಿಷಯ ವಸ್ತುಗಳನ್ನು ಹೊಂದಿದ್ದ ನಾಟಕಗಳ ಪ್ರದರ್ಶನ ಮತ್ತು ಐತಿಹಾಸಿಕ ಮಹತ್ವದ ಸ್ಥಳಗಳಿಗೆ ಭೇಟಿ ಮೊದಲಾದವುಗಳು ಈ ವರ್ಷದ ಸಂಘದ ಸಾಮಾನ್ಯ ಚಟುವಟಿಕೆಗಳಾಗಿದ್ದವು. ಹೆಸರಾಂತ ಶಿಕ್ಷಣ ತಜ್ಞ ಎಂ. ರತ್ನಸ್ವಾಮಿ, ಪ್ರೊ|| ವಿ.ರಂಗಾಚಾರ್ಯ ಮತ್ತು ರೆವೆರೆಂಡ್ ಫಾದರ್ ಹೆರಾಸ್ ಸಂಘದ ಆಶ್ರಯದಲ್ಲಿ ಸದಸ್ಯರನ್ನು

ಉದ್ದೇಶಿಸಿ 'ಚರಿತ್ರೆ ಬೋಧನೆ', "'ಕರ್ನಾಟಕ ಸಂಸ್ಕೃತಿ ಕೆಲವು ಆಸಕ್ತಿದಾಯಕ ಅಂಶಗಳು'" ಮತ್ತು "ಮೊಹೆಂಜೋದಾರೋ" ಕುರಿತು ಉಪನ್ಯಾಸ ನೀಡಿದರು. ಡಾ.ಎಂ ಎಚ್ ಕೃಷ್ಣ ಅವರು ಚಾಲುಕ್ಯ ಶಿಲ್ಪಕಲೆ" ಎಂಬ ವಿಷಯ ಕುರಿತು ಉಪನ್ಯಾಸ ನೀಡಿದರು. ದಿವಂಗತ ಕೆ.ಆರ್.ಶ್ರೀನಿವಾಸ ಅಯ್ಯಂಗಾರ್ ಅಧ್ಯಕ್ಷತೆ ವಹಿಸಿದ್ದ ಮತ್ತೊಂದು ಸಭೆಯಲ್ಲಿ ಪಿ.ಎಸ್. ಅಚ್ಚುತರಾವ್ "'ಧರ್ಮ ಮತ್ತು ಬೆಳವಣಿಗೆ'" ಕುರಿತು ಒಂದು ಲೇಖನ ಮಂಡಿಸಿದರು. ಪ್ರಸ್ತುತ ವಿದೇಶಿ ಮಂತ್ರಾಲಯದಲ್ಲಿ ಸಂಶೋಧನಾ ಅಧಿಕಾರಿಯಾಗಿರುವ ಮತ್ತು ಕಾಲೇಜಿನಲ್ಲಿ ಮೂರನೆ ಆನರ್ಸ್ ವಿದ್ಯಾರ್ಥಿಯಾಗಿದ್ದ ಜಿ. ನಾರಾಯಣ ರಾವ್ "ನ್ಯೂ ವರ್ಲ್ಡ್ ಆರ್ಡರ್" ಎಂಬ ವಿಷಯ ಕುರಿತು ಲೇಖನ ಮಂಡಿಸಿದರು. ಶ್ರೀಮತಿ ಬಿ.ಕಾವೇರಮ್ಮ ಮಂಡಿಸಿದ್ದ ಮತ್ತೊಂದು ಲೇಖನ "'ಇಂಡಿಯಾಸ್ ಕಾಂಟ್ರಿಬ್ಯೂಷನ್ಸ್ ಟು ವರ್ಲ್ಡ್ ಸಿವಿಲೈಜೇಷನ್'." ಮಂಡನೆ ಸಂದರ್ಭದಲ್ಲಿ ಸಂಸ್ಕೃತ ವಿಭಾಗದ ಅಧ್ಯಾಪಕರಾಗಿದ್ದ ಎನ್. ಶಿವರಾಮ ಶಾಸ್ತ್ರಿ ಅಧ್ಯಕ್ಷತೆ ವಹಿಸಿದ್ದರು. ಚೀನಾ ಮತ್ತು ರಷ್ಯಾ ದೇಶಗಳ ಅಧ್ಯಯನ ಕುರಿತು ನಮ್ಮ ವಿದ್ಯಾರ್ಥಿಗಳು ಆಸಕ್ತಿ ಪಡೆದು ಇವುಗಳ ಬಗ್ಗೆ ವಿಚಾರ ಸಂಕಿರಣಗಳನ್ನು ಏರ್ಪಡಿಸಿದರು. ಪ್ರಸ್ತುತ ರಾಷ್ಟ್ರೀಯ ಪತ್ರಾಗಾರ, ನವದೆಹಲಿಯಲ್ಲಿ ಕಾರ್ಯನಿರ್ವಹಿಸುತ್ತಿರುವ ಡಾ.ಎಂ.ವಿ. ವೆಂಕಟದೇಶಿಕಾಚಾರ್ "'ನ್ಯಾಷನ್ಯಾಲಿಟೀಸ್ ಇನ್ ರಷ್ಯ'" ಎಂಬ ವಿಷಯ ಕುರಿತಾದ ಪ್ರಬಂಧ ಮಂಡನೆ ಮಾಡಿದ ಕಾಲದಲ್ಲಿ ಆ ವರ್ಷದ ವಿದ್ಯಾರ್ಥಿಗಳಾಗಿದ್ದ ಸಿ ವಿ ರಂಗಸ್ವಾಮಿ, ಜಿ ಅರ್ ಕುಪ್ಪುಸ್ವಾಮಿ, ಕೆ ಟಿ ರಾಮಸ್ವಾಮಿ ಮತ್ತು ಎಂ ಕೆ ಸುಬ್ಬರಾವ್ ಚರ್ಚೆಯಲ್ಲಿ ಪಾಲ್ಗೊಂಡಿದ್ದರು. ಈ ಸಮಾರಂಭದ ಅಧ್ಯಕ್ಷತೆಯನ್ನು ಮಹಾರಾಜ ಕಾಲೇಜಿನ ಚರಿತ್ರೆಯಲ್ಲಿ ಚರಿತ್ರಾರ್ಹ ವ್ಯಕ್ತಿ ಎಂದು ಖ್ಯಾತರಾಗಿದ್ದ ಡಾ ವಿ ಎಲ್ ಡಿಸೋಜ ವಹಿಸಿದ್ದರು. ಚರ್ಚಾಗೋಷ್ಠಿಗಳು ಈ ಸಂಘದ ಚಟುವಟಿಕೆಗಳ ಜೀವಾಳವಾಗಿದ್ದವು. 1943ರಲ್ಲಿ ವಿಭಿನ್ನ ರೀತಿಯ ಆಸಕ್ತಿದಾಯಕ ವಿಷಯಗಳನ್ನು ಎಂದು ಆಲೋಚಿಸಿಲಾಗಿದ್ದ, ವಿಭಿನ್ನ ವಿಷಯಗಳ ಕುರಿತು ಚರ್ಚಾಗೋಷ್ಟಿಯಲ್ಲಿ ಅನೇಕ ವಿಷಯಗಳು ಮಂಡಿಸಲ್ಪಟ್ಟವು. ಅವುಗಳಲ್ಲಿ ಕೆಲವು ಪ್ರಮುಖ ವಿಷಯಗಳು ಯಾವುವೆಂದರೆ, "ಪ್ರಸ್ತುತ ಜಗತ್ತಿಗೆ ಅವಶ್ಯವಿರುವುದು ಜಾಗತಿಕ ಒಕ್ಕೂಟವೇ ಹೊರತು, ರಾಷ್ಟ್ರೀಯ ಸರ್ಕಾರವಲ್ಲ" ಮತ್ತು "ಪ್ರಸ್ತುತ ಸನ್ನಿವೇಶದಲ್ಲಿ ವಿಜ್ಞಾನದ ಅಧ್ಯಯನಕ್ಕಿಂತ, ಮಾನವಿಕಗಳ ಅಧ್ಯಯನ ಸೂಕ್ತವಾಗಿದೆ," ಶಾಸ್ತ್ರೀಯ ಮತ್ತು ಸಿನಿಮಾ ಹಾಡುಗಾರಿಕೆ, ನೃತ್ಯ ಮತ್ತು ನಾಟಕಗಳನ್ನು ಸಂಘ ತಿರಸ್ಕರಿಸಲಿಲ್ಲ. ನಮ್ಮ ವಿದ್ಯಾರ್ಥಿಗಳು ಸಂಸರ "ವಿಗಡ ವಿಕ್ರಮರಾಯ", ಕೆ.ವಿ. ಪುಟ್ಟಪ್ಪನವರ "'ಯಮನ ಸೋಲು'" ಮತ್ತು ಜಿ.ಪಿ.ರಾಜರತ್ನಂ ಇವರ "ಕಂಬಳಿ ಸೇವೆ" ನಾಟಕಗಳನ್ನು ಅಭಿನಯಿಸಿ ಪ್ರದರ್ಶಿಸಿದರು. ಈ ಅವಧಿಯಲ್ಲಿ ಇತಿಹಾಸ ಸಂಘ ತನ್ನ ಕಾರ್ಯವ್ಯಾಪ್ತಿಯನ್ನು ಹಿಗ್ಗಿಸಿದ್ದುದರ ಫಲದಿಂದ ಅದು ಚರಿತ್ರೆ ವಿದ್ಯಾರ್ಥಿಗಳ ಸಂಘ ಎಂಬುದರ ಚೌಕಟ್ಟಿನಿಂದ ಹೊರಬಂದು ಮಹಾರಾಜ ಕಾಲೇಜಿನ ಚಟುವಟಿಕೆಗಳಿಗೆ ವಿಸ್ತಾರಗೊಂಡಿತು. ಹೀಗಾಗಿ ಅದು ಕಾಲೇಜಿನ ಎಲ್ಲಾ ವಿಭಾಗಗಳ ವಿದ್ಯಾರ್ಥಿಗಳ ಗಮನ ಸೆಳೆದು ಅವರು ಸಂಘದ ಚಟುವಟಿಕೆಗಳಲ್ಲಿ ಸಕ್ರಿಯವಾಗಿ ಪಾಲ್ಗೊಳ್ಳುವಂತೆ ಪ್ರೇರೇಪಿಸಿತು.

ಡಾ.ಎಂ ಎಚ್ ಕೃಷ್ಣ ಅವರ ನಂತರ ಇತಿಹಾಸ ವಿಭಾಗದಲ್ಲಿ ಪ್ರಾಧ್ಯಾಪಕರು ಮತ್ತು ಸಂಘದ ಅಧ್ಯಕ್ಷರಾಗಿ ಡಾ.ಕೆ.ಎನ್.ವಿ. ಶಾಸ್ತ್ರಿಯವರು 1944ರಲ್ಲಿ ನೇಮಕಗೊಂಡು ಆ ಹುದ್ದೆ ಮತ್ತು ಪದವಿಯನ್ನು 1948ರವರೆಗೆ ಅಲಂಕರಿಸಿದ್ದರು. ತನ್ನ ಸೂಕ್ಷ್ಮ ಒಳನೋಟ, ತರ್ಕಶಕ್ತಿ ಮತ್ತು

ಕ್ರಿಯಾಶೀಲ ಬುದ್ಧಿಶಕ್ತಿ ಹೆಸರಾಗಿದ್ದ ಈ ಚರಿತ್ರಕಾರನ ಮಾರ್ಗದರ್ಶನದಲ್ಲಿ ಸಂಘದ ಚಟುವಟಿಕೆಗಳು ಮತ್ತಷ್ಟು ಗರಿಗೆದರಿದವು. ಅವರು ಅಧ್ಯಕ್ಷರಾಗಿದ್ದ ಮೂರು ವರ್ಷದ ಅವಧಿಯಲ್ಲಿನ ಸಂಘದ ಕಾರ್ಯಚಟುವಟಿಕೆಗಳು ಒಂದು ಪೀಳಿಗೆಯ ಚಟುವಟಿಕೆಗಳ ವ್ಯಾಪ್ತಿ, ವೈವಿಧ್ಯ ಹಾಗೂ ಮಹತ್ವದಲ್ಲಿ ಮೀರಿಸುವಂತಾಗಿದ್ದವು. ಪ್ರತಿವಾರ ಅಥವಾ ಹದಿನೈದು ದಿನಗಳಿಗೊಮ್ಮೆ ಇತಿಹಾಸ ಸಂಘದ ಆಶ್ರಯದಲ್ಲಿ ಉಪನ್ಯಾಸ ಅಥವಾ ಚರ್ಚಾಗೋಷ್ಠಿ ಅಥವಾ ಲೇಖನ ಮಂಡನೆ ಅಥವಾ ವಿಚಾರಸಂಕಿರಣವನ್ನು ಏರ್ಪಡಿಸಲಾಗುತ್ತಿತ್ತು. ಮೈಸೂರಿನಲ್ಲಿದ್ದ ಅನೇಕ ಕಾಲೇಜುಗಳಲ್ಲಿ ಇತಿಹಾಸ ಓದುತ್ತಿರುವ ವಿದ್ಯಾರ್ಥಿಗಳನ್ನು ಪ್ರತಿನಿಧಿಸುವ ಸಂಸ್ಥೆಯಾಗಿ ಈ ಸಂಘ ಬೆಳೆಯಿತು. ಸಂಘದ ಚಟುವಟಿಕೆಗಳ ನಿರ್ವಹಣೆಯಲ್ಲಿ ವಿದ್ಯಾರ್ಥಿಗಳು ನಿರ್ವಹಿಸಿದ ಪಾತ್ರ ನಿಜವಾಗಿಯೂ ಚಿರಸ್ಮರಣೀಯವಾಗಿದೆ. ಮಹಾರಾಣಿ ಕಾಲೇಜಿನ ವಿದ್ಯಾರ್ಥಿಗಳಿಗೆ ಅನುಕೂಲವಾಗಲಿ ಎಂದು ಭಾವಿಸಿ ಅಲ್ಲಿ ಸಂಘದ ಹಲವು ಚಟುವಟಿಕೆಗಳನ್ನು ನಡೆಸಲಾಯಿತು. ಈ ವರ್ಷಗಳಲ್ಲಿ ಸಂಘದ ಸದಸ್ಯರನ್ನು ಉದ್ದೇಶಿಸಿ ಭಾಷಣ ನೀಡಿದ ಖ್ಯಾತಿವೆತ್ತ ವಿದ್ವಾಂಸರು ಡಾ.ಎಂ ವಿ ಗೋಪಾಲಸ್ವಾಮಿ, ಪೋಲೆಂಡ್ ದೇಶದ ಡಾ ಮರೀಲಾ ಫೋಕ್ ಮತ್ತು ಪ್ರೊ॥ ವಿ ಎಲ್ ಡಿಸೋಜಾ. ಡಾ. ಎಂ ವಿ ಗೋಪಾಲಸ್ವಾಮಿ ಮುಂತಾದವರು. 1944ರ ಸಂಘದ ಪ್ರಾರಂಭೋತ್ಸವ ಸಮಾರಂಭದಂದು "ಸೈಕೋಲಾಜಿಕಲ್ ಇಂಟರ್‌ಪ್ರಿಟೇಷನ್ ಆಫ್ ಹಿಸ್ಟರಿ" ಕುರಿತು ಮತ್ತು ಡಾ.ಮೇರಿಲಾ ಫೋಕ್ ""ಸ್ಟೂಡೆಂಟ್ಸ್ ಎಂಡ್ ಸ್ಟೂಡೆಂಟ್ ಲೈಫ್"" ಬಗ್ಗೆ ಮಾತನಾಡಿದರು. ಪ್ರೊ॥ ವಿ ಎಲ್ ಡಿಸೋಜ 1944ರ ಸಂಘದ ಸಮಾರೋಪ ಭಾಷಣವನ್ನು ನೀಡಿದರು. ಇವರ ಭಾಷಣಗಳು, ವಿಚಾರಗಳ ಅಗಾಧತೆ, ಅಪ್ಪಟ ಹಾಸ್ಯಪ್ರಜ್ಞೆ ಮತ್ತು ನಲಿಸುವಂತಹ ಹಾಸ್ಯಕ್ಕೆ ಹೆಸರಾಗಿದ್ದವು. ಅವರ ಮಾತುಗಳನ್ನು ಕೇಳುವುದೆಂದರೆ ನಿಜವಾಗಿಯೂ ಪವಿತ್ರ ಗಂಗಾನದಿಯಲ್ಲಿ ಮುಳುಗೆದ್ದ ಸಂತೋಷವೆ ಸರಿ.

ಅರ್ಥಶಾಸ್ತ್ರದ ಪ್ರಾಧ್ಯಾಪಕ ಪ್ರೊ॥ ವಿ ಎಲ್ ಡಿಸೋಜ, ಇತಿಹಾಸ ವಿಭಾಗದೊಂದಿಗೆ ಎರಡು ದಶಕಗಳ ಒಡನಾಟ ಹೊಂದಿದ್ದು, ಅದರ ಬೆಳವಣಿಗೆಯಲ್ಲಿ ಪಾಲ್ಗೊಂಡು ಅದರ ಚಟುವಟಿಕೆಗಳನ್ನು ಪ್ರೋತ್ಸಾಹಿಸಿದ್ದಾರೆ. ಚರಿತ್ರೆ ಸಂಘದ ಬಗ್ಗೆ ಅವರು ವಿಶೇಷ ಕಾಳಜಿ ಹೊಂದಿದ್ದು ಅದರ ಚಟುವಟಿಕೆಗಳಲ್ಲಿ ಹೆಚ್ಚು ಆಸಕ್ತಿಯನ್ನು ವಹಿಸುತ್ತಿದ್ದರು. ಅದರ ಬೆಳವಣಿಗೆಯಲ್ಲಿ ಅವರ ಹೊಣೆ ಗಣನೀಯವಾಗಿತ್ತು. ಅವರ ಜವಾಬುದಾರಿಯುತ ಮಾರ್ಗದರ್ಶನ ಮತ್ತು ನಿರಂತರ ಕಾಳಜಿಗಾಗಿ ಸಂಘ ಅವರಿಗೆ ಋಣಿಯಾಗಿದೆ.

ಈ ಅವಧಿಯಲ್ಲಿ ಸಂಘ ವಿಭಿನ್ನ ವಿಷಯಗಳ ಕುರಿತು ಅನೇಕ ವಿಚಾರ ಸಂಕಿರಣ ಮತ್ತು ಚರ್ಚಾಗೋಷ್ಠಿಗಳನ್ನು ಏರ್ಪಡಿಸಿತು. "ಫ್ರೆಂಚ್‌ಕ್ರಾಂತಿ" ಕುರಿತು 1944ರ ಅಕ್ಟೋಬರ್ 19 ರಂದು ಏರ್ಪಡಿಸಲಾಗಿದ್ದ ವಿಚಾರ ಸಂಕಿರಣದ ಅಧ್ಯಕ್ಷತೆಯನ್ನು ಡಾ ಟಿ ಎ ಪುರುಷೋತ್ತಂ ವಹಿಸಿದ್ದರು. ಇದರಲ್ಲಿ ಇಂಗ್ಲಿಷ್ ವಿಭಾಗದ ವಿ ಎ ತ್ಯಾಗರಾಜನ್, ವಿಭಾಗದ ಕೆ ಕೃಷ್ಣ ಅಯ್ಯಂಗಾರ್, ಎ ವಿ ವೆಂಕಟರತ್ನಂ, ಬಿ ಶೇಕ್ ಆಲಿ ಮತು ಕೆ ಭೀಮಯ್ಯ ಪಾಲ್ಗೊಂಡಿದ್ದರು. ಸಾಮ್ರಾಟ್ ಅಶೋಕನ ಬಗ್ಗೆ ಏರ್ಪಡಿಸಲಾಗಿದ್ದ ವಿಚಾರಗೋಷ್ಠಿಯಲ್ಲಿ ಶ್ರೀಮತಿ ಬಿ ಆರ್ ತಾರಾಬಾಯಿ, ಶ್ರೀ ಬಿ ಎಸ್ ಶ್ರೀನಿವಾಸ ಮೂರ್ತಿ ಮತ್ತು ಇತರರು ಪಾಲ್ಗೊಂಡು ಪಾಂಡಿತ್ಯ ಪೂರ್ಣ ಲೇಖನಗಳನ್ನು ಮಂಡಿಸಿದರು. ಕಾಲೇಜಿನ ಪರ್ಷಿಯನ್ ವಿಭಾಗದಲ್ಲಿ ಪ್ರಾಧ್ಯಾಪಕರಾಗಿದ್ದ ಎ ಕ್ಯು ಸರ್ವಾರಿ 'ಅಕ್ಬರ

ಮತ್ತು ಚರಿತ್ರೆಯಲ್ಲಿ ಆತನ ಸ್ಥಾನ' ಕುರಿತು ಒಂದು ವಿದ್ವತ್‌ಪೂರ್ಣ ಭಾಷಣವನ್ನು 1944ರ ಡಿಸೆಂಬರ್ 12 ರಂದು ನೀಡಿದರು. ಈ ಸಂದರ್ಭದಲ್ಲಿ ಏರ್ಪಡಿಸಲಾಗಿದ್ದ ವಿಚಾರಗೋಷ್ಠಿಯಲ್ಲಿ ವಿದ್ಯಾರ್ಥಿಗಳಾಗಿದ್ದ ಕೆ ನಾಗರಾಜ್, ಪಿ ಸಿದ್ದಯ್ಯ, ವೇದವ್ಯಾಸರಾವ್, ಮಲ್ಹಾರಿರಾವ್ ಮತ್ತು ಶ್ರೀಮತಿ ಶಾರದಮ್ಮ ಲೇಖನಗಳನ್ನು ಮಂಡಿಸಿದರು. 1945–46ನೆ ಸಾಲಿನಲ್ಲಿ ಎಚ್.ಜಿ.ವೆಲ್ಸ್ ದಿನಾಚರಣೆ ನಡೆಸಲಾಯಿತು. ಈ ಸಂದರ್ಭದಲ್ಲಿ ಹಲವು ಭಾಷಣಕಾರರು ಇತಿಹಾಸದ ತತ್ವಶಾಸ್ತ್ರಜ್ಞ ಮತ್ತು ಬರಹಗಾರನಾಗಿ ಎಚ್ ಜಿ ವೆಲ್ಸ್‌ನ ಕುರಿತು ಮಾತನಾಡಿದರು.

1948 ರಿಂದ 51 ರವರೆಗೆ ಶ್ರೀ ವಿ ರಾಘವೇಂದ್ರರಾವ್, ಪ್ರಾಧ್ಯಾಪಕ ಮತ್ತು ಸಂಘದ ಅಧ್ಯಕ್ಷರಾಗಿದ್ದರು. ಅವರ ಅವಧಿಯಲ್ಲಿ (1950–51) ಸಂಘಟಿಸಲ್ಪಟ್ಟ ಸಂಘದ ಉದ್ಘಾಟನಾ ಸಮಾರಂಭದಂದು "ಫ್ಯಾಕ್ಟರ್ಸ್ ಆಫ್ ಹಿಸ್ಟರಿ" ಕುರಿತು ಸಿ ಜೆ ವಾರ್ಕೆ ಇವರ ಉಪನ್ಯಾಸ ಮತ್ತು ಮೈಸೂರಿನ ಟೀಚರ್ಸ್ ಕಾಲೇಜಿನ ಎ ಶೇಷ ಅಯ್ಯಂಗಾರ್ ಇವರು ""ಮೀನಿಂಗ್ ಆಫ್ ಹಿಸ್ಟರಿ"" ಎಂಬ ವಿಷಯ ಕುರಿತು ನೀಡಿದ ಉಪನ್ಯಾಸ ಹೆಚ್ಚು ಉಲ್ಲೇಖಾರ್ಹಗಳೆನಿಸಿವೆ. ಇವಲ್ಲದೆ ಅಶೋಕ ಸ್ಥಂಭದ ಯೋಜನೆ ಯನ್ನು ಕೈಗೆತ್ತಿಗೊಳ್ಳಲಾಯಿತು. ಮಹಾರಾಜ ಕಾಲೇಜು ಶತಮಾನೋತ್ಸವ ಆಚರಣಾ ಸಮಿತಿಯ ಔದಾರ್ಯದಿಂದ ಮಹಾರಾಜ ಕಾಲೇಜಿನ ಮುಂದೆ ಆ ಸ್ಥಂಭ ಇಂದು ಹೆಮ್ಮೆಯಿಂದ ನಿಂತಿದೆ. ಇದರ ಸ್ಥಾಪನೆಗೆ ತಗಲುವ ಖರ್ಚನ್ನು ಸರಿದೂಗಿಸುವ ನಿಟ್ಟಿನಲ್ಲಿ ಸಂಘ ತನ್ನ ಸದಸ್ಯರಿಂದ ವೈಯುಕ್ತಿಕವಾಗಿ ಚಂದಾ ಮೊಬಲಗನ್ನು ಸಂಗ್ರಹಿಸಿತು. ಹಲವು ನಾಟಕಗಳ ಪ್ರದರ್ಶನಗಳನ್ನು ಏರ್ಪಡಿಸಿ ಹಣವನ್ನು ಸಂಗ್ರಹಿಸಲಾಯಿತು. ಕೆಲವು ವಿದ್ಯಾರ್ಥಿಗಳ ಮೌಲ್ಯಯುತ ಸೇವೆ. ಅದರಲ್ಲಿಯೂ ಮುಖ್ಯವಾಗಿ ಈ ಅವಧಿಯಲ್ಲಿ ಸಂಘದ ಪದಾಧಿಕಾರಿಗಳಾಗಿದ್ದ ಕರಿದಣ್ಣಯ್ಯ, ಬಿ ಎಸ್ ರೇಣುಕಾ ಪ್ರಸಾದ್, ಕೆ ಎಲ್ ಗೋಪಾಲರಾವ್ ಇವರ ಸೇವೆಯನ್ನು ಎಂದಿಗೂ ಮರೆಯಲಾಗದು.

1951ರಲ್ಲಿ ವಿಜಯನಗರ ಸಂಸ್ಮರಣ ದಿನದ ಆಚರಣೆಯ ಸಮಾರಂಭದ ಆಯೋಜನೆ ಸಂಘದ ಮತ್ತೊಂದು ಪ್ರಮುಖವಾದ ಆಕರ್ಷಣೆಯಾಗಿತ್ತು. ವಿಜಯನಗರ ಸಾಮ್ರಾಟನಾಗಿದ್ದ ಶ್ರೀ ಕೃಷ್ಣದೇವರಾಯನ ಭಾವಚಿತ್ರದ ಅನಾವರಣ, ವಿಜಯನಗರ ಕೀರ್ತಿ ಕುರಿತ ಶ್ರೀ ಸಿ ಕೆ ವೆಂಕಟರಾಮಯ್ಯ ಇವರ ಉಪನ್ಯಾಸ ಮತ್ತು 'ಅಖಿಲ ಕರ್ನಾಟಕ ಕನ್ನಡ ವೃತ್ತಪತ್ರಿಕೆಗಳ ಪ್ರದರ್ಶನ' ಇವುಗಳು ಈ ಸಮಾರಂಭದ ಪ್ರಮುಖ ಕಾರ್ಯಕ್ರಮಗಳಾಗಿದ್ದವು. ಮಹಾರಾಜ ಕಾಲೇಜು ಶತಮಾನೋತ್ಸವ ಸಮಾರಂಭದ ಪ್ರಯುಕ್ತ ಏರ್ಪಡಿಸಲಾಗಿದ್ದ ವಸ್ತುಪ್ರದರ್ಶನದಲ್ಲಿ ಸಂಘ ಉತ್ಸುಕತೆಯಿಂದ ಪಾಲ್ಗೊಂಡಿತು. ಇತಿಹಾಸ ಸಂಘದ ಕಾರ್ಯಕ್ರಮಗಳು ಬಗ್ಗೆ ನೋಡುಗರ ಆಸಕ್ತಿಯನ್ನು ಸೆಳೆಯುವುದರಲ್ಲಿ ಸಫಲವಾದವು.

ಮುಂದೆ ಡಾ। ಎಂ ವಿ ಕೃಷ್ಣ ರಾವ್ ಅವಧಿಯಲ್ಲಿ ಅವರ ನಿರಂತರ ಪ್ರೋತ್ಸಾಹ ಮತ್ತು ಉತ್ಸಾಹಿ ಮುಂದಾಳತ್ವದಲ್ಲಿ ಸಂಘ ತನ್ನ ಚಟುವಟಿಕೆಗಳನ್ನು ಇಮ್ಮಡಿಗೊಳಿಸಿಕೊಂಡಿದ್ದು ಮಾತ್ರವಲ್ಲದೆ ಚೈತನ್ಯಪೂರ್ಣಗೊಳಿಸಿಕೊಂಡಿದೆ. ಅವರು ಅಧ್ಯಕ್ಷರಾಗಿದ್ದ ಮೂರು ವರ್ಷದ ಚಿಕ್ಕ ಅವಧಿಯಲ್ಲಿ ಸಂಘ ಅನೇಕ ಸಾಧನೆಗಳನ್ನು ತನ್ನ ಮುಡಿಗೇರಿಸಿಕೊಂಡಿದೆ. ಸಂಘದ ಸದಸ್ಯರು ಈ ವರ್ಷಗಳಲ್ಲಿ ಅನೇಕ ಖ್ಯಾತಿವೆತ್ತ ವಿದ್ವಾಂಸರ ಪಾಂಡಿತ್ಯ ಪೂರ್ಣ ಉಪನ್ಯಾಸಗಳನ್ನು ಆಲಿಸುವ ಸೌಭಾಗ್ಯವನ್ನು

ಪಡೆದಿದ್ದರು. ಮದರಾಸು ವಿಶ್ವವಿದ್ಯಾನಿಲಯದ ಭಾರತ ಚರಿತ್ರೆ ಮತ್ತು ಪುರಾತತ್ವ ವಿಭಾಗದ ನಿವೃತ್ತ ಪ್ರಾಧ್ಯಾಪಕರಾಗಿದ್ದ ಪ್ರೊ॥ ಕೆ.ಎ.ನೀಲಕಂಠ ಶಾಸ್ತ್ರಿ ಅಧ್ಯಕ್ಷತೆ ವಹಿಸಿದ್ದ ಸಮಾರಂಭದಲ್ಲಿ ಅಣ್ಣಾಮಲೈ ವಿಶ್ವವಿದ್ಯಾನಿಲಯದ ದಿವಂಗತ ಪ್ರೊ॥ ಸಿ.ಎಸ್. ಶ್ರೀನಿವಾಸಾಚಾರ್ಯ ಎಂ ಎ ಸಂಘದ ಸದಸ್ಯರನ್ನು ಉದ್ದೇಶಿಸಿ 1951 ರಲ್ಲಿ ಉಪನ್ಯಾಸ ನೀಡಿದ್ದರು. 1951–52ರ ಸಾಲಿನಲ್ಲಿ ಏರ್ಪಡಿಸಲಾಗಿದ್ದ ಉದ್ಘಾಟನಾ ಉಪನ್ಯಾಸ ಸಮಾರಂಭದಲ್ಲಿ ಪ್ರೊ॥ ಎಚ್.ಕೃಷ್ಣರಾವ್ ಎಂ ಎ "ಮೀನಿಂಗ್ ಆಫ್ ಹಿಸ್ಟರಿ" ಎಂಬ ವಿಷಯ ಕುರಿತು ಉಪನ್ಯಾಸ ನೀಡಿದರು. ಆ ಸಮಯದಲ್ಲಿ ಡಾ ಎಂ ವಿ ಕೃಷ್ಣರಾವ್ ಸಮಾರಂಭದ ಅಧ್ಯಕ್ಷತೆವಹಿಸಿದ್ದರು. ಪ್ರಾಚಾರ್ಯರಾದ ಪ್ರೊ. ಎಸ್. ವಿ. ರಂಗಣ್ಣ ಸಮಾರೋಪ ಸಮಾರಂಭದ ಅಧ್ಯಕ್ಷತೆ ವಹಿಸಿದ್ದ ಕಾರ್ಯಕ್ರಮದಲ್ಲಿ ಕಾಲೇಜಿನ ಚರಿತ್ರೆ ವಿಭಾಗದ ಹಳೆ ವಿದ್ಯಾರ್ಥಿಯೂ ಮತ್ತು ಶಿಕ್ಷಣ ಮತ್ತು ಕಾನೂನು ಸಚಿವರೂ ಹಾಗೂ ಜನಪ್ರಿಯರಾದ ಶ್ರೀ ಎ ಜಿ ರಾಮಚಂದ್ರ ರಾವ್ ಸಮಾರೋಪ ಭಾಷಣ ನಡೆಸಿಕೊಟ್ಟರು. ಈ ಸಮಯದಲ್ಲಿ ಸಚಿವರು ಪಂಡಿತ್ ಜವಹರಲಾಲ್ ನೆಹರೂರ ಭಾವಚಿತ್ರ ಅನಾವರಣಗೊಳಿಸಿದರು. ತಮ್ಮ ಭಾಷಣದಲ್ಲಿ ಅವರು ಪಂಡಿತ್ ನೆಹರೂ ನಮ್ಮ ದೇಶಕ್ಕೆ ಸಲ್ಲಿಸುತ್ತಿರುವ ಸೇವೆ ಮತ್ತು ತ್ಯಾಗವನ್ನು ಪ್ರಸ್ತಾಪಿಸಿ, ಭಾರತ ಸ್ವಾತಂತ್ರ್ಯಗಳಿಸಿರುವ ಹಿನ್ನೆಲೆಯಲ್ಲಿ ವಿದ್ಯಾರ್ಥಿಗಳು ಚರಿತ್ರೆಯ ಅಧ್ಯಯನ ಕೈಗೊಳ್ಳುವಂತೆ ಕರೆ ನೀಡಿದರು. ಚರಿತ್ರೆ ಅಧ್ಯಾಪಕ ಶ್ರೀ ಹೊನ್ನಯ್ಯನವರ ನಾಯಕತ್ವದಲ್ಲಿ ನಮ್ಮ ವಿದ್ಯಾರ್ಥಿಗಳು ದಕ್ಷಿಣ ಭಾರತದ ಅಧ್ಯಯನದ ಒಂದು ಪ್ರವಾಸಕ್ಕೆ ತೆರಳಿದರು. ಆ ವರ್ಷ ತತ್ವಶಾಸ್ತ್ರ ವಿಭಾಗದ ಸಹಾಯಕ ಪ್ರಾಧ್ಯಾಪಕ ಶ್ರೀ ಎಂ ಯಾಮುನಾಚಾರ್ಯ "'ಕಾನ್‌ಫ್ಲುಯೆನ್ಸ್ ಆಫ್ ಕಲ್ಚರ್ಸ್ ಇನ್ ಇಂಡಿಯಾ'" ಎಂಬ ವಿಷಯದ ಬಗ್ಗೆ ಮತ್ತು ಮೈಸೂರಿನ ಟೀಚರ್ಸ್ ಕಾಲೇಜಿನ ಪ್ರಾಧ್ಯಾಪಕರು ಮತ್ತು ಪ್ರಸ್ತುತ ಗತಿಸಿರುವ ಕೆ ಆರ್ ಕೆ ಅನಂತನ್ "'ಫಿಲಾಸಫಿ ಆಫ್ ಹಿಸ್ಟರಿ'" ಎಂಬ ವಿಷಯ ಕುರಿತು ಮಾತನಾಡಿದರು. ಅಮೇರಿಕೆಯ ವಿನ್‌ಕಾನ್‌ಸಿನ್ ವಿಶ್ವವಿದ್ಯಾನಿಲಯದ ಶ್ರೀಮತಿ ವರ್ಜೀನಿಯಾ ಹಾರ್ಟ್ "'ವುಮೆನ್ಸ್ ಆಟ್ಟಿಟ್ಯೂಡ್ ಟು ಲೈಫ್ ಇನ್ ಯುಎಸ್‌ಎ'" ವಿಷಯದ ಬಗ್ಗೆ ಒಂದು ಆಸಕ್ತಿದಾಯಕ ಉಪನ್ಯಾಸ ನೀಡಿದರು. ಈ ಸಮಾರಂಭದ ಅಧ್ಯಕ್ಷತೆಯನ್ನು ಶ್ರೀಮತಿ ಕಾಮೇಶ್ವರಮ್ಮ ಕುಪ್ಪುಸ್ವಾಮಿ ವಹಿಸಿದ್ದರು. ಅನೇಕ ಅಂತರ–ಕಾಲೇಜು ಚರ್ಚಾ ಸ್ಪರ್ಧೆಗಳು ಸಂಘಟಿಸಲ್ಪಟ್ಟವು. "'ಮಹಿಳೆಯರು ಪುರುಷರಿಗಿಂತ ಮಿಗಿಲಾಗಿ ಮಾನವ ಅಭಿವೃದ್ಧಿಗೆ ಹೆಚ್ಚು ಕಾಣಿಕೆಗಳನ್ನು ನೀಡಿದ್ದಾರೆ'" ಇದು ಚರ್ಚೆಯ ಒಂದು ಪ್ರಮುಖ ವಿಷಯವಾಗಿತ್ತು. ಮಹಾರಾಜ ಮತ್ತು ಮಹಾರಾಣಿ ಕಾಲೇಜುಗಳ ಪ್ರತಿನಿಧಿಗಳು ಭಾಗವಹಿಸಿದ್ದ ಈ ಚರ್ಚಾಸ್ಪರ್ಧೆ ಸಂದರ್ಭದಲ್ಲಿ ಡಾ ಎಂ ವಿ ಕೃಷ್ಣರಾವ್ ಮಾತನಾಡಿದ್ದರು. ಈ ನಿರ್ಣಯ ಅಂತಿಮವಾಗಿ ಬಿದ್ದುಹೋಯಿತು. ಕೆ.ನರಸಯ್ಯ, ಬಿ.ಆರ್. ಗೋಪಾಲ ಮತ್ತು ಟಿ.ವಿ. ಪಾರ್ವತಮ್ಮ ಮೊದಲಾದವರು ಇದರಲ್ಲಿ ಭಾಗವಹಿಸಿದ್ದರು. 1953ರ ಮಾರ್ಚ್‌ನಲ್ಲಿ ಸಂಘದ ಸಮಾರೋಪ ಸಮಾರಂಭ ಜರುಗಿತು. ಮೈಸೂರಿನ ಮಹಾರಾಜ ಕಾಲೇಜಿನ ಭಾರತ ಆಧ್ಯಯನ ವಿಭಾಗದ ಪ್ರಾಧ್ಯಾಪಕ ಪ್ರೊ॥ ಕೆ ಎ ನೀಲಕಂಠ ಶಾಸ್ತ್ರಿ ಸಮಾರೋಪ ಭಾಷಣ ನೀಡಿದರು. ಈ ಸಂದರ್ಭದಲ್ಲಿ "ಜ್ಞಾನಿ ಬುದ್ಧ"ನ ಭಾವಚಿತ್ರ ಅನಾವರಣಗೊಳಿಸಲ್ಪಟ್ಟಿತು. ಶ್ರೀಯುತ ಎಸ್ ಟಿ ಹೊನ್ನೇಗೌಡ, ಬಿ ಆರ್ ಗೋಪಾಲ, ಎಚ್ ಮರಿಯಪ್ಪ, ಎಸ್ ಚಂದ್ರಮೌಳಿ ಹಾಗೂ ಮತ್ತಿತರರ ಆಸಕ್ತಿಯಿಂದ ಈ ಚಟುವಟಿಕೆಗಳು ಫಲಪ್ರದವೆನಿಸಿದವು.

1953ನೇ ವರ್ಷದಲ್ಲಿ

ಈ ವರ್ಷ ಬಿಎ ಆನರ್ಸ್ ಮತ್ತು ಎಂಎ ತರಗತಿಯ ವಿದ್ಯಾರ್ಥಿಗಳಿಗೆ ವಿಶೇಷ ವಿಷಯಗಳನ್ನು ಕುರಿತು ಚರ್ಚಾ ತರಗತಿಗಳನ್ನು ನಡೆಸಲಾಯಿತು. "ನ್ಯಾಷನಾಲಿಸಂ ಎಂಡ್ ಡೆಮಾಕ್ರಸಿ ಇನ್ ಇಂಡಿಯಾ" ಮತ್ತು "ಎಸೆನ್‌ಶಿಯಲ್ ಫೀಚರ್ಸ್ ಆಫ್ ಇಂಡಿಯನ್ ಕಾನ್‌ಸ್ಟಿಟ್ಯೂಷನಲ್ ಡೆವಲಪ್‌ಮೆಂಟ್" ಮತ್ತು ಇತರೆ ಆಸಕ್ತಿದಾಯಕ ವಿಷಯಗಳು ಚರ್ಚಿಸಲ್ಪಟ್ಟವು. ಪಶ್ಚಿಮದ ಸುಪ್ರಸಿದ್ಧ ಚರಿತ್ರಕಾರರಾದ ಸ್ಪೆಂಗ್ಲರ್, ಕಾಲಿಂಗ್‌ವುಡ್, ಕ್ರೋಚೆ ಮತ್ತು ಟಾಯ್ನಬಿ ಮತ್ತು ಭಾರತೀಯ ಚರಿತ್ರಕಾರ ಇಬ್ನ್ ಬತೂತನ ಬರವಣಿಗೆಗಳು ಅಧ್ಯಯನ ಮಾಡಲ್ಪಟ್ಟವು. ಡಾ ಎಂ ವಿ ಕೃಷ್ಣರಾವ್ ಮತ್ತು ಡಿ ಎಸ್ ಅಚ್ಚುತರಾವ್ ಈ ಚರ್ಚೆ ನಡೆಸಿಕೊಟ್ಟರು. ಶ್ರೀಯುತರಾದ ಬಿ ಮುದ್ದಾಚಾರಿ, ಎಸ್ ಟಿ ಹೊನ್ನೇಗೌಡ, ಸಿ ಶಿವಣ್ಣ, ಸಿದ್ದೇಶ್ವರ ರಾವ್ ಮತ್ತು ಇತರರು ಇದಕ್ಕೆ ಅಪೂರ್ವವಾದ ಕೊಡುಗೆಗಳನ್ನು ನೀಡಿದರು.

ಸಂಘದ ಅಧ್ಯಕ್ಷ ಡಾ ಎಂ ವಿ ಕೃಷ್ಣರಾವ್ 1953ರ ಜೂನ್‌ನಲ್ಲಿ ಸಂಘಟಿಸಲ್ಪಟ್ಟ ಜಾಗತಿಕ ವಿಶ್ವವಿದ್ಯಾನಿಲಯಗಳ ವಿದ್ಯಾರ್ಥಿಗಳ ಸಮಾವೇಶದ ಸದಸ್ಯರನ್ನು ಕುರಿತು ತಮ್ಮ ಭಾಷಣ ನೀಡಿದರು. ಸಂಘದ ಗೌರವಾನ್ವಿತ ಸದಸ್ಯರು ಮತ್ತು ಆ ಸಮಯದಲ್ಲಿ ಎಂ ಎ ತರಗತಿಯಲ್ಲಿನ ವಿದ್ಯಾರ್ಥಿ ಬಿ ಆರ್ ಗೋಪಾಲ್, ಮೈಸೂರು ವಿಶ್ವವಿದ್ಯಾನಿಲಯದ ಪ್ರತಿನಿಧಿಯಾಗಿ ಸಮಾವೇಶದಲ್ಲಿ ಪಾಲ್ಗೊಂಡಿದ್ದು ಒಂದು ಗೌರವವೇ ಆಗಿದೆ.

1953–54ರಲ್ಲಿ ಸಂಘದ ಬೆಳ್ಳಿಹಬ್ಬ ಪ್ರಯುಕ್ತ ಸಂಘಟಿಸಲ್ಪಟ್ಟ ಚಟುವಟಿಕೆಗಳನ್ನು ನಮ್ಮ ನೆಚ್ಚಿನ ಉಪಕುಲಪತಿ ಡಾ.ಬಿ.ಎಲ್. ಮಂಜುನಾಥ್, ಬಿಎ ಎಂಎಸ್ಸಿ (ಲಂಡನ್) ಡಿಫಿಲ್ (ಆಕ್ಸ್‌ಫರ್ಡ್) ಉದ್ಘಾಟಿಸಿದರು. ಸಂಘದ ಚಟುವಟಿಕೆಗಳನ್ನು ಬಹು ಪ್ರಶಂಶಿಸಿದ ಡಾ ಬಿ ಎಲ್ ಮಂಜುನಾಥ್ ಇತಿಹಾಸದ ಅಧ್ಯಯನದಲ್ಲಿ ವೈಜ್ಞಾನಿಕ ಮನೋಭಾವನೆಗಳನ್ನು ಬೆಳೆಸಿಕೊಳ್ಳಬೇಕೆಂದು ತಮ್ಮ ಭಾಷಣದಲ್ಲಿ ತಿಳಿಸಿದರು. ಅವರು ಮುಂದುವರೆದು "ಚರಿತ್ರೆ ಒಂದು ಅಧಿಕೃತರೂಪದ ಭಾಷೆಯಲ್ಲಿ ಬರೆಯಲ್ಪಟ್ಟಲ್ಲಿ ಸಾರ್ವಕಾಲಿಕವಾಗುತ್ತದೆ" ಎಂದು ಹೇಳಿದರು. ಶ್ರೀ ಗೊಮ್ಮಟನ ಭಾವಚಿತ್ರವನ್ನು ಈ ಸಮಯದಲ್ಲಿ ಅವರು ಅನಾವರಣಗೊಳಿಸಿದರು. ಇದಕ್ಕೂ ಪ್ರಾರಂಭದಲ್ಲಿ ಅತಿಥಿಗಳನ್ನು ಸ್ವಾಗತಿಸುತ್ತಾ ಸಂಘದ ಅಧ್ಯಕ್ಷರು ತಮ್ಮ ಭಾಷಣದಲ್ಲಿ ಅತಿಥಿಗಳು ಚರಿತ್ರೆಯ ಬಗ್ಗೆ ಹೊಂದಿರುವ ಅತೀವ ಪ್ರೇಮವನ್ನು ಪ್ರಸ್ತಾಪಿಸಿ ಸಂಘದ ಚಟುವಟಿಕೆಗಳಲ್ಲಿ ಅವರ ಆಸಕ್ತಿಯನ್ನು ಹೊಗಳಿ ಮುಂಬರುವ ತಿಂಗಳುಗಳಲ್ಲಿ ಸಂಘದ ಅರವತ್ತನೆ ವಾರ್ಷಿಕೋತ್ಸವದ ಆಚರಣೆ ಕುರಿತು ಹರ್ಷೋದ್ಗಾರಗಳ ನಡುವೆ ಪ್ರಕಟಿಸಿದರು. ಚರಿತ್ರೆ ವಿಭಾಗದ ಅಧ್ಯಾಪಕ ಕೆ. ನರಸಯ್ಯ ವಿರಚಿತ ""ಡೈವೋರ್ಸ್"" ಎಂಬ ಸಾಮಾಜಿಕ ನಾಟಕ ಪ್ರದರ್ಶನ ಮತ್ತು ಮಹಿಳಾ ವಿದ್ಯಾರ್ಥಿನಿಯರು ಪ್ರದರ್ಶಿಸಿದ ಐತಿಹಾಸಿಕ ವ್ಯಕ್ತಿ ಘಟನೆ ಆಧಾರಿತ ಸ್ಥಬ್ಧ ಚಿತ್ರಗಳ ಪ್ರದರ್ಶನದೊಂದಿಗೆ ಸಮಾರಂಭ ಮುಕ್ತಾಯವಾಯಿತು.

ಈ ವರ್ಷ ಸಂಘದ ಸದಸ್ಯರನ್ನು ಉದ್ದೇಶಿಸಿ ಡಾ ರಾಧಾ ಕುಮುದ ಮುಖರ್ಜಿ ""ಕಾಂಟ್ರಿಬ್ಯೂಷನ್ ಆಫ್ ಮೈಸೂರು ಟು ಇಂಡಿಯನ್ ಕಲ್ಚರ್"" ಮತ್ತು ಡರ್ಬಾನ್‌ನ ಬಿ ಪಿ ಸಿಂಗ್ ""ಸೌತ್ ಆಫ್ರಿಕನ್ ಇಂಡಿಯನ್ ಪ್ರಾಬ್ಲಂ"" ವಿಷಯಗಳ ಕುರಿತು ಉಪನ್ಯಾಸ ನೀಡಿದರು. ವಿದೇಶದಿಂದ ಹಿಂದಿರುಗಿದ್ದ

ಡಾ ಎಂ ಶೇಷಾದ್ರಿ ಮತ್ತು ಶ್ರೀಮತಿ ಎಂ ಶಾರದಮ್ಮ ಇಂಗ್ಲೆಂಡಿನ ಜೀವನಶೈಲಿ ಕುರಿತು ತಮ್ಮ ಅನಿಸಿಕೆಗಳನ್ನು ಹಂಚಿಕೊಂಡರು.

ನಮ್ಮ ನೆಚ್ಚಿನ ಅಧ್ಯಕ್ಷರಾಗಿದ್ದ ಡಾ ಎಂ ವಿ ಕೃಷ್ಣರಾವ್ ಈ ಚಟುವಟಿಕೆಗಳ ಹಿನ್ನೆಲೆಯಲ್ಲಿ ಪ್ರೇರಣೆಯಾಗಿದ್ದರು. ಅದರ ಅನೇಕ ಸಭೆ ಸಮಾರಂಭಗಳ ಅಧ್ಯಕ್ಷತೆ ಅವರು ವಹಿಸಿದ್ದರು. ಹೆಸರಾಂತ ವಾಗ್ಮಿಗಳಾಗಿದ್ದ ಅವರು ತಮ್ಮ ಆಕರ್ಷಕ ವಾಕ್ ಶೈಲಿ, ಪದಗಳ ಪ್ರಯೋಗದಲ್ಲಿ ಪರಿಪೂರ್ಣತೆ ಮತ್ತು ಚಿಂತನೆಗಳಿಗೂ ಹೆಸರಾಗಿದ್ದರು. ಅವರ ಪ್ರೇರಣೆಗಳಿಂದ ಮೂಡಿಬಂದ ಸಮರ್ಥರ ನಾಯಕತ್ವದಲ್ಲಿ ಸಂಘವು ಕ್ರಿಯಾಶೀಲವಾಯಿತು. ಅಧ್ಯಾಪಕರು ಮತ್ತು ವಿದ್ಯಾರ್ಥಿಗಳು ಒಂದು ಕುಟುಂಬದ ಸದಸ್ಯರ ರೀತಿಯಲ್ಲಿ ಪರಸ್ಪರ ಸಹಕಾರ ಮತ್ತು ಸಹಬಾಳ್ವೆ ಮೂಲಕ ಚಟುವಟಿಕೆಗಳನ್ನು ಧ್ಯೇಯೋನ್ಮುಖವಾಗಿ ಶ್ರದ್ಧೆಯಿಂದ ನಡೆಸಲು ಈ ನಾಯಕತ್ವವು ಪ್ರೇರೇಪಿಸಿತು.

ತಮ್ಮ ಬುದ್ಧಿಶಕ್ತಿ, ಹೃದಯವಂತಿಕೆಗಳಿಂದಾಗಿ ಸರ್ವರೂ ಆದರ್ಶವ್ಯಕ್ತಿ ಎಂದು ಗುರುತಿಸಿದ್ದ ಸಾರ್ವಜನಿಕರು ಮತ್ತು ವಿದ್ಯಾರ್ಥಿ ವೃಂದದಿಂದ ಮೆಚ್ಚುಗೆಗಳಿಸಿದ್ದ ಪುರಾತತ್ವ ಇಲಾಖೆಯ ನಿರ್ದೇಶಕ ಮೇಧಾವಿ ಶ್ರೀ ಕೆ ನಾರಾಯಣ ಅಯ್ಯಂಗಾರ್‌ರ ನಿಸ್ಪೃಹತೆ ಈ ಸಮಯದಲ್ಲಿ ಉಲ್ಲೇಖಾರ್ಹವಾಗಿದೆ. ಪುರಾತತ್ವ ನಿರ್ದೇಶನಾಲಯವನ್ನು ಕಟ್ಟಿ ಭದ್ರಬುನಾದಿ ಕಲ್ಪಿಸಿ ಅದನ್ನು ಬೆಳೆಸಿದ ಅವರ ಶಕ್ತಿ ಮತ್ತು ಸಾಮರ್ಥ್ಯ ಸರ್ವರ ಗೌರವಗಳಿಗೂ ಪಾತ್ರವಾಗಿದೆ ಎಂದು ಈ ಸಂದರ್ಭದಲ್ಲಿ ಹೇಳಬಹುದಾಗಿದೆ.

ಸಂಘದ ವಿದ್ಯಾರ್ಥಿ ಉಪಾಧ್ಯಕ್ಷರಾದ ಜೆ.ಪುಟ್ಟಸ್ವಾಮಿ, ಗೌರವ ಕಾರ್ಯದರ್ಶಿಗಳಾದ ಶ್ರೀ ಎಚ್ ನಾರಾಯಣ, ಶ್ರೀ ಎಚ್ ಎಸ್ ಚನ್ನಬಸವಯ್ಯ, ಶ್ರೀಮತಿ ಪಿ ಎ ಕಾವೇರಿಯಮ್ಮ ಮತ್ತು ನಿರ್ವಹಣಾ ಸಮಿತಿ ಸದಸ್ಯರು ಚಟುವಟಿಕೆಗಳನ್ನು ಸಂಘಟಿಸುವ ಮತ್ತು ಸಮಾರಂಭಗಳನ್ನು ಆಯೋಜಿಸುವ ನಿಟ್ಟಿನಲ್ಲಿ ತಮ್ಮ ಕಾರ್ಯಕ್ಷಮತೆ ಮತ್ತು ದಕ್ಷತೆಯನ್ನು ತೋರಿಸಿಕೊಟ್ಟರು. ಸಂಘದ ಅರವತ್ತನೆ ವಾರ್ಷಿಕೋತ್ಸವ ಸಮಾರಂಭದ ಪ್ರಯುಕ್ತ ಹಮ್ಮಿಕೊಳ್ಳಲಾಗಿದ್ದ ಚಟುವಟಿಕೆಗಳು ಪ್ರಸ್ತುತ ವಿಶೇಷ ಪ್ರಶಂಸೆಗೆ ಅರ್ಹವಾಗಿವೆ. ಸದಸ್ಯರ ಪ್ರಾಮಾಣಿಕ ಕರ್ತವ್ಯ ನಿಷ್ಠೆ ಮತ್ತು ಕಾರ್ಯಗೌರವ ಮುಂದಿನ ಪೀಳಿಗೆಯ ವಿದ್ಯಾರ್ಥಿಗಳಿಗೆ ಆದರ್ಶವಾಗಲಿವೆ. ಇತರ ಸಹಸಂಸ್ಥೆಗಳಾದ ಮಹಾರಾಣಿ ಕಾಲೇಜು ಮತ್ತು ಪ್ರಥಮ ದರ್ಜೆ ಕಾಲೇಜು, ಮೈಸೂರು ಇಲ್ಲಿನ ಸಿಬ್ಬಂದಿ ಮತ್ತು ವಿದ್ಯಾರ್ಥಿಗಳು, ಸಂಘದ ಚರ್ಚಾಗೋಷ್ಠಿಗಳು, ಉಪನ್ಯಾಸಗಳು, ನೃತ್ಯ ಮತ್ತು ನಾಟಕ ಪ್ರದರ್ಶನಗಳಲ್ಲಿ ತೋರಿದ ಕಾಳಜಿ ಮತ್ತು ಹೆಚ್ಚಿನ ಆಸಕ್ತಿ ಸಂಘವನ್ನು ಬಲಪಡಿಸಿದುವು. ಮಹಾರಾಣಿ ಕಾಲೇಜಿನ ವಿದ್ಯಾರ್ಥಿಗಳ ಬಹುಮುಖ ಪ್ರತಿಭೆ ಮತ್ತು ವಿಭಿನ್ನ ಮುಖಗಳು ಹಾಗೂ ಅವರು ಸಂಘದ ಚಟುವಟಿಕೆಗಳಲ್ಲಿ ಪಾಲ್ಗೊಂಡು ಪ್ರದರ್ಶಿಸಿದ ಕಲಾತ್ಮಕ ಮತ್ತು ಸೌಂದರ್ಯಾತ್ಮಕ ಚಟುವಟಿಕೆಗಳು ಕಲೆ ಮತ್ತು ಸಾಹಿತ್ಯಾಸಕ್ತರನ್ನು ಸೆಳೆಯುವುದರಲ್ಲಿ ಸಫಲವಾದವು. ಇತಿಹಾಸ ಅಧ್ಯಯನದ ಬಗ್ಗೆ ಒಲವುಳ್ಳವರೂ, ಸಮಾಜ ನಿಕಾಯದಲ್ಲಿ ಆಸಕ್ತಿಯುಳ್ಳವರೂ ಲಲಿತ ಕಲೆಗಳ ಪೋಷಕರೂ ಆಗಿದ್ದ ಮಹಾರಾಣಿ ಕಾಲೇಜಿನ ಪ್ರಾಂಶುಪಾಲರಾಗಿದ್ದ ಶ್ರೀಮತಿ ಎಂ ಜಯಲಕ್ಷ್ಮಣ್ಣಿ ತಮ್ಮ ವಿದ್ಯಾರ್ಥಿಗಳಲ್ಲಿ ಮೂಡಿಸಿದ ಪ್ರೇರಣೆ ಮತ್ತು ನೀಡಿದ ಸೂಕ್ತ ಮಾರ್ಗದರ್ಶನ ಸಂಘದ ಚಟುವಟಿಕೆಗಳ ಯಶಸ್ಸಿನಲ್ಲಿ ಗಣನೀಯ ಪಾಲನ್ನು ಪಡೆದುಕೊಂಡಿವೆ. ಆ ಕಾಲೇಜಿನ ಇತಿಹಾಸ ವಿಭಾಗದಲ್ಲಿ ಉಪನ್ಯಾಸಕರಾಗಿರುವ ಶ್ರೀಮತಿ ಕೆ ಎಂ ಗಂಗಮ್ಮ ಪ್ರಾಚಾರ್ಯರ ಬಲಗೈ ಬಂಟರಾಗಿ ನಿಂತು ಕಾಲೇಜಿನ ಸಹಪಠ್ಯೇತರ

ಚಟುವಟಿಕೆಗಳ ನಿರ್ವಹಣೆಯಲ್ಲಿ ಕೈಜೋಡಿಸಿದ್ದಾರೆ. ಈ ರೀತಿಯ ಸಹ ಸಂಸ್ಥೆಗಳಲ್ಲಿನ ಚಟುವಟಿಕೆಗಳನ್ನು ಸಂಘಟಿಸುವ ನಿಟ್ಟಿನಲ್ಲಿನ ಈ ರೀತಿಯ ಪರಸ್ಪರ ಸಹಕಾರ ಮತ್ತು ಸಂಯೋಜನಾ ಚಾತುರ್ಯ ಭವಿಷ್ಯದ ಬೆಳಣಿಗೆಗಳಿಗೆ ಭದ್ರವಾದ ಬುನಾದಿಗಳಾಗಿವೆ. ರಾಜ್ಯದ ಇತರೆ ಪಟ್ಟಣಗಳಲ್ಲಿರುವ ಕಾಲೇಜುಗಳಲ್ಲಿನ ಈ ರೀತಿಯ ಸಂಘ ಸಂಸ್ಥೆಗಳು ಮಾತ್ರ ಸಂಘದೊಂದಿಗಿನ ಸಂಬಂಧಗಳನ್ನು ವಿಸ್ತರಿಸುವ ನೀತಿಯಲ್ಲಿ ಇವುಗಳ ಒಂದು ಒಕ್ಕೂಟ ಅವಶ್ಯವಿದೆ ಎಂಬ ಭಾವನೆ ಮೂಡಿದೆ. ಈ ಕಾಲೇಜುಗಳ ಸಿಬ್ಬಂದಿ ಮತ್ತು ವಿದ್ಯಾರ್ಥಿಗಳು ಅರವತ್ತನೆ ವರ್ಷದ ಸಮಾರಂಭಗಳಿಗೆ ತಮ್ಮ ಪ್ರಾಮಾಣಿಕ ಸಹಾಯ ಮತ್ತು ಸಹಕಾರ ನೀಡಿರುತ್ತಾರೆ. ಸಮಕಾಲೀನ ಭಾರತದ ಬಗ್ಗೆ ಅಂತರಾಷ್ಟ್ರೀಯ ಮಟ್ಟದ ಪಾಕ್ಷಿಕಗಳಲ್ಲಿ ಜನಪ್ರಿಯ ಲೇಖನಗಳನ್ನು ಪ್ರಕಟಿಸುವ ಮೂಲಕ ತಮ್ಮ ಛಾಪನ್ನು ಮೂಡಿಸಿರುವ ಬೆಂಗಳೂರಿನ ಇಂಟರ್‌ಮೀಡಿಯಟ್ ಕಾಲೇಜಿನಲ್ಲಿ ಇತಿಹಾಸ ಉಪನ್ಯಾಸಕರಾಗಿರುವ ಮತ್ತು ಮೂಲತಃ ಕಾಶ್ಮೀರ ಪ್ರಾಂತ್ಯದವರಾದ ಶ್ರೀ ಜಾನಕಿನಾಥ ಭಟ್ಟ ಇವರು ಈ ನಿಟ್ಟಿನಲ್ಲಿ ನೀಡಿರುವ ಸೇವೆ ಖಂಡಿತವಾಗಿಯೂ ಚಿರಸ್ಮರಣೀಯವಾಗಿದೆ. ಜಾನಕಿನಾಥ ಭಟ್ಟ, ಕೆ ಟಿ ರಾಮಸ್ವಾಮಿ, ಪಿಟೀಲುವಾದಕ ಕೆ ಚೆಲುವರಂಗರಾಜು, ಚಿತ್ರದುರ್ಗದ ಇಂಟರ್‌ಮೀಡಿಯಟ್ ಕಾಲೇಜಿನ ಚರಿತ್ರೆ ಉಪನ್ಯಾಸಕ ಎ ಸುಬ್ಬರಾವ್, ಇವರ ಸಂಘಟನಾ ಸಾಮರ್ಥ್ಯ, ಚಿಕ್ಕಮಗಳೂರಿನ ಇಂಟರ್‌ಮೀಡಿಯಟ್ ಕಾಲೇಜಿನ ಆರ್ ರಾಮಯ್ಯ, ಹಾಸನದ ಅಬ್ದುಲ್ ರಜಾಕ್ ಖಾನ್, ಮತ್ತು ಮಂಡ್ಯ ಇಂಟರ್‌ಮೀಡಿಯಟ್ ಕಾಲೇಜಿನ ಬಿ ಕೃಷ್ಣಾಜಿರಾವ್ ಸಮಾರಂಭದ ಯಶಸ್ಸಿನಲ್ಲಿನ ಇವರ ಸಾಮರ್ಥ್ಯಗಳನ್ನು ಎಂದಿಗೂ ಮರೆಯಲಾಗದು.

'ಇತಿಹಾಸಸಂಘ' ತನ್ನ ಅರ್ಥಪೂರ್ಣ ಅರವತ್ತು ವರ್ಷಗಳನ್ನು ಪೂರೈಸಿದೆ. ಈ ಅರವತ್ತು ವರ್ಷಗಳಲ್ಲಿಸಂಘವು ಗೌರವಾನ್ವಿತ, ಸದುದ್ದೇಶವುಳ್ಳ ಮತ್ತು ಜಾಗೃತಿಯನ್ನು ಪ್ರೇರೇಪಿಸುವ ಒಂದು ಸಂಸ್ಥೆಯಾಗಿ ತಾನು ಬೆಳೆಯುವ ನಿಟ್ಟಿನಲ್ಲಿ ಅರ್ಥಪೂರ್ಣ ಕಾರ್ಯದಲ್ಲಿ ತೊಡಗಿಸಿಕೊಂಡಿದೆ. ಗೌರವಾನ್ವಿತ ಮತ್ತು ಅತ್ಯುತ್ಸಾಹಿ ಅಧ್ಯಾಪಕ ವೃಂದ ಮತ್ತು ವಿದ್ಯಾರ್ಥಿಗಳ ಪೋಷಣೆ ಮತ್ತು ಕಾರ್ಯಚಟುವಟಿಕೆಗಳಿಂದ ದೇಶದ ಬೌದ್ಧಿಕ ಜೀವನವನ್ನು ರೂಪಿಸುವ ನಿಟ್ಟಿನಲ್ಲಿ ಸಂಘ ಒಂದು ಖ್ಯಾತಿವೆತ್ತ ಸಂಸ್ಥೆಯಾಗಿ ರೂಪು ತಳೆದಿದೆ. ಒಂದು ಕಾಲದಲ್ಲಿ ಅದರ ಸದಸ್ಯರಾಗಿ ಗುರುತಿಸಿಕೊಂಡಿದ್ದ ಪುರುಷರು ಮತ್ತು ಮಹಿಳೆಯರು, ಪ್ರಸ್ತುತ ದೇಶದ ಅನೇಕ ಸಾರ್ವಜನಿಕ ರಂಗಗಳಲ್ಲಿ ತಮ್ಮ ಛಾಪನ್ನು ಮೂಡಿಸಿರುವುದು ಈ ಸಂಘದ ಮತ್ತೊಂದು ವೈಶಿಷ್ಟ್ಯ. ಮೈಸೂರು ಸಂಸ್ಥಾನದ ಶ್ರೀಮನ್ಮಹಾರಾಜರ ಘನ ಅಧ್ಯಕ್ಷತೆಯಲ್ಲಿ ಇಂದು ನೆರವೇರಿಸಲ್ಪಡುತ್ತಿರುವ ಅರವತ್ತನೆ ವರ್ಷದ ಸಮಾರಂಭ ಮಹೋತ್ಸವ ಮಹಾರಾಜ ಕಾಲೇಜಿನ ಸುದಿನಗಳಲ್ಲಿ ಒಂದು ಹಬ್ಬವಾಗಿದೆ. ಈ ಸಂದರ್ಭದಲ್ಲಿ ಸಂಘದ ಚಟುವಟಿಕೆಗಳಿಗೆ ತಮ್ಮ ಸೇವೆಯನ್ನು ಈ ಹಿಂದಿನ ವರ್ಷಗಳಲ್ಲಿ ಧಾರೆ ಎರೆದ ಪ್ರಾಧ್ಯಾಪಕ ವೃಂದ ಮತ್ತು ವಿದ್ಯಾರ್ಥಿಗಳನ್ನು ನಾವು ಒಕ್ಕೊರಲ್‌ನಿಂದ ಹಾಡಿ ಹೊಗಳುವ ಕಾರ್ಯದಲ್ಲಿ ಒಂದಾಗುವುದು ಸಹಜವಾಗಿದೆ. ಸಂಘ ಮುಂದಿನ ದಿನಗಳಲ್ಲಿ ಮತ್ತಷ್ಟು ಕ್ರಿಯಾಶೀಲವಾಗಿ ಈ ಅರವತ್ತು ವರ್ಷಗಳಲ್ಲಿನ ಕಾರ್ಯ ಚಟುವಟಿಕೆಗಳ ಸಾಲಿನಲ್ಲಿ ಮುಂದುವರೆದು ಕಾಲೇಜಿನ ಮತ್ತು ಸಂಸ್ಥಾನದ ಬೌದ್ಧಿಕ ಜೀವನಕ್ಕೆ ಮತ್ತಷ್ಟು ಹುರುಪು ತುಂಬಲಿ ಎಂದು ನಾವು ಹಾರೈಸಿ ಪ್ರಾರ್ಥಿಸೋಣ. ಅದು ತನ್ನ ಶತಮಾನ ಸಮಾರಂಭವನ್ನು ಆಚರಿಸಲು ಬಾಳಲಿ ಎಂದು ಹಾರೈಸೋಣ.

ಭಾರತದ ಭೂ ಸಂಶೋಧನ ಕಾರ್ಯಕ್ಕೆ ಪಾಶ್ಚಾತ್ಯರ ಕೊಡುಗೆ

ಭಾರತದಲ್ಲಿ ಪ್ರಾಚ್ಯಸಂಶೋಧನಕಾರ್ಯ ತೀರ ಹೊಸದು. ಚಾರಿತ್ರಿಕ ಸಾಧನ ಸಾಮಗ್ರಿಗಳನ್ನು ಸಂಗ್ರಹಿಸಿ ಶಾಸ್ತ್ರೀಯವಾಗಿ ಅವುಗಳನ್ನು ಅಧ್ಯಯನ ಮಾಡಿ ಭಾರತದ ಇತಿಹಾಸವನ್ನು ಬರೆಯಲು ಪ್ರಯತ್ನಪಟ್ಟವರಲ್ಲಿ ಪಾಶ್ಚಾತ್ಯರೆ ಮೊಟ್ಟ ಮೊದಲಿಗರೆಂದರೆ ತಪ್ಪಾಗಲಾರದು.

ಪಾಚ್ಯ ಸಂಶೋಧನೆಯ ಅಂಗಗಳು ಬಹುವಿಧವಾಗಿವೆ. ಮಾನವನ ಪುರಾತನ ಸಂಸ್ಕೃತಿಯ ಕುರುಹುಗಳನ್ನು ತೋರಿಸುವ ನೆಲೆಗಳನ್ನು ಗುರುತಿಸಿ ಅಲ್ಲಿ ಭೂಮಿಯನ್ನು ಅಗೆದು ಶೋಧಿಸಿ ದೊರೆತ ಅವಶೇಷಗಳಿಂದ ಒಂದು ಯುಗದ ಚರಿತ್ರೆಯನ್ನು ರೂಪಿಸುವುದು ಮೊದಲನೆಯ ಮತ್ತು ಮುಖ್ಯವಾದ ಅಂಗ. ಆದರೆ 1903ರ ವರೆಗೆ ಕೇಂದ್ರ ಮತ್ತು ಪ್ರಾಂತ್ಯ ಪ್ರಾಚ್ಯಸಂಶೋಧನ ಇಲಾಖೆಯವರು ಅಲ್ಲಲ್ಲಿ ಶಾಸನಗಳನ್ನು ಸಂಗ್ರಹಿಸುವುದು, ಗುಡಿಗೋಪುರಗಳನ್ನು ರಕ್ಷಿಸುವುದು ಈ ಕೆಲಸಗಳಲ್ಲಿ ಮಾತ್ರ ನಿರತರಾಗಿದ್ದರು. ಭೂಶೋಧನೆಯ ಕಡೆಗೆ ಅಷ್ಟಾಗಿ ಗಮನಕೊಟ್ಟಿರಲಿಲ್ಲ. 1862ರಲ್ಲಿ ಕೇಂದ್ರ ಪ್ರಾಚ್ಯಸಂಶೋಧನ ಕಚೇರಿ ಸ್ಥಾಪಿತವಾಯಿತು. ಆಗ ಮೊದಲನೆಯ ಆರ್ಕಿಯಲಾಜಿಕಲ್ ಸರ್ವೆಯರ್ ಆಗಿ ಜನರಲ್ ಕನ್ನಿಂಗ್‌ಹ್ಯಾಂ ನೇಮಿತರಾದರು. ಅವರು ಬುದ್ಧಗಯ, ಒರ್‌ಹೂತ್, ಸಾಂಚಿ, ಸಾರನಾಥ ಮತ್ತು ತಕ್ಷಶಿಲಗಳಲ್ಲಿ ನಡೆಸಿದ ಭೂಶೋಧನೆಗಳು ಇಂದಿನ ದೃಷ್ಟಿಯಿಂದ ಶಾಸ್ತ್ರೀಯ ಮಾರ್ಗವಲ್ಲವೆಂದು ಕಂಡುಬಂದರೂ ಅದರಿಂದ ಬೌದ್ಧಕಾಲದ ಅನೇಕ ಚಾರಿತ್ರಿಕ ವಿಷಯಗಳು ಬೆಳಕಿಗೆ ಬಂದುವು. ಭೂಶೋಧನೆಯು ನಾಡಿನ ಚರಿತ್ರೆಯ ಪುನರ್ನಿರ್ಮಾಣಕ್ಕೆ ಎಷ್ಟು ಮಹತ್ವ ಸಾಧನವೆಂಬುದನ್ನು ತೋರಿಸಿಕೊಟ್ಟರು.

ಪ್ರಾಚ್ಯಸಂಶೋಧನೆಯಲ್ಲಿ ಪ್ರಸಿದ್ಧ ಸಂಶೋಧಕರಾದ ಸರ್ ಜಾನ್ ಮಾರ್ಷಲರ ಪಾತ್ರ ಅತ್ಯಂತ ಹಿರಿದಾದುದು. 1902ರಲ್ಲಿ ಲಾರ್ಡ್ ಕರ್ಜನರಿಂದ ಪ್ರಾಚ್ಯಸಂಶೋಧನ ಇಲಾಖೆಯ ಮುಖ್ಯಾಧಿಕಾರಿಗಳಾಗಿ ನೇಮಿತರಾಗಿ ಭಾರತಕ್ಕೆ ಬಂದಾಗ ಗ್ರೀಸ್ ಮತ್ತು ಮೆಸಪೊಟೇಮಿಯ ದೇಶಗಳ ಪಾಚೀನ ನಿವೇಶನಗಳಲ್ಲಿ ನಡೆದ ಭೂಶೋಧನೆಯ ಶಾಸ್ತ್ರೀಯ ಆಧುನಿಕ ಪದ್ಧತಿ ಅನುಭವ ಮತ್ತು ಜ್ಞಾನವನ್ನು ಭಾರತಕ್ಕೆ ತಂದರು. ಇವರ ಅಧಿಕಾರಾವಧಿಯಲ್ಲಿ ಐತಿಹಾಸಿಕ ಮತ್ತು ಪ್ರಾಗೈತಿಹಾಸಿಕ ಸ್ಥಳಗಳಲ್ಲಿ ಅತ್ಯಂತ ಪರಿಣಾಮಕಾರಿಯಾದ ಭೂಶೋಧನೆಗಳು ನಡೆದುವು. 1902 ರಿಂದ 1912ರ ವರೆಗೆ ಬೌದ್ಧಕ್ಷೇತ್ರಗಳಾದ ಕೌಶಾಂಬಿ, ಸಾಂಚಿ, ಸಾರನಾಥ, ಕುಶಿನಗರ, ವೈಶಾಲಿ ಮತ್ತು ರಾಜಗೃಹಗಳಲ್ಲಿ ಮಾಡಿದ ಭೂಶೋಧನೆಗಳಿಂದ ಮೌರ್ಯ, ಕುಶಾನ ಮತ್ತು ಗುಪ್ತರ ಕಾಲದ ಸಾಂಸ್ಕೃತಿಕ ಅವಶೇಷಗಳು ದೊರೆತವು. ಅನಂತರ ಡಾ। ಸ್ಪೂನರ್‌ರವರು ಮೌರ್ಯಚಕ್ರಾಧಿಪತ್ಯದ

ಭಾರತದ ಭೂ ಸಂಶೋಧನಾ ಕಾರ್ಯಕ್ಕೆ ಪಾಶ್ಚಾತ್ಯರ ಕಾಣಿಕೆ. 10 ಆಗಸ್ಟ್ 1953 ಆಕಾಶವಾಣಿ ಭಾಷಣ, ಪ್ರಕಾಶಕರು ಪ್ರಬುದ್ಧ ಕರ್ನಾಟಕ, ಮೈಸೂರು ವಿಶ್ವವಿದ್ಯಾನಿಲಯ, 1953, ಪುಟಗಳು 51–57.

ರಾಜಧಾನಿಯಾಗಿದ್ದ ಪಾಟಲೀಪುತ್ರದ ಪ್ರಾಚೀನ ನಿವೇಶನದಲ್ಲಿ ಅಗೆತವನ್ನು ಕೈಕೊಂಡರು. ಆದರೆ ಆ ಪಟ್ಟಣದ ಅವಶೇಷಗಳ ಕೆಳಪದರಗಳು ನಿರಂತರ ನೀರಿನ ಕೆಸರಿನಲ್ಲಿ ಹೂತುಹೋಗಿದ್ದುದರಿಂದ ಪರಿಣಾಮಕಾರಿಯಾದ ಫಲ ದೊರಕಲಿಲ್ಲ. ಸುಮಾರು ಇಪ್ಪತ್ತು ವರ್ಷಗಳ ಕಾಲ ತಕ್ಷಶಿಲ ಮತ್ತು ನಲಂದಗಳಲ್ಲಿ ಭೂಶೋಧನೆಗಳು ನಡೆದುವು. ಮಾರ್ಷಲ್ ಮತ್ತು ಸ್ಪೂನರ್‌ರವರ ಅವ್ಯಾಹತ ಶ್ರಮದ ಫಲವಾಗಿ ಈ ಪ್ರಾಚೀನ ಸಂಸ್ಕೃತಿ ಕ್ಷೇತ್ರಗಳ ಗತವೈಭವ ಇಂದು ನಮ್ಮ ಸ್ಮರಣೆಗೆ ಬಂದಿದೆ. ಫಾಹಿಯಾನ್ ಮತ್ತು ಹ್ಯೂಂಮತ್ಸಾಂಗ್ ಯಾತ್ರಿಕರ ಬರವಣಿಗೆಗಳನ್ನು ಓದಿ ತಕ್ಷಶಿಲ ಮತ್ತು ನಲಂದಗಳ ಮಹೋನ್ನತಿಗೆ ಮನಸೋತಿದ್ದ ನಾವು ಮಾರ್ಷಲ್ ಮತ್ತು ಸ್ಪೂನರ್‌ರವರ ಸಂಶೋಧನೆಗಳಿಂದ ಬೆಳಕಿಗೆ ಬಂದಿರುವ ಅಂದಿನ ಪಟ್ಟಣಗಳ ಅವಶೇಷಗಳನ್ನು ನೋಡಿ ಚಕಿತರಾಗಿದ್ದೇವೆ.

ಇವೆಲ್ಲಕ್ಕಿಂತ ಮಿಗಿಲಾಗಿ ಭಾರತೀಯ ಪ್ರಾಚ್ಯಸಂಶೋಧನ ವಿಭಾಗದವರು ಮಾರ್ಷಲ್‌ರ ನೇತೃತ್ವದಲ್ಲಿ ಸಿಂಧೂನದಿ ತೀರದ ಮೊಹೆಂಜೊದಾರೊ, ಹರಪ್ಪ ಮೊದಲಾದ ಪ್ರದೇಶಗಳಲ್ಲಿ 1921ರಿಂದೀಚೆಗೆ ನಡೆಸಿದ ಭೂಶೋಧನೆಗಳಿಂದ ಪ್ರಾಚೀನ ಭಾರತದ ಇತಿಹಾಸಜ್ಞಾನದಲ್ಲಿ ಕ್ರಾಂತಿಯನ್ನುಂಟುಮಾಡುವ ಅನೇಕ ಸಂಗತಿಗಳು ಬೆಳಕಿಗೆ ಬಂದಿವೆ. ಶಿಲಾ ಮತ್ತು ತಾಮ್ರಯುಗಗಳ ಮಧ್ಯವರ್ತಿ ಕಾಲಕ್ಕೆ ಸೇರಿದ ಈ ಸಂಸ್ಕೃತಿ ಕ್ರಿ.ಪೂ.3000 ವರ್ಷದಷ್ಟಾದರೂ ಹಿಂದಿನದೆಂದು ವಿದ್ವಾಂಸರ ಅಭಿಪ್ರಾಯ. ಹರಪ್ಪ ಸಂಸ್ಕೃತಿಯ ಜನರು ನಾಗರೀಕತೆಯಲ್ಲಿ ಬಹು ಮುಂದುವರೆದಿದ್ದರು. ಅವರು ವ್ಯಾಪಾರದಲ್ಲಿ ಕುಶಲರು, ಸಮುದ್ರಯಾನವನ್ನು ಅರಿತಿದ್ದರು, ಬರಹವನ್ನು ತಿಳಿದಿದ್ದರು, ಕಲಾವಂತರು, ಶಕ್ತಿ ಮತ್ತು ಶಿವೋಪಾಸಕರು. ಸರ್ಪ, ವೃಷಭ ಮತ್ತು ವೃಕ್ಷಾರಾಧನೆಗೆ ಅವರ ಧರ್ಮಶಾಸ್ತ್ರದಲ್ಲಿ ಅವಕಾಶವಿದ್ದಿತು. ಮಾರ್ಷಲ್‌ರು ಅಭಿಪ್ರಾಯಪಡುವಂತೆ ಇಂದೂ ಹಿಂದೂಧರ್ಮದಲ್ಲಿ ಅಚ್ಚಳಿಯದೆ ನಿಂತಿರುವ ಹಲವಾರು ನಂಬಿಕೆ ಮತ್ತು ಪದ್ಧತಿಗಳನ್ನು ಸಿಂಧೂ ಜನರ ಮತಧರ್ಮದಲ್ಲಿ ಕಾಣಬಹುದು. ಹರಪ್ಪ ಸಂಸ್ಕೃತಿಯನ್ನು ಕೆಲವರು ವೈದಿಕ ಆರ್ಯಸಂಸ್ಕೃತಿಯೆಂದೂ, ಇನ್ನು ಕೆಲವರು ಆರ್ಯರು ಬರುವುದಕ್ಕಿ ಮುಂಚೆ ಇದ್ದ ಅನಾರ್ಯ ಸಂಸ್ಕೃತಿಯೆಂದೂ ಪ್ರಾಗ್ದ್ರಾವಿಡ ಸಂಸ್ಕೃತಿಯೆಂದೂ ಅಭಿಪ್ರಾಯಪಟ್ಟಿದ್ದಾರೆ. ಆದರೆ ಹರಪ್ಪ ಸಂಸ್ಕೃತಿಯ ಹಲವಾರು ಅಂಶಗಳು ಇನ್ನೂ ವಿವಾದಾಸ್ಪದವಾಗಿಯೇ ಉಳಿದಿವೆ. ಮುಂದಿನ ಭೂಸಂಶೋಧನೆಗಳು ಇವುಗಳ ವಿಷಯದಲ್ಲಿ ಹೆಚ್ಚಿನ ಬೆಳಕನ್ನು ಚೆಲ್ಲುವುದರಲ್ಲಿ ಸಂದೇಹವಿಲ್ಲ.

ಮಾರ್ಷಲರ ತರುವಾಯ ಡಾ। ಮ್ಯಾಕೆ ಅವರು ಮೊಹೆಂಜೊದಾರೊನಲ್ಲಿ ಭೂಸಂಶೋಧನೆಯನ್ನು ಮುಂದುವರಿಸಿದರು. ಅರೆಲ್ ಸ್ಟೀನ್ ಪರ್ಷಿಯಾ ಗಡಿಗಳಲ್ಲಿಯೂ, ಹಾರ್‌ಗ್ರೀವ್ಸ್ ಮತ್ತು ಸ್ಟೂಯರ್ಟ್ ಪಿಗಟ್‌ರವರು ಬೆಲೂಚಿಸ್ಥಾನದ ನಾಲ್ ಮತ್ತು ಸಿಂಧೂದೇಶದ ಆಮ್ರಿ, ಝುಕಾರ್ ಮತ್ತು ಝುಂಗಾರ್ ಸ್ಥಳಗಳಲ್ಲಿ ನಡೆಸಿದ ಶೋಧನೆಗಳಿಂದ ಹರಪ್ಪ ಸಂಸ್ಕೃತಿಯ ಹಲವಾರು ಸ್ವರೂಪಗಳು ಬೆಳಕಿಗೆ ಬಂದುವು. ಸಿಂಧೂ ಬಯಲಿನ ಚಾನುದಾರೋವಿನಲ್ಲಿ ಅಮೆರಿಕನ್ ಸ್ಕೂಲ್ ಆಫ್ ಇಂಡಿಕ್ ಮತ್ತು ಇರಾನಿಯನ್ ಸ್ಟಡಿಸ್ ಮತ್ತು ಬಾಸ್ಟನ್ ಮ್ಯೂಸಿಯಂ ಆಫ್ ಫೈನ್ ಆರ್ಟ್ಸ್ ಸಂಸ್ಥೆಯವರು ಡಾ। ಮ್ಯಾಕೆಯವರ ನೇತೃತ್ವದಲ್ಲಿ ಭೂಶೋಧನೆ ಕೈಕೊಂಡಾಗ ಹರಪ್ಪ ಸಂಸ್ಕೃತಿಯ ಮತ್ತೆ ಕೆಲವು ಮುಖ್ಯ ಸಂಗತಿಗಳು ಹೊರಬಿದ್ದುವು. ಈ ಶೋಧನೆಗಳ ಫಲವಾಗಿ ಮೊಹೆಂಜೊದಾರೊಗಿಂತ ಹರಪ್ಪ ಪಟ್ಟಣ ಪ್ರಾಚೀನವಾದದ್ದೆಂದೂ, ಆಮ್ರಿ ಮತ್ತು ನಾಲ್ ಸಂಸ್ಕೃತಿಗಳು ಹರಪ್ಪ ಸಂಸ್ಕೃತಿಗಿಂತ ಹಿಂದಿನವೆಂದೂ,

ಹರಪ್ಪ ಸಂಸ್ಕೃತಿಯ ಇಳಿಮುಖ ಝುಂಗಾರ್ ಸಂಸ್ಕೃತಿಯೆಂದೂ ತದನಂತರ ಆರ್ಯರು ನಮ್ಮ ದೇಶಕ್ಕೆ ಬಂದಿರಬೇಕೆಂದೂ ಡಾ॥ಮ್ಯಾಕೆಯವರು ಅಭಿಪ್ರಾಯಪಟ್ಟಿದ್ದಾರೆ. ಭಾರತದ ಇತರ ಭಾಗಗಳಲ್ಲಿ ಹರಪ್ಪ ಸಂಸ್ಕೃತಿಯನ್ನು ಹೋಲುವ ಅವಶೇಷಗಳು ದೊರೆತಿರುವುದರಿಂದ ಒಂದು ಕಾಲದಲ್ಲಿ ಹರಪ್ಪ ನಾಗರೀಕತೆಯ ಭಾರತದ ಬಹುಭಾಗದಲ್ಲಿ ನೆಲೆಗೊಂಡಿದ್ದಿರಬೇಕೆಂದು ಇತಿಹಾಸಜ್ಞರ ಅಭಿಪ್ರಾಯ.

ಹರಪ್ಪ, ಮೊಹೆಂಜೊದಾರೊ ಮೊದಲಾದ ಸ್ಥಳಗಳ ಶೋಧನೆಯಿಂದ ಭಾರತ ಸಂಸ್ಕೃತಿಯ ಜ್ಞಾನಕ್ಕೆ ಎಷ್ಟು ಉಪಕಾರವಾಗಿದೆಯೆಂಬುದನ್ನು ಕೆಳಗಿನ ವಿಮರ್ಶೆಯಿಂದ ತಿಳಿಯಬಹುದು. ಕ್ರಿ.ಶ.1924ಕ್ಕೆ ಮುಂಚೆ ನಮ್ಮ ದೇಶದ ಚರಿತ್ರೆಯು ಕ್ರಿ.ಪೂ. ಮೂರನೆಯ ಶತಮಾನಕ್ಕೆ ಮೊದಲುಗೊಂಡಿತ್ತು. ಮೊಹೆಂಜೊದಾರೊ ಅಗೆತದಿಂದ ಆ ಚರಿತ್ರೆಯು ಒಮ್ಮೆಲೇ ಕ್ರಿ.ಪೂ.3000 ವರ್ಷಗಳಿಗೆ ಅಥವಾ ಇನ್ನೂ ಹಿಂದಕ್ಕೆ ಒಯ್ಯಬಹುದಾಗಿದೆ. ಬಹುಮಂದಿ ವಿದ್ವಾಂಸರ ಊಹೆಯಂತೆ ಭಾರತೀಯರ ಸಂಸ್ಕೃತಿ ಅತಿ ಪ್ರಾಚೀನವಲ್ಲವೆಂದೂ, ಆರ್ಯರು ಈ ದೇಶಕ್ಕೆ ಬಂದಮೇಲೆ ನಾವು ನಾಗರೀಕತೆಯಲ್ಲಿ ಮುನ್ನಡೆಯಲು ಪ್ರಾರಂಭಿಸಿದೆವೆಂದೂ, ನಮ್ಮ ಸಂಸ್ಕೃತಿ ಆರ್ಯರಿಂದ ದತ್ತವಾದದ್ದೆಂದೂ ಅಲ್ಲಿಯ ವರೆಗಿನ ನಂಬಿಕೆಯಾಗಿತ್ತು. ಆದರೆ ಕ್ರಾಂತಿಕಾರಕವಾದ ಸಿಂಧೂಬಯಲಿನ ಭೂಶೋಧನೆಗಳಿಂದ ಈ ಹಳೆಯ ಕಲ್ಪನೆಗಳೂ ಸಿದ್ಧಾಂತಗಳೂ ಮಾಯವಾಗಿವೆ.

ಹರಪ್ಪ ಸಂಸ್ಕೃತಿಗೂ ಹಿಂದಿನದಾದ ಹಳೆಯ ಮತ್ತು ಹೊಸ ಶಿಲಾಯುಗದ ಮಾನವ ಅವಶೇಷಗಳು ಗುಜರಾತ್, ನರ್ಮದಾ ನದಿಯ ಬಯಲು, ಮದರಾಸ್ ಮತ್ತು ಮೈಸೂರಿನ ಹಲವು ಸ್ಥಳಗಳಲ್ಲಿ ಮತ್ತು ದಖ್ಖನ್ನಿನ ಹಲವಾರು ಪ್ರದೇಶಗಳಲ್ಲಿ ಕಂಡುಬಂದಿವೆ. ಐಸ್ ಏಜ್ ಅಥವಾ ಹಿಮಯುಗದ ಕುರುಹುಗಳು ಕಾಶ್ಮೀರ ಮತ್ತು ಪಂಜಾಬ್ ಪರ್ವತಪ್ರಾಂತ್ಯಗಳಲ್ಲಿ ದೊರೆತಿವೆ. ಇವುಗಳನ್ನು ಬೆಳಕಿಗೆ ತಂದ ಮೊಟ್ಟಮೊದಲ ಸಂಶೋಧಕರೆಂದರೆ ಬ್ರೂಸ್‌ಫೂಟ್ ಮತ್ತು ಡಿಟೆರ ಪ್ಯಾಟೆರ್‌ಸನ್ ಅವರು.

ದಕ್ಷಿಣ ಭಾರತದಲ್ಲಿ ಮೌರ್ಯರು, ಶಾತವಾಹನರು, ಕದಂಬರು, ಚೋಳ, ಚಾಲುಕ್ಯ, ಹೊಯ್ಸಳರು ಇವೇ ಮೊದಲಾದ ಅರಸುವಂಶಗಳು ತಮ್ಮ ಪ್ರಭುತ್ವದ ಅನೇಕ ಸ್ಮಾರಕಗಳನ್ನು ಉಳಿಸಿದ್ದಾರೆ. ಪೂರ್ವ ಚಾರಿತ್ರಿಕಯುಗದ ಅವಶೇಷಗಳಂತೂ ಶಿಲಾಯುಗದಿಂದ ಮೊದಲಾಗಿ ಹೇರಳವಾಗಿ ದೊರೆಯುತ್ತವೆ. ಆದರೆ ಪ್ರಾಚೀನ ನಿವೇಶನಗಳ ಪರಿಶೋಧನೆಯ ಕಾರ್ಯ ಕೈಕೊಂಡದ್ದು ಕೇವಲ ಇತ್ತೀಚೆಗೆ. ಹಿಂದೆ ಶಾತವಾಹನರ ರಾಜಧಾನಿಯಾಗಿದ್ದ ಪೈಠಣ, ಹೈದರಾಬಾದಿನ ಮಾಸ್ಕಿ, ಚಿತ್ರದುರ್ಗದ ಚಂದ್ರವಳ್ಳಿ ಮತ್ತು ಬ್ರಹ್ಮಗಿರಿ, ಮದರಾಸ್ ರಾಜ್ಯದ ಆದಿಚೆಲ್ಲನ್ನೂರ್ ಮತ್ತು ನಾಗಾರ್ಜುನಕೊಂಡ ಈ ಸ್ಥಳಗಳಲ್ಲಿ ಅಲ್ಪಸ್ವಲ್ಪ ಭೂಶೋಧನೆಯ ಕಾರ್ಯ ನಡೆದಿದೆ. ಕ್ರಿ.ಶ. 1945ರಲ್ಲಿ ಪಾಂಡಿಚೇರಿಗೆ ಸಮೀಪದಲ್ಲಿರುವ ಅರಿಕಮೇಡು ಎಂಬಲ್ಲೂ, ಅನಂತರ ಕ್ರಿ.ಶ.1947ರಲ್ಲಿ ಚಿತ್ರದುರ್ಗ ಡಿಸ್ಟ್ರಿಕ್ಟಿನ ಚಂದ್ರವಳ್ಳಿ ಮತ್ತು ಬ್ರಹ್ಮಗಿರಿ ಪ್ರಾಚೀನ ನಿವೇಶನಗಳಲ್ಲೂ ಭಾರತದ ಪ್ರಾಚ್ಯಸಂಶೋಧನ ಇಲಾಖೆಯವರು ಸರ್ ಮಾರ್ಟಿಮರ್ ವೀಲರ್ ಅವರ ನೇತೃತ್ವದಲ್ಲಿ ಕೈಕೊಂಡ ಭೂಶೋಧನೆಗಳಿಂದ ಮಹತ್ವದ ಕೆಲವು ಹೊಸ ಸಂಗತಿಗಳು ಬೆಳಕಿಗೆ ಬಂದಿವೆ. ಅರಿಕಮೇಡು ಪ್ರಾಚೀನಕಾಲದಲ್ಲಿ ಮೆಡಿಟರೇನಿಯನ್ ರಾಜ್ಯಗಳೊಡನೆ ವ್ಯಾಪಾರ ವ್ಯವಹಾರ ಸಂಪರ್ಕಹೊಂದಿದ್ದ ಮುಖ್ಯ ರೇವುಪಟ್ಟಣವಾಗಿದ್ದಿತು. ಭೂಗತವಾಗಿದ್ದ ಈ ಹಳೆಯ ಪಟ್ಟಣದ ಅಗೆತದಿಂದ ದಕ್ಷಿಣಭಾರತ ಸಂಸ್ಕೃತಿಗೂ ರೋಮನ್ನರ ಮೆಡಿಟರೇನಿಯನ್ ಸಂಸ್ಕೃತಿಗೂ

ಪರಸ್ಪರ ಸಂಪರ್ಕವಿತ್ತೆಂದು ಮೊದಲು ಊಹಾಮಾತ್ರವಾಗಿದ್ದ ಅಂಶವು ಈಗ ದೃಢಪಟ್ಟಿದೆ. ಕಾರಣ, ಒಂದು ಗೊತ್ತಾದ ಕಾಲದಲ್ಲಿ ರೋಮಿನಲ್ಲಿ ಮಾತ್ರ ಬಳಕೆಯಲ್ಲಿದ್ದ ಹೊಳೆಯುವ ಕರಿಯ ಮತ್ತು ಹಳದಿಬಣ್ಣದಿಂದ ಕೂಡಿದ ಮಣ್ಣಿನ ತಟ್ಟೆಗಳು ಈ ಸ್ಥಳದ ಅಗೆತದಲ್ಲಿ ಸಿಕ್ಕಿವೆ. ಈ ತಟ್ಟೆಗಳ ಒಳಭಾಗದಲ್ಲಿ ಅನೇಕ ಬಿಂದುಗಳಿಂದ ಕೂಡಿದ ಎರಡು ಮೂರು ಸೊಗಸಾದ ಸುತ್ತುಗಳಿರುತ್ತವೆ. ಪ್ರಾಚೀನಭಾರತದ ಮಣ್ಣಿನ ಪಾತ್ರೆಯ ನಿರ್ಮಾಣಕಲೆಯಲ್ಲಿ ಈ ರೀತಿಯ ಚಿತ್ರಗಳಿಂದ ಕೂಡಿದ ವಸ್ತುಗಳ ತಯಾರಿಕೆಯು ತೀರ ಹೊಸದು. ಈ ರೀತಿಯ ಕಲೆಯನ್ನು ನಮ್ಮವರು ರೋಮನ್ನವಿಂದಲೇ ಕಲಿತಿರಬೇಕೆನ್ನುವುದರಲ್ಲಿ ಸಂದೇಹವಿಲ್ಲ. ಇದು ಕ್ರಿ.ಶ. ಒಂದನೆಯ ಶತಮಾನದ ಮೆಡಿಟರೇನಿಯನ್ ಸಂಸ್ಕೃತಿಯ ವಿಶೇಷ ಲಕ್ಷಣವಾದ್ದರಿಂದ ಅದೇ ಕಾಲದಲ್ಲಿ ಈ ಮಣ್ಣಿನ ಪಾತ್ರೆಯ ನಿರ್ಮಾಣಕಲೆಯ ಪ್ರಚಾರವು ದಕ್ಷಿಣಭಾರತದಲ್ಲಿ ಆಗಿತ್ತೆಂಬ ಅಂಶವು ನಿರ್ಧಾರವಾಗುತ್ತದೆ. ಈ ಬಗೆಯ ಮಣ್ಣಿನ ಪಾತ್ರೆಯ ಕಲೆಯು ಉತ್ತರಭಾರತದಲ್ಲೆಲ್ಲೂ ತೋರಿಬಂದಿಲ್ಲ. ಹೀಗೆ ದಕ್ಷಿಣಭಾರತದಲ್ಲಿ ಈ ಸಂಸ್ಕೃತಿಗೆ ಇದೇ ಕಾಲವೆಂದು ನಿರ್ಣಯಿಸಲು ಇದು ಒಂದು ಮುಖ್ಯ ಆಧಾರ.

1928ರಲ್ಲಿ ಡಾ। ಎಂ.ಎಚ್. ಕೃಷ್ಣ ಅವರು ಚಿತ್ರದುರ್ಗದ ಹತ್ತಿರವಿರುವ ಚಂದ್ರವಳ್ಳಿ ಎಂಬ ಪ್ರಾಚೀನ ನಿವೇಶನದಲ್ಲಿ ನಡೆಸಿದ ಭೂಶೋಧನೆಯಲ್ಲಿ ದೊರೆತ ಕೆಲವು ಮಣ್ಣಿನ ಪಾತ್ರೆಗಳ ಆಧಾರದ ಮೇಲೆ 1947ರಲ್ಲಿ ಸರ್ ಮಾರ್ಟಿಮರ್ ವೀಲರ್ ಪುನ: ಚಂದ್ರವಳ್ಳಿ ಮತ್ತು ಬ್ರಹ್ಮಗಿರಿಗಳಲ್ಲಿ ನಡೆಸಿದ ಸಂಶೋಧನೆಯಿಂದ 'ಅರಿಕಮೇಡು ಸಂಸ್ಕೃತಿ'ಗೆ ಸಂಬಂಧಪಟ್ಟ ಮಣ್ಣಿನ ಪಾತ್ರೆಗಳಲ್ಲದೆ ಇದಕ್ಕೂ ಆಳವಾಗಿ ಭೂಮಿಯಲ್ಲಿ ಅಗೆದಾಗ ಅನೇಕಾನೇಕ ಪ್ರಾಚೀನತರ ಸಂಸ್ಕೃತಿಯ ಕುರುಹುಗಳು ಕಂಡುಬಂದಿವೆ. ಅವುಗಳಲ್ಲಿ ಶಿಲಾಸಮಾಧಿಗಳ ಸಂಸ್ಕೃತಿ (Megalithic Tomb Culture) ಮತ್ತು ಶಿಲಾಯುಗದ (Stone Age Culture) ಸಂಸ್ಕೃತಿಯ ಅವಶೇಷಗಳು ಮುಖ್ಯವಾದುವು. ಈ ಸ್ಥಳಗಳಲ್ಲಿ ಮಹಾ ಶಿಲೆಗಳಿಂದ ಕಟ್ಟಿರುವ ಹಲವು ಸಮಾಧಿಗಳು ಸಿಕ್ಕಿವೆ. ಒರಟಾದ ಅಥವ ನಯಗೊಳಿಸಿದ ಬೃಹದಾಕಾರದ ಬಂಡೆಗಳಲ್ಲಿ ಮೃತಕೇಹಗಳನ್ನಿಡುವಂತೆ ಮಾಡಿದ ಸ್ಥಳಗಳಿಗೆ ಸುತ್ತಲೂ ಸಣ್ಣ ಮತ್ತು ದೊಡ್ಡ ಕಲ್ಲುಗಳ ಗೋಡೆಯಿರುವುದು ಈ ಪ್ರಾಚೀನ ಸಮಾಧಿಗಳ ವಿಶೇಷ ಲಕ್ಷಣ. ಒಳಗೆ ಅಸ್ಥಿಯ ಅವಶೇಷಗಳನ್ನೊಳಗೊಂಡ ಮಣ್ಣಿನ ಪಾತ್ರೆಗಳಿರುತ್ತವೆ. ಮೇಲ್ಭಾಗವು ಬಂಡೆಗಳಿಂದ ಮುಚ್ಚಲ್ಪಟ್ಟಿರುತ್ತವೆ. ಶಿಲಾಸಮಾಧಿಗಳ ಸಂಸ್ಕೃತಿಯ ಅವಶೇಷಗಳ ಜೊತೆಯಲ್ಲಿ ಈಟಿ ಭಲ್ಲೆ ಮೊದಲಾದ ಕಬ್ಬಿಣದ ಆಯುಧಗಳು ದೊರೆತಿರುವುದರಿಂದ ಆಗಿನ ಜನ ಲೋಹದ ಉಪಯೋಗ ಅರಿತಿದ್ದಿರಬೇಕು. ಈ ಬಗೆಯ ಶಿಲಾಸಮಾಧಿಗಳು ದೂರದ ಪಶ್ಚಿಮ ಏಷ್ಯಾ ಮತ್ತು ಯುರೋಪುಖಂಡಗಳ ಪ್ರಾಚೀನ ನಾಗರಿಕತೆಗಳಲ್ಲಿಯೂ ಕಂಡುಬರುತ್ತವೆ. ಭಾರತದಲ್ಲಿ ಇವನ್ನು ದಖ್ಖನ್ನಿನ ಮತ್ತು ಇನ್ನೂ ಕೆಳಗಿನ ಪ್ರದೇಶಗಳಲ್ಲಿ ಮಾತ್ರ ಕಾಣಬಹುದು. ಈ ಒಂದು ದೃಷ್ಟಿಯಿಂದ ದಕ್ಷಿಣಭಾರತವು ಕ್ರಿ.ಪೂ. ಎರಡು ಮತ್ತು ಮೂರನೆಯ ಶತಮಾನಗಳಲ್ಲಿ ಈ ಮಧ್ಯಪ್ರಾಚ್ಯದ ಸಂಸ್ಕೃತಿಯೊಡನೆ ಸಂಬಂಧವನ್ನು ಹೊಂದಿದ್ದರೂ ಇರಬಹುದೆಂದು ಊಹಿಸಲು ಅವಕಾಶವಾಗುತ್ತದೆ.

ಚಂದ್ರವಳ್ಳಿ ಭೂಶೋಧನೆಯಲ್ಲಿ ಈ ವಸ್ತುಗಳೇ ಅಲ್ಲದೆ ಕ್ರಿ.ಪೂ. ಮತ್ತು ಕ್ರಿ.ಶ. ಒಂದನೆಯ ಶತಮಾನದಲ್ಲಿ ರೋಮನ್ ಚಕ್ರಾಧಿಪತ್ಯವನ್ನು ಆಳಿದ ಅಗಸ್ಟಸ್ ಸೀಸರ್ ಮತ್ತು ಟೈಬೀರಿಯಸ್ ಚಕ್ರವರ್ತಿಗಳ 'ದೀನಾರ'ನಾಣ್ಯಗಳು ಸಿಕ್ಕಿವೆ. ಇದೇ ಕಾಲಕ್ಕೆ ಅರಿಕಮೇಡು ಸಂಸ್ಕೃತಿಗೆ ಸೇರಿದ ಹಲವು

ಬಗೆಯ ಮಣ್ಣಿನ ಪಾತ್ರೆಗಳೂ, ಶಾತವಾಹನರ ಕಾಲದ ನಾಣ್ಯಗಳೂ ಸಿಕ್ಕಿವೆ. ಆದ್ದರಿಂದ ಆಗಿನ ಕಾಲದ ಸಂಸ್ಕೃತಿಯ ಕಾಲನಿರ್ಣಯಕ್ಕೆ ಇವು ಬಹು ಸಹಕಾರಿಯಾಗಿವೆ.

'ಅವಿಕಮೇಡು' ಅಥವ ಶಾತವಾಹನರ ಕಾಲದ ಸಂಸ್ಕೃತಿ ಮತ್ತು ಶಿಲಾಸಮಾಧಿಗಳ ಸಂಸ್ಕೃತಿಗಿಂತಲೂ ಪ್ರಾಚೀನವಾದ ಶಿಲಾಯುಗದ ಸಂಸ್ಕೃತಿಯ ಸ್ಮಾರಕಗಳು ಇದೇ ಭೂಶೋಧನೆಯಲ್ಲಿಯೆ ದೊರೆತಿವೆ. ಬಗೆಬಗೆಯ ಕಲ್ಲಿನ ಆಯುಧಗಳು ಈ ಸಂಸ್ಕೃತಿಯ ಲಕ್ಷಣವಾಗಿವೆ. ಇದರ ಕಾಲ ಸುಮಾರು ಕ್ರಿ.ಪೂ. ಮೂರನೆಯ ಶತಮಾನವಿರಬಹುದು. ಹೀಗೆ ಮೂರು ಭಿನ್ನ ಸಂಸ್ಕೃತಿಯ ಅವಶೇಷಗಳು ಕಾಲನಿರ್ಣಯಕ್ಕೆ ಸಹಾಯಕವಾಗುವಂತೆ ಒಂದೇ ಭೂಶೋಧನೆಯಲ್ಲಿ ಕಂಡುಬಂದ ವೈಶಿಷ್ಟ್ಯ ಚಂದ್ರವಳ್ಳಿಯದು. ದಕ್ಷಿಣಭಾರತದ ಇತಿಹಾಸದ ಮೇಲೆ ಈ ಹೊಸ ಬೆಳಕನ್ನು ಚೆಲ್ಲಲು ಸರ್ ಮಾರ್ಟಿಮರ್ ವೀಲರ್‌ರವರ ಶ್ಲಾಘನೀಯವಾದ ಶಾಸ್ತ್ರೀಯ ಭೂಸಂಶೋಧನೆಗಳೇ ಕಾರಣ.

ಹೀಗೆ ಕಳೆದ ಶತಮಾನದಿಂದೀಚೆಗೆ ನಡೆದ ಭೂಶೋಧನೆಗಳು ಭಾರತದ ಚಾರಿತ್ರಿಕ ಯುಗದ ಇತಿಹಾಸದಲ್ಲಿ ಕಣ್ಮರೆಯಾಗಿದ್ದ ಹಲವಾರು ಅಧ್ಯಾಯಗಳ ಪೂರ್ಣ ಪರಿಚಯಕ್ಕೂ ಮತ್ತು ಪೂರ್ವೇತಿಹಾಸಿಕ ಯುಗದ ಮಾನವನ ನಾಗರಿಕತೆಯ ವಿಷಯದ ಮೇಲೆ ಹೊಸ ಬೆಳಕನ್ನು ಬೀರಲೂ ಬಹಳ ಸಹಾಯಕವಾಗಿದೆ. ಮುಂದೆ ಭಾರತದಲ್ಲಿ ನಡೆಯಬೇಕಾದ ಸಂಶೋಧನಕಾರ್ಯ ಈಗ ನಡೆದಿರುವುದಕ್ಕಿಂತ ಇನ್ನೂ ಅಧಿಕವಾಗಿದೆ. ಹೀಗೆ ಇದುವರೆಗೆ ನಡೆದಿರುವ ಕಾರ್ಯ ಸ್ವಲ್ಪವಾದರೂ ಅತ್ಯಂತ ಮಹತ್ವಪೂರ್ಣವಾದ್ದೆಂದು ಹೇಳಬೇಕು. ಹಿರಿಮೆಯಿಂದ ಹಾಗೂ ತನ್ನದೇ ಆದ ವೈಶಿಷ್ಟ್ಯದಿಂದ ಕೂಡಿದ ಸಂಸ್ಕೃತಿಯನ್ನು ಬೆಳಸಿಕೊಂಡು ಬಂದ ಜನಾಂಗ ಭಾರತೀಯರು, ಎಂಬ ಅಂಶವೂ ಈಜಿಪ್ಟ್, ಬೇಬಿಲೋನಿಯಾ ಮತ್ತು ಚೀನಾ ದೇಶಗಳಂತೆ ಭಾರತವೂ ಅತ್ಯಂತ ಪ್ರಾಚೀನ ಸಂಸ್ಕೃತಿಯ ನೆಲೆಯಾಗಿದ್ದಿತೆಂಬ ಹೆಮ್ಮೆಯ ವಿಷಯವೂ ಈ ಭೂಶೋಧನೆಗಳಿಂದ ನಿಶ್ಚಿತವಾಗಿದೆ. ಈ ಸಂಶೋಧನೆಗಳನ್ನು ಕೈಕೊಂಡು ಭಾರತದ ಇತಿಹಾಸಕ್ಕೆ ಮಹತ್ವದ ಸೇವೆ ಸಲ್ಲಿಸಿರುವ ಕನ್ನಿಂಗ್‌ಹ್ಯಾಮ್, ಸ್ಪೂನರ್, ಮಾರ್ಷಲ್, ಸ್ಟೀನ್, ಸ್ಟೂಯರ್ಟ್ ಪಿಗಟ್, ಬ್ರೂಸ್‌ಫುಟ್ ಮತ್ತು ಮರ್ಟಿಮರ್ ವೀಲರ್ ಮೊದಲಾದ ಪಾಶ್ಚಾತ್ಯ ಸಂಶೋಧಕರಿಗೆ ನಮ್ಮ ಕೃತಜ್ಞತೆ ಸಲ್ಲಬೇಕು. ಭಾರತೀಯ ಸಂಶೋಧಕರೂ ಇಷ್ಟೇ ಮಹತ್ತರವಾದ ಸೇವೆ ಸಲ್ಲಿಸಿದ್ದಾರೆಂದರೆ ಅತಿಶಯೋಕ್ತಿಯಾಗಲಾರದು.

(ಡಿ.ಯಸ್. ಅಚ್ಯುತರಾವ್)

ಕನ್ನಡ ವಿಶ್ವಕೋಶ, ಮಾದರಿ ಸಂಪುಟ

ರಾಜಾ ರಾಮಮೋಹನರಾಯ್ (೧೭೭೨-೧೮೩೩) : ಆಧುನಿಕ ಭಾರತದ ಉದಯ ಮತ್ತು ಪರಿವರ್ತನೆಯ ಕಾಲದಲ್ಲಿ ಜೀವಿಸಿದ್ದು, ಭಾರತದ ನವೋದಯಕ್ಕೆ ಬಹುಮಟ್ಟಿಗೆ ಕಾರಣನಾದ ಮಹಾವ್ಯಕ್ತಿ ರಾಜಾ ರಾಮಮೋಹನರಾಯ್.

ರಾಮಮೋಹನನು ಜನ್ಮವೆತ್ತಿದ್ದು ಬಂಗಾಳ ಪ್ರಾಂತ್ಯದ ಮುರ್ಷಿದಾಬಾದಿನ ಸಮೀಪದಲ್ಲಿರುವ ರಾಧಾಪುರ ಎಂಬ ಹಳ್ಳಿಯಲ್ಲಿ; ಬಹುಕಾಲದಿಂದ ನೆಲಸಿದ್ದ ಗೌರವಕ್ಕೆ ನೆಲೆಯಾದ ವೈದಿಕ ಬ್ರಾಹ್ಮಣ ಮನೆತನದಲ್ಲಿ. ತಂದೆ ತಾಯಿಗಳಾದ ರಮಾಕಾಂತ, ತಾರಣೀದೇವಿಯರಿಗೆ ಕಿರಿಯ ಮಗನೇ ರಾಮಮೋಹನನು, ರಮಾಕಾಂತನು ಮುರ್ಷಿದಾಬಾದಿನ ನವಾಬರಲ್ಲಿ ನೌಕರಿಯಲ್ಲಿದ್ದನು.

ಬಾಲ್ಯದಿಂದಲೂ ರಾಮಮೋಹನನು ತಾತ್ವಿಕ ವಿಷಯಗಳಲ್ಲಿ ಆಸಕ್ತಿ ಹೊಂದಿದ್ದನು. ಮಣ್ಣಿನಲ್ಲಿ 'ಓಂ' ಕಾರವನ್ನು ಬರೆದು ಗಂಟೆಗಟ್ಟಲೆ ಕುಳಿತು ಧ್ಯಾನಮಾಡುತ್ತಿದ್ದನಂತೆ. ನಿತ್ಯವೂ ಮುಂಜಾನೆ ಎದ್ದು ಸ್ನಾನಮಾಡಿ ಸೂರ್ಯನಿಗೆ ಎದುರಾಗಿ ನಿಂತು ದೇವರ ನಾಮವನ್ನು ಉಚ್ಚರಿಸುತ್ತ ಮಧ್ಯಾಹ್ನದವರೆಗೆ ನಿಂತೇ ಇರುತ್ತಿದ್ದನಂತೆ.

ಮುರ್ಷಿದಾಬಾದಿನ ನವಾಬರಲ್ಲಿ ಉದ್ಯೋಗ ಸಂಪಾದಿಸಲು ಯೋಗ್ಯತೆ ಬರಲೆಂದು ಮಗನಿಗೆ ರಮಾಕಾಂತನು ಪಾರಸೀ ಮತ್ತು ಅರಬ್ಬೀ ಭಾಷೆಗಳನ್ನು ಕಲಿಸಿದನು. ಸಂಪ್ರದಾಯದಂತೆ ಸಂಸ್ಕೃತಾಭ್ಯಾಸವೂ ಆಯಿತು. ಬಂಗಾಳಿ ಮತ್ತು ಇಂಗ್ಲೀಷು ಶಿಕ್ಷಣವೂ ದೊರಕಿತು. ಪಾಶ್ಚಾತ್ಯರ ಧರ್ಮ ಮತ್ತು ಸಂಸ್ಕೃತಿಯ ಮೂಲವನ್ನರಿಯಲು ಗ್ರೀಕ್, ಲ್ಯಾಟಿನ್ ಮತ್ತು ಹೀಬ್ರೂ ಭಾಷೆಗಳನ್ನು ಕಲಿತನು. ಅನೇಕ ಧರ್ಮಗ್ರಂಥಗಳನ್ನು ಅಧ್ಯಯನಮಾಡಿ ಅವುಗಳ ಮೂಲ ತತ್ವವನ್ನು ಅರಿತನು. ಸೂಫೀ ಧರ್ಮಕ್ಕೆ ಮನಸೋತನು. ರಾಮಮೋಹನನ ಈ ನಡತೆಯು ಅವನ ತಂದೆ ತಾಯಿಗಳಿಗೆ ಸರಿಬೀಳಲಿಲ್ಲ. ಅವನು ಮನೆಯಿಂದ ಹೊರ ದೂಡಲ್ಪಟ್ಟು ಜನ್ಮಭೂಮಿಯ ಅನೇಕ ಭಾಗಗಳಲ್ಲಿ ಸುತ್ತಾಡಿ ಕೊನೆಗೆ ಟಿಬೆಟ್ಟಿಗೂ ಭೇಟಿಕೊಟ್ಟು ಅಲ್ಲಿ ಬೌದ್ಧ ಮತದ ಸಾರವನ್ನು ಕಂಡುಕೊಂಡನು. ಹಲವಾರು ವರ್ಷಗಳನಂತರ ತೌರೂರಿಗೆ ಹಿಂತಿರುಗಿ ವಿವಾಹವಾಗಿ ಕೆಲಕಾಲ ಸುಖವಾಗಿ ಕಳೆದನು.

ರಾಜಾ ರಾಮಮೋಹನರಾಯ್

೧೮೦೩ ರಲ್ಲಿ ತನ್ನ ತಂದೆಯು ಗತಿಸಲಾಗಿ ಜೀವನ ದುರ್ಭರವಾಗಲು ಕಂಪನಿಯ ಸರ್ಕಾರದಲ್ಲಿ ಹತ್ತು ವರ್ಷಗಳ ಕಾಲ 'ದಿವಾನಿ' ನೌಕರಿಯಲ್ಲಿದ್ದು ಅನಂತರ ೧೮೧೪ ರಲ್ಲಿ ಕಲ್ಕತ್ತೆಯಲ್ಲಿ ನೆಲಸಿ ತನ್ನ ಜ್ಞಾನಾಭಿವೃದ್ಧಿಯ ಕಾರ್ಯವನ್ನು ಮುಂದುವರಿಸಿದನು.

೧೮೨೮ ರಲ್ಲಿ ಅವನು ಬ್ರಹ್ಮ ಸಮಾಜ ಎಂಬ ಸಂಸ್ಥೆಯನ್ನು ಸ್ಥಾಪಿಸಿದನು. ರಾಮಮೋಹನನ ಸಾಹಸ ಜೀವನದ ಮುಖ್ಯ ಉದ್ದೇಶ ಸನಾತನ ಧರ್ಮದ ಸಂಸ್ಕರಣವಾಗಿತ್ತು. ಇಸ್ಲಾಂ ಧರ್ಮವೂ ಅನಂತರ ಕ್ರೈಸ್ತಮತವೂ ಅವನ ಮೇಲೆ ವಿಶೇಷ ಪರಿಣಾಮವನ್ನುಂಟುಮಾಡಿದರೂ ಅವನು ತನ್ನ ಮೂಲಧರ್ಮವನ್ನು ಬಿಡಲಿಲ್ಲ.

ರಾಯನು ಸಮಾಜ ಸುಧಾರಕನೂ ಆಗಿದ್ದನು. ಧರ್ಮದ ಹೆಸರಿನಲ್ಲಿ ನಡೆಯುತ್ತಿದ್ದ ದುಷ್ಟ ಪದ್ಧತಿಗಳನ್ನು ವಿರೋಧಿಸಿ ಹಿಂದೂ ಸಮಾಜವನ್ನು ಸುಧಾರಿಸಲು ಪ್ರಯತ್ನಪಟ್ಟನು. ಸಾಮಾಜಿಕ ಸುಧಾರಣಾ ಕ್ಷೇತ್ರದಲ್ಲಿ ಹಿಂದೂ ಕುಟುಂಬ ಸುಧಾರಣೆ, ಬಹುಪತ್ನೀ ವಿವಾಹ ಪದ್ಧತಿ ವಿರೋಧ, ಸತೀಪದ್ಧತಿ ನಿವಾರಣೆ, ಆಂಗ್ಲ ವಿದ್ಯಾ ಪ್ರಸಾರ ಮೊದಲಾದುವುಗಳು ಅವನ ಉದ್ದೇಶಗಳಲ್ಲಿ ಅಡಕವಾಗಿದ್ದುವು.

೧೮೩೫ ರಲ್ಲಿ ಲಾರ್ಡ್ ಮೆಕಾಲೆ ಅಧ್ಯಕ್ಷತೆಯಲ್ಲಿ ನೇಮಕವಾಗಿದ್ದ ವಿದ್ಯಾ ಸಮಿತಿಯು ಭಾರತೀಯರಿಗೆ ಉಚ್ಚ ಶಿಕ್ಷಣವನ್ನು ಇಂಗ್ಲೀಷಿನಲ್ಲಿಯೇ ಕೊಡುವುದು ಅತ್ಯಾವಶ್ಯಕವೆಂದು ನಿರ್ಧಾರ ಕೈಕೊಂಡುದಕ್ಕೆ ರಾಯನ ಬೆಂಬಲವೇ ಕಾರಣ.

ರಾಮಮೋಹನನು ಗ್ರಂಥಕರ್ತನೂ ಹೌದು. ಇಂಗ್ಲೀಷಿನಲ್ಲಿ ಸರಳ ಶೈಲಿಯಲ್ಲಿ ಪುಸ್ತಕಗಳನ್ನೂ ಲೇಖನಗಳನ್ನೂ ಬರೆದಿದ್ದಾನೆ. ಬಂಗಾಳಿ ಭಾಷೆಯಲ್ಲಿ ಹಲವಾರು ಗ್ರಂಥಗಳನ್ನು ರಚಿಸಿದ್ದಾನೆ. ಬಂಗಾಳಿಯ ಗದ್ಯಕ್ಕೆ ರಾಯನ ಗದ್ಯ ಶೈಲಿ ಇಂದಿಗೂ ಮಾದರಿಯಾಗಿದೆ.

ಭಾರತೀಯ ಪತ್ರಿಕೋದ್ಯಮದ ಇತಿಹಾಸದಲ್ಲೂ ರಾಮಮೋಹನನು ಹೆಸರಾಂತವನಾಗಿದ್ದಾನೆ. ದೇಶಭಾಷೆಯಲ್ಲಿ ಪತ್ರಿಕೆಯನ್ನು ಸ್ಥಾಪಿಸಿದ ಮೊದಲಿಗರಲ್ಲಿ ರಾಯನೂ ಒಬ್ಬನು. ರಾಯನ ಪತ್ರಿಕೋದ್ಯಮಕ್ಕೂ ಸಮಾಜ ಸುಧಾರಣಾ ಕಾರ್ಯಕ್ಕೂ ನಿಕಟ ಸಂಬಂಧವಿತ್ತು. ಬಂಗಾಲಿ ಮತ್ತು ಇಂಗ್ಲೀಷ್ ಭಾಷೆಗಳಲ್ಲಿ 'ಸಂವಾದ ಕೌಮುದಿ' ಎಂಬ ದ್ವಿಭಾಷಾ ಪತ್ರಿಕೆಯನ್ನೂ, ಪಾರಸೀಯಲ್ಲಿ 'ಮೀರತ್-ಅಲ್-ಅಕ್ಬರ್' ಎಂಬ ವಾರ ಪತ್ರಿಕೆಯನ್ನೂ ಹೊರಡಿಸಿದನು.

ರಾಮಮೋಹನನು ಆ ಕಾಲಕ್ಕೆ ಸಾಹಸವೆನಿಸಿದ್ದ ಇಂಗ್ಲೆಂಡಿನವರೆಗಿನ ಸಮುದ್ರಯಾನವನ್ನು ಮಾಡಿದನು. ಆಗ ಮೊಗಲ್ ಚಕ್ರವರ್ತಿಯಾಗಿದ್ದ ಎರಡನೆಯ ಅಕ್ಬರನು ರಾಯನಿಗೆ 'ರಾಜಾ' ಎಂಬ ಬಿರುದನ್ನು ಕೊಟ್ಟು ಈಸ್ಟ್ ಇಂಡಿಯಾ ಕಂಪನಿಯವರು ತನಗೆ ಮಾಡಿದ್ದ ಅನ್ಯಾಯಗಳನ್ನು ಇಂಗ್ಲೆಂಡಿನ ದೊರೆಗೆ ವಿನಂತಿಸಲು ತನ್ನ ಪ್ರತಿನಿಧಿಯಾಗಿ ೧೮೩೦ ರಲ್ಲಿ ಪರದೇಶಕ್ಕೆ ಕಳುಹಿಸಿಕೊಟ್ಟನು. ರಾಯನು ಲಂಡನ್ನಿನಲ್ಲಿ ಕಂಪನಿಯ ಮುಖ್ಯಾಧಿಕಾರಿಗಳಲ್ಲಿ ವಾದಿಸಿ ಮೊಗಲ್ ಬಾದಷಹನಿಗೆ ಕೆಲವು ರಿಯಾಯತಿಗಳನ್ನು ಪಡೆದನು. ಲಂಡನ್ನಿನಲ್ಲಿ ಬ್ರಿಟಿಷ್ ಅರಸರು ರಾಯನಿಗೆ ಎರಡುಸಲ ಭೇಟಿಯಿತ್ತರು. ಪ್ಯಾರಿಸ್ಸಿಗೆ ಹೋದಾಗ ಅಲ್ಲಿಯ ಅರಸನಾದ ಲೂಯಿ ಫಿಲಿಪ್ಪನ ಸಹಪಂಕ್ತಿ ಭೋಜನದ ಗೌರವ ರಾಯನಿಗೆ ದೊರೆಯಿತು.

ರಾಯನು ಇಂಗ್ಲೆಂಡಿನಲ್ಲಿದ್ದಷ್ಟು ಕಾಲವೂ ತನ್ನ ದೇಶದ ಪ್ರಗತಿಗಾಗಿ ಶ್ರಮಿಸಿದನು. ಹಿಂದೂಸ್ಥಾನದ ಭೂಗಂದಾಯ, ನ್ಯಾಯಪದ್ಧತಿ, ರೈತರ ಪರಿಸ್ಥಿತಿ ಮುಂತಾದುವನ್ನು ಕುರಿತು ಸುಧಾರಣೆ ಅಗತ್ಯವೆಂದು ಒತ್ತಿ ಹೇಳಿದನು.

ಕೊನೆಯ ದಿನಗಳನ್ನು ರಾಯನು ತನ್ನ ಗೆಳೆಯರೊಂದಿಗೆ ಬ್ರಿಸ್ಟಲ್ ನಗರದಲ್ಲಿ ಕಳೆದನು. ಅಲ್ಲಿಯೆ ೧೮೩೩ ನೆಯ ಇಸವಿ ಸೆಪ್ಟೆಂಬರ್ ೨೭ ನೆಯ ತಾರೀಖು ಶುಕ್ರವಾರ ಕಾಲವಾದನು. ಬ್ರಿಸ್ಟಲ್ಲಿನಲ್ಲಿರುವ ಅವನ ಸಮಾಧಿಯು ಪ್ರತಿಯೊಬ್ಬ ಭಾರತೀಯನಿಗೂ ಇಂದಿಗೂ ಪವಿತ್ರ ಯಾತ್ರಾ ಸ್ಥಳವಾಗಿದೆ.

ಗ್ರಂಥಸೂಚಿ :—1. Chanda and Majumdar : Letters and documents relating to the life of Raja Ram Mohan Roy,
2. Majumdar - Raja Ram Mohan Roy and the Last Mughals.
3. Builders of Modern India - Raja Ram Mohan Roy : N. C. Ganguly.
4. D. S. Sarma - The Hindu Renaissance.

—ವಿ. ಎಸ್. ಎ.

ಕನ್ನಡ ವಿಶ್ವಕೋಶಕ್ಕೆ ಇತಿಹಾಸ ವಿಷಯಗಳ ಕುರಿತಂತೆ ಕೊಡುಗೆ ನೀಡಿದವರಿಗೆ ಮೈಸೂರು ಸರಕಾರ, ಸಾಹಿತ್ಯ ಅಭಿವೃದ್ಧಿ ವಿಭಾಗ ಹಂಚಿಕೆ ಮಾಡಿದ ಮಾದರಿ ಲೇಖನ

ಬ್ರಿಟಿಷ್ ರಾಜ್ಯನಿಬಂಧನೆ—ಹುಟ್ಟು, ಬೆಳವಣಿಗೆ

(ಸೂಕ್ಷ್ಮ ಪರಿಚಯ)

ಆಧುನಿಕ ಜಗತ್ತಿನಲ್ಲಿ ಪ್ರಜಾತಂತ್ರದ ಅರಿವು ಆಂಗ್ಲೇಯರಿಂದ ಪ್ರಾರಂಭ ವಾಯಿತೆಂದರೆ ತಪ್ಪಾಗಲಾರದು. ಯೂರೋಪಿನ ಅಷ್ಟೇಕೆ ಪ್ರಪಂಚದ ನಾನಾ ರಾಜ್ಯ ಗಳು ನಿರಂಕುಶ ರಾಜರ ಆಡಳಿತದಲ್ಲಿ ತೊಳಲುತ್ತ ರಾಜಕೀಯ ಜ್ಞಾನದ ಅರಿವಿಲ್ಲದೆ ಅಂಧಕಾರದಲ್ಲಿ ಮುಳುಗಿದ್ದಾಗ ಶತಮಾನಗಳ ಹಿಂದೆಯೆ ಆಂಗ್ಲೇಯರು ಹೆಚ್ಚಿನ ರಕ್ತಪಾತವಿಲ್ಲದೆ ನಿರಂಕುಶ ರಾಜತ್ವವನ್ನು ತೊಡೆದುಹಾಕಿ ಶಾಸನಬದ್ಧ ರಾಜತ್ವವನ್ನು ಸ್ಥಾಪಿಸಿ ಆದರ್ಶ ರೀತಿಯ ಪ್ರಜಾಪ್ರಭುತ್ವವನ್ನು ರೂಪಿಸಿಕೊಂಡರು. ಪ್ರಜಾಪ್ರಭು ತ್ವದ ತಳಹದಿಯಾದ 'ಪ್ರಜೆಗಳೇ ಅಧಿಕಾರದ ಮೂಲ' ಎಂಬ ತತ್ವವನ್ನು ಎತ್ತಿ ಹಿಡಿದರು. ಇಂದಿಗೂ ಪ್ರಜಾಪ್ರಭುತ್ವವೇ ಆದರ್ಶವಾಗುಳ್ಳ ರಾಷ್ಟ್ರಗಳಿಗೆ ಆಂಗ್ಲೇಯರ ರಾಜ್ಯವ್ಯವಸ್ಥೆ ಮತ್ತು ಪ್ರಭುತ್ವ ರೀತಿ ಮಾದರಿಯಾಗಿದೆ.

ಒಂದು ದೇಶದ ಆಡಳಿತಸ್ವರೂಪ ಮತ್ತು ವಿಧಾನದ ನಿರೂಪಣೆಯೆ ಆ ದೇಶದ ರಾಜ್ಯಾಂಗ ಅಥವಾ ರಾಜ್ಯನಿಬಂಧನೆ. ರಾಜ್ಯನಿಬಂಧನೆಗಳು ಜಗತ್ತಿನಲ್ಲಿ ಎರಡು ಬಗೆ ಯಾಗಿವೆ. ಕೆಲವು ಸಂಪ್ರದಾಯಸಿದ್ಧವಾದುವು ಮತ್ತು ಕೆಲವು ವಿಚಾರವಿರಚಿತ ವಾದುವು. ಸಂಪ್ರದಾಯಸಿದ್ಧವಾದ ರಾಜ್ಯನಿಬಂಧನೆಗಳು ಬಹುಕಾಲದ ರೂಢಿಯ ಆಧಾರದ ಮೇಲೆ ಬೆಳೆದುಬಂದಿರತಕ್ಕುವು. ಅವು ಲಿಖಿತ ಶಾಸನಗ್ರಂಥರೂಪದಲ್ಲಿಲ್ಲ. ಇಂಥ ಅಲಿಖಿತ ರಾಜ್ಯನಿಬಂಧನೆಗೆ ಇಂಗ್ಲೆಂಡಿನ ರಾಜ್ಯವ್ಯವಸ್ಥೆಯು ಅತ್ಯಂತ ಶ್ರೇಷ್ಠ ವಾದ ದೃಷ್ಟಾಂತ. ಇಂಗ್ಲೆಂಡಿನಲ್ಲಿ ರಾಜ್ಯಾಧಿಕಾರವು ಯಾವ ಕಟ್ಟುಕಟ್ಟಳೆಗಳನ್ನು ಸೂತ್ರಗಳನ್ನು ಅನುಸರಿಸಿ ನಡೆಯುತ್ತಿದೆಯೆಂದು ಯಾರಾದರೂ ಕೇಳಿದಲ್ಲಿ ಅದಕ್ಕೆ ಉತ್ತರವಾಗಿ ನಾವು ತೋರಿಸಬಹುದಾದ ಒಂದು ಮೂಲ ಲಿಖಿತ ಶಾಸನ ನಿಬಂಧನೆ ಯಾವುದೂ ಇಲ್ಲ. ರೂಸೋ ರಾಜನೀತಿಜ್ಞನು ಬ್ರಿಟಿಷ್ ನಿಬಂಧನೆಯನ್ನು ಕುರಿತು ಒಂದು ಗ್ರಂಥವನ್ನು ಬರೆಯಲು ಹೊರಟನಂತೆ. ಆದರೆ ವಿಷಯವನ್ನು ಸಾವಧಾನ ವಾಗಿ ಪರೀಕ್ಷಿಸಿ ನೋಡಿದನಂತರ ಅವನು ಅಂಥ ಒಂದು ನಿಬಂಧನೆಯೆ ಇಲ್ಲವೆಂದು ತೀರ್ಮಾನಿಸಿದನು. ಒಟ್ಟಿನಲ್ಲಿ ಅದು ನಿಜ. ಪ್ರಮಾಣಭೂತವಾದ ಒಂದು ಮೂಲ ಬಂಧ ಶಾಸನವನ್ನು ಇಂಗ್ಲೆಂಡ್ ಬರೆದಿಟ್ಟುಕೊಂಡಿಲ್ಲ. ಹಿಂದಿನಿಂದ ನಡೆದುಬಂದ ಸಂಪ್ರದಾಯ, ಪದ್ಧತಿ, ರೂಢಿ ಇವೇ ಆ ದೇಶದ ನಿಬಂಧನೆಯ ಮೂಲಾಧಾರ. ಇವು ಗಳ ಆಧಾರದ ಮೇಲೆಯೇ ಬ್ರಿಟನ್ನಿನ ರಾಜ್ಯವ್ಯವಸ್ಥೆ ಅವಿಚ್ಛಿನ್ನವಾಗಿ ಬೆಳೆದುಬಂದಿದೆ. ಆಂಗ್ಲೇಯರು ಎಂಥ ರಾಜಕೀಯ ಅಶಾಂತಿ ಅಥವಾ ಕ್ರಾಂತಿಯ ಸಮಯದಲ್ಲಿಯೂ ತಮ್ಮ ಮನಸ್ಸಿನ ದೃಢತೆಯನ್ನು ಕಳೆದುಕೊಳ್ಳದೆ ಪರಂಪರಾಗತವಾಗಿ ನಡೆದುಬಂದಿರುವ

ತಮ್ಮ ಕಟ್ಟುಕಟ್ಟಳೆಗಳನ್ನು ಮುಂದುವರಿಸಿದರು. ಆಡಳಿತದ ಎಲ್ಲಾ ಅವಲಂಬನೆಯೂ ರೂಢಿಯಿಂದ ಪ್ರಾಪ್ತವಾದ ಹಕ್ಕುಗಳ ಮೇಲೆ, ಸಂಪ್ರದಾಯದ ಮೇಲೆ ಸರಾಗವಾಗಿ ನಡೆದಿದೆ. ಇಂಗ್ಲೆಂಡಿನ ನ್ಯಾಯಾಧ್ಯಕ್ಷರಾಗಿದ್ದ (Lord Chancellor) ವೈಕಂಟ್ ಜೋವಿಟ್‌ರು ಬ್ರಿಟಿಷ್ ರಾಜ್ಯವ್ಯವಸ್ಥೆಯನ್ನು ಕುರಿತು ಹೀಗೆ ಬರೆದಿರುತ್ತಾರೆ: " ಇತರ ಜನಾಂಗಗಳಿಗೆ ಒದಗಿದಂಥ ಉತ್ಪ್ಲವದ—ಎಂದರೆ ಥಟ್ಟನೆ ಕೀಳು ಮೇಲಾಗುವ—ಪ್ರಸಂಗ ನಮ್ಮ ದೀರ್ಘ ಪೂರ್ವಚರಿತ್ರೆಯಲ್ಲೆಂದೂ ಉಂಟಾದ್ದಲ್ಲ. ಹಳೆಯದನ್ನೆಲ್ಲಾ ಅಳಿಸಿ ಜೀವನಸಂಸ್ಥೆಗಳನ್ನು ಸಂಪೂರ್ಣವಾಗಿ ನೂತನಾಕಾರದಲ್ಲಿ ರಚಿಸಿಕೊಳ್ಳಬೇಕಾದ ಪರೀಕ್ಷೆಗೆ ನಾವು ಎಂದೂ ಸಿಕ್ಕಿದವರಲ್ಲ. ಸಂಸ್ಥೆಗಳಿಂದ ಆಗಬೇಕಾದ ಕೆಲಸವನ್ನು ಆಗಮಾಡಿಸಲು ಎಷ್ಟುಮಟ್ಟಿಗೆ ಬದಲಾಯಿಸುವುದು ಅಗತ್ಯವೋ, ಅಷ್ಟುಮಟ್ಟಿಗೆ ಮಾರ್ಪಾಟು ಮಾಡಿಕೊಂಡು ಅದರಿಂದ ಆಗಬೇಕಾದ ಕಾರ್ಯವನ್ನು ಆಗಮಾಡಿಸುತ್ತೇವೆ. ಸಂಸ್ಥೆಗಳನ್ನು ಬೇರುಮಟ್ಟ ಕಿತ್ತು ಆ ಜಾಗದಲ್ಲಿ ತರ್ಕವಿಧಾನದಿಂದ ಇನ್ನೊಂದನ್ನು ಕಟ್ಟಲು ನಾವು ಪ್ರಯತ್ನಪಡುವುದಿಲ್ಲ. ಎಲ್ಲ ವಿಚಾರಗಳಲ್ಲಿಯೂ ಇಂಗ್ಲೀಷಿನವರ ಸಹಜವಾದ ಪ್ರವೃತ್ತಿ ಇದು ತರ್ಕಸಮ್ಮತವೆ ಎಂದು ಕೇಳುವುದಲ್ಲ, ಇದು ಕಾರ್ಯಸಾಧಕವೆ ಎಂದು ಕೇಳುವುದು." ಹೀಗೆ ಒಂದು ರಾಜ್ಯದ ಆಡಳಿತ ಚೆನ್ನಾಗಿ ನಡೆಯುವುದು ಆ ರಾಜ್ಯದ ಜನರಲ್ಲಿ ಬೆಳೆದುಬಂದಿರುವ ಮರ್ಯಾದೆ ಶ್ರದ್ಧೆಗಳಿಂದ ನಿಬಂಧನೆಯ ಲಿಖಿತ ವಿಧಿಗಳಿಗಿಂತ ಮುಖ್ಯವಾದುದು, ಸಂಪ್ರದಾಯಸಿದ್ಧವಾದ ಅಲಿಖಿತ ಸಂಕೇತಗಳು; ಅವುಗಳಲ್ಲಿ ಶ್ರದ್ಧೆ ಭಕ್ತಿಗಳು. ಇದು ಆಂಗ್ಲೇಯರಲ್ಲಿ ಬೆಳೆದುಬಂದಿರುವುದೇ ಅವರ ಸುಸೂತ್ರದ ವ್ಯವಸ್ಥಿತ ಆಡಳಿತಕ್ಕೆ ಕಾರಣ.

ಆಂಗ್ಲೇಯರು ಸ್ವಾತಂತ್ರ್ಯಪ್ರೇಮಿಗಳು. ಇತಿಹಾಸದೃಷ್ಟಿಯಿಂದ ವಿಮರ್ಶಿಸಿದಲ್ಲಿ ಅವರ ಸಂಪ್ರದಾಯ ಸಂಸ್ಕೃತಿಗಳಿಗೆ ಪ್ರಜಾತಂತ್ರದ ಅರಿವು ಹೊಂದಿಕೊಂಡಿದೆ. ಅವರು ಸ್ವಪ್ರಭುತ್ವಾಪೇಕ್ಷಿಗಳು. ಮೊದಮೊದಲು ಅವರಲ್ಲಿ ರಾಜತ್ವವಿದ್ದರೂ Folk Moot ಎಂಬ ಜನಸಮುದಾಯದ ಸಭೆ ಪರಮಾಧಿಕಾರವನ್ನು ಹೊಂದಿದ್ದಿತು. ಪ್ರತಿಯೊಂದು ಗ್ರಾಮ, ತಾಲ್ಲೂಕು, ಪ್ರಾಂತಗಳಲ್ಲಿಯೂ ಸ್ಥಳೀಯ ಸಂಸ್ಥೆಗಳು ಸ್ಥಳೀಯ ಆಡಳಿತವನ್ನು ನಿರ್ವಹಿಸುತ್ತಿದ್ದುವು. ಹನ್ನೊಂದನೆಯ ಶತಮಾನದಲ್ಲಿ ನಾರ್ಮನರ ಆಕ್ರಮಣಾನಂತರ ಅವರಲ್ಲಿ ಒಂದು ಹೊಸ ಸಂಘಟನೆ, ವಿಶಾಲ ರಾಷ್ಟ್ರೀಯ ಮನೋಭಾವ, ವ್ಯವಸ್ಥಿತ ಆಡಳಿತ ಯಂತ್ರಸಾಧನೆ ಮತ್ತು ಎಲ್ಲರಿಗೂ ಅನ್ವಯಿಸುವ ಏಕರೀತಿಯ ನ್ಯಾಯಪದ್ಧತಿ ಬೆಳೆದುಬಂದುವು.

೧೨೧೫ರಲ್ಲಿ ಜನ್ಮತಾಳಿದ ಮ್ಯಾಗ್ನಾ ಕಾರ್ಟಾ (Magna Carta) ಎಂಬ ಸ್ವಾತಂತ್ರ್ಯ ಪ್ರಣಾಳಿಕೆಯು ಇಂಗ್ಲೆಂಡಿನ ಇಂದಿನ ಪ್ರಜಾಪ್ರಭುತ್ವದ ತಳಹದಿಯಾಗಿದೆ. ಸ್ವೇಚ್ಛಾಪ್ರವೃತ್ತಿಯುಳ್ಳ ರಾಜನ ದುರಾಡಳಿತ ದುರ್ನೀತಿಗಳನ್ನು ಖಂಡಿಸಿ ಪ್ರಜೆಗಳು ತಮ್ಮ ಹಕ್ಕುಬಾಧ್ಯತೆಗಳನ್ನು ಸ್ಥಿರಪಡಿಸಿಕೊಂಡ ಮಹಾ ಪ್ರಯತ್ನವಿದು. ದೇಶದ ಕಾನೂನು ಕಟ್ಟಳೆಗಳು ಎಲ್ಲಕ್ಕೂ ಮಿಗಿಲಾದುವೆಂದೂ, ಅದರ ಪರಮಾಧಿಕಾರಕ್ಕೆ

ದೊರೆಯಾಗಲಿ, ಶ್ರೀಮಂತನಾಗಲಿ, ಜನಸಾಮಾನ್ಯರಾಗಲಿ ದೇಶದ ಎಲ್ಲ ವ್ಯಕ್ತಿ ವರ್ಗಗಳೂ ತಲೆಬಾಗಬೇಕೆಂಬ ವರ್ಗವನ್ನು ಅದು ಸ್ಥಾಪಿಸಿತು. ಇದಾದ ನೂರು ವರ್ಷಗಳ ನಂತರ ಮೊದಲನೆಯ ಎಡ್ವರ್ಡನ ಕಾಲದಲ್ಲಿ ಪಾರ್ಲಿಮೆಂಟ್ ಶಾಸನಸಭೆ ಜನ್ಮತಾಳಿತು. ಕೆಲವು ಕಾಲದಮೇಲೆ ಶ್ರೀಮಂತರ ಸಭೆ (House of Lords) ಮತ್ತು ಜನಸಾಮಾನ್ಯ ಸಭೆ ಅಥವಾ ಲೋಕ ಸಭೆ (House of Commons) ಎಂಬ ಎರಡು ಸಭೆಗಳೇರ್ಪಟ್ಟವು. ಕಾಲಕ್ರಮೇಣ ಪ್ರಜಾಪ್ರತಿನಿಧಿಗಳಿಂದ ಕೂಡಿದ ಜನಸಾಮಾನ್ಯ ಸಭೆ ಅಥವಾ ಲೋಕಸಭೆ ಆಡಳಿತದಲ್ಲಿ ಪ್ರಮುಖ ಸ್ಥಾನ ಹೊಂದಿ ಪ್ರಜೆಗಳ ಪರವಾಗಿ ಹೋರಾಡುವ ಸಂಸ್ಥೆಯಾಯಿತು.

ಮೊದಮೊದಲು ಪಾರ್ಲಿಮೆಂಟ್ ರಾಜರ ಕೈಗೊಂಬೆಯಾಗಿದ್ದಿತು. ರಾಷ್ಟ್ರದ ರೀತಿನೀತಿಗಳನ್ನು ರೂಪಿಸುವುದರಲ್ಲಿ ಮತ್ತು ಆಡಳಿತದ ನಿರ್ವಹಣೆಯಲ್ಲಿ ರಾಜನ ಕೈ ಮೇಲಾಗಿದ್ದಿತು. ಹದಿನೇಳನೆಯ ಶತಮಾನದಲ್ಲಿ ಜರುಗಿದ ಎರಡು ಕ್ರಾಂತಿಗಳ—ಒಬ್ಬ ರಾಜನ ಶಿರಚ್ಛೇದನ, ಇನ್ನೊಬ್ಬನ ದೇಶಭ್ರಷ್ಟತೆ—ಫಲವಾಗಿ ರಾಜರ ಕೈಯಲ್ಲಿದ್ದ ಅಧಿಕಾರ ಜನರ ಪ್ರತಿನಿಧಿಯಾದ ಪಾರ್ಲಿಮೆಂಟಿನ ಕೈಸೇರಿತು. ಶಾಸನಬದ್ಧ ರಾಜತ್ವದ ಸ್ಥಾಪನೆಯಾಯಿತು. ಇನ್ನುಮುಂದೆ ಆಡಳಿತದಲ್ಲಿ ಪಾರ್ಲಿಮೆಂಟ್ ಪರಮಾಧಿಕಾರವುಳ್ಳ ಸಂಸ್ಥೆಯಾಯಿತು. ಹದಿನೆಂಟನೆಯ ಶತಮಾನದ ಪೂರ್ವಾರ್ಧದಲ್ಲಿ ರಾಜಕೀಯ ಪಕ್ಷಗಳು ಮತ್ತು ಪಕ್ಷಪದ್ಧತಿಯ ಆಡಳಿತ ತಲೆದೋರಿತು. ಅಂದಿನ ಟೋರಿ ಮತ್ತು ವ್ಹಿಗ್ ಪಕ್ಷಗಳೇ ಇಂದಿನ ಸಂಪ್ರದಾಯಶರಣರ (Conservatives) ಮತ್ತು ಪ್ರಗತಿಪರರ (Liberals) ಪಕ್ಷಗಳಾಗಿ ರೂಪುಗೊಂಡಿವೆ. ಇಪ್ಪತ್ತನೆಯ ಶತಮಾನದ ಆದಿಯಲ್ಲಿ ಮೂರನೆಯ ರಾಜಕೀಯ ಪಕ್ಷವಾದ ಕಾರ್ಮಿಕರ (Labour) ಪಕ್ಷ ಹುಟ್ಟಿತು.

ಪಾರ್ಲಿಮೆಂಟನಲ್ಲಿ ಪ್ರಜಾಪ್ರತಿನಿಧಿಗಳು ಜನಸಾಮಾನ್ಯರ ಸಭೆಯಲ್ಲೂ ಶ್ರೀಮಂತರೂ ಬಿರುದಾಂಕಿತರೂ ಶ್ರೀಮಂತರ ಸಭೆಯಲ್ಲೂ ಪ್ರತ್ಯೇಕವಾಗಿ ಸೇರುವರು. ಕಾಮನ್ಸ್‌ನಲ್ಲಿ ೬೧೫ ಚುನಾಯಿತ ಪ್ರತಿನಿಧಿಗಳೂ ಲಾರ್ಡ್ಸ್‌ನಲ್ಲಿ ೭೦೦ಕ್ಕೂ ಮೀರಿದ ಸದಸ್ಯರೂ ಇರುತ್ತಾರೆ. ಮೊದಲು ಮೂರು ವರ್ಷಗಳಿಗೊಂದಾವರ್ತಿ ಅನಂತರ ಏಳು ವರ್ಷಗಳಿಗೊಂದಾವರ್ತಿ ಪಾರ್ಲಿಮೆಂಟಿಗೆ ಸಾರ್ವತ್ರಿಕ ಚುನಾವಣೆ ನಡೆಯುತ್ತಿತ್ತು. ೧೯೧೧ರಿಂದೀಚೆಗೆ ಐದು ವರ್ಷಗಳಿಗೊಮ್ಮೆ ನಡೆಯುತ್ತಿದೆ. ಯುದ್ಧಕಾಲದಲ್ಲಿ ಅನಿರೀಕ್ಷಿತ ಪರಿಸ್ಥಿತಿ ಒದಗಿದಾಗ ಸಾರ್ವತ್ರಿಕ ಚುನಾವಣೆಯನ್ನು ಮುಂದೆ ಹಾಕಿ ಪಾರ್ಲಿಮೆಂಟಿನ ಅಧಿಕಾರಾವಧಿಯನ್ನು ಹೆಚ್ಚಿಸುವ ವಾಡಿಕೆಯುಂಟು. ಶತ್ರುವಿನ ಆಕ್ರಮಣ ಭಯದಿಂದ ದೇಶದ ಸ್ವಾತಂತ್ರ್ಯಕ್ಕೆ ಚ್ಯುತಿ ಬಂದಿರುವಾಗ ನೆಮ್ಮದಿ ಮತ್ತು ಶಾಂತಿಯಿಂದ ಚುನಾವಣೆ ನಡೆಯುವುದು ತಾನೆ ಹೇಗೆ?

ಬ್ರಿಟಿಷ್ ರಾಜ್ಯವ್ಯವಸ್ಥೆಯಲ್ಲಿ ಪಾರ್ಲಿಮೆಂಟ್ ಸಾರ್ವಭೌಮ ಅಧಿಕಾರವುಳ್ಳ ಸಂಸ್ಥೆ. ಸಾಮಾನ್ಯ ಹಾಗೂ ಶಾಸನಕ್ಕೆ ಸಂಬಂಧಿಸಿದ ಕಾನೂನುಗಳು ಆಗುವುದು

ಈ ಪಾರ್ಲಿಮೆಂಟಿನಲ್ಲಿಯೆ. ಸಾರ್ವತ್ರಿಕ ಚುನಾವಣೆಯಲ್ಲಿ ಯಾವ ರಾಜಕೀಯ ಪಕ್ಷದವರು ಪಾರ್ಲಿಮೆಂಟಿನಲ್ಲಿ ಹೆಚ್ಚು ಸ್ಥಾನ ಪಡೆಯುವರೊ ಆ ಬಹುಮತ ಪಕ್ಷವು ರಾಜ್ಯಾಡಳಿತವನ್ನು ವಹಿಸುವುದು. ಬಹುಮತ ಪಕ್ಷವೇ ಸರ್ಕಾರದ ಪಕ್ಷ. ಪರಾಜಯ ಹೊಂದಿದ ಪಕ್ಷ ಎದುರಾಳಿಯ (Opposition) ಪಕ್ಷವಾಗುವುದು. ಈ ಪ್ರತಿ ಪಕ್ಷದ ಕೆಲಸ ಸರ್ಕಾರದ ರೀತಿನೀತಿಗಳನ್ನು ಜಾಗರೂಕತೆಯಿಂದ ಪರಿಶೀಲಿಸಿ ಅವುಗಳ ಲ್ಲಿರುವ ಲೋಪದೋಷಗಳನ್ನು ರಾಷ್ಟ್ರಹಿತ ದೃಷ್ಟಿಯಿಂದ ಟೀಕಿಸುವುದು.

ಕಾಮನ್ಸ್ ಸಭೆಯಲ್ಲಿ ೬೧೫ ಚುನಾಯಿತ ಸದಸ್ಯರಿರುವರಷ್ಟೆ. ಈ ನೂರಾರು ಪ್ರತಿನಿಧಿಗಳೂ ನೇರವಾಗಿ ಆಡಳಿತಕಾರ್ಯ ನಿರ್ವಹಿಸುವುದು ಕಷ್ಟಸಾಧ್ಯ. ಆದ ಕಾರಣ ಹದಿನೈದು ಇಪ್ಪತ್ತು ಪ್ರತಿನಿಧಿಗಳನ್ನೊಳಗೊಂಡ ಸಮಿತಿಯು ಆಡಳಿತಸೂತ್ರ ವಹಿಸುವುದು. ಈ ಸಮಿತಿಗೆ ಕ್ಯಾಬಿನೆಟ್ ಅಥವಾ ಮಂತ್ರಿಸಂಪುಟವೆಂದು ಹೆಸರು. ರಾಷ್ಟ್ರದ ಮುಖ್ಯಾಧಿಕಾರಿ ಈಗಲೂ ರಾಜರೆ; ಆದರೆ ಹೆಸರಿಗೆ ಮಾತ್ರ. ರಾಜನ ಹೆಸರಿನಲ್ಲಿ ರಾಜ್ಯಾಡಳಿತವನ್ನು ಮಂತ್ರಿಮಂಡಲ ನಡೆಸುವುದು. ತಾತ್ವಿಕವಾಗಿ ಮಂತ್ರಿ ಗಳು ರಾಜನಿಂದ ನೇಮಿತರಾದವರು. ಆದರೆ ವಾಸ್ತವಿಕವಾಗಿ ತನಗೆ ಇಷ್ಟ ಬಂದವ ರನ್ನು ರಾಜನು ನೇಮಿಸಲಾಗುವುದಿಲ್ಲ. ಪಾರ್ಲಿಮೆಂಟಿನಲ್ಲಿ ಬಹುಮತ ಪಡೆದ ರಾಜ ಕೀಯ ಪಕ್ಷದ ನಾಯಕನನ್ನು ಮಂತ್ರಿಮಂಡಲ ರಚಿಸುವಂತೆ ಆಹ್ವಾನಿಸುವರು. ಈ ನಾಯಕನು ಮುಖ್ಯಮಂತ್ರಿಪದವಿಯನ್ನು ಅಲಂಕರಿಸಿ ಇತರ ಸಹೋದ್ಯೋಗಿ ಮಂತ್ರಿಗಳನ್ನು ತನ್ನ ಪಕ್ಷದ ಸದಸ್ಯರಿಂದ ಆರಿಸಿಕೊಳ್ಳುವನು. ಇದಕ್ಕೆ ಕ್ಯಾಬಿನೆಟ್ ಆಡಳಿತಪದ್ಧತಿ ಎಂದು ಕರೆಯಲಾಗಿದೆ. ಕ್ಯಾಬಿನೆಟ್ ಆಡಳಿತಪದ್ಧತಿ ಅಥವಾ ಪಾರ್ಲಿಮೆಂಟರಿ ಪ್ರಜಾಪ್ರಭುತ್ವ ಆಂಗ್ಲೇಯರಲ್ಲಿ ಇನ್ನೂರು ಐವತ್ತು ವರ್ಷಗಳಿಂದ ಈಚೆಗೆ ಬೆಳೆದುಬಂದುದು. ರೂಢಿಯ ಮೂಲಕ ಇದಕ್ಕೆ ಕೆಲವು ಗೊತ್ತಾದ ಲಕ್ಷಣಗಳು ಏರ್ಪಟ್ಟಿವೆ. ಮಂತ್ರಿಮಂಡಲದ ಸದಸ್ಯರೆಲ್ಲರೂ ಕಾಮನ್ಸ್ ಸಭೆಯಲ್ಲಿ ಬಹುಮತ ಪಡೆದ ರಾಜಕೀಯ ಪಕ್ಷಕ್ಕೆ ಸೇರಿದವರು. ಮಂತ್ರಿಮಂಡಲ ಶಾಸನಸಭೆಯ ವಿಶ್ವಾಸ ಪಡೆದಿರುವವರೆಗೂ ಅಧಿಕಾರದಲ್ಲಿರುತ್ತದೆ. ಶಾಸನಸಭೆಗೆ, ಅಂತಿಮವಾಗಿ ತಮ್ಮ ಓಟುದಾರರಿಗೆ ಮಂತ್ರಿಮಂಡಲ ಜವಾಬ್ದಾರಿ ಹೊಂದಿರುವುದು. ಮಂತ್ರಿ ಗಳೆಲ್ಲರೂ ಮುಖ್ಯಮಂತ್ರಿಯೊಡನೆ ಏಕ ರೀತಿ ಅಭಿಪ್ರಾಯ ಹೊಂದಿ ಒಗ್ಗಟ್ಟಿನಿಂದ ವರ್ತಿಸುವರಲ್ಲದೆ ಸಾಮೂಹಿಕ ಹೊಣೆಗಾರಿಕೆಯ ತತ್ವವನ್ನು ಅನುಸರಿಸುವರು. ಬೇರೆ ಬೇರೆ ಇಲಾಖೆಗಳಿಗೆ ಬೇರೆ ಬೇರೆ ಮಂತ್ರಿಗಳಿದ್ದರೂ ಎಲ್ಲಾ ಇಲಾಖೆಗಳಿಗೂ ಸೇರಿದ ರೀತಿನೀತಿಗಳಲ್ಲಿ ಮಂತ್ರಿಮಂಡಲ ಸಂಯುಕ್ತ ಜವಾಬ್ದಾರಿ ಹೊಂದಿರುವುದು. ಅಧಿ ಕಾರಕ್ಕೆ ಬರುವಾಗಲೂ ಬಿಡುವಾಗಲೂ ಒಟ್ಟಿಗೆ ಬರುವರು ಮತ್ತು ತ್ಯಜಿಸುವರು. ಸ್ವತಂತ್ರ ಭಾರತವು ಇಂದು ಈ ಬಗೆಯ ಪಾರ್ಲಿಮೆಂಟರಿ ಪ್ರಜಾಪ್ರಭುತ್ವವನ್ನು ಏರ್ಪ ಡಿಸಿಕೊಂಡು ಆಡಳಿತ ನಡೆಸುತ್ತಿದೆ.

ಹದಿನೆಂಟು ಮತ್ತು ಹತ್ತೊಂಬತ್ತನೆಯ ಶತಮಾನಗಳಲ್ಲಿ ಪಾರ್ಲಿಮೆಂಟ್

ಸಂಸ್ಥೆ ಪ್ರಾತಿನಿಧ್ಯಪದ್ಧತಿ ಮತ್ತೆ ಇನ್ನಿತರ ಕೆಲವು ಅಂಶಗಳಲ್ಲಿ ಲೋಪದೋಷ ಗಳಿಂದ ಕೂಡಿದ್ದಿತು. ಆದರೆ ೧೮೩೨ರಿಂದೀಚೆಗೆ ಜಾರಿಗೆ ಬಂದ ಹಲವು ಸುಧಾರಣೆ ಗಳಿಂದ ಇವು ಮಾಯವಾಗಿವೆ. ೧೮೩೨, ೧೮೬೭, ೧೮೮೪ ಮತ್ತು ಅನಂತರದಲ್ಲಿ ಜಾರಿಗೆ ಬಂದ ಕಾನೂನುಗಳಿಂದ ಮಧ್ಯಮ ವರ್ಗದವರಿಗೂ, ಸಣ್ಣ ಪುಟ್ಟ ವ್ಯಾಪಾರ ಗಾರರಿಗೂ, ಕೈಗಾರಿಕಾ ಮತ್ತು ವ್ಯವಸಾಯ ಕಾರ್ಮಿಕ ವರ್ಗದವರಿಗೂ ಓಟಿನ ಹಕ್ಕು ದೊರೆಯಿತು. ದೇಶದ ಎಲ್ಲಾ ಭಾಗಗಳಿಗೂ ನ್ಯಾಯವಾದ ಪ್ರಾತಿನಿಧ್ಯ ಕ್ರಮವು ಪುನರ್ವ್ಯವಸ್ಥೆಗೊಂಡು ಸ್ಥಾನಗಳ ಹಂಚಿಕೆಯಾಯಿತು. ರಹಸ್ಯ ಓಟಿನ ಪದ್ಧತಿಯನ್ನು ಜಾರಿಗೆ ತರಲಾಯಿತು.

೧೯೧೮ರಲ್ಲಿ ರಚಿತವಾದ ಸುಧಾರಣೆಯಿಂದ ಶ್ರೀಮಂತರು ಬಡವರು ಎಂಬ ಭೇದವಿಲ್ಲದೆ ೨೧ ವರ್ಷಕ್ಕೆ ಮೇಲ್ಪಟ್ಟ ಗಂಡಸಿಗೂ ೩೦ ವರ್ಷ ಮೀರಿದ ಹೆಂಗಸಿಗೂ ಓಟಿನ ಹಕ್ಕು ದೊರೆಯಿತು. ೧೯೨೮ರಿಂದೀಚೆಗೆ ಮಹಿಳೆಯರಿಗೆ ವಿಧಿಸಿರುವ ವಯಸ್ಸಿನ ಪರಿಮಿತಿ ೨೧ ವರ್ಷಕ್ಕೇ ಇಳಿಸಲಾಗಿದೆ. ಈಗ ಮಹಿಳೆಯರು ಓಟಿನ ಮತ್ತು ಪ್ರಾತಿನಿಧ್ಯದ ಹಕ್ಕುಗಳನ್ನು ಹೊಂದಿರುವರು. ಇಂದು ಸಮಸ್ತ ವಯಸ್ಕರ ಚುನಾವಣಾ ಪದ್ಧತಿ ಜಾರಿಯಲ್ಲಿದ್ದು ಬ್ರಿಟಿಷ್ ಪಾರ್ಲಿಮೆಂಟ್ ಜನರ ಸಂಪೂರ್ಣ ಪ್ರತಿನಿಧಿ ಸಂಸ್ಥೆಯಾಗಿದೆ.

ಇಂಗ್ಲೆಂಡಿನ ಇತಿಹಾಸದಲ್ಲಿ ಮಹಿಳೆಯರು ರಾಜಕೀಯ ಸ್ವಾತಂತ್ರ್ಯಕ್ಕಾಗಿ ನಡೆಸಿದ ಹೋರಾಟ ಅತ್ಯಂತ ರೋಮಾಂಚಕಾರಿಯಾದುದು. ಹತ್ತೊಂಬತ್ತನೆಯ ಶತಮಾನದ ಆಂಗ್ಲ ಮಹಿಳೆಯು ಹಲವು ದಾಸ್ಯ ಶೃಂಖಲೆಗಳಿಂದ ಬಿಗಿಯಲ್ಪಟ್ಟು ಬಾಹ್ಯಪ್ರಪಂಚದ ಸಂಪರ್ಕವಿಲ್ಲದೆ ಮನೆಯೊಳಗಿನ ಗೃಹಿಣಿಯಾಗಿ ಅಡಗಿಕೊಂಡಿದ್ದ ಕಾಲ. ಆಡಳಿತನಿರ್ವಹಣೆಯ ಕಾರ್ಯ ಅಥವಾ ರಾಜಕೀಯ ಗಂಡಸರಿಗೆ ಸೇರಿದ ಹಕ್ಕು ಮಾತ್ರ ಎಂಬ ಅಭಿಪ್ರಾಯ ಬೇರೂರಿದ್ದ ಕಾಲವದು. ೧೮೪೦ರಲ್ಲಿ ಲಂಡನ್ನಿನಲ್ಲಿ ಸಮಾವೇಶಗೊಂಡ ಗುಲಾಮಗಿರಿ ನಿರೋಧ ಪರಿಷತ್ತಿನಲ್ಲಿ ಭಾಗವಹಿಸಲು ಅಮೇರಿಕಾದಿಂದ ನಾಲ್ವರು ಮಹಿಳಾಪ್ರತಿನಿಧಿಗಳು ಬಂದಾಗ ಅವರ ದಿಟ್ಟತನವನ್ನು ನೋಡಿ ಅಲ್ಲಿನ ಪುರುಷವರ್ಗಕ್ಕೆ ಸಿಡಿಲು ಬಡಿದಂತಾಯಿತು. ಅವರು ಆ ರೀತಿ ಬಂದು ಭಾಗವಹಿಸಿದ್ದು ದೈವನಿಯಮಕ್ಕೂ ಸಮಾಜಸಂಪ್ರದಾಯಗಳಿಗೂ ತೀರ ವಿರುದ್ಧವೆಂದು ತೀರ್ಮಾನಿಸಿದರು. ಆದರೆ ಇಂಗ್ಲೆಂಡಿನಲ್ಲಿ ಮಹಿಳೆಯರು ಹೆಚ್ಚು ಕಾಲ ತಮ್ಮ ಹೀನಪರಿಸ್ಥಿತಿಯನ್ನು ಸಹಿಸಲಿಲ್ಲ. ರಾಜಕೀಯ ಸ್ವಾತಂತ್ರ್ಯವಿಲ್ಲದೆ ಆರ್ಥಿಕ ಮತ್ತು ಸಾಮಾಜಿಕ ಸ್ವಾತಂತ್ರ್ಯ ಸುಧಾರಣೆ ಸಾಧ್ಯವಿಲ್ಲವೆಂದರಿತರು. ರಾಜಕೀಯ ಸ್ವಾತಂತ್ರ್ಯದ ತಿರುಳಾದ ಓಟಿನ ಮತ್ತು ಪ್ರಾತಿನಿಧ್ಯ ಹಕ್ಕುಗಳಿಗಾಗಿ ೧೮೫೦ರಿಂದ ಈಚೆಗೆ ಬಲವಾದ ಚಳುವಳಿ ಹೂಡಿದರು. ಸುಮಾರು ಅರವತ್ತು ವರ್ಷಗಳ ಹೋರಾಟ, ತ್ಯಾಗ, ಉತ್ಸಾಹಗಳ ಫಲವಾಗಿ ಆಂಗ್ಲ ಮಹಿಳೆ ಇಂದು ರಾಜಕೀಯ ಸ್ವಾತಂತ್ರ್ಯ ಪಡೆದಿದ್ದಾಳೆ. ಮಹಿಳೆಯರು ಈ ಚಳುವಳಿಯಲ್ಲಿ ಲಾಠೀಪ್ರಹಾರ

ಮತ್ತು ಜೈಲುವಾಸವನ್ನು ಅನುಭವಿಸಲು ಹಿಂಜರಿಯಲಿಲ್ಲ. ವಿರೋಧಪ್ರದರ್ಶನಗಳು, ಸತ್ಯಾಗ್ರಹ ಮತ್ತು ಉಪವಾಸಮುಷ್ಕರ ಇವುಗಳೇ ಅವರ ಅಸ್ತ್ರಗಳಾಗಿದ್ದವು. ಮಹಿಳಾ ಸ್ವಾತಂತ್ರ್ಯಕ್ಕಾಗಿ ಹೋರಾಡಿದವರಲ್ಲಿ ಮಧ್ಯಮ ವರ್ಗದ ಮಹಿಳೆಯರ ಪಾತ್ರ ಅಭಿನಂದನೀಯವಾದುದು. ಪ್ರಸಿದ್ಧ ತತ್ವಜ್ಞಾನಿ ಜೇಮ್ಸ್ ಸ್ಟೂಯರ್ಟ್ ಮಿಲ್ ಮತ್ತು ಇವರ ಪತ್ನಿ ಪ್ಯಾಕ್‌ಹರ್ಸ್ಟ್ (Paukhurst) ಮನೆತನದವರೂ ಪೆಥಿಕ್ ಲಾರೆನ್ಸ್ ದಂಪತಿಗಳೂ ಈ ಹೋರಾಟದಲ್ಲಿ ಅಪೂರ್ವ ತ್ಯಾಗಮಾಡಿದ್ದಾರೆ.

ಹೀಗೆ ಆಂಗ್ಲೇಯರು ಅನೇಕ ಶತಮಾನಗಳ ಸತತ ಪ್ರಯತ್ನದಿಂದ ಒಂದು ಉತ್ತಮವಾದ ಆದರ್ಶರೀತಿಯ ರಾಜ್ಯಪದ್ಧತಿಯನ್ನು ರೂಪಿಸಿಕೊಂಡಿದ್ದಾರೆ. ಪ್ರಜಾ ಪ್ರಭುತ್ವ ತತ್ವಗಳೆ ಅದರ ಮೂಲಾಧಾರ. ಅದರ ರಾಜ್ಯವ್ಯವಸ್ಥೆಯಲ್ಲಿ ನ್ಯೂನತೆಯಿಲ್ಲ ವೆಂದಲ್ಲ. ಆದರೆ ಪ್ರಜೆಯು ತನ್ನ ವ್ಯಕ್ತಿತ್ವವನ್ನು ಬೆಳಸಿಕೊಂಡು ಪರಿಪೂರ್ಣತೆಯನ್ನು ಹೊಂದಿ ತನ್ನ, ಸಮಾಜದ ಮತ್ತು ರಾಷ್ಟ್ರದ ಪ್ರಗತಿ ಸಾಧಿಸಲು ಇದರಲ್ಲಿ ಅವಕಾಶವಿದೆ.

ಸ್ಥಿಮಿತ ಹೊಂದಿದ ಪ್ರಗತಿ ಸಾಧಿಸುವುದರಲ್ಲಿ ಆಂಗ್ಲೇಯರು ಪ್ರತಿಭಾವಂತರು. ಸ್ವಾತಂತ್ರ್ಯ, ಸ್ವಪ್ರಭುತ್ವಾಕಾಂಕ್ಷೆ, ದೇಶಾಭಿಮಾನ ಅವರ ಮುಖ್ಯ ರಾಷ್ಟ್ರೀಯ ಗುಣಗಳು. ಅಮೂಲ್ಯವಾದ ಪ್ರಾಚೀನ ಸಂಸ್ಕೃತಿಯನ್ನು ಉಳಿಸಿಕೊಂಡು ಸ್ವಾತಂತ್ರ್ಯದ ಪ್ರಜಾಪ್ರಭುತ್ವ ತತ್ವಗಳ ತಳಹದಿಯ ಮೇಲೆ ಅಭ್ಯುದಯವನ್ನು ಸಾಧಿಸಬೇಕೆಂದು ಹೊರಟಿರುವ ನವಭಾರತಕ್ಕೆ ಆಂಗ್ಲೇಯರ ಆದರ್ಶ ರಾಜಕೀಯ ಬೆಳವಣಿಗೆ ಸ್ಫೂರ್ತಿ ದಾಯಕವಾಗಿದೆ.

ಒಟ್ಟಿನಲ್ಲಿ ಕ್ವಿಂಟಿನ್ ಹಾಗ್ (Quintin Hogg) ಎಂಬ ವಿದ್ವಾಂಸರು ಹೇಳಿರುವಂತೆ ನ್ಯೂ ಟೆಸ್ಟಮೆಂಟಿನ (New Testament) ನೈತಿಕ ಸೂತ್ರಗಳ ಮೂಲಕ ಯಹೂದಿಗಳೂ, ಕಲೆ ತತ್ವಶಾಸ್ತ್ರಗಳ ಮೂಲಕ ಗ್ರೀಕರೂ, ನ್ಯಾಯಶಾಸ್ತ್ರದ ಮೂಲಕ ರೋಮನ್ನರೂ ಯಾವ ಒಂದು ವಿಶಿಷ್ಟವಾದ ಕಾಣಿಕೆಯನ್ನು ವಿಶ್ವಕ್ಕೆ ಇತ್ತರೋ ಅಂತೆಯೆ ಆಂಗ್ಲೇಯರು ರಾಜಕೀಯ ಸಾಧನೆಯ ಮೂಲಕ ತಮ್ಮದೇ ಆದ ಕಾಣಿಕೆಯನ್ನು ಅರ್ಪಿಸಿದ್ದಾರೆ. ಹೀಗೆಯೆ ಪ್ರತಿಯೊಂದು ರಾಷ್ಟ್ರವೂ ಪರಿಪಕ್ವ ದೆಸೆಯಲ್ಲಿ ತನ್ನದೇ ಆದ ಕಾಣಿಕೆಯನ್ನು ಲೋಕಕ್ಕೆ ನೀಡಬಲ್ಲದು.

ಡಿ. ಎಸ್. ಅಚ್ಯುತರಾವ್

ಚರಿತ್ರೆಯ ಅಂತರಾರ್ಥ[1]

ಚರಿತ್ರೆ ಆಯಾ ದೇಶಗಳಲ್ಲಿ ನಡೆದ ಮಹತ್ವದ ಸಂಗತಿಗಳನ್ನು ಕುರಿತ ನಿರೂಪಣೆ. ಸಂಕುಚಿತಾರ್ಥದಲ್ಲಿ ರಾಜಕೀಯ ಚರಿತ್ರೆಯನ್ನೇ ಚರಿತ್ರೆಯೆನ್ನುವುದು ಸಂಪ್ರದಾಯವಾಗಿದ್ದರೂ ಒಂದು ಕಾಲದ ಆರ್ಥಿಕ, ಸಾಮಾಜಿಕ, ಧಾರ್ಮಿಕ ಸ್ಥಿತಿಗತಿ, ಸಾಹಿತ್ಯ, ಕಲೆ ಇವೇ ಮೊದಲಾದ ಈ ಸಂಗತಿಗಳನ್ನು ಚರಿತ್ರೆ ಒಳಗೊಂಡಿರಬೇಕೆಂಬ ತತ್ವ ಇತ್ತೀಚೆಗೆ ಅಂಗೀಕೃತವಾಗಿದೆ. ವಿಶಾಲಾರ್ಥದಲ್ಲಿ ಹೇಳುವುದಾದರೆ ವಿದ್ವಾಂಸರಿಂದ ಮಾನವನ ಬದುಕಿನ ಶಾಸ್ತ್ರೀಯ ವಿಮರ್ಶೆಯೇ ಇತಿಹಾಸವೆನ್ನಬಹುದು. ಮಾನವನ ವರ್ತನೆಯೇ ಚರಿತ್ರಕಾರನ ಕ್ಷೇತ್ರ ಮತ್ತು ಮಾನವನಿಗೆ ಸಂಬಂಧಪಟ್ಟ ಸರ್ವಸಂಗತಿಗೂ ಇತಿಹಾಸದ ಪರಿವಿಡಿಯಲ್ಲಿ ಸೇರುತ್ತವೆ.

ಏನಿರುತ್ತದೆ ಚರಿತ್ರೆಯಲ್ಲಿ? ಇವನು ಅವನನ್ನು ಕೊಂದ, ಅವನು ಇವನ ಮೇಲೆ ದಂಗೆ ಎದ್ದ, ಇವನು ಹುಟ್ಟಿದ್ದು ಇಷ್ಟನೆಯ ಇಸವಿ, ಆ ದೊರೆಯ ರಾಜ್ಯ ಅಷ್ಟು ದೂರ ವ್ಯಾಪಿಸಿತ್ತು, ಈ ಕದನದಲ್ಲಿ ಇಷ್ಟು ಮಂದಿ ಮಡಿದರು, ಆ ಕದನದಲ್ಲಿ ಅಷ್ಟು ಮಂದಿ ಕೈಸೆರೆಯಾದರು, ಇಷ್ಟೆ ಅಲ್ಲವೆ ಚರಿತ್ರೆ! ಎಲ್ಲ ಕಲ್ಪನೆ, ಇದರಿಂದ ಯಾವ ಪುರುಷಾರ್ಥ ಎಂದು ತಾವು ಬುದ್ಧಿವಂತರೆಂದು ಅಂದುಕೊಳ್ಳುವವರು ಮಾತನಾಡುವುದು ಸಹಜ. ಆದರೆ ಈ ಬಗೆಯ ಮನೋಭಾವ ಹೊಸದೇನೂ ಅಲ್ಲ. ಹದಿನೆಂಟನೆಯ ಶತಮಾನದಲ್ಲಿ ಬ್ರಿಟನ್ನನ್ನು ಆಳಿದ ರಾಜಕಾರಿಣಿ ಸರ್ ರಾಬರ್ಟ್ ವಾಲ್ಪೋಲ್ 'ಎಲ್ಲ ಇತಿಹಾಸವು ಸುಳ್ಳಿನ ಕಂತೆ' ಎಂದಿದ್ದಾನೆ. ಚರಿತ್ರೆಯ ಅಧ್ಯಾಪಕನ ಅವಶ್ಯಕತೆ ಬಿದ್ದಾಗ 'ಸುಳ್ಳುಗಾರನನ್ನು ಕರೆ' ಎಂದನಂತೆ ಪ್ರಷ್ಯಾದೇಶವನ್ನು ಆಳಿದ ಪ್ರಖ್ಯಾತ ದೊರೆ ಫ್ರೆಡರಿಕ್ ದಿ ಗ್ರೇಟ್.' ಚರಿತ್ರೆ ಕಟ್ಟುಕತೆಯಿಲ್ಲದೆ ಮತ್ತೇನು' ಎಂದು ನೆಪೋಲಿಯನ್ ಬೋನೋಪಾರ್ಟೆ ಹೇಳಿದಾಗ ಈ ಬಗೆಯ ಮನೋಭಾವವನ್ನೇ ವ್ಯಕ್ತಪಡಿಸಿದನು. ಚರಿತ್ರೆಯ ಮೇಲಿನ ಈ ಜುಗುಪ್ಸೆಗೆ, ಕಹಿಮನೋಭಾವಕ್ಕೆ ಕಾರಣವೇನೆಂದು ಅಲೋಚಿಸಿದರೆ ಅದು ನಿಜವಾದ ಚರಿತ್ರೆಯ ಅಪೂರ್ಣಜ್ಞಾನವಷ್ಟೇ ಅಲ್ಲದೆ ಚರಿತ್ರೆಗಳಲ್ಲಿನ ಉಲ್ಲೇಖನದೋಷವೂ ಕಾರಣವೆಂದು ಅರಿವಾಗದೆ ಇರದು.

ಹಾಗಾದರೆ ನೈಜ ಚರಿತ್ರೆಯ ಸ್ವರೂಪವೇನು?

History ಎಂಬ ಇಂಗ್ಲಿಷ್ ಪದ ಗ್ರೀಕ್‌ಭಾಷೆಯ Histor ಅಥವ Historia ಶಬ್ದದಿಂದ ಬಂದುದು. ಈ ಗ್ರೀಕ್‌ಪದಗಳ ಮೂಲಾರ್ಥ ವಿಚಾರ, ಪರಾಮರ್ಶೆ ಎಂದು, ಇತಿಹಾಸ

1 'ಅಭಿವಂದನೆ', ಪ್ರೊ.ಎ.ಆರ್. ಕೃಷ್ಣಶಾಸ್ತ್ರಿ ಸಂಭಾವನಾ ಗ್ರಂಥ, ಪ್ರಬಂಧಗಳ ಸಂಪುಟ, ಮೈಸೂರು ಪುಟಗಳು ೮೬–೯೧.

ಎಂಬ ಸಂಸ್ಕೃತ ಶಬ್ದದ ಉತ್ಪತ್ತಿಯೂ ಇದೇ ಅರ್ಥವನ್ನು ಸೂಚಿಸುತ್ತದೆ. ಇತಿ, ಹ, ಆಸ, ಎಂದರೆ ಹೀಗೆ ನಡೆಯಿತು ಎಂದು ಅರ್ಥ, ಒಟ್ಟಿನಲ್ಲಿ ಚರಿತ್ರೆ ಯಾವುದೇ ಸಂಗತಿಯ ಯಥಾರ್ಥಜ್ಞಾನವೆನ್ನಬಹುದು. ಸತ್ಯಾನ್ವೇಷಣೆಯೇ ಅದರ ಗುರಿ.

ಚರಿತ್ರೆ ಶಾಸ್ತ್ರವೇ, ಇಲ್ಲವೆ ಕಲೆಯೇ ಎನ್ನುವ ವಿಷಯದಲ್ಲಿ ವಾದ ವಿವಾದಗಳಿನ್ನೂ ಮುಗಿದಿಲ್ಲವಾದರೂ ಚರಿತ್ರೆ ಶಾಸ್ತ್ರವೂ ಹೌದು, ಕಲೆಯೂ ಹೌದು ಎನ್ನಬಹುದು. ಜೆ.ಬಿ. ಬ್ಯೂರಿ (J.B. Bury) ಎಂಬ ಪ್ರಸಿದ್ಧ ಆಂಗ್ಲ ಇತಿಹಾಸಕಾರ 'History is a science no less and no more' ಎಂದಿದ್ದಾನೆ. ಚರಿತ್ರೆಯ ಒಂದೊಂದು ಅಂಶವೂ ಪ್ರಮಾಣ ಬಲದಿಂದ ಪೋಷಿತವಾಗಿರಬೇಕಾದುದರಿಂದ ಅಂತಹ ಪ್ರಾಮಾಣಿಕವಾದ ಚಾರಿತ್ರಿಕ ಸಾಧನಗಳನ್ನು ಸಂಗ್ರಹಿಸಿ ಪರಿಷ್ಕರಿಸಿ ಒಂದು ನಾಡಿನ ಚಿತ್ರವನ್ನು ಚಿತ್ರಿಸುವುದು ಚರಿತ್ರಕಾರನ ಕೆಲಸ. ವೈಜ್ಞಾನಿಕನಿಗೆ ಇರಬೇಕಾದ ಸತ್ಯಾನ್ವೇಷಣೆಯ ಆಕಾಂಕ್ಷೆ, ನಿರ್ದಾಕ್ಷಿಣ್ಯ ಬುದ್ಧಿ, ನಿಷ್ಪಕ್ಷಪಾತ ಮತ್ತು ಸ್ವತಂತ್ರ ದೃಷ್ಟಿ ಇತಿಹಾಸಕಾರನಲ್ಲಿಯೂ ಇರಬೇಕಾದುದು ಅತ್ಯಗತ್ಯ. ಅವನು ಉಪದೇಶಕನೂ ಅಲ್ಲ, ಪ್ರಚಾರಕನೂ ಅಲ್ಲ. ಅಸತ್ಯವೆಂದು ಭ್ರಮಿಸಲಾರ. ನೈಜ ಇತಿಹಾಸಕಾರ ಸತ್ಯಸೌಂದರ್ಯಗಳ ಆರಾಧಕ. ಅಲ್ಲದೆ ಚರಿತ್ರೆಯಲ್ಲಿ ಸ್ವಕಲ್ಪನೆಗೆ ಅವಕಾಶವಿಲ್ಲ. ನಡೆದ ಸಂಗತಿಗಳನ್ನು ನಡೆದಂತೆಯೇ ಹೇಳಬೇಕು. ವಿಷಯಗಳನ್ನು ಮರೆಮಾಡುವುದು, ಅತಿರೇಕ ದೃಷ್ಟಿಯಿಂದ ಕುಗ್ಗಿಸಿ ಹೇಳುವುದು ಅಥವಾ ಹಿಗ್ಗಿಸಿ ಹೇಳುವುದು ಅಥವಾ ವಿಷಯ ಪ್ರತಿಪಾದನೆಯಲ್ಲಿ ರಾಗದ್ವೇಷಗಳಿಗೆ ಎಡೆಗೊಡುವುದು ಇತಿಹಾಸಕಾರನಿಗೆ ಧರ್ಮವಿಲ್ಲ. ರಸವತ್ತಾದ ನಿರೂಪಣೆಯಲ್ಲಿ ಸಾಹಿತ್ಯ ಶ್ರೇಷ್ಠ ಕಲೆಗಳಲ್ಲೊಂದೆಂದು ಹೇಳುವುದು ಅನಾವಶ್ಯಕ. ಇತಿಹಾಸವನ್ನು ಸಾಹಿತ್ಯರೂಪದಲ್ಲಿ ಬರೆದರೆ ಓದುಗರಿಗೆ ಅದು ಪ್ರಿಯವಾಗಿ ರಸಾಸ್ವಾದನೆಗೆ ಅನುಕೂಲವಾಗುತ್ತದೆ. ಹೀಗೆ ಶಾಸ್ತ್ರ ಮತ್ತು ಕಲೆಗಳ ಉತ್ತಮ ಲಕ್ಷಣಗಳನ್ನೊಳಗೊಂಡ ಚರಿತ್ರೆ ಉತ್ತಮ ಕೃತಿಯಾಗುವುದು.

ಚರಿತ್ರೆಯಿಂದ ಸಾಧಿತವಾಗುವ ಪುರುಷಾರ್ಥವೇನು?

ಚರಿತ್ರೆಯಲ್ಲಿ ಮನೋರಂಜನೆಗೆ, ಮನೋವಿಕಾಸಕ್ಕೆ ಮತ್ತು ರಸಾನುಭವಕ್ಕೆ ಅವಕಾಶವುಂಟು. ಮೇಲೆ ಹೇಳಿದಂತೆ ಚರಿತ್ರೆಯನ್ನು ಉತ್ತಮ ಸಾಹಿತ್ಯರೂಪದಲ್ಲಿ ಬರೆದರೆ ಚಿತ್ತಾಕರ್ಷಕವಾಗುವುದು. ರಾಷ್ಟ್ರೀಯ ಮಹಾಕಾವ್ಯಗಳಾದ ರಾಮಾಯಣ ಮತ್ತು ಮಹಾಭಾರತಗಳು ಕಾವ್ಯರೂಪದಲ್ಲಿರುವ ಇತಿಹಾಸ. ಇವುಗಳಿಂದ ಲೋಕಾನುಭವ ಮಾತ್ರವಲ್ಲದೆ ರಸಾನುಭವವೂ ಎಷ್ಟೋ ಆಗುತ್ತದೆ. ರೋಮ್ ಚಕ್ರಾಧಿಪತ್ಯದ ಅವನತಿಯನ್ನು ಚಿತ್ರಿಸಿದ ಗಿಬ್ಬನ್ನನ ಗ್ರಂಥವನ್ನೋ, ಕಾರ್ಲೈಲನ ಫ್ರಾನ್ಸಿನ ಮಹಾಕ್ರಾಂತಿಯನ್ನೋ, ಮೆಕಾಲೆಯ ಪ್ರಬಂಧಗಳನ್ನೋ, ಪಂಡಿತ್ ಜವಹರಲಾಲರ ಆತ್ಮಕಥೆಯನ್ನೋ, ಭಾರತದರ್ಶನವನ್ನೋ ಓದಿದಾಗ ಮನೋರಂಜನೆಯಾಗುವುದಲ್ಲದೆ ಹೊಸ ಜಗತ್ತೇ ನಮಗೆ ಗೋಚರವಾಗುವುದು; ಅಪೂರ್ವವಾದ ಅನುಭವವುಂಟಾಗುವುದು.

ಯಾವ ಶಾಸ್ತ್ರಾಭ್ಯಾಸವೂ ಕೇವಲ ಹೊಟ್ಟೆ ಬಟ್ಟೆಗಾಗಿಯೇ ಅಲ್ಲ. ಜ್ಞಾನಾರ್ಜನೆಯೆ ಅದರ ಅಂತಿಮ ಗುರಿ. ಈ ದೃಷ್ಟಿಯಿಂದ ಚರಿತ್ರೆಯ ಅಭ್ಯಾಸ ಸ್ತುತ್ಯ. ಪೃಥ್ವಿಯ ಮೇಲೆ ಮಾನವನೆಂಬ ಜೀವಿ ಕಾಣಿಸಿಕೊಂಡಮೇಲೇನಾಯಿತು? ಸಮಾಜ ಮತ್ತು ಸರ್ಕಾರಗಳೇಕೆ ತಲೆದೋರಿದವು? ಅವುಗಳ ಕಟ್ಟು ಕಟ್ಟಳೆಗಳೇನು? ಅವುಗಳು ಬದಲಾದುವೇ ಅಥವಾ ಹಾಗೆಯೇ ಉಳಿದವೇ? ಮನುಷ್ಯನಲ್ಲಿ ಹುಟ್ಟಿದ ಆಸೆಗಳೇನು? ಉದ್ದೇಶ ಆಶಯಗಳೆಂತು? ಒಂದು ಕಾಲದಲ್ಲಿ ಸುಗುಣವೆಂದು ಸಾಧಿಸಿದ್ದು ಮತ್ತೊಂದು ಕಾಲದಲ್ಲಿ ದುರ್ಗುಣವೆನಿಸಿತೆ? ಅಸತ್ಯ ಅನ್ಯಾಯಗಳನ್ನು ಸತ್ಯ, ನ್ಯಾಯವೆಂದು ಪೋಷಿಸಿದರೆ? ದುರಾಸೆಯಿಂದ ಮತಾಂಧತೆಯಿಂದ ಮೇಲು ಕೀಳೆಂಬ ಭಾವನೆಗಳಿಂದ ಹೀಗಾಗುವುದೆ? ಹೀಗೆ ನಮ್ಮಲ್ಲಿ ಮೇಲಿಂದ ಮೇಲೆ ಏಳುವ ಪ್ರಶ್ನೆಗಳಿಗೆ ಚರಿತ್ರೆ ಉತ್ತರ ಕೊಟ್ಟು ಜ್ಞಾನದೀವಿಗೆಯಾಗಿದೆ. ಅವುಗಳ ಅರಿವು ನಮ್ಮಜ್ಞಾನದ ಮಟ್ಟವನ್ನು ಹೆಚ್ಚಿಸುವುದಲ್ಲದೆ ಲೋಕಾನುಭವವನ್ನೂ, ವಿವೇಕವನ್ನೂ ಮತ್ತು ತಾರತಮ್ಯ ಜ್ಞಾನವನ್ನೂ ತರುವುದು.

ಎಂದೋ ನಡೆದ ವಿಷಯಗಳನ್ನು ಇಂದು ಕಟ್ಟಿಕೊಂಡು ಫಲವೇನು? ಕಣ್ಮರೆಯಾದ ದೂರದ ವ್ಯಕ್ತಿಗಳ ಮತ್ತು ವೈಭವದ ಸ್ಮರಣೆಯಲ್ಲಿ ಮಗ್ನರಾಗುವುದರಿಂದ ಪ್ರಗತಿ ಸಾಧಿಸಿದಂತಾಯಿತೇ? ಇದರಿಂದ ಗತಕಾಲದ ಗೋರಿಗಳಲ್ಲಿ ನಾವು ಸತ್ತ ಶವಗಳಂತಾಗುವುದಿಲ್ಲವೇ? ಈ ಪ್ರಶ್ನೆಗಳು ಚರಿತ್ರೆಯ ಪ್ರಯೋಜನವೇನೆಂದು ಕೇಳುವಾಗ ಹುಟ್ಟುವುದು ಸಹಜ. ಕಾಲ ಗತಪ್ರಾಯವಾದರೂ ಕಾಲಘಟನೆಗಳ ಮಹತ್ವ ಅಳಿಯುವುದಿಲ್ಲ. ಪ್ರಸ್ತುತಕಾಲಕ್ಕೆ ಸಂಬಂಧಿಸಿದಂತೆ ಗತಕಾಲದ ಇತಿಹಾಸದ ಪುನರ್ದರ್ಶನ ಮಾಡಬೇಕು. ಸಹಸ್ರಾರು ವರ್ಷಗಳ ಪ್ರಬಲ ಅಸ್ತಿತ್ವ ಮತ್ತು ವೈಶಿಷ್ಟ್ಯದ ಪ್ರಚಂಡ ಪ್ರಜ್ಞೆ, ಎಲ್ಲ ದೇಶಕ್ಕೂ ಅಗತ್ಯ. ಇದರಿಂದ ನಿಜವಾದ ದೇಶಾಭಿಮಾನ ಹುಟ್ಟುವುದಲ್ಲದೆ ರಾಷ್ಟ್ರೀಯ ಬೆಳವಣಿಗೆಗೆ ಇದು ಪ್ರಧಾನ ಪ್ರೇರಕವಾಗುವುದು. ನಮ್ಮ ಸಂಸ್ಕೃತಿ ಮತ್ತು ನಾಗರಿಕತೆ ಹಿಂದೆ ಅಷ್ಟು ಉನ್ನತ ಸ್ಥಿತಿಯಲ್ಲಿತ್ತು, ನಮ್ಮ ಪೂರ್ವಿಕರು ಇಂಥ ಮಹಾಕಾರ್ಯಗಳನ್ನು ಮಾಡಿದರು, ನಮ್ಮ ನಾಡಿನಾಡಿಗಳಲ್ಲಿ ಇಂತಿಂಥ ಮಹಾವೀರರ ರಕ್ತ ಹರಿಯುತ್ತಿದೆ. ನಮ್ಮ ನಾಡು ಪುಣ್ಯಪುರುಷರಿಂದ ಪಾವನವಾಗಿದೆ ಎಂದು ನಮ್ಮ ಚರಿತ್ರೆ ನಮ್ಮ ಗತವೈಭವವನ್ನು ನೆನಪಿಗೆ ತಂದುಕೊಟ್ಟಾಗ ನಮ್ಮಲ್ಲಿರುವ ರಾಷ್ಟ್ರೀಯ ಭಾವನೆಯು ಚೇತನಗೊಳ್ಳುವುದಲ್ಲದೆ ರಾಷ್ಟ್ರೋನ್ನತಿಯ ಕಾರ್ಯಕ್ಕೆ ನಮ್ಮನ್ನು ಹುರುಪುಗೊಳಿಸುತ್ತದೆ. ದಾಸ್ಯದಲ್ಲಿ ತೊಳಲುತ್ತಿದ್ದ ಭಾರತ ಎಚ್ಚರ ವೈಭವದ ಸ್ಮರಣೆಯಲ್ಲವೆ? ಹತ್ತೊಂಬತ್ತನೆಯ ಶತಮಾನದಲ್ಲಿ ಹರಿದು ಹಂಚಿಹೋಗಿದ್ದ ಇಟಲಿ ತನ್ನ ರಾಷ್ಟ್ರದ ಸ್ವಾತಂತ್ರ್ಯ ಮತ್ತು ಐಕ್ಯಕ್ಕಾಗಿ ನಡೆಸಿದ ಹೋರಾಟಕ್ಕೂ ಇಂದಿನ ಏಷ್ಯಾದ ಜನಾಂಗಗಳ ರಾಷ್ಟ್ರೀಯ ಆಂದೋಲನಗಳಿಗೂ ನವ ಚೇತನ ಒದಗಿಸಿದ ಶಕ್ತಿ ಅವುಗಳ ಪೂರ್ವ ಚರಿತ್ರೆಯ ಸ್ಮೃತಿಯೇ.

ಒಂದು ದೃಷ್ಟಿಯಿಂದ ಚರಿತ್ರೆ ಎಲ್ಲರಿಗೂ ಬೇಕು. ಜಗತ್ತಿನಲ್ಲಿ ಇಂದು ನಾನಾ ಹೋರಾಟಗಳು ಜರುಗುತ್ತಿವೆ. ಸಮಾಜ, ರಾಷ್ಟ್ರ ಮತ್ತು ಅಂತರರಾಷ್ಟ್ರೀಯ ಜೀವನದಲ್ಲಿ ನಾವು ಇಂದು ಹಲವಾರು ಸಮಸ್ಯೆಗಳನ್ನು ಎದುರಿಸಬೇಕಾಗಿದೆ. ಅವುಗಳ ಮೂಲ ಕಾರಣಗಳನ್ನು ತಿಳಿಯಬೇಕಾದರೆ ನಾವು ಚರಿತ್ರೆಯನ್ನು ಅಧ್ಯಯನ ಮಾಡಬೇಕು. ವರ್ತಮಾನ ಘಟನೆಗಳ

ಬೇರುಗಳು ಭೂತಕಾಲದಲ್ಲಿ ಹುದುಗಿವೆ. ಅದನ್ನು ಅರ್ಥ ಮಾಡಿಕೊಳ್ಳದೆ ಹೋದಲ್ಲಿ ವರ್ತಮಾನ ಕಾಲದ ಅರಿವು, ಭವಿಷ್ಯತ್ತಿನ ಬೆಳಸು ಸಾಧ್ಯವಾಗಲಾರದು. ಮೆಕಾಲೆ ಹೀಗೆ ಬರೆದಿದ್ದಾನೆ. 'Facts are the dress of history. No past event has any intrinsic importance. The know-ledge of it is valuable only as it leads us to form just conclusions to the future.' (Edinburgh Review 1882) ಚರಿತ್ರೆ ಹಿಂದಿನ ಸಂಗತಿಗಳ ಯಥಾರ್ಥಜ್ಞಾನವನ್ನೂ ಮಾಡಿಕೊಡುವುದಲ್ಲದೆ ಇಂದಿನ ಸಮಸ್ಯೆಗಳನ್ನು ಬಗೆಹರಿಸಲು ದಾರಿತೋರಿಸಬಲ್ಲದು ಮತ್ತು ಮುಂದಿನ ಆಗುಹೋಗುಗಳನ್ನು ಸೂಚಿಸಬಲ್ಲದು.

ಚರಿತ್ರೆಯಲ್ಲಿ ನೀತಿಬೋಧೆಗೆ ಅವಕಾಶವಿದೆ. ಜನದ ನಡತೆಯನ್ನು ಚಿತ್ರಿಸಿ ಅದು ನೀತಿಯ ಆದರ್ಶಗಳನ್ನು ಮುಂದಿಡುವುದು. 'ನೀತಿ ತತ್ವಗಳನ್ನು ಹುಡುಕುವವನು ಚರಿತ್ರೆಯಲ್ಲಿ ಈಸಾಡಬೇಕು' ಎಂದು ಒಬ್ಬ ಇತಿಹಾಸಕಾರ ಹೇಳಿದ್ದಾನೆ. ಬೊಲಿಂಗ್ ಬ್ರೋಕ್ ಎಂಬ ರಾಜಕಾರಿಣಿ ಚರಿತ್ರೆಯನ್ನು ತತ್ತ್ವಜ್ಞಾನಕ್ಕೆ ಹೋಲಿಸಿದ್ದಾನೆ. ಜರ್ಮನ್ ಚರಿತ್ರಕಾರ ಷಿಗೆಲ್ ಚರಿತ್ರಕಾರನನ್ನು ದಾರ್ಶನಿಕನೆಂದು ಕರೆದಿದ್ದಾನೆ. ಮತಸ್ಥಾಪಕರ, ದರ್ಶನವಾದಿಗಳ ರಾಜಮಹಾರಾಜರುಗಳ ಮತ್ತು ವೀರರ ಚರಿತ್ರೆಯಲ್ಲಿ ಅಡಗಿರುವ ನೀತಿಯ ಆದರ್ಶವನ್ನು ನಾವು ಮನಗಂಡರೆ ನಮ್ಮ ಜೀವನ ವಿಕಾಸಗೊಳ್ಳುವುದು. ಶ್ರೀರಾಮನ ಸತ್ಯಸಂಧತೆ, ಬುದ್ಧನ ದಯಾಪೂರಿತ ಕರುಣೆ, ಕ್ರಿಸ್ತನ ಕ್ಷಮಾಶೀಲತೆ ಅಶೋಕನ ಧರ್ಮ ಮತ್ತು ಅಹಿಂಸಾ ನಿಷ್ಠೆ, ಕಬೀರ್, ನಾನಕ್ ಮತ್ತು ರಮಾನಂದರ ಸರ್ವಧರ್ಮಸಮನ್ವಯದೃಷ್ಟಿ, ಶಿವಾಜಿಯ ರಾಷ್ಟ್ರಪ್ರೇಮ, ರಜಪೂತವೀರರ ಸ್ವದೇಶಪ್ರೇಮ ಮತ್ತು ಧೀರತ್ವ, ಅಲೆಕ್ಸಾಂಡರ್ ಮತ್ತು ನೆಪೋಲಿಯನ್ನರ ಶೌರ್ಯ ಮತ್ತು ಮುಂದಾಳುತನ, ಕೊಲಂಬಸಿನ ಸಾಹಸ ಪ್ರೇಮ, ಇವು ನಮ್ಮ ಯುವಕರಲ್ಲಿ ಮೂಡಿದರೆ ಅವರ ಜೀವನ ಭವ್ಯವಾಗುವುದು.

ಚರಿತ್ರೆ ವ್ಯಕ್ತಿಯ ಆತ್ಮೋನ್ನತಿಗೆ ಹೇಗೆ ಸಾಧನವಾಗಬಲ್ಲುದೊ ಹಾಗೆಯೇ ಸಮಾಜ ಮತ್ತು ಜನಾಂಗಗಳ ಉದ್ಧಾರಕ್ಕೆ ನೆರವಾಗಬಲ್ಲದು. ಚರಿತ್ರೆ ಮಾನವನ ಅನಂತ ಅನುಭವಗಳ ಅಮೂಲ್ಯ ಜ್ಞಾನ ಭಂಡಾರ. ನಮ್ಮ ಸಾಮಾಜಿಕ ಮತ್ತು ರಾಜಕೀಯ ಜೀವನದಲ್ಲಿ ಮಾರ್ಗದರ್ಶನವನ್ನು ಕೊಡುವ ಅನೇಕ ಸನ್ನಿವೇಶಗಳು, ಘಟನೆಗಳು ಚರಿತ್ರೆಯಲ್ಲಿ ಕೈಗಂಬಗಳಂತಿವೆ. ತನ್ನ ಅನುಭವಗಳ ಖನಿಯಿಂದ ಚರಿತ್ರೆ ಮಾನವನಿಗೆ ಎಚ್ಚರಿಕೆಯನ್ನು ಕೊಡುತ್ತಿದೆ. ಆದರೆ 'ಜನಾಂಗಗಳೂ, ಸರಕಾರಗಳೂ ಚರಿತ್ರೆಯಿಂದ ಏನನ್ನೂ ಪಾಠ ಕಲಿತಿಲ್ಲ' ಎಂದು ಹೆಗಲ್ ತತ್ತ್ವಜ್ಞಾನಿ ಅತಿನಿರಾಶೆಯಿಂದ ಮರುಗಿದ್ದರೆ ಅದು ಮಾನವನ ಇಂದಿನ ಚಿಂತಾಜನಕಸ್ಥಿತಿಯನ್ನು ಪ್ರತಿಬಿಂಬಿಸುತ್ತದೆ. ನಾಯಕತ್ವ ಹಾಗೂ ಪ್ರಭಾವಯುತ ಸ್ಥಾನಗಳನ್ನಲಂಕರಿಸಿರುವವರು ಚರಿತ್ರೆಯ ಎಚ್ಚರಿಕೆಗಳನ್ನು ನಿರ್ಲಕ್ಷಿಸದೆ ಅದರ ಪಾಠವನ್ನು ವಿವೇಚನೆಯಿಂದ ಅಭ್ಯಾಸಮಾಡಿ ಅನುಷ್ಠಾನಕ್ಕೆ ತಂದಲ್ಲಿ ಲೋಕದಲ್ಲಿ ಶಾಂತಿ ಸೌಹಾರ್ದಗಳು ನೆಲೆಗೊಳ್ಳುವವು. ಆಗ 'ಚರಿತ್ರೆಯಿಂದ ಮನುಷ್ಯನು ವಿವೇಕಿಯಾಗುತ್ತಾನೆ' ಎಂಬ ಬೇಕನ್ನನ ನುಡಿ ಸಾರ್ಥಕವಾಗುತ್ತದೆ.

ಒಂದು ದೇಶದ ಚರಿತ್ರೆ ಅದರ ಹೃದಯವನ್ನರಿಯಲು ಸಾಧನ. ಗತಕಾಲದ ಸೂಕ್ಷ್ಮದರ್ಶನ ಅದರಿಂದ ದೊರೆಯುತ್ತದೆ. ಪ್ರಪಂಚದ ಇಂದಿನ ದುಃಸ್ಥಿತಿಗೆ ಜನಾಂಗ ಜನಾಂಗಗಳಲ್ಲಿ ಪರಸ್ಪರವಾಗಿ ಇರುವ ಅಜ್ಞಾನವೇ ಕಾರಣ. ಆದ್ದರಿಂದ ಪ್ರತಿಯೊಬ್ಬ ಪ್ರಜೆಯೂ ತನ್ನ ದೇಶದ ಚರಿತ್ರೆಯನ್ನೇ ಅಲ್ಲದೆ ಇತರ ದೇಶಗಳ ಚರಿತ್ರೆಯನ್ನು ಓದಿ ಅವುಗಳ ನೈಜ ಸ್ವರೂಪವನ್ನು ತಿಳಿಯಬೇಕು. ಸ್ಥೂಲದೃಷ್ಟಿಯಿಂದ ವಿಶ್ವದ ಸಂಸ್ಕೃತಿ ಇತಿಹಾಸಗಳನ್ನರಿತು ಅದರ ಮಧ್ಯೆ ತನ್ನ ಸ್ಥಾನವನ್ನು ನಿರ್ಧರಿಸಿಕೊಳ್ಳಬೇಕು. ಇದರಿಂದ ಪ್ರಪಂಚದ ಜನಾಂಗಗಳು ತಮ್ಮನ್ನು ತಾವು ಅರಿಯಲು ಸಹಾಯಕವಾಗುವುದಲ್ಲದೆ ಇಂದು ನೆಲೆಗೊಂಡಿರುವ ಪರಸ್ಪರ ಭೀತಿ, ದ್ವೇಷಾಸೂಯೆಗಳು ಮೇಲು ಕೀಳೆಂಬ ಭಾವನೆಗಳು ತೊಲಗಿ ವಿಶಾಲಮನೋಭಾವ, ಸಮರಸಭಾವನೆ ಹುಟ್ಟಿ ಪ್ರಪಂಚವನ್ನು ಸುಖಶಾಂತಿಗಳ ತಳಹದಿಯ ಮೇಲೆ ವ್ಯವಸ್ಥೆಗೊಳಿಸಲು ಸಾಧ್ಯವಾಗುವುದು. ಪ್ರಸಿದ್ಧ ಚರಿತ್ರಕಾರ ಜಿ.ಎಮ್. ಟ್ರೆವಿಲಿಯನ್ನಿನ ಈ ಮುಂದಿನ ವಾಕ್ಯ ಅರ್ಥಪೂರ್ಣವಾಗಿದೆ. 'The proper study of mankind is man and History is the key to the understanding of the peoples of the world.'

ಸಾಮರಸ್ಯ, ಪ್ರಮಾಣದ ಔಚಿತ್ಯ, ಸಮಗ್ರವೂ ನಿಷ್ಪಕ್ಷಪಾತವೂ ಆದ ನಿರ್ಣಯ ಶಕ್ತಿ, ಸಮನ್ವಯದೃಷ್ಟಿ ಇವನ್ನು ಉಂಟು ಮಾಡುವುದರಲ್ಲಿ ಇತರ ಯಾವ ಪರಿಶ್ರಮವೂ ಚರಿತ್ರೆಯ ಅಭ್ಯಾಸಕ್ಕೆ ಸಮತೂಗಲಾರದೆಂದರೆ ಅತಿಶಯೋಕ್ತಿಯಾಗಲಾರದು.

ಇಂದು ನಾವು ವಿಜ್ಞಾನಯುಗದಲ್ಲಿದ್ದೇವೆ. ನಮ್ಮ ನಾಗರಿಕತೆಯ ಬೆಳವಣಿಗೆ ವಿಜ್ಞಾನದ ಫಲ. ವಿಜ್ಞಾನ ಇಂದಿನ ಜೀವನಕ್ಕೆ ಹೆಚ್ಚು ಉಪಯೋಗವಾಗಿರಬಹುದು. ಆದರೆ ಇದರಿಂದ ಕಲಾಭ್ಯಾಸಗಳನ್ನು ಕಡೆಗಾಣುವಂತಿಲ್ಲ. ಬೌದ್ಧಿಕ ಪ್ರಗತಿಯಷ್ಟೇ ಮಾನಸಿಕ ಮತ್ತು ನೈತಿಕ ಪ್ರಗತಿಯೂ ನಾಗರಿಕತೆಯ ಮುನ್ನಡೆಗೆ ಸ್ಥಿರತೆಗೆ, ಸಾರ್ಥಕತೆಗೆ ಮುಖ್ಯವಾದದ್ದು. ನಮ್ಮ ಜ್ಞಾನ ಮಾತ್ರ ಬೆಳೆದು ನಮ್ಮ ವರ್ತನೆಯಲ್ಲಿ ಕ್ರೂರದೃಷ್ಟಿ, ಸಮತೂಕಗಳ ಅಭಾವ ತೋರಿದಲ್ಲಿ ಏನೂ ಪ್ರಯೋಜನವಿಲ್ಲ. ಇಂದು ವಿಜ್ಞಾನದ ಪ್ರಗತಿಯ ಪ್ರಮಾಣಕ್ಕನುಗುಣವಾಗಿ ನೈತಿಕ ಮತ್ತು ಆಧ್ಯಾತ್ಮಿಕ ಬೆಳವಣಿಗೆಗೆ ಸಾಧನವಾದ ಚರಿತ್ರೆ, ಸಾಹಿತ್ಯ ಮತ್ತು ಲಲಿತಕಲೆಗಳಲ್ಲಿ ಹೆಚ್ಚಿನ ಆಸಕ್ತಿ ವಹಿಸಬೇಕಾದುದು ಅತ್ಯಗತ್ಯ. ಕಲಾವ್ಯಾಸಂಗಗಳನ್ನು ಅಲ್ಲಗಳೆದು ವಿಜ್ಞಾನಶಾಸ್ತ್ರಗಳಿಗೆ ಹೆಚ್ಚು ಮಾನ್ಯತೆ ಕೊಟ್ಟಲ್ಲಿ ಅದರಿಂದಾಗುವ ನೈತಿಕ ಮತ್ತು ಮಾನಸಿಕ ಅವನತಿ ವಿಪತ್ಕಾರಿಯಾದುದು. ಈ ದೃಷ್ಟಿಯಿಂದ ಇಂದಿನ ವ್ಯಾಸಂಗ ವ್ಯವಸ್ಥೆಯಲ್ಲಿ ಜ್ಞಾನದ ಎರಡು ಕಣ್ಣುಗಳಂತಿರುವ ವಿಜ್ಞಾನ ಮತ್ತು ಕಲೆಗಳ ಹೊಂದಿಕೆ ಮತ್ತು ಸಮತೂಕವಿರಬೇಕಾದುದು ಅಗತ್ಯ. ಎರಡರ ಸುಮಧುರ ಸಮ್ಮಿಳನವೇ ಸಾರ್ಥಕವೂ ಮತ್ತು ಆನಂದಮಯವೂ ಆದ ತುಂಬು ಜೀವನದೆಡೆಗೆ ಒಯ್ಯಬಲ್ಲದು.

ಆದರೆ ಇಂದು ನಾವು ಶಾಲಾಕಾಲೇಜುಗಳಲ್ಲಿ ಓದುತ್ತಿರುವ ಚರಿತ್ರೆಯ ಪಠ್ಯ ಪುಸ್ತಕಗಳಿಂದ ಮೇಲಿನ ಪ್ರಯೋಜನ ಲಭಿಸುತ್ತದೆಯೇ ಎಂಬ ಪ್ರಶ್ನೆ ಏಳುತ್ತದೆ. ಅವು ಕೇವಲ ರಾಜಕೀಯ ಘಟನೆಗಳಿಂದ ತುಂಬಿದ, ದೃಷ್ಟಿ ದೋಷದಿಂದ ಕೂಡಿದ ಪರಕೀಯ ವಿದ್ವಾಂಸರ

ಮೂಲಗ್ರಂಥಗಳ ಅನುವಾದವೋ ಇಲ್ಲವೆ ಭಾಷಾಂತರಗಳಾಗಿಯೋ ಬೇಸರ ಹುಟ್ಟಿಸುವುದರಲ್ಲಿ ಆಶ್ಚರ್ಯವೇನಿಲ್ಲ. ಇಷ್ಟೇ ಅಲ್ಲದೆ ಅವು ನಡೆದ ಸಂಗತಿಗಳ ಯಥಾರ್ಥ ವಿವರಣೆಗಳಲ್ಲ. ರಾಜಕೀಯ ದುರುದ್ದೇಶದಿಂದಲೋ ಸ್ವಾಭಿಮಾನದಿಂದಲೋ ಬರೆದುವಾದುದರಿಂದ ಅವುಗಳಿಂದ ಪ್ರಯೋಜನಕ್ಕಿಂತ ಕೆಡುಕೇ ಹೆಚ್ಚು. ಈ ದೃಷ್ಟಿಯಿಂದ ಲಿಯೋನಾರ್ಡ್ ಹಕ್ಸ್ಲಿ (Leonerd Huxley) 'History is the curse of modern Education' ಎಂದಿದ್ದಾರೆ. ಇದರಲ್ಲಿ ಉತ್ಪ್ರೇಕ್ಷೆಯಿಲ್ಲ. ಆದರೆ ಸತ್ಯಾನ್ವೇಷಣೆಯನ್ನೇ ಆಧಾರವಾಗುಳ್ಳ ನಿಷ್ಪಕ್ಷಪಾತ ದೃಷ್ಟಿಯಿಂದ ಬರೆದ ಚರಿತ್ರೆ ಆತ್ಮೋನ್ನತಿಗಲ್ಲದೆ ರಾಷ್ಟ್ರಪ್ರಗತಿಗೂ ವಿಶ್ವಶಾಂತಿಗೂ ಸಾಧನವಾಗಬಲ್ಲದೆಂಬುದರಲ್ಲಿ ಯಾವ ಸಂದೇಹವೂ ಇರದು.

ಡಿ.ಎಸ್. ಅಚ್ಚುತರಾವ್

ಡಿ ಎಸ್ ಅಚ್ಚುತರಾವ್
ಜೀವನ ಚರಿತ್ರೆ

1917–1965

ಇತಿಹಾಸ ವಿಭಾಗ, ಮೈಸೂರು ವಿಶ್ವವಿದ್ಯಾನಿಲಯ

ನಂದಿನಿ ಶ್ರೀನಿವಾಸನ್

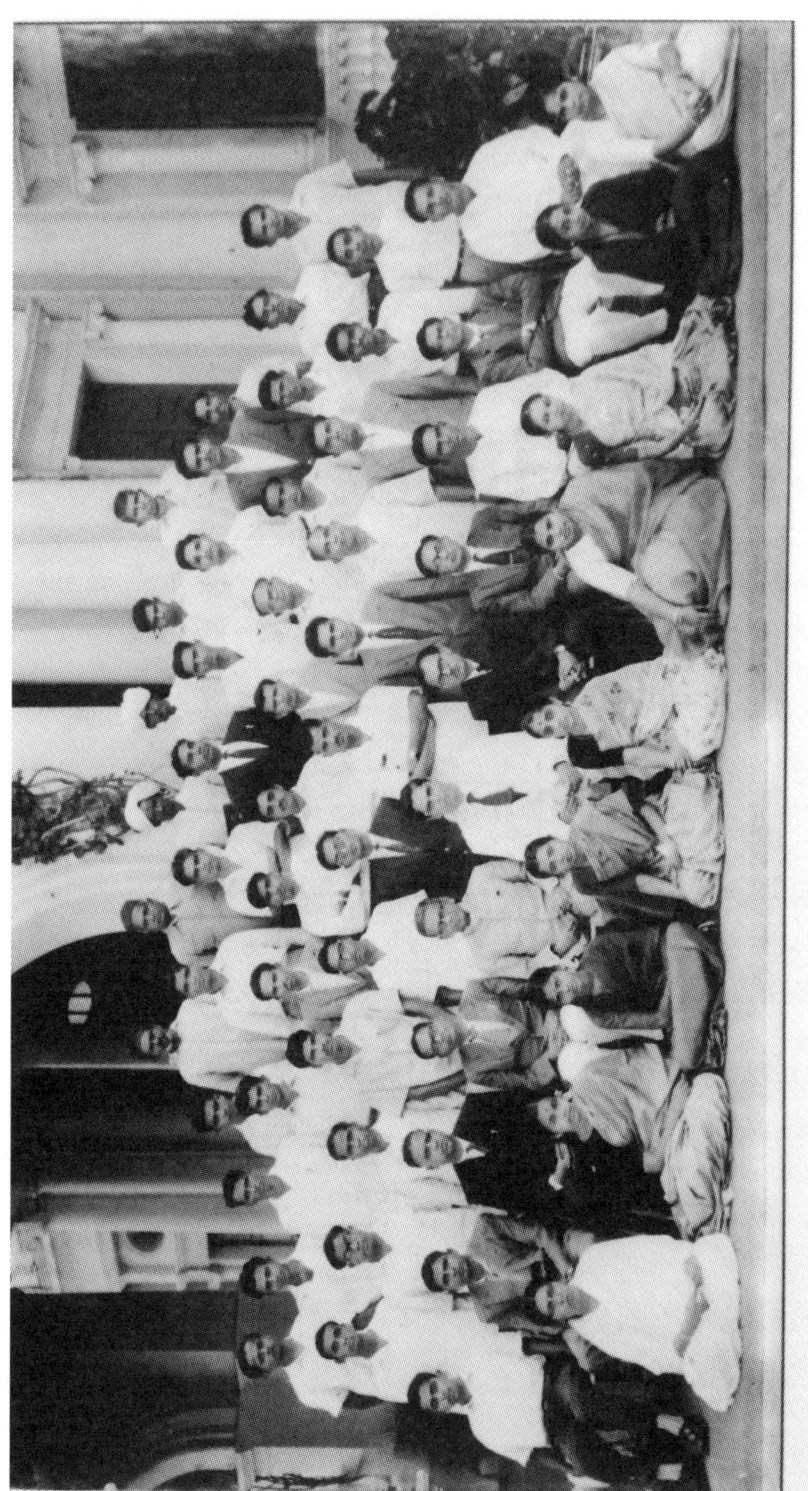

ಇತಿಹಾಸ ಸಂಘ

ಮೊಹಮ್ಮದ್ ರಹಮತುಲ್ಲಾ

ಕುಲಪತಿಗಳು, ಮೈಸೂರು ವಿಶ್ವವಿದ್ಯಾನಿಲಯ

ಸಮಾರೋಪ ಭಾಷಣ

ಈ ಕೃತಿಯನ್ನು ನಾವು ನಮ್ಮ ಜೀವನವನ್ನು

ರೂಪಿಸಿದವರಿಗೆ ಅರ್ಪಿಸುತ್ತಿದ್ದೇವೆ

ಡಿ ಎ ಸುಶೀಲಾಬಾಯಿ ಮತ್ತು ಡಿ ಎಸ್ ಅಚ್ಚುತರಾವ್

ಅಚ್ಯುತರಾವ್
ವಿದ್ಯಾರ್ಥಿ ವೇತನ ಪ್ರದಾನ ಸಮಾರಂಭ

ಇಂಗ್ಲಿಷ್ ಪ್ರಾಧ್ಯಾಪಕರು, ಹೆಸರಾಂತ ಸಾಹಿತಿಗಳು ಮತ್ತು "ಧ್ವನ್ಯಲೋಕ"ದ ಸ್ಥಾಪಕರಾಗಿದ್ದ ಪ್ರೊ॥ ಸಿ ಡಿ ನರಸಿಂಹಯ್ಯ, ಡಿ ಎಸ್ ಅಚ್ಯುತರಾವ್‌ರ ಸಹೋದ್ಯೋಗಿಯಾಗಿದ್ದರು. ಅಚ್ಯುತರಾವ್ ಸ್ಮಾರಕ ವಿದ್ಯಾರ್ಥಿ ವೇತನ ಸಮಾರಂಭದಲ್ಲಿ ಇವರು ಅನಾರೋಗ್ಯ ನಿಮಿತ್ತ ಭಾಗವಹಿಸಿರಲಿಲ್ಲ.

ಈ ಸಮಾರಂಭಕ್ಕೆ ಈ ಕೆಳಗಿನ ಸಂದೇಶ ನೀಡಿದ್ದರು.

ಮಹಾರಾಜ ಕಾಲೇಜಿನಲ್ಲಿ ಡಿ ಎಸ್ ಅಚ್ಯುತರಾವ್ ಬಗ್ಗೆ ನನಗೆ ತಿಳಿದಿತ್ತು. ಅವರು ಚರಿತ್ರೆಯವರು. ನನ್ನದು ಇಂಗ್ಲಿಷ್. ಹೀಗಿದ್ದರೂ ನಾವು ಕಾಲೇಜಿನಲ್ಲಿ ಒಳಾಂಗಣದಲ್ಲಿ ನಮ್ಮ ಹೆಜ್ಜೆ ಗುರುತುಗಳನ್ನು ಮೂಡಿಸಿದ್ದೆವು. ಅಚ್ಯುತರಾವ್ ಓರ್ವ ವಿದ್ವಾಂಸರಾಗಿದ್ದರು. ಇದು ಮಾತ್ರವಲ್ಲದೆ ಅವರು ವಿದ್ವಾಂಸರ ರೀತಿಯಲ್ಲಿ ಜನರಿಗೆ ಪರಿಚಿತರಾಗಿದ್ದರು. ಅವರು ವಿದ್ಯಾರ್ಥಿಗಳಿಂದ ಗೌರವ ಪಡೆದರು. ಇದರ ಸ್ವೀಕಾರ ಶೈಕ್ಷಣಿಕ ಜಗತ್ತಿನ ಆಶಯ. ಇದರ ಜ್ವಾಲೆಯನ್ನು ಅವರು ಮುಂಬರುವ ಪೀಳಿಗೆಗೆ ರಕ್ಷಿಸಿದರು.

ಸಿಡಿಎನ್ 19, ಜುಲೈ, 2003.

ಮುನ್ನುಡಿ

ನಮ್ಮ ವಿಭಾಗದಲ್ಲಿ ಹಿಂದೆ ಸಹೋದ್ಯೋಗಿಯಾಗಿ ಕಾರ್ಯನಿರ್ವಹಿಸಿದ್ದ ಪ್ರೊ॥ ಡಿ ಎಸ್ ಅಚ್ಯುತರಾಯರ ಜೀವನ ಚರಿತ್ರೆ ಒಳಗೊಂಡಂತೆ ಇತರ ಲೇಖನಗಳಿರುವ ಈ ಕೃತಿಗೆ ಮುನ್ನುಡಿ ಬರೆಯುವುದು ನನಗೆ ಪ್ರಾಪ್ತವಾದ ಸಂತೋಷ ಮತ್ತು ಭಾಗ್ಯ ಎಂದು ನಾನು ಭಾವಿಸುತ್ತೇನೆ. ಅನೇಕ ಪದವಿ ಕಾಲೇಜುಗಳಲ್ಲಿ ಅವರು 1940ರಿಂದ 1950ರವರೆಗೆ ಇತಿಹಾಸ ವಿಷಯ ಭೋಧಿಸಿದರು. ಮೈಸೂರುರಾಜ್ಯದ ಬೌದ್ಧಿಕ ಕೇಂದ್ರವೆನಿಸಿದ್ದ ಮಹಾರಾಜ ಕಾಲೇಜನ್ನು ಅವರು 1950ರಲ್ಲಿ ಉಪನ್ಯಾಸಕರಾಗಿ ಸೇರಿದರು. ಇತಿಹಾಸ ಸ್ನಾತಕೋತ್ತರ ಮತ್ತು ಸಂಶೋಧನಾ ವಿಭಾಗ, 1960ರಲ್ಲಿ ಮೈಸೂರಿನ ಮಾನಸ ಗಂಗೋತ್ರಿಗೆ ಸ್ಥಳಾಂತರಗೊಂಡಾಗ ಅವರು ಆಗ ವಿಭಾಗದಲ್ಲಿ ಉಪನ್ಯಾಸಕರಾಗಿದ್ದರು. 1960ರಿಂದ 5 ಫೆಬ್ರವರಿ, 1965ರವರೆಗೆ, ಅವರ ಅಕಾಲಿಕ ಮರಣದವರೆಗೆ ನಮ್ಮ ವಿಭಾಗದಲ್ಲಿ ಅವರು ಸೇವೆ ಸಲ್ಲಿಸಿದ್ದರು. ಯಾವುದೇ ಉಪನ್ಯಾಸಕರಿಗೆ ಅತ್ಯಂತ ಅವಶ್ಯಕವಾಗಿ ಬೇಕಾಗಿರುವುದು ಜ್ಞಾನ. ಅವರ ಓರ್ವ ವಿದ್ಯಾರ್ಥಿಯನ್ವಯ, ಡಿಎಸ್ಎ ಅವರಿಗೆ ಎಂದಿಗೂ ತಣಿಸಲಾಗದ ಜ್ಞಾನದಾಹವಿತ್ತು. ಅವರ ಸಮಕಾಲೀನ ಪ್ರಾಧ್ಯಾಪಕರಾಗಿದ್ದ ಸಿ ಡಿ ನರಸಿಂಹಯ್ಯ ಅವರಲ್ಲಿನ ಉಪನ್ಯಾಸಕರ ಇತರ ಗುಣಗಳನ್ನು ಹೀಗೆ ಎತ್ತಿ ಹಿಡಿದಿದ್ದಾರೆ: "ಅಚ್ಯುತರಾವ್ ಓರ್ವ ವಿದ್ವಾಂಸ ಮಾತ್ರ ಆಗಿರದೆ, ಪಂಡಿತರ ಎಲ್ಲ ಲಕ್ಷಣಗಳನ್ನು ಮೈಗೂಡಿಸಿಕೊಂಡಿದ್ದರು. ಜ್ಞಾನ ಜಗತ್ತಿನ ಜ್ವಾಲೆಯನ್ನು ಮುಂದಿನ ಪೀಳಿಗೆಗೆ ಕಾಯ್ದಿಡುವ ನಿಟ್ಟಿನಲ್ಲಿ ಅವರು ವಿದ್ಯಾರ್ಥಿಗಳಲ್ಲಿ ಇದರ ಬಗ್ಗೆ ಅರಿವನ್ನು ಮೂಡಿಸಿದರು." ನಾವು ಡಿಎಸ್ಎ ಅವರ ಹಳೆಯ ವಿದ್ಯಾರ್ಥಿಗಳನ್ನು ಸಂಪರ್ಕಿಸಲು ಯತ್ನಿಸಿದಾಗ ನಮ್ಮ ಪಟ್ಟಿಯ ಗಾತ್ರ ದೊಡ್ಡದಾಯಿತು. ಅವರಲ್ಲಿ ಪ್ರಮುಖರಾದವರು ಯಾರೆಂದರೆ ಪ್ರಾಧ್ಯಾಪಕರಾದ ಎಸ್ ಷಟ್ಟರ್, ಎಂ.ವಿ. ಶ್ರೀನಿವಾಸ, ಕೆ.ವಿಶ್ವನಾಥ ಮತ್ತು ಅನೇಕ ಖ್ಯಾತಿಗಳಿಸಿರುವ ಇತಿಹಾಸಕಾರರು. ಪ್ರಸಕ್ತ ವರ್ಷ ಅವರ ಜನ್ಮಶತಮಾನೋತ್ಸವ ವರ್ಷವಾಗಿದೆ. ಡಿಎಸ್ಎ ಅವರ ವ್ಯಕ್ತಿತ್ವ ಮತ್ತು ಕೃತಿಗಳನ್ನು ಪುನರ್‌ಮನನ ಮಾಡಲು ಅವರ ಚೈತನ್ಯ ಮತ್ತು ಅಂತಃಕರಣವನ್ನು ಪಡೆದುಕೊಂಡಿದ್ದ ವಿದ್ಯಾರ್ಥಿಗಳು ಮತ್ತು ಅವರ ಕುಟುಂಬದ ಸದಸ್ಯರು ನಿರ್ಧರಿಸಿದ್ದಾರೆ. ಇತಿಹಾಸ ಅಧ್ಯಯನ ವಿಭಾಗದ ಅಧ್ಯಕ್ಷನಾಗಿ ನಾನು ಕಳೆದ ಒಂದು ವರ್ಷದಿಂದ "ಪ್ರೊಫೆಸರ್ ಡಿ ಎಸ್ ಅಚ್ಯುತರಾವ್ ಶತಮಾನೋತ್ಸವ ಸಮಾರಂಭ" ಕುರಿತ ಚಟುವಟಿಕೆಗಳೊಂದಿಗೆ ಸಂಬಂಧಗಳನ್ನು ಇರಿಸಿಕೊಂಡಿದ್ದೇನೆ. ನಾನು ಈ ಸಮಾರಂಭದ ಮುಖ್ಯ ಉದ್ದೇಶಗಳಿಂದ ಆಕರ್ಷಿತಗೊಂಡಿದ್ದೇನೆ. ಅವುಗಳು ಯಾವುವೆಂದರೆ "ಅವರು ಹೊಂದಿದ್ದ ಪಾಂಡಿತ್ಯ ಮತ್ತು ಸಂಶೋಧನಾ ಪ್ರವೃತ್ತಿಯನ್ನು ಎತ್ತಿ ಹಿಡಿಯುವುದು; ಮತ್ತು ಅವರ ನಿರಂತರ ಕಲಿಕಾ ಲಕ್ಷಣಗಳಿಗೆ ಒಂದು ಚೌಕಟ್ಟು ನೀಡುವುದು. ಪ್ರೊಫೆಸರ್ ಅಚ್ಯುತರಾವ್ ನೆನಪಿನಲ್ಲಿ ಹವೇಲಿ ಕುಟುಂಬ 2003ರಲ್ಲಿ "ಹಿಸ್ಟರಿ ಫೆಲೋಶಿಪ್ ಅವಾರ್ಡ್" ಎಂಬ ಹೆಸರಿನಲ್ಲಿ ಒಂದು ದತ್ತಿಯನ್ನು ಸ್ಥಾಪಿಸಿತು. ಈ ಪುರಸ್ಕಾರವನ್ನು ಸ್ವೀಕರಿಸಿದ ಮೊದಲ ಇಬ್ಬರು ವಿದ್ವಾಂಸರು ಪ್ರೊಫೆಸರ್ ರಮೇಶ್ ಮತ್ತು ಪ್ರೊಫೆಸರ್ ಷಟ್ಟರ್.

ಅವರ ಸಮಕಾಲೀನರು ಮತ್ತು ವಿದ್ಯಾರ್ಥಿಗಳೊಂದಿಗೆ ನಡೆಸಿದ ಸಂಭಾಷಣೆಗಳು ಡಿಎಸ್ಎ ಕುರಿತಾದ ನನ್ನ ಗೌರವ ಮತ್ತು ಆದರಗಳು ಮತ್ತಷ್ಟು ಹೆಚ್ಚಿದವು. ಅವರ ವಿದ್ಯಾರ್ಥಿಗಳು ಅವರ ಶಿಸ್ತುಬದ್ಧ ಜೀವನ, ಕಾರ್ಯತತ್ಪರತೆ, ವಾಕ್‌ಚಾತುರ್ಯ, ಆಸಕ್ತಿ ಮತ್ತು ಪರಿಣಾಮಕಾರಿ ಬೋಧನೆ ಕುರಿತು ನೀಡಿರುವ ಹೇಳಿಕೆಗಳು ಹಾಗೂ ಅವರು ವಿದ್ಯಾರ್ಥಿಗಳೊಂದಿಗೆ ಹೊಂದಿದ್ದ ನಿಕಟ ಸಂಪರ್ಕ ಮತ್ತು ಹಾರ್ದಿಕ ಸೌಜನ್ಯ ನಡವಳಿಕೆ ವಿದ್ಯಾರ್ಥಿಗಳ ಮೇಲೆ ಪರಿಣಾಮಕಾರಿ ಪ್ರಭಾವಗಳನ್ನು ಬೀರಿದ್ದವು.

2016ರ ಮಾರ್ಚ್ ತಿಂಗಳ ಒಂದು ಅಹ್ಲಾದಕರ ದಿನದಂದು ದಿವಂಗತ ಡಿಎಸ್ಎ ಅವರ ಪುತ್ರ ಶ್ರೀ ಡಿ ಎ ಪ್ರಸನ್ನ ನನ್ನನ್ನು ಭೇಟಿಯಾಗಲು ಅನಿರೀಕ್ಷಿತವಾಗಿ ನನ್ನ ವಿಭಾಗಕ್ಕೆ ಬಂದರು. ಇತಿಹಾಸ ವಿಭಾಗದಲ್ಲಿ ತಮ್ಮ ತಂದೆಯ – "ಪ್ರೊಫೆಸರ್ ಡಿಎಸ್ಎ ಸ್ಮರಣಾರ್ಥ ಉಪನ್ಯಾಸ" ಎಂಬ ಹೆಸರಿನಲ್ಲಿ ಒಂದು ದತ್ತಿ ಸ್ಥಾಪನೆ ಕುರಿತು ಪ್ರಸ್ತಾವನೆಯೊಂದಿಗೆ ಬಂದಿದ್ದರು. ತಮ್ಮ ತಂದೆಯವರ ಆಸಕ್ತಿಯ ಕ್ಷೇತ್ರವಾಗಿದ್ದ "ಮೈಸೂರು ಸಂಸ್ಥಾನ" ಕುರಿತು ಒಂದು ವಿಚಾರ ಸಂಕಿರಣ ಏರ್ಪಡಿಸುವ ನಿಟ್ಟಿನಲ್ಲಿ ನಮ್ಮೊಂದಿಗೆ ನಡೆಸಿದ ಚರ್ಚೆಯಲ್ಲಿ ಅವರು ತೀವ್ರ ಆಸಕ್ತಿವಹಿಸಿದರು. ಡಿಎಸ್ಎ ಶತಮಾನೋತ್ಸವ ಸಮಾರಂಭ ಪ್ರಯುಕ್ತ ಮೊದಲು ಮೈಸೂರು ಸಂಸ್ಥಾನದ ಬಗ್ಗೆ ಒಂದು ರಾಜ್ಯಮಟ್ಟದ ಸಮ್ಮೇಳನ ನಡೆಸುವುದೆಂದು ನಿಶ್ಚಯಿಸಲಾಗಿತ್ತು. ಪ್ರೊ॥ ಷಟ್ಟರ್ ಇವರ ನಿವಾಸದಲ್ಲಿ ಇದಕ್ಕೆ ಸಂಬಂಧಿಸಿದಂತೆ ಸಲಹಾ ಮತ್ತು ಸಂಘಟನಾ ಸಮಿತಿಗಳ ಸಭೆಗಳನ್ನು ನಡೆಸಲಾಯಿತು. ಆ ಸಭೆಯಲ್ಲಿ ಪ್ರೊ॥ ಷಟ್ಟರ್' ಆಧಿಕಾರದ ಹಸ್ತಾಂತರ" ಎಂಬ ವಿಷಯ ಸಮ್ಮೇಳನದ ಪ್ರಮುಖ ವಸ್ತುವಾಗಿರಬೇಕೆಂದು ಸೂಚಿಸಿದರು. ಸಮಾರಂಭಕ್ಕೆ ಹತ್ತು ಲಕ್ಷ ರೂಪಾಯಿಗಳನ್ನು ಪ್ರಾಯೋಜಕರು ನೀಡಬೇಕೆಂದು ತೀರ್ಮಾನಿಸಲಾಯಿತು. ನಾವು ಮೂವರು, ಪ್ರೊ॥ ವಿಜಯ ತಂಬಂಡ ಪೂಣಚ್ಚ, ಡಾ. ಪೃಥ್ವಿದತ್ತ ಶೋಭಿ ಮತ್ತು ನಾನು ವಿಚಾರ ಸಂಕಿರಣದ ವಿಷಯ'ಪವರ್, ರೆಸಿಸ್ಟೆನ್ಸ್ ಎಂಡ್ ಸಾವರಿನಿಟಿ ಇನ್ ಪ್ರಿನ್ಸ್ಲಿ ಸೌತ್‌ಇಂಡಿಯಾ'" (ವಿಶೇಷವಾಗಿ ಟ್ರಾನ್ಸ್‌ಫರ್ ಆಫ್ ಪವರ್) ಎಂದು ಅಂತಿಮಗೊಳಿಸಿದೆವು. ಈ ವಿಷಯಕ್ಕೆ ಸರ್ವರೂತಮ್ಮ ಒಪ್ಪಿಗೆ ನೀಡಿ, ಸೂಚಿಸಲಾದ ಸಂಪನ್ಮೂಲ ವ್ಯಕ್ತಿಗಳೂ ತಮ್ಮ ಸಮ್ಮತಿ ನೀಡಿದರು. ಜಗತ್ತಿನಾದ್ಯಂತ ಪ್ರಸ್ತುತದವರೆವಿಗೂ, ಹೆಸರಾಂತ 14 ವಿದ್ವಾಂಸರು ಇದರಲ್ಲಿ ಭಾಗವಹಿಸಲು ತಮ್ಮ ಒಪ್ಪಿಗೆಯನ್ನು ನೀಡಿರುತ್ತಾರೆ.

ಡಿಎಸ್ಎ ಅವರ ಜೀವನ ಮತ್ತು ಅವರ ಜೀವನದ ಮೌಲ್ಯಗಳು ಅವರ ಕುಟುಂಬದ ಸದಸ್ಯರ ಜೀವನದ ಮೇಲೆ ಪ್ರಭಾವ ಬೀರಿವೆ. ಪ್ರಸ್ತುತ ಸಂಪುಟದಲ್ಲಿರುವ "'ಮುಂದುವರೆದ ಪರಂಪರೆ'" ಶೀರ್ಷಿಕೆಯಲ್ಲಿ ಅವರ ಜೀವನದ ಪಯಣದ ಮುಂದುವರೆದ ಹಾದಿ ಕುರಿತು ವಿವರಣೆ ಲಭ್ಯವಿದೆ. ಇದು ಹೀಗೆ ತಿಳಿಸುತ್ತದೆ: "ನಾವು ಪ್ರತಿಯೊಬ್ಬರು ಪ್ರತಿಭಾ ವಿದ್ಯಾರ್ಥಿವೇತನ ಪಡೆದುಕೊಂಡು ನಮ್ಮ ಶಿಕ್ಷಣದ ಖರ್ಚು ವೆಚ್ಚಗಳನ್ನು ನೀಗಿಸಿಕೊಂಡೆವು. ಶಿಕ್ಷಣದ ಬುನಾದಿಯ ಮೇಲೆ ನಮ್ಮ ಜೀವನವನ್ನು ರೂಪಿಸಿಕೊಂಡು ಸಮಾಜಕ್ಕೆ ನಮ್ಮ ಮೌಲ್ಯಗಳನ್ನು ಧಾರೆ ಎರೆಯಬೇಕೆಂದು ನಮ್ಮ ಹಿರಿಯರು ಈ ನಿಟ್ಟಿನಲ್ಲಿ ನಮ್ಮನ್ನು ಬೆಳೆಸಿದರು. ಡಿ ಎಸ್ ಅಚ್ಚುತರಾಯರ ಪರಂಪರೆಯನ್ನು ಮುಂದುವರಿಸುವ ಪ್ರಯತ್ನಕ್ಕೆ ನಾವು ಕೂಡಿಟ್ಟಿರುವ ಹಣದ ಒಂದು ಭಾಗವನ್ನು ಡಿ ಎಸ್ ಅಚ್ಚುತರಾವ್ ನೆನಪಿನ ಸಮಾರಂಭಕ್ಕೆ ವಿನಿಯೋಗಿಸಲು ತೀರ್ಮಾನಿಸಿದ್ದೇವೆ; ಡಿಎಸ್ಎ ಇವರ ಸೇವೆಗೆ ಕುರುಹಾಗಿ ಕುಟುಂದ ಸದಸ್ಯರು ಹವೇಲಿ ಕುಟುಂಬದ ಇತಿಹಾಸವನ್ನು ಪುನರ್‌ರಚಿಸುವ ಪ್ರಯತ್ನಗಳಲ್ಲಿಯೂ ತಮ್ಮನ್ನು ತೊಡಗಿಸಿಕೊಂಡರು. ಸುಮಾರು 14ನೇ ಶತಮಾನದಿಂದ ಪ್ರಸ್ತುತ ಕಾಲದವರೆವಿಗೂ ಲಭ್ಯವಿರುವ ದಾಖಲೆಗಳ ಆಧಾರದ ಮೇರೆಗೆ ವಂಶದಚರಿತ್ರೆಯ ಪುನರ್‌ರಚನಾ

ಕಾರ್ಯಚರಿತ್ರೆಯ ಪುನರ್‌ನಿರ್ಮಾಣಕ್ಕೆ ಒಂದು ಪ್ರಮುಖ ಕೊಡುಗೆಯಾಗಿದೆ. ಇವರ ಮಕ್ಕಳ ನೆನಪಿನಲ್ಲಿರುವ ಮಾಹಿತಿಗಳು ತಮ್ಮ ತಂದೆಯ ಬಗ್ಗೆ ಇರಿಸಿದ್ದ ಪ್ರೀತಿ ಮತ್ತು ಅವರು ಅವರ ಪ್ರಭಾವಕ್ಕೆ ಒಳಗಾಗಿದ್ದ ರೀತಿಯ ಬಗ್ಗೆ ತಿಳಿಸುತ್ತದೆ. ಬಹಳ ಪ್ರಮುಖವಾಗಿ ಹೆಣ್ಣು ಮಕ್ಕಳು ತಮ್ಮ ತಂದೆಯ ಕುರಿತು ಹೊಂದಿರುವ ನೆನಪು ಈ ಕೆಳಗಿನಂತೆ ಇದೆ: "ಓರ್ವ ಮಹಿಳೆಯ ಬೆಂಬಲಕ್ಕೆ ದೃಢ ನಿಶ್ಚಯದ ತಂದೆ ಇದ್ದರೆ, ಆಕೆಯ ಸಂಕಲ್ಪ ಮತ್ತು ಆತ್ಮವಿಶ್ವಾಸ ಮುಗಿಲೆತ್ತರವಾಗುತ್ತದೆ." ಇದು ಓರ್ವ ಪ್ರಗತಿಪರ ಮನುಷ್ಯನ ಧೋರಣೆಗೆ ಉದಾಹರಣೆಯಾಗಿದೆ.

ಓರ್ವ ಉಪನ್ಯಾಸಕನಾಗಿ ಡಿಎಸ್‌ಎ ಶೈಕ್ಷಣಿಕ ಶಿಸ್ತಿನ ವ್ಯಕ್ತಿಯಾಗಿದ್ದಲ್ಲದೆ ಸಂಸ್ಥೆಯನ್ನು ಬೆಳೆಸಿದರು. ಇತಿಹಾಸ ಸಂಘದ ಚಟುವಟಿಕೆಗಳಲ್ಲಿ ಸಕ್ರಿಯವಾಗಿ ಪಾಲ್ಗೊಳ್ಳುತ್ತಿದ್ದ ಅವರು ಇತಿಹಾಸ ಸಂಘದ ವಜ್ರ ಮಹೋತ್ಸವದ ಚಟುವಟಿಕೆಗಳಲ್ಲೂ ಸಕ್ರಿಯವಾಗಿ ತೊಡಗಿಸಿಕೊಂಡಿದ್ದರು. ಇತಿಹಾಸ ಸಂಘದ ಅರವತ್ತನೆ ವಾರ್ಷಿಕೋತ್ಸವದ ಸಮಯದಲ್ಲಿ ಸಂಘದ ಚರಿತ್ರೆಯನ್ನು ರಚಿಸುವ ಪ್ರಯತ್ನಗಳನ್ನು ನಡೆಸಿದರು. ಈ ಬರವಣಿಗೆ ಚರಿತ್ರೆ ವಿಭಾಗದ ಉಪನ್ಯಾಸಕರು ಮತ್ತು ಅವರ ಸಮಗ್ರ ಚಟುವಟಿಕೆಗಳ ಕುರಿತು ಮಾಹಿತಿ ನೀಡುತ್ತದೆ. 1950ರಲ್ಲಿ ಭಾರತ ಗಣರಾಜ್ಯ ಎಂದು ಘೋಷಿಸಲ್ಪಟ್ಟಾಗ, ವಿಭಾಗದ ಉಪನ್ಯಾಸಕರು ಮತ್ತು ವಿದ್ಯಾರ್ಥಿಗಳಿಂದ ದೇಣಿಗೆ ಸಂಗ್ರಹಿಸಿ ಭಾರತ ಗಣರಾಜ್ಯವಾದುದರ ನೆನಪಿನಲ್ಲಿ ಮಹಾರಾಜ ಕಾಲೇಜಿನಲ್ಲಿ ಒಂದುಧ್ವಜ ಸ್ಥಂಭವನ್ನು ಸ್ಥಾಪಿಸಿದರು.

ಡಿಎಸ್‌ಎ ಅವರ ಸಂಶೋಧನಾ ಬರವಣಿಗೆಗಳನ್ನು ಸಂಗ್ರಹಿಸಿ ಪ್ರಕಟಿಸುವುದು ಈ ಸಂಪುಟದ ಉದ್ದೇಶವಾಗಿದೆ. ಈ ರೀತಿಯ ಪ್ರಯತ್ನದಿಂದಾಗಿ, ಹರಿದು ಹಂಚಿಹೋಗಿರುವ ಡಿಎಸ್‌ಎ ಅವರ ಬರವಣಿಗೆಗಳು ಒಂದುಕಡೆ ಸಂಶೋಧಕರಿಗೆ ಲಭಿಸಲಿ ಎನ್ನುವುದು ಇದರ ಉದ್ದೇಶ ಆಗಿದೆ. ಅವರ ಮಕ್ಕಳು ವಿಶ್ವವಿದ್ಯಾನಿಲಯದ ಗ್ರಂಥಭಂಡಾರದಲ್ಲಿ ಅವರ ಅಪ್ರಕಟಿತ ಪ್ರಬಂಧಗಳನ್ನು ಹುಡುಕಿದ್ದು, ಅದರ ಆಧಾರದ ಮೇರೆಗೆ ಈ ಸಂದರ್ಭದಲ್ಲಿ ಅವರು ಒಂದು ಕೃತಿಯನ್ನು ಪ್ರಕಟಿಸಲು ನಿರ್ಧರಿಸಿದ್ದಾರೆ. ಮಣಿಪಾಲ್ ಯೂನಿವರ್ಸಿಟಿ ಪ್ರೆಸ್ ಅಂತರ ರಾಷ್ಟ್ರೀಯ ಸಮ್ಮೇಳನದ ನಡವಳಿ ಮತ್ತು ಚರ್ಚೆ ಹಾಗೂ ಸಂಶೋಧನಾ ಪ್ರಬಂಧಗಳನ್ನು ಪ್ರಕಟಿಸಲು ಉತ್ಸುಕರಾಗಿದ್ದಾರೆ.

ಉಪನ್ಯಾಸಕರಾಗಿ ಮತ್ತು ಇತಿಹಾಸ ಸಂಶೋಧಕರಾಗಿ ಖ್ಯಾತಿಗಳಿಸಿರುವ ಡಿಎಸ್ ಅವರ ಪ್ರಭಾವಗಳು ಬೋಧಪೂರ್ಣ ಮತ್ತು ಅನುಕರಣ ಯೋಗ್ಯವೂ ಆಗಿವೆ. ಡಿಎಸ್‌ಎ ಅವರ ಜೀವನ ಮತ್ತು ಕೃತಿಗಳ ಬಗ್ಗೆ ಅವರ ಕುಟುಂಬ ವರ್ಗದವರು ಹಮ್ಮಿಕೊಂಡಿರುವ ವಿದ್ವತ್‌ಪೂರ್ಣ ಬಹುಮುಖ ಚಟುವಟಿಕೆಗಳಿಗೆ ದ್ಯೋತಕವಾಗಿವೆ. ಇತಿಹಾಸ ವಿಭಾಗ ಮತ್ತು ವೈಯುಕ್ತಿಕವಾಗಿ ನಾನು ಈ ನಿಟ್ಟಿನಲ್ಲಿ ತುಂಬು ಹೃದಯದ ಸಹಕಾರವನ್ನು ನೀಡುತ್ತೇವೆ.

ಕೆ. ಸದಾಶಿವ

ಪ್ರಾಧ್ಯಾಪಕರು ಮತ್ತು ಅಧ್ಯಕ್ಷರು

ಇತಿಹಾಸ ಸ್ನಾತಕೋತ್ತರಅಧ್ಯಯನ ಮತ್ತು ಸಂಶೋಧನಾ ವಿಭಾಗ

ಮೈಸೂರು ವಿಶ್ವವಿದ್ಯಾನಿಲಯ, ಮಾನಸಗಂಗೋತ್ರಿ, ಮೈಸೂರು

ನವೆಂಬರ್, 2016.

ಮುನ್ನುಡಿ

"ನಿಮಗಾಗಿ ಜೀವತೇಯ್ದಿರುವವರನ್ನು ಮರೆಯಲು ಕಷ್ಟ." ಜೀವನ ಚರಿತ್ರೆಯ ಪ್ರಮುಖ ಪಾಠ ಮನುಷ್ಯ ಏನು ಮಾಡಬಹದು ಮತ್ತು ಯಾವುದನ್ನು ಚೆನ್ನಾಗಿ ಮಾಡಬಹುದು ಎಂಬುದನ್ನು ಪರಿಚಯಿಸುವುದಾಗಿದೆ.

ಸ್ಕಾಟ್‌ಲ್ಯಾಂಡ್‌ನ ಲೇಖಕ ಸ್ಯಾಮುಯೆಲ್ ಸ್ಟೆಯ್ಸ್‌ಇದಕ್ಕಿಂತ ಸುಂದರವಾಗಿ ಹೇಳಿರನಾರನು.

ಡಿಎಸ್‌ಎ ಕುಟುಂಬದ ಸದಸ್ಯರು ಅವರ ಜೀವನಚರಿತ್ರೆಯನ್ನು ರಚಿಸಲು ತೀರ್ಮಾನಿಸಿದಾಗ, ತಾವು ಬಹಳವಾಗಿ ಮೆಚ್ಚಿಕೊಂಡಿದ್ದ ವ್ಯಕ್ತಿಯ ಗೌರವಾರ್ಥದ ಕೃತಿಯಾಗಿಲ್ಲದೆ, ಹವೇಲಿ ಕುಟುಂಬ ಮತ್ತು ಅದರ ಸದಸ್ಯರ ಒಟ್ಟುಗೂಡಿದ ಪ್ರಯತ್ನ ಶೀಲತೆಯ ಪ್ರಯತ್ನ ಇದಾಗಿದೆ. ಇದು ಮುಂದಿನ ನಾಲ್ಕು ಪೀಳಿಗೆಗಳಿಗೆ ಪ್ರೇರಣೆಯಾಯಿತಲ್ಲದೆ, ಭವಿಷ್ಯದಲ್ಲಿನ ಅನೇಕವುಗಳಿಗೆ ಸ್ಫೂರ್ತಿಯಾಗಲಿದೆ.

ಒಂದು ವಿನಯಶೀಲ ಮಧ್ಯಮ ವರ್ಗಕುಟುಂಬ ಬಹಮನಿ ರಾಜಸಂತತಿಯ ತರುವಾಯ ಆಶ್ರಯವನ್ನು ಅರಿಸುತ್ತಾ ಬೇರೊಂದು ಪ್ರದೇಶಕ್ಕೆ ವಲಸೆ ಬಂದಿದ್ದು ಒಂದು ಸೋಜಿಗ ಪ್ರಯಾಣವೇ ಆಗಿದೆ. ಕುಟುಂಬದ ಹಿರಿಯರು ಪರಂಪರೆಯನ್ನು ಮುರಿದು ಮಹಿಳಾ ಸದಸ್ಯರಿಗೆ ಅವಕಾಶ ಕಲ್ಪಿಸಲು ತೆಗೆದು ಕೊಂಡ ದೃಢನಿರ್ಧಾರ ಮತ್ತು ಇದು ಒಂದು ಗೌರವ ಜೀವನ ಸಾಗಿಸಲು ನೆರವಾದ ರೀತಿ ನಿಜಕ್ಕೂ ಅಭಿನಂದನೀಯ.

ಇದಲ್ಲದೆ, ತಿಳಿದವರು ಹೇಳಿರುವ ಹಾಗೆ, "ನಿಮ್ಮ ಜೀವನದ ವರ್ಷಗಳು ಮಾತ್ರವಲ್ಲ. ಆ ವರ್ಷಗಳಲ್ಲಿ ನೀವು ಸವೆಸಿದ ಜೀವನ ದೊಡ್ಡದು."ಡಿಎಸ್‌ಎ ಅವರ ಜೀವನ ಅಲ್ಪವರ್ಷಗಳಾಗಿದ್ದರೂ, ಅದು ಸಂಪೂರ್ಣವಾಗಿ ಶಕ್ತಿಯುತವಾಗಿತ್ತು.

ನಂದಿನಿ ಶ್ರೀನಿವಾಸನ್

ಲೇಖಕರು ಮತ್ತು ಪತ್ರಕರ್ತರು

ಮೈಸೂರು

ಡಿಸೆಂಬರ್ 2016

ಕೃತಜ್ಞತೆ

ವ್ಯಕ್ತಿ ಚಿತ್ರಣದ ಕೇಂದ್ರ ಬಿಂದುವಾಗಿರುವ ವ್ಯಕ್ತಿಯೊಂದಿಗೆ ನಿಕಟ ಸಂಪರ್ಕ ಹೊಂದಿದ್ದವರು ನೀಡಿದ ಕೊಡುಗೆಗಳಿಂದಾಗಿ ಈ ಜೀವನಚರಿತ್ರೆ ಹೆಚ್ಚು ಮಾಹಿತಿಗಳನ್ನು ಪಡೆದುಕೊಂಡಿದೆ. ತಮ್ಮ ಅಮೂಲ್ಯವಾದ ಮಾಹಿತಿಗಳು ಮತ್ತು ನೆನಪಿನಲ್ಲಿದ್ದ ಸಂಗತಿಗಳನ್ನು ನಮ್ಮೊಡನೆ ಹಂಚಿಕೊಂಡ ಎಲ್ಲರಿಗೂ ನಾವು ಅಭಾರಿಗಳಾಗಿದ್ದೇವೆ.

1. ಹವೇಲಿ ಕುಟುಂಬದ ಚರಿತ್ರೆಯನ್ನು ನಮ್ಮೊಂದಿಗೆ ಹಂಚಿಕೊಂಡ ಮತ್ತು ವಿರಕ್ತ ಮನಸ್ಸಿನ ಇಬ್ಬರು ಮಹಿಳೆಯರ ಕಥೆಯನ್ನು ಹೆಣೆದ ಡಿ ಎ ಪ್ರಸನ್ನ. ಅನುಬಂಧದಲ್ಲಿನ "ವಂಶವೃಕ್ಷ" ಅವರು ನೀಡಿದ್ದಾರೆ.

2. ತಮ್ಮ ತಂದೆಯೊಂದಿಗೆ ಹೊಂದಿದ್ದ ವಿಶಿಷ್ಟ ಸಂಬಂಧಗಳ ಕುರಿತಾದ ಅನುಭವಗಳು ಮತ್ತು ತಮ್ಮ ಬಳಿಯಲ್ಲಿನ ಖಾಸಗಿ ಸಂಗ್ರಹದಲ್ಲಿನ ಅಪರೂಪದ ಛಾಯಾಚಿತ್ರಗಳನ್ನು ಒದಗಿಸಿದ ಡಿ ಎ ಮೋಹನ, ಡಾ. ಡಿ ಎ ಸತೀಶ, ಡಿ ಎ ಕಲ್ಪನ ಮತ್ತು ಡಾ. ಡಿ ಎ ಲತ.

3. ಕೆ ಕೆ ಹೆಬ್ಬಾರ್ ರಚಿಸಿದ ಡಿಎಸ್‌ಎ ಅವರಚಿತ್ರವನ್ನು ನೀಡಿದ ಶ್ರೀಮತಿ ರಜನಿ ಪ್ರಸನ್ನ.

4. ಪ್ರೊ॥ ಬಿಎಸ್ ರಾಘವೇಂದ್ರ, ಡೀನ್(ವಿಶ್ರಾಂತ) ರೀಜನಲ್ ಇನ್‌ಸ್ಟಿಟ್ಯೂಟ್ ಆಫ್ ಎಜುಕೇಷನ್, ಮೈಸೂರು ಇವರ ಮಾರ್ಗದರ್ಶನ ಮತ್ತು ಸಹಕಾರ.

5. ಈ ಜೀವನಚರಿತ್ರೆಗೆ ಛಾಯಾ ಚಿತ್ರಗಳ ಮೂಲದ ಶೋಧನೆ ಮತ್ತು ಪತ್ರಾಗಾರದಲ್ಲಿನ ಲೇಖನಗಳನ್ನು ಒದಗಿಸಿಕೊಟ್ಟ ಹವ್ಯಾಸಿ ಪತ್ರಕರ್ತ ಈಚನೂರು ಕುಮಾರ.

6. ಡಿಎಸ್‌ಎ ಇವರ ವಿದ್ಯಾರ್ಥಿಗಳಾದ ಪ್ರೊ॥ ಕೆಎಸ್ ನಂಜುಂಡಯ್ಯ, ಎಂವಿ ನಾರಾಯಣ, ಜಿಎಂ ಶ್ರೀನಿವಾಸಯ್ಯ, ಪ್ರೊ॥ ಕೆ ವಿಶ್ವನಾಥ್, ಡಾ ಬಿಎಸ್ ನಟರಾಜ, ಪ್ರೊ॥ ಎಂವಿ ಶ್ರೀನಿವಾಸ, ಪ್ರೊ. ಎಸ್ ಷಟ್ಟರ್ ಮತ್ತು ಕೆ ನರಸಯ್ಯ ಮತ್ತು ಅವರ ಸಹೋದ್ಯೋಗಿ ಡಾ ಅಬ್ದುಲ್ ಅಜೀಜ ತಮ್ಮ ಮಾರ್ಗದರ್ಶಕರ ಕುರಿತು ಹಂಚಿಕೊಂಡ ನೆನಪುಗಳು.

7. ಸಿಬ್ಬಂದಿ, ಮಾನಸ ಗಂಗೋತ್ರಿ ಗ್ರಂಥಾಲಯ, ಮೈಸೂರು ವಿಶ್ವವಿದ್ಯಾನಿಲಯ; ಸಿಬ್ಬಂದಿ, ಪತ್ರಾಗಾರ ಇಲಾಖೆ, ಮೈಸೂರು; ಪ್ರಾಚಾರ್ಯರು, ಮಹಾರಾಜ ಕಾಲೇಜು, ಮೈಸೂರು; ಮುಖ್ಯಸ್ಥರು, ಮಿಥಿಕ್ ಸೊಸೈಟಿ, ಬೆಂಗಳೂರು ಈ ಸಂಸ್ಥೆಗಳಲ್ಲಿ ನಾವು ಕೃತಿಗಳು ಮತ್ತು ಪಾಕ್ಷಿಕಗಳನ್ನು ಪರಾಮರ್ಶನೆ ನಡೆಸಿದುದಕ್ಕಾಗಿ.

8. ಮುನ್ನುಡಿ ಬರೆದ ಪ್ರೊ॥ ಕೆ ಸದಾಶಿವ, ಅಧ್ಯಕ್ಷರು, ಇತಿಹಾಸ ವಿಭಾಗ, ಮೈಸೂರು ವಿಶ್ವವಿದ್ಯಾನಿಲಯ.

9. "ಸೀಗೆಬೇಲಿಯ ರಾಘವಾಲಯ" ಇದನ್ನು ರಚಿಸಿದ ಎಎನ್ ಪ್ರಕಾಶ್, ಪ್ರಾಜೆಕ್ಟ್ ಮ್ಯಾನೇಜ್‌ಮೆಂಟ್ ಕನ್‌ಸಲ್‌ಟೆಂಟ್ಸ್, ಜಯನಗರ, ಬೆಂಗಳೂರು.

10. "ಡಿಎಸ್‌ಎ, ಡಾ ಜೆ ಸಿ ರೋಲೋ, ಪ್ರಾಚಾರ್ಯರು ಮತ್ತು ಪ್ರೊ॥ ಎಸ್ ಶ್ರೀಕಂಠಶಾಸ್ತ್ರಿ" ಇವರ ಛಾಯಾಚಿತ್ರವನ್ನು ತಮ್ಮ ಖಾಸಗಿ ಛಾಯಾಚಿತ್ರ ಸಂಗ್ರಹದಿಂದ ನೀಡಿದ ಪ್ರೊ॥ ಎಸ್ ಶ್ರೀಕಂಠಶಾಸ್ತ್ರಿ ಇವರ ಮಗ ಪ್ರೊ॥ ಎಸ್ ನಾಗನಾಥ್‌ಇವರಿಗೆ.

11. ಮಹಾರಾಜ ಕಾಲೇಜು ಶತಮಾನೋತ್ಸವ ಛಾಯಚಿತ್ರಗಳು ಮತ್ತು 1938ರ ದಾಖಲಾತಿ ವಹಿ ಸಂಗ್ರಹಿಸಲ್ಪಟ್ಟಿದೆ. ಮಹಾರಾಜ ಕಾಲೇಜು ಗ್ರಂಥಾಲಯದಲ್ಲಿನ ಪತ್ರಾಗಾರದ ಮಾಹಿತಿಗಳು. ಸೌಜನ್ಯ: ಪ್ರಾಚಾರ್ಯರು, ಮಹಾರಾಜಕಾಲೇಜು.

12. ಶ್ರೀ ಸರವಣನ್, ಜಿಕೆ ವೇಲ್‌ಎಂಡ್ ಸನ್ಸ್, ಚರ್ಚ್ ಸ್ಟ್ರೀಟ್, ಎಚ್‌ಕ್ಯೂ, ಬೆಂಗಳೂರು ಛಾಯಚಿತ್ರದ ಸಂರಕ್ಷಣೆಗಾಗಿ.

1. ನಡೆದು ಸವೆದ ದಾರಿ

(ಡಿ ಎಸ್ ಅಚ್ಯುತ ರಾವ್ ಅವರ ಜೀವನದ ಮೈಲಿಗಲ್ಲುಗಳು)

ಶಿಕ್ಷಣ

1. ಹಿ.ಶಾಮರಾವ್ ಮತ್ತು ವೆಂಕಟಲಕ್ಷಮ್ಮ ಇವರ ಐದನೆ ಮಗುವಾಗಿ 19 ಏಪ್ರಿಲ್, 1917 ರಂದು ಜನನ.

2. ಸರ್ಕಾರಿ ಆಂಗ್ಲೋ–ವೆರ್ನಾಕ್ಯುಲರ್ ಮಾಧ್ಯಮಿಕ ಶಾಲೆಯಲ್ಲಿ, ಸುಲ್ತಾನಪೇಟೆ ಬೆಂಗಳೂರು (ಗಣೇಶ ಸ್ಕೂಲ್ ಎಂದು ಹೆಸರಾಗಿದ್ದ) ನಾಲ್ಕನೇ ತರಗತಿಗೆ 1927ರಲ್ಲಿ ಸೇರ್ಪಡೆ. 1931ರಲ್ಲಿ ಮೈಸೂರು ಬೋರ್ಡ್‌ನ ಲೋವರ್ ಸೆಕೆಂಡರಿ ಪರೀಕ್ಷೆಯಲ್ಲಿ ತೇರ್ಗಡೆ.

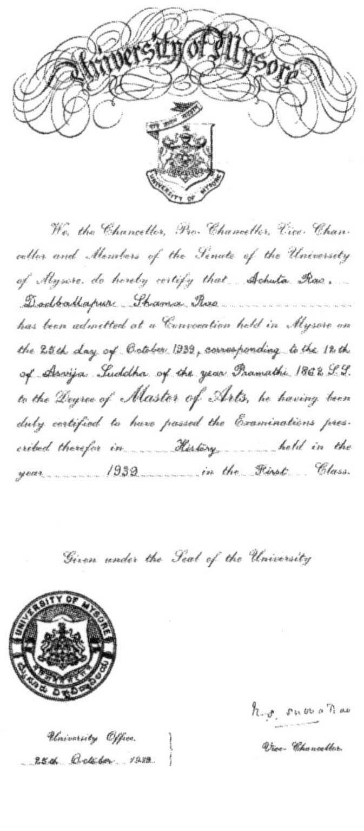

3. ಫೋರ್ಟ್ ಹೈಸ್ಕೂಲ್, ಬೆಂಗಳೂರು ಇಲ್ಲಿ ಶಿಕ್ಷಣ ಪೂರೈಸಿ 1933ರಲ್ಲಿ ಮೈಸೂರು ಬೋರ್ಡ್ ನಡೆಸಿದ ಸೆಕೆಂಡರಿ ಸ್ಕೂಲ್ ಲೀವಿಂಗ್ ಸರ್ಟಿಫಿಕೇಟ್ (ಎಸ್‌ಎಸ್‌ಎಲ್‌ಸಿ) ಪರೀಕ್ಷೆಯಲ್ಲಿ ತೇರ್ಗಡೆ.

University of Mysore

We, the Chancellor, Pro-Chancellor, Vice-Chancellor and Members of the Senate of the University of Mysore, do hereby certify that Achuta Rao, Doddaballapur Shama Rao has been admitted at a Convocation held in Mysore on the 6th day of October 1938, corresponding to the 12th of Asvija Suddha of the year Bahudhanya 1861 S.S. to the Degree of Bachelor of Arts (Honours), he having been duly certified to have passed the Examinations prescribed therefor held in the year 1938 with History as Major Subject and being placed in the First Class.

Given under the Seal of the University.

University Office, 6th October 1938.

Vice-Chancellor

University of Mysore

We, the Chancellor, Pro-Chancellor, Vice-Chancellor and Members of the Senate of the University of Mysore, do hereby certify that Achuta Rao, Doddaballapur Shama Rao has been admitted at a Convocation held in Mysore on the 25th day of October 1939, corresponding to the 12th of Asvija Suddha of the year Pramathi 1862 S.S. to the Degree of Master of Arts, he having been duly certified to have passed the Examinations prescribed therefor in History held in the year 1939 in the First Class.

Given under the Seal of the University

University Office, 25th October 1939.

Vice-Chancellor

4. ಗವರ್ನ್‌ಮೆಂಟ್ ಫಸ್ಟ್ ಗ್ರೇಡ್ ಕಾಲೇಜು, ಬೆಂಗಳೂರು ಇಲ್ಲಿ ಶಿಕ್ಷಣ ಪಡೆದು 1935ರಲ್ಲಿ ಇಂಟರ್‌ಮೀಡಿಯೆಟ್ ಪರೀಕ್ಷೆಯಲ್ಲಿ ತೇರ್ಗಡೆ.

5. ಮಹಾರಾಜ ಕಾಲೇಜು, ಮೈಸೂರಿನಲ್ಲಿ ಪ್ರಥಮ ದರ್ಜೆಯಲ್ಲಿ ಬಿಎ (ಆನರ್ಸ್) ಪರೀಕ್ಷೆಯಲ್ಲಿ 1938ರಲ್ಲಿ ತೇರ್ಗಡೆ.

6. 1939ರಲ್ಲಿ ಎಂಎ ಇತಿಹಾಸ ತರಗತಿಗೆ ಸೇರ್ಪಡೆ. ಎಂಎ (ಇತಿಹಾಸ) ಪ್ರಥಮ ದರ್ಜೆಯಲ್ಲಿ ತೇರ್ಗಡೆ. "ಹೈದರ್ ಆಲಿ" ಕುರಿತು ಪ್ರಬಂಧ ರಚನೆ.

7. ಎಂಎ ಪದವಿ ಪೂರೈಸುವ ಮುನ್ನ "ಕ್ವಾಟರ್ಲಿ ಜರ್ನಲ್ ಆಫ್ ಮಿಥಿಕ್ ಸೊಸೈಟಿ" ಸಂಪುಟ 29ರಲ್ಲಿ, 1939ರ ಏಪ್ರಿಲ್ ಸಂಚಿಕೆಯಲ್ಲಿ "'ಹೈದರ್ ಆಲಿ: ಹಿಸ್ ರಿಲೀಜಿಯಸ್ ಡಿಸ್‌ಪೊಜಿಶನ್'" ಲೇಖನದ ಪ್ರಕಟಣೆ.

8. ಗುಡಿಬಂಡೆ ಭೀಮರಾವ್ ಇವರ ಮಗಳು ಸುಶೀಲಾ ಬಾಯಿಯೊಂದಿಗೆ 1944ರಲ್ಲಿ ವಿವಾಹ.

ಉದ್ಯೋಗ ಸಂಬಂಧಿ ಚಟುವಟಿಕೆಗಳು

1. ಫಸ್ಟ್ ಗ್ರೇಡ್ ಕಾಲೇಜು, ಬೆಂಗಳೂರು ಇಲ್ಲಿ ಇತಿಹಾಸ ಉಪನ್ಯಾಸಕ ವೃತ್ತಿ ಸೇರಿದ್ದು – 1940.

2. ಮಿಥಿಕ್ ಸೊಸೈಟಿ ಜರ್ನಲ್ ಸಂಪುಟ 31ರಲ್ಲಿ "'ಹೈದರ್ ಆಲಿ: ಕ್ಯಾರಕ್ಟರ್, ಪರ್ಸನಾಲಿಟಿ ಎಂಡ್ ಪಬ್ಲಿಕ್ ಎಂಡ್ ಪ್ರೈವೆಟ್ ಲೈಫ್'" ಲೇಖನ ಪ್ರಕಟ. ಜುಲೈ, 1940.

3. ಇಂಡಿಯನ್ ಹಿಸ್ಟಾರಿಕಲ್ ರೆಕಾರ್ಡ್ಸ್ ಕಮಿಷನ್, ಮೈಸೂರಿನ ಅಧಿವೇಶನ ಸಂಶೋಧನಾ ಲೇಖನ ಮಂಡಿಸುವುದಕ್ಕೆ ಒಪ್ಪಿಗೆ ದೊರೆತಿದ್ದು 1942. ಲೇಖನದ ಶೀರ್ಷಿಕೆ: "'ಹೈದರ್ ಆಲಿ: ಹಿಸ್ ರಿಲೇಶನ್ಸ್ ವಿತ್ ದಿ ಕ್ರೌನ್'."

4. ಫಸ್ಟ್ ಗ್ರೇಡ್ ಕಾಲೇಜು, ತುಮಕೂರು ಇಲ್ಲಿಗೆ ವರ್ಗಾವಣೆ ಮತ್ತು ಇಲ್ಲಿ ಚರಿತ್ರೆ ಬೋಧನೆ: ಅವಧಿ 1945–49.

5. ಎರಡನೇ ಜಾಗತಿಕ ಯುದ್ಧದ ಪರಾಕಾಷ್ಠೆಯ ಕಾಲದಲ್ಲಿ ಕ್ವಾರ್ಟರ್ಲಿ ಜರ್ನಲ್ ಆಫ್ ಮಿಥಿಕ್ ಸೊಸೈಟಿ (ಕ್ಯೂಜೆಎಂಎಸ್) ಸಂಪುಟ 36 "'ಮೈಸೂರ್ಸ್ ನೇವಿ ಇನ್ ಎಯಿಟೀನ್ತ್ ಸೆಂಚುರಿ'" ಲೇಖನದ ಪ್ರಕಟಣೆ.

6. ಪ್ರಥಮ ದರ್ಜೆ ಕಾಲೇಜು, ಮೈಸೂರು ಇಲ್ಲಿಗೆ ವರ್ಗಾವಣೆ ಅವಧಿ 1949–50. ಇಲ್ಲಿ ಚರಿತ್ರೆ ಬೋಧನೆ.

7. ಮಹಾರಾಜ ಕಾಲೇಜು, ಮೈಸೂರು ಇಲ್ಲಿಗೆ ವರ್ಗಾವಣೆ. ಬಿಎ ಮತ್ತು ಬಿಎ (ಆನರ್ಸ್) ತರಗತಿಗಳಿಗೆ ಬೋಧನೆ. 1950–60.

ಎಂಟು ಸಂಶೋಧನಾ ಲೇಖನಗಳು ಪ್ರಕಟಗೊಂಡವು.ಇಂಡಿಯನ್ ಹಿಸ್ಟರಿ ಕಾಂಗ್ರೆಸ್ಸಿನ ವಾರ್ಷಿಕ ಅಧಿವೇಶನ ಮತ್ತು ಇಂಡಿಯನ್ ಓರಿಯಂಟಲ್ ಕಾನ್‌ಫರೆನ್ಸ್‌ಗಳಲ್ಲಿ ಭಾಗವಹಿಸುವಿಕೆ.

8. 1960ರಲ್ಲಿ ಮೈಸೂರು ವಿಶ್ವವಿದ್ಯಾನಿಲಯ ಹೊಸ ಸ್ಥಳಕ್ಕೆ ಸ್ಥಳಾಂತರಗೊಂಡ ನಂತರ ಇತಿಹಾಸ ವಿಭಾಗದ ಅಧ್ಯಾಪಕರಾಗಿ ಸ್ನಾತಕೋತ್ತರ ತರಗತಿಗಳಿಗೆ ಭೋಧನೆ. ಎಂಎ ವಿದ್ಯಾರ್ಥಿಗಳಿಗೆ ಇತಿಹಾಸ ಬೋಧನೆ. 1960–65.

9. ಯೂನಿವರ್ಸಿಟಿ ಗ್ರ್ಯಾಂಟ್ಸ್ ಕಮಿಷನ್ (ಯುಜಿಸಿ) ನ ಇತಿಹಾಸ ಪ್ರವಾಚಕರಾಗಿ ಮೈಸೂರು ವಿಶ್ವವಿದ್ಯಾನಿಲಯದಲ್ಲಿ ನೇಮಕ, 1964.

ಸಾಂಸ್ಥಿಕ ಚಟುವಟಿಕೆಗಳು

1. ಮಹಾರಾಜ ಕಾಲೇಜಿನ ಶತಮಾನೋತ್ಸವ ಸಮಾರಂಭದ ಚಟುವಟಿಕೆಗಳಲ್ಲಿ ಸಕ್ರಿಯವಾಗಿ ಪಾಲ್ಗೊಳ್ಳುವಿಕೆ. ವಸ್ತುಪ್ರದರ್ಶನಾ ಸಮಿತಿಯ ಕಾರ್ಯದರ್ಶಿಯಾಗಿ ವಸ್ತುಪ್ರದರ್ಶನದ ಸಂಘಟನೆಗಾಗಿ ಪ್ರಶಂಸೆಗಳಿಸಿದರು.

2. ಇತಿಹಾಸ ಸಂಘದ ಪದಾಧಿಕಾರಿಯಾಗಿ ಸಕ್ರಿಯವಾಗಿ ಅದರ ಚಟುವಟಿಕೆಗಳಲ್ಲಿ ಪಾಲ್ಗೊಳ್ಳುವಿಕೆ. ಇತಿಹಾಸ ಸಂಘದ ಅರವತ್ತನೆ ವಾರ್ಷಿಕೋತ್ಸವ ಸಂದರ್ಭದಲ್ಲಿ ಇತಿಹಾಸ ಸಂಘದ ಅರವತ್ತು ವರ್ಷಗಳ ಸಾಧನೆ ಬಗ್ಗೆ ಲೇಖನ ಬರೆಯಲು ನಿಯೋಜನೆ.

3. 1950ರಲ್ಲಿ ಭಾರತ ಗಣರಾಜ್ಯವಾದ ಸಂದರ್ಭದಲ್ಲಿ ಮಹಾರಾಜ ಕಾಲೇಜಿನ ಮುಂಭಾಗ ಅಧ್ಯಾಪಕರು ಮತ್ತು ವಿದ್ಯಾರ್ಥಿಗಳಿಂದ ದೇಣಿಗೆ ಸಂಗ್ರಹಿಸಿ ಅಶೋಕ ಸ್ಥಂಬದ ಸ್ಥಾಪನೆ. ವಿಶ್ವವಿದ್ಯಾನಿಲಯದ ಛಾನ್ಸಲರು ಮತ್ತು ರಾಜಪ್ರಮುಖರಾಗಿದ್ದ ಶ್ರೀ ಜಯಚಾಮರಾಜೇಂದ್ರ ಒಡೆಯರ್ ಇದನ್ನು ಸಮರ್ಪಿಸಿದರು.

4. ಕನ್ನಡ ಭಾಷೆ ಕುರಿತು ಹೆಚ್ಚು ಒಲವಿದ್ದ ಇವರು ಕನ್ನಡದಲ್ಲಿ ತಮ್ಮ ಪ್ರಥಮ ಲೇಖನ 'ಪುಲಿಕೇಶಿ'" ಬರೆದು 1951ರಲ್ಲಿ ಪ್ರಕಟಿಸಿದರು.

5. ಆಕಾಶವಾಣಿ" (ಆಲ್ ಇಂಡಿಯಾ ರೇಡಿಯೋ ಕೇಂದ್ರ) ಚರಿತ್ರೆ ಕುರಿತು ಕನ್ನಡ ಭಾಷೆಯಲ್ಲಿ ಅನೇಕ ಉಪನ್ಯಾಸಗಳನ್ನು ನೀಡಿರುತ್ತಾರೆ.

6. ಮೈಸೂರು ಸರ್ಕಾರ 1962ರಲ್ಲಿ ಕನ್ನಡ ಎನ್‌ಸೈಕ್ಲೋಪೀಡಿಯಾ ಯೋಜನೆಯನ್ನು ಪ್ರಾರಂಭಿಸಿದಾಗ, ಒಂದು ಮಾದರಿ ಲೇಖನ ಸಿದ್ದಪಡಿಸಲು ಅವರನ್ನು ಆರಿಸಲಾಯಿತು. ಅವರು "ರಾಜಾ ರಾಮ ಮೋಹನ ರಾಯ್" ವಿಷಯ ಕುರಿತು ಸಿದ್ದಪಡಿಸಿದ ಒಂದು ಮಾದರಿ ಲೇಖನವನ್ನು ಆ ಯೋಜನೆಯಲ್ಲಿ ಪಾಲ್ಗೊಂಡಿದ್ದ ಲೇಖಕರಿಗೆ ಒಂದು ಪ್ರಮುಖ ಮಾರ್ಗದರ್ಶಿ ಲೇಖನವನ್ನಾಗಿ 1962ರಲ್ಲಿ ಹಂಚಲಾಗಿತ್ತು.

ಸಾಮಾಜಿಕ ಚಟುವಟಿಕೆಗಳು

1. ಟೆನ್ನೀಸ್ ಆಟದಲ್ಲಿ ನಿರಂತರವಾಗಿ ತೊಡಗಿಸಿಕೊಂಡಿದ್ದರು.
2. ವೊಂಟಿಕೊಪ್ಪಲ್ ಕ್ಲಬ್‌ನ ಸಕ್ರಿಯ ಸದಸ್ಯ.
3. ಜನಪ್ರಿಯ ಅಧ್ಯಾಪಕ ಮತ್ತು ಅನುಕರಣೀಯ ವ್ಯಕ್ತಿಯಾಗಿ ವಿದ್ಯಾರ್ಥಿಗಳೊಂದಿಗಿನ ಸಮಾಲೋಚನೆಗಾಗಿ ಎಂದಿಗೂ ಲಭ್ಯವಿರುತ್ತಿದ್ದರು.
4. ಮನೆ ಸಂಖ್ಯೆ: 3042/2, ಗೋಕುಲಂ ಪಾರ್ಕ್ ಬಡಾವಣೆ, ಮೈಸೂರು ಇಲ್ಲಿ ತಮ್ಮ 47ನೇ ವರ್ಷದಲ್ಲಿ, ಐದು ಫೆಬ್ರವರಿ, 1965 ರಂದು ನಿಧನರಾದರು

ಮಹಾರಾಜ ಕಾಲೇಜು ಪ್ರಾಂಶುಪಾಲರಾದ ಡಾ ಗೋಪಾಲಸ್ವಾಮಿ ಮತ್ತು ಖ್ಯಾತ ಇತಿಹಾಸಕಾರ ಪ್ರೊ ಶ್ರೀಕಾಂತ ಶಾಸ್ತ್ರಿ ಅವರೊಂದಿಗೆ ಡಿಎಸ್‌ಎ

2. ಚರಿತ್ರೆಯಲ್ಲಿನ ಒಂದು ಎಳೆ

ಹವೇಲಿ ಕುಟುಂಬ

ಸೌ ವೆಂಕಟಲಕಲಕ್ಷಮ್ಮ ಮತ್ತು ಶ್ರೀ ಡಿ. ಶಾಮರಾವ್

"ನಿಮಗೆ ಇತಿಹಾಸ ಜ್ಞಾನವಿಲ್ಲದಿದ್ದಲ್ಲಿ, ನಿಮಗೆ ಯಾವುದು ಗೊತ್ತಾಗುವುದಿಲ್ಲ. ತಾನು ಮರದ ಭಾಗವೆಂದು ಅರಿಯದ ಒಂದು ಎಲೆ ನೀವಾಗುತ್ತೀರಾ"

–ಮೈಕೆಲ್ ಕ್ರಿಚ್ಟನ್, ವೈಜ್ಞಾನಿಕ ಬರವಣಿಗೆಗಳ ಲೇಖಕರು

ರಾಜಮನೆತನದ ತಮ್ಮ ರಾಜ್ಯವ್ಯಾಪ್ತಿ ಪ್ರದೇಶದಲ್ಲಿ ವೈದಿಕ ಪರಂಪರೆಯನ್ನು ಎತ್ತಿ ಹಿಡಿಯುವ ಸಲುವಾಗಿ ಮತ್ತು ರಾಜಧರ್ಮದ ಬಲವರ್ಧನೆಗಾಗಿ ವೈದಿಕ ಬ್ರಾಹ್ಮಣ ಪರಂಪರೆಯ ಹಿನ್ನೆಲೆಯಲ್ಲಿನ ಹವೇಲಿ ಕುಟುಂಬದ ಕೀರ್ತಿ, ಅದರ ಏಳಿಗೆ ಮತ್ತು ಅದು ಎದುರಿಸಿದ ಸಂಘರ್ಷಗಳು, ಮತ್ತು ಅದು ಸಮಕಾಲೀನ ಸಮಾಜದ ಕಟ್ಟುಪಾಡುಗಳ ನಡುವೆ ಏಳಿಗೆಹೊಂದಿದ ರೀತಿ, ಇದು ಒಂದು ರೀತಿಯಲ್ಲಿ ಚರಿತ್ರೆಯೇ ಆಗಿದೆ. ಇತಿಹಾಸ ಬೋಧನೆಯನ್ನು ಒಂದು ವೃತ್ತಿಯನ್ನಾಗಿ ಸ್ವೀಕರಿಸಿದ ಡಿಎಸ್ ಅಚ್ಚುತ ರಾವ್ ಒಂದು ಐತಿಹಾಸಿಕ ಹಿನ್ನೆಲೆಯುಳ್ಳ ಕುಟುಂಬದ ಸದಸ್ಯರಾಗಿದ್ದುದು ಒಂದು ವಿಪರ್ಯಾಸವೇ ಆಗಿದೆ.

ಈ ಕುಟುಂಬದ ಪೂರ್ವಿಕರು ವೈದಿಕ ಪಾರಂಗತರಾಗಿದ್ದರು. ದೇವಾಲಯಗಳ ನಿರ್ವಹಣಾ ಜವಾಬುದಾರಿ ಹಕ್ಕುದಾರಿಕೆ ಪಡೆದಿದ್ದ ಅವರು ಇದಕ್ಕೆ ಪ್ರತಿಯಾಗಿ ದೊಡ್ಡಬಳ್ಳಾಪುರದಲ್ಲಿ ಭೂದತ್ತಿಯ ಉತ್ಪನ್ನದ ಮೂಲದಿಂದ ಬರುವ ವರಮಾನದಲ್ಲಿ ತಮ್ಮ ಜೀವನ ನಡೆಸುತ್ತಿದ್ದರು. ಎರಡು ಪ್ರಮುಖ ಬ್ರಾಹ್ಮಣ ಕುಟುಂಬಗಳಾಗಿದ್ದ, 'ಹವೇಲಿ' ಮತ್ತು 'ದೇಶಪಾಂಡೆ' ಮನೆತನಗಳು, ವಿಜಯನಗರ ಸಾಮ್ರಾಜ್ಯದ ಆಡಳಿತ ಕಾಲದಲ್ಲಿ ಜನ ಜೀವನವನ್ನು ನಿರೂಪಿಸಿ ಮಾರ್ಗದರ್ಶನ ನೀಡುವ, ಹಾಗೂ ರೂಢಿ ಮತ್ತು ರೀತಿಗಳನ್ನು ಪಾಲಿಸಿ ತನ್ಮೂಲಕ ರಾಜಧರ್ಮದ ತತ್ವಗಳನ್ನು ಬಲಪಡಿಸುವ ಜವಾಬುದಾರಿಯನ್ನು ಪಡೆದಿದ್ದವು. ಇವೆರಡೂ ಕುಟುಂಬಗಳು ಹೆಚ್ಚು ಜನಪ್ರಿಯವಾಗಿದ್ದು, ಆದರ ಮತ್ತು ಗೌರವ ಪಡೆದುಕೊಂಡಿದ್ದವು. ಕೆಳದಿ ರಾಜ್ಯದಲ್ಲಿ ಒಂದು ಧಾರ್ಮಿಕ ರಾಜಧಾನಿ ಎಂದು ಹೆಸರಾಗಿದ್ದ ದೊಡ್ಡಬಳ್ಳಾಪುರದ ಗವರ್ನ್‌ರ್‌ನಾಗಿ ವೀರಬಲ್ಲಾಳ ಈ ಸಮಯದಲ್ಲಿ ನಿಯುಕ್ತನಾದನು. ಬಲ್ಲಾಳನೊಂದಿಗೆ ಇವೆರಡೂ ಕುಟುಂಬಗಳು ನಿಕಟ ಸಂಬಂಧಗಳನ್ನು ಹೊಂದಿದವು. ಹೀಗಾಗಿ ಅವರ ಆಡಳಿತ ವಿಚಕ್ಷಣಾ ನೀತಿ ವಿಜಯನಗರ ಅರಸರನ್ನು ಮುಟ್ಟಿದುದರಲ್ಲಿ ಸೋಜಿಗವೇನಿಲ್ಲ.

ವಿಜಯನಗರ ರಾಜ್ಯ ಉತ್ತರ ಮೂಲದ ಮುಸ್ಲಿಮರ ಆಡಳಿತಗಾರರ ನಿರಂತರ ದಾಳಿಗೆ ಒಳಗಾಗಿತ್ತು. ರಾಜವಂಶದ ಪೋಷಕ ಸಂತರಾಗಿದ್ದ ವ್ಯಾಸರಾಯ ಗುರುಗಳು, ವಿಜಾಪುರ ಮತ್ತು ಸನಿಹ ಪ್ರದೇಶಗಳಲ್ಲಿ ಮುಸ್ಲಿಂ ಪಾಳೇಯಗಾರರನ್ನು ನೇಮಿಸುವಂತೆ ಸಲಹೆ ನೀಡಿದರು. ಈ ರೀತಿ ವ್ಯವಸ್ಥೆ ಜಾರಿಗೆ ಬಂದಿದ್ದರೂ, ಆಡಳಿತ ನಿರ್ವಹಣಾ ಜವಾಬುದಾರಿ ಹಿಂದೂಗಳ ಹತೋಟಿಯಲ್ಲಿರ ಬೇಕಾಗಿತ್ತು. ಈ ರೀತಿಯ ಸಂದರ್ಭದಲ್ಲಿ ಹವೇಲಿ ಮತ್ತು ದೇಶಪಾಂಡೆ ಕುಟುಂಬಗಳು ವಿಜಾಪುರಕ್ಕೆ ಸ್ಥಳಾಂತರಗೊಂಡು, ಆಡಳಿತದ ಜವಾಬುದಾರಿ ಕೈಗೆತ್ತಿಕೊಳ್ಳಬೇಕೆಂದು ನಿರ್ಧರಿಸಲಾಯಿತು. ಇವರ ಹತೋಟಿಯಲ್ಲಿ ವಿಜಾಪುರ ಮತ್ತು ಸನಿಹದ ಪ್ರದೇಶ ಬಹಮನಿ ರಾಜ್ಯವಾಯಿತು. ಇದು ನಂತರ ಮುಸ್ಲಿಮರ ಹತೋಟಿಗೆ ಒಳಪಟ್ಟಿತು. ಹೀಗಿದ್ದರೂ, ಬ್ರಿಟೀಷರು ಇದನ್ನು ಬಹಮನಿ ರಾಜ್ಯವೆಂದೇ ಕರೆದರು.

ಮುಸ್ಲಿಂರ ದಾಳಿಕೋರರ ಉಪಟಳದಿಂದಾಗಿ, ಈ ರಾಜ್ಯ ನಾಲ್ಕು ಸಣ್ಣ ರಾಜ್ಯಗಳಾಗಿ ವಿಘಟನೆ ಹೊಂದಿತು. ಹವೇಲಿ ಮತ್ತು ದೇಶಪಾಂಡೆ ಕುಟುಂಬಗಳ ಸೇವೆ ಅನಾವಶ್ಯಕ ಎಂದು ಕಂಡುಬರಲಾಗಿ,

ಅವುಗಳನ್ನು ಪುನಃ ದೊಡ್ಡಬಳ್ಳಾಪುರಕ್ಕೆ ಕಳುಹಿಸಲಾಯಿತು. ದೊಡ್ಡಬಳ್ಳಾಪುರದಲ್ಲಿ ಈ ಕುಟುಂಬಗಳ ಜೀವನ ನಿರ್ವಹಣೆಗೆ ಭೂಮಿ ಕಾಣಿಕೆ ನೀಡಲಾಯಿತು.

ಕಾಲಾನಂತರ, ದೇಶಪಾಂಡೆ ಕುಟುಂಬದ ಓರ್ವ ಕನ್ಯೆಯನ್ನು ಮರಾಠರ ಸೈನ್ಯದಲ್ಲಿ ಪ್ರಧಾನ ದಂಡನಾಯಕನಾಗಿದ್ದ ಹರಿಪಂತನೊಂದಿಗೆ ಮದುವೆ ಮಾಡಲಾಯಿತು. ಮೈಸೂರು ರಾಜ್ಯದ ಮೇಲೆ ದಾಳಿ ನಡೆಸಿದ ಮರಾಠರು ಯುದ್ಧದಲ್ಲಿ ಹೈದರ್ ಆಲಿಯನ್ನು ಸೋಲಿಸಿದರು. ಯುದ್ಧಾನಂತರ ಏರ್ಪಟ್ಟ ಶಾಂತಿ ಒಪ್ಪಂದದನ್ವಯ ಹೈದರ್ ಆಲಿ 13 ಲಕ್ಷ ಪಗೋಡಗಳನ್ನು ಕಪ್ಪವನ್ನಾಗಿ ನೀಡಿ ಶಾಂತಿ ಒಪ್ಪಂದಕ್ಕೆ ಸಮ್ಮತಿಸಿದನು. ದಿವಾನ ಪೂರ್ಣಯ್ಯ, ದಿವಾನ ರೀಜೆಂಟರಾದಾಗ ಬ್ರಿಟಿಷ್ ಕಾನೂನಿನಡಿಯಲ್ಲಿ ಈ ಹಿಂದೆ ವಿಜಯನಗರದ ಅರಸರು ಕೊಡುಗೆ ನೀಡಿದ್ದ ಭೂದಾನದತ್ತಿಗಳನ್ನು ಒಂದು ಕಾನೂನಿನಡಿಯಲ್ಲಿ ರದ್ದುಪಡಿಸಲಾಯಿತು. ದಿವಾನರು ಬಹಳ ಬುದ್ಧಿವಂತಿಕೆಯಿಂದ ಕಾನೂನನ್ನು ಬಳಸಿಕೊಂಡು, ಶಾಶ್ವತವಾದ ಭೂಗುತ್ತಿಗೆ ಹಕ್ಕುಗಳನ್ನು ಮರಳಿ ಪಡೆದುಕೊಂಡರು. ಹವೇಲಿ ಮತ್ತು ದೇಶಪಾಂಡೆ ಕುಟುಂಬಗಳು ಯಾವ ಗೌರವಯುತ ಜೀವನವನ್ನು ಸಾಗಿಸಿದ್ದವೋ, ಕ್ಷಣಮಾತ್ರದಲ್ಲಿ ತಮ್ಮ ಭೂಮಿ ಅನುಭೋಗ ಹಕ್ಕುಗಳನ್ನು ಕಳೆದುಕೊಂಡು ಹೀನಸ್ಥಿತಿ ತಲುಪಿದವು.

19ನೇ ಶತಮಾನದ ಉತ್ತರಾರ್ಧದಲ್ಲಿ, ಸುಮಾರು 1884ರಲ್ಲಿ, ರಾಮರಾವ್ ಮತ್ತು ಅವರ ಪತ್ನಿ ಸಾವಿತ್ರಮ್ಮ ಬೆಂಗಳೂರಿಗೆ ತೆರಳಲು ನಿರ್ಧರಿಸಿದರು. ದೊಡ್ಡಬಳ್ಳಾಪುರದಿಂದ ಸೀಗೆಬೇಲಿ ಚಿಕ್ಕ ಅಗ್ರಹಾರಕ್ಕೆ ಕುಟುಂಬದ ವಲಸೆ ಆ ವಂಶದ ಚರಿತ್ರೆಯಲ್ಲಿ ಒಂದು ಹೊಸ ಅಧ್ಯಾಯವಾಗಿದೆ.

ಸೀಗೆಬೇಲಿ ವ್ಯಾಪ್ತಿಯಲ್ಲಿ ಕಲಾವಿದನ ದೃಷ್ಟಿಯಲ್ಲಿ – 'ರಾಘವಾಲಯ'

ವೈದಿಕ ರೀತಿ, ರೂಢಿ ಮತ್ತು ರಿವಾಜುಗಳನ್ನು ಮಾತ್ರ ಅವಲಂಬಿಸದೆ, ಜೀವನೋಪಾಯಕ್ಕಾಗಿ ಇನ್ನಿತರ ಉದ್ಯೋಗಗಳನ್ನು ಕುಟುಂಬ ಅನುಸರಿಸುವಂತಾಯಿತು. ಸಿಟಿ ಮಾರ್ಕೆಟಿನಲ್ಲಿನ ಆರ್ಕಾಟ್ ಶ್ರೀನಿವಾಸಾಚಾರ್ ರಸ್ತೆಯಲ್ಲಿ ಅವಲಕ್ಕಿ ಮತ್ತು ಅರಳನ್ನು ಮಾರುವ ಒಂದು ಚಿಕ್ಕ ಅಂಗಡಿಯನ್ನು ಅವರು ತೆರೆದರು. ಈ ಅಂಗಡಿ "ಭಟ್ಟಿ ಅಂಗಡಿ" ಎಂದೂ, ಅದರ ಮಾಲೀಕ ಭೀಮರಾವ್, ಮಂಡಿ ರಾಮಣ್ಣ ಎಂದು ಹೆಸರು ಪಡೆದರು. ಕುಟುಂಬದ ನಿರ್ವಹಣೆಗೆ ಈ ರೀತಿಯ ಸಣ್ಣ ವ್ಯಾಪಾರದಿಂದ ಕಷ್ಟವೆಂದು ಅರಿತ ಅವರು ಪಾಶ್ಚಾತ್ಯ ಶಿಕ್ಷಣ ಹೊಸ ಉದ್ಯೋಗಾವಕಾಶಗಳನ್ನು ಪೂರೈಸುವಲ್ಲಿ ಸಹಕರಿಸುತ್ತದೆ ಎಂದು ಬಹುಬೇಗನೆ ಅರಿತರು. ಇದಕ್ಕಾಗಿ ತಮ್ಮ ಮಗ ಶಾಮರಾಯನನ್ನು ಬೆಂಗಳೂರಿನಲ್ಲಿ ಒಂದು ಇಂಗ್ಲಿಷ್ ಶಾಲೆಗೆ ಕಳುಹಿಸಿದರು. ಶಾಮರಾವ್ ತಮ್ಮ ಲೋವರ್ ಸೆಕೆಂಡರಿ ಮತ್ತು ಹೈಯರ್ ಸೆಕೆಂಡರಿ ಪರೀಕ್ಷೆಗಳಲ್ಲಿ ತೇರ್ಗಡೆಹೊಂದಿ ನಂತರ ಎಫ್‌ಎ (12ನೇ ತರಗತಿ) ಪರೀಕ್ಷೆಯಲ್ಲಿ ತೇರ್ಗಡೆಯಾದರು. ಇವೆಲ್ಲವೂ ಆಗಿನ ಕಾಲದ ಶಿಕ್ಷಣ ಪದ್ಧತಿಯ ಅತ್ಯುನ್ನತ ಮತ್ತು ಆ ಕಾಲಘಟ್ಟದ ಉನ್ನತ ಮಟ್ಟದ್ದಾಗಿದ್ದವು.

ಆಲತ್ತೂರು ವೆಂಕಟರಾಯ ಮಗಳಾಗಿದ್ದ ವೆಂಕಟಲಕ್ಷಮ್ಮನನ್ನು ಶಾಮರಾವ್ 1900ರ ಪ್ರಾರಂಭಿಕ ವರ್ಷದಲ್ಲಿ ಮದುವೆಯಾದರು. ಇದೇ ಸಮಯದಲ್ಲಿ ದೊಡ್ಡಬಳ್ಳಾಪುರದಲ್ಲಿ ಶಾಲಾ ಉಪಾಧ್ಯಾಯರಾಗಿ ತಮ್ಮ ವೃತ್ತಿಯನ್ನು ಆರಂಭಿಸಿದ ಅವರು ಬ್ರಿಟೀಷರ ಶಾಲಾ ಶಿಕ್ಷಣ ಹರಡಿದಂತೆ ಮೈಸೂರು ಸಂಸ್ಥಾನದ ವಿವಿಧ ಸ್ಥಳಗಳಲ್ಲಿ ತಮ್ಮ ಸೇವೆ ಸಲ್ಲಿಸಿದರು. ಆಲೂರು, ಚೆನ್ನರಾಯಪಟ್ಟಣ, ಹೊಳೆನರಸೀಪುರ ಮತ್ತು ಬೆಂಗಳೂರಿನಲ್ಲಿ ಉಪಾಧ್ಯಾಯರಾದ ತರುವಾಯ ಬೆಂಗಳೂರಿನಲ್ಲಿ ಶಾಲೆಗಳ ಇನ್ಸ್‌ಪೆಕ್ಟರಾಗಿ ನಿವೃತ್ತರಾದರು.

ಹೊಳೆನರಸೀಪುರದ ಕೆಲವು ಘಟನೆಗಳು ಶಾಮರಾವ್‌ರ ಕುಟುಂಬದ ಜೀವನದಲ್ಲಿ ಪ್ರಭಾವಗಳನ್ನು ಬೀರಿತಲ್ಲದೇ, ಅವರ ಜೀವನ ಮತ್ತು ಸಮಾಜ ಕುರಿತಾದ ದೃಷ್ಟಿಕೋನವನ್ನೇ ಬದಲಾಯಿಸಿತು. ಶಿಸ್ತುಬದ್ಧ ಜೀವನಶೈಲಿಯನ್ನು (ಆಗಿನ ಕಾಲದ ಉಪಾಧ್ಯಾಯರು ಮತ್ತು ತಂದೆತಾಯಂದಿರು ಹೊಂದಿದ್ದ ವಿಶೇಷ ಗುಣಗಳಂತೆ) ಅವರು ಅಳವಡಿಸಿಕೊಂಡಿದ್ದರು. ಶಾಮರಾವ್ ಕೈಯಲ್ಲಿದ್ದ ಬೆತ್ತ ಅವರು ಆಡುತ್ತಿದ್ದ ಮಾತುಗಳನ್ನು ಮೀರಿಸುವಂತಿತ್ತು. ಅವರ ಕುಟುಂಬದಲ್ಲಿ 1908ರಲ್ಲಿ ಜನಿಸಿದ ಹೆಣ್ಣುಮಗು ಸಂತೋಷ ತಂದಿತು. ತರುವಾಯ ಜನಿಸಿದ ಐದು ಗಂಡುಮಕ್ಕಳು ಸಂತೋಷವನ್ನು ಮತ್ತಷ್ಟು ವೃದ್ಧಿಸಿದವು. ಅಚ್ಚುತ ರಾವ್ ಈ ಸಂತತಿಯಲ್ಲಿ ಮೂರನೆಯವರು. ಭವಿಷ್ಯದಲ್ಲಿ ಶಿಕ್ಷಣ ಜೀವನ ನಿರೂಪಿಸಿಕೊಳ್ಳುವಲ್ಲಿ ಸಹಕರಿಸಲಿದೆ ಎಂದು ಅರಿತ ಅವರು ತಮ್ಮ ಮಕ್ಕಳಿಗೆ ಇಂಗ್ಲಿಷ್ ಶಿಕ್ಷಣವನ್ನು ಪೂರೈಸುವ ಶಾಲೆಗಳಿಗೆ ಕಳುಹಿಸಿದರು. ಅವರ ಮಗಳು ಸುಬ್ಬಮ್ಮನಿಗೆ ಚಿಕ್ಕವಯಸ್ಸಿನಲ್ಲಿ ಪ್ರಾಪ್ತವಾದ ವೈಧವ್ಯ, ತಮ್ಮ ಮಗಳ ಕರುಣಾ ಸ್ಥಿತಿ ಮತ್ತು ಸಾಮಾಜಿಕ ಒತ್ತಡಗಳು ಅವರು ಸಂಪ್ರದಾಯ ಕುರಿತ ಆಲೋಚನೆಗಳ ಧೋರಣೆಗಳು ಬದಲಾಗಲು ಕಾರಣಗಳಾದವು. ತಮ್ಮ ಮಗಳಿಗೆ ಹೆಚ್ಚು ಪ್ರಾಶಸ್ತ್ಯ ನೀಡಿದ ಅವರು, ಅವಳು ಉತ್ತಮ ಮತ್ತು ಗೌರವಯುತ ಜೀವನ ನಡೆಸಲು ತಮ್ಮ ಸಹಾಯಗಳನ್ನು ಧಾರೆ ಎರೆದರು. ತಮ್ಮ ತಂದೆ ವಾಸವಿದ್ದ ಬೆಂಗಳೂರಿಗೆ ತರುವಾಯ ಅವರು ಕುಟುಂಬವನ್ನು ಸ್ಥಳಾಂತರಿಸಿದರು. 1925ರಲ್ಲಿ ಬೆಂಗಳೂರಿಗೆ ಬಂದ ಈ ಕುಟುಂಬದ ಪ್ರಯಾಣ ತರುವಾಯ ಅವರ ಕುಟುಂಬಕ್ಕೆ ಒಂದು ಜೀವನಾಧಾರ ಕಲ್ಪಿಸಿತು. ಚಿಕ್ಕಮನೆಗಳನ್ನು ಹೊಂದಿದ್ದ, ಬಹುತೇಕ ಮಧ್ಯಮ ವರ್ಗ ಕುಟುಂಬಗಳು ವಾಸಿಸುತ್ತಿದ್ದ, ಬೆಂಗಳೂರಿನ ಸಿಟಿ ಮಾರುಕಟ್ಟೆಯಲ್ಲಿದ್ದ

ಮತ್ತು ಬ್ರಾಹ್ಮಣ ಮತ್ತು ಮಾರವಾಡಿ ಕುಟುಂಬಗಳ ಹೆಚ್ಚು ಮನೆಗಳಿದ್ದ ವಸತಿ ಪ್ರದೇಶ "ಸೀಗೆಬೇಲಿ" ಎಂದು ಹೆಸರಾಗಿತ್ತು. ಇಲ್ಲಿದ್ದ "ರಾಘವಾಲಯ" ದಲ್ಲಿ ವಾಸವಿದ್ದ ಶಾಮರಾವ್ ಮತ್ತು ಅವರ ಕುಟುಂಬ ಮಕ್ಕಳ ವಿದ್ಯಾಭ್ಯಾಸಕ್ಕೆ ಸೂಕ್ತವಾದ ಪೂರಕ ಅಂಶಗಳನ್ನು ಒದಗಿಸಿತು. ಶಾಮರಾವ್ ಈ ಅವಧಿಯಲ್ಲಿ ಗಣೇಶ ಆಂಗ್ಲೋ-ವೆರ್ನಾಕ್ಯುಲರ್ ಶಾಲೆಯ ಮುಖ್ಯೋಪಾಧ್ಯಾಯರಾದರು. ಮಕ್ಕಳು ಎಲ್ಲರೂ ಶಾಲೆಗೆ ಹೋಗುತ್ತಿದ್ದ ಸಂದರ್ಭದಲ್ಲಿ, ವಿಧವೆ ಮಗಳು ತನಗೆ ಒದಗಿದ್ದ ದುರಂತವನ್ನು ಬದಿಗಿರಿಸಿ ವೈದ್ಯಶಾಸ್ತ್ರದಲ್ಲಿ ಶಿಕ್ಷಣ ಪಡೆದುಕೊಳ್ಳುತ್ತಿದ್ದ ಸಮಯದಲ್ಲಿ ತಂದೆ ನಡೆಸುತ್ತಿದ್ದ ಸಣ್ಣ ವ್ಯಾಪಾರ ಅಭಿವೃದ್ಧಿಯಾಗುತ್ತಲಿತ್ತು. ಹೀಗಾಗಿ ಶಾಮರಾಯರು ತೃಪ್ತ ಜೀವನ ನಡೆಸುವಂತಾಯಿತು. ಹೀಗಿದ್ದರೂ, ಮುಖ್ಯೋಪಾಧ್ಯಾಯರ ಹುದ್ದೆ ಕಡಿಮೆ ಹಿರಿಮೆಯಾಗಿತ್ತು ಎಂದೇನಿಲ್ಲ. ಬೆಂಗಳೂರಿನಲ್ಲಿ 1928ರಲ್ಲಿ ಸಂಭವಿಸಿದ ಕೋಮುಗಲಭೆಗೆ ಈ ಕುಟುಂಬ ಒಂದು ಸಾಕ್ಷಿಯಾಯಿತು. ಹದಗೆಟ್ಟಿದ ಪರಿಸ್ಥಿತಿಗಳ ನಿಯಂತ್ರಣಕ್ಕೆ ಪ್ರಥಮ ಬಾರಿಗೆ ಮಿಲಿಟರಿ ನೆರವನ್ನು ಪಡೆದುಕೊಳ್ಳಲಾಯಿತು. ಲಂಡನ್ನಿನ ವೃತ್ತಪತ್ರಿಕೆಗಳು ಈ ಘಟನೆ ಕುರಿತು ವರದಿ ಮಾಡಿದವು. ಪರಮಾತ್ಮ ಗಣೇಶ ಈ ಗಲಭೆಗೆ ಮೂಕ ಸಾಕ್ಷಿಯಾದನು.

ವಿದ್ಯೆಯ ದೇವ ಮತ್ತು ಪ್ರಮುಖ ದೇವ ಎಂದೂ ಹೆಸರಾಗಿರುವ ವಿದ್ಯಾ ಗಣಪತಿಯ ಒಂದು ವಿಗ್ರಹ ಶಾಲೆಯ ಹೊರಗೆ ನಿರ್ಮಿಸಲ್ಪಟ್ಟಿದ್ದ ಒಂದು ಗೂಡಿನಲ್ಲಿ ಪ್ರತಿಷ್ಠಾಪಿಸಲಾಗಿತ್ತು. ದಾರಿಹೋಕರು ಅದರ ಮುಂದೆ ಕೆಲವು ಕ್ಷಣಗಳು ನಿಂತು ಭಕ್ತಿಯನ್ನು ಸಮರ್ಪಿಸಿ ತಮ್ಮ ಹಾದಿ ಹಿಡಿಯುತ್ತಿದ್ದರು. ಶಾಲೆಯ ಎದುರಿನ ಮನೆಯಲ್ಲಿ ನಗರದ ಮುನ್ಸಿಪಾಲಿಟಿಯ ಅಧ್ಯಕ್ಷರಾಗಿದ್ದ ಅಬ್ಬಾಸ್ ಖಾನ್ ವಾಸಿಸುತ್ತಿದ್ದರು. ವಿಗ್ರಹ ಪ್ರತಿಷ್ಠಾಪನೆ ವಿರೋಧಿಸಿದ ಅವರು ದಿವಾನರಾಗಿದ್ದ ಸರ್‌ಮಿರ್ಜಾ ಇಸ್ಮಾಯಿಲ್‌ರವರ ಅದೇಶದ ಮೇರೆಗೆ ವಿಗ್ರಹವಿದ್ದ ಆವರಣವನ್ನು ಕೆಡವಿಸಿದರು. ಇದು ಹಿಂದೂ ಭಕ್ತರಲ್ಲಿ ಚೋದಕವನ್ನು ಎಬ್ಬಿಸಿತಲ್ಲದೆ, ಕೋಮುಗಲಭೆ ಉಂಟಾಗಲು ಕಾರಣವಾಯಿತು. ಇದು ತರುವಾಯ ಭಯಾನಕ ತಿರುವು ಪಡೆದುಕೊಂಡಿತು. ಸಹಜಸ್ಥಿತಿ ಸ್ಥಾಪಿಸುವ ನಿಟ್ಟಿನಲ್ಲಿ ಪ್ರಥಮ ಬಾರಿಗೆ ಮಿಲಿಟರಿಯ ಆಗಮನಕ್ಕೂ ಅವಕಾಶ ಸೃಷ್ಟಿಸಿತು! ವಿಶ್ರಾಂತ ದಿವಾನ ಸರ್ ಎಂ ವಿಶ್ವೇಶ್ವರಯ್ಯನವರ ವಿಚಾರಣಾ ಸಮಿತಿ ನೀಡಿದ ಶಿಫಾರಸುಗಳು ಜಾಹೀರುಗೊಂಡ ತರುವಾಯ ಪರಿಸ್ಥಿತಿ ತಹಬದಿಗೆ ಬಂದಿತು! ಗಣೇಶ ತನ್ನ ಗುಡಿಗೆ ಮರಳಿದನಾದರೂ, ಶಾಮರಾವ್ ಶಾಲೆಯಿಂದ ವರ್ಗಾವಣೆಗೊಂಡರು. ಓರ್ವ ಆಂಗ್ಲ ಅಧಿಕಾರಿಯ ಹತೋಟಿಯಲ್ಲಿ ಅವರು ಶಾಲೆಗಳ ಇನ್ಸ್‌ಪೆಕ್ಟರ್‌ರಾಗಿ ತಮ್ಮ ಕೆಲಸವನ್ನು ಅಚ್ಚುಕಟ್ಟಾಗಿ ನಿರ್ವಹಿಸಿದರು.

ಶಾಮರಾವ್ ಕೆಲಸ ನಿರ್ವಹಿಸುತ್ತಿದ್ದ ಅವಧಿಯಲ್ಲಿ ಅವರ ಆಂಗ್ಲ ಮೇಲಧಿಕಾರಿ, ಶಾಮರಾವ್ ಇವರಿಗೆ ಅವರು ಪ್ರವಾಸದಲ್ಲಿ ಉಪಯೋಗಿಸುತ್ತಿದ್ದ ಚರ್ಮದ ಒಂದು ಚೀಲನೀಡಿದರು. ಅದು ಖಂಡಿತವಾಗಿಯೂ ಒಂದು ಅನರ್ಘ್ಯ ಕೊಡುಗೆ ಆಗಿತ್ತು. 1930ರ ಆಸುಪಾಸಿನಲ್ಲಿ ನಿವೃತ್ತರಾದಾಗ, ಶಾಮರಾವ್ ಅದನ್ನು ಒಲ್ಲದ ಮನಸ್ಸಿನಿಂದ ನಾಗಾವರ ರಾಮರಾವ್ (ಇನ್‌ಫೋಸಿಸ್ ಎನ್‌ಆರ್ ನಾರಾಯಣಮೂರ್ತಿಯವರ ತಂದೆ)ಗೆ ನೀಡಿದರು. ರಾಮರಾವ್ ನಿವೃತ್ತರಾದಾಗ, ಅದನ್ನು ಶಾಮರಾವರ ಸೊಸೆ ಡಿ ಎ ಸುಶೀಲಾ ಬಾಯಿಯ (ಡಿಎಸ್ ಅಚ್ಚುತರಾಯರ ಧರ್ಮಪತ್ನಿ) ಹಿರಿಯ ಸಹೋದರ ಗುಡಿಬಂಡೆ ಭೀಮರಾವ್ ನರಸಿಂಹಮೂರ್ತಿಗೆ ಆ ಚೀಲವನ್ನು ವರ್ಗಾಯಿಸಿದರು.

ಶಾಮರಾಯರ ಹಿರಿಯ ಮಗ ವೆಂಕಟಸುಬ್ಬರಾವ್ ಹವೇಲಿ ಕುಟುಂಬದ ಪ್ರಥಮ ಪದವೀಧರ ಮತ್ತು ಅಚ್ಚುತರಾವ್ ಪ್ರಥಮ ಸ್ನಾತಕೋತ್ತರ ಪದವೀಧರ. ಅವರು ಅಚ್ಚುತ ರಾವರನ್ನು ಮೈಸೂರಿಗೆ ಉನ್ನತ ಶಿಕ್ಷಣ ಪಡೆದುಕೊಳ್ಳಲು ಕಳುಹಿಸಿ, 1945ರಲ್ಲಿ ತಾವು ಮರಣಹೊಂದುವವರೆಗೂ, ಕುಟುಂಬದ ಕ್ಷೇಮಪಾಲನೆಯ ನಿಟ್ಟಿನಲ್ಲಿ ಜವಾಬುದಾರಿಗಳನ್ನು ನಿರ್ವಹಿಸಿದರು.

ತನ್ನ ಮಕ್ಕಳಿಗೆ ಉತ್ತಮ ಶಿಕ್ಷಣ ಕಲ್ಪಿಸುವ ಹಾದಿಯಲ್ಲಿ ಅವರು ಇಟ್ಟ ದಿಟ್ಟ ಹೆಜ್ಜೆ, ಸಮಾಜದ ಅನೇಕ ಓರೆಕೋರೆಗಳು ಮತ್ತು ಸಂಕಷ್ಟಗಳಿದ್ದರೂ ಅದನ್ನು ಅವರು ನಿಭಾಯಿಸಿದ ರೀತಿ, ಇದು ಅವರ ಜೀವನ ಪಯಣದ ಪ್ರಮುಖ ಘಟನೆಗಳಿಗೆ ಉದಾಹರಣೆಗಳಾಗಿವೆ. ಆತನ ಮಕ್ಕಳು ಮತ್ತು ಮೊಮ್ಮಕ್ಕಳು, ಈ ಪರಂಪರೆಯನ್ನು ಮುಂದುವರಿಸಿ ಸಮಾಜಕ್ಕೆ ತಮ್ಮದೇ ಆದ ಕೊಡುಗೆಗಳನ್ನು ನೀಡಿದರು. ಸುಬ್ಬಮ್ಮ ಕುಟುಂಬದ ಮುಖ್ಯಸ್ಥಳಾಗಿ ಜೀವಿಸಿದ್ದರೆ, ತರುವಾಯ ಇವರ ಮಗ ಪಿ ಆರ್ ನಾಗೇಂದ್ರ ಮೂರ್ತಿ 2005ರಲ್ಲಿ ಮರಣಹೊಂದುವವರೆಗೆ ಕುಟುಂಬದ ಹಿರಿಯ ಮಾರ್ಗದರ್ಶಕರಾಗಿ ನೊಗ ಎಳೆದರು. ಶಾಮರಾಯರ ಮರಣಾನಂತರ ಅವರ ಮಕ್ಕಳು ತಮ್ಮ ಆಸಕ್ತಿಯ ಸೆಳೆತದಿಂದಾಗಿ ಕೂಡು ಕುಟುಂಬದಿಂದ ಹೊರಬಂದರು. ಮೊದಲು ತುಮಕೂರಿಗೆ ವರ್ಗಾವಣೆಗೊಂಡು ನಂತರ ಮೈಸೂರಿಗೆ ಅಚ್ಚುತ್‌ರಾವ್ ಬರುವಂತಾಯಿತು.

ಇಂದು ಅವರ ಜನ್ಮಶತಮಾನವನ್ನು ಆಚರಿಸಲಾಗುತ್ತಿರುವ ದಿನದಂದು ಡಿಎಸ್ ಅಚ್ಚುತರಾವ್ ಅವರ ಕುರಿತಾದ ನೆನಪುಗಳನ್ನು ಮೆಲಕು ಹಾಕುವುದು, ಅವರು ಜನಿಸಿದ ವಂಶ ಚರಿತ್ರೆಯ ಬೇರುಗಳ ಕುರಿತ ಮಾಹಿತಿಗಳನ್ನು ಪುನರ್ ನೆನಪಿಗೆ ತಂದುಕೊಳ್ಳುವ ಕ್ರಿಯೆ ಅವರ ಜೀವನದ

ಸುಲ್ತಾನ್ ಪೇಟೆಯಲ್ಲಿರುವ ಬಾಲಕರ ಸರಕಾರಿ ಕನ್ನಡ ಮಾಧ್ಯಮ ಶಾಲೆಯಾಗಿ ಈಗ ಬದಲಾಗಿರುವ ಗಣೇಶ ಆಂಗ್ಲೋ ವರ್ನಾಕ್ಯುಲರ್ ಶಾಲೆ

ಸಮಯ ಹಾಗೂ ದಾರಿಹೋಕರನ್ನು ಗಮನಿಸುತ್ತಾ ನೆಲೆಯಾಗಿರುವ ಸರ್ವವ್ಯಾಪಿ ಗಣೇಶ

ಮೌಲ್ಯಗಳ ಕುರಿತಾದ ಅನೇಕ ಸಂಪುಟಗಳಲ್ಲಿಯೂ ವಿವರಿಸಬಹುದಾಗಿರುವ ಹಾಗೂ ಎಂದಿಗೂ ಮುಗಿಯದ ಕಥೆಯಾಗಿದೆ.

ಇಂದು, ಸೀಗೆಬೇಲಿಯಲ್ಲಿದ್ದ ಅಂದಿನ ಮನೆ ಕಾಣುವುದಿಲ್ಲ. ಮೆಟ್ರೋ ಭೂಮಿಯೊಳಗಿರುವ ರೈಲು ನಿಲ್ದಾಣದ ನಿರ್ಮಾಣಕ್ಕೆ ಗಣೇಶ ಶಾಲೆ ನಿರ್ನಾಮವಾಗಿದೆ. ಹೀಗಿದ್ದರೂ ದಾರಿಹೋಕರನ್ನು ಗಮನಿಸುತ್ತಾ ಅಲ್ಲಿ ಗಣೇಶ ಈಗಲೂ ಯಾವುದೇ ತೊಂದರೆಗಳಿಲ್ಲದೆ ಇದ್ದಾನೆ.

೩. ತಂದೆಯ ಬಲ ಮಗಳ ಏಳಿಗೆಗೆ ಬೆಂಬಲವಾದ ಕಥೆ.

ಡಾ। ಸುಬ್ಬಮ್ಮ

ಓರ್ವ ಸಾಮಾನ್ಯ ಮಹಿಳೆ ಸುಲಭದಲ್ಲಿ ಸಮಾಜದ ಕ್ರೌರ್ಯದಿಂದಾಗಿ ಮಾನಸಿಕವಾಗಿ ಜರ್ಝರಿತಳಾಗ ಬಹುದು. ಅದರೆ ಸಮಸ್ಯೆಗಳಿದ್ದಾಗ್ಯೂ ಓರ್ವ ದಿಟ್ಟ ಮಹಿಳೆ ಮಾನಸಿಕವಾಗಿ ಕಂಗೆಡೆದೆ, ತನ್ನ ಜೀವನವನ್ನು ಪುನರ್ ರೂಪಿಸಿಕೊಳ್ಳುತ್ತಾ ಹಿಂದೆಂದಿಗಿಂತಲೂ ಹೆಚ್ಚು ಸಬಲಳಾಗಲು ಸಾಧ್ಯ. ಓರ್ವ ದೃಢಸಂಕಲ್ಪದ ತಂದೆಯ ಹಿನ್ನೆಲೆಯಿದ್ದಲ್ಲಿ, ದೃಢನಿರ್ಧಾರ ಮತ್ತು ಛಲ ಅವಳಲ್ಲಿ ಮತ್ತಷ್ಟು ಪ್ರಖರವಾಗುತ್ತದೆ.

ಮಹಿಳೆಯರು ಸುಶಿಕ್ಷಿತರಾಗಿರಬೇಕು ಮತ್ತು ತನ್ಮೂಲಕ ಒಂದು ಗೌರವದ ಜೀವನವನ್ನು ನಡೆಸುವಂತಾಗಬೇಕು ಎಂಬ ಆದರ್ಶ – ಅನೇಕ ಕುಟುಂಬಗಳಲ್ಲಿ ಇರುವಂತೆ ಅಚ್ಚುತರಾವ್ ಅವರ ಕುಟುಂಬದಲ್ಲೂ ಇತ್ತು. ಇಂದಿನ ದಿನಗಳಲ್ಲಿ, ಒಂದೆಡೆ ತಮ್ಮ ಪರಿಧಿಯನ್ನು ದಾಟಿ ಬಾಹ್ಯಾಕಾಶದಲ್ಲಿ ಚಲಿಸುವಷ್ಟು ಧೈರ್ಯ ಮತ್ತು ಆತ್ಮವಿಶ್ವಾಸವುಳ್ಳ ಮಹಿಳೆಯರಿದ್ದರೆ ಮತ್ತೊಂದೆಡೆ ಇನ್ನೂ ಅವಕಾಶ ಹೀನರಾಗಿರುವ ಮಹಿಳೆಯರು ಸಬಲೀಕರಣ ಶಿಕ್ಷಣ ಮತ್ತು ಕ್ಷೇತ್ರಗಳಲ್ಲಿ ಸಮಾನಳಲ್ಲಿ ಸಮಾನತೆಯ ಹಕ್ಕುಗಳಿಗಾಗಿ ಹೋರಾಟ ನಡೆಸುತ್ತಿರುವ ಮಹಿಳೆಯರಿದ್ದಾರೆ.

ಹಿಂದೆ ಸುಮಾರು 1920ರ ದಶಕದಲ್ಲಿ, ಅಸ್ತಿತ್ವದಲ್ಲಿದ್ದ ಪದ್ಧತಿಗಳು ಮತ್ತು ರೂಢಿಗಳನ್ನು ಓರ್ವ ತಂದೆ ಧೈರ್ಯದಿಂದ ಹಿಮ್ಮೆಟ್ಟಿ ತನ್ನ ಮಗಳಿಗೆ ಉತ್ತಮ ಭವಿಷ್ಯ ರೂಪಿಸಲು ಯತ್ನಿಸಿದ್ದು, ಮತ್ತು ಆತನ ಮಗಳು ತನ್ನ ತಂದೆಯ ಈ ಆಕಾಂಕ್ಷೆಗಳಿಗೆ ಪ್ರಯತ್ನಗಳಿಗೆ ಪೂರ್ತಿಯಾಗಿ ಸ್ಪಂದಿಸಿದ್ದು ಆ ಕಾಲದ ಚಾರಿತ್ರಿಕ ಘಟನೆಯಾಗಿದೆ. ಇದಲ್ಲದೆ, ಅಚ್ಚುತರಾಯರ ಸಹೋದರಿ ಸುಬ್ಬಮ್ಮನವರ ಮತ್ತು ಅವರ ಮಾತೃ ಸಂಬಂಧಿ ಚಿಕ್ಕಮ್ಮ ಸಾವಿತ್ರಮ್ಮನವರ ಸ್ಥೈರ್ಯ ಮತ್ತು ಆತ್ಮವಿಶ್ವಾಸ ಈ ಜೀವನ ಚರಿತ್ರೆಯಲ್ಲಿ ಉಲ್ಲೇಖಿಸ ಬಹುದಾಗಿರುವ ಪ್ರಮುಖ ಅಂಶಗಳಾಗಿವೆ. ಇದು ಆ ಕುಟುಂಬವು ಪಾಲಿಸಿಕೊಂಡು ಬಂದಿದ್ದ ಮೌಲ್ಯಕ್ಕೆ ಉಜ್ಜ್ವಲ ಉದಾಹರಣೆಯಾಗಿದೆ.

ಸರಿಸುಮಾರು 1920ರ ಕಾಲದಲ್ಲಿ ಮಹಿಳೆಯರಿಗೆ ಅದರಲ್ಲೂ ಕಾಲೇಜು ಶಿಕ್ಷಣಕ್ಕೆ ಅವಕಾಶಗಳನ್ನು ಕಲ್ಪಿಸಿ ಕೊಡುವುದು ಆಗಿನ ಸಮಾಜಕ್ಕೆ ದೊಡ್ಡ ಸವಾಲೇ ಆಗಿತ್ತು. ಮಹಿಳೆಯರಿಗೆ ಅಂದು ನೀಡಬಹುದಾಗಿದ್ದ ಒಂದು ಪ್ರಮುಖ ಕೊಡುಗೆ ಶಿಕ್ಷಣವೇ ಆಗಿತ್ತು. ಶಾಲೆಯಲ್ಲಿ ಏಳು ಅಥವಾ ಎಂಟನೆ ತರಗತಿಗಳಲ್ಲಿ ಉತ್ತೀರ್ಣಗೊಳ್ಳುವುದಷ್ಟೇ ಜಗತ್ತಿನ ಅಥವಾ ಸಂಸಾರದ ಜವಾಬುದಾರಿಯನ್ನು

ಹೊರಲು ಅವಶ್ಯವಾಗಿರುವ ಅರ್ಹತೆಗಳೆಂದು ಭಾವಿಸಲಾಗಿತ್ತು. ಮುಂದೆ ಹೇಗೂ ಅವಳು ವಿವಾಹದ ನೊಗಕ್ಕೆ ಹೆಗಲನ್ನು ನೀಡಿ ಬಂಡಿಯ ಭಾರ ಹೊತ್ತು ಕೊಳ್ಳುವವಳು ಎಂದು ಅವಳನ್ನು ಪರಿಭಾವಿಸಲಾಗುತ್ತಿತ್ತು. ಹೊಳೆನರಸೀಪುರದ ಪ್ರೌಢಶಾಲೆಯ ಮುಖ್ಯೋಪಾಧ್ಯಾಯರಾಗಿದ್ದ ದೊಡ್ಡಬಳ್ಳಾಪುರ ಶಾಮರಾವ್ ತಮ್ಮ ಒಬ್ಬಳೇ ಮಗಳಾಗಿದ್ದ ಸುಬ್ಬಮ್ಮನ (ಹನ್ನೆರಡು ವರ್ಷ ಪ್ರಾಯದವಳು) ವಿವಾಹ ಏರ್ಪಡಿಸಲು ನಿರ್ಧರಿಸಿದರು. ತಮ್ಮ ಕೈಕೆಳಗೆ ಉಪಾಧ್ಯಾಯರಾಗಿ ಸೇವೆ ಸಲ್ಲಿಸುತ್ತಿದ್ದ ಪೊನ್ನತಪುರ ರಾಘವೇಂದ್ರರಾವ್ ಅರ್ಹ ಮದುಮಗನಾಗಿ ಅವರಿಗೆ ದೊರೆತರು. ಆ ದಿನಗಳಲ್ಲಿನ ಸಂಪ್ರದಾಯದಂತೆ, ಈ ಚಿಕ್ಕಪ್ರಾಯದ ಹುಡುಗಿ ಪ್ರಾಯ ಭರಿತಳಾಗುವ ಮುನ್ನವೇ ವಿವಾಹವಾದಳು. ಪ್ರಾಯಕ್ಕೆ ಬಂದೊಡನೆ ತನ್ನ ಗಂಡನೊಂದಿಗೆ ಸಂಸಾರ ಹೂಡಿದ ಅವಳು, ಒಂದು ವರ್ಷದಲ್ಲೇ ಮೊದಲ ಮಗುವಿನ ಹೆರಿಗೆಗೆ ತನ್ನ ತಂದೆಯ ಮನೆಗೆ ಬಂದಳು. ಕುಟುಂಬದ ಉತ್ತರಾಧಿಕಾರಿಯ ಆಗಮನ ಅವರಿಗೆ ಕ್ಷಣಮಾತ್ರ ಸಂತೋಷ ನೀಡಿತು, ಮಗು ಜನಿಸಿದ ಎಂಟು ತಿಂಗಳಲ್ಲಿ ಸುಬ್ಬಮ್ಮ ತನ್ನ ಗಂಡನನ್ನು ನ್ಯುಮೋನಿಯಾ ಪಿಡುಗಿನಿಂದ ಕಳೆದುಕೊಂಡಳು. ತನಗೆ ಒದಗಿದ ಈ ದುರ್ಗತಿಯಿಂದ ಚೇತರಿಸಿಕೊಳ್ಳುವ ಮೊದಲೆ, ನವ ಶಿಶುವಿನ ಜನನ (ಆಶ್ಲೇಷ ನಕ್ಷತ್ರದಲ್ಲಿ ಮಗು ಜನಿಸಿದೆ) ಅವಳ ಗಂಡನಿಗೆ ಅನಿಷ್ಟಕರವಾಯಿತು ಎಂದು ಅವಳನ್ನು ಅವಳ ಮಾವನ ಮನೆಯಿಂದ ಹೊರಹಾಕಲಾಯಿತು. ಹದಿನಾರು ವರ್ಷದ ಎಳೇ ಪ್ರಾಯದ ತಾಯಿ ತನ್ನ ಮಗುವಿನೊಂದಿಗೆ ತಂದೆಯ ಮನೆಗೆ ಮಾನಸಿಕ ಶಾಂತಿಯನ್ನು ಅರಸಿ ಹಿಂದುರಿಗಿದಳು, ಆದರೂ ಸಮಾಜ ಅವಳ ಮನ:ಶಾಂತಿ ಮುಂದುವರಿಯಲು ಆಸ್ಪದ ಮಾಡಿಕೊಡಲಾರದೆ ಹೋಯಿತು. ಹೊಳೇನರಸೀಪುರದಲ್ಲಿನ ಪಂಚಾಯಿತು ಸ್ಥಳೀಯ ಕಟ್ಟಳೆ ಮತ್ತು ಕಾನೂನಿನಂತೆ ಅವಳು ತನ್ನ ಕೇಶಮುಂಡನ ಮಾಡಿಕೊಂಡು, ಜಗತ್ತಿನ ಸರ್ವ ವ್ಯವಹಾರಗಳಿಂದ ವಿಮುಖಳಾಗಿ ವಿಧವೆಯ ರಿಕ್ತಜೀವನ (ಒಂಬತ್ತು ಮೊಳ ಉದ್ದದ ಕೆಂಪುಸೀರೆ ತೊಟ್ಟು, ಬೋಳಿಸಿದ ತನ್ನ ತಲೆಯನ್ನು ಸೀರೆಯಿಂದ ಮುಚ್ಚಿ, ರವಿಕೆಯನ್ನು ತೊಡದೆ ಒಪ್ಪತ್ತು ಆಹಾರ ಸ್ವೀಕರಿಸುವಿಕೆ) ನಡೆಸುವಂತೆ ಆಜ್ಞಾಪಿಸಿತು. ಒಂದು ಎಳೆಯ ಜೀವ ಈ ರೀತಿಯಲ್ಲಿ ಮುರುಟಿ ಹೋಗುವುದನ್ನು ಸಹಿಸದ ಅವಳ ತಂದೆಯ ಹೃದಯ ಇದರಿಂದಾಗಿ ಬಹು ಚಡಪಡಿಸಿತು. ಪಂಚಾಯಿತಿ ವಿಧಿಸಿದ್ದ ಕಟ್ಟುಗಳ ಒತ್ತಡಕ್ಕೆ ಬೆದರದ ಅವರು, ಈ ನಿಟ್ಟಿನಲ್ಲಿ ಕುಟುಂಬದವರ ಮತ್ತು ಅನ್ಯರ ವಿರೋಧಗಳನ್ನು ಕಟ್ಟಿಕೊಳ್ಳುವಂತಾಯಿತು. ಇದರ ಫಲವಾಗಿ ಅವರ ಕುಟುಂಬಕ್ಕೆ ಬಹಿಷ್ಕಾರ ಹಾಕಲಾಯಿತು.ಹಳ್ಳಿಯನ್ನು ತೊರೆದು ಹೋಗುವಂತೆ, ಜಾತಿ ಬಾಂಧವರು ಅವರನ್ನು ಬಹಿಷ್ಕರಿಸಿ ಅವರಿಗೆ ಅನ್ನ ಮತ್ತು ನೀರು ಯಾರೂ ನೀಡಬಾರದೆಂದು ತೀರ್ಮಾನಿಸಲಾಯಿತು. ಓರ್ವ ಮಹಿಳೆ ಅನುಭವಿಸಲಿರುವ ಕಷ್ಟಗಳು ಮತ್ತು ಸಮಸ್ಯೆಗಳನ್ನು ಅರಿತ ಶಾಮರಾವ್ ತೀರಾ ನೊಂದರು. ವಿಧಿ ಅವಳಿಗೆ ಕೇಡು ಬಯಸಿದ್ದರೂ, ಅವಳು ತನ್ನ ಕಾಲಮೇಲೆ ತಾನು ನಿಲ್ಲುವುದಕ್ಕೆ, ಅವಳನ್ನು ಸ್ವಾವಲಂಬಿಯನ್ನಾಗಿ ಮಾಡುವುದಕ್ಕೆ ಶಿಕ್ಷಣ ಸಹಕರಿಸಲಿದೆ ಎಂದು ನಿರ್ಧರಿಸಿ ಆ ನಿಟ್ಟಿನಲ್ಲಿ ಮುಂದುವರಿದರು.

ವರ್ಗಾವಣೆ ಬಯಸಿದ ಶಾಮರಾವ್ ತಮ್ಮ ಪತ್ನಿ ಮತ್ತು ಆರು ಮಕ್ಕಳೊಂದಿಗೆ ಬೆಂಗಳೂರಿಗೆ ಬಂದರು. ಅಲ್ಲಿ ಅವರ ತಂದೆ ವಾಸವಿದ್ದರು. ತಮ್ಮ ಮಗಳ ಜೀವನವನ್ನು ಸುಧಾರಿಸುವ ಮೂಲಕ ಅವಳಲ್ಲಿ ಆತ್ಮವಿಶ್ವಾಸ ಮೂಡಿಸುವುದು ಅವರ ಪ್ರಥಮ ಆದ್ಯತೆಯಾಗಿತ್ತು. ಅಲ್ಲಿ ಮೈಸೂರು

ಮೆಡಿಕಲ್ ಕಾಲೇಜಿಗೆ ಸುಬ್ಬಮ್ಮನನ್ನು ವಿದ್ಯಾಭ್ಯಾಸಕ್ಕೆ ದಾಖಲಿಸಿದರು. ಅವಳು ವೈದ್ಯಕೀಯ ಶಿಕ್ಷಣವನ್ನು ಪೂರೈಸಿ ಲೈಸೆನ್ಸ್‌ಡ್ ಮೆಡಿಕಲ್ ಪ್ರೊಫೆಷನಲ್ (ಎಲ್‌ಎಮ್‌ಪಿ) ತೇರ್ಗಡೆ ಹೊಂದಿ ವೈದ್ಯಕೀಯ ಚಿಕಿತ್ಸಕೆಯಾಗಿ ತನ್ನ ಉದ್ಯೋಗ ರೂಪಿಸಿಕೊಂಡಳು. ಆಗಿನ ಮೈಸೂರು ರಾಜ್ಯದಲ್ಲಿ ಇವಳು ಎರಡನೆ ಮಹಿಳಾ ಡಾಕ್ಟರ್ ಎಂದು ಹೆಸರಾದಳು. ಹೆರಿಗೆ ವಿಷಯ ಕುರಿತು ಅವಳು ಪರಿಣತಿ ಪಡೆದಳಲ್ಲದೆ, ತನ್ನ ಕಾಲದ ಹೆಚ್ಚು ಬೇಡಿಕೆ ಹೊಂದಿದ್ದ ಪ್ರಸವಶಾಸ್ತ್ರಜ್ಞೆಯಾಗಿದ್ದಳು. ವರ್ಗಾವಣೆಗಳ ಕಾಲದಲ್ಲಿ ಪ್ರತಿಯೊಂದು ಹಳ್ಳಿಗೂ ಕಾರ್ಯ ನಿಮಿತ್ತಭೇಟಿ ನೀಡುತ್ತಿದ್ದ ಅವಳು, ಮಕ್ಕಳನ್ನು ಹೆರಲಿರುವ ತಾಯಂದಿರಿಗೆ ಆಶಾಕಿರಣವಾದಳು. ಸರ್ಕಾರದ ನಿಯಮಾವಳಿಯಡಿ ಸೇವಾ ನಿವೃತ್ತಿ 58 ವರ್ಷ ನಿಗದಿಪಡಿಸಲಾಗಿದ್ದರೂ ತನ್ನ ಸೇವಾ ತತ್ಪರತೆಯಿಂದ ಡಾ.ಸುಬ್ಬಮ್ಮನವರ ದಕ್ಷತೆಯನ್ನು ಪರಿಗಣಿಸಿದ ಸರ್ಕಾರ ಅವಳ ಸೇವೆಯನ್ನು ಮತ್ತೆ ಎಂಟು ವರ್ಷ ವಿಸ್ತರಿಸಿತು. ಇದು ಸಾಧಾರಣ ಸಾಧನೆಯೇನಲ್ಲ! ಇವಳ ಶುಶ್ರೂಷೆಯಿಂದ ಜನಿಸಿದ ನೂರಾರು ನವಜಾತ ಶಿಶುಗಳು ತಮ್ಮ ತಾಯಂದಿರ ಮಡಿಲಲ್ಲಿ ಬೆಚ್ಚನೆಯ ಅಪ್ಪುಗೆಯಲ್ಲಿ ತೊಡೆಯ ಮೇಲೆ ಪವಡಿಸುವಂತಾಯಿತು. ತನ್ನ ಐದು ಕಿರಿಯ ಸಹೋದರರಿಗೆ ಮಾರ್ಗದರ್ಶಿ ಮತ್ತು ದಾರಿದೀಪವಾಗಿದ್ದ ಡಾ. ಸುಬ್ಬಮ್ಮ, ಅವರಿಗೆ ಎರಡನೇ ತಾಯಿಯಾದಳು. 1980ರಲ್ಲಿ ತಾನು ಮರಣ ಹೊಂದುವವರೆಗೂ ಕುಟುಂಬದ ಸಾರಥ್ಯವನ್ನು ಸಮರ್ಪಕವಾಗಿ ನಿಭಾಯಿಸಿದಳು. ಧೀಶಕ್ತಿ, ಬದ್ಧತೆ ಮತ್ತು ಇಚ್ಛಾಶಕ್ತಿಯ ಒಂದು ಪರಂಪರೆಯನ್ನು ಕುಟುಂಬದಲ್ಲಿ ಪ್ರಾರಂಭಿಸಿದ ಶ್ರೇಯಸ್ಸು ಅವಳಿಗೆ ನಿಜವಾಗಿಯೂ ಸಲ್ಲುತ್ತದೆ.

4. ನಿಮ್ಮ ಜೀವನದ ಲಗಾಮು ನಿಮ್ಮ ಕೈಯಲ್ಲೇ ಇರಲಿ

ಅಕ್ಕರೆಯಿಂದ ಚಿಕ್ಕಮ್ಮ ಎಂದು ಕರೆಯಲ್ಪಡುತ್ತಿದ್ದ ಸಾವಿತ್ರಮ್ಮ, ಎಡದಿಂದ ಮೊದಲನೆಯವರು

ಆಗಿನ ಕಾಲದ ದಮನಕಾರಿ ಧಾರ್ಮಿಕ ವಿಧಿ ವಿಧಾನಗಳಿಂದ ತಮ್ಮನ್ನು ರಕ್ಷಿಸಿಕೊಳ್ಳುವಲ್ಲಿ ಅನೇಕರು ವಿಫಲರಾದರೂ, ಕೆಲವರಾದರೂ ಇವುಗಳಿಂದ ಪಾರಾಗಿ ಹೊರಬರುವಲ್ಲಿ ಅದೃಷ್ಟವಂತರಾದರು! ಶಾಮರಾಯರ ಪತ್ನಿ ವೆಂಕಟಲಕ್ಷ್ಮಮ್ಮನ ಸಹೋದರಿ ಸಾವಿತ್ರಮ್ಮ ಬಾಲ್ಯ ವಿಧವೆಯಾಗಿ ಅನೇಕ ಅಸಂಬದ್ಧ ಪರಂಪರೆಗಳಿಗೆ ತುತ್ತಾಗಿ ನತದೃಷ್ಟಳೆನಿಸಿ, ಬಲವಂತವಾಗಿ ಕೇಶಮುಂಡನಕ್ಕೆ ಒಳಗಾಗಿ ತನ್ನ ಜೀವನದುದ್ದಕ್ಕೂ ಜಾತಿಬಾಹಿರ ಎನಿಸಿದಳು. ಅವಳು ತನ್ನ ಮಡಿಲಿನಲ್ಲಿದ್ದ ದುಃಖಗಳನ್ನು

ಮರೆಮಾಚಿ, ಶಾಮರಾಯರ ಕುಟುಂಬಕ್ಕೆ ಒಂದು ಆಧಾರಸ್ಥಂಭವಾಗಿ ಜೀವನತೇಯ್ದ ಸಾಹಸಿ ಮಹಿಳೆ ಎಂದೂ ಹೆಸರಾದಳು. ಅಚ್ಚುತರಾಯರು, ಮೈಸೂರಿನ ಮಹಾರಾಜ ಕಾಲೇಜಿಗೆ ಇತಿಹಾಸದಲ್ಲಿ ಬಿಎ ತರಗತಿಗೆ ದಾಖಲಾಗಲು ಅಪೇಕ್ಷಿಸಿದರು. ಆಗ ಶಾಮರಾವ್ ಚಿಕ್ಕಮ್ಮನೆಂದು ಕರೆಯಿಸಿಕೊಳ್ಳುತ್ತಿದ್ದ ಸಾವಿತ್ರಮ್ಮನನ್ನು ಮೈಸೂರಿಗೆ ತೆರಳಿ ಅಚ್ಯುತನಿಗೆ ಸಹಾಯ ನೀಡುವಂತೆ ಕೇಳಿಕೊಂಡರು. ಇದಕ್ಕೆ ಸಮ್ಮತಿಸಿದ ಅವಳು ಮೈಸೂರಿಗೆ ಹೊರಟು ನಿಂತಳು. ಸಂತೋಷದಿಂದ ಮೈಸೂರಿಗೆ ಅವಳು ಬಂದಿದ್ದು ಡಿಎಸ್‌ಎಗೆ ಸಹಾಯವಾಯಿತು. ಅವಳ ವಾಸ್ತವ್ಯ ಆತನಿಗೆ ತನ್ನ ಮನೆಯ ವಾತಾವರಣವನ್ನು ಮತ್ತೊಮ್ಮೆ ನೆನಪಿಸಿತು. ನಂತರ ಸಾವಿತ್ರಮ್ಮ, ಡಾ.ಸುಬ್ಬಮ್ಮನೊಂದಿಗೆ ಅವಳು ವರ್ಗಾವಣೆಯಾದ ಪ್ರತಿಯೊಂದು ಸ್ಥಳಕ್ಕೂ ಅವಳೊಂದಿಗೆ ಹೋದಳು.

ಸಾವಿತ್ರಮ್ಮನ ಪಾತ್ರ ಕೇವಲ ಕ್ಷೇಮಪಾಲನೆ ಕೆಲಸಕ್ಕೆ ಮಾತ್ರ ಸೀಮಿತವಾಗಿರಲಿಲ್ಲ. ಆಕೆಯ ಗಂಡ ಅಮೀಲುದಾರನಾಗಿದ್ದು, ಕುದುರೆಯ ಮೇಲೆ ಕುಳಿತು ಮನೆಯಿಂದ ಮನೆಗೆ ಕಂದಾಯ ಸಂಗ್ರಹಣೆಗಾಗಿ ಹೋಗುತ್ತಿದ್ದನು. ಆತನ ಮರಣಾ ನಂತರ, ಯಾವುದೇ ರೀತಿಯ ಸಾಮಾಜಿಕ ಒತ್ತಡಗಳಿಗೆ ಮಣಿಯದೆ ತನ್ನ ಸಾಮರ್ಥ್ಯ ಬೇರೆ ಯಾವುದೇ ಸಾಮಾನ್ಯ ಮಹಿಳೆಯ ಸಾಮರ್ಥ್ಯಕ್ಕಿಂತ ಕೀಳೇನಲ್ಲ ಎಂದು ಪ್ರದರ್ಶಿಸಿದಳು. ಮೇಲಧಿಕಾರಿಗಳ ಬಳಿಗೆ ತೆರಳಿದ ಅವಳು ತನ್ನ ಗಂಡ ನಿರ್ವಹಿಸಿದ್ದ ಪದವಿ ತನಗೆ ನೀಡುವಂತೆ ಕೋರಿಕೊಂಡಳು. ಅಧಿಕಾರಿಗಳು ಅವಳ ಕೋರಿಕೆಗೆ ಆಶ್ಚರ್ಯಚಕಿತರಾಗಿ, ಈ ಪದವಿಗೆ ಕುದುರೆ ಸವಾರಿ ಅರ್ಹತೆ ಅಗತ್ಯವಿರುವುದನ್ನು ಮನಗಂಡು ಅವಳ ಕೋರಿಕೆಯನ್ನು ತಿರಸ್ಕರಿಸಿದರು. ಆಗ ಅವಳಿಗೆ ಕುದುರೆ ಸವಾರಿ ಬರುತ್ತಿರಲಿಲ್ಲ."ಆದರೆ, 'ತಾಳಿ! ನಾನು ಅದನ್ನು ಮಾಡಲಾರೆ ಎಂದು ನೀವು ಹೇಗೆ ಆಲೋಚಿಸುತ್ತೀರಾ? ಅವಕಾಶ ನೀಡಿದಲ್ಲಿ ನಾನು ನನ್ನ ಸಾಮರ್ಥ್ಯ ತೋರಿಸಬಲ್ಲೆ'" ಎಂದು ಅವಳು ಹಿರಿಯ ಅಧಿಕಾರಿಗಳಿಗೆ ತಿಳಿಸಿದಳು. ಬಹುಬೇಗನೆ ಕುದುರೆ ಸವಾರಿಯಲ್ಲಿ ಪಳಗಿದಳು. ಒಂಬತ್ತು ಮೊಳ ಸೀರೆಯನ್ನು ಉಟ್ಟು ತಲೆಯಿಂದ ಉಂಗುಷ್ಠದವರೆಗೆ ತನ್ನನ್ನು ಮುಚ್ಚಿಕೊಂಡ, ಎಗರಿ ಕುದುರೆಯನ್ನು ಏರುವ, ರಸ್ತೆಗಳಲ್ಲಿ ಕುದುರೆಯನ್ನು ಓಡಿಸುವ ಮತ್ತು ಸಮಸ್ತ ಅಧಿಕಾರಗಳೂ ತನ್ನಲ್ಲಿವೆ ಎಂದು ಪರಿಭಾವಿಸಿ ಪ್ರತಿಯೊಂದು ಮನೆಗಳಿಂದ ಕಂದಾಯ ಸಂಗ್ರಹಿಸುವ ಮಹಿಳೆಯನ್ನು ನೀವು ಊಹಿಸಬಲ್ಲಿರಾ? ತನ್ನನ್ನು ತೀಕ್ಷ್ಣವಾಗಿ ಗಮನಿಸುವ ದೃಷ್ಟಿಗಳನ್ನಾಗಲಿ ಅಥವಾ ತನ್ನ ಪ್ರಯತ್ನಗಳನ್ನು ಬೆರಗಿನಿಂದ ನೋಡುವ ಕಣ್ಣುಗಳನ್ನು ಅವಳು ಗಮನಿಸಿದಳೆ? ಕುದುರೆಯ ಲಗಾಮಿನ ನಿಯಂತ್ರಣ ಅರಿತ ಅವಳು ತನ್ನ ಜೀವನದ ಪಯಣವನ್ನು ನಿರ್ಧರಿಸಿದಳು. ಡಾ.ಸುಬ್ಬಮ್ಮನ ಧೈರ್ಯ ಮತ್ತು ಶಾಮರಾಯರ ಸಹಕಾರ ನಿಜವಾಗಿಯೂ ಈ ಮಹಿಳೆಗೆ ಪ್ರೇರಣೆಗಳಾದವು. ಆ ಮಹಿಳೆ ಸಮಾಜಕ್ಕೆ ಹೀಗೆ ಉತ್ತರಿಸಿದಳು: ""ನೀವು ನನ್ನ ರೂಪವನ್ನ ಬದಲಾಯಿಸ ಬಹುದು ಅಥವಾ ನನ್ನ ಹಕ್ಕುಗಳನ್ನು ಕಿತ್ತುಕೊಳ್ಳಬಹುದು. ಆದರೆ ನನ್ನ ಸಾಮರ್ಥ್ಯದ ಹಿನ್ನೆಲೆಯಲ್ಲಿನ ಧೈರ್ಯ ಅಥವಾ ಏನನ್ನಾದರೂ ಸಾಧಿಸಬೇಕೆನ್ನುವ ನನ್ನ ಛಲವನ್ನು ನನ್ನಿಂದ ಕಸಿದುಕೊಳ್ಳಲಾಗದು.""

ತನ್ನ ಸಹೋದರಿಯ ಅಸೌಖ್ಯದ ಕಾಲದಲ್ಲಿ ಶಾಮರಾಯರ ಮಕ್ಕಳನ್ನು ಪಾಲಿಸಿದ ಸಾವಿತ್ರಮ್ಮ ಪ್ರತಿದಿನ ಮಕ್ಕಳನ್ನು ಮನೆಯಿಂದ ಶಾಲೆಗೆ, ಮತ್ತೆ ಮನೆಗೆ ಕರೆತರುವ ಜವಾಬುದಾರಿ ನಿರ್ವಹಿಸಿ ಮಕ್ಕಳು ಪ್ರಾಥಮಿಕ ಶಿಕ್ಷಣ ಪಡೆಯುವಲ್ಲಿ ಶ್ರಮಿಸಿದಳು. ಕುದುರೆಯನ್ನು ಪಳಗಿಸಿದ ಕೀರ್ತಿಗೆ

ಭಾಜನಳಾದದ್ದು ಮಾತ್ರವಲ್ಲದೆ ತನ್ನ ಸೋದರ ಸಂಬಂಧಿಯ ಇಬ್ಬರು ಮಕ್ಕಳ ಚೇಷ್ಟೆಗಳನ್ನು ನಿಯಂತ್ರಿಸಿದಳು.ಮಕ್ಕಳಾದ ವ್ಯಾಸರಾವ್ ಮತ್ತು ಸುಬ್ಬರಾವ್ ಇವರು ಸರಿಯಾದ ಹಾದಿಯಲ್ಲಿ ಹೋಗುವಂತೆ ಮಾರ್ಗದರ್ಶನ ನೀಡಿ ಅವರು ಪ್ರೌಢಶಾಲಾ ಪರೀಕ್ಷೆಯಲ್ಲಿ ತೇರ್ಗಡೆಯಾಗಲು ಶ್ರಮವಹಿಸಿದಳು.

ದೈಹಿಕ ಆರೋಗ್ಯದ ಮೇಲೆ ಸಮಸ್ಯೆಗಳು ಮತ್ತು ಒತ್ತಡಗಳು ಕಂಡು ಬಂದರೆ, ಅದು ಓರ್ವ ವ್ಯಕ್ತಿಯ ಜೀವನದ ಮೇಲೆ ಋಣಾತ್ಮಕ ಪ್ರಭಾವಗಳನ್ನು ಬೀರುತ್ತವೆ. ಆದರೆ ಸಾವಿತ್ರಮ್ಮ ಇವೆಲ್ಲವನ್ನು ಧಿಕ್ಕರಿಸಿ ಒಂದು ನೂರು ವರ್ಷಗಳ ಆರೋಗ್ಯಕರ ತುಂಬುಜೀವನ ನಡೆಸಿದಳು. ಅವಳು ಇಚ್ಛಿಸಿದ್ದಲ್ಲಿ.ಇನ್ನು ಹೆಚ್ಚು ವರ್ಷಗಳು ಬದುಕಬಹುದಾಗಿತ್ತು. ಎಳೆವಯಸ್ಸಿನ ಮತ್ತು ವಯಸ್ಸಾಗಿದ್ದ ಅನೇಕ ತನ್ನ ಬಂಧುಗಳು ಮತ್ತು ಆಪ್ತೇಷ್ಟರ ಮರಣವನ್ನು ಅವಳು ಕಂಡಿದ್ದರೂ, ಜೀವನದ ಸಂಪೂರ್ಣ ಸಾರ್ಥಕ್ಯದ ಅನುಭವಗಳು ಅವಳಿಗೆ ಮನದಟ್ಟಾಗಿದ್ದವು. ಅವಳ ಕುಟುಂಬ ಅವಳ ಜನ್ಮ ಶತಮಾನವನ್ನು ಆಚರಿಸುವ ಸಿದ್ಧತೆಯಲ್ಲಿ ತೊಡಗಿದಾಗ, ಉಪವಾಸ ವ್ರತ ಹಿಡಿದ ಅವಳು ಸ್ವಲ್ಪ ತರುವಾಯ ಮರಣ ಹೊಂದಿದಳು. ಮರಣದಲ್ಲಿಯೂ ಕೂಡಾ ಅವಳು ತನ್ನ ಆಯ್ಕೆಯನ್ನು ವಿಧಿಗೆ ತಿಳಿಸಿದ್ದಳೇನೋ?

ಮಾರ್ಗದರ್ಶಿ ಬೆಳಕಾಗಿದ್ದ ಶಾಮರಾವ್ ಶಿಕ್ಷಣದ ಪ್ರಾಮುಖ್ಯತೆಯನ್ನು ಅರಿತರು. ಮಕ್ಕಳು ತಮ್ಮ ಜೀವನ ರೂಪಿಸಿ ಕೊಳ್ಳುವುದಕ್ಕೆ ಅವರಿಗೆ ಶಿಕ್ಷಣ ನೀಡುವ ಮೂಲಕ ಪ್ರೋತ್ಸಾಹಿಸಿದರು. ಅವರು ನಿಜವಾಗಿಯೂ ಓರ್ವ ಜೀವಂತ ಉದಾಹರಣೆಯಾಗಿದ್ದು, ಡಿಎಸ್‌ಎ ಅವರನ್ನು ಪ್ರತಿಯೊಂದು ವಿಷಯದಲ್ಲಿ ಅನುಸರಿಸಿ ತಮ್ಮ ಹಿರಿಯ ಮಗಳು ಲತ ದಂತವಿಜ್ಞಾನ ಕ್ಷೇತ್ರದಲ್ಲಿ ಬೆಂಗಳೂರಿನಲ್ಲಿ ಶಿಕ್ಷಣ ಪಡೆಯುವಂತೆ ಪ್ರೋತ್ಸಾಹಿಸಿ, ಕುಟುಂಬದಿಂದ ದೂರವಿದ್ದು ತನ್ನ ಜೀವನವನ್ನು ತಾನೇ ರೂಪಿಸಿಕೊಂಡು ಶಿಸ್ತಿನ ವ್ಯಕ್ತಿತ್ವ ಬೆಳೆಯಿಸಿಕೊಳ್ಳಲು ಕಾರಣರಾದರು.

ಪ್ರತಿಯೋರ್ವ ಯಶಸ್ವಿ ಮಗಳ ಹಿನ್ನೆಲೆಯಲ್ಲಿ ಓರ್ವ ಧೀಮಂತ ತಂದೆಯಿರುತ್ತಾನೆ ಅಥವಾ ತಂದೆಗೆ ಸಮಾನರಾದ ವ್ಯಕ್ತಿಗಳಿರುತ್ತಾರೆ ಎಂಬ ಹೇಳಿಕೆಯಲ್ಲಿ ಸತ್ಯವಿರುವುದು ನಿಜಕ್ಕೂಆಶ್ಚರ್ಯವೇನಲ್ಲ.

5. ಪ್ರೊಫೆಸರ್ ಅಚ್ಯುತರಾವ್‌ರ ಕಾಲದ ಮಹಾರಾಜ ಕಾಲೇಜು – ಎಸ್ ಷಟ್ಟರ್

ಮೈಸೂರಿನಲ್ಲಿ ರೈಲು ಕೊನೆಗೂ ನಿಂತಾಗ ಬೇಸಿಗೆ ತನ್ನ ಕಾವನ್ನು ತೋರಿಸುತ್ತಿತ್ತು. ಅದು ಜೂನ್ ತಿಂಗಳ ಕೊನೆಯ ಒಂದು ದಿನ. ಈ ಸಮಯದಲ್ಲಿ ರೈಲು ನಿಲ್ದಾಣದಲ್ಲಿ ಒಂದು ಬೆಳಿಗ್ಗೆ ತಂಗಾಳಿ ಬೀಸುತ್ತಿತ್ತು. ರೈಲಿನಿಂದ ಇಳಿದ ನಾನು ನನ್ನ ಹಿರಿಯ ಸ್ನೇಹಿತ ಹಿಂದೆ ವಾಸಿಸುತ್ತಿದ್ದ ಒಂಟಿಕೊಪ್ಪಲಿನಲ್ಲಿದ್ದ ಒಂದು ಬಾಡಿಗೆ ಮನೆಗೆ ಜಟಕಾಗಾಡಿಯಲ್ಲಿ ತಲುಪಿದೆ. ವಿದ್ಯಾರ್ಥಿ ನಿಲಯಕ್ಕೆ ವಾಸ್ತವ್ಯವನ್ನು ಬದಲಾಯಿಸುವ ಮುನ್ನ ಒಂದು ತಿಂಗಳು ಇಲ್ಲಿ ವಾಸವಿದ್ದೆ.

ಹೊಸಪೇಟೆಯಲ್ಲಿನ ಮುನಿಸಿಪಲ್ ಪ್ರೌಢಶಾಲೆಯಲ್ಲಿ ಆರು ವರ್ಷ ತರುವಾಯ ಬಳ್ಳಾರಿಯ ಒಂದು ಸಭ್ಯ ಖಾಸಗೀ ಕಾಲೇಜಿನಲ್ಲಿ ಎರಡು ವರ್ಷಗಳ ಶಿಕ್ಷಣ ಪೂರೈಸಿದ್ದ ನನಗೆ ಮೈಸೂರಿನ ಮಹಾರಾಜ ಕಾಲೇಜಿಗೆ ಪ್ರವೇಶ ಪಡೆದಿದ್ದು ಕನಸು ನನಸಾಗಿತ್ತು. 1955ರಲ್ಲಿ ಮೂರು ವರ್ಷ ಅವಧಿಯ ಆನರ್ಸ್ ತರಗತಿಗೆ ಪ್ರವೇಶ ಪಡೆದು, 1958ರಲ್ಲಿ ಅದನ್ನು ಪೂರ್ಣಗೊಳಿಸಿ, 1958–1959ರಲ್ಲಿ ಒಂದು ವರ್ಷದ ಎಂಎ ಪದವಿಗೆ ದಾಖಲಾದೆನು. ಮೈಸೂರನ್ನು ತ್ಯಜಿಸಿ ಧಾರವಾಡದಲ್ಲಿ ನೆಲೆಸುವ ಮುನ್ನ ಒಂದು ವರ್ಷ ಈ ಕಾಲೇಜಿನಲ್ಲಿ ಉಪನ್ಯಾಸ ವೃತ್ತಿಯನ್ನು ಕೈಗೊಂಡಿದ್ದೆನು.

ಅರವತ್ತು ವರ್ಷಗಳು ಸಂದಿದ್ದರೂ, ಆ ಐದು ವರ್ಷಗಳ ಕುರಿತು ನನ್ನ ನೆನಪುಗಳು, ವಿದ್ಯಾರ್ಥಿ ಮತ್ತು ಅಧ್ಯಾಪಕನಾಗಿ ಇನ್ನು ಹಸಿರಾಗಿವೆ.

ಮಹಾರಾಜ ಕಾಲೇಜು ಎರಡು ಅಂತಸ್ತುಗಳ ಒಂದು ಭವ್ಯ ಕಟ್ಟಡ. ಅದರ ಎತ್ತರವಾದ ಕಮಾನುಗಳು, ಪೇಲ ಹಳದಿ ಬಣ್ಣಹೊಂದಿದ್ದ ಗೋಡೆಗಳು, ನಾಲ್ಕು ಮೂಲೆಗಳಲ್ಲಿನ ಕಂದು–ಕೆಂಪು ಮಿಶ್ರಿತ ಗೋಪುರಗಳು, ಭವ್ಯವಾದ ಎರಡು ಮಹಡಿಗಳ ಪ್ರಾಂಗಣ, ಅಗಲವಾದ ಮರದ ಅಟ್ಟಣಿಗೆಗಳು, ಎರಡು ವಿಭಿನ್ನ ಅಂತರ ಮತ್ತು ದಿಕ್ಕುಗಳಲ್ಲಿರುವ ಮತ್ತು ಒಳಾಂಗಣಕ್ಕೆ ಹೊಂದಿಕೊಂಡಂತೆ ರಚನೆಯಾಗಿರುವ ಎರಡು ದೊಡ್ಡ ಪ್ರೇಕ್ಷಕ ಅಂಗಣಗಳು, ವಿಶಾಲವಾದ ಮತ್ತು ದೊಡ್ಡದಾದ ಮಧ್ಯದಲ್ಲಿರುವ ಕೆಳಗೆ ಹಸಿರು ಮತ್ತು ಮೇಲೆ ನೀಲಿ ಹೊದಿಕೆಯಿರುವ ಒಳಾಂಗಣ, ಸಾಲಾಗಿರುವ ಪ್ರಾಧ್ಯಾಪಕರ ವಸತಿ ಗೃಹಗಳು, ಒಳಾಂಗಣದ ಹೊರಪಾರ್ಶ್ವಕ್ಕೆ ತಗುಲಿದಂತಿದ್ದ ಅಧ್ಯಾಪಕ ಮತ್ತು ಉಪನ್ಯಾಸ ಕೊಠಡಿಗಳು, ಇವೆಲ್ಲವೂ ಒಂದು ಸಣ್ಣ ಪಟ್ಟಣದ ಹಿನ್ನೆಲೆ ಹೊಂದಿದ್ದ ನನ್ನಂತಹ ಚಿಕ್ಕಪ್ರಾಯದ ಹುಡುಗನಿಗೆ ಅರ್ಥವಾಗದಷ್ಟು ಮತ್ತು ಜೀರ್ಣವಾಗದಷ್ಟು ರೀತಿಯಲ್ಲಿ ಕಂಡುಬಂದಿದ್ದವು. ಇಂತಿದ್ದರೂ, ಇದು ಕೇವಲ ಇಟ್ಟಿಗೆ ಮತ್ತು ಗಾರೆಗಳ ಒಂದು ಕಟ್ಟಡ ಮಾತ್ರವಾಗಿರಲಿಲ್ಲ. ಗೌರವಾನ್ವಿತ ಅಧ್ಯಾಪಕ ವೃಂದ ಮತ್ತು ಸದಾ ತುಡಿಯುತ್ತಿದ್ದ ಹಳೆ ವಿದ್ಯಾರ್ಥಿಗಳೇ ಅದರ ಹೃದಯವಾಗಿದ್ದರು.

ಕಳೆದ ಶತಮಾನದ ಐದನೆ ದಶಕದ ಮಧ್ಯದಲ್ಲಿನ ವರ್ಷಗಳು ಕಾಲೇಜಿನ ಇತಿಹಾಸದಲ್ಲಿ ಸುವರ್ಣಯುಗ ಘಟ್ಟದ ವರ್ಷಗಳೆನಿಸಿವೆ. ಈ ಶತಮಾನದ ಹೆಸರಾಂತ ವಿದ್ವಾಂಸರು ಅದರ ಉಪನ್ಯಾಸಕ ವರ್ಗದಲ್ಲಿದ್ದು, ಸಮುದ್ರದಗಲವನ್ನು ಮೀರಿಸುವ ಆಶೋತ್ತರಗಳನ್ನು ಹೊಂದಿದ್ದ ಹಳೆವಿದ್ಯಾರ್ಥಿಗಳು ಅದರ ಹಿನ್ನೆಲೆಯಲ್ಲಿದ್ದರು. ಹೆಸರಾಂತ ಕವಿ ಪ್ರೊಫೆಸರ್ ಕೆ ವಿ ಪುಟ್ಟಪ್ಪ ಅದರ ಪ್ರಾಂಶುಪಾಲರಾಗಿದ್ದರು. ಇನ್ನುಳಿದ ಅಧ್ಯಾಪಕರಲ್ಲಿ ಪ್ರಾಧ್ಯಾಪಕ ಹುದ್ದೆಯಲ್ಲಿ ಕಾರ್ಯ ನಿರ್ವಹಿಸುತ್ತಿದ್ದವರಲ್ಲಿ ಹೆಸರನ್ನು ಉಲ್ಲೇಖಿಸುವುದಾದಲ್ಲಿ ಎಂ ವಿ ಕೃಷ್ಣರಾವ್ (ಚರಿತ್ರೆ), ಎಂ. ಶೇಷಾದ್ರಿ (ಭಾರತ ಅಧ್ಯಯನ), ಎನ್ ಎ ನಿಕ್ಕಂ (ತತ್ವಶಾಸ್ತ್ರ), ಕುಪ್ಪುಸ್ವಾಮಿ (ಮನಶಾಸ್ತ್ರ) ಸಿ ಡಿ ನರಸಿಂಹಯ್ಯ (ಇಂಗ್ಲಿಷ್), ತೀನಂಶ್ರೀ (ಕನ್ನಡ) ಮೊದಲಾದವರು ಪ್ರಮುಖರು. ಎರಡನೆ ಮತ್ತು ಮೂರನೇ ಸಾಲಿನ ವಿದ್ವಾಂಸರುಗಳಲ್ಲಿ ಅನೇಕರು ಕಡಿಮೆ ಪಾಂಡಿತ್ಯವನ್ನೇನೂ ಗಳಿಸಿರಲಿಲ್ಲ. ಇವರಲ್ಲಿ ಡಿಎಲ್‌ಎನ್ ಶ್ರೀಕಂಠಶಾಸ್ತ್ರಿ, ತಸು ಶಾಮರಾವ್, ಜವರೇಗೌಡ, ವೆಂಕಟಗಿರಿ ಗೌಡ, ಪ್ರಭುಶಂಕರ, ಶೇಕ್ ಆಲಿ, ಡಿಎಂ ನಂಜುಂಡಪ್ಪ, ಅಚ್ಚುತರಾವ್, ಅನಂತಮೂರ್ತಿ, ಆರ್ ಪೋಲಂಕಿ, ಸುಜನಾ, ಚಿದಾನಂದಮೂರ್ತಿ ಮತ್ತು ಮೊದಲಾದವರಿದ್ದರು. ಹಳೆಯ ವಿದ್ಯಾರ್ಥಿಗಳೂ ಮತ್ತು ಆ ವೇಳೆಗೆ ತಮ್ಮ ಛಾಪು ಮೂಡಿಸಿದ್ದ ಲಂಕೇಶ್, ರಾಜೀವ ತಾರಾನಾಥ, ಆರಾಮಿತ್ರ, ಹಂಪನಾದ್ವಯರು, ಲಕ್ಷ್ಮೀನಾರಾಯಣ ಭಟ್ಟ, ಎಸ್ ಬಿ ಮುದ್ದಪ್ಪ, ಎಸ್ ಆರ್ ವಿಜಯಾ, ಕೆ. ನಟರಾಜ, ಬಿ ಚಂದ್ರಶೇಖರ್, ಮೊದಲಾದವರಿದ್ದರು. ಆ ಶತಮಾನದ ಭಾರತದ ಬೌದ್ಧಿಕ ಚರಿತ್ರೆಯನ್ನು ನಿರೂಪಿಸುವಲ್ಲಿ ಇವರು ಪ್ರಮುಖ ಪಾತ್ರ ನಿರ್ವಹಿಸಿದರು.

ಇತಿಹಾಸ ಆನರ್ಸ್ ತರಗತಿಯ 1955ನೇ ಇಸವಿಯಲ್ಲಿ ವರ್ಗದಲ್ಲಿ ನಾವು ಎಂಟು ಮಂದಿ, ಮೂವರು ಹುಡುಗಿಯರು ಮತ್ತು ಐದು ಮಂದಿ ಹುಡುಗರಿದ್ದೆವು. ಚರಿತ್ರೆ ವಿಭಾಗದಲ್ಲಿನ ಅಧ್ಯಾಪಕರ ಸಂಖ್ಯೆ ಹತ್ತು. ಇದರಿಂದಾಗಿ ಕಾಲೇಜಿನಲ್ಲಿ ನಮ್ಮ ವಿಭಾಗದಲ್ಲಿನ ಉಪನ್ಯಾಸಕರ ಸಂಖ್ಯೆ ಬೇರೆಯವುಗಳಿಗೆ ಹೋಲಿಸಿದಲ್ಲಿ ಜಾಸ್ತಿಯಿತ್ತು. ಈ ಹತ್ತು ಉಪನ್ಯಾಸಕರೂ ನಮಗೆ ತರಗತಿಗಳನ್ನು ತೆಗೆದುಕೊಳ್ಳುತ್ತಿರಲಿಲ್ಲ. ಆನರ್ಸ್ ವಿದ್ಯಾರ್ಥಿಗಳಿಗೆ ಬೋಧನೆ ಮಾಡುವ ಜವಾಬ್ದಾರಿ ಹಿರಿಯ ಅಧ್ಯಾಪಕರಿಗೆ ಮಾತ್ರ ಸೀಮಿತವಾಗಿತ್ತು. ಇವರುಗಳಲ್ಲಿ ಬೋಧನೆ ಮಾಡಲು ಹಾತೊರೆಯುತ್ತಿದ್ದ ಅನೇಕರಲ್ಲಿ ಪ್ರೊಫೆಸರ್ ಅಚ್ಚುತರಾಯರು ಒಬ್ಬರು. ಇದು ಸಾಕಾರಗೊಳ್ಳಲು ನಾವು ಎರಡು ವರ್ಷ ಕಾಯಬೇಕಾಯಿತು.

ಅಚ್ಚುತರಾಯರು ಓರ್ವ ಶಿಸ್ತುಬದ್ಧ ಮತ್ತು ಪ್ರಾಮಾಣಿಕ ಗುರುವಾಗಿದ್ದರು. ಆನರ್ಸ್ ತರಗತಿಯ ಮೂರನೆ ವರ್ಷದಲ್ಲಿ ಅವರು ನಮಗೆ ಆಧುನಿಕ 'ಆಗ್ನೇಯ ಏಷ್ಯಾ' ಮತ್ತು ಎಂಎ ತರಗತಿಗೆ 'ಭಾರತ ಸ್ವಾತಂತ್ರ್ಯ ಚಳವಳಿ' ಪತ್ರಿಕೆಗಳನ್ನು ಬೋಧಿಸಿದರು. ಯಾವಾಗಲೂ ಹತ್ತಿಯ ತಿಳಿಯಾದ ಬಿಳಿ ಬಣ್ಣದ ಸೂಟನ್ನು ಧರಿಸಿರುತ್ತಿದ್ದ ಅವರು ಕುತ್ತಿಗೆಗೆ ಕಂಠಪಟ್ಟಿ ಹಾಕಿಕೊಳ್ಳುತ್ತಿದ್ದರು. ವೇಳೆಗೆ ಸರಿಯಾಗಿ ತರಗತಿಯನ್ನು ಪ್ರವೇಶಿಸಿ ನಿಗದಿತ ಅವಧಿಯಲ್ಲಿ ತರಗತಿಯನ್ನು ಪೂರ್ಣಗೊಳಿಸುತ್ತಿದ್ದರು. ಅವರು ವೇಳಾಪಟ್ಟಿಗೆ ಹೆಚ್ಚು ಪ್ರಾಶಸ್ತ್ಯ ನೀಡಿದ್ದರು. ಬಹುವೇಳೆ ಅವರು ಕುಳಿತು ಉಪನ್ಯಾಸ ನೀಡುತ್ತಿದ್ದು ತಮ್ಮ ಟಿಪ್ಪಣಿಗಳನ್ನು ಎಚ್ಚರಿಕೆಯಿಂದ ಗಮನಿಸಿ ಅದನ್ನು ಉದಾಹರಿಸುತ್ತ ಸ್ಪಷ್ಟ ಮತ್ತು ಎಲ್ಲರಿಗೂ ಕೇಳುವಂತಹ ಧ್ವನಿಯಲ್ಲಿ, ಅವರು ಹರಿಬಿಡುತ್ತಿದ್ದ ವಿಷಯಗಳು ನಮಗೆ ಅರ್ಥವಾಗುವಂತಹ ರೀತಿಯಲ್ಲಿ ಇರುತ್ತಿತ್ತು.

1950ರ ದಶಕದಲ್ಲಿ ಇತಿಹಾಸ ಬೋಧನೆಯ ಪ್ರಾಮುಖ್ಯತೆ ಬದಲಾಗಿತ್ತು. ಬಹುತೇಕ ನಾವು ಸ್ವಾತಂತ್ರ್ಯ ಪೂರ್ವ ಕಾಲದಲ್ಲಿ ಜನಿಸಿದವರಾಗಿದ್ದು ನಮ್ಮ ಹೆಸರಾಂತ ರಾಷ್ಟ್ರೀಯ ಮುಖಂಡರ ಚಟುವಟಿಕೆಗಳನ್ನು ನಾವು ಕಣ್ಣಾರೆ ಕಂಡಿದ್ದೆವು. ನಮ್ಮ ಚರಿತ್ರೆ ಸಾಗುತ್ತಿದ್ದ ಒಂದು ಪ್ರಮುಖ ಕಾಲಘಟ್ಟದಲ್ಲಿದ್ದ ನಾವು, ಸ್ವಾತಂತ್ರ್ಯ ಘೋಷಣೆ ಮತ್ತು ಭಾರತ ಗಣರಾಜ್ಯವಾದುದನ್ನು ನೋಡಿದ್ದೆವು. ದೇಶ ವಿಭಜನೆ, ಗಾಂಧಿಯ ಸಾವು, ದೇಶೀಯ ಸಂಸ್ಥಾನಗಳ ರದ್ದು, ನವ ಏಷ್ಯಾ ಮತ್ತು ಕಮ್ಯುನಿಸ್ಟ್ ಚೀನಾದ ಏಳಿಗೆ, ಜಪಾನ್‌ನ ಏಳಿಗೆ, ಪತನ ಮತ್ತು ಪುನರುದ್ಧಾರ ಇವುಗಳು ನಮ್ಮ ಮುಂದೆ ಘಟಿಸಿದ್ದವು. ನಾವು ಓದುತ್ತಿದ್ದ ಚರಿತ್ರೆ ಯುರೋಪ್ ಕೇಂದ್ರಿತವಾಗಲಿ ಅಥವಾ ಅದು ಸಾಮ್ರಾಜ್ಯದ ಕುರುಹುಗಳನ್ನಾಗಲಿ ಹೊಂದಿರಲಿಲ್ಲ. ಯೂರೋಪ್ ಮೂಲದ ವಿದ್ವಾಂಸರು ರಚಿಸಿದ್ದ ಪಾಠಪುಸ್ತಕಗಳು ಅಥವಾ ಆ ಸಿದ್ಧಾಂತಾಧಾರಿತ ಬರೆದ ಕೃತಿಗಳು ನಮಗೆ ಎಂದಿಗೂ ಪೂಜನೀಯವಾಗಲಿಲ್ಲ. ಏಕೆಂದರೆ ಇವುಗಳಿಗೆ ಪರ್ಯಾಯವಾಗಿ ಇನ್ನೊಂದು ಮುಖವಿದೆ ಎಂದು ಅರಿತಿದ್ದ ನಾವು, ಇವುಗಳನ್ನು ಯಾವುದೋ ಕುರುಡು ನಂಬಿಕೆಯಿಂದ ಓದುತ್ತಿದ್ದೆವು.

'ಆಗ್ನೇಯ ಏಷ್ಯ' ಮತ್ತು 'ರಾಷ್ಟ್ರೀಯ ಚಳವಳಿ' ಇತಿಹಾಸ ಬೋಧಿಸುತ್ತಿದ್ದ ಪ್ರೊಫೆಸರ್ ಅಚ್ಚುತರಾಯರಿಗೆ 'ಪ್ರಾಚೀನ' ಮತ್ತು 'ಮಧ್ಯಕಾಲೀನ ಭಾರತ ಚರಿತ್ರೆ' ಪತ್ರಿಕೆಗಳಿಗಿಂತ ಹೆಚ್ಚು ಎಚ್ಚರಿಕೆಯಿಂದ ಸಿದ್ಧತೆಗಳನ್ನು ಮಾಡಿಕೊಳ್ಳಬೇಕಾಗಿತ್ತು. ಏಕೆಂದರೆ ಕೊನೆಯ ಎರಡು ಪತ್ರಿಕೆಗಳಿಗೆ ಹೋಲಿಸಿದಲ್ಲಿ ಮೊದಲ ಎರಡು ಪತ್ರಿಕೆಗಳಿಗೆ ಒಂದು ನಿರ್ದಿಷ್ಟ ಚೌಕಟ್ಟು ಇರಲಿಲ್ಲ. ಇದಕ್ಕೆ ಪೂರಕವಾಗಿ ಪಠ್ಯಪುಸ್ತಕಗಳು ಹೆಚ್ಚಿನ ಸಂಖ್ಯೆಯಲ್ಲಿರಲಿಲ್ಲ. ಆಗ್ನೇಯ ಏಷ್ಯದ ಭೂಗೋಳವನ್ನು ಅರಿಯುವುದು. ಅದರ ಸಂಕೀರ್ಣತೆ ಮತ್ತು ಇತಿಹಾಸ ನಿರಂತರತೆಯನ್ನು ತಿಳಿದುಕೊಳ್ಳುವಷ್ಟೇ ಕ್ಲಿಷ್ಟವಾಗಿತ್ತು. ಇದು ಅಧ್ಯಾಪಕರು ನಮಗಾಗಿ ಹೊಸ ಪುಸ್ತಕಗಳನ್ನು ಅಭ್ಯಸಿಸುವಂತೆ ಮತ್ತು ಪಾಕ್ಷಿಕಗಳಲ್ಲಿ ಪ್ರಕಟವಾಗುತ್ತಿದ್ದ ಈ ವಿಷಯ ಕುರಿತಾದ ಶುದ್ಧತಾರ್ಕಿಕ ಸಂಶೋಧನಾ ಲೇಖನಗಳನ್ನು ಪರಾಮರ್ಶಿಸುವಂತೆ ಮಾಡಿತ್ತು. ಇವೆಲ್ಲವೂ ನಮ್ಮ ಕೈಗೆ ಸುಲಭವಾಗಿ ಎಟುಕದಿದ್ದ ಕಾರಣ, ನಾವು ಸಂಪೂರ್ಣವಾಗಿ ನಮ್ಮ ಅಧ್ಯಾಪಕರನ್ನು ಅವಲಂಬಿಸುತ್ತಿದ್ದೆವು.

ಬೋಧನೆಗೆ ಹೆಚ್ಚು ಪ್ರಾಶಸ್ತ್ಯ ನೀಡಿದ್ದ ಪ್ರೊಫೆಸರ್ ಅಚ್ಚುತರಾಯರು ಸಂಶೋಧನೆಗೂ ತಮ್ಮನ್ನು ಸಮರ್ಪಿಸಿಕೊಂಡಿದ್ದರು. ತಮ್ಮ ಪಿಎಚ್‌ಡಿ ಅಧ್ಯಯನಕ್ಕೆ 'ಮೈಸೂರು ರಾಜವಂಶದ ಚರಿತ್ರೆ'ಯನ್ನು ಆಯ್ಕೆಮಾಡಿಕೊಂಡಿದ್ದ ಅವರ ಪ್ರೌಢಪ್ರಬಂಧ ನಮಗೆ ದೊರೆಯದಿದ್ದರೂ ಚರ್ಚೆಗಳ ಸಮಯದಲ್ಲಿ ಅವರು ಹೈದರ್ ಮತ್ತು ಟಿಪ್ಪುವಿನ ಕುರಿತಾದ ಲೇಖನಗಳನ್ನು ಉದಾಹರಿಸುತ್ತಿದ್ದರು. ಈ ಇಬ್ಬರು ಸುಲ್ತಾನರ ಸಾಧನೆ ಮತ್ತು ಕೊಡುಗೆಗಳು ಕುರಿತಾದ ವಿಭಿನ್ನ ದೃಷ್ಟಿಕೋನಗಳು ನಮ್ಮ ಉಪಾಧ್ಯಾಯ ವರ್ಗವನ್ನು ಎರಡು ವಿಭಿನ್ನ ಗುಂಪುಗಳಲ್ಲಿ ವಿಭಜಿಸಿತ್ತು. ಹೀಗಾಗಿ ಯಾರು ಸತ್ಯವನ್ನು ನುಡಿಯುತ್ತಾರೆ ಎಂದು ನಿರ್ಧರಿಸುವುದು ನಮಗೆ ಕಷ್ಟವಾಗುತ್ತಿತ್ತು.

ಪ್ರೊಫೆಸರ್ ಅಚ್ಚುತರಾಯರು ರಾಷ್ಟ್ರೀಯ ಹೋರಾಟ ಕುರಿತು ನೀಡುತ್ತಿದ್ದ ಉಪನ್ಯಾಸಗಳು ಯಾವ ರೀತಿಯಲ್ಲಿ ನಮ್ಮನ್ನು ಉತ್ತೇಜಿಸಿತ್ತೆಂದರೆ ನಾವು ತಿಲಕ ಮತ್ತು ಗೋಖಲೆ, ಗಾಂಧಿ ಮತ್ತು ಸುಭಾಷ್‌ಚಂದ್ರ ಬೋಸ್, ಪಟೇಲ್ ಮತ್ತು ಜಿನ್ನಾ ಪರ ವಹಿಸಿ ಪ್ರತಿ ತಿಂಗಳು ನಡೆಯುತ್ತಿದ್ದ ವಿಚಾರ ಸಂಕಿರಣದಲ್ಲಿ

ನಮ್ಮ ವಾದವನ್ನು ಮಂಡಿಸುತ್ತಿದ್ದೆವು. ಈ ವಿಚಾರ ಸಂಕಿರಣಗಳನ್ನು ಆಯೋಜಿಸುವ ಗೌರವ ನನಗೆ ಹಲವು ಬಾರಿ ದೊರೆತ್ತಿತ್ತು, ನಾಲ್ಕು ವರ್ಷ ನಾನು ಇದಕ್ಕೆ ಭಾಷಣಕಾರರನ್ನು ಆಯ್ಕೆಮಾಡುವ ಮತ್ತು ವಿಷಯಗಳನ್ನು ಆರಿಸುವ ಕಾರ್ಯದಲ್ಲಿ ತೊಡಗಿಸಿಕೊಂಡಿದ್ದೆನು, ನನ್ನ ಉಪಾಧ್ಯಾಯರಲ್ಲಿ ಪ್ರಮುಖರಾಗಿದ್ದ ಪ್ರೊಫೆಸರ್ ರಾಯರ ಮಾರ್ಗದರ್ಶನವಿಲ್ಲದೆ ಇದನ್ನು ನಾನು ಯಶಸ್ವಿಯಾಗಿ ಪೂರೈಸಲು ಸಾಧ್ಯವಾಗುತ್ತಿರಲಿಲ್ಲ. ನಾನು ಎಂಎ ಶಿಕ್ಷಣ ಪೂರೈಸಿ ಕಾಲೇಜಿನಲ್ಲಿ ತಾತ್ಕಾಲಿಕ ಉಪನ್ಯಾಸಕನಾಗಿ ಸೇವೆ ಪ್ರಾರಂಭಿಸಿದ ನಂತರ ಪ್ರೊಫೆಸರ್ ಅಚ್ಚುತರಾಯರು ಸೇರಿದಂತೆ ವಿಭಾಗದ ಉಳಿದ ಅಧ್ಯಾಪಕರ ಕೊಠಡಿಯನ್ನು ನಾನು ಹಂಚಿಕೊಳ್ಳಬೇಕಾಯಿತು. ನಾನು ಗಮನಿಸಿದಂತೆ ತಮ್ಮ ಪಾಡಿಗೆ ತಾವು ಎಂದು ಇರುತ್ತಿದ್ದ ಪ್ರೊಫೆಸರ್ ಅಚ್ಚುತರಾಯರು, ಓದು ಅಥವಾ ಬರವಣಿಗೆಯಲ್ಲಿ ತಮ್ಮನ್ನು ತೊಡಗಿಸಿಕೊಳ್ಳುತ್ತಿದ್ದರು. ಉಪಾಧ್ಯಾಯರ ಕೊಠಡಿಯಲ್ಲಿ ಸಾಮಾನ್ಯವಾಗಿ ಕಂಡುಬರುತ್ತಿದ್ದ ಅನಾವಶ್ಯಕ ಚರ್ಚೆಯಲ್ಲಿ ಅವರು ಪಾಲ್ಗೊಂಡಿದ್ದುದ್ದು ನಾನು ಎಂದಿಗೂ ಕಾಣೆ. ಅವರ ಕುಟುಂಬ ಮತ್ತು ವೈಯಕ್ತಿಕ ಹವ್ಯಾಸಗಳ ಕುರಿತು ನನಗೆ ಅಲ್ಪಸ್ವಲ್ಪ ಮಾಹಿತಿ ಇತ್ತು. ಅವರು ಖಾಸಗೀತನವನ್ನು ಬಹುವಾಗಿ ಅಪೇಕ್ಷಿಸುತ್ತಿದ್ದರು ಎಂದು ಕಾಲಾನಂತರ ಅವರ ಬಗ್ಗೆ ನನಗೆ ಅರಿವು ಮೂಡಿತು. ತಮ್ಮ ಶೈಕ್ಷಣಿಕ ಜೀವನದಲ್ಲಿ ಅವರು ವಿಷಯ ಕುರಿತಾದ ಶಿಷ್ಯವೇತನವನ್ನು ಪಡೆದುಕೊಂಡಿದ್ದರೆಂದೂ, ಬಿಎ ಆನರ್ಸ್ ಮತ್ತು ಎಂಎ ಪರೀಕ್ಷೆಗಳಲ್ಲಿ ಪ್ರಥಮ ಶ್ರೇಣಿಯಲ್ಲಿ ಉತ್ತೀರ್ಣರಾಗಿದ್ದರೆಂದೂ, ಇದು ಸುಮಾರು ಒಂದು ದಶಕ ಕಾಲದವರೆಗೆ ದಾಖಲೆಯಾಗಿತ್ತೆಂದು ತರುವಾಯ ನನ್ನ ಗಮನಕ್ಕೆ ಬಂದಿತು. ಎಂಎ ಪದವಿ ಪಡೆದುಕೊಂಡ ಶೀಘ್ರ ಅವಧಿಯಲ್ಲಿ ಅವರು ಉಪನ್ಯಾಸಕರಾಗಿ ನೇಮನಗೊಂಡರು. ಒಂದು ದಶಕದ ತರುವಾಯ ಅವರು ಸಾಧಿಸಿದ್ದ ಎಲ್ಲವನ್ನು ನಾನು ಸಾಧಿಸಿದೆನು ಎಂದು ಹೇಳುವುದರಲ್ಲಿ ಎಷ್ಟೊಂದು ಆನಂದವಿದೆ. ನನ್ನ ಗೌರವಾನ್ವಿತ ಕಾಲೇಜಿನಲ್ಲಿ ಅವರು ಯಾವ ರೀತಿಯಲ್ಲಿ ಉತ್ತಮ ಅಧ್ಯಾಪಕ ಎಂದು ಹೆಸರಾಗಿದ್ದರೋ, ಅಲ್ಲೇ ನಾನು ಚರಿತ್ರೆ ವಿಭಾಗದಲ್ಲಿ ಉತ್ತಮ ಅಧ್ಯಾಪಕನೆಂದು ಹೆಸರು ಮಾಡಲು ಅವಕಾಶಗಳು ನನಗೆ ಸಿಗುತ್ತದೆ ಎಂದೂ ನಾನು ಆಶಿಸಿದ್ದೆ.

ನಾನು ಧಾರವಾಡದಲ್ಲಿದ್ದಾಗ, 1965ರಲ್ಲಿ ಅವರ ಅಕಾಲಿಕ ಮರಣದ ಸುದ್ದಿ ನನಗೆ ತಲುಪಿತು. ಅನೇಕರಂತೆ ದುಃಖಿಸಿದ ನಾನು ಇದರಿಂದ ತಿಂಗಳುಗಳು ಮತ್ತು ವರ್ಷಗಳು ಈ ನೋವಿನಿಂದ ಹೊರಬರಲು ಸಾಧ್ಯವಾಗಲಿಲ್ಲ.

ಪ್ರೊಫೆಸರ್ ಎಸ್ ಷಟ್ಟರ್

ಪಿಎಚ್‌ಡಿ (ಕರ್ನಾಟಕ), ಪಿಎಚ್‌ಡಿ (ಕೇಂಬ್ರಿಡ್ಜ್, ಯುಕೆ)

ಗೌರವ ಪ್ರಾಧ್ಯಾಪಕ, ನ್ಯಾಷನಲ್ ಇನ್‌ಸ್ಟಿಟ್ಯೂಟ್ ಆಫ್ ಅಡ್ವಾನ್ಸಡ್ ಸ್ಟಡೀಸ್, ಬೆಂಗಳೂರು

ವಿಶ್ರಾಂತ ಅಧ್ಯಕ್ಷರು, ಇಂಡಿಯನ್ ಕೌನ್ಸಿಲ್ ಆಫ್ ಹಿಸ್ಟಾರಿಕಲ್ ಸ್ಟಡೀಸ್, ನ್ಯೂಡೆಲ್ಲಿ.

6. ಓರ್ವ ನಿಜವಾದ ಮಾರ್ಗದರ್ಶಿ

ಪಠ್ಯ ಪುಸ್ತಕಗಳ ಪುಟಗಳಿಂದ ಹೊರಗೆಯೂ ಬೇರೆ ಮೂಲಗಳಿಂದಲೂ ದೊರಕುವ ಅನೇಕ ಪಾಠಗಳನ್ನು ಉಪಾಧ್ಯಾಯರು ಹೆಕ್ಕುತ್ತಾರೆ. ಓರ್ವ ಅಧ್ಯಾಪಕ/ಅಧ್ಯಾಪಿಕೆಯರ ರೀತಿನೀತಿಗಳನ್ನು ಅವರ ವಿದ್ಯಾರ್ಥಿಗಳು ಸೂಕ್ಷ್ಮವಾಗಿ ಗಮನಿಸುತ್ತಾರಲ್ಲದೆ, ಅವರಲ್ಲಿ ಕೆಲವರು ಅಧ್ಯಾಪಕ/ಅಧ್ಯಾಪಿಕೆಯರ ಪ್ರಭಾವಕ್ಕೆ ಒಳಗಾಗಿ ತಮ್ಮ ವ್ಯಕ್ತಿತ್ವವನ್ನು ರೂಪಿಸಿಕೊಳ್ಳುತ್ತಾರೆ. ಅಧ್ಯಾಪಕರ ಈ ಪ್ರಮುಖ ಪಾತ್ರ ಕೆಲವೊಮ್ಮೆ ಗಮನಕ್ಕೆ ಬಾರದೆ ಹೋಗುತ್ತದೆ. ತಮ್ಮ ಹೊಗಳಿಕೆಗೆ ಅರ್ಹರಾದ ಅಧ್ಯಾಪಕರನ್ನು ಪಡೆದುಕೊಂಡ ವಿದ್ಯಾರ್ಥಿಗಳು ಅದೃಷ್ಟಶಾಲಿಗಳು.

ಮೈಸೂರು ವಿಶ್ವವಿದ್ಯಾನಿಲಯದ ಇತಿಹಾಸ ವಿಭಾಗದ ನಿವೃತ್ತ ಪ್ರಾಧ್ಯಾಪಕರು ಮತ್ತು ಅಚ್ಚುತರಾಯರ ವಿದ್ಯಾರ್ಥಿಯಾಗಿದ್ದವರಲ್ಲಿ ಅನೇಕರು ತಮ್ಮ ಮೆಚ್ಚಿನ ಪ್ರೊಫೆಸರ್ ಬಗ್ಗೆ ಹೇಳಿದ ಮಾತುಗಳು ಮನನೀಯವಾಗಿವೆ. ಪ್ರೊಫೆಸರ್ ಕೆ.ಎಸ್. ನಂಜುಂಡಪ್ಪ ತಮ್ಮ ಓರ್ವ ಉತ್ತಮ ಅಧ್ಯಾಪಕ ಮತ್ತು ಸರಳ ಹಾಗೂ ನಿಸ್ಪೃಹಿ ಪ್ರೊಫೆಸರ್ ಕುರಿತು ಪ್ರೀತಿಯಿಂದ ತಮ್ಮ ನೆನಪುಗಳನ್ನು ಹೀಗೆ ಹಂಚಿಕೊಂಡಿದ್ದಾರೆ:

"ಮಾನಸಗಂಗೋತ್ರಿಯಲ್ಲಿ ನಾನು ಅವರ ವಿದ್ಯಾರ್ಥಿ. ತರುವಾಯ ಅವರ ಬಳಿ ಸಂಶೋಧನಾ ಸಹಾಯಕನಾಗಿ ಸೇರಿದೆ. ಕುಳಿತುಕೊಳ್ಳಲು ವಿಭಾಗದಲ್ಲಿ ಪ್ರತ್ಯೇಕ ಸ್ಥಳ ಇರಲಿಲ್ಲ. ಡಿಎಸ್‌ಎ ತಮ್ಮ ಕೊಠಡಿಯನ್ನು ನಾನು ಹಂಚಿಕೊಳ್ಳುವಂತೆ ನಯದಿಂದ ಕೇಳಿಕೊಂಡರು. ನಾನು ಹಿಂದೆಮುಂದೆ ನೋಡಿದೆ. ಆದರೆ ಅವರು ನನ್ನನ್ನು ಎಂದಿಗೂ ಅವರ ವಿದ್ಯಾರ್ಥಿಯೆಂದು ಪರಿಗಣಿಸದೆ ತಮ್ಮ ಸಹೋದ್ಯೋಗಿ ಎಂದು ಭಾವಿಸಿ ನನ್ನ ಸಂಕೋಚವನ್ನು ಹೋಗಲಾಡಿಸಿದರು. ಈ ವರ್ತನೆ ನನ್ನನ್ನು ಮತ್ತಷ್ಟು ವಿನೀತಗೊಳಿಸಿತು. ಯಾವುದೇ ಒತ್ತಡಗಳನ್ನು ನಿಮ್ಮ ಮೇಲೆ ಹೇರದ ಹಿರಿಯ ಅಪರೂಪದ ವಿದ್ಯಾರ್ಥಿಯನ್ನು ನಾನು ಕಂಡೆ

ಅನಾರೋಗ್ಯದಿಂದ ತಮ್ಮ ಗುರುಗಳನ್ನು ಕುರಿತು ಬರೆಯಲು ಸಾಧ್ಯವಾಗುತ್ತಿಲ್ಲ ಎಂದು ವಿಷಾದ ವ್ಯಕ್ತಪಡಿಸಿದ ಪ್ರೊ ನಂಜುಂಡಪ್ಪ ಅವರು, ಡಿಎಸ್‌ಎ ಅವರ ಪ್ರೀತಿಪಾತ್ರ ಶಿಷ್ಯರಲ್ಲಿ ತಾವೂ ಒಬ್ಬರಾಗಿದ್ದರು ಎಂದು ಹೆಮ್ಮೆಯಿಂದ ಹೇಳಿಕೊಂಡರು. "ನಾನು ಅಧ್ಯಯನದಲ್ಲಿ ತೀವ್ರ ಆಸಕ್ತಿ ಹೊಂದಿದ್ದೆ. ಈ ಕಾರಣದಿಂದ ನಾನು ಗುರುಗಳಿಗೆ ಮತ್ತಷ್ಟು ಹತ್ತಿರವಾದೆ. ಅನೇಕ ಸಂದರ್ಭಗಳಲ್ಲಿ ಅವರು ನನ್ನನ್ನು ಕ್ಯಾಂಟಿನಿಗೆ ಕರೆದೊಯ್ದು ಕಾಫಿ ಕೊಡಿಸಿ ಪಾಠಗಳನ್ನು ಚರ್ಚಿಸುತ್ತಿದ್ದರು. ಹೀಗಾಗಿ ನನ್ನ ಅನೇಕ ಸ್ನೇಹಿತರು ನನ್ನನ್ನು ಡಿಎಸ್‌ಎ ಅವರ ನೀಲಿ ಕಣ್ಣಿನ ಹುಡುಗ ಎಂದು ಪೀಡಿಸುತ್ತಿದುದರಲ್ಲಿ ಆಶ್ಚರ್ಯವೇನಿಲ್ಲ." ಹೀಗೆ ಹೇಳಿದ್ದ ಕ್ಷಣ ಅವರ ಕಣ್ಣಿನಲ್ಲಿ ಹೊಳಪಿತ್ತು.

"ಯಾವಾಗಲೂ ಸೂಟನ್ನು ಧರಿಸುತ್ತಿದ್ದ ಅವರು ಮಿತಭಾಷಿಯಾಗಿದ್ದರು. ಅವರು ನಡೆಸುತ್ತಿದ್ದ ಎಲ್ಲಾ ಮಾತುಕತೆಗಳು ಇತಿಹಾಸ ವಿಷಯ ಕೇಂದ್ರಿತವಾಗಿರುತ್ತಿದ್ದವು. ಸ್ಪಷ್ಟವಾದ ಇಂಗ್ಲಿಷ್‌ನಲ್ಲಿ ಅವರು ನೀಡುತ್ತಿದ್ದ ಉಪನ್ಯಾಸಗಳಲ್ಲಿನ ಉಚ್ಚಾರಗಳನ್ನು ನಾವು ಎಚ್ಚರಿಕೆಯಿಂದ ಆಲಿಸುತ್ತಿದ್ದೆವು. ಇವು ನಮ್ಮನ್ನು ಮಂತ್ರಮುಗ್ಧರನ್ನಾಗಿಸುತ್ತಿದ್ದವು. ದಕ್ಷಿಣಾ ಏಷ್ಯಾ ಚರಿತ್ರೆ ಡಿಎಸ್‌ಎ ಅವರ ಪರಿಣತಿ ಕ್ಷೇತ್ರವಾಗಿದ್ದರೂ, ನನಗೆ ತಿಳಿದಿರುವಂತೆ ಅವರು ಒಡೆಯರ್ ರಾಜವಂಶ, ಹೈದರ್ ಆಲಿ ಮತ್ತು ಟಿಪ್ಪು ಸುಲ್ತಾನ ಕುರಿತು 30ಕ್ಕೂ ಹೆಚ್ಚಿನ ಆಗಾಧ ಮಾಹಿತಿಗಳನ್ನೊಳಗೊಂಡ ಸಂಶೋಧನಾ ಲೇಖನಗಳನ್ನು ರಚಿಸಿದ್ದರು. ಅವರ ಸಂಪ್ರಬಂಧ ಕೂಡಾ ಹೈದರ್ ಆಲಿ ಕುರಿತದ್ದಾಗಿತ್ತು. ಅವರ ಕಾಲದಲ್ಲಿ ಸಂಘಟಿಸಲ್ಪಟ್ಟ ದಕ್ಷಿಣ ಭಾರತ ಚರಿತ್ರೆ ಕುರಿತಾದ ಒಂದು ಸಮ್ಮೇಳನದಲ್ಲಿ ನಾನು ಭಾಗವಹಿಸಿದ್ದೆ. ಅದರಲ್ಲಿ ಡಿಎಸ್‌ಎ ನಾನು ಒಂದು ಪ್ರಬಂಧ ಮಂಡಿಸಲು ಸಹಕರಿಸಿದ್ದರು. ನಾನು ಅವರಿಂದ ಪಠ್ಯಪುಸ್ತಕಗಳು ಮತ್ತು ಗೈಡ್ ಪುಸ್ತಕಗಳನ್ನು ಎರವಲು ಪಡೆಯುತ್ತಿದ್ದೆ. ಇಂಡಿಯನ್ ಹಿಸ್ಟರಿ ಕಾಂಗ್ರೆಸ್ಸಿನ ಸಮಾವೇಶಗಳಲ್ಲಿ ಅವರು ಅನೇಕ ಸಂಶೋಧನಾ ಪ್ರಬಂಧಗಳನ್ನು ಮಂಡಿಸಿದ್ದರು. ಮೈಸೂರು ವಿಶ್ವವಿದ್ಯಾನಿಲಯದ ವಾರ್ಷಿಕ ಸಂಚಿಕೆಗೆ ಅವರು ನಿರಂತರವಾಗಿ ಲೇಖನಗಳನ್ನು ಬರೆಯುತ್ತಿದ್ದರು."

ಪ್ರೊ॥ ಕೆ.ಎಸ್. ನಂಜುಂಡಪ್ಪ, ಡಿಎಸ್‌ಎ ಮಾತ್ರವಲ್ಲದೆ, ಅವರ ಕುಟುಂಬದ ಸದಸ್ಯರ ಅತಿಥಿ ಸತ್ಕಾರ ಕಾರ್ಯವನ್ನು ಬಹುವಾಗಿ ಹೀಗೆ ಪ್ರಶಂಶಿಸಿದ್ದಾರೆ: "ನಾನು ಅವರ ಮನೆಗೆ ಆಗ್ಗಿಂದಾಗೆ ಭೇಟಿ ನೀಡುತ್ತಿದ್ದೆನು. ಕೆಲವು ಸಂದೇಹಗಳಿಗೆ ಅವರ ಪರಿಹಾರ ಮತ್ತು ಕೃತಿಗಳ ಎರವಲು ಪಡೆಯುವುದು ಈ ಭೇಟಿಯ ಉದ್ದೇಶಗಳಾಗಿದ್ದವು. ಪ್ರತಿಬಾರಿಯೂ ನನ್ನನ್ನು ನಗುಮುಖ ಮತ್ತು ಬಿಸಿ ಕಾಫಿಯ ಲೋಟದೊಂದಿಗೆ ಬರಮಾಡಿಕೊಳ್ಳುತ್ತಿದ್ದರು; ಆದರೆ ವಿಧಿ ಅವರನ್ನು ಬಹುಬೇಗ ಸೆಳೆಯಿತು." (ನಮ್ಮೊಂದಿಗೆ ತಮ್ಮ ಅನಿಸಿಕೆಗಳನ್ನು ಹಂಚಿಕೊಂಡ ಕೆಲವು ವಾರಗಳ ತರುವಾಯ ಪ್ರೊ॥ ಕೆ.ಎಸ್. ನಂಜುಂಡಪ್ಪ 2016ರ ಅಕ್ಟೋಬರ್‌ನಂದು ನಮ್ಮನ್ನು ಅಗಲಿದರು. ಅವರ ಆತ್ಮಕ್ಕೆ ನಾವು ಶಾಂತಿ ಕೋರುತ್ತೇವೆ.)

"ಓರ್ವ ಶಿಸ್ತಿನ ಸಿಪಾಯಿ

"ಡಿಎಸ್‌ಎ ತರಗತಿಯ ಕೊಠಡಿಯನ್ನು ಪ್ರವೇಶಿಸುತ್ತಿದುದನ್ನು ನೀವು ನೋಡಿರುವುದಾದಲ್ಲಿ, ನಿಮ್ಮ ಕೈಗಡಿಯಾರವನ್ನು ನೀವು ನೋಡುವ ಅವಶ್ಯಕತೆ ಇರುತ್ತಿರಲಿಲ್ಲ. ಕ್ಲಪ್ತ ಸಮಯದಲ್ಲಿ, ಸೂಟಿನ ಧಿರಿಸಿನಲ್ಲಿ ಮತ್ತು ತನ್ನ ಧಿರಿಸಿಗೆ ತಕ್ಕುದಾಗಿದ್ದ ಮಿಂಚಿನ ಹೊಳಪಿನ ಬೂಟುಗಳನ್ನು ಧರಿಸುತ್ತಿದ್ದರು. ತರಗತಿಯಲ್ಲಿ ತನ್ನ ಉಪನ್ಯಾಸವನ್ನು ನೀಡಿ ಅಲ್ಲಿಂದ ನಿರ್ಗಮಿಸುತ್ತಿದ್ದ ಅವರು ತರಗತಿಗೆ ಹೇಗೋ ಬಂದರೋ ಹಾಗೆಯೇ ಅಕೃತ್ರಿಮ ವ್ಯಕ್ತಿಯಾಗಿ ನಿರ್ಗಮಿಸುತ್ತಿದ್ದರು. ಆಗಮನ ಮತು ನಿರ್ಗಮನ ಶಿಸ್ತುಬದ್ಧವಾಗಿರುತ್ತಿತ್ತು. ದಕ್ಷಿಣ ಏಷ್ಯಾ ಚರಿತ್ರೆಯನ್ನು ನಮಗೆ ಬೋಧಿಸುತ್ತಿದ್ದರು. ಅವರು ಇಂಗ್ಲಿಷ್‌ನಲ್ಲಿ ಸುಲಲಿತವಾಗಿ ಮಾತನಾಡುತ್ತಿದ್ದರು.

ತಮ್ಮ ಅಕಾಲಿಕ ಮರಣದ ಮುನ್ನ ಅವರು ನಮಗೆ ಕೇವಲ ಆರು ತಿಂಗಳು ಬೋಧಿಸಿದ್ದರು. ಒಂಟಿಕೊಪ್ಪಲಿನಲ್ಲಿದ್ದ ಅವರ ಮನೆಗೆ ಅವರ ಪಾರ್ಥಿವ ಶರೀರ ನೋಡಿ ಅಂತಿಮ ನಮನ ಸಲ್ಲಿಸಲು

ನಾವೆಲ್ಲರೂ ನಿಗದಿತ ಸಮಯಕ್ಕೆ ಹೋಗಿದ್ದು ನನ್ನ ನೆನಪಿನಲ್ಲಿದೆ. ಓರ್ವ ಒಳ್ಳೆಯ ಅಧ್ಯಾಪಕರ ಬೋಧನೆಗಳನ್ನು ನಾವು ಕಳೆದುಕೊಂಡೆವು.""

ಎಂ.ವಿ. ನಾರಾಯಣ

ಭೈರವಿ ಹಾರ್ಡ್‌ವೇರ್, ಅಶೋಕ ರಸ್ತೆ, ಮೈಸೂರು.

"ವಿದ್ಯಾರ್ಥಿಗಳಾಗಿ ನೀವು ಕೇವಲ ಸುಶಿಕ್ಷಿತರಾದರಷ್ಟೇ ಸಾಲದು. ನೀವು ಪ್ರತಿಯೊಬ್ಬರು ಒಂದು ಬೆಳಕಾಗಿ, ಅದು ಬೇರೆಯವರಿಗೆ ದಾರಿದೀಪವಾಗಿ ಅನೇಕರಿಗೆ ಮಾರ್ಗದರ್ಶಕ ಶಕ್ತಿಯಾಗಿ ಪರಿಣಮಿಸಬೇಕು."

ಇದು ಚರಿತ್ರೆಯನ್ನು ನಮಗೆ ಬೋಧಿಸುತ್ತಿದ್ದ ಪ್ರೀತಿ ಪಾತ್ರ ಶ್ರೀ ಡಿ.ಎಸ್. ಅಚ್ಚುತರಾವ್ ನಮ್ಮೆಲ್ಲರನ್ನು ಕುರಿತು ನೀಡಿದ ಜ್ಞಾನೋದಯದ ನಿಟ್ಟಿನಲ್ಲಿನ ಉಪದೇಶ. ಮಹಾರಾಜ ಕಾಲೇಜಿನಲ್ಲಿ ನಾನು 1952–56ರ ಅವಧಿಯಲ್ಲಿ ವಿದ್ಯಾರ್ಥಿಯಾಗಿದ್ದಾಗ ಅವರು ನನಗೆ ಚರಿತ್ರೆಯ ಉಪನ್ಯಾಸಕರಾಗಿದ್ದರು.

ನಿವೃತ್ತ ಇತಿಹಾಸ ಪ್ರಾಧ್ಯಾಪಕರು ಮತ್ತು ಮೈಸೂರಿನ ಮಹಾರಾಣಿ ಕಾಲೇಜಿನ ವಿಶ್ರಾಂತ ಪ್ರಾಚಾರ್ಯರು (1980–82) ಆಗಿದ್ದ ಶ್ರೀ ಜಿ.ಎಂ. ಶ್ರೀನಿವಾಸಯ್ಯ ತಮ್ಮ ಅನಿಸಿಕೆಗಳನ್ನು ಹಂಚಿಕೊಂಡಿದ್ದಾರೆ. ತಮ್ಮ 81ನೇ ವಯಸ್ಸಿನಲ್ಲಿರುವ ಅವರ ನೆನಪಿನ ಶಕ್ತಿ ಕುಂದುತ್ತಿದೆಯಾದರೂ, ಮಹಾರಾಜ ಕಾಲೇಜಿನಲ್ಲಿ ತಾವು ಕಳೆದ ತಮ್ಮ ದಿನಗಳ ಕುರಿತಾದ ನೆನಪುಗಳು, ಅವರು ನೀಡಿದ ಸ್ಫೂರ್ತಿ ಮತ್ತು ಭವಿಷ್ಯ ರೂಪಿಸುವಲ್ಲಿ ಸಹಕರಿಸಿದ ಅವರ ಪಾತ್ರವನ್ನು ಅವರು ಹೀಗೆ ನೆನಪಿಸಿಕೊಂಡಿದ್ದಾರೆ.

"ಚರಿತ್ರೆ ವಿಭಾಗದಲ್ಲಿ ಈ ಹಿಂದೆ ನಾವು ಹತ್ತು ಮಂದಿ ವಿದ್ಯಾರ್ಥಿಗಳಿದ್ದೆವು. ಶ್ರೀ ಡಿ.ಎಸ್. ಅಚ್ಚುತರಾವ್ ಮತ್ತು ಪ್ರೊಫೆಸರ್ ಶ್ರೀಕಂಠ ಶಾಸ್ತ್ರಿಗಳಂತಹ ಮೇಧಾವಿಗಳು ನಮಗೆ ಪಾಠ ಮಾಡುತ್ತಿದ್ದುದು ನಮ್ಮ ಸೌಭಾಗ್ಯವಾಗಿತ್ತು. ಕಠಿಣ ಮತ್ತು ಶಿಸ್ತುಬದ್ಧ ಸಿಪಾಯಿ ಆಗಿದ್ದ ಅಚ್ಚುತರಾವ್ ತಮ್ಮ ಒಳ್ಳೆಯ ನಡತೆಗೆ ಹೆಸರಾಗಿದ್ದರು. ಕೇವಲ ಅಧ್ಯಾಪಕರಾಗಿ, ನಮ್ಮ ಅಧ್ಯಯನದಲ್ಲಿ ಮಾತ್ರವಲ್ಲ. ನಮ್ಮ ವೈಯಕ್ತಿಕ ಜೀವನದಲ್ಲಿನ ಕಷ್ಟ ಸುಖಗಳಿಗೆ ಸ್ಪಂದಿಸುತ್ತಾ ತನ್ಮೂಲಕ ಸೂಕ್ತ ಮಾರ್ಗದರ್ಶನ ನೀಡುತ್ತಿದ್ದರು. ನಮ್ಮ ಶೈಕ್ಷಣಿಕ ಚಟುವಟಿಕೆಗಳಿಗೆ ಪೂರಕವೆಂಬಂತೆ ನಾವು ಉಪನ್ಯಾಸಗಳನ್ನು ನೀಡಬೇಕಿತ್ತು. ಈ ಹಿನ್ನೆಲೆಯಲ್ಲಿ ಕಾಲೇಜಿನ ಗ್ರಂಥಾಲಯದಲ್ಲಿದ್ದ ಬೃಹತ್ ಪ್ರಮಾಣದಲ್ಲಿನ ಪರಾಮರ್ಶನ ಕೃತಿಗಳನ್ನು ನಾವು ಎರವಲು ಪಡೆದುಕೊಳ್ಳಲು ಸಹಕರಿಸುತ್ತಿದ್ದರು. ಅಂದಿನ ದಿನಗಳಲ್ಲಿ ವಿಭಾಗದಲ್ಲಿದ್ದ ಅಧ್ಯಾಪಕರು ಬಹಳ ಅಪರೂಪ ವ್ಯಕ್ತಿತ್ವವುಳ್ಳವರಾಗಿದ್ದರು."

ಕೆಲವು ಚಿಂತನೆಗಳು

"ಪ್ರತಿಯೊಬ್ಬನು ನನ್ನ ರೀತಿಯಲ್ಲಿ ಅದೃಷ್ಟಶಾಲಿ ಆಗಿರಲಿಲ್ಲ. ಮಹಾರಾಜ ಕಾಲೇಜಿನ ಹೆಸರಾಂತ ಅಧ್ಯಾಪಕರ ಉಪನ್ಯಾಸಗಳನ್ನು ವಿದ್ಯಾರ್ಥಿಯಾಗಿ ಆಲಿಸುವ ಅವಕಾಶ ನನಗೆ ದೊರೆತಿತ್ತು. ಬಿಎ ಆನರ್ಸ್‌ನ ಎರಡನೆ ವರ್ಷದಿಂದ ಎಂಎ ತರಗತಿಯವರೆಗೆ ಡಿಎಸ್ ಅಚ್ಚುತರಾವ್ ನನ್ನ ಪ್ರೀತಿಯ

ಅಧ್ಯಾಪಕರಾಗಿ ಬೋಧಿಸಿದರು. ಅವರು ನಮಗೆ ಅನೇಕ ವಿಷಯಗಳನ್ನು ಬೋಧಿಸಿದರು. ಅವರ ಅಪಾರ ತಿಳುವಳಿಕೆಯ ಜ್ಞಾನ ನನ್ನ ಮೇಲೆ ಪರಿಣಾಮಕಾರಿ ಪ್ರಭಾವಗಳನ್ನು ಬೀರಿತು. ತಮ್ಮ ವಿದ್ಯಾರ್ಥಿಗಳ ಶ್ರೇಯೋಭಿವೃದ್ಧಿಯನ್ನು ಹಾರೈಸುತ್ತಿದ್ದ ಅವರು ಅವರ ಒಳಿತಿಗೆ ಶ್ರಮವಹಿಸುತ್ತಿದ್ದುದು ಮತ್ತು ಅವರೊಂದಿಗೆ ನಾನು ಹೊಂದಿದ್ದ ಆಪ್ತ ಒಡನಾಟ ಅವರ ಮೃದು ವ್ಯಕ್ತಿತ್ವ, ಮತ್ತು ಕ್ರಿಯಾಶೀಲತೆಯನ್ನು ನನಗೆ ಪರಿಚಯಿಸಿತು. ನನ್ನ ಶೈಕ್ಷಣಿಕ ಶ್ರೇಯೋಭಿವೃದ್ಧಿಯ ಸಾಧನೆಯಲ್ಲಿ ನಾನು ಯಶಸ್ಸುಗಳಿಸುವಂತೆ ನನಗೆ ಪ್ರೋತ್ಸಾಹ ನೀಡಿ, ಕೆಲವು ಸಂದರ್ಭಗಳಲ್ಲಿ ಸಾಂತ್ವನ ಹೇಳಿದ್ದ ಅವರಿಗೆ ನಾನು ಬಹಳ ಅಭಾರಿಯಾಗಿದ್ದೇನೆ."

ಕೆ.ನರಸಯ್ಯ

ಹಾಸ್ಯ ಪ್ರವೃತ್ತಿಯ ಸಹೋದ್ಯೋಗಿ

"ತಮ್ಮ ಅನೇಕ ವಿದ್ಯಾರ್ಥಿಗಳು ಡಿಎಸ್‌ಎ ಮಿತಭಾಷಿಯಾಗಿದ್ದರು. ಆದರೆ ತನ್ನ ಆಸಕ್ತಿಯ ವಿಷಯಕ್ಕೆ ಸಂಬಂಧಿಸಿದಂತೆ ಅವರು ದೃಢಚಿತ್ತರೂ ಕಾರ್ಯತತ್ಪರರೂ ಆಗಿದ್ದರು. ಮಾನಸ ಗಂಗೋತ್ರಿಯಲ್ಲಿ (1960–1965) ರಸಾಯನಶಾಸ್ತ್ರ ವಿಭಾಗದಲ್ಲಿ ಅಧ್ಯಾಪಕರಾಗಿದ್ದ ಡಾ. ಅಬ್ದುಲ್ ಅಜೀಜ್ ಮೊದಲುಗೊಂಡಂತೆ ಅವರ ಸಹೋದ್ಯೋಗಿಗಳು ಅವರ ಮೆದು ವ್ಯಕ್ತಿತ್ವ ಕುರಿತು ಈ ರೀತಿ ಅವರನ್ನು ನೆನಪಿಸಿಕೊಂಡಿದ್ದಾರೆ: "ನಾನು 1960–65 ರ ಅವಧಿಯಲ್ಲಿ ರಸಾಯನಶಾಸ್ತ್ರದ ಅಧ್ಯಾಪಕನಾಗಿದ್ದಾಗ ಡಿಎಸ್ ಅಚ್ಚುತರಾಯರ ಸ್ನೇಹಿತನಾದೆ. ಅವರು ಒಳ್ಳೆಯ ಮನುಷ್ಯರಾಗಿದುದರಿಂದ. ಅವರ ಎಲ್ಲ ಸಹೋದ್ಯೋಗಿಗಳು ಅವರೊಂದಿಗೆ ಮಾತನಾಡಲು ಬಯಸುತ್ತಿದ್ದರು. ಅವರು ಹಾಸ್ಯಪ್ರವೃತ್ತಿಯುಳ್ಳವರಾಗಿದ್ದರು. ಪ್ರತಿಸಂಜೆ ನಾವು ಒಂದೆ ವಾಹನದಲ್ಲಿ ಮಾನಸಗಂಗೋತ್ರಿಯಿಂದ ನಮ್ಮ ಮನೆಗಳಿಗೆ ಪ್ರಯಾಣ ಮಾಡುತ್ತಿದ್ದೆವು. ಈ ಸಮಯದಲ್ಲಿ ನಾವು ವಿವಿಧ ವಿಷಯಗಳ ಕುರಿತು ಚರ್ಚೆ ನಡೆಸುತ್ತಿದ್ದೆವು. ಜನಪ್ರಿಯ ಅಧ್ಯಾಪಕರೆಂದು ಹೆಸರಾಗಿದ್ದ ಡಿಎಸ್‌ಎ ಭಾರತ ಮತ್ತು ಯುರೋಪಿನ ಚರಿತ್ರೆ ಕುರಿತು ಅಗಾಧ ಜ್ಞಾನ ಸಂಪಾದಿಸಿದ್ದರು. ಅವರ ಪ್ರೀತಿಪಾತ್ರ ಸ್ನೇಹಿತ ಶ್ರೀ ಸೀತಾರಾಮಯ್ಯ. ಯಾವಾಗಲೂ ಇವರ ಜೊತೆಯಲ್ಲಿ ಇರುತ್ತಿದ್ದರು. ಈ ಕಾರಣದಿಂದಾಗಿ ಇವರನ್ನು ಜನ "ಅವಳಿ ಜವಳಿ" ಎಂದು ಭಾವಿಸಿದ್ದು ಇಬ್ಬರನ್ನು ಕುರಿತು "ಅಚ್ಯುತರಾಮಯ್ಯ" ಎಂದು ಕರೆಯುತ್ತಿದ್ದರು."

ಡಾ.ಅಬ್ದುಲ್ ಅಜೀಜ್

ರಸಾಯನ ಶಾಸ್ತ್ರ ಅಧ್ಯಾಪಕರು, ಮಾನಸಗಂಗೋತ್ರಿ (1960–65).

ಓರ್ವ ಅಧ್ಯಾಪಕನಾಗಿ ಡಿಎಸ್ ಅಚ್ಚುತರಾಯರ ಬುದ್ಧಿಮತ್ತೆ

"ಮೈಸೂರು ವಿಶ್ವವಿದ್ಯಾನಿಲಯದ ಚರಿತ್ರೆ ವಿಭಾಗ ಸುಮಾರು 125 ವರ್ಷಗಳ ಅಮೋಘ ಇತಿಹಾಸ ಹೊಂದಿದೆ. ಖ್ಯಾತಿವೆತ್ತ ಅಧಾಪಕರನ್ನೊಳಗೊಂಡಿದ್ದ ಒಂದು ಪಡೆ ಆ ವಿಭಾಗಕ್ಕೆ ಕೀರ್ತಿತರುವ ನಿಟ್ಟಿನಲ್ಲಿ ಒಂದು ಪ್ರಮುಖ ಪಾತ್ರವನ್ನು ನಿರ್ವಹಿಸಿದೆ. ಈ ರೀತಿಯ ಅಧ್ಯಾಪಕರಲ್ಲಿ ಕೀರ್ತಿಶೇಷ ಶ್ರೀ

ಡಿಎಸ್ ಅಚ್ಚುತರಾವ್ ಅಥವಾ ಡಿಎಸ್ಎ ಎಂದು ಹೆಸರಾಗಿದ್ದ ಶ್ರೀಯುತರು ಈ ಗುಂಪಿನಲ್ಲಿ ವಿಶಿಷ್ಟ ಸ್ಥಾನ ಪಡೆದುಕೊಂಡಿದ್ದಾರೆ".

ಸ್ನಾತಕ ಮತ್ತು ಸ್ನಾತಕೋತ್ತರ ತರಗತಿಗಳಲ್ಲಿ ಹೆಸರಾಂತ ಅಧ್ಯಾಪಕರ ಮಾರ್ಗದರ್ಶನದಲ್ಲಿ ನಾನು ಇತಿಹಾಸವನ್ನು ಓದಿದ್ದು ನನ್ನ ಪುಣ್ಯವೇ ಆಗಿದೆ. ಮೈಸೂರಿನ ಮಹಾರಾಜ ಕಾಲೇಜಿನಲ್ಲಿ, 1959–62ರ ಅವಧಿಯಲ್ಲಿ ಬಿಎ ತರಗತಿಯಲ್ಲಿ ಚರಿತ್ರೆಯನ್ನು ಒಂದು ಪ್ರಮುಖ ವಿಷಯವನ್ನಾಗಿ ಆರಿಸಿಕೊಂಡಿದ್ದ ನನಗೆ ಡಿಎಸ್ಎ ಅಧ್ಯಾಪಕರಾಗಿ ದೊರೆತಿದ್ದು ನನ್ನ ಭಾಗ್ಯವಾಗಿತ್ತು. ಜಗತ್ತಿನ ನಾಗರೀಕತೆಗಳ ಚರಿತ್ರೆಯನ್ನು ನಮಗೆ ಅವರು ಬೋಧಿಸುತ್ತಿದ್ದರು.

ಚರಿತ್ರೆ ಆಗ ಒಂದು ಜನಪ್ರಿಯ ವಿಷಯವಾಗಿತ್ತು. ಹೀಗಾಗಿ 100 ವಿದ್ಯಾರ್ಥಿಗಳನ್ನು ಹೊಂದಿದ್ದ ಎರಡು ಪ್ರತ್ಯೇಕ ವಿಭಾಗಗಳಿದ್ದವು. ಎತ್ತರವಾಗಿದ್ದು, ಕಂಠಪಟ್ಟಿ ರಹಿತ ಸೂಟು ಬೂಟು ಧರಿಸಿನ ವ್ಯಕ್ತಿತ್ವದ ಡಿಎಸ್ಎ ತಮ್ಮ ಆಕರ್ಷಕ ಮಾತಿನ ಶೈಲಿಯಿಂದ ತರಗತಿಯ ವಿದ್ಯಾರ್ಥಿಗಳನ್ನು ಆಕರ್ಷಿಸುತ್ತಿದ್ದರು. ಜಾಗತಿಕ ನಾಗರೀಕತೆಗಳ ಕುರಿತು ಅಧ್ಯಯನ ನಡೆಸಿರುವ ಹೆಸರಾಂತ ಚರಿತ್ರಕಾರರು ಮತ್ತು ಅವರ ಕೃತಿಗಳನ್ನು ನಮಗೆ ಪರಿಚಯಿಸುತ್ತಿದ್ದರು. ಪ್ರಾಚೀನ ಈಜಿಪ್ಟ್, ಚೀನಾ, ಗ್ರೀಸ್ ಮತ್ತು ರೋಮನ್ ನಾಗರಿಕತೆಗಳ ಕುರಿತು ಅವರು ನೀಡುತ್ತಿದ್ದ ವಿವರಣೆಗಳು ಈಗಲೂ ನನ್ನ ನೆನಪಿನಲ್ಲಿ ಹಸಿರಾಗಿವೆ. ಸ್ನಾತಕ ತರಗತಿಗಳಲ್ಲಿ ಅವರು ಎಚ್ಎಸ್ ಲ್ಯೂಕಾಸ್, ಜೆಸ್ಪೇಯ್ನರ್ ಕೃತಿಗಳನ್ನು ಪರಾಮರ್ಶಿಸಿ ಉದಾಹರಿಸುತ್ತಿದ್ದರು.

ಮಹಾರಾಜ ಕಾಲೇಜಿನಲ್ಲಿ ಸ್ವಲ್ಪ ಸಮಯ ಚರಿತ್ರೆಯನ್ನು ನಮಗೆ ಬೋಧಿಸಿದ ಡಿಎಸ್ಎ ಮಾನಸಗಂಗೋತ್ರಿಯಲ್ಲಿ, ಹೊಸ ಸ್ಥಳದಲ್ಲಿ ಪ್ರಾರಂಭವಾಗಿದ್ದ ಇತಿಹಾಸ ಸ್ನಾತಕೋತ್ತರ ಅಧ್ಯಯನ ಮತ್ತು ಸಂಶೋಧನಾ ವಿಭಾಗಕ್ಕೆ ಅಧ್ಯಾಪಕರಾಗಿ ತೆರಳಿದರು. ಎಂಎ ತರಗತಿಯಲ್ಲಿ, 1962 ರಿಂದ 1964ರವರೆಗೆ ಮತ್ತೊಮ್ಮೆ ಅವರ ವಿದ್ಯಾರ್ಥಿಯಾಗುವ ಭಾಗ್ಯ ನನ್ನದಾಯಿತು. ಹಳೆಯ ಅರಮನೆಯ ಕಟ್ಟಡದ ಬಲಪಾರ್ಶ್ವದಲ್ಲಿ, ಪ್ರಸ್ತುತ ಮೈಸೂರು ವಿಶ್ವವಿದ್ಯಾನಿಲಯದ ಪ್ರಸಾರಾಂಗ ಸ್ಥಳದಲ್ಲಿ ನಮ್ಮ ವಿಭಾಗವಿತ್ತು. ಮೆಟ್ಟಿಲಿನ ಕೆಳಗೆ ಎರಡು ದೊಡ್ಡ ಕೊಠಡಿಗಳು ಮತ್ತು ಮೂರು ಸಣ್ಣ ಕೊಠಡಿಗಳು ಇದ್ದವು. ಅದು ಗಾಳಿಯಾಗಲೀ ಅಥವಾ ಬೆಳಕಾಗಲಿ ಹೆಚ್ಚು ಇರದ ಜಾಗವಾಗಿತ್ತು. ಪೂರ್ವ ಭಾಗದಲ್ಲಿನ ಕೊಠಡಿ ಪ್ರಥಮ ಎಂಎ ತರಗತಿಯದಾಗಿತ್ತು. ಪಶ್ಚಿಮ ಪಾರ್ಶ್ವದಲ್ಲಿನ ಕೊಠಡಿ ದ್ವಿತೀಯ ಎಂಎ ತರಗತಿಗೆ ಮೀಸಲಾಗಿತ್ತು. ಇವೆರೆಡು ಕೊಠಡಿಗಳ ನಡುವಿನ ಕೊಠಡಿ ವಿಭಾಗ ಮುಖ್ಯಸ್ಥರ ಮತ್ತು ಕಛೇರಿ ಹಾಗೂ ಗ್ರಂಥಭಂಡಾರವಾಗಿತ್ತು. ಈ ರೀತಿಯ ಅಲ್ಪ ಸ್ಥಳಾವಕಾಶ ಇದ್ದರೂ, ಇತಿಹಾಸ ಸ್ನಾತಕೋತ್ತರ ಅಧ್ಯಯನ ಮತ್ತು ಸಂಶೋಧನಾ ವಿಭಾಗ ತನ್ನ ಬೌದ್ಧಿಕತೆಗೆ ಹೆಸರಾಗಿತ್ತು. ವಿಭಾಗದ ನಾಲ್ಕು ಪ್ರಮುಖ ಸ್ಥಂಭಗಳು – ಬಿಎಸ್ಎ, ಡಿಎಸ್ಎ, ಎವಿವಿ ಮತ್ತು ಎಸ್ಆರ್ಸಿ – ಈ ರೀತಿಯ ಬೆಳವಣಿಗೆಗೆ ಕಾರಣರಾಗಿದ್ದರು. ಬಿ. ಷೇಕ್ ಆಲಿ, ಅಥವಾ ಬಿಎಸ್ಎ ವಿಭಾಗದಲ್ಲಿ ಹಿರಿಯ ಅಧ್ಯಾಪಕರಾಗಿ ಮುಖ್ಯಸ್ಥರಾಗಿ ನಮಗೆ ಇತಿಹಾಸ ಅಧ್ಯಯನ ವಿಧಾನ ಮತ್ತು ಮಧ್ಯಯುಗದ ಚರಿತ್ರೆ ಬೋಧಿಸುತ್ತಿದ್ದರು. ಡಿಎಸ್ಎ ಅಥವಾ ಡಿಎಸ್ ಅಚ್ಚುತರಾವ್ ಆಧುನಿಕ ಏಷ್ಯ ಚರಿತ್ರೆಯನ್ನು ಪರಿಚಯಿಸುತ್ತಿದ್ದರು. ಎ.ವಿ. ವೆಂಕಟರತ್ನಂ ಅಥವಾ ಎವಿವಿ ಅಮೇರಿಕ ಸಂಯುಕ್ತ ಸಂಸ್ಥಾನ

ಮತ್ತು ಬ್ರಿಟನ್ನಿನ ಸಂವಿಧಾನಾತ್ಮಕ ಚರಿತ್ರೆ ಬೋಧಿಸುತ್ತಿದ್ದರು. ಭಾರತದ ಸಾಂಸ್ಕೃತಿಕ ಚರಿತ್ರೆ ಮತ್ತು ಪ್ರಾಚೀನ ಭಾರತದ ರಾಜಕೀಯ ಸಿದ್ಧಾಂತ ಮತ್ತು ಸಂಸ್ಥೆಗಳನ್ನು ಎಸ್ ಆರ್ ಚೆಲುವರಂಗರಾಜು ಅಥವಾ ಎಸ್‌ಆರ್‌ಸಿ ಬೋಧಿಸುತ್ತಿದ್ದರು. ಈ ನಾಲ್ಕು ಹೆಸರಾಂತ ಉಪಾಧ್ಯಾಯರಲ್ಲಿ ನನಗೆ ಡಿಎಸ್‌ಎ ವಿಶೇಷವಾಗಿ ಕಂಡುಬರುತ್ತಾರೆ. ದೂರಪ್ರಾಚ್ಯ, ಮಧ್ಯಪ್ರಾಚ್ಯ ಮತ್ತು ಆಗ್ನೇಯ ಏಷ್ಯಾ ಒಳಗೊಂಡಿದ್ದ ಆಧುನಿಕ ಏಷ್ಯಾ ಚರಿತ್ರೆಯನ್ನು ಅವರು ನಮಗೆ ಬೋಧಿಸುತ್ತಿದ್ದರು. ಸಂಪೂರ್ಣ ಸೂಟು ಬೂಟಿನ ಕಂಠಪಟ್ಟಿ ಇಲ್ಲದ ದಿರಿಸಿನಲ್ಲಿ ತರಗತಿಯನ್ನು ಪ್ರವೇಶಿಸಿ, ವೇದಿಕೆಯ ಮೇಲಿದ್ದ ಕುರ್ಚಿಯಲ್ಲಿ ಕುಳಿತುಕೊಂಡು ತಮ್ಮ ತೊಡೆಯ ಮೇಲೆ ಯಾವುದೋ ಒಂದು ಪ್ರಮಾಣೀಕರಿಸಿದ ಉದ್ಗ್ರಂಥವನ್ನು ಇರಿಸಿ ನಿರಂತರವಾಗಿ ಉಪನ್ಯಾಸ ನೀಡುತ್ತಿದ್ದರು. ಆಧುನಿಕ ಏಷ್ಯಾ ಚರಿತ್ರೆ ಕುರಿತು ರಚಿಸಲಾಗಿರುವ ಕೃತಿಗಳನ್ನು ಪರಾಮರ್ಶಿಸಿ ನಮಗೆ ವಿನಾಕೆ, ಮೈಕೆಲ್ ಮತ್ತು ಟೇಲರ್ ಮತ್ತು ಕೆಎಸ್ ಲಾಟೂರೆಟ್‌ರ ಕೃತಿಗಳನ್ನು ತೋರಿಸುತ್ತಿದ್ದರು. ಅವರು ಚೀನಾದ ಕುವೋಮಿಂಗ್ ಪಕ್ಷದ ಡಾ.ಸನ್ ಯಾತ್ ಸೆನರ ಸ್ಯಾನ್ ಮಿಂಚು, ಕಮ್ಯುನಿಸ್ಟ್ ಚೀನಾದ ಮಾವೊತ್ಸೆ ತುಂಗರ ಸಾಂಸ್ಕೃತಿಕ ಕ್ರಾಂತಿ, ಮೇಜಿ ಅವಧಿಯ ಪುನರ್‌ಜೀವನ ಮತ್ತು ದ್ವಿತೀಯ ಮಹಾಯುದ್ಧದ ನಂತರ ಕಂಡುಬಂದ ಜಪಾನ್‌ನ ಪುನರ್‌ನಿರ್ಮಾಣ, ವಿಯೆಟ್ನಾಂನಲ್ಲಿ ಡಾ. ಹೋ ಚಿ ಮಿನ್ಹರ ಕಾರ್ಯಗಳು, ರೇಜಾ ಷಹಾ ಪಹ್ಲವಿಯ ನಾಯಕತ್ವದಲ್ಲಿ ಕಂಡು ಬಂದ ಆಧುನಿಕ ಇರಾನ್‌ನ ಏಳಿಗೆ, ಟರ್ಕಿಯಲ್ಲಿ ಏಳಿಗೆ ಹೊಂದಿದ ಕೆಮಾಲಿಸಂ ಮತ್ತು ಮುಸ್ತಾಫ ಕೆಮಾಲ್ ಪಾಷಾರ ವ್ಯಕ್ತಿತ್ವ ಹಾಗೂ ಜಿಯೋನಿಸ್ಟ್ ಚಳವಳಿ ಮತ್ತು ಇಸ್ರೇಲ್ ರಾಷ್ಟ್ರದ ನಿರ್ಮಾಣ ಕುರಿತು ನಡೆಸುತ್ತಿದ್ದ ವಿಶ್ಲೇಷಣಾತ್ಮಕ ಚರ್ಚೆಗಳು ಇಂದಿಗೂ ಕೂಡಾ ನನ್ನ ಕಿವಿಯಲ್ಲಿ ಗುಂಗುರಿಸುತ್ತಿವೆ."

"ಅಧ್ಯಾಪಕರಾಗಿ ತಮ್ಮ ಮತ್ತು ತಮ್ಮ ವಿದ್ಯಾರ್ಥಿಗಳ ನಡುವಿನ ಅಂತರವನ್ನು ಅವರು ಕಾಪಾಡಿಕೊಂಡಿದ್ದರು. ಇದು ಅವರ ಒಂದು ವಿಶೇಷ ವ್ಯಕ್ತಿತ್ವವಾಗಿತ್ತು. ತಮ್ಮ ಕೊಠಡಿಗೆ ವಿದ್ಯಾರ್ಥಿಗಳು ಯಾವುದೇ ಕ್ಷುಲ್ಲಕ ಕಾರಣಗಳು ಅಥವಾ ಸಣ್ಣ ವಿಚಾರಗಳೊಂದಿಗೆ ಪ್ರವೇಶಿಸುವುದನ್ನು ಅವರು ಸಹಿಸುತ್ತಿರಲಿಲ್ಲ. ಉಪನ್ಯಾಸಕ ಹುದ್ದೆಯಲ್ಲಿ ಅವರಿಗೆ ಬಡ್ತಿ ದೊರೆಯದಿದ್ದರೂ ಮತ್ತು ಯಾವುದೇ ವೈಯಕ್ತಿಕ ಸಮಸ್ಯೆಗಳಿದ್ದಾಗ್ಯೂ, ಅವರು ನಿಸ್ಪೃಹತೆಯಿಂದ ತಮ್ಮ ತರಗತಿಗಳನ್ನು ಕ್ಲುಪ್ತಕಾಲದಲ್ಲಿ ತೆಗೆದುಕೊಳ್ಳುತ್ತಿದ್ದರು. ತರಗತಿಗಳಲ್ಲಿ ನಿಗದಿತ ಪಠ್ಯಕ್ರಮವನ್ನು ಮುಗಿಸಲು ಸಾಧ್ಯವಾಗದಿದ್ದಾಗ, ಭಾನುವಾರಗಳು ಅಥವಾ ರಜಾ ದಿನಗಳಲ್ಲಿ ಎರಡರಿಂದ ಮೂರು ಗಂಟೆಗಳ ಅವಧಿಯ ವಿಶೇಷ ತರಗತಿಗಳನ್ನು ಅವರು ನಡೆಸುತ್ತಿದ್ದರು. ವಿದ್ಯಾರ್ಥಿಗಳಲ್ಲಿ ಅಸಂತೋಷ ಅಥವಾ ಸೋಮಾರಿತನವನ್ನು ಎಂದಿಗೂ ಸಹಿಸದ ಅವರು ಈ ನಿಟ್ಟಿನಲ್ಲಿ ಓರ್ವ ಕಠಿಣ ಹೃದಯಿಯಾಗಿದ್ದರು. ತಮ್ಮ ವಿದ್ಯಾರ್ಥಿಗಳನ್ನು ಅವರು ಯಾವುದೇ ಪಕ್ಷಪಾತ ದೃಷ್ಟಿಯಿಂದ ನೋಡದೆ ಸರ್ವರನ್ನು ನ್ಯಾಯಪರ ದೃಷ್ಟಿಯಿಂದ ನೋಡುತ್ತಿದ್ದರು. ಯಾವುದೇ ವೈಯಕ್ತಿಕ ಲಾಭಕ್ಕಾಗಿ ಅವರನ್ನು ಭೇಟಿಯಾಗಲು ವಿದ್ಯಾರ್ಥಿಗಳು ಹಿಂಜರಿಯುತ್ತಿದ್ದರು."

ಡಿಎಸ್‌ಎ ಓರ್ವ ಸ್ಫೂರ್ತಿದಾಯಕ ಅಧ್ಯಾಪಕ ಮಾತ್ರವಲ್ಲದೆ, ಓರ್ವ ಹೆಸರಾಂತ ಸಂಶೋಧಕರೂ ಆಗಿದ್ದರು. ಅವರು "ಹೈದರ್ ಆಲಿ ಮತ್ತು ಆತನ ಕಾಲ" ವಿಷಯ ಕುರಿತು ನಡೆಸಿದ್ದ ಸಂಶೋಧನೆ ನಿಜಕ್ಕೂ ಪ್ರಶಂಸನೀಯ. ನಾನು 1981–1985ರ ಅವಧಿಯಲ್ಲಿ ವಿಭಾಗದಲ್ಲಿ ವಿಶೇಷ ಸಹಾಯ

ಕಾರ್ಯಕ್ರಮ, ಎಸ್ಎಪಿಯನ್ವಯ ಉಪನ್ಯಾಸಕ–ಸಂಶೋಧನಾ ವಿದ್ಯಾರ್ಥಿಯಾಗಿ ಸಂಶೋಧನೆಯಲ್ಲಿ ತೊಡಗಿಸಿಕೊಂಡ ವೇಳೆಯಲ್ಲಿ ಮೈಸೂರು ವಿಶ್ವವಿದ್ಯಾನಿಲಯದ ಗ್ರಂಥಾಲಯದಲ್ಲಿ ಅವರ ಅಪ್ರಕಟಿತ ಸಂಪ್ರಬಂಧವನ್ನು ನೋಡುವ ಭಾಗ್ಯಶಾಲಿಯಾದೆ. ಅವರ ಸಂಶೋಧನಾ ಶೈಲಿ ಮತ್ತು ಈ ಸಂಪ್ರಬಂಧ ರಚನೆಯಲ್ಲಿನ ಅವರ ಕಾರ್ಯ ದಕ್ಷತೆ ನನ್ನನ್ನು ವಿಸ್ಮಯಗೊಳಿಸಿತು."

"ಡಿಎಸ್ಎ, ನೋಡುಗರಿಗೆ ಕಠಿಣ ಹೃದಯಿ ಮತ್ತು ಶಿಸ್ತಿನ ಸಿಪಾಯಿ ಎನಿಸಿದರೂ, ವೈಯುಕ್ತಿಕವಾಗಿ ಅವರು 'ವಜ್ರಾದಪಿ ಕಠೋರಾಣಿ ಮೃದೂನಿ ಕುಸುಮಾದಪಿ' ಆಗಿದ್ದರು. ಮಾನಸ ಗಂಗೋತ್ರಿಯಲ್ಲಿ ನಾನು ಎಂಎ ತರಗತಿಯಲ್ಲಿದ್ದಾಗ ಅವರು ಭಾನುವಾರಗಳು ಮತ್ತು ರಜಾದಿನಗಳಂದು ನಡೆಸುತ್ತಿದ್ದ ದೀರ್ಘ ಅವಧಿಯ ವಿಶೇಷ ತರಗತಿಗಳಿಗೆ ಹಾಜರಾಗಲು ಸಾಧ್ಯವಾಗುತ್ತಿರಲಿಲ್ಲ. ಏಕೆಂದರೆ "ವಾರದ ಊಟದ ಹುಡುಗನಾಗಿದ್ದ" ನಾನು (ವಾರಾನ್ನ) ನಿಗದಿಪಡಿಸಿದ್ದ ಮನೆಯಲ್ಲಿ ಮಧ್ಯಾಹ್ನದ ಊಟವನ್ನು ನಾನು ತಪ್ಪಿಸಿಕೊಳ್ಳಲಾಗುತ್ತಿರಲಿಲ್ಲ. ವಿಶೇಷ ತರಗತಿಗಳಲ್ಲಿನ ನನ್ನ ಗೈರುಹಾಜರಿಯನ್ನು ಗಮನಿಸಿದ ಅವರು ನನ್ನ ಸ್ನೇಹಿತರೂ ಮತ್ತು ಸಹಪಾಠಿಯಾಗಿದ್ದ ದಿವಂಗತ ಕೆ.ಎಸ್. ಶಿವಣ್ಣನ ಮೂಲಕ ನನ್ನನ್ನು ಬರಹೇಳಿದರು. ಹೆದರಿಕೆ ಮತ್ತು ಹಿಂಜರಿಕೆಯಿಂದ ನಾನು ಅವರನ್ನು ಅವರ ಕೊಠಡಿಯಲ್ಲಿ ಭೇಟಿಯಾಗಿ ನನ್ನ ಸಮಸ್ಯೆಗಳನ್ನು ವಿವರಿಸಿದೆ. ತಕ್ಷಣ ಅವರು ತಮ್ಮ ಧ್ವನಿಯನ್ನು ಕುಗ್ಗಿಸಿ ನನ್ನ ಬಗ್ಗೆ ಮೃದುವಾಗಿ ವರ್ತಿಸಲು ಪ್ರಾರಂಭಿಸಿದರು. ನನ್ನ ಗೌರವಾನ್ವಿತ ಉಪಾಧ್ಯಾಯರ ಈ ವರ್ತನೆ ನಾನು ಶಿಕ್ಷಣ ಪೂರೈಸಿ ಉಪನ್ಯಾಸಕ ವೃತ್ತಿ ಪ್ರವೇಶಿಸುವುದಕ್ಕೆ ಪ್ರೇರಣೆಯಾಯಿತು."

ಓರ್ವ ಉಪನ್ಯಾಸಕರಾಗಿ ಡಿಎಸ್ಎ ಅಪಾರ ಬುದ್ಧಿಮತ್ತೆಯುಳ್ಳವರೂ ಮತ್ತು ವಿಶಾಲ ಹೃದಯಿ ಆಗಿದ್ದರು. ಅವರಂತಹ ಉಪನ್ಯಾಸಕರ ಸಂಖ್ಯೆ ವೃದ್ಧಿಸಿ ಅಸಂಖ್ಯಾತ ವಿದ್ಯಾರ್ಥಿಗಳಿಗೆ ಅವರ ರೀತಿಯಲ್ಲಿ ಮಾರ್ಗದರ್ಶನ ನೀಡಲಿ ಎಂಬುದು ನನ್ನ ಆಕಾಂಕ್ಷೆಯಾಗಿದೆ. ಈ ರೀತಿ ನಡೆಯಲಿ ಎಂದು ನಾನು ಹಾರೈಸುತ್ತೇನೆ.

ಡಾ.ಕೆ. ವಿಶ್ವನಾಥ

ಇತಿಹಾಸ ಪ್ರಾಧ್ಯಾಪಕರು (ವಿಶ್ರಾಂತ), ಕಾಲೇಜು ಶಿಕ್ಷಣ ವಿಭಾಗ, ಮೈಸೂರು ವಿಶ್ವವಿದ್ಯಾನಿಲಯ

"ಓಹೋ! ಡಿಎಸ್ಎ ನಿಮ್ಮ ನೆನಪು. ಎಲ್ಲರ ಬಗ್ಗೆ ಗೌರವಾದರಗಳು ಇರುವ ನಮಗೆ ನಮ್ಮ ಗುರು ಪ್ರೊಫೆಸರ್ ಡಿಎಸ್ ಅಚ್ಚುತರಾಯರ ಬಗ್ಗೆ ಹೆಚ್ಚು ಗೌರವವಿದೆ. ಅವರ ಶೈಕ್ಷಣಿಕ ಸಾಮರ್ಥ್ಯ ಮತ್ತು ಕಾರ್ಯದಕ್ಷತೆಗೆ ನಾವು ಹೆಚ್ಚು ಋಣಿಯಾಗಿದ್ದೇವೆ. ನಮ್ಮ ಕವಿಭೂಷಣ ಕುವೆಂಪು ಇವರ ಕನಸಾಗಿದ್ದ ಮಾನಸಗಂಗೋತ್ರಿಗೆ ಇತಿಹಾಸ ವಿಭಾಗ ಸ್ಥಳಾಂತರಗೊಂಡು ಸ್ವಲ್ಪ ದಿನಗಳಾಗಿತ್ತು. ಕಟ್ಟಡಗಳು ಮತ್ತು ಇನ್ನಿತರ ಮೂಲ ಸೌಕರ್ಯಗಳು ಇಲ್ಲದಿದ್ದರೂ ಕೂಡಾ ವಿಶ್ವವಿದ್ಯಾನಿಲಯ ತನ್ನ ಕಾರ್ಯಚಟುವಟಿಕೆಗಳನ್ನು ನಡೆಸುತ್ತಿತ್ತು. ಹೀಗಿದ್ದರೂ, ಇದು ವಿಶ್ವವಿದ್ಯಾನಿಲಯದ ಅಧ್ಯಾಪಕ ವರ್ಗದಲ್ಲಿನ ಕಾರ್ಯದಕ್ಷತೆಗೆ ಕುಂದು ತರಲಿಲ್ಲ. ಗಂಗೋತ್ರಿಯ ಬೌದ್ಧಿಕ ಬೆಳವಣಿಗೆಗೆ ಪ್ರತಿಯೋರ್ವ ಅಧ್ಯಾಪಕ ತನ್ನದೇ ಆದ ಹೊಳಪಾದ ಮತ್ತು ಬೌದ್ಧಿಕ ಕೊಡುಗೆಗಳನ್ನು ನೀಡಿದರು.

ನಮ್ಮ ವಿಭಾಗದ ಅಧಾಪಕ ವೃಂದ ಹಿರಿಯ ಮತ್ತು ಕಿರಿಯ ಅಧ್ಯಾಪಕರನ್ನು ಹೊಂದಿತ್ತು. ಅವರಲ್ಲಿ ಕೆಲವರು ಹೊಸದಾಗಿ ನೇಮಕಗೊಂಡಿದ್ದವರಾಗಿದ್ದು, ಮತ್ತು ಕೆಲವರು ಮಹಾರಾಜ ಕಾಲೇಜಿನಿಂದ ವರ್ಗಾವಣೆ ಹೊಂದಿದವರಾಗಿದ್ದರು. ತರಗತಿಯಲ್ಲಿನ ಮೊದಲನೆ ದಿನದ ಅನುಭವ ಬಹಳ ಅಪೂರ್ವವಾಗಿತ್ತು. ಒಂದು ದಿನ ತರಗತಿಯಲ್ಲಿ ನಾವು ಸಾಲಾಗಿ ಕುಳಿತ ಸಂದರ್ಭದಲ್ಲಿ, ಓರ್ವ ಸ್ಫೂರ್ತಿದಾಯಕ ವ್ಯಕ್ತಿ ಹಿಂದಿನ ಬಾಗಿಲಿನ ಮೂಲಕ ಕೊಠಡಿಯನ್ನು ಪ್ರವೇಶಿಸಿದರು. ತನ್ನ ದಿರಿಸಿನಲ್ಲಿ ಯಾವುದೇ ಆಡಂಬರವಿಲ್ಲದ ಮತ್ತು ವ್ಯಕ್ತಿತ್ವ ಸಾಬೀತಾಗದ ವ್ಯಕ್ತಿ ಕುರ್ಚಿಯ ಮೇಲೆ ಕಾಲಿನ ಮೇಲೆ ಮತ್ತೊಂದು ಕಾಲು ಬರುವಂತೆ ಕುಳಿತು, ಹದ್ದಿನ ದೃಷ್ಟಿಯಲ್ಲಿ ನಮ್ಮ ವೀಕ್ಷಣೆಯಲ್ಲಿ ತೊಡಗಿದರು. ಅವರ ಆ ದೃಷ್ಟಿ ನಮ್ಮ ಬೆನ್ನಹುರಿಯನ್ನು ಇರಿದಂತೆ ಭಾಸವಾಯಿತು. ಅಲ್ಲಿ ಸಂಪೂರ್ಣವಾಗಿ ಮೌನ ಆಕ್ರಮಿಸಿತ್ತು. ತರುವಾಯ ನಮ್ಮೆಲ್ಲರನ್ನೂ ಸ್ವಾಗತಿಸುವಂತಹ ಒಂದು ಧ್ವನಿ ಸ್ಪಷ್ಟವಾಗಿ ಮತ್ತು ಮಾಧುರ್ಯದಿಂದ ಕೇಳಿ ಬಂದಿತು. ಆ ಧ್ವನಿ ಯಾವ ರೀತಿಯಲ್ಲಿ ಇತ್ತೆಂದರೆ, ಅದು ನಮ್ಮ ಮೆದುಳಿನ ಜೀವಕೋಶಗಳಿಗೆ ನೇರ ಪ್ರವೇಶವನ್ನು ಪಡೆದುಕೊಂಡಿತು. ಅವರು ಒಂದು ಗಂಟೆ ನೀಡಿದ ಉಪನ್ಯಾಸ ಯಾವುದೋ ಸಂಗೀತದಂತೆ ಇತ್ತು. ಅವರು ಕೊಠಡಿಯಿಂದ ನಿರ್ಗಮಿಸಿದ ಮರುಕ್ಷಣ ಕೆಲವು ಚೇಷ್ಟೆ ಮಾಡುವ ವಿದ್ಯಾರ್ಥಿಗಳು ತಕ್ಷಣ ಅವರಿಗೆ "ರಣಜಿತ್ ಸಿಂಗ್" ಎಂಬ ಹೆಸರು ನೀಡಿದರು.

ತರುವಾಯ ವಾರ ಬಿಟ್ಟು ವಾರ, ಎರಡು ವರ್ಷ ನಮಗೆ ಯೂರೋಪ್, ಚೀನಾ, ಜಪಾನ್ ಮತ್ತು ಆಗ್ನೇಯ ಏಷ್ಯಾ ಚರಿತ್ರೆಯನ್ನು ಬೋಧಿಸಿದರು. ಪ್ರತಿಯೊಂದು ಉಪನ್ಯಾಸ ಬೋಧಪ್ರದ ಮತ್ತು ಘಟನೆ ಹಾಗೂ ಮಾಹಿತಿಗಳ ಅಗರವಾಗಿತ್ತು. ಅದು ಒಂದು ರೋಮಾಂಚಕ ಅನುಭವ. ಹೀಗಾಗಿ, ಇವೆರೆಡು ವಿಷಯಗಳು ನಮಗೆ ಪ್ರಿಯವಾದವು. ನಾವು ಈ ವಿಷಯದ ಬಗ್ಗೆ ಹೆಚ್ಚು ತೃಷೆ ಗಳಿಸಿದೆವು. ನೆಪೋಲಿಯನ್, ಬಿಸ್ಮಾರ್ಕ್, ಹಿಟ್ಲರ್, ಸನ್‌ಯಾತ್ ಸೇನ್, ಮಾವೋತ್ಸೆ ತುಂಗ್, ಸುಕಾರ್ನೋ, ಹೋಚಿ ಮಿನ್ಹ್, ದೀರ್ಘ ಪ್ರಯಾಣ, ವಿಯೆಟ್ನಾಂ ಯುದ್ಧ ಮತ್ತು ಇನ್ನಿತರ ವಿಷಯಗಳು ನಮ್ಮ ನೆನಪಿನಿಂದ ಮರೆಯಾಗಲಿಲ್ಲ. ಅವರು ಘಟನೆಗಳ ಕುರಿತಾದ ಚಿತ್ರಣಗಳನ್ನು ಯಾವ ರೀತಿಯಲ್ಲಿ ನಮ್ಮ ಮುಂದೆ ಇರಿಸುತ್ತಿದ್ದರು ಎಂದರೆ ಅವು ನಮ್ಮ ಕಣ್ಣ ಮುಂದೆ ನಡೆಯುತ್ತಲಿವೆ ಎಂದು ನಮಗೆ ಭಾಸವಾಗುತ್ತಿತ್ತು. ಸರ್ವ ಇತಿಹಾಸ ಸಮಕಾಲೀನ ಚರಿತ್ರೆ ಎಂದು ಅವರು ಭಾವಿಸಿದ್ದ ಪರಿ ನಮಗೆ ದಿಟವೆನಿಸಿತ್ತು. ಉಪನ್ಯಾಸಗಳಲ್ಲಿ ಅವರು ಹೇಳುತ್ತಿದ್ದ ಎಚ್‌ಎಎಲ್ ಫೀಷರ್, ಎನ್ ಪೀಫರ್, ಗಿಬ್ಬನ್, ಕಾಲಿಂಗ್‌ವುಡ್, ಆಸ್ವಾಲ್ಡ್ ಸ್ಪೆಂಗ್ಲರ್, ಟಾಯ್ನಬಿ ಮೊದಲಾವರ ಹೆಸರು ನಮಗೆ ಆ ಕ್ಷಣಕ್ಕೆ ಆಗುಂತಕ ಹೆಸರುಗಳಾಗಿದ್ದರೂ, ಕಾಲಕ್ರಮೇಣ ಇವುಗಳು ನಮಗೆ ಇತಿಹಾಸ ತತ್ವಶಾಸ್ತ್ರದ ಅಧ್ಯಯನ ನಡೆಸಲು ಸ್ಫೂರ್ತಿಯ ಸೆಲೆಗಳಾದವು. ಇದು ನಮ್ಮ ಪಠ್ಯಕ್ರಮದಲ್ಲಿ ಕಬ್ಬಿಣದ ಕಡಲೆಯಾಗಿತ್ತು. ಹೀಗಿದ್ದರೂ ಚರಿತ್ರೆ ನಮಗೆ ಹಬ್ಬವಾಗಿ ಪರಿಣಮಿಸಿತು.

ತರಗತಿಯಲ್ಲಿ ಬಹಳ ಹಿಂದೆ ನಡೆದ ಮತ್ತು ಮರೆಯಲಾಗದ ಒಂದು ಘಟನೆಯನ್ನು ನಾನು ನಿಮ್ಮ ಅವಗಾಹನೆಗೆ ತರುತ್ತೇನೆ. ಒಂದು ದಿನ ಡಿಎಸ್‌ಎ ಅವರ ಪ್ರಥಮ ಅವಧಿಯಲ್ಲಿ ಇದು ಸಂಭವಿಸಿತು. ತರಗತಿಗೆ ಒಂದು ದಿನ ನಾವು ಓಡುತ್ತಾ ಬಂದೆವು. ತರಗತಿಗಳಿಗೆ ನಾವು ಓಡುತ್ತಾ ಸಮಯಕ್ಕೆ ಸರಿಯಾಗಿ ತಲುಪುತ್ತಿದ್ದೆವು. ಅವರ ಶಿಸ್ತಿನ ವ್ಯಕ್ತಿಯಾಗಿದ್ದರು. ತರಗತಿಯನ್ನು ಪ್ರವೇಶಿಸುತ್ತಿದ್ದ

ನಾವು ಹೆದರಿಕೆಯಿಂದ ನಮಗೆ ಏನು ಕಾದಿದೆಯೋ ಎಂಬಂತೆ ತಲೆತಗ್ಗಿಸಿ ನಿಶ್ಯಬ್ದರಾಗುತ್ತಿದ್ದವು. ಬಿಸಿಲಿನ ದಿನಗಳಲ್ಲಿ ತರಗತಿಗಳಲ್ಲಿ ನಿದ್ರೆಯ ಕಣ್ಣುಗಳನ್ನು ಹತೋಟಿಯಲ್ಲಿರಿಸುವುದು ಕಷ್ಟವಾಗುತ್ತಿತ್ತು. ಒಂದು ಆ ರೀತಿಯ ದಿನದಂದು ತರಗತಿಯಲ್ಲಿ ಡಿಎಸ್‌ಎ ಸಂಪೂರ್ಣ ಮಗ್ನರಾಗಿ ವರ್ಸೇಲ್ಸ್ ಒಪ್ಪಂದ ಕುರಿತು ಉಪನ್ಯಾಸ ನೀಡುತ್ತಿದ್ದರು. ಅವರ ಕಣ್ಣುಗಳು ತಮ್ಮ ಬಳಿ ಇರಿಸಿಕೊಂಡಿದ್ದ ಸಣ್ಣ ಚೀಟಿಗಳನ್ನು ನೊಡುತ್ತಿದ್ದರೂ, ಯಾವ ರೀತಿಯಲ್ಲಿ ತಮ್ಮ ಉಪನ್ಯಾಸವನ್ನು ತಮ್ಮ ವಿದ್ಯಾರ್ಥಿಗಳು ಸಮಚಿತ್ತಭಾವದಿಂದ ಸ್ವೀಕರಿಸುತ್ತಿದ್ದಾರೆ ಎಂಬುದನ್ನೂ ಅವರು ಗಮನಿಸುತ್ತಿದ್ದರು. ಅನೇಕ ವೇಳೆ ಓರ್ವ ಅಥವಾ ಹಲವಾರು ವಿದ್ಯಾರ್ಥಿಗಳು ಸಿಕ್ಕುಬೀಳುತ್ತಿದ್ದ ಸಂದರ್ಭಗಳಿದ್ದವು. ಯಾರಾದರು ಸಿಕ್ಕಿಬಿದ್ದಲ್ಲಿ ಅವರಿಗೆ ಛೀಮಾರಿ ಹಾಕುವ ಅಥವಾ ಎಚ್ಚರಿಕೆಯನ್ನು ನೀಡುತ್ತಿದ್ದರು. ಅಂದು ನನ್ನ ಆಪ್ತ ಮಿತ್ರನೋರ್ವ ಅವರ ಹದ್ದಿನ ಕಣ್ಣಿನ ದೃಷ್ಟಿಗೆ ಬಿದ್ದನು. ಯೂರೋಪ್ ಖಂಡದಲ್ಲಿ ಹೊಸದಾಗಿ ರಚನೆಯಾಗಿರುವ ಯಾವುದಾದರು ಮೂರು ರಾಷ್ಟ್ರಗಳನ್ನು ಹೆಸರಿಸು ಎಂಬ ಪ್ರಶ್ನೆಯನ್ನು ಆ ಬಡಪಾಯಿಗೆ ಅವರು ತೂರಿದರು.

ಅದು ಅಷ್ಟಕ್ಕೆ ಮುಗಿಯಿತೆ. ಇಲ್ಲ ನನ್ನ ಸ್ನೇಹಿತ ಏನೂ ಘಟಿಸಿಲ್ಲವೆಂದೂ ಎದ್ದು ನಿಂತು ನಾವು ಯಾರು ಕೇಳಿರದಿದ್ದ ಮೂರು ರಾಷ್ಟ್ರಗಳನ್ನು ಹೆಸರಿಸಿದನು. ಈ ಉತ್ತರವನ್ನು ನಿರೀಕ್ಷಿಸದ ಸ್ವತಃ ಡಿಎಸ್‌ಎ ದಂಗಾದರು, ಮಾತ್ರವಲ್ಲದೆ ಆಶ್ಚರ್ಯ ಚಕಿತರಾದರು. ಬೇರೆ ಯಾರೋ ಆಗಿದ್ದ ಪಕ್ಷದಲ್ಲಿ ಇದನ್ನು ಅವಮಾನ ಎಂದು ಪರಿಗಣಿಸುತ್ತಿದ್ದರು. ಬಳಿಕ ತರಗತಿ ಸಂಪೂರ್ಣವಾಗಿ ನಿಶ್ಯಬ್ದವಾಯಿತು. ಹೆಚ್ಚು ಎತ್ತರವಿರದಿದ್ದ ನನ್ನ ಚಿಕ್ಕ ಮಿತ್ರನನ್ನು ಗುರುಗಳು ಸೇರಿದಂತೆ ಎಲ್ಲರೂ ಪ್ರಶಂಸಿದರು. ಅವನು ಬೆವರುತ್ತಿದ್ದನು. ಅದು ಅಲ್ಲಿಗೆ ಮುಗಿಯಲಿಲ್ಲ. ನನ್ನ ಮಿತ್ರನನ್ನು ತಮ್ಮನ್ನು ಕೊಠಡಿಯಲ್ಲಿ ಕಾಣುವಂತೆ ಪ್ರೊಫೆಸರ್ ಕೇಳಿಕೊಂಡರು. ಆತನಿಗೆ ಯಾವುದೋ ದುರ್ಗತಿ ಸಂಭವಿಸಲಿದೆ ಎಂದು ಅರಿತ ನಾವಿಬ್ಬರೂ ಅವರ ಕೊಠಡಿಗೆ ತೆರಳಿದೆವು. ಆದರೆ ಡಿಎಸ್‌ಎ ಆತನ ಬುದ್ಧಿಚಾತುರ್ಯ ಮತ್ತು ಕೌಶಲ್ಯವನ್ನು ಸಂಪೂರ್ಣವಾಗಿ ಪ್ರಶಂಸಿದರು. ಈ ಘಟನೆಯ ತರುವಾಯ ಆತ ಅವರ ಅಚ್ಚುಮೆಚ್ಚಿನ ಮತ್ತು ಪ್ರೀತಿಪಾತ್ರ ವಿದ್ಯಾರ್ಥಿಯಾದನು. ಇದು ಉಪಾಧ್ಯಾಯ ಮತ್ತು ಆತನ ವಿದ್ಯಾರ್ಥಿಯ ನಡುವಿನ ಸಂಬಂಧಗಳನ್ನು ಸೂಚಿಸುತ್ತದೆ. ಈ ಘಟನೆಯ ಬಳಿಕ ಬಹುತೇಕ ನಾವೆಲ್ಲರೂ ಡಿಎಸ್‌ಎ ಅವರೊಂದಿಗೆ ಮತ್ತಷ್ಟು ಸಾಮೀಪ್ಯ ಗಳಿಸಿದೆವು. ಅವರನ್ನು ನಮ್ಮ ಬೌದ್ಧಿಕ ವಿಷಯಗಳಿಗೆ ಸಂಬಂಧಿಸಿದಂತೆ ನಮ್ಮ ಮಾರ್ಗದರ್ಶಕರೆಂದೂ ನಾವು ಭಾವಿಸುವಂತಾಯಿತು. ನಾವು ಅವರನ್ನು ಆಗ್ಗಿಂದಾಗ್ಯೆ ಭೇಟಿಯಾಗುತ್ತಿದ್ದುದು ಅವರಿಗೆ ಸಂತೋಷ ಎನಿಸಿತ್ತು. ಈ ರೀತಿಯ ಅನೇಕ ಘಟನೆಗಳು ಡಿಎಸ್‌ಎ ಅವರ ಸಿಟ್ಟು ಮತ್ತು ಗಡುಸಿನ ಮುಖವನ್ನು ಪ್ರದರ್ಶಿಸಿದರೂ, ವಿದ್ಯಾರ್ಥಿಗಳಿಗೆ ಸಹಾಯ ಮಾಡುವಂತಹ ಅವರ ಮೃದುಧೋರಣೆಯ ಮತ್ತೊಂದು ಮುಖವನ್ನು ನಮಗೆ ಪರಿಚಯಿಸಿದುವು.

ದಿನಗಳು ಉರುಳಿದವು. ಭಾರವಾದ ಹೃದಯದಿಂದ ನಾವು ವಿದ್ಯಾಭ್ಯಾಸ ಪೂರೈಸಿ ನಮ್ಮ ಮನೆಗಳಿಗೆ ತೆರಳಿದೆವು. ಇದೇ ವೇಳೆಗೆ ದೈನಂದಿನ ಜಂಜಾಟದಲ್ಲಿ ನಾವು ನಮ್ಮನ್ನು ಕಳೆದುಕೊಂಡೆವು. ಆದರೆ ಡಿಎಸ್‌ಎ ಅವರನ್ನು ಕುರಿತಾದ ನೆನಪು ಕಳೆದು ಹೋಗಲಿಲ್ಲ. ಅವರು ಓರ್ವ ಮಾರ್ಗದರ್ಶಿ ನಕ್ಷತ್ರವಾಗಿದ್ದು ನಮ್ಮ ವೃತ್ತಿಯಲ್ಲಿ ಅವರನ್ನು ನಾವು ಓರ್ವ ಆದರ್ಶ ವ್ಯಕ್ತಿಯನ್ನಾಗಿ ಸ್ವೀಕರಿಸಿದೆವು.

ಆದರೆ ಬಹಳ ದೂರದಲ್ಲಿ ನಡೆಯುತ್ತಿದ್ದ ವಿದ್ಯಮಾನಗಳು ನಮ್ಮ ಗಮನಕ್ಕೆ ಬರಲಿಲ್ಲ. ಅಲ್ಲಿ ಒಂದು ಗಾಢವಾದ ನಿಶ್ಯಬ್ದ ನೆಲೆಸಿತ್ತು.

ಇದ್ದಕ್ಕಿದ್ದಂತೆ, ಡಿಎಸ್‌ಎ ಅವರು ನಿಧನರಾದ ಸುದ್ದಿ ನಮಗೆ ತಲುಪಿತು. ಅದು ಅಕಾಲಿಕವಾಗಿ ಘಟಿಸಲು ಹೇಗೆ ಸಾಧ್ಯ? ನಾವು ಡಿಎಸ್‌ಎ ವಿಭಾಗದ ಮುಖ್ಯಸ್ಥರಾಗಿ ಮತ್ತು ಇನ್ನಿತರ ಉನ್ನತ್ತ ಹುದ್ದೆಗಳಿಗೆ ಏರಿದ್ದಾರೆಂದೂ, ಅವರ ಸಾಮರ್ಥ್ಯ ಮತ್ತು ಶೈಕ್ಷಣಿಕ ಅರ್ಹತೆ ಅವರನ್ನು ಮತ್ತಷ್ಟು ಉನ್ನತ ಸ್ಥಾನಕ್ಕೆ ಕೊಂಡೊಯ್ದಿರಬಹುದೆಂದು ನಾವು ಭಾವಿಸಿದ್ದೆವು. ಆದರೆ ಯಾವುದು ಆಗಬಾರದಾಗಿತ್ತೋ ಅದು ಘಟಿಸಿತ್ತು. ಅದು ನಂಬಲಸಾಧ್ಯವಾದ ಮತ್ತು ತಾಳಿಕೊಳ್ಳಲಾಗದ ದುರಂತವೇ ಆಗಿತ್ತು. ಡಿಎಸ್‌ಎ ಅವರ ಮರಣ ಒಂದು ದುರದೃಷ್ಟದ ಸಂಗತಿಯಾಗಿತ್ತು. ಅದು ವಿಧಿಯಾಟವೇ ದಿಟ. ತಮ್ಮ ಜೀವನದ ಉತ್ತುಂಗದಲ್ಲಿದ್ದ ಅವರನ್ನು ವಿಧಿ ಮತ್ತು ಸೈತಾನ್‌ಗಳು ಒಂದಾಗಿ ಮೋಸಗೊಳಿಸಿದವು. ಡಿಎಸ್‌ಎ ಅವರು ಒಂದರ ಹಿಂದೆ ಬಂದ ಎರಡು ದುರಂತಗಳನ್ನು ತಡೆಯದ ಮೃದು ಹೃದಯವನ್ನು ಹೊಂದಿರುತ್ತಾರೆ ಎಂದು ನಾವು ಯಾರು ಭಾವಿಸಿರಲಿಲ್ಲ. ಅವರ ಸಂಪ್ರಬಂಧ ಅತ್ಯಂತ ವಿದ್ವತಪೂರ್ಣವಾಗಿದ್ದರೂ, ಅದು ಅವರಿಗೆ ಉನ್ನತ ಹುದ್ದೆಯನ್ನು ದೊರಕಿಸುವಲ್ಲಿ ತಾಂತ್ರಿಕ ದೋಷಗಳಿಂದಾಗಿ ಸಫಲವಾಗಲಿಲ್ಲ. ಇನ್ನೊಂದು ಬಡ್ತಿಗೆ ಸಂಬಂಧಿಸಿದ್ದು. ಇದು ನಿಜವಾಗಿಯೂ ಒಂದು ಕ್ರೂರ ವಿಧಿಯಾಟವೇ ಆಗಿದೆ. ವಿಧಿ ಮತ್ತು ಸೈತಾನರ ನಡುವಿನ ಒಂದು ಒಪ್ಪಂದವೇ ಆಗಿತ್ತು. ತರುವಾಯ ಅವರ ಹೆಸರು ವಿದ್ವತ್ ಲೋಕದಲ್ಲಿ ಮರೆಯಾಯಿತು ಮತ್ತು ಕಾಲಕ್ರಮೇಣ ಅದು ತನ್ನ ಖ್ಯಾತಿ ಕಳೆದುಕೊಂಡಿತು. ಆದರೆ ನೂರಾರು ವಿದ್ಯಾರ್ಥಿಗಳು ಅವರನ್ನು ತಮ್ಮ ಮನಃಪಟಲ ಮತ್ತು ಹೃದಯದಲ್ಲಿ ಈ ವೇಳೆಗೆ ತುಂಬಿಕೊಂಡಿದ್ದರು.

ಈಗ ಒಂದು ಸಂತೋಷದ ವಿಷಯ ಏನೆಂದರೆ ಅರ್ಧ ಶತಮಾನದ ಗತಿಸಿದ ನಂತರ ಅವರ ಕುಟುಂಬದವರು ಡಿಎಸ್‌ಎ ಅದರ ನೆನಪನ್ನು ಚಿರಸ್ಥಾಯಿಗೊಳಿಸಲು ಪ್ರಯತ್ನಿಸುತ್ತಿದ್ದಾರೆ. ಖ್ಯಾತಿವೆತ್ತ ಡಿಎಸ್‌ಎ ಅವರ ಶಿಷ್ಯರಾದ ನಾವು ನಮ್ಮ ಗೌರವಗಳನ್ನು ಈ ನುಡಿಕುಸುಮಗಳನ್ನು ಅರ್ಪಿಸುವುದರ ಮೂಲಕ ಸಲ್ಲಿಸುತ್ತಿದ್ದೇವೆ.

ಡಾ.ಬಿ.ಎಸ್. ನಾಗರಾಜ್

ಪ್ರಾಧ್ಯಾಪಕರು ಮತ್ತು ಪ್ರಾಂಶುಪಾಲರು (ವಿಶ್ರಾಂತ), ಕಮಲ ನೆಹರೂ ಕಾಲೇಜು, ಶಿವಮೊಗ್ಗ

ಡಿಎಸ್‌ಎ ಕುರಿತು ಪ್ರೊ ಎಂ.ವಿ. ಶ್ರೀನಿವಾಸ

ನಾನು ಚರಿತ್ರೆಯಲ್ಲಿ ಬಿಎ (ಆನರ್ಸ್) ಶಿಕ್ಷಣ ಪಡೆದುಕೊಂಡ ಮಹಾರಾಜ ಕಾಲೇಜು, ಮೈಸೂರು ರಾಜ್ಯದಲ್ಲಿ ಬೌದ್ಧಿಕ ಚಟುವಟಿಕೆಗಳ ಒಂದು ಪ್ರಮುಖ ಕೇಂದ್ರವಾಗಿತ್ತು. ಅದು ಕಲಾ ವಿಷಯಗಳಲ್ಲಿ ಸ್ನಾತಕೋತ್ತರ ಶಿಕ್ಷಣ ನೀಡುವ ಏಕೈಕ ಕೇಂದ್ರವಾಗಿತ್ತು. ಪ್ರತಿಯೊಂದು ತರಗತಿಗೆ ಪ್ರವೇಶಾತಿಯನ್ನು ಅರ್ಹತೆಯ ಆಧಾರದ ಮೇಲೆ ನೀಡಲಾಗುತ್ತಿತ್ತು. ನಾನು ಅದು ಹೊಂದಿದ್ದ ಕೀರ್ತಿಗೆ ಮಾರುಹೋಗಿ ಮಹಾರಾಜ ಕಾಲೇಜಿಗೆ ಪ್ರವೇಶವನ್ನು ಪಡೆದುಕೊಂಡೆನೆ ಹೊರತು, ಆ ವಿಷಯದಲ್ಲಿ ನನಗಿದ್ದ

ಆಸಕ್ತಿಯಿಂದಲ್ಲ. ನನ್ನ ಹಿರಿಯ ಸಹೋದರ ಚರಿತ್ರೆ ವಿಭಾಗದಲ್ಲಿದ್ದ ಖ್ಯಾತ ಚರಿತ್ರಕಾರರನ್ನು ಕುರಿತು ನನಗೆ ಹೇಳಿದ್ದನು. ಹೀಗಾಗಿ ನನ್ನ ಆಸಕ್ತಿ ಸಾಮಾನ್ಯವಾಗಿ ವಿಭಾಗದಲ್ಲಿನ ಬೋಧಕ ಸಿಬ್ಬಂದಿ ಕುರಿತು ಹರಿಯಿತು. ವಿಭಾಗದಲ್ಲಿದ್ದ ಅಧ್ಯಾಪಕರು ನಮಗೆ ಪರಿಚಯವಾದಂತೆ, ನಾವು ಪ್ರತಿಯೋರ್ವ ಅಧ್ಯಾಪಕರ ಬುದ್ಧಿಮತ್ತೆ ಮತ್ತು ಕಾರ್ಯದಕ್ಷತೆಯನ್ನು ಅರಿತುಕೊಳ್ಳುವಲ್ಲಿ ನಿಟ್ಟಿನಲ್ಲಿ ಬಹಳ ಕಾತುರರಾದೆವು.

ಈ ಅವಧಿಯಲ್ಲಿ ನಾವು ವಿಭಾಗದ ಓರ್ವ ಅಧ್ಯಾಪಕರಾಗಿದ್ದ ಪ್ರೊ.ಡಿ.ಎಸ್. ಅಚ್ಯುತರಾವ್ ಕುರಿತು ಆಸಕ್ತಿ ತಾಳಿದೆವು. ಓರ್ವ ಯುವಕರಾಗಿ ಡಿಎಸ್‌ಎ, ತಮ್ಮ ಸಂಪೂರ್ಣ ಸಾಮರ್ಥ್ಯ ಮತ್ತು ಬೌದ್ಧಿಕತೆಗಳಿಂದ, ಅವರೊಂದಿಗೆ ನಾವು ಪಡೆದುಕೊಂಡ ಪ್ರಥಮ ಭೇಟಿಯ ಸಮಯದಲ್ಲೇ ನಮ್ಮನ್ನು ಆಕರ್ಷಿಸಿದರು. ಅವರಲ್ಲಿ ಶಕ್ತಿ ಸಾಮರ್ಥ್ಯಗಳು ತುಂಬಿದ್ದವು. ಡಿಎಸ್‌ಎ ಅವರು ಕೇವಲ ಓರ್ವ ವ್ಯಕ್ತಿಯಾಗಿರಲಿಲ್ಲ. ಅವರು ವಿದ್ವತ್‌ಪೂರ್ಣ ವ್ಯಕ್ತಿಯಾಗಿದ್ದರು. ಅವರಿಗೆ ಜ್ಞಾನದ ಹಸಿವಿತ್ತು. ಜ್ಞಾನದ ವಿವಿಧ ಮುಖಗಳನ್ನು ಹೊಂದಿದ್ದ ಅವರು ಬೌದ್ಧಿಕವಾಗಿ ಹೆಚ್ಚು ಬೆಳೆದಿದ್ದರು. ಅವರ ತರಗತಿಗಳು ಒಂದು ವಿಶೇಷ ಅನುಭವ ನೀಡುತ್ತಿದ್ದು, ನಾವು ಹೆಚ್ಚು ಸುಲಭವಾಗಿ ಅರ್ಥ ಮಾಡಿಕೊಂಡು ವಿಷಯಗಳನ್ನು ಗ್ರಹಿಸುತ್ತಿದ್ದೆವು. ಅವರು ನೀಡುತ್ತಿದ್ದ ಉಪನ್ಯಾಸದ ವೇಳೆಯಲ್ಲಿ ನಾವು ಅವರ ಯೋಚನಾ ಲಹರಿಗೆ ಹೊಂದಿಕೊಳ್ಳುತ್ತಿದ್ದೆವು. ಅವರ ಉಪನ್ಯಾಸಗಳು ನಮ್ಮನ್ನು ತರಗತಿಗಳ ಕೊಠಡಿಗಳಿಂದ ಫ್ರೆಂಚ್ ಕ್ರಾಂತಿಯ ಪ್ಯಾರೀಸ್‌ಗೊ ಅಥವಾ ಬೌದ್ಧಿಕತೆ ಪ್ರಾರಂಭವಾದ ಜರ್ಮನಿಗೋ, ಹೀಗೆ ಈ ರೀತಿಯ ಬೇರೊಂದು ಲೋಕಕ್ಕೆ ಕರೆದೊಯ್ಯುತ್ತಿತ್ತು. ನಾವು ಅವರನ್ನು ಕಿಂದರಿಜೋಗಿಯನ್ನು ಹಿಂಬಾಲಿಸುತ್ತಿದ್ದ ಮಕ್ಕಳಂತೆ ಹಿಂಬಾಲಿಸುತ್ತಿದ್ದೆವು. ಅವರ ಉಪನ್ಯಾಸಗಳು ಸೌಂದರ್ಯ ಪ್ರಜ್ಞೆಯ ಅನುಭಾವಗಳನ್ನು ನೀಡುವ ಹಂತಗಳಾಗಿದ್ದು, ಅವರ ಆಲೋಚನೆಗಳು ನಮ್ಮಲ್ಲಿ ಪಡಿಮೂಡಿ ಅಲ್ಲಿ ಜ್ಞಾನ ಬೆಳೆಸುವ ಸಸಿಗಳಾದವು.

ವಾಕ್‌ಚಾತುರ್ಯ ಮತ್ತು ಬುದ್ಧಿಮತ್ತೆ ಎರಡರ ಸಮ್ಮಿಳನವಾಗಿದ್ದ ಡಿಎಸ್‌ಎ ಹೆಸರಾಂತ ವಾಗ್ಮಿಯಾಗಿದ್ದರು. ಅವರ ವಿದ್ಯಾರ್ಥಿಗಳು ಅವರ ಉಪನ್ಯಾಸಗಳನ್ನು ಎದುರು ನೋಡುತ್ತಿದ್ದರು. ಕೇವಲ ಆ ಒಂದು ಘಂಟೆಯ ಅವಧಿಯ ಉಪನ್ಯಾಸದ ಕಾಲದಲ್ಲಿ ನಾವು ಇನ್ನೊಂದು ಲೋಕದಲ್ಲಿರುವಂತೆ ನಮಗೆ ಭಾಸವಾಗುತ್ತಿತ್ತು. ಅವರು ನೇರ ನುಡಿ ಮಾರ್ಗವನ್ನು ತಮ್ಮ ಉಪನ್ಯಾಸದಲ್ಲಿ ಅಳವಡಿಸಿಕೊಂಡಿದ್ದರು. ಯಾವುದೇ ಸಿದ್ಧಾಂತಕ್ಕಾಗಲಿ ಅಥವಾ ಪಂಥಕ್ಕಾಗಲಿ ಅವರು ಜೋತುಬೀಳಲಿಲ್ಲ. ಚರಿತ್ರೆಯ ಅಧ್ಯಯನದಲ್ಲಿ ಅವರು ಒಂದು ಸಮತೋಲನ ವಿಧಾನ ಅಳವಡಿಸಿಕೊಂಡರು. ಅವರ ಬೋಧನೆ ಮನಸ್ಸು ಮತ್ತು ಹೃದಯ ಎರಡನ್ನು ತಾಗಿದ್ದವು. ವಿದ್ಯಾರ್ಥಿಗಳ ದೈಹಿಕ, ಮಾನಸಿಕ ಮತ್ತು ನೈತಿಕ ಬೆಳವಣಿಗೆಗಳನ್ನು ಅವರು ಸಮತೋಲನ ದೃಷ್ಟಿಯಿಂದ ಗಮನಿಸುತ್ತಿದ್ದರು. ಪಠ್ಯೇತರ ಚಟುವಟಿಕೆಗಳಿಗೆ ಅವರು ಹೆಚ್ಚು ಪ್ರಾಶಸ್ತ್ಯ ನೀಡಿದರು. ಐತಿಹಾಸಿಕ ಸ್ಥಳಗಳ ವೀಕ್ಷಣೆಗಾಗಿ ಏರ್ಪಡಿಸಲಾಗುತ್ತಿದ್ದ ಅನೇಕ ಐತಿಹಾಸಿಕ ಪ್ರವಾಸಗಳ ಕಾಲದಲ್ಲಿ ಅವರು ನಮ್ಮ ಜೊತೆ ಪ್ರವಾಸ ಕೈಗೊಂಡಿದ್ದರು. ವಿದ್ಯಾರ್ಥಿಗಳ ಗ್ರಹಿಸುವ ಮನೋಭಾವನೆಯ್ನು ವಿಸ್ತರಿಸುವ ನಿಟ್ಟಿನಲ್ಲಿ ತಮ್ಮ ಅಮೂಲ್ಯವಾದ ಕೊಡುಗೆಗಳನ್ನು ನೀಡಿದರು.

ಡಿಎಸ್‌ಎ ಹೆಸರಾಂತ ವಿದ್ವಾಂಸರಾಗಿದ್ದರೂ ಕೇವಲ ಗ್ರಂಥಗಳಿಂದ ತಮ್ಮನ್ನು ಮುಚ್ಚಿಕೊಳ್ಳಲಿಲ್ಲ. ವಿಭಾಗದ ಚಟುವಟಿಕೆಗಳು ಮತ್ತು ಕಾರ್ಯಕ್ರಮಗಳಲ್ಲಿ ಅವರು ಸಕ್ರಿಯವಾಗಿ ಭಾಗವಹಿಸುತ್ತಿದ್ದರು. ಅವರು ವಾಕ್‌ಚಾತುರ್ಯಕ್ಕೆ, ವಾಕ್‌ಶೈಲಿಗೆ ಮತ್ತು ಹುಲುಸಾದ ಬರವಣಿಗೆಗಳಿಗೆ ಹೆಸರಾಗಿದ್ದರು. "ಕ್ವಾರ್ಟರ್ಲಿ ಜರ್ನಲ್ ಆಫ್ ಮಿಥಿಕ್ ಸೊಸೈಟಿ" ಎಂಬ ಹೆಸರಿನ ನಿಯತಕಾಲಿಕೆಗೆ ನಿರಂತರವಾಗಿ ಬರೆಯುತ್ತಿದ್ದರು. ಇಂಡಿಯನ್ ಹಿಸ್ಟರಿ ಕಾಂಗ್ರೆಸ್ಸಿನ ಅಧಿವೇಶನಗಳಲ್ಲಿ ತಮ್ಮ ಪ್ರಬಂಧಗಳನ್ನು ಮಂಡಿಸುತ್ತಿದ್ದರು. ಈ ವಿಷಯದಲ್ಲಿ ಅವರಿಗೆ ಅವರ ವಿಭಾಗದ ಕೆಲವರು ಸರಿಸಾಟಿಗಳಾದರು. ಅವರ ಕ್ರಿಯಾಶೀಲ ಚಟುವಟಿಕೆಗಳಲ್ಲಿ ಗಮನಾರ್ಹವಾದುದು ಯಾವುದೆಂದರೆ ಮಹಾರಾಜ ಕಾಲೇಜಿನ ಜನ್ಮಶತಮಾನೋತ್ಸವ ಮತ್ತು ಇತಿಹಾಸ ಸಂಘದ ಸುವರ್ಣ ಮಹೋತ್ಸವ ಕಾಲದಲ್ಲಿ ಹಮ್ಮಿಕೊಳ್ಳಲಾಗಿದ್ದ ಕಾರ್ಯಕ್ರಮಗಳಲ್ಲಿ ಅವರು ತನ್ಮಯರಾಗಿ ಭಾಗವಹಿಸಿದ್ದು. ತಮ್ಮ ಗಾಂಭೀರ್ಯಪೂರ್ಣ ವರ್ತನೆ ಮತ್ತು ನಯವಾದ ರೀತಿಯಿಂದ ವಿದ್ಯಾರ್ಥಿಗಳ ಪ್ರೀತಿಗೆ ಪಾತ್ರರಾಗಿದ್ದು, ನಿಜವಾಗಿಯೂ ಆದರ್ಶಪ್ರಾಯವಾಗಿತ್ತು.

ಸರ್ವಕಾಲಕ್ಕೂ ಸಲ್ಲುವ ಇತಿಹಾಸದಲ್ಲಿ ಖ್ಯಾತ ವಿದ್ವಾಂಸರಾಗಿದ್ದ ಪ್ರೊಫೆಸರ್ ಎಸ್ ಶ್ರೀಕಂಠ ಶಾಸ್ತ್ರಿಯೊಂದಿಗೆ ಡಿಎಸ್‌ಎ ಹೊಂದಿದ್ದ ಸಂಬಂಧ ಅನೋನ್ಯ ವಾಗಿತ್ತು. ಯಾವುದೋ ಕಾರಣದಿಂದ ಇಬ್ಬರೂ ಇತಿಹಾಸ ವಿಭಾಗದ ತಾರತಮ್ಯಕ್ಕೆ ಒಳಗಾಗಿದ್ದರು. ಅವರಿಗೆ ನ್ಯಾಯವಾಗಿ ಬರಬೇಕಾಗಿದ್ದ ವೃತ್ತಿಯಲ್ಲಿನ ಪ್ರೋತ್ಸಾಹ ಮತ್ತು ಬಡ್ತಿಯನ್ನು ಅವರಿಗೆ ನಿರಾಕರಿಸಲಾಗಿತ್ತು ಎಂದು ನಾವು ಭಾವಿಸಿದ್ದೆವು. ನಾನು ಅವರ ವಿಶ್ವಾಸವನ್ನು ಗಳಿಸುವುದರಲ್ಲಿ ಸಫಲನಾಗಿದ್ದೆ. ಅವರು ಅನುಭವಿಸುತ್ತಿದ್ದ ತಾರತಮ್ಯ ನಾನು ಭವಿಷ್ಯದಲ್ಲಿ ಎದುರಿಸಬೇಕಾಗಬಹುದು ಎಂದು ನನ್ನನ್ನು ಅವರು ಎಚ್ಚರಿಸಿದ್ದರು. ಅವರ ಭವಿಷ್ಯ ನಿಜವಾಯಿತು. ನಾನೂ ಪಕ್ಷಪಾತ ನೀತಿಗೆ ಬಲಿಯಾಗಬೇಕಾಯಿತು.

ಡಿಎಸ್‌ಎ ಅವರ ಪ್ರಾರಂಭಿಕ ಜೀವನ, ನಮ್ಮ ರೀತಿಯಲ್ಲಿ ವೈಭೋಗದಿಂದ ಕೂಡಿದ್ದಾಗಿರದೆ, ಸರಳವಾಗಿತ್ತು. ಇದಲ್ಲದೆ ನಾವು ಅವರ ಬಗ್ಗೆ ಹೆಮ್ಮೆ ಪಟ್ಟಿದ್ದೆವಲ್ಲದೆ ಅವರ ಶೈಕ್ಷಣಿಕ ಚಟುವಟಿಕೆಗಳ ಪರಂಪರೆಯನ್ನು ಮುಂದುವರೆಸಿದೆವು. ವಿಧಿ ತನ್ನ ಕ್ರೂರ ಆಟವನ್ನು ತೋರದಿದ್ದಲ್ಲಿ ಡಿಎಸ್‌ಎ ತಮ್ಮ ಜೀವನದಲ್ಲಿ ಮತ್ತಷ್ಟು ಕ್ರಿಯಾಶೀಲರಾಗಿ ಮುಂಬರುವ ಅನೇಕ ಪೀಳಿಗೆಗಳಿಗೆ ಮಾರ್ಗದರ್ಶಕ ರಾಗಿರುತ್ತಿದ್ದರೇನೋ. ನಾವು ಅವರನ್ನು ಪ್ರತಿಭಾವಂತ ವಿದ್ವಾಂಸ ಮತ್ತು ಅತ್ಯಂತ ಜನಪ್ರಿಯ ಅಧ್ಯಾಪಕ ಎಂದು ಈಗಲೂ ನೆನಪಿಸಿಕೊಳ್ಳುತ್ತೇವೆ.

– ಎಂವಿಎಸ್

1961ರ ಎಮ್. ಎ ಸ್ನಾತಕೋತ್ತರ ಪದವಿದರರು

ಮೈಸೂರು ವಿಶ್ವವಿದ್ಯಾಲಯ, ಮಾನಸಗಂಗೋತ್ರಿ

7. ಆ ಅರವತ್ತು ವರ್ಷಗಳು: ಮಹಾರಾಜ ಕಾಲೇಜು

ಇತಿಹಾಸ ವಿಭಾಗ ಖ್ಯಾತಿಯ ಉತ್ತುಂಗ ತಲುಪಿದ ವರುಷಗಳು

ಬೆಂಗಳೂರಿನಲ್ಲಿದ್ದ ವಿಜ್ಞಾನ ಕಾಲೇಜಿನ ರೀತಿಯಲ್ಲಿ ಚರಿತ್ರೆಯ ಕಾಲೇಜು ಎಂದು ಹೆಸರಾಗಿದ್ದ ಮೈಸೂರಿನ ಮಹಾರಾಜ ಕಾಲೇಜು ಕಲಿಕೆಯ ಒಂದು ಉತ್ಕೃಷ್ಟ ಕೇಂದ್ರವಾಗಿತ್ತು. ಪ್ರಾರಂಭದಲ್ಲಿ ರಾಜಾಸ್ ಹೈಸ್ಕೂಲ್ ಎಂಬ ಹೆಸರಿದ್ದ ಇದು ಕಾಲಾನಂತರ ಮದರಾಸು ವಿಶ್ವವಿದ್ಯಾನಿಲಯದ ಸಂಯೋಜನೆಗೆ ಒಳಪಟ್ಟು ಪ್ರಥಮ ದರ್ಜೆ ಕಾಲೇಜು ಎಂದು ಉನ್ನತೀಕರಣಗೊಂಡಿತು. ಕಾಲಾನಂತರ ಚರಿತ್ರೆ ಅಧ್ಯಯನ ಈ ಕಾಲೇಜಿನ ಪಠ್ಯಕ್ರಮದ ಒಂದು ಪ್ರಮುಖ ಕಲಿಕೆಯ ವಿಷಯವಾಗಿ ತನ್ನ ಪ್ರಭಾವಗಳನ್ನು ಬೀರಲು ಪ್ರಾರಂಭಿಸಿತು. ನೆನಪುಗಳು ಹಿಂದೆ ಸರಿದಂತೆ, ಅಂದಿನ ವಿದ್ಯಾರ್ಥಿಗಳು ಉತ್ಸಾಹಿಯೂ ಮತ್ತು ತಂದೆಯ ಸ್ಥಾನದಲ್ಲಿರಿಸಿಕೊಂಡವರೂ ಆಗಿದ್ದ ಥಾಮಸ್ ಡೆನ್ಹ್ಯಾಮರ ಸ್ನೇಹಪೂರಿತ ಸಂಬಂಧಗಳನ್ನು ಇಂದಿಗೂ ನೆನಪಿಸಿಕೊಳ್ಳುತ್ತಾರೆ. ಅವರು ವಿಷಯದ ಮೇಲೆ ಹೊಂದಿದ್ದ ಪ್ರಭುತ್ವ ಮತ್ತು ನಿಜವಾದ ಮೃದು ಸ್ವಭಾವ ಅವರ ಅಧ್ಯಾಪನದಲ್ಲಿ ಚರಿತ್ರೆಯನ್ನು ಒಂದು ಜನಪ್ರಿಯ ಕಲಿಕಾ ವಿಷಯವನ್ನಾಗಿಸಿತು. ಶ್ರೀಮತಿ ಡೆನ್ಹ್ಯಾಮ್ ಕಾಲೇಜಿನ ಗೌರವ

163

ಪ್ರಾಂಶುಪಾಲರೆನಿಸಿದ್ದರು. ವಿದ್ಯಾರ್ಥಿಗಳ ಶಿಸ್ತಿನ ವಿಷಯದಲ್ಲಿ ಶ್ರೀ ಡೆನ್‌ಹ್ಯಾಮ್ ಕಠಿಣರಾದಾಗ ವಿದ್ಯಾರ್ಥಿಗಳು ಕಣ್ಣೀರು ಸುರಿಸುತ್ತಾ ಶ್ರೀಮತಿ ಡೆನ್‌ಹ್ಯಾಮರ ಬಳಿ ತೆರಳುತ್ತಿದ್ದರು. ಕಾಲೇಜಿನ ಮಾತೆ ಎಂದು ಹೆಸರಾಗಿದ್ದಅವರು ವಿದ್ಯಾರ್ಥಿಗಳ ನೋವಿಗೆ ಕರಗಿ ಶ್ರೀ ಡೆನ್‌ಹ್ಯಾಮ್ ಅವರ ಬೇಡಿಕೆಗಳಿಗೆ ಸಕಾರಾತ್ಮಕವಾಗಿ ಸ್ಪಂದಿಸುವಂತೆ ನೋಡಿಕೊಳ್ಳುತ್ತಿದ್ದರು. ಇವರು ಇಂಗ್ಲೀಷ್ ಜನಾಂಗದ ಶ್ರೇಷ್ಠ ಗುಂಪಿಗೆ ಸೇರಿದವರಾಗಿದ್ದು ಮೈಸೂರು ಅವರನ್ನು ಗೌರವದಿಂದ ಸ್ಮರಿಸುತ್ತದೆ.

ತರುವಾಯ ಕ್ರಿಯಾಶೀಲ ವ್ಯಕ್ತಿ ಡಾ.ಸಿ.ಆರ್.ರೆಡ್ಡಿ ನಮ್ಮ ವರ್ತುಲಕ್ಕೆ ಅನಿರೀಕ್ಷಿತವಾಗಿ ಆಗಮಿಸಿದರು. ಅವರು ಆಕ್ಸ್‌ಫರ್ಡ್ ವಿದ್ಯಾರ್ಥಿ ಸಂಘದ ಅಧ್ಯಕ್ಷರಾಗಿದ್ದು, ಆ ಸ್ಥಾನ ಪಡೆದ ಪ್ರಥಮ ಭಾರತೀಯ ಎಂದು ಖ್ಯಾತರಾಗಿದ್ದರು. ಅವರು ತತ್ವಶಾಸ್ತ್ರದ ಪ್ರಾಧ್ಯಾಪಕರಾಗಿ ನೇಮಕಗೊಂಡಿದ್ದರೂ, ತಮ್ಮ ವಾಕ್‌ಚಾತುರ್ಯದಿಂದ ಪ್ರತಿಯೊಂದು ವಿಷಯವನ್ನು ಕುರಿತು ಬೋಧಿಸುತ್ತಿದ್ದರು. ಹೀಗಾಗಿ ಬೋಧನೆಗೆ, ಅವರಿಗೆ ಒಂದು ಸೀಮಿತ ವಿಷಯವಿರಲಿಲ್ಲ. ಅವರ ಹಾಸ್ಯಪ್ರಜ್ಞೆ, ಎಣೆಯಿಲ್ಲದ ಹಾಸ್ಯ ಪ್ರವೃತ್ತಿ, ನಿರಂತರ ಕಟುಟೀಕೆ ಮತ್ತು ಭರ್ತ್ಸನೆಗಳ ಪದಸಮುಚ್ಚಯವನ್ನು ಪ್ರಯೋಗಿಸುತ್ತಿದ್ದ ಸಾಮರ್ಥ್ಯ ಮತ್ತು ಇವುಗಳು ತುಂಬಿರುತ್ತಿದ್ದ ಅವರ ತರಗತಿಗಳು ಅವರ ವಿದ್ಯಾರ್ಥಿಗಳಿಗೆ ಹರ್ಷದಾಯಕವಾಗಿರುತ್ತಿದ್ದವು. ನಾವು ಅವರಿಂದ ಕಲಿತ ಪ್ರಮುಖ ಪಾಠ ಯಾವುದೆಂದರೆ, ಭಾರತೀಯ ಸಿದ್ಧಾಂತ ಮತ್ತು ಸಂಸ್ಕೃತಿಯ ಯಾವುದೋ ಒಂದುತೃಣ ಮಾತ್ರ ವಿಷಯ ಕುರಿತು ಬೆಳಕು ಚೆಲ್ಲುವುದೋ, ಇದನ್ನು ಹೊರತುಪಡಿಸಿ ಯಾವ ವಿಷಯವನ್ನು ಕುರಿತು ಪರಿಣಾಮಕಾರಿ ಬೋಧನೆಗಳನ್ನು ಮಾಡಲಾಗುವುದಿಲ್ಲ ಎಂಬುದು. ಇದರನ್ವಯ ಪ್ರತಿಯೊಂದು ವಿಷಯವೂ ಭಾರತೀಯ ಸಿದ್ಧಾಂತವನ್ನು ಕೇಂದ್ರೀಕರಿಸಿದ್ದು ಸೂರ್ಯನ ಸುತ್ತಲೂ ಗಿರಕಿ ಹೊಡೆಯುತ್ತಿರಬೇಕು. ಇದು ಆಗದಿದ್ದಲ್ಲಿ ಅದರ ಅಸ್ತಿತ್ವಕ್ಕೆ ಬೆಲೆ ಇಲ್ಲ. ಅವರ ಪೋಷಣೆಯಲ್ಲಿ ಕಾಲೇಜಿನ ವಿದ್ಯಾರ್ಥಿಗಳು 'ಇರ್ರೆಸ್‌ಪಾನ್ಸಿಬಲ್' ಎಂಬ ಹೆಸರಿನ ಹಾಸ್ಯ ವಿಷಯಗಳಿಗೆ ಮೀಸಲಾಗಿದ್ದ ಒಂದು ವಾರಪತ್ರಿಕೆಯನ್ನು ನಡೆಸಿದರು. ಇದರಲ್ಲಿ ದೇವರು ಮಾಡಿರುವ ಸಕಲ ವಸ್ತುಗಳ ಕುರಿತು ಹಾಸ್ಯ ಪ್ರಬಂಧಗಳನ್ನು ಪ್ರಕಟಿಸಲಾಗುತ್ತಿತ್ತು. 1916ರಲ್ಲಿ ಮೈಸೂರು ವಿಶ್ವವಿದ್ಯಾನಿಲಯದ ಸ್ಥಾಪನೆಯೊಂದಿಗೆ ಕಾಲೇಜಿನ ಚರಿತ್ರೆಯಲ್ಲಿ ಒಂದು ಹೊಸ ಯುಗ ಪ್ರಾರಂಭವಾಯಿತು. ಭಾರತದಾದ್ಯಂತ ಲಭ್ಯವಿರುವ, ಮತ್ತು ಸಾಮರ್ಥ್ಯಯುಳ್ಳವರನ್ನು ವಿದ್ಯಾರ್ಥಿಗಳಿಗೆ ಅನುಕೂಲವಾಗುವಂತೆ ಕಾಲೇಜಿಗೆ ನೇಮಿಸಲಾಯಿತು. ಬಾಲ್ಯಾವಸ್ಥೆಯಲ್ಲಿದ್ದ ಈ ವಿಶ್ವವಿದ್ಯಾನಿಲಯಕ್ಕೆ ಡಾ.ಎಸ್. ರಾಧಾಕೃಷ್ಣನ್, ಪ್ರೊಫೆಸರ್ ಕೆ ಟಿ ಷಹಾ, ಮತ್ತು ಡಾ. ರಾಧಾಕುಮುದ ಮುಖರ್ಜಿಯಂತಹ ತಾರೆಗಳು ಹೀಗಾಗಿ ಬರುವಂತಾಯಿತು.

ಹಿಂದೂ ರಾಷ್ಟ್ರಭಕ್ತಿ ಸಿದ್ಧಾಂತಕ್ಕೆ ಪುನರುಜ್ಜೀವನ ಕಲ್ಪಿಸಿದವರಲ್ಲಿ ಡಾ.ರಾಧಾಕುಮುದ ಮುಖರ್ಜಿ ಮೊದಲಿಗರು ಎಂದು ಖ್ಯಾತರಾಗಿದ್ದರು. ಈ ಶತಮಾನದ ಮೊದಲನೆ ದಶಕದಲ್ಲಿ ಪ್ರಕಟಗೊಂಡಿದ್ದ ಅವರ "'ಇಂಡಿಯನ್ ಶಿಪ್ಪಿಂಗ್'", "'ಫಂಡಮೆಂಟಲ್ ಯೂನಿಟಿ ಆಫ್ ಇಂಡಿಯಾ'" ಮತ್ತು "'ನ್ಯಾಷನಾಲಿಸಂ ಇನ್ ಹಿಂದೂಕಲ್ಚರ್'" ಕೃತಿಗಳು ಈ ನಿಟ್ಟಿನಲ್ಲಿ ಶಿಖರಪ್ರಾಯ ಪ್ರಕಟಣೆಗಳಾಗಿದ್ದವು. ಈ ಕೃತಿಗಳು ಹಿಂದೂಗಳಲ್ಲಿನ ಕ್ಷೀಣಿಸುತ್ತಿದ್ದ ರಾಷ್ಟ್ರಭಕ್ತಿಯನ್ನು ಪ್ರಚೋದಿಸಿ ಅವರಲ್ಲಿ ಸ್ವಸಾಮರ್ಥ್ಯ ಮತ್ತು ಸ್ವಗೌರವಗಳನ್ನು ಹೆಚ್ಚಿಸುವಲ್ಲಿ ಪ್ರೇರೇಪಿಸಿದವು. ತಮ್ಮ ವಿದ್ಯಾರ್ಥಿಗಳ ಬಗ್ಗೆ ಅವರು ಹೊಂದಿದ್ದ ದಯೆ ಮತ್ತು ಕರುಣೆ ಮೈಸೂರಿನ ಯಾವ ವಿದ್ಯಾರ್ಥಿಯೂ ಮರೆಯಲು ಸಾಧ್ಯವಿಲ್ಲ.

ಅವರು ತಮ್ಮ ದಯಾಪರತೆ, ಮತ್ತು ನಿರಹಂಕಾರಿ ವ್ಯಕ್ತಿತ್ವಕ್ಕೆ ಹೆಸರಾಗಿದ್ದು, ಇದು ಕಾಲೇಜಿನ ಒಂದು ಹೊಸ ಮುಖವನ್ನು ಪರಿಚಯಿಸಿತು. ಬಡ ಮತ್ತು ಹಸಿದ ವಿದ್ಯಾರ್ಥಿಗಳಿಗೆ ಅವರು ಎಂದಿಗೂ ಸ್ಪಂದಿಸುತ್ತಿದ್ದರು. ಅವರು ಮೈಸೂರಿನಲ್ಲಿರುವಾಗ ಆಕ್ಸ್‌ಫರ್ಡ್ ಯೂನಿವರ್ಸಿಟಿ ಪ್ರೆಸ್ ಅವರ “"ಲೋಕಲ್ ಗವರ್ನಮೆಂಟ್ ಇನ್ ಏನ್ಶಿಯೆಂಟ್ ಇಂಡಿಯಾ"” ಕೃತಿಯನ್ನು ಪ್ರಕಟಿಸಿತು. ವಿ ಎ ಸ್ಮಿತ್ ಈ ಕೃತಿಯ ಕರಡನ್ನು ಪರಿಶೀಲಿಸಿದ್ದರು. ಮೈಸೂರೇತರ ಪ್ರಾಧ್ಯಾಪಕರು ಮೈಸೂರನ್ನು ತೊರೆದ ಸಂದರ್ಭದಲ್ಲಿ, ಇವರು ವಿದೇಶಿ ಪ್ರಾಧ್ಯಾಪಕರೊಂದಿಗೆ ಮೈಸೂರನ್ನು ತೊರೆದರು.

ಡಾ. ರಾಧಾಕುಮುದ ಮುಖರ್ಜಿ ತೆರವುಗೊಳಿಸಿದ್ದ ಸ್ಥಾನದಲ್ಲಿ ಪ್ರೊಫೆಸರ್ ಎಸ್ ವಿ ವೆಂಕಟೇಶ್ವರ ವಿಭಾಗದ ಅಧ್ಯಕ್ಷರಾಗಿ ನೇಮಕಗೊಂಡರು. ಸುಮಾರು ಒಂದು ದಶಕ ಕಾಲ ಅವರು ಈ ಹುದ್ದೆಯಲ್ಲಿ ಯಶಸ್ವಿಯಾಗಿ ಮುಂದುವರೆದರು. ಅವರ ದಿರಿಸು ಅವರ ಅಸಾಧಾರಣ ಬುದ್ಧಿ ಮತ್ತೆಯೊಂದಿಗೆ ಸರಿಸಮಾನವಾಗಿತ್ತು. ಅವರ ಶೈಕ್ಷಣಿಕ ವಿಸ್ತಾರ ಕಾಲೇಜಿನ ವಿದ್ಯಾರ್ಥಿಗಳು ಮತ್ತು ಸಿಬ್ಬಂದಿ ವರ್ಗದ ಗೌರವ ಮತ್ತು ಪ್ರಶಂಸೆಗಳನ್ನು ಅವರಿಗೆ ದಯಪಾಲಿಸಿತ್ತು. ಚರಿತ್ರೆಯ ಅಧ್ಯಯನದಲ್ಲಿ “ಆಧಾರಗಳನ್ನು ನೀಡುವ ಪದ್ಧತಿ” ನಿಯತ ಕ್ರಮವಾಗುವ ನಿಟ್ಟಿನಲ್ಲಿ ಅವರು ಗಟ್ಟಿಯಾದ ಅಡಿಗಲ್ಲು ಹಾಕಿದರು.ಅವರ ಬುದ್ಧಿ ಸಾಮರ್ಥ್ಯ ಅವರಿಗೆ ಅಖಿಲ ಭಾರತ ಮಟ್ಟದ ಕೀರ್ತಿ ಸಂಪಾದಿಸಿಕೊಟ್ಟಿತು. ಅವರು ಮೈಸೂರಿನಲ್ಲಿ ವಾಸವಿದ್ದ ಸಂದರ್ಭದಲ್ಲಿ ಅವರ “'ದಿ ಇಂಡಿಯನ್ ಕಲ್ಚರ್ ಥ್ರೂ ದಿ ಏಜೆಸ್'” ಎಂಬ ಕೃತಿಯ ಎರಡು ಸಂಪುಟಗಳು ವಿಶ್ವವಿದ್ಯಾನಿಲಯದಿಂದ ಪ್ರಕಟಗೊಂಡವು. ಇವೆರಡೂ ಕೃತಿಗಳು ಈ ರೀತಿಯ ವಿಶಾಲ ಬೌದ್ಧಿಕ ಜ್ಞಾನಕ್ಕೆ ಸಂಬಂದಿಕ್ಷೇತ್ರಕ್ಕೆ ಅಪೂರ್ವವಾದ ಕೊಡುಗೆಯೆನಿಸಿವೆ. ಪ್ರೊಫೆಸರ್ ಎಸ್ ವಿ ವೆಂಕಟೇಶ್ವರ ತಮ್ಮ ಪರಂಪರೆಯನ್ನು ತಮ್ಮ ವಿದ್ಯಾರ್ಥಿ ಡಾ. ಎ. ಶ್ರೀಕಂಠ ಶಾಸ್ತ್ರಿ ಎಂಎ, ಡಿಲಿಟ್ ಇವರಿಗೆ ಧಾರೆ ಎರೆದರು, ಆದರೆ ಇವರ ವಿಶಾಲ ಜ್ಞಾನಕ್ಕೂ ಇವರ ಗುರುಗಳಿಗೂ ಎಂದಿಗೂ ಹೊಂದಾಣಿಕೆಯಾಗಲಿಲ್ಲ.

ಡಾ.ಎಂ.ಎಚ್. ಕೃಷ್ಣ ಎಂಎ ಡಿಲಿಟ್(ಲಂಡನ್) 1929ರಲ್ಲಿ ಪ್ರೊ॥ ವೆಂಕಟೇಶ್ವರ ಇವರಿಂದ ಅಧಿಕಾರ ವಹಿಸಿಕೊಂಡರು. ಡಾ. ಕೃಷ್ಣ ಸುಮಾರು 16 ವರ್ಷಗಳ ಕಾಲ ವಿಭಾಗದ ಅಧ್ಯಕ್ಷರಾಗಿದ್ದರು. “ಚರಿತ್ರೆ” ಮತ್ತು “ಸಂಸ್ಕೃತಿ” ಇವೆರಡೂ ವಿಷಯಗಳಿಗೆ ಸಂಬಂಧಿಸಿದಂತಹ ಅವರ ಮಿತಿಮೀರಿದ ಆಸಕ್ತಿ ಇತರ ಕೆಲವು ವಿಷಯಗಳ ಪರಿಧಿಯಿಂದ ಹೊರಗುಳಿಯುವಂತಾಯಿತು.ಅವರು ತಮ್ಮ ಜೀವನದಲ್ಲಿ ಒಂದು ರೀತಿಯ ವಿರಕ್ತ ಮನೋಧರ್ಮವನ್ನು ಒಂದು ಕೈಂಕರ್ಯದಂತೆ ಚಾಚೂ ತಪ್ಪದೆ ಪಾಲಿಸಿ ಚರಿತ್ರೆಯ ಬೋಧನೆಯಲ್ಲಿ ನಿರಂತರವಾಗಿ ತಮ್ಮನ್ನು ತಾವು ತೊಡಗಿಸಿಕೊಂಡರು.ಅವರ ಸಂಪಾದಕತ್ವದಲ್ಲಿ ಪ್ರಕಟಿಸಲಡುತ್ತಿದ್ದ ಉತ್ಕೃಷ್ಟವಾದ ಮೈಸೂರು ಪುರಾತತ್ವ ಇಲಾಖೆಯ ವರದಿಗಳನ್ನು ಪ್ರತಿಯೊಂದು ಖಂಡದಲ್ಲಿಯೂ ಆಸಕ್ತರು ಕಾತುರದಿಂದ ಎದುರು ನೋಡುತ್ತಿದ್ದರು. ವಾಸ್ತವವಾಗಿ ಅವರು ದೈನಂದಿನ ಕಛೇರಿ ಮತ್ತು ಪ್ರಾಧ್ಯಾಪಕರ ಕೆಲಸ ಕಾರ್ಯಗಳಿಂದ ಜೀರ್ಣವಾಗಿದ್ದರು. ಅವರನ್ನು ಹನ್ನೆರಡು ರೋಗಗಳು ಆವರಿಸಿದ್ದವು. ಅವರ ಮರಣ ನಮಗೆ ಒಂದು ವೈಯಕ್ತಿಕ ಆಘಾತವಾಗಿ ಕಂಡುಬಂದಿತು. ಕ್ರಿಸ್‌ಮಸ್ ಹಬ್ಬದಂದು 1947ರಲ್ಲಿ ಬೊಂಬಾಯಿನಲ್ಲಿ ಜರುಗಿದ್ದ ಭಾರತೀಯ ನಾಣ್ಯ ಶಾಸ್ತ್ರಜ್ಞರ ಸಮ್ಮೇಳನದಲ್ಲಿ ಅವರ ನಿಧನವನ್ನು ಘೋಷಿಸಿದ್ದು ಒಂದು ವಿಪರ್ಯಾಸವೇ ಸರಿ.

ಡಾ. ಕೆ. ಎನ್. ವೆಂಕಟ ಸುಬ್ಬಶಾಸ್ತ್ರಿ, ಎಂ ಎ, ಪಿಎಚ್‌ಡಿ, ಡಾ ಎಂ.ಎಚ್.ಕೃಷ್ಣರ ಉತ್ತರಾಧಿಕಾರಿಯಾಗಿ ಇತಿಹಾಸ ವಿಭಾಗದಲ್ಲಿ ಪ್ರಾಧ್ಯಾಪಕರಾದರು. ಅವರ ಪಾಲಿಗೆ ಬಂದಿದ್ದು, ಕೇವಲ ಸ್ವಲ್ಪ ಅವಧಿಯದಾಗಿತ್ತು. ಹೀಗಾಗಿ ಅವರು ಈ ಅವಧಿಯಲ್ಲಿ ತಮ್ಮ ಸಮಕಾಲೀನರ ಮೇಲೆ ಪ್ರಭಾವ ಬೀರುವಂತಹ ಘನಕಾರ್ಯಗಳನ್ನೇನು ಮಾಡಲಾಗಲಿಲ್ಲ. ಇದರಿಂದಾಗಿ ನಾವು ಅವರನ್ನು ಯಾವುದೇ ರೀತಿಯಲ್ಲಿ ಪರಿಚಿತರ ನೆಲೆಯಲ್ಲಿ ವಿಮರ್ಶಿಸಲು ಸಾಧ್ಯವಾಗಲಿಲ್ಲ.

ಚರಿತ್ರೆ ವಿಭಾಗತನ್ನದೆ ಆದ ಒಂದು ಸಂಘವನ್ನು ಹೊಂದಿತ್ತು. ಇದು ಅದರ ಸದಸ್ಯರ ಕ್ರಿಯಾಶೀಲ ಬುದ್ಧಿಮತ್ತೆಯ ಪ್ರದರ್ಶನಕ್ಕೆ ಸೂಕ್ತವಾದ ವೇದಿಕೆಯಾಗಿತ್ತು. ಕಾಲೇಜಿನ ವಿಶ್ವವಿದ್ಯಾನಿಲಯ ಚರಿತ್ರೆ ಸಂಘ' ಒಂದು ಹಳೆಯ ಸಂಘಟನೆಯಾಗಿದ್ದು 1894ರಲ್ಲಿ ಇದು ಸ್ಥಾಪಿಸಲ್ಪಟ್ಟಿತ್ತು. ಡಾ.ಎಂ.ಎಚ್. ಕೃಷ್ಣ ಇತಿಹಾಸದ ಪ್ರಾಧ್ಯಾಪಕರಾಗಿದ್ದ ಸಮಯದಲ್ಲಿ ಅದರ ಸುವರ್ಣ ಮಹೋತ್ಸವವನ್ನು 1944ರಲ್ಲಿ ಬಹು ವಿಜೃಂಭಣೆಯಿಂದ ಆಚರಿಸಲಾಯಿತು. ಸುವರ್ಣ ಮಹೋತ್ಸವವನ್ನು ಶೀಘ್ರದಲ್ಲಿಯೇ ಆಚರಿಸುವುದು ನಮ್ಮ ಆಕಾಂಕ್ಷೆಯಾಗಿದೆ.

ಇತಿಹಾಸ ವಿಭಾಗ ಬೀರಿರುವ ಸಕಾರಾತ್ಮಕ ಪ್ರಭಾವದ ಕುರುಹು ಅದರ ದೀರ್ಘವಾದ ಹಳೆಯ ವಿದ್ಯಾರ್ಥಿಗಳ ಪಟ್ಟಿಯಾಗಿದೆ. ಇತ್ತೀಚಿನ ಕೆಲವು ವರ್ಷಗಳಲ್ಲಿ, ರಾಜ್ಯದ ಬಹುಪಾಲು ಕ್ಯಾಬಿನೆಟ್ ದರ್ಜೆಯ ಸಚಿವರು ಈ ವಿಭಾಗದ ಹಳೆಯ ವಿದ್ಯಾರ್ಥಿಗಳು ಎಂದು ಹೇಳಬಹುದು. ತಮ್ಮ ವಿವೇಕ ಮತ್ತು ಸಾಮಾನ್ಯಜ್ಞಾನದ ಬಲದಿಂದ ಅವರು ನಾಯಕತ್ವದ ಗುಣಗಳನ್ನು ರೂಪಿಸಿಕೊಂಡು ತನ್ಮೂಲಕ ನಾಯಕರಾಗಿ ಹೆಸರುಗಳಿಸಿದ್ದಾರೆ. ಇತಿಹಾಸ ವಿಭಾಗದ ಈ ರೀತಿಯ ಗಣ್ಯ ಹಳೆಯ ವಿದ್ಯಾರ್ಥಿಗಳಲ್ಲಿ ಮೈಸೂರಿನ ಘನತೆವೆತ್ತ ಮಹಾರಾಜರು ಒಬ್ಬರು. ಇವರು ಇತಿಹಾಸ ಸಂಘದ ಗೌರವ ಅಧ್ಯಕ್ಷರಾಗಲು ತಮ್ಮ ಒಪ್ಪಿಗೆಯನ್ನು ಸೂಚಿಸಿರುತ್ತಾರೆ. ಇಂಗ್ಲೆಂಡಿನ ಟ್ಯೂಡರ್ ರಾಜ ಸಂತತಿಯ ರಾಜರ ರೀತಿಯಲ್ಲಿ, ಪ್ರಜೆಗಳ ಹೃದಯವನ್ನು ಸೂರೆಗೈಯುವ ಮಾರ್ಗವನ್ನು ಅನುಸರಿಸಿದ ಮೈಸೂರು ರಾಜವಂಶ ಪ್ರಜಾಭಿಪ್ರಾಯಗಳಿಗೆ ಕಾಲಕಾಲಕ್ಕೆ ಸ್ಪಂದಿಸಿ ರಾಜಕೀಯ ರಿಯಾಯಿತಿಗಳನ್ನು ತೋರಿಸಿತ್ತು. ಘನತೆವೆತ್ತ ಮಹಾರಾಜರ ರಾಜಕೀಯ ವಿವೇಕ ಮತ್ತು ದೂರದರ್ಶಿತ್ವದಿಂದಾಗಿ ರಾಜಸತ್ತೆಯಿಂದ ಪ್ರಜಾಸತ್ತೆಯವರೆಗಿನ ಹಾದಿ ಸುಗಮವಾಗಿ ನಡೆಯಿತು. ಹೀಗಿದ್ದರೂ ಪ್ರಜೆಗಳ ಹೃದಯದಲ್ಲಿ ರಾಜಸತ್ತೆ ಆಳವಾಗಿ ಹುದುಗಿತ್ತು. ಇದನ್ನು ನಾವು ಗಮನಿಸಬಹುದಾಗಿದೆ.

ಚರಿತ್ರೆ ವಿಭಾಗ ಒಂದು ಹೊಸದಾಗಿ ಜನಿಸಿದ ಹಂತದಲ್ಲಿದೆ. ಅದು ಒಂದು ಹೊಸ ಯುಗದ ಅನ್ವೇಷಣೆಯನ್ನು ಕಾತುರದಿಂದ ನಿರೀಕ್ಷಿಸುತ್ತಿದೆ. ನಮ್ಮ ಕ್ರಿಯಾಶೀಲ ಉಪಕುಲಪತಿಗಳು ಮಾನವಿಕ ಶಾಸ್ತ್ರದ ಹರಿಕಾರರು. ಅವರು ವಿಜ್ಞಾನ ನಮ್ಮನ್ನು ಬಹಳವಾಗಿ ಆವರಿಸಿದೆ ಎಂದು ಭಾವಿಸಿದ್ದಾರೆ. ವಿಜ್ಞಾನ ಸಾಧಿಸಿರುವ ಹೆಚ್ಚಿನ ಮೈಲಿಗಲ್ಲುಗಳನ್ನು ಚರಿತ್ರೆ ಮತ್ತಷ್ಟು ಸಾಧಿಸಲಿ.

ಇತಿಹಾಸ ವಿಭಾಗದ ಬೋಧನಾಂಗದ ಸದಸ್ಯರು.

ಪ್ರಾಧ್ಯಾಪಕರು.

ವಿ. ರಾಘವೇಂದ್ರರಾವ್, ಎಂಎ, ಬಿಟಿ.

ಸಹಪ್ರಾಧ್ಯಾಪಕರು:

ಶ್ರೀಮತಿ ಎ. ಜಯಲಕ್ಷಮ್ಮಣ್ಣಿ ಎಂಎ

ನಾ. ಕಸ್ತೂರಿ, ಎಂಎ, ಬಿಎಲ್

ಪಿ ಜಿ ಸತ್ಯಗಿರಿನಾಥನ್, ಎಂಎ

ಅಧ್ಯಾಪಕರು:

ಬಿ ಎಸ್ ಕೃಷ್ಣಸ್ವಾಮಿ ಅಯ್ಯಂಗಾರ್, ಎಂಎ

ಡಾ ಎಸ್ ಶ್ರೀಕಂಠಶಾಸ್ತ್ರಿ, ಎಂಎ ಡಿಲಿಟ್

ಶ್ರೀಮತಿ ಎಂ ಸಿ ವೇದವಲ್ಲಿ, ಎಂಎ, ಬಿಎ (ಆಕ್ಸ್‌ಫರ್ಡ್)

ಡಿಎಸ್ ಅಚ್ಯುತರಾವ್, ಎಂಎ

ಬಿ ಷೇಕ್‌ಆಲಿ, ಬಿಎ (ಆನರ್ಸ್)

ಅಬ್ದುಲ್ ರಜಾಕ್ ಖಾನ್, ಎಂಎ ಎಲ್‌ಎಲ್‌ಬಿ

ಬಿ ಕೆ ಚಕ್ರಪಾಣಿ ಅಯ್ಯಂಗಾರ್, ಎಂಎ

ಎಸ್ ಚೆಲುವರಂಗ ರಾಜು, ಬಿಎ (ಆನರ್ಸ್)

ಜಾನಕಿನಾಥ ಭಟ್ಟ, ಎಂಎ

ಕೆ ಟಿ ರಾಮಸ್ವಾಮಿ, ಎಂಎ

ಎಚ್ ಜೆ ರಂಗಸ್ವಾಮಿ ಅಯ್ಯಂಗಾರ್, ಎಂಎ

ಎನ್ ಹೊನ್ನಯ್ಯ, ಬಿಎ (ಆನರ್ಸ್)

ಎ ಸುಬ್ಬರಾವ್, ಎಂಎ

ಎ ವಿ ವೆಂಕಟರತ್ನಂ, ಎಂಎ

ಸಿ ಆರ್ ರಂಗಸ್ವಾಮಿ, ಎಂಎ

ಮಹಾರಾಜ ಕಾಲೇಜಿನ ಶತಮಾನೋತ್ಸವ ಸಮಾರಂಭದಲ್ಲಿ ಡಿಎಸ್‌ಎ ನೇತೃತ್ವದಲ್ಲಿ ವಸ್ತು ಪ್ರದರ್ಶನ ಆಯೋಜಿಸಲಾಯಿತು. ಈ ಪ್ರದರ್ಶನ ಮಳಿಗೆಗೆ ರಾಜ್ಯಪಾಲ ಶ್ರೀ ಶ್ರೀ ಜಯಚಾಮರಾಜ ವಡೆಯರ್ ಸಹಿತ ಅನೇಕ ಮಹನೀಯರು ಭೇಟಿ ನೀಡಿದ್ದರು. ಈ ಪ್ರದರ್ಶನ ಇತಿಹಾಸ ವಿಭಾಗದಲ್ಲಿಯೂ ಆಯೋಜಿಸಲಾಗಿತ್ತು. ಇತಿಹಾಸ ವಿಭಾಗದ ನಾ ಕಸ್ತೂರಿ, ಶ್ರೀಕಾಂತ ಶಾಸ್ತ್ರಿ ಹಾಗೂ ಡಿಎಸ್‌ಎ ಅವರೊಂದಿಗೆ 1952ರಲ್ಲಿ ತೆಗೆಯಲಾದ ಅಪರೂಪದ ಛಾಯಚಿತ್ರ

ಮಹಾರಾಜ ಕಾಲೇಜಿನ ವಡೆಯರ್ 1950ರಲ್ಲಿ ಭಾರತ ಗಣರಾಜ್ಯವಾದ ಸಂದರ್ಭದಲ್ಲಿ, ಮಹಾರಾಜ ಕಾಲೇಜಿನ ಎದುರುಗಡೆ ಅಶೋಕ ಸ್ತಂಭ ನಿರ್ಮಿಸಲು ಡಿಎಸ್ಎ ಪ್ರಾಧ್ಯಾಪಕರು ಹಾಗೂ ವಿದ್ಯಾರ್ಥಿಗಳಿಂದ ಸಹಾಯ ಧನ ಸಂಗ್ರಹಿಸಿದರು. ಕುಲಪತಿಗಳು, ರಾಜ ಪ್ರಮುಖರಾದ ಶ್ರೀ ಜಯಚಾಮ ರಾಜೇಂದ್ರ ವಡೆಯರ್ ಇದನ್ನು ಸಮರ್ಪಿಸಿದರು. ಮಹಾರಾಜರ ಕಾಲೇಜು ರಾಜ ಪ್ರಭುತ್ವದಿಂದ (ವಡೆಯರ್ ಪ್ರೋತ್ಸಾಹದಿಂದ) ಪ್ರಜಾ ಪ್ರಭುತ್ವಕ್ಕೆ ಪರಿವರ್ತನೆಯನ್ನು ಸಂಕೇತಿಸಿತು.

Maharaja's College
Centenary Exhibition
Mysore 1951

ಮಹಾರಾಜರು ಅಶೋಕ ಸ್ತಂಭವನ್ನು ಉದ್ಘಾಟಿಸಿದರು

೮. ನನ್ನ ಶಕ್ತಿ

ಅಚ್ಚುತರಾವ್ ಸ್ಮಾರಕ ಪ್ರಧಾನ ಸಮಾರಂಭ, 19, ಜುಲೈ, 203, ಶ್ರೀ ಪಿ ಆರ್. ನಾಗೇಂದ್ರಮೂರ್ತಿ ಇವರ ಭಾಷಣ.

ಪಿ ಆರ್ ನಾಗೇಂದ್ರ ಮೂರ್ತಿ ಮತ್ತು ಡಿ ಎಸ್ ಅಚುತ ರಾವ್

ಡಾ ರಾಮದಾಸ ಪೈ ಅವರೆ, ಪ್ರೊ॥ ಎಂ ಎಸ್ ನಾಗರಾಜ ರಾವ್, ಡಾ ರೊದ್ದಂ ನರಸಿಂಹ, ಡಾ ಲಾವಕಾರೆ, ಶ್ರೀಮತಿ ಸುಶೀಲಾಬಾಯಿ, ಮಹಿಳೆಯರೆ ಮತ್ತು ಮಹನೀಯರೆ,

"ಪ್ರೊಫೆಸರ್ ಡಿ.ಎಸ್ ಅಚ್ಚುತರಾವ್ ಸ್ಮಾರಕ" ಸಮಾರಂಭದ ಪ್ರಧಾನ ಉದ್ಘಾಟನಾ ಕಾರ್ಯಕ್ರಮದಲ್ಲಿ ಇಂದು ಭಾಗವಹಿಸಲು ನನನ್ನು ಅಹ್ವಾನಿಸಿರುವುದು ನನಗೆ ಸಂತೋಷ ಉಂಟು ಮಾಡಿದೆ.

ನಮ್ಮೆಲ್ಲರಿಗೂ ತಿಳಿದಿರುವಂತೆ, ಈ ಕುಟುಂಬದ ಸದಸ್ಯರಾದ ನಾವು ಮೈಸೂರು ವಿಶ್ವವಿದ್ಯಾನಿಲಯದಲ್ಲಿ ಜನಪ್ರಿಯ ಉಪನ್ಯಾಸಕ ಮತ್ತು ಇತಿಹಾಸ ಸಂಶೋಧನೆಯಲ್ಲಿ ಹೆಸರಾಗಿದ್ದ ಪ್ರೊಫೆಸರ್ ಡಿಎಸ್ ಅಚ್ಚುತರಾವ್ ಅವರ ನೆನಪಿನಲ್ಲಿ ಇತಿಹಾಸದಲ್ಲಿ ಸಂಶೋಧನೆಗೆ ಹಣಸಹಾಯ ಒದಗಿಸಲು ಒಂದು ದತ್ತಿ ಸ್ಥಾಪಿಸಿರುವುದು ಸರಿಯಷ್ಟೆ. ಪ್ರೊಫೆಸರ್ ಅಚ್ಚುತರಾವ್ ನನ್ನ ಮಾತೃ ಸಂಬಂಧಿ ಸೋದರಮಾವ. ಬೆಂಗಳೂರಿನ ಒಂದು ಶಾಲೆಯಲ್ಲಿ ಮುಖ್ಯೋಪಾಧ್ಯಾಯರಾಗಿದ್ದ ಮತ್ತು ಕೂಡು ಕುಟುಂಬದ ಹಿರಿಯರಾಗಿದ್ದ ನನ್ನ ಅಜ್ಜ ಡಿ ಶಾಮರಾವ್ ನಮ್ಮನ್ನು ಸಾಕಿ ಸಲಹಿದರು. ನಾನು ಬೆಂಗಳೂರಿನಲ್ಲಿ ಇಂಟರ್ ಮೀಡಿಯಟ್‌ವರೆಗೆ ಶಿಕ್ಷಣ ಪೂರೈಸಿದೆ. ಅಚ್ಚುತರಾವ್ ತರುವಾಯ ಮಹಾರಾಜ ಕಾಲೇಜಿಗೆ ಪ್ರವೇಶ ಪಡೆದರು. ಚರಿತ್ರೆಯಲ್ಲಿ ಬಿಎ (ಆನರ್ಸ್) ನಲ್ಲಿ ಪ್ರಥಮ ಶ್ರೇಣಿಯಲ್ಲಿ ಉತ್ತೀರ್ಣರಾದ

ಅವರು ಶಿಷ್ಯವೇತನ ಪಡೆದಿದ್ದರು. ಇತಿಹಾಸದಲ್ಲಿ ಎಂಎ ಪದವಿಯನ್ನು ಪ್ರಥಮ ಶ್ರೇಣಿಯಲ್ಲಿ ಪಡೆದ ಅವರು ಪ್ರೊಫೆಸರ್ ಡಾ ಎಂಎಚ್ ಕೃಷ್ಣ ಅರವರ ಮಾರ್ಗದರ್ಶನದಲ್ಲಿ "ಹೈದರ್ ಆಲಿ" ಕುರಿತು ಒಂದು ಸಂಪ್ರಬಂಧವನ್ನು ಇದಕ್ಕೆ ಪೂರಕವಾಗಿ ಮಂಡಿಸಿದರು. ಉಪನ್ಯಾಸಕರಾದ ನಾ ಕಸ್ತೂರಿ, ಎಂ ವಿ ಕೃಷ್ಣರಾವ್, ಎಚ್ ಕೃಷ್ಣರಾವ್, ಡಾ ವಿ.ಎಲ್ ಡಿಸೋಜ ಮತ್ತು ಡಾ ಗೋಪಾಲ್ ಮತ್ತಿತರರ ಕೆಳಗೆ ಶಿಕ್ಷಣ ಪಡೆದ ಅಪರೂಪದ ಘನತೆ ಅವರದಾಗಿತ್ತು. ಈ ಅವಧಿಯಲ್ಲಿ ಪ್ರೊಫೆಸರ್ ಜೆ.ಸಿ. ರೋಲೊ ಮಹಾರಾಜ ಕಾಲೇಜಿನ ಪ್ರಾಂಶುಪಾಲರಾಗಿದ್ದರು.

ಅಚ್ಚುತರಾವ್ ಪ್ರತಿಭಾವಂತ ಶೈಕ್ಷಣಿಕ ಸಾಧಕರು. ಓರ್ವ ಚುರುಕಾದ ಸಂಶೋಧನಾ ವಿದ್ಯಾರ್ಥಿಯೂ ಆಗಿದ್ದ ಅವರು ತಮ್ಮ ವ್ಯಾಪಕ ಪ್ರವಾಸ ಮತ್ತು ಅಧ್ಯಯನ ಶೀಲತೆಯಿಂದ ತಾವು ರಚಿಸಿದ "ಹೈದರ್ ಆಲಿ" ಕುರಿತಾದ ಈ ಸಂಪ್ರಬಂಧ ಮತ್ತು ಈ ವಿಷಯಕ್ಕೆ ಸಂಬಂಧಿಸಿದ್ದ ಮತ್ತು ಪ್ರಮಾಣಿ ಕೃತವೆನಿಸಿದ್ದ ಮೂಲ ದಾಖಲೆಗಳು ಮತ್ತು ಹಸ್ತಪ್ರತಿಗಳನ್ನು ಪರಿಶೋಧಿಸಿದ್ದರು. ಮೈಸೂರ್ ಗೆಜೆಟಿಯರ್ ಸಂಪುಟಗಳ ಸಂಪಾದಕರಾಗಿದ್ದ ರಾಜಸೇವಾಸಕ್ತ ಸಿ. ಹಯವದನ ರಾವ್ ಅವರೊಂದಿಗೆ ಈ ನಿಟ್ಟಿನಲ್ಲಿ ಅವರು ನಡೆಸಿದ್ದ ಚರ್ಚೆಗಳು ನನಗೆ ಈ ಹೊತ್ತು ನೆನಪಿನಲ್ಲಿವೆ.

ಮೈಸೂರು ವಿಶ್ವವಿದ್ಯಾನಿಲಯ 1939ರಲ್ಲಿ ಡಿ. ಎಸ್. ಅಚ್ಚುತರಾವ್ ಅವರ ಪ್ರತಿಭಾಶಾಲಿ ಶೈಕ್ಷಣಿಕ ಸಾಧನೆ ಮತ್ತು ಸಂಶೋಧನಾಸಕ್ತಿಯನ್ನು ಪರಿಗಣಿಸಿ ಅವರನ್ನು ಇತಿಹಾಸದ ಉಪನ್ಯಾಸಕರಾಗಿ ನೇಮಿಸಿತು. ಅವರು ಬೆಂಗಳೂರು ಮತ್ತು ತುಮಕೂರಿನ ಇಂಟರ್‌ಮೀಡಿಯೆಟ್ ಕಾಲೇಜುಗಳು, ಮೈಸೂರಿನ ಮಹಾರಾಜ ಕಾಲೇಜು ಮತ್ತು ಮಾನಸಗಂಗೋತ್ರಿಯಲ್ಲಿ ಬೋಧಿಸಿದರು. ಓರ್ವ ಪ್ರತಿಭಾವಂತ ಅಧ್ಯಾಪಕರಾಗಿದ್ದ ಅವರು ವಿದ್ಯಾರ್ಥಿಗಳ ನಡುವೆ ಜನಪ್ರಿಯರಾಗಿದ್ದರು. ಅವರ ತರಗತಿಗಳು ವಿದ್ಯಾರ್ಥಿಗಳಿಗೆ ಪ್ರಿಯವಾಗಿದ್ದವೆಂದೂ, ಅವರ ವಿದ್ವತ್‌ಪೂರ್ಣ ಉಪನ್ಯಾಸಗಳನ್ನು ವಿದ್ಯಾರ್ಥಿಗಳು ಬಹುವಾಗಿ ಪ್ರಶಂಶಿಸುತ್ತಿದ್ದರೆಂದೂ, ಮತ್ತು ಅವರ ತರಗತಿಗಳು ಯಾವಾಗಲೂ ವಿದ್ಯಾರ್ಥಿಗಳಿಂದ ತುಂಬಿ ತುಳುಕಾಡುತ್ತಿತ್ತೆಂದೂ ನಾನು ಅವರ ವಿದ್ಯಾರ್ಥಿಗಳು ಮಾತನಾಡಿ ಕೊಳ್ಳುತ್ತಿದ್ದುದನ್ನು ಕೇಳಿದ್ದೇನೆ. ಅಚ್ಚುತರಾವ್ ಹೆಸರಾಂತ ಅರ್ಥಶಾಸ್ತ್ರಜ್ಞರಾಗಿದ್ದ ಪ್ರೊಫೆಸರ್ ಪಿ ಆರ್ ಬ್ರಹ್ಮಾನಂದ ಅವರ ಓರ್ವ ಪ್ರತಿಭಾವಂತ ವಿದ್ಯಾರ್ಥಿಗಳಲ್ಲೊಬ್ಬರಾಗಿದ್ದರು.

ಕೌಟುಂಬಿಕ ವಲಯದಲ್ಲಿ ಅವರು ಹೆಚ್ಚು ಪ್ರೀತಿಪಾತ್ರರಾಗಿದ್ದರು. ಅವರನ್ನು ಸರ್ವರೂ ಗೌರವಿಸುತ್ತಿದ್ದರು. ಪ್ರೀತಿಪಾತ್ರರೂ ಶಿಸ್ತುಬದ್ಧ ಜೀವನ ಶೈಲಿ ರೂಢಿಸಿಕೊಂಡಿದ್ದವರೂ ರೀತಿ ನೀತಿ ಪಾಲಕರೂ ಆಗಿದ್ದ ಅವರು ತಮ್ಮ ಮಕ್ಕಳನ್ನು ಶಿಸ್ತಿನಲ್ಲಿ ಬೆಳೆಸಿದರು. ಕುಟುಂಬ ಪ್ರೇಮಿಯಾಗಿದ್ದ ಅವರು ತಮ್ಮ ಮಕ್ಕಳಿಗೆ ಒಳ್ಳೆಯ ಶಿಕ್ಷಣವನ್ನು ಕೊಡಿಸಿದರು. ಅವರು ತಮ್ಮ ಜೀವನದಲ್ಲಿ ಯಶಸ್ವಿ ವ್ಯಕ್ತಿಗಳಾಗುವಂತೆ ಅವರನ್ನು ರೂಪಿಸಿದರು. ಅವರ ಆಶೀರ್ವಾದದಿಂದ, ಇಂದು ಅವರ ಎಲ್ಲಾ ಗಂಡು ಮತ್ತು ಹೆಣ್ಣು ಮಕ್ಕಳು ತಮ್ಮ ಜೀವನವನ್ನು ರೂಪಿಸಿಕೊಂಡು ಬದುಕುತ್ತಿರುವುದು ಅವರ ತಂದೆಯ ಕನಸನ್ನು ನನಸಾಗಿ ಮಾಡಿದೆ ಎಂದು ನಾನು ಭಾವಿಸುತ್ತೇನೆ.

ನನ್ನ ಜೀವನದಲ್ಲಿಯೂ ವೈಯಕ್ತಿಕ ಆಸಕ್ತಿಯನ್ನು ತಾಳುತ್ತಿದ್ದ ಅವರು ನಾನು ಇಂಜಿನಿಯರ್ ವೃತ್ತಿಯನ್ನು ಅನುಸರಿಸಲು ಅವರೇ ಕಾರಣಪುರುಷರು.

ನಾನು ವಿಜ್ಞಾನಕ್ಕೆ ಸಂಬಂಧಿಸಿದ ವಿಷಯಗಳನ್ನು ಅಧ್ಯಯನ ಮಾಡುವಂತೆ (ಪಿಸಿಎಂ) ಪ್ರೇರೇಪಿಸಿದ ಅವರಿಗೆ ನಾನು ಇಂಜಿನಿಯರಿಂಗ್ ಪದವೀಧರನಾಗಬೇಕೆಂದು ಆಶೆಪಟ್ಟಿದ್ದರು. ಪದವೀಧರನಾದ ನಂತರ 1946ರಲ್ಲಿ ಬೊಂಬಾಯಿ ಇಂಜಿನಿಯರಿಂಗ್ ಸರ್ವೀಸ್‌ಗೆ ನಾನು ಸೇರುವಂತೆ ಸಲಹೆ ನೀಡಿದರು, ನಾನು ನಂತರ ಬಿಜಾಪುರಕ್ಕೆ ಈ ವೃತ್ತಿಯನ್ನು ಸೇರಲು ತೆರಳಿದಾಗ ನನ್ನೊಡನೆ ಅಲ್ಲಿಗೆ ಬಂದಿದ್ದರು. ಆಗ ಬಿಜಾಪುರ ಬೊಂಬಾಯಿ ಪ್ರಾಂತ್ಯದಲ್ಲಿತ್ತು. ನಾವು ಅವರ ಸಲಹೆ ಮತ್ತು ಪ್ರೀತಿಗೆ ಅಭಾರಿಗಳಾಗಿದ್ದೇವೆ. ಅವರು ತಮ್ಮ 47ನೇ ವಯಸ್ಸಿನಲ್ಲಿ ಮರಣಹೊಂದಿದ್ದು ನಮಗೆ ದುಃಖ ತಂದಿತು. ಹೀಗಿದ್ದರೂ ಶ್ರೀಮತಿ ಅಚ್ಚುತರಾವ್ ನಮ್ಮ ಬಗ್ಗೆ ಅದೇ ರೀತಿಯ ವಾಂಛಲ್ಯ ಹೊಂದಿದ್ದು ನಾವು ಅವರಿಗೆ ಉತ್ತಮ ಆರೋಗ್ಯ ಮತ್ತು ಆಯಸ್ಸನ್ನು ಕೋರುತ್ತೇವೆ.

ನಮ್ಮ ಕುಟುಂಬದ ಸದಸ್ಯರು. ಪ್ರೊ॥ ಅಚ್ಚುತರಾಯರ ಗೌರವಾರ್ಥವಾಗಿ ಅವರ ನೆನಪಿನಲ್ಲಿ ಇತಿಹಾಸದಲ್ಲಿ ಒಂದು ದತ್ತಿ ಶಿಷ್ಯವೇತನವನ್ನು ಸ್ಥಾಪಿಸಿದ್ದೇವೆ. ಅದನ್ನು ಪ್ರಥಮವಾಗಿ ಪಡೆದುಕೊಳ್ಳುತ್ತಿರುವ ವಿದ್ವಾಂಸರಾದ ಪ್ರೊ. ರಮೇಶ್ ಮತ್ತು ಪ್ರೊಫೆಸರ್ ಷ ಷಟ್ಟರ್ ಇವರಿಗೆ ಅಭಿನಂದನೆಗಳು.

ಮಣಿಪಾಲದಲ್ಲಿ ಫೌಂಡೇಷನ್‌ಗೆ ಪುರಸ್ಕಾರವನ್ನು ನೀಡಿದುದಕ್ಕಾಗಿ ಮತ್ತು ಈ ಸಂತೋಷ ಮತ್ತು ವರ್ಣಮಯ ಕಾರ್ಯಕ್ರಮದಲ್ಲಿ ನಾನು ಪಾಲ್ಗೊಳ್ಳುವ ಒಂದು ಅವಕಾಶ ನೀಡಿದುದಕ್ಕಾಗಿ ಎಲ್ಲರನ್ನೂ ವಂದಿಸುತ್ತೇನೆ. ಎಲ್ಲರಿಗೂ ವಂದನೆಗಳು.

೯. ಮಕ್ಕಳ ದೃಷ್ಟಿಯಲ್ಲಿ ತಂದೆ

'ಗೋಕುಲಮ್' ಮನೆ

ನೆನಪುಗಳ ಬುತ್ತಿಯಿಂದ: 1958 ದಸರ ಹಬ್ಬದ ಸಂದರ್ಭದಲ್ಲಿ ತೆಗೆದ ಛಾಯಚಿತ್ರ

ರಸ್ತೆಯ ಯಾವುದೇ ಮೂಲೆಯಲ್ಲಿ ಛತ್ರಿಯನ್ನು ನೆಲಕ್ಕೆ ಕುಟ್ಟುತ್ತಿರುವ ಶಬ್ದ ಕೇಳಿದೊಡನೆ ಮಕ್ಕಳು ತಂದೆ ಬಂದರೆಂದು ಎಚ್ಚೆತ್ತಗೊಂಡು ಅಸ್ತವ್ಯಸ್ತವಾಗಿದ್ದ ಸಾಮಾನುಗಳನ್ನು ಒಪ್ಪವಾಗಿರಿಸಿ ಏನೂ ಆಗಿಲ್ಲವೆಂಬ ಭಾವನೆಯಿಂದ ನಿಶ್ಯಬ್ದರಾಗುತ್ತಿದ್ದರು! ಗೋಡೆಯಲ್ಲಿನ ಗಡಿಯಾರದ ಮುಳ್ಳು ಒಂದು

ನಡೆಯನ್ನು ತಪ್ಪಿಸಿಕೊಂಡಿದ್ದರೂ ಮನೆಯಲ್ಲಿದ್ದ ಎಲ್ಲರಿಗೂ ಆಗ ಸಮಯ ಎಷ್ಟಾಗಿದೆ ಎಂದು ಗೊತ್ತಿರುತ್ತಿತ್ತು. ಠಾಕು ಠೀಕಿನ ದಿರಿಸಿನ, ಆ ದಿನದ ಕಾರ್ಯಗಳನ್ನು ಪೂರೈಸಿದ ತಂದೆತಾಯಿಯ ನಗುಮುಖ ನೋಡಿ ಒಳಗೆ ಬರುತ್ತಿದ್ದರು. ಮಕ್ಕಳ ಅಂದಿನ ಅಧ್ಯಯನ ಮತ್ತು ಶಾಲೆಯಲ್ಲಿನ ಅವಧಿ ಕೇಳಿ, ತರುವಾಯ ತಮ್ಮ ಪತ್ನಿಯೊಂದಿಗೆ ಸಮಾಲೋಚಿಸಿ ನಂತರ ಒಂಟಿಕೊಪ್ಪಲಿನ ಕ್ಲಬ್ಬಿಗೆ ಸ್ನೇಹಿತರೊಂದಿಗೆ ಸಮಯ ಕಳೆಯಲು ಮತ್ತು ಇಸ್ಪೀಟ್ ಆಟವಾಡಲು ತೆರಳುತ್ತಿದ್ದರು. ಆ ರೀತಿಯ ಕಠಿಣವಾದ ಶಿಸ್ತು ಕೆಲವು ವೇಳೆ ಅಸಹನೀಯವೆನಿಸಿದ್ದು ನಿಜ. ಮಾತನಾಡಲೂ ತುಸು ಹಿಂಜರಿಕೆಯಿದ್ದದ್ದು ಹೌದು. ಕೆಟ್ಟ ವರ್ತನೆ ತೋರಿದಕ್ಕೆ ಶಿಕ್ಷೆಯ ಭಯ. ಅಥವಾ ಪಾಠದಲ್ಲಿ ಹಿಂದೆ ಬಿದ್ದಾಗಲೂ ನಮಗೆ ಹೆದರಿಕೆ. ಹೀಗಿದ್ದರೂ ಐದು ಮಂದಿಮ್ಮ ತಂದೆಯನ್ನು ಗೌರವದಿಂದ ಕಾಣುತ್ತಿದ್ದರು. ಅವರನ್ನು ಯಾರಾದರೂ ಭೇಟಿಯಾಗಲು ಬಂದಾಗ, ಬಾಗಿಲಿನ ಹಿಂದಿನಿಂದ ಅವರನ್ನು ಮೆಚ್ಚುಗೆಯಿಂದ ಇಣುಕಿನೋಡುವುದು, ಅದರಲ್ಲಿಯೂ ಮುಖ್ಯವಾಗಿ ಅವರು ವಿದ್ಯಾರ್ಥಿಗಳೊಂದಿಗೆ ಚರಿತ್ರೆ ಕುರಿತಾದ ವಿಷಯದಲ್ಲಿ ನೀಡುತ್ತಿದ್ದ ವಿವರಣೆ ಮತ್ತು ಸಲಹೆ, ಅಥವಾ ಅವರು ತಮ್ಮ ಬರವಣಿಗೆಯ ಸಮಯದಲ್ಲಿ ಕುಳಿತುಕೊಳ್ಳುತ್ತಿದ್ದ ಮೇಜು ಇವೆಲ್ಲವು ಇದ್ದರೂ ಡಿ ಎಸ್ ಅಚ್ಚುತರಾವ್ ತಮ್ಮ ಕುಟುಂಬದ ಓರ್ವ ಸದಸ್ಯರು ಮತ್ತು ಅದರೊಂದಿಗಿನ ಒಡನಾಟವನ್ನು ಜೀವನವೆಂದು ತಿಳಿದಿದ್ದರು. ಈ ಕಾರಣದಿಂದಾಗಿ ಅವರ ಮಕ್ಕಳ ಮನಸ್ಸಿನಲ್ಲಿ ಅವರ ಕುರಿತಾದ ನೆನಪುಗಳು ಚಿರಸ್ಥಾಯಿಯಾಗಿ ಉಳಿದಿವೆ.

ಹಿರಿಯವಳಾಗಿದ್ದ ಡಾ. ಲತಳ ನೆನಪುಗಳು ವೈವಿಧ್ಯತೆಯಿಂದ ಕೂಡಿವೆ. ಕಿರಿಯ ಡಾ. ಸತೀಶನಲ್ಲಿ ಅದು ಅಷ್ಟೊಂದು ಸ್ಪಷ್ಟವಾಗಿಲ್ಲ ಸುಖಕರವಾಗಿದ್ದ ಒಂದು ಕುಟುಂಬ ಕುರಿತಾದ ಈ ರೀತಿಯ ನೆನಪುಗಳು ಮತ್ತು ಡಿಎಸ್ಎ ಪ್ರತಿನಿಧಿಸಿದ್ದ ಮೌಲ್ಯಗಳು ಕುಟುಂಬದ ಸದಸ್ಯರು ತಮ್ಮ ಜೀವನವನ್ನು ರೂಪಿಸಿಕೊಳ್ಳುವಲ್ಲಿ ಸಹಕರಿಸಿವೆ.

ಈ ರೀತಿಯ ನೆನಪುಗಳು ಕೇವಲ ಹಾಗೆ ತೇಲಿ ಬಂದು ಗಾಳಿಯಲ್ಲಿ ಸುಮ್ಮನೆ ಹಾದು ಹೋಗುವಂತಹವಲ್ಲ. ಬಹುಪಾಲು ಇವುಗಳು ಬದುಕಿನ ಪಾಠಗಳ ರೀತಿಯಲ್ಲಿ ಮನದಟ್ಟಾದಂತೆ, ಜೀವನದಲ್ಲಿಯೂ ಹಾಸುಹೊಕ್ಕಿರುವಂತಹ ನೆನಪುಗಳಾಗಿವೆ. ಇವುಗಳು ಮೌಲ್ಯಗಳಾಗಿವೆ ಮತ್ತು ಉತ್ತಮ ಭವಿಷ್ಯವನ್ನು ನಿರೂಪಿಸಿಕೊಳ್ಳುವಲ್ಲಿ ಹೆಚ್ಚಿನ ರೀತಿಯಲ್ಲಿ ಸಹಕರಿಸಿವೆ. ಕೆಲವು ನೆನಪುಗಳು ಮನಸ್ಸಿನಲ್ಲಿ ಆಹ್ಲಾದಕತೆಯನ್ನು ಮೂಡಿಸುತ್ತವೆ. ಮತ್ತೆ ಕೆಲವು ವಿಷಣ್ಣತೆಗಳು ಹಾಗೂ ಕೆಲವು ವಿಷಾದಗಳನ್ನು ಮೂಡಿಸುತ್ತವೆ.

ಸರಳ ಸೌಕರ್ಯಗಳುಳ್ಳ ಸಂಸಾರ ಜೀವನ ಅವರಲ್ಲಿ ಆತ್ಮತೃಪ್ತಿ ಮೂಡಿಸಿತ್ತು. ಅಲ್ಪ ಮೊತ್ತದ ಸಂಬಳ ಪಡೆದು ಮಧ್ಯಮ ವರ್ಗ ಜೀವನ ಶೈಲಿ ಅಳವಡಿಸಿಕೊಂಡಿದ್ದ ಕುಟುಂಬಕ್ಕೆ ತಿಂಗಳಿಗೊಮ್ಮೆ ಮೈಸೂರಿನ ಸಯ್ಯಾಜಿರಾವ್ ರಸ್ತೆಯಲ್ಲಿದ್ದ ಇಂದ್ರ ಭವನಕ್ಕೆ ಹೋಗುವುದೇ ವೈಭೋಗವಾಗಿತ್ತು. ಖಾರ ಸಾಮಾಗ್ರಿಗಳಿಂದ ಮಾಡಲಾಗಿದ್ದ ಮಸಾಲೆ ದೋಸೆಯ ಸುವಾಸನೆ ಮತ್ತು ಬಿಸಿ ಕಾಫಿಯ ಮಧುರ ಪರಿಮಳ ಯಾವರೀತಿಯ ಪ್ರಭಾವ ಬೀರಿತ್ತೆಂದರೆ, ಡಿಎಸ್ಎ ಮುಂದಿನ ತಿಂಗಳು ತಾನು

ಸಂಬಳ ಪಡೆದ ವಾರದ ಕೊನೆಯ ದಿನ ಮತ್ತೊಮ್ಮೆ ಎಲ್ಲರನ್ನು ಕರೆದುಕೊಂಡು ಹೋಗಲು ಪ್ರೇರೇಪಿಸುತ್ತಿತ್ತು. ಬಂಬೂ ಬಜಾರ್‌ನ ಸಮೀಪವಿದ್ದ ಮೆಟ್ಟಿಲುಗಳ ಮೇಲೆ ಕುಳಿತು ದಸರಾ ಮೆರವಣಿಗೆ ನೋಡುವುದು, ದಸರಾ ವಸ್ತುಪ್ರದರ್ಶನದಲ್ಲಿ ಪ್ರತಿಯೊಂದು ಮಳಿಗೆಗೂ ನುಗ್ಗುವುದು, ತರಹೇವಾರಿ ವರ್ಣರಂಜಿತ ಮತ್ತು ವಸ್ತುಪ್ರದರ್ಶನದಲ್ಲಿ ವೀಕ್ಷಣೆಗೆ ಅಣಿ ಮಾಡಿರುವ ವಸ್ತುಗಳನ್ನು ಮತ್ತು ಆಟದ ವಸ್ತುಗಳನ್ನು ವೀಕ್ಷಿಸುವುದು ಸಾಮಾನ್ಯವಾಗಿತ್ತು. ಒಂಟಿಕೊಪ್ಪಲು ಕ್ಲಬ್‌ನಲ್ಲಿ ನಾವು ಟೇಬಲ್ ಟೆನ್ನಿಸ್ ಆಟದಲ್ಲಿ ತೊಡಗಿದ್ದ ಸಮಯದಲ್ಲಿ, ಡಿಎಸ್‌ಎ ಸಮೀಪದ ಯಾವುದೋ ಒಂದು ಮೇಜಿನ ಬಳಿ ಸ್ನೇಹಿತರೊಂದಿಗೆ ಚರ್ಚೆಯಲ್ಲಿರುತ್ತಿದ್ದರು. ಮೋಹನ ಮತ್ತು ಪ್ರಸನ್ನ ಆ ಆಟದಲ್ಲಿ ಸಾಮರ್ಥ್ಯಗಳಿಸಿದರು. ಮೈಸೂರು ಆಕಾಶವಾಣಿಯಿಂದ ಪ್ರಸಾರವಾಗುತ್ತಿದ್ದ ಸುಮಧುರವಾದ ಕರ್ನಾಟಕ ಸಂಗೀತ ಕಲ್ಪನಳನ್ನು ನಿದ್ದೆಯಿಂದ ಏಳಿಸುತ್ತಲೆ ಅವಳಲ್ಲಿ ಸಂಗೀತದ ಬಗ್ಗೆ ಆಸಕ್ತಿಯನ್ನು ಮೂಡಿಸಿತು. ಡಾ. ಲತಾ ದಂತವೈದ್ಯಕೀಯ ವಿಜ್ಞಾನದ ಅಧ್ಯಯನದ ಪ್ರಥಮ ವರ್ಷದ ಪರೀಕ್ಷೆಯಲ್ಲಿ ಹೆಚ್ಚಿನ ಅಂಕಗಳಿಸಿ ತೇರ್ಗಡೆಯಾದ ಸಮಯದಲ್ಲಿ ಅವಳ ತಂದೆಯಲ್ಲಿ ಕಂಡು ಬಂದ ಹೆಮ್ಮೆ ಮತ್ತು ಕಣ್ಣುಗಳಲ್ಲಿನ ಸಂತೋಷ ಡಾ. ಲತಾ ಜೀವನದಲ್ಲಿ ಮತ್ತಷ್ಟು ಸಾಧಿಸುವ ನಿಟ್ಟಿನಲ್ಲಿ ಪ್ರೇರೇಪಿಸಿತು. ಕಿರಿಯವನಾಗಿದ್ದ ಮೋಹನ ಮುದ್ದಿನ ಕೂಸಾಗಿದ್ದು, ಆತನನ್ನು ಎಲ್ಲರೂ ಮುದ್ದಿಸುತ್ತಿದ್ದುದು ಮಾತ್ರವಲ್ಲದೆ ಆತ ಸರ್ವರ ಗಮನವನ್ನೂ ತನ್ನೆಡೆಗೆ ಸೆಳೆಯುತ್ತಿದ್ದನು. ಜೀವನ ಈ ರೀತಿಯಲ್ಲಿ ಸರಳವಾಗಿ ಸಾಗಿತ್ತು. ಆದರೆ ವಿಧಿ ಬೇರೊಂದು ರೀತಿಯಲ್ಲಿ ಯೋಚಿಸಿತ್ತು.

ಹಿರಿಯ ಮಗನ ಉಪನಯನ ಕಾರ್ಯಕ್ರಮ ಹಮ್ಮಿಕೊಂಡಿದ್ದ ಕುಟುಂಬ ಎಲ್ಲಾ ರೀತಿಯ ವ್ಯವಸ್ಥೆಗಳನ್ನು ಮಾಡಿಕೊಂಡಿತ್ತು. ಹೀಗಾಗಿ ಮನೆಯಲ್ಲಿ ಸಂತಸ ಮತ್ತು ಸಂಭ್ರಮ ನೆಲೆಸಿತ್ತು. 1965ರ ಫೆಬ್ರವರಿ 18 ಸೂಕ್ತವಾದುದರಿಂದ ಅಂದು ಉಪನಯನ ನಡೆಸಬೇಕೆಂದು ನಿಶ್ಚಯಿಸಲಾಗಿತ್ತು. ಉಪನಯನ ತಂದೆತಾಯಂದಿರಿಗೆ ಒಂದು ಪ್ರಮುಖ ಸಮಯವಾಗಿದ್ದು ಕುಟುಂಬದ ಹಿರಿಯ ಮಗನ ಉಪನಯನ ನೆರವೇರಿದಲ್ಲಿ ಅವನು ಜೀವನದ ಒಂದು ಪ್ರಮುಖ ಹಾದಿಯನ್ನು ಹಿಡಿಯುತ್ತಾನೆಂದೂ ಮತ್ತು ಇದು ಆತನ ಜೀವನದ ಪ್ರಮುಖ ಮೈಲಿಗಲ್ಲೆಂದೂ ತಿಳಿಯಲಾಗಿತ್ತು. ಆದರೆ ವಿಧಿ ಬೇರೊಂದು ರೀತಿಯಲ್ಲಿ ನಿರ್ಣಯಿಸಿತ್ತು. ವಿಧಿಯ ಕೈಯು ಮನೆಯಲ್ಲಿನ ನಗು ಮತ್ತು ಸಂತೋಷವನ್ನು ಹೊಸಕಿಹಾಕಿತು.

ಡಿಎಸ್‌ಎ ಅವರು ತಮ್ಮ 47ನೆ ವಯಸ್ಸಿನಲ್ಲಿ ನಿಧನರಾದುದು ಮನೆಯ ಲೆಕ್ಕಾಚಾರವನ್ನೆ ಬದಲಾಯಿಸಿತು. ಅದು ಮಕ್ಕಳ ಮೇಲೆ ಮನೆಯನ್ನು ಮುನ್ನಡೆಸುವ ಜವಾಬುದಾರಿಯನ್ನು ಹೊರೆಸಿತು. ವಿಧಿಯಾಟದ ಈ ಸಂದರ್ಭಗಳಲ್ಲಿ ಸಣ್ಣ ವಯಸ್ಸಿನ ಮಕ್ಕಳ ಮೇಲೆ ಬಲವಂತವಾಗಿ ದೊಡ್ಡ ಜವಾಬುದಾರಿಗಳು ಹೇರಲ್ಪಟ್ಟಲ್ಲಿ, ಅವರಲ್ಲಿನ ಬದ್ಧತೆ ಮತ್ತು ಶಿಸ್ತು ವೃದ್ಧಿಸುತ್ತವೆ. ತಮ್ಮ ಜವಾಬುದಾರಿಗಳು ಅರಿವಿಗೆ ಬಂದಾಗ ಜೀವನವನ್ನು ಅವರು ಎಂಥಹ ಕಷ್ಟದ ಸಂದರ್ಭಗಳಲ್ಲಿಯೂ ರೂಪಿಸಿಕೊಳ್ಳುವರು. ಹೀಗಾಗಿ ಪ್ರಸ್ತುತ ಅವರು ತಮ್ಮ ಕಾಲ ಮೆಲೆ ತಾವು ನಿಂತು ಯಶಸ್ವಿಯಾಗಿ ತಮ್ಮ ಜೀವನವನ್ನು ನಿರೂಪಿಸಿಕೊಂಡು ತಾವೇ ಆರಿಸಿಕೊಂಡ ಕ್ಷೇತ್ರದಲ್ಲಿ ಸಾಧನೆಗೈದಿದ್ದಾರೆ. ತಮ್ಮ ಜೀವನದಲ್ಲಿ ಒಮ್ಮೆ ಅವರು ಹಿಂದೆ ತಿರುಗಿ ನೋಡಿ ತಮ್ಮ ತಂದೆಯನ್ನು ಸ್ಮರಿಸಿ ವಂದಿಸುತ್ತಾರೆ. ಡಿಎಸ್‌ಎ ಈಗ ಇರುತ್ತಿದ್ದಲ್ಲಿ ಎಲ್ಲರಿಗಿಂತಲೂ ಹೆಚ್ಚು ಸಂತೋಷ ಪಡುತ್ತಿದ್ದರು.

ನಾನು ಪದವೀಧರಳಾಗುವುದನ್ನು ನೋಡಲು ಅವರು ಇರಬೇಕಿತ್ತು...

ಡಾ. ಡಿ.ಎ. ಲತಾ

ಬೆಂಗಳೂರು ಮೆಡಿಕಲ್ ಕಾಲೇಜನ್ನು ನಾನು ಬಹಳ ಅಳುಕಿನಿಂದಲೆ 1961ರಲ್ಲಿ ಸೇರಿದೆನು. ಹೊಸದಾಗಿ ಅಲ್ಲಿ ದಂತ ವಿಜ್ಞಾನದ ಶಿಕ್ಷಣ ಪ್ರಾರಂಭಿಸಲಾಗಿತ್ತು. ಮೈಸೂರಿನಲ್ಲಿ ಮನೆಯ ವಾತಾವರಣದ ಬೆಚ್ಚನೆಯ ಪರಿಸರದಲ್ಲಿ ಬೆಳೆದಿದ್ದ ನನಗೆ, ಸ್ವತಂತ್ರಳಾಗಿ ನಾನು ವಿದ್ಯಾರ್ಥಿನಿಲಯದಲ್ಲಿ ಇರಬೇಕಾಗುತ್ತದೆ ಎಂಬ ವಿಷಯ ನನಗೆ ವೈಯಕ್ತಿಕವಾಗಿ ಹಿಡಿಸಲಿಲ್ಲ. ಹೀಗಿದ್ದರೂ ನಮ್ಮ ತಂದೆ ನನ್ನನ್ನು ಉತ್ತೇಜಿಸಿ ಅಧ್ಯಯನ ನಡೆಸಲು ಪ್ರೇರೇಪಿಸಿದರು. ನಾನು ಓರ್ವ ವೈದ್ಯಳಾಗಬೇಕೆಂಬುದು ಅವರ ಹಂಬಲವಾಗಿತ್ತು. ಈ ದಿನ ನಾನು ಅವರನ್ನು ನೆನೆಯುತ್ತೇನೆ. ಅವರು ಏನನ್ನು ನೀಡಿದ್ದರೋ ಅದಕ್ಕಾಗಿ ನಾನು ಅಭಾರಿಯಾಗಿದ್ದೇನೆ. ಹುಡುಗಿಯರು ಪ್ರಾಪ್ತವಯಸ್ಸಿಗೆ ಬಂದ ಸಮಯದಲ್ಲಿ ಸ್ವಾತಂತ್ರ್ಯ ಇಲ್ಲದಿರುವಾಗ, ಜನಪ್ರಿಯವಲ್ಲದ ಒಂದು ಶಿಕ್ಷಣವನ್ನು ಪೂರೈಸಲು ನನ್ನನ್ನು ಉತ್ತೇಜಿಸಿ ಮನೆಯಿಂದ ಹೊರಗೆ ಸ್ವತಂತ್ರಳಾಗಿ ಬದುಕಲು ಅವಕಾಶ ಕಲ್ಪಿಸಿದುದಕ್ಕೆ ನಾನು ಅವರಿಗೆ ಅಭಾರಿಯಾಗಿದ್ದೇನೆ. ನನ್ನ ತಂದೆ ಆಶಿಸಿದಂತೆ ನಾನು ಎಂಬಿಬಿಎಸ್ ಪದವೀಧರಳಾಗಿ ಓರ್ವ ವೈದ್ಯಳಾಗದಿದ್ದರೂ, ನಾನು ಶಿಕ್ಷಣವನ್ನು ಪೂರೈಸಿ ಯಶಸ್ವಿಯಾಗಿ ಹೆಚ್ಚು ಅಂಕಗಳನ್ನು ಪಡೆದು ತೇರ್ಗಡೆಯಾಗಿ, ನಾನು ಓದಿದ್ದ ಕಾಲೇಜಿನಲ್ಲಿ ಅಧ್ಯಾಪಕಿಯಾಗಿ ಸೇವೆ ಸಲ್ಲಿಸಿ ತರುವಾಯ ಪ್ರಾಂಶುಪಾಲ ಹುದ್ದೆಯನ್ನು ನಿರ್ವಹಿಸಿ ನಿವೃತ್ತಿಗೊಂಡೆನು. ನಾನು ಪದವೀಧರೆ ಆಗುವುದನ್ನು ನೋಡಲು ಅವರು ಬದುಕಿರಬೇಕಾಗಿತ್ತು ಎಂದು ನಾನು ಆಶಿಸಿದ್ದೆ.

ಅವರು ಶಿಸ್ತಿನ ಸಿಪಾಯಿ ಆಗಿದ್ದರು. ಶಾಲೆಯಲ್ಲಿ ಓದುತ್ತಿರುವಾಗ, ಪರೀಕ್ಷೆಯನ್ನು ಬರೆದು ಮನೆಗೆ ಹಿಂದಿರುಗಿದ ಪ್ರತಿಯೊಂದು ಬಾರಿಯೂ ಪರೀಕ್ಷೆಯಲ್ಲಿ ನೀಡಲಾಗಿದ್ದ ಪ್ರಶ್ನೆ ಪತ್ರಿಕೆಯ ಪ್ರತಿಯೊಂದು ಪ್ರಶ್ನೆಗಳಿಗೂ ನಾನು ಉತ್ತರಗಳನ್ನು ಹೇಳಬೇಕಾಗಿತ್ತು. ಅದರಲ್ಲಿಯೂ ವಿಶೇಷವಾಗಿ ಗಣಿತ ಮತ್ತು ಇಂಗ್ಲಿಷ್ ಪ್ರಶ್ನೆಪತ್ರಿಕೆಗಳು. ಇದು ನನಗೆ ಎರಡನೆಯ ಪರೀಕ್ಷೆಯಾಗಿರುತ್ತಿತ್ತು. ಈ ರೀತಿಯಲ್ಲಿ ಪಳಗಿದುದರಿಂದ ನಾನು ಶಿಸ್ತು ಮತ್ತು ಕರ್ತವ್ಯ ಪ್ರಜ್ಞೆಯನ್ನು ನನ್ನ ಜೀವನದಲ್ಲಿ ಅಳವಡಿಸಿಕೊಳ್ಳಲು ಸಾಧ್ಯವಾಯಿತು. ನನ್ನ ವಿದ್ಯಾರ್ಥಿಗಳು ನನ್ನನ್ನು ಅತಿಯಾದ ಶಿಸ್ತಿನ ಮಹಿಳೆ ಎಂದು ಭಾವಿಸಿದರಾದರೂ, ಇದರಿಂದಾಗಿ ಅವರು ನನ್ನನ್ನು ಮೆಚ್ಚುವಂತಾಯಿತು.

ಹೀಗಿದ್ದರೂ, ಅವರು ಕರ್ತವ್ಯ ಶೀಲ ತಂದೆಯಾಗಿದ್ದರು. ನಾವು ಅವರು ಮನೆಗೆ ತರುತ್ತಿದ್ದ ಸಿಹಿ ತಿಂಡಿಗೆ ಕಾಯುತ್ತಲಿದ್ದೆವು. ಅವರು ನಮ್ಮನ್ನು ಚಲನಚಿತ್ರಗಳಿಗೆ ಕರೆದೊಯ್ಯುತ್ತಿದ್ದರು. ಅವರೊಂದಿಗೆ ನಾವು ಕಳೆದ ಪ್ರತಿಯೊಂದು ಕ್ಷಣ ಹರ್ಷೋಲ್ಲಾಸಭರಿತವಾಗಿರುತ್ತಿತ್ತು. ಅವರು ನನ್ನನ್ನು ನೋಡಲು ಬೆಂಗಳೂರಿಗೆ ಬಂದ ಒಂದು ದಿನ, ಅವರು ಖರೀದಿಸಿದ ಮೊದಲನೆ ರೇಷ್ಮೆ ಸೀರೆ ಈಗಲೂ ನನ್ನ ಕಣ್ಣೆದುರು ಇದೆ. ಚಿಕ್ಕಪೇಟೆಯಲ್ಲಿನ ವೆಂಕಟೇಶ್ವರ ರೇಷ್ಮೆ ಅಂಗಡಿಗೆ ನಾವು ನಡೆದು ಆ ಅಂಗಡಿಯಲ್ಲಿ ಗುಲಾಬಿವರ್ಣದ ಒಂದು ಸೀರೆ ಖರೀದಿಸಿದೆವು. ಅದರ ಬಗೆಗಿನ ನೆನಪುಗಳು ನನಗೆ ಈಗಲೂ ಸ್ಪಷ್ಟವಾಗಿವೆ. ಆ ದಿನಗಳಲ್ಲಿ ನಮ್ಮ ಕಾಲೇಜಿನ ವಿದ್ಯಾರ್ಥಿನೀ ನಿಲಯಕ್ಕೆ ಪುರುಷರು ಪ್ರವೇಶಿಸುವಂತಿರಲಿಲ್ಲ. ಹೀಗಿದ್ದರೂ ನಾನು ಅವರನ್ನು ನನ್ನ ಕೊಠಡಿಗೆ ಕರೆದೊಯ್ದು, ಒಂದು ಲೋಟ ಕಾಫಿ ನೀಡಿದ ಸಂದರ್ಭದಲ್ಲಿನ ಅವರ ಸಂತೋಷವನ್ನು ನಾನು ಮರೆಯಲು ಹೇಗೆ ಸಾಧ್ಯ? ನನ್ನ ವಿದ್ಯಾಭ್ಯಾಸಕ್ಕೆ ಅಗತ್ಯವಿರುವ ಸಲಕರಣೆಗಳು ಹಾಗೂ ಕಾಗದ ಮತ್ತು ಲೇಖನ ಸಾಮಗ್ರಿಗಳಿಗೆ ಯಾವುದೇ ಕೊರತೆಯಾಗದಂತೆ ನನ್ನ ಕಾಲೇಜಿನ ಬಳಿ ವಾಸಿಸುತ್ತಿದ್ದ ತಮ್ಮ

ಸಹೋದರ ಶ್ರೀ ಜಯರಾವ್ ಇವರಿಗೆ ಸೂಚನೆಗಳನ್ನು ನೀಡಿದ್ದ ಫಲವಾಗಿ ಇವುಗಳು ನನಗೆ ಒದಗಿ ಬರುವಂತಾಯಿತು.

ಕುಟುಂಬದಲ್ಲಿ ಹಿರಿಯಳಾಗಿದ್ದ ನಾನು, ನನ್ನ ತಂದೆ ಬೋಧಿಸುತ್ತಿದ್ದ ತುಮಕೂರಿನಲ್ಲಿ ತಂದೆತಾಯಿಯೊಂದಿಗೆ ಕೆಲವು ಕಾಲ ನಾನು ತಂಗುತ್ತಿದ್ದೆ. ಜರಿಲಂಗ (ರೇಷ್ಮೆಯ ಸ್ಕರ್ಟ್) ಬಗ್ಗೆ ನನಗಿದ್ದ ಮೋಹದಿಂದಾಗಿ ನಾನು ಅನೇಕ ಸಂದರ್ಭಗಳಲ್ಲಿ ತಂದೆಯವರ ಕೋಪಕ್ಕೆ ಒಳಗಾಗಬೇಕಿತ್ತು. ದೀಪಾವಳಿ ಹಬ್ಬಕ್ಕೆಂದು ಖರೀದಿಸಿದ್ದ ಆ ಬಟ್ಟೆಯನ್ನು ನಾನು ಹಬ್ಬದ ದಿನ ತೊಡಬೇಕಾಗಿತ್ತು. ಅದರ ಬಗ್ಗೆ ತೀವ್ರ ವ್ಯಾಮೋಹಗಳಿದ್ದ ನಾನು ಹಬ್ಬದ ಹಿಂದಿನ ದಿನ ಧರಿಸುವುದಾಗಿ ಹಟ ಹಿಡಿದೆ. ನನಗೆ ಛೀಮಾರಿ ಹಾಕಿ ಶಿಕ್ಷಿಸಲಾಯಿತು. ಮರುದಿನ ನಸುಕಿನಲ್ಲಿ ಅವರು ಜರಿಲಂಗ ಹಾಕಿಕೊಳ್ಳಲು ನನಗೆ ಬೇಗ ಸ್ನಾನಮಾಡಿಸಬೇಕೆಂದು ನನ್ನ ತಾಯಿಗೆ ಅವರು ಹೇಳಿದ್ದನ್ನು ನಾನು ಕೇಳಿಸಿಕೊಂಡೆ. ಹಿಂದಿನ ದಿನ ನನ್ನನ್ನು ಬೈದುದಕ್ಕಾಗಿ ಅವರಲ್ಲಿ ಅಪರಾಧಿ ಭಾವನೆ ವ್ಯಕ್ತವಾಗಿತ್ತು. ತಮ್ಮ ಶಿಸ್ತಿನ ಮುಖವಾಡದ ಹಿಂದೆ ಅವರ ಸೂಕ್ಷ್ಮ ಗ್ರಾಹಿ ಮನಸ್ಸನ್ನು ಹೊಂದಿದ್ದರು.

ನನ್ನ ತಂದೆಯ ಪರಿಚಿತರು ಯಾರಾದರು ಮೈಸೂರಿನವರು ಭೇಟಿಯಾದಲ್ಲಿ ನನಗೆ ಹೆಮ್ಮೆಯೆನಿಸುತ್ತಿತ್ತು. ಅವರು ನಾನು ಡಿಎಸ್‌ಎ ಅವರ ಮಗಳಾ ಎಂದು ನನ್ನನ್ನು ಕೇಳುತ್ತಿದ್ದರು.

ಅವರ ಒತ್ತಡಗಳು ಏರಿದಂತೆ, ಅವರ ದೈಹಿಕ ಆರೋಗ್ಯ ಕ್ಷೀಣಿಸಲಾರಂಭಿಸಿತು. ಅವರಿಗೆ ಮಂಡ್ಯಕ್ಕೆ ವರ್ಗಾವಣೆಗೊಂಡಿದ್ದು, ನನ್ನ ತಾಯಿ ಅವರು ಪ್ರತಿದಿನ ಅಷ್ಟು ದೂರ ಪ್ರಯಾಣ ಮಾಡಬಲ್ಲರೆ ಎಂದು ಆತಂಕಗೊಂಡರು. ನನ್ನ ತಾಯಿ ನನ್ನನ್ನು, ಮೈಸೂರು ವಿಶ್ವವಿದ್ಯಾನಿಲಯದ ಉಪಕುಲಪತಿ ಡಾ. ಕೆ.ವಿ. ಪುಟ್ಟಪ್ಪ (ಕುವೆಂಪು) ನವರ ಬಳಿ ವರ್ಗಾವಣೆಯ ರದ್ದತಿಗಾಗಿ ಕೇಳಿಕೊಳ್ಳಲು ಕರೆದೊಯ್ದಿದ್ದ ನನಗೆ ನೆನಪಿದೆ. ನಮ್ಮ ಮಾತನ್ನು ಸಾವಧಾನದಿಂದ ಕುವೆಂಪು ಆಲಿಸಿದುದರ ಫಲದಿಂದ ಕೆಲವು ಕಾಲಾನಂತರ ಅವರು ಮಾನಸಗಂಗೋತ್ರಿಗೆ ಮರಳಿ ವರ್ಗಾವಣೆಗೊಂಡರು.

ಹೌದು. ಅನಿರೀಕ್ಷಿತವಾಗಿ ಬಂದು ಎರುಗಿದ ಅವರ ಸಾವು ನಮಗೆ ಆಘಾತ ಉಂಟುಮಾಡಿತು ಎಂದಷ್ಟೇ ಹೇಳಿದಲ್ಲಿ ಅದು ಸಮರ್ಪಕ ಭಾವಪ್ರಕಟಣೆಯಾಗುವುದಿಲ್ಲ. ಹಿರಿಯಳಾಗಿದ್ದ ನಾನು, ಅವರ ಸಾವಿನ ನಂತರ ಕುಟುಂಬದ ಜವಾಬುದಾರಿಯು ನನ್ನ ಹೆಗಲಿಗೇರಲಿದೆ ಎಂದು ನನಗೆ ಅರ್ಥವಾಯಿತು. ನನಗೆ ಒಂದು ಸೂಕ್ತ ಉದ್ಯೋಗ ದೊರೆಯುವ ತನಕ, ಕುಟುಂಬಕ್ಕೆ ನಾನು, ನನ್ನ ನೈತಿಕ ಬೆಂಬಲವನ್ನಷ್ಟೇ ನೀಡಬಹುದಾಗಿತ್ತು. ಅಲ್ಪಸ್ವಲ್ಪ ಹಣಕಾಸಿನ ಸಹಾಯದಿಂದ ನಮ್ಮೆಲ್ಲರನ್ನು ಸಾಕಿ ಸಲುಹಿದ ನನ್ನ ತಾಯಿಗೆ ನಾನು ತಲೆಬಾಗುತ್ತೇನೆ. ಬೆಂಗಳೂರಿಗೆ ನಮ್ಮ ಕುಟುಂಬ ಸ್ಥಳಾಂತರಗೊಂಡು ನಾನು ಮತ್ತು ಪ್ರಸನ್ನ ಉದ್ಯೋಗ ಗಳಿಸಿದ ತರುವಾಯ ಸಮಸ್ಯೆಗಳು ಕಾಲಕ್ರಮೇಣ ದೂರವಾಗಿ ಪರಿಸ್ಥಿತಿ ಸುಧಾರಿಸಿತು.

ಇಚ್ಛಾಶಕ್ತಿ ಮತ್ತು ಸಮಸ್ಯೆಗಳನ್ನು ಎದುರಿಸುವ ದೃಢ ಮನಸ್ಸು ನನಗೆ ನನ್ನ ತಂದೆಯಿಂದ ಬಂದ ಬಳುವಳಿ. ಅವರ ನಮ್ಮ ಕುಟುಂಬಕ್ಕೆ ಓರ್ವ ಅನುಕರಣೀಯ ವ್ಯಕ್ತಿಯಾಗಿದ್ದರು.

ಸ್ವಾತಂತ್ರ್ಯ, ಹೌದು! ಆದರೆ ಸ್ವೇಚ್ಛೆಯಲ್ಲ

ಡಿ.ಎ. ಮೋಹನ, 3040/2, ಗೋಕುಲಂ ಉದ್ಯಾನವನ ರಸ್ತೆಯ ಸಮೀಪ, ಒಂಟಿಕೊಪ್ಪಲು, ಮೈಸೂರು ಈ ವಿಳಾಸ ಯಾವುದೇ ಅಂಕೆಗಳಿಲ್ಲದಿದ್ದ ಮತ್ತು ಆಟ ಮತ್ತು ಪಾಠಗಳಿಂದ ಕೂಡಿದ್ದ ನನ್ನ ಬಾಲ್ಯಜೀವನದ ನೆನಪುಗಳ ಪ್ರವಾಹಗಳನ್ನು ತರುತ್ತದೆ.

ನಮ್ಮ ತಂದೆ ನಮ್ಮನ್ನು ಅಗಲಿದಾಗ ನನಗೆ 14 ವರ್ಷ. ಹೀಗಿದ್ದರೂ ಅವರ ಜೊತೆ ನಾನು ಕಳೆದ ಸಮಯ ವೈವಿಧ್ಯಮಯವಾಗಿತ್ತು. ನಾವು ಅವರನ್ನು ಅವರು ದೂರದಿಂದಲೆ ಪ್ರಶಂಸಿಸಲ್ಪಡುವ ಓರ್ವ ವ್ಯಕ್ತಿಯೆಂದು ಭಾವಿಸಿದ್ದೆವು. ಆಗಿನ ದಿನಗಳಲ್ಲಿ ಕಂಡು ಬರುತ್ತಿದ್ದ ಓರ್ವ ಸ್ವಭಾವತಃತಂದೆಯ ರೂಪದಂತಿದ್ದ ಅವರು ಗಂಭೀರರು, ಮಿತಭಾಷಿ ಆಗಿದ್ದರು. ಅವರಿಂದ ನಾವು ಏನನ್ನಾದರೂ ಪಡೆದುಕೊಳ್ಳಬೇಕಾದಲ್ಲಿ ಪ್ರಯತ್ನಿಸಿ ವಿಫಲರಾಗಿ, ಕೊನೆಗೆ ಅದನ್ನು ನಾವು ನಮ್ಮ ತಾಯಿಯ ಶಿಫಾರಸ್ಸಿನಿಂದ ಗಿಟ್ಟಿಸಿಕೊಳ್ಳುತ್ತಿದ್ದೆವು. ಅವರು ಇಷ್ಟು ಶಿಸ್ತಿನ ವ್ಯಕ್ತಿಯಾಗಿದ್ದರೂ, ನಾವು ಏನು ಆಗಬೇಕೆಂದು ನಿರ್ಧರಿಸಿದ್ದೆವೋ, ಅದಕ್ಕೆ ಅವರು ಎಂದು ಅಡ್ಡಿಪಡಿಸಲಿಲ್ಲ.

ಗಡಿಯಾರ ಒಂಭತ್ತು ಗಂಟೆ ತೋರಿಸುತ್ತಿದ್ದ ನಿಗದಿತ ಸಮಯದಲ್ಲಿ, ತಮ್ಮ ಮಾಮೂಲಿನ ಸೂಟು ಮತ್ತು ಕಂಠಪಟ್ಟಿಯ ದಿರಿಸಿನಲ್ಲಿ, ಪುಸ್ತಕಗಳು ಮತ್ತು ಛತ್ರಿಯೊಂದಿಗೆ ಮನೆಯಿಂದ ಅವರು ಹೊರಡುತ್ತಿದ್ದರು. ಸಂಜೆ ಐದು ಗಂಟೆಗೆ ಸರಿಯಾಗಿ ಅವರು ಮನೆಗೆ ಬರುತ್ತಿದ್ದರು. ಆ ಸಮಯದಲ್ಲಿ ಮನೆಯ ಸಮೀಪದ ಉದ್ಯಾನದಲ್ಲಿ ಆಟದಲ್ಲಿ ನಾನು ತೊಡಗಿಸಿಕೊಂಡಿದ್ದು, ರಸ್ತೆಯ ಮೂಲೆಯಲ್ಲಿ ಛತ್ರಿ ಕುಟ್ಟುವ ಸಪ್ಪಳ ನನಗೆ ಮನೆಗೆ ಓಡಿ ಬರಲು ಒಂದು ಸಂಕೇತವಾಗಿರುತ್ತಿತ್ತು. ನನ್ನ ಸ್ನೇಹಿತರಿಗೆ ಅವರ ಬಗ್ಗೆ ಹೆದರಿಕೆ ಇತ್ತು. ಹೀಗಿದ್ದರೂ ಅವರನ್ನು ಗೌರವಿಸುತ್ತಿದ್ದರು. ಪ್ರತಿದಿನ ಸಂಜೆ ಆರು ಮೂವತ್ತರಿಂದ ಒಂಬತ್ತು ಮೂವತ್ತರ ತನಕ ಒಂಟಿಕೊಪ್ಪಲಿನ ಕ್ಲಬ್‌ನಲ್ಲಿ ಅವರು ತಮ್ಮ ಸಮಯ ಕಳೆಯುತ್ತಿದ್ದರು. ಪ್ರಸನ್ನ ಮತ್ತು ನಾನು ಅವರೊಂದಿಗೆ ಅಲ್ಲಿಗೆ ತೆರಳಿ ಟೇಬಲ್ ಟೆನ್ನಿಸ್ ಆಟದ ಅಭ್ಯಾಸ ರೂಢಿಸಿಕೊಂಡೆವು. ಹಿರಿಯರು ಟೆನ್ನಿಸ್ ಆಡುವುದನ್ನು ನಾವು ಆಶ್ಚರ್ಯದಿಂದ ವೀಕ್ಷಿಸುತ್ತಿದ್ದೆವು. ಬಹುಶಃ ಕ್ರೀಡೆಯ ಕುರಿತಾದ ನಮ್ಮ ಆಸಕ್ತಿ ಇಲ್ಲಿ ಪ್ರಾರಂಭವಾಯಿತೇನೋ! ಅನೇಕರು ಮೇಜಿನ ಸುತ್ತ ಕುಳಿತು ಇಸ್ಪಿಟ್ ಆಟವಾಡುತ್ತಾ ಪ್ರಸಕ್ತ ವಿದ್ಯಮಾನಗಳ ಕುರಿತು ಚರ್ಚೆ ನಡೆಸುತ್ತಿದ್ದರು. ಅಲ್ಲಿಗೆ ಪಾರ್ಲಿಮೆಂಟಿನ ಓರ್ವ ಸದಸ್ಯರು ಅವರನ್ನು ಪ್ರತಿನಿತ್ಯ ಸಂಧಿಸುತ್ತಿದ್ದರು. ಅಲ್ಲಿದ್ದವರಿಗೆ ರಾಜಧಾನಿಯಲ್ಲಿನ ವಿದ್ಯಮಾನಗಳನ್ನು ಹೇಳುತ್ತಿದ್ದರು. ನಮ್ಮ ತಂದೆ ಅನೇಕ ವಿಷಯಗಳನ್ನು ಬಲ್ಲ ಓರ್ವ ಜ್ಞಾನಿ ಮತ್ತು ಈ ಕಾರಣದಿಂದಾಗಿ ಅವರನ್ನು ಎಲ್ಲರೂ ಗೌರವಿಸುತ್ತಾರೆ ಎಂಬ ಹೆಮ್ಮೆ ನಮ್ಮಲ್ಲಿತ್ತು.

ನಮ್ಮನ್ನು ಅವರು ದಸರಾ ಮೆರವಣಿಗೆ, ದಸರಾ ವಸ್ತುಪ್ರದರ್ಶನ ಮತ್ತು ಇಂದ್ರಭವನ ಹೋಟೆಲಿಗೆ ಜಾಮೂನು ಮತ್ತು ದೋಸೆ ತಿನ್ನಲು ಕರೆದೊಯ್ಯುತ್ತಿದ್ದ ಪ್ರವಾಸಗಳನ್ನು ನಾವು ಪೂರ್ಣವಾಗಿ ಆನಂದಿಸುತ್ತಿದ್ದೆವು. ಈ ರೀತಿಯ ಚಿಕ್ಕ ಸವಲತ್ತುಗಳನ್ನು ನೀಡುವುದಕ್ಕೆ ನಮ್ಮ ತಂದೆ ಕಾಳಜಿ ವಹಿಸುತ್ತಿದ್ದರು. ವಸ್ತು ಪ್ರದರ್ಶನದಲ್ಲಿ ಕಾಟನ್ ಕ್ಯಾಂಡಿ ನಾವು ಖರೀದಿಸುತ್ತಿದ್ದ ಒಂದು ಪ್ರೀತಿಪಾತ್ರ

ತಿನಿಸಾಗಿತ್ತು. ಆಗ ನಾವು ಖರೀದಿಸಿದ ಪಿಂಗಾಣಿ ಬೊಂಬೆಗಳು, ಈಗಲೂ ನನ್ನ ಮನೆಯಲ್ಲಿ ಪ್ರದರ್ಶಿಸಲ್ಪಟ್ಟಿವೆ.

ಭಾನುವಾರಗಳ ಮಧ್ಯಾಹ್ನ ಅವರು ನಿದ್ರಿಸುವ ಸಮಯವಾಗಿತ್ತು. ಆದರೆ ನೆರೆಹೊರೆಯ ಬಾಲಕರು ಅವರ ಈ ಸಮಯದ ನಿದ್ದೆಯನ್ನು ತಮ್ಮ ಗಲಾಟೆಯಿಂದ ಹಾಳುಗೆಡವುತ್ತಿದ್ದರು. ಹುಡುಗರು ಕ್ರಿಕೆಟ್‌ನಲ್ಲಿ ಮಗ್ನರಾದಲ್ಲಿ ಅವರನ್ನು ಓಡಿಸುತ್ತಿದ್ದರು. ಮನೆಯಲ್ಲಿ ಅವರ ಭೇಟಿಯಾಗಿ ಅವರ ಸಲಹೆ ಕೇಳಲು ಬರುತ್ತಿದ್ದ ಅವರ ವಿದ್ಯಾರ್ಥಿಗಳಿಂದಾಗಿ ನಾನು ಸೈಕಲ್ ಓಡಿಸುವುದನ್ನು ಕಲಿತೆ. ಪರೀಕ್ಷೆಯಲ್ಲಿ ಚೆನ್ನಾಗಿ ಬರೆದ ನಂತರ ತೇರ್ಗಡೆಯಾದಾಗ ನನ್ನ ತಂದೆ ನನಗೆ ಒಂದು ಹೊಸ ಸೈಕಲ್ ಕೊಡಿಸಿದರು.

ನನ್ನ ಹಿರಿಯ ಸಹೋದರನ ಬಗ್ಗೆ ಅವರಿಗೆ ಹೆಮ್ಮೆಯಿತ್ತು. ಏಕೆಂದರೆ ಅವನು ಶೈಕ್ಷಣಿಕವಾಗಿ ಹೆಚ್ಚು ಸಾಧಿಸಿದ್ದನು. ಮತ್ತೊಂದು ಕಾರಣ ಯಾವುದೆಂದರೆ ಆತ ತನ್ನ ಜೀವನದಲ್ಲಿ ಮೇಲೇರುತ್ತಾನೆ ಎಂಬ ಭರವಸೆ. ನಾನು ಯಾವಾಗಲೂ ಆಟಗಳಲ್ಲಿ ಮಗ್ನನಾಗಿರುತ್ತಿದ್ದೆ. ಹೀಗಾಗಿ ಪ್ರಸನ್ನನನ್ನು ನೋಡಿ ಕಲಿ ಎಂದು ಮೃದು ಮಾತಿನಲ್ಲಿ ನನ್ನನ್ನು ಛೇಡಿಸುತ್ತಿದ್ದರು.

ಹೀಗಿದ್ದರೂ ನಮ್ಮ ಭವಿಷ್ಯ ಕುರಿತು ಅವರಿಗೆ ಒಂದು ಸ್ಪಷ್ಟವಾದ ಗುರಿಯಿತ್ತು. ಒಳ್ಳೆಯ ಶಿಕ್ಷಣ ಉತ್ತಮ ಬದುಕು ರೂಪಿಸುತ್ತದೆ ಎಂಬ ತಿಳುವಳಿಕೆಯ ಅರಿವು ಅವರಲ್ಲಿತ್ತು. ನನ್ನ ಹಿರಿಯ ಸಹೋದರಿ ಬೆಂಗಳೂರಿಗೆ ತೆರಳಿ ದಂತ ವಿಜ್ಞಾನದಲ್ಲಿ ಪದವಿ ಪಡೆದುಕೊಳ್ಳಬೇಕೆಂದು ಅವರು 1961ರಲ್ಲೇ ಆಲೋಚಿಸಿದ್ದರು. ಆದರೆ ಅವಳು ನನ್ನ ತಾಯಿಯ ಸೆರಗಿನ ಮರೆಯಲ್ಲಿ ಅವಿತುಕೊಂಡು ತಂದೆಯವರು ತನ್ನನ್ನು ಮೈಸೂರಿನಲ್ಲಿರುವಂತೆ ಮಾಡಲಿ ಎಂದು ಆಶಿಸುತ್ತಿದ್ದಳು. ಆದರೆ ಇದಾವುದಕ್ಕೂ ಬಗ್ಗದ ತಂದೆ ಅವಳು ಆ ಶಿಕ್ಷಣ ಪೂರೈಸಿದಲ್ಲಿ ಅವಳ ಭವಿಷ್ಯಕ್ಕೆ ಒಳಿತಾಗುವುದು ಎಂದು ದೃಢಮನಸ್ಕರಾದರು. ಅವರ ಈ ನೀತಿ ತರುವಾಯ ದಿಟವಾಯಿತು. ಅವಳು ಈ ವೃತ್ತಿಯಲ್ಲಿ ಮುಂದುವರೆದು ಒಂದು ಯಶಸ್ವಿ ಬದುಕನ್ನು ರೂಪಿಸಿಕೊಳ್ಳುವಂತಾಯಿತು.

ಅವರು ಮನೆಯಲ್ಲಿ ಪುಸ್ತಕಗಳ ಒಂದು ದೊಡ್ಡ ಸಂಗ್ರಹ ಮಾಡಿಕೊಂಡಿದ್ದರು. ಎಳೆಯ ಬಾಲಕನಾಗಿದ್ದ ನಾನು ಅವರ ಸಂಗ್ರಹದಲ್ಲಿದ್ದ ಚರಿತ್ರೆ ಪುಸ್ತಕಗಳನ್ನು ತಿರುವು ಹಾಕುತ್ತಿದ್ದೆ. ಅವುಗಳು ನನಗೆ ಕಥೆಗಳ ರೀತಿಯಲ್ಲಿ ತೋರುತ್ತಿದ್ದವು. ಆಗ್ಗೆ ಆದರ್ಶ ಅನುಕರಣೀಯ ವ್ಯಕ್ತಿ ಕುರಿತಾದ ಜ್ಞಾನ ನನಗಿರಲಿಲ್ಲವಾದರೂ, ನನ್ನ ತಂದೆಯ ರೀತಿಯಲ್ಲಿ ನಾನು ಓರ್ವ ಅಧ್ಯಾಪಕನಾಗಬೇಕೆಂದು ಬಯಸಿ ಗುಪ್ತವಾಗಿ ಮಾನಸಿಕ ಲೆಕ್ಕಾಚಾರದಲ್ಲಿ ತೊಡಗಿದ್ದೆ. ಅವರು ನಾಸ್ತಿಕರಾಗಿದ್ದರೂ ಅವರ ಪುಸ್ತಕ ಸಂಗ್ರಹದಲ್ಲಿ "ರಾಮಾಯಣ," "ಮಹಾಭಾರತ" ಮತ್ತು "ಭಗವದ್ಗೀತೆ" ಸೇರಿದ್ದವು. ಸ್ವಾಮಿ ಚಿನ್ಮಯಾನಂದರನ್ನು ಬಹುವಾಗಿ ಮೆಚ್ಚಿದ್ದ ಅವರು ನನ್ನನ್ನು ಸ್ವಾಮೀಜಿಯವರು ನಡೆಸಿಕೊಡುತ್ತಿದ್ದ "ಮಹಾಭಾರತ" ಕುರಿತ ಸತ್ಸಂಗಕ್ಕೆ ಕಳುಹಿಸುತ್ತಿದ್ದರು.

ಅವರು ತಮ್ಮ ಕುಟುಂಬದಲ್ಲಿ ಪ್ರಥಮ ಸ್ನಾತ್ತಕೋತ್ತರ ಪದವೀಧರ ಮತ್ತು ಎಂಎ ಚರಿತ್ರೆಯಲ್ಲಿ ಮೊದಲ ರ್‍ಯಾಂಕನ್ನು ಪಡೆದವರು. ಹೀಗಾಗಿ ಅವರು ಬಹುಜ್ಞಾನಿ. ತಮ್ಮ ನಡೆನುಡಿಯಲ್ಲಿ ಮತ್ತು

ದಿರಿಸಿನಲ್ಲಿ ಗಂಭೀರರೂ, ಮತ್ತು ತಮ್ಮ ಬುದ್ಧಿಮತ್ತೆಯಿಂದ ಕುಟುಂಬದಲ್ಲಿ ಒಂದು ವಿಶೇಷ ಸ್ಥಾನ ಪಡದಿದ್ದರು. ಯಾವುದನ್ನು ಓದಬೇಕು ಎಂದು ಅವರು ಎಂದಿಗೂ ನಮ್ಮ ಮೇಲೆ ಒತ್ತಡ ಹೇರಲಿಲ್ಲ. ಮೇಜಿನ ಮೇಲೆ ಕೆಲವು ಪುಸ್ತಕಗಳು ಅಥವಾ ವೃತ್ತಪತ್ರಿಕೆಗಳನ್ನು ಇಟ್ಟಿರುತ್ತಿದ್ದರು. ಇದರ ಗೂಡಾರ್ಥವೇನೆಂದರೆ ನಾವು ಅವುಗಳಿಗೆ ಹೆಚ್ಚಿನ ಮಹತ್ವ ನೀಡಬೇಕು ಎಂಬುದೇ ಆಗಿತ್ತು!

ತಮ್ಮ ದೈಹಿಕ ಆರೋಗ್ಯ ಕುರಿತು ಅವರಿಗೆ ಹೆಚ್ಚು ಕಾಳಜಿಯಿದ್ದಾಗ್ಯೂ, ಅವರು ಅಲ್ಪಕಾಲವಷ್ಟೇ ಜೀವಿಸಿದರು. ಅತಿಯಾದ ಮಾನಸಿಕ ಉದ್ವೇಗಾವಸ್ಥೆಯಿಂದ ಬಳಲುತ್ತಿದ್ದರು. ಅದು ಆಗ್ಗೆ ಅಪಾಯಕಾರಿ ಖಾಯಿಲೆ ಎಂದು ಜನಜನಿತವಾಗಿತ್ತು. ಉಪ್ಪು ತ್ಯಜಿಸುವಂತೆ ಅವರಿಗೆ ಸಲಹೆ ನೀಡಿದಾಗ ಅಕ್ಷರಶಃ ಅದನ್ನು ಪಾಲಿಸಿದರು. ಅನೇಕ ವರ್ಷಗಳ ಕಾಲ ಅವರು ಯಾವ ರೀತಿಯಲ್ಲಿ ಸ್ವಾದರಹಿತ ಸಪ್ಪೆ ಆಹಾರವನ್ನು ಸೇವಿಸಿದರು ಎಂಬುದೇ ನನಗೆ ಆಶ್ಚರ್ಯವಾಗಿದೆ. ಇದನ್ನು ಸರಿದೂಗಿಸಲು ಅವರು ನಿಂಬೆಹಣ್ಣಿನ ರಸವನ್ನು ತಮ್ಮ ಆಹಾರಕ್ಕೆ ಬಳಸುತ್ತಿದ್ದುದು ನನಗೆ ನೆನಪಿದೆ. ತಮ್ಮ ಕೊನೆಯ ದಿನಗಳಲ್ಲಿ ಅವರು ಅಸಾಧ್ಯ ಬಿಕ್ಕಳಿಕೆಯಿಂದ ಬಳಲಿದರು. ನಾನು ಅವರು ನುಂಗಿಕೊಳ್ಳುತ್ತಿದ್ದ ನೋವನ್ನು ಅರಿತಿದ್ದೆ. ನನಗೆ ಹೆಚ್ಚು ಏನೂ ಅರ್ಥವಾಗುತ್ತಿರಲಿಲ್ಲವಾದರೂ, ಅವರು ಉಪನ್ಯಾಸಕರಾಗಿದ್ದ ಮಾನಸಗಂಗೋತ್ರಿಯಲ್ಲಿನ ಬೆಳವಣಿಗೆಗಳು ಅವರ ಮಾನಸಿಕ ಉದ್ವೇಗಕ್ಕೆ ಕಾರಣಗಳಾಗಿದ್ದವು. ಎಲ್ಲ ಅರ್ಹತೆಗಳಿದ್ದರೂ ಅವರ ಜ್ಯೇಷತೆಯನ್ನು ಕಡೆಗಣಿಸಿದಾಗ ಅವರು ಇತಿಹಾಸ ವಿಭಾಗದ ಮುಖ್ಯಸ್ಥರಾಗುವ ಅವಕಾಶವನ್ನು ಕಳೆದುಕೊಂಡರು ಎಂದು ನಂತರ ನಮಗೆ ತಿಳಿದು ಬಂದಿತು. ಈ ರೀತಿಯ ಎಲ್ಲ ರಾಜಕೀಯಗಳು ಅವರ ಆರೋಗ್ಯದ ಮೇಲೆ ದುಷ್ಪರಿಣಾಮಗಳನ್ನು ಬೀರಿದವು. ಅವರ ಸಾವು ನಮ್ಮೆಲ್ಲರ ಬದುಕನ್ನು ಶಾಶ್ವತವಾಗಿ ಬದಲಾಯಿಸಿತು.......... ನಮ್ಮ ತಾಯಿಗೆ ಆಧಾರವಾಗಿ ದೊರೆತಿದ್ದೇನೆಂದರೆ ತಿಂಗಳಿಗೆ 75 ರೂಪಾಯಿ ಪಿಂಚಣಿ ಮತ್ತು ಅಲ್ಪಮೊತ್ತದ ಇನ್‌ಶ್ಯೂರೆನ್ಸ್ ಹಣ .... ನಾವು ಒಂದು ದೊಡ್ಡ ಮನೆಯಲ್ಲಿ ವಾಸಿಸುತ್ತಿದ್ದೆವು. ತರುವಾಯ ಸರಸ್ವತಿಪುರಂನಲ್ಲಿ ನಮ್ಮ ತಂದೆ ಕಟ್ಟಿಸಿದ್ದ ಒಂದು ಚಿಕ್ಕ ಮನೆಗೆ ಹೋದೆವು. ಜೀವನ ಬಹಳ ದುಸ್ತರವಾಗಿತ್ತು. .... ನನ್ನ ಸಹೋದರಿ ಬೆಂಗಳೂರಿನಲ್ಲಿದ್ದಳು. ಉನ್ನತ ವಿದ್ಯಾಭ್ಯಾಸಕ್ಕಾಗಿ ಪ್ರಸನ್ನ ಮೈಸೂರನ್ನು ತೊರೆದನು. ಇದಕ್ಕಿದ್ದ ಹಾಗೆ ನಾನು ಜವಾಬುದಾರಿ ಮನುಷ್ಯ ಎಂದು ನನಗೆ ಎನಿಸಿತು....... ನಮ್ಮ ತಾಯಿ ನಮಗೆ ಬೋಧನೆ ಮಾಡಿದಳು. ನಾವು ಓದಿನಲ್ಲಿ ಮುಂದೆ ಬರಬೇಕೆಂದು, ನಮ್ಮ ಕಾಲ ಮೇಲೆ ನಾವು ಸ್ವತಂತ್ರರಾಗಿ ನಿಲ್ಲಬೇಕೆಂದು ಅವರು ನಮಗೆ ತಿಳಿಸಿದರು. ನಾನು ವಿದ್ಯೆ ಪಡೆಯದಿದ್ದಲ್ಲಿ ನನ್ನ ಭವಿಷ್ಯದ ಜೀವನ ಕಷ್ಟವಾಗುತ್ತದೆ ಎಂದು ನಾನು ಅರಿತೆನು. ಪಿಯುಸಿ ಪರೀಕ್ಷೆಯಲ್ಲಿ ಹೆಚ್ಚಿನ ಅಂಕಗಳನ್ನು ಗಳಿಸಿದ್ದ ನಾನು, ನಂತರ ಬಿಎಸ್ಸಿಯಲ್ಲಿ ರ್‍ಯಾಂಕ್ ಪಡೆದು ಬೆಂಗಳೂರಿನ ಟಾಟಾ ಇನ್‌ಸ್ಟಿಟ್ಯೂಟ್‌ನಲ್ಲಿ ಮಾಸ್ಟರ್ಸ್ ಪದವಿಯನ್ನು ಪಡೆದುಕೊಂಡೆನು. ಇಂದು ನಾವೆಲ್ಲರೂ ನಮ್ಮ ಹಿಂದಿನ ಪರಿಸ್ಥಿತಿಗಳನ್ನು ನೋಡಿದಲ್ಲಿ, ನಾವು ನಮ್ಮ ಯಶಸ್ಸು ಮತ್ತು ಶಿಸ್ತಿಗೆ ನಮ್ಮ ತಂದೆಯವರು ನೀಡಿದ ಸ್ಫೂರ್ತಿಯನ್ನು ನೆನೆಯುತ್ತೇವೆ. ನಾವು ಯಾರೂ ಪದವೀಧರರಾಗುವುದನ್ನು ನೋಡಲು ಅವರು ಬದುಕಿರಲಿಲ್ಲ ಎಂಬುದು ದುಃಖಕರವಾದ ವಿಷಯ.

ನಾನು ತೀರಾ ಚಿಕ್ಕವನು .. ..

– ಡಾ. ಡಿ. ಎ. ಸತೀಶ್

ನಮ್ಮ ತಂದೆ ನಮ್ಮನ್ನು ಅಗಲಿದಾಗ ನಾನು ಒಂಬತ್ತುವರೆ ವರ್ಷದ ಬಾಲಕನಾಗಿದ್ದೆ. ಅವರ ಬಗ್ಗೆ ನನ್ನ ನೆನಪುಗಳು ಕ್ಷಣಿಕ ಮತ್ತು ಅವುಗಳು ಮಸುಕುಗಳಾಗಿದ್ದರೂ ವೈವಿಧ್ಯಮಯವಾಗಿವೆ. ನಾನು ನಿರ್ಮಲಾ ಕಾನ್ವೆಂಟ್‌ನಲ್ಲಿ ಓದುತ್ತಿದ್ದಾಗ, ಮೂರನೆ ತರಗತಿ ಮತ್ತು ಮೇಲಿನ ತರಗತಿಯಿಂದ ಒಮ್ಮೆಲೇ ತೇರ್ಗಡೆ ನೀಡಿದರು. ನಮ್ಮ ತಂದೆಗೆ ಇದು ಬಹಳ ಸಂತೋಷ ತಂದಿತು....... ಆದರೆ ಇದು ಅರ್ಥವಾಗದ ನಾನು ಅಳುತ್ತಾ ನನ್ನ ಹಿಂದಿನ ತರಗತಿಗೆ ಮತ್ತು ಆ ತರಗತಿಯನ್ನು ನೋಡಿಕೊಳ್ಳುತ್ತಿದ್ದ ಮತ್ತು ನನಗೆ ಪ್ರೀತಿಪಾತ್ರರಾಗಿದ್ದ ಉಪಾಧ್ಯಾಯಿನಿ ಇರುವ ತರಗತಿಯಲ್ಲಿಯೇ ಇರುತ್ತೇನೆ ಎಂದು ಹಠಹಿಡಿದೆ. ನಮ್ಮ ತಂದೆ ತಾಯಿ ಶಾಲೆಗೆ ಬಂದು ತರಗತಿಯಿಂದ ಆಚೆಗೆ ಬಲವಂತದಿಂದ ಹೊರಗೆ ಎಳೆದುಕೊಂಡು ಬಂದು ಮೇಲಿನ ತರಗತಿಯ ಕೊಠಡಿಯಲ್ಲಿ ಕೂರಿಸಬೇಕಾಯಿತು.

ಶಾಲೆಯ ಒಂದು ಸಮಾರಂಭದಲ್ಲಿ ನನಗೆ ಘೋಷಿಸಿದ್ದ ಎರಡು ಫಲಕಗಳನ್ನು ನನಗೆ ಪ್ರದಾನ ಮಾಡಲಾಯಿತು. ಆ ಸಮಯದಲ್ಲಿ ನಮ್ಮ ತಂದೆ ಮತ್ತು ತಾಯಿ ಸಮಾರಂಭಕ್ಕೆ ಬಂದಿದ್ದರು. ನನ್ನ ತಂದೆ ಧರಿಸಿದ್ದ ಸೂಟ್‌ನಿಂದಾಗಿ ಅವರು ತುಂಬ ಲಕ್ಷಣವಾಗಿ ಕಾಣಿಸುತ್ತಿದ್ದರು.

ನಮ್ಮ ತಂದೆ ಗಡಸು ವ್ಯಕ್ತಿಯಾಗಿದ್ದರೂ, ನಾನು ಅತ್ಯಂತ ಕಿರಿಯನಾಗಿದ್ದರಿಂದ, ನನಗೆ ತುಸು ಹೆಚ್ಚು ಸ್ವಾತಂತ್ರ್ಯವಿತ್ತು. ಭಾನುವಾರಗಳ ಮದ್ಯಾಹ್ನ ನಾವು ಒಟ್ಟಾಗಿ ಕುಳಿತು ಊಟ ಮಾಡುತ್ತಿದ್ದೆವು. ಒಂದು ಭಾನುವಾರ ಮಧ್ಯಾಹ್ನದಂದು ಪಂಕ್ತಿಯಲ್ಲಿ ಎಲ್ಲರೂ ಕುಳಿತಿದ್ದಾಗ ನನಗೆ ಮೊದಲು ಬಡಿಸಬೇಕೆಂದು ನಾನು ತಾಯಿಯವರಲ್ಲಿ ಹಟ ಹಿಡಿದೆನು. ತಕ್ಷಣ ನನ್ನ ತಂದೆಯವರು ಪಂಕ್ತಿಯಿಂದ ನನ್ನನ್ನು ಮೇಲೆ ಏಳಿಸಿದರು. ನನಗೆ ದುಃಖವಾಯಿತು. ತಿನ್ನುವುದನ್ನು ನಿಲ್ಲಿಸಿದ ನಾನು ಕೊಠಡಿಯನ್ನು ಪ್ರವೇಶಿಸಿದೆ. ನನ್ನನ್ನು ಸಮಾಧಾನ ಮಾಡುವಂತೆ ನನ್ನ ತಾಯಿಯನ್ನು ಕಳುಹಿಸಿದರು. ನಂತರ ನಾನು ಪಂಕ್ತಿಗೆ ಸೇರಿಕೊಂಡೆ. ಶಿಶುವಾಗಿದ್ದಾಗ ನಾನು ಯಾವುದೋ ಒಂದು ವ್ಯಾಧಿಯಿಂದ ಬಳಲುತ್ತಿದ್ದೆನಂತೆ. ನಾನು ಆರು ತಿಂಗಳಿನ ಮಗುವಾಗಿದ್ದಾಗ ನ್ಯೂಮೋನಿಯ ಬಂದಿತು. ವೈದ್ಯರು ತಮ್ಮ ಹತಾಶೆ ವ್ಯಕ್ತಪಡಿಸಿದ್ದರು. ಆದರೆ ನಮ್ಮ ತಂದೆ ಮತ್ತು ತಾಯಿ ನನ್ನನ್ನು ಮಂತ್ರಾಲಯಕ್ಕೆ ಕರೆದೊಯ್ದು, ಬೃಂದಾವನದ ಸಮೀಪ ನನ್ನನ್ನು ಮಲಗಿಸಿದರು. ಅದೃಷ್ಟವಶಾತ್ ನಾನು ಬದುಕಿದೆನು. ಈ ಕಾರಣದಿಂದಾಗಿ ನನಗೆ ಗುರುರಾಜ ಎಂಬ ಹೆಸರು ಇಡಲಾಯಿತು.

ಚಿಕ್ಕವನಾದುದರಿಂದ ನಾನು ನಮ್ಮ ತಂದೆ ತಾಯಿಯೊಂದಿಗೆ ಮಲಗುತ್ತಿದ್ದೆ ..... ಈ ಸಮಯದಲ್ಲಿ ತಮ್ಮ ಕಾಲೇಜಿನ ಅನೇಕ ವಿಷಯಗಳನ್ನು ನನ್ನ ತಾಯಿಯೊಂದಿಗೆ ನಮ್ಮ ತಂದೆ ಹಂಚಿಕೊಳ್ಳುತ್ತಿದ್ದರು. ಇದನ್ನು ನಾನು ಕೇಳಿಸಿಕೊಳ್ಳುತ್ತಿದ್ದೆ. ತಮ್ಮ ಕೊನೆಯ ದಿನಗಳಲ್ಲಿ ಅವರು ದುಃಖಿತರಾದುದನ್ನು ನಾನು ಗಮನಿಸಿದ್ದೆ. ಈ ಸಂದರ್ಭಗಳಲ್ಲಿ ತಮ್ಮ ವೃತ್ತಿಯನ್ನು ಕುರಿತು ನಮ್ಮ ತಾಯಿಯೊಂದಿಗೆ ಬಹಳ ದುಃಖದಿಂದ ಮಾತನಾಡುತ್ತಿದ್ದರು. ಅವರಿಗೆ ಬಂದ ಬಿಕ್ಕಳಿಕೆ ನಿರಂತರವಾಗಿ ಹದಿನೇಳು ದಿನಗಳು ಅವರನ್ನು ಕಾಡಿತು. ಅದು ಅವರನ್ನು ಹಿಂಡಿ ಹಿಪ್ಪೆ ಮಾಡಿತು. ಮನೆಯಲ್ಲಿ ಗಡುಸಿನ ವ್ಯಕ್ತಿಯಾಗಿದ್ದರೂ, ತಮ್ಮ ಸ್ನೇಹಿತರ ವಲಯದಲ್ಲಿ ಅವರು ಹಾಸ್ಯಪ್ರವೃತ್ತಿಯ ವ್ಯಕ್ತಿಯೆಂದೇ ಗುರುತಿಸಲ್ಪಟ್ಟಿದ್ದರು. ಅನೇಕ ವ್ಯಕ್ತಿಗಳು ಅವರ ಒಳ್ಳೆಯ ಸ್ನೇಹಿತರಾಗಿದ್ದರು.

ತಾವು ಸ್ವತಃ ಉಪನ್ಯಾಸಕರಾಗಿದ್ದರೂ, ಮನೆಯಲ್ಲಿ ನಮಗೆ ಯಾವ ರೀತಿಯ ಉಪದೇಶವನ್ನೂ ನೀಡುತ್ತಿರಲಿಲ್ಲ. ನಮ್ಮ ತಾಯಿ ನಮಗೆ ನಮ್ಮ ಓದಿನಲ್ಲಿ ಸಹಕರಿಸಿದರು. ಅವರು ಸಂಗ್ರಹಿಸಿದ್ದ ಪುಸ್ತಕಗಳು ಮತ್ತು ಅವರ ವಿದ್ಯಾರ್ಥಿಗಳು ಅವರ ಬಗ್ಗೆ ಹೊಂದಿದ್ದ ಆದರ ನನಗೆ ನೆನಪಿದೆ. ನಾವು ಅವರಿಂದ ಅವರ ಗುಣ, ಬದ್ಧತೆ ಮತ್ತು ಅರ್ಪಣಾ ಮನೋಭಾವಗಳನ್ನು ಎರವಲು ಪಡೆದಿದ್ದೇವೆ.

ನಮ್ಮ ತಂದೆಯವರನ್ನು ಕೆ.ಆರ್. ಆಸ್ಪತ್ರೆಗೆ ಆತುರದಿಂದ ನಮ್ಮ ತಾಯಿ ಕರೆದೊಯ್ಯುತ್ತಿದ್ದ ಸನ್ನಿವೇಶ ಮತ್ತು ಅವರನ್ನು ಮನೆಗೆ ನಿರ್ಜೀವರೂಪದಲ್ಲಿ ತಂದ ದೃಶ್ಯ ನನ್ನ ಮುಂದೆ ಪುನರಾವರ್ತಿತವಾಗುತ್ತವೆ. ಏನು ಸಂಭವಿಸಿದೆ ಎಂದು ಅರಿಯಲಾರದಷ್ಟು ಚಿಕ್ಕವನಾಗಿದ್ದ ನನಗೆ ಆ ಸಂದರ್ಭದ ತೀವ್ರತೆಯ ಆಳವೂ ಗೊತ್ತಾಗದೆ ಹೋಯಿತು.

ನಾನು ಶೈಕ್ಷಣಿಕವಾಗಿ ಹೆಚ್ಚಿನದನ್ನು ಸಾಧಿಸುವೆನು ಎಂಬ ಆಕಾಂಕ್ಷೆ ಅವರಲ್ಲಿತ್ತು. ನಾನು ಹೆಸರಾಂತ ಚರ್ಮರೋಗ ತಜ್ಞನಾಗಿರುವುದನ್ನು ಅವರು ನೋಡಿದ್ದಲ್ಲಿ ಮತ್ತಷ್ಟು ಹೆಮ್ಮೆಪಡುವ ತಂದೆಯಾಗಿರುತ್ತಿದ್ದರು.

ಸದಾ ನನ್ನ ಪರವಾಗಿದ್ದ ನಮ್ಮ ತಂದೆ

– ಡಿ.ಎ. ಕಲ್ಪನಾ

ನನ್ನ ಬಗ್ಗೆ ನಮ್ಮ ತಂದೆ ಮೃದುಧೋರಣೆ ತಾಳಿದ್ದರು. ಹೀಗಾಗಿ ಪಕ್ಷಪಾತಿಯೆಂದು ಅಮ್ಮ ಯಾವಾಗಲು ಹೇಳುತ್ತಿದ್ದರು. ಆದರೆ ಅವರು ಕಾರಣವನ್ನು ತಿಳಿಸಿರಲಿಲ್ಲ. ಹೀಗಾಗಿ ನಾನು ಕೊಂಚ ಚೇಷ್ಟೆಯ ಸ್ವಭಾವದಿಂದ ತಂದೆಯವರ ಈ ನೀತಿಯಿಂದ ಸಂತೋಷಗೊಂಡಿದ್ದು ಮಾತ್ರವಲ್ಲದೆ ಅವರ ಶಿಸ್ತಿನ ಚೌಕಟ್ಟನ್ನು ಮೀರಿದರೂ ನನ್ನನ್ನು ಸಹಿಸಿಕೊಳ್ಳುತ್ತಿದ್ದರು. ಮೈಸೂರು ಆಕಾಶವಾಣಿಯಿಂದ ಪ್ರತಿದಿನ ಬೆಳಿಗ್ಗೆ ಆರುಗಂಟೆಗೆ ಪ್ರಸಾರವಾಗುತ್ತಿದ್ದ ಗೀತಾರಾಧನೆ ಕಾರ್ಯಕ್ರಮದಲ್ಲಿ ಆರ್.ಕೆ. ಶ್ರೀಕಂಠನ್‌ರವರ ಮಧುರ ಸುಗಮಸಂಗೀತ ಬೆಳಗಿನ ಕರೆಗಂಟೆಯಾಗಿರುತ್ತಿತ್ತು. ಇದು ನನ್ನನ್ನು ಸಂಗೀತದ ಕುರಿತು ಹೆಚ್ಚು ಆದರಗಳನ್ನು ಮೂಡಿಸಿ ತರುವಾಯ ಸಂಗೀತ ಕ್ಷೇತ್ರದಲ್ಲಿ ನಾನು ಪರಿಣತಿ ಪಡೆಯಲು ಉತ್ತೇಜಿಸಿತು. ಸಂಗೀತ ಪಾಠಕ್ಕೆ ಹೆಸರಾಂತ ಗಾಯಕಿ ಎಸ್.ಕೆ. ವಸುಮತಿಯವರು ನಡೆಸುತ್ತಿದ್ದ ತರಗತಿಗೆ ನನ್ನನ್ನು ಕಳುಹಿಸಿ ಸಂತೋಷಿಸಿದ್ದರು.

ನಮ್ಮ ತಂದೆ ಕುರಿತಾದ ಒಂದು ಪ್ರಮುಖ ವಿಷಯವೆಂದರೆ ಅವರು ಧರಿಸುತ್ತಿದ್ದ ಠಾಕುಟೀಕಾದ ದಿರಿಸುಗಳು. ಸೂಟು ಮತ್ತು ಕಂಠಹಾರಗಳನ್ನು ಧರಿಸಿದ್ದ ಅವರ ತುಂಬು ದೇಹ ಮಿರಿಮಿರಿ ಮಿಂಚುವ ಬೂಟುಗಳು ಮತ್ತು ಅವರು ನಡೆಯುವಾಗ ತುಯ್ದಾಡುತ್ತಿದ್ದ ಛತ್ರಿ ಇಂದಿಗೂ ಕಣ್ಣಮುಂದೆ ಬರುತ್ತವೆ. ಗಂಭೀರ ಪ್ರವೃತ್ತಿ ಮತ್ತು ವ್ಯಕ್ತಿತ್ವ ಹೊಂದಿದ್ದ ಅವರನ್ನು ಈ ಕಾರಣದಿಂದಾಗಿ ಬಲ್ಲವರು ಅವರಿಗೆ ಹೆಚ್ಚು ಗೌರವ ನೀಡುತ್ತಿದ್ದರು. ಅವರು ಯಾವುದನ್ನು ಓದಬೇಕೆಂದು ಎಂದೂ ತಿಳಿಸುತ್ತಿರಲಿಲ್ಲ. ನಮ್ಮ ಮನೆಯಲ್ಲಿ ಅಪಾರವಾದ ಪುಸ್ತಕಗಳು, ಪಾಕ್ಷಿಕಗಳು ಮತ್ತು ವೃತ್ತಪತ್ರಿಕೆಗಳಿದ್ದವು. ಕಥಾಮೃತ ಪುಸ್ತಕ ಮತ್ತು ಎ.ಆರ್. ಕೃಷ್ಣಶಾಸ್ತ್ರಿಯವರ ಮಹಾಭಾರತ ನನ್ನ ಇಷ್ಟದ ಪುಸ್ತಕಗಳಾಗಿದ್ದವು. ನಾವು ತರುವಾಯ

ಓದಿನಲ್ಲಿ ಆಸಕ್ತಿ ಬೆಳೆಸಿಕೊಂಡೆವು. ಅವರು ತಮ್ಮ ವಿದ್ಯಾರ್ಥಿಗಳು ಮತ್ತು ಸಹೋದ್ಯೋಗಿಗಳೊಂದಿಗೆ ಚರ್ಚೆ ನಡೆಸುವುದಕ್ಕಾಗಿ ನಮ್ಮ ಮನೆಯಲ್ಲಿ ಒಂದು ಪ್ರತ್ಯೇಕ ಕೊಠಡಿ ಇತ್ತು. ನಾನು ಅವರು ವಿದ್ಯಾರ್ಥಿಗಳನ್ನು ಕುರಿತು ಮಾತನಾಡುತ್ತಿದುದ್ದನ್ನು ಆಶ್ಚರ್ಯದಿಂದ ನೋಡುತ್ತಿದ್ದೆ. ಅವರು ಓರ್ವ ಬುದ್ಧಿವಂತ ವ್ಯಕ್ತಿಯಾಗಿದ್ದರು ಎಂದು ನನಗೆ ಸದಾ ಅನಿಸುತ್ತಿತ್ತು.

ನಾನು ನಿರ್ಮಲಾ ಕಾನ್ವೆಂಟ್ ಶಾಲೆಯಲ್ಲಿ ಓದಿದೆ. ನಾನು ಎಂಟನೆ ತರಗತಿಯಲ್ಲಿದ್ದಾಗ, ಕ್ರೀಡಾ ದಿನದಂದು, ಧ್ವಜಧಾರಿಯಾಗಿ ವಿದ್ಯಾರ್ಥಿಗಳನ್ನೊಳಗೊಂಡ ಗುಂಪಿನ ನಡಿಗೆಯ ನಾಯಕತ್ವ ವಹಿಸಿದ್ದೆನು. ಇದನ್ನು ನೋಡಲು ನಮ್ಮ ತಂದೆ-ತಾಯಿ ಬಂದಿದ್ದರು. ಇದು ಶಾಲೆಗೆ ಅವರು ನೀಡಿದ ಪ್ರಥಮ ಭೇಟಿಯಾಗಿತ್ತು. ಇದು ನನ್ನ ಸಂತೋಷವನ್ನು ಹೆಚ್ಚಿಸಿತು. ನಮ್ಮ ತಂದೆಯ ಕಣ್ಣಿನಲ್ಲಿದ್ದ ಹೆಮ್ಮೆಯನ್ನು ನಾನು ಅಂದು ಗುರುತಿಸಿದೆ. ಇಂದ್ರಭವನ ಹೋಟೆಲ್‌ಗೆ, ದಸರಾ ಮೆರವಣಿಗೆ ಮತ್ತು ವಸ್ತುಪ್ರದರ್ಶನ ಹಾಗೂ ಅರಮನೆಗೆ ನಾವು ಸಮಯ ಕಳೆಯಲು ಹೋಗುತ್ತಿದ್ದ ಸಂದರ್ಭಗಳು ಈಗಲೂ ನೆನಪಿನಲ್ಲಿ ಉಳಿದಿವೆ. ಅವರು ಶಿಸ್ತಿನ ತಂದೆಯಾಗಿದ್ದರೂ, ಎಲ್ಲರ ಪ್ರೀತಿಪಾತ್ರರಾಗಿದ್ದರು. ಅವರು ನಮ್ಮನ್ನು ಮುದ್ದಿಸುವಲ್ಲಿ ಒಂದು ಹೆಜ್ಜೆ ಮುಂದಿದ್ದರೂ, ಎಂದಿಗೂ ಮಿತಿಯನ್ನು ಮೀರಲಿಲ್ಲ. ವಿಷಯಗಳ ಕುರಿತಾದ ಪ್ರಾಮುಖ್ಯವನ್ನು ನಾವು ಅರಿತುಕೊಳ್ಳಲು ನಮಗೆ ಅವಕಾಶಗಳನ್ನು ನೀಡಿದ್ದರು.

ದೀಪಾವಳಿ ಒಂದು ಪ್ರಮುಖವಾದ ಹಬ್ಬವಾಗಿತ್ತು. ಅದನ್ನು ನಾವು ಯಾವಾಗಲೂ ಕೌತುಕದಿಂದ ಎದುರು ನೋಡುತ್ತಿದ್ದೆವು. ಪ್ರತಿಯೊಬ್ಬರಿಗೂ ಪಟಾಕಿಗಳ ಒಂದು ಪ್ರತ್ಯೇಕ ಡಬ್ಬ ನೀಡುತ್ತಿದ್ದರು. ಅದನ್ನು ನಾವು ಬಹಳ ಆಸ್ಥೆಯಿಂದ ಕಾಪಿಡುತ್ತಿದ್ದೆವು. ಇದೇ ರೀತಿಯಲ್ಲಿ ಗಣೇಶ ಹಬ್ಬವೂ ಒಂದು ವಿಜೃಂಭಣೆಯ ಹಬ್ಬವಾಗಿತ್ತು.

ಅವರು ಓರ್ವ ಕಟಿಬದ್ಧ ವ್ಯಕ್ತಿ. ಯಾವುದೇ ಕಾರ್ಯವನ್ನು ಮನಸ್ಸು ಕೊಟ್ಟು ಪೂರೈಸುತ್ತಿದ್ದರು. ಅವರು ಸಂಪ್ರಬಂಧವನ್ನು ಬರೆಯುವ ಸಂದರ್ಭಗಳು ನನಗೆ ನೆನಪಿವೆ. ಹಾಳೆಗಳ ರೀಮುಗಳನ್ನು ಕಟ್ಟಿಕೊಂಡು ಜಟಕಾಗಾಡಿಯಲ್ಲಿ ನಗರಕ್ಕೆ ಟೈಪು ಮಾಡಲು ಕೊಂಡೊಯ್ದಿದ್ದು ನನಗೆ ನೆನಪಿದೆ. ಅವರು ಟೈಪು ಮಾಡುವಾಗ ಕಂಡು ಬರುತ್ತಿದ್ದ ದೋಷಗಳನ್ನು ತಿದ್ದಲು ಈ ರೀತಿ ಮಾಡುತ್ತಿದ್ದಿರಬಹುದು. ಹಿಂದಿರುಗಿ ಬರುವಾಗ ಅವರು ಕೆಲವು ಹಾಳೆಗಳ ಕಟ್ಟುಗಳನ್ನು ತರುತ್ತಿದ್ದರು.

ತಮ್ಮ ಬೋಧಕ ಸಹೋದ್ಯೋಗಿ ಮತ್ತು ವಿದ್ಯಾರ್ಥಿಗಳ ಅಪಾರ ಗೌರವ ಅವರು ಗಳಿಸಿದ್ದರು. ಒಮ್ಮೆ ಅಮೇರಿಕಾದಿಂದ ಬಂದಿದ್ದ ಹದಿನೈದು ವಿದ್ಯಾರ್ಥಿಗಳನ್ನೊಳಗೊಂಡ ಒಂದು ಗುಂಪು ಒಂಟಿಕೊಪ್ಪಲಿನಲ್ಲಿದ್ದ ನಮ್ಮ ಮನೆಗೆ - ಬಹುಷಃ ವಿದ್ಯಾರ್ಥಿ ವಿನಿಮಯ ಕಾರ್ಯಕ್ರಮದಡಿ, ಭೇಟಿ ನೀಡಿದ್ದರು. ಅವರ ಆಗಮನ ನಮ್ಮಲ್ಲಿ ರೋಮಾಂಚನ ಮೂಡಿಸಿತ್ತು. ಈ ವಿದೇಶಿಯರನ್ನು ನಾವು ಬೆರಗಿನಿಂದ ನೋಡಿದ್ದೆವು. ಈ ಸಮಯದಲ್ಲಿ ನಮ್ಮ ತಾಯಿ ಅತಿಥಿಗಳನ್ನು ಸತ್ಕರಿಸುವುದಕ್ಕಾಗಿ ನೆರೆಹೊರೆಯವರಿಂದ ಊಟ ಮಾಡುವ ಮೇಜು, ಕಪ್ಪು ಮತ್ತು ಸಾಸರ್‌ಗಳನ್ನು ಎರವಲು ಪಡೆದಿದ್ದರು. ನಮ್ಮ ತಂದೆಯೊಂದಿಗೆ ಈ ವಿದ್ಯಾರ್ಥಿಗಳು ನಡೆಸಿದ ಚರಿತ್ರೆ ಕುರಿತಾದ ಚರ್ಚೆಯ ಫಲದಿಂದ ಸಾಕಷ್ಟು ಅರಿವನ್ನು ಪಡೆದುಕೊಂಡರು ಎಂದು ನಾನು ಭಾವಿಸುತ್ತೇನೆ.

ಶಿಸ್ತುಬದ್ಧವಾದ ಶೈಕ್ಷಣಿಕ ಬುನಾದಿ ಯಾವಾಗಲೂ ಇರಬೇಕೆಂದು ನಮ್ಮ ತಂದೆ ಆಶಿಸುತ್ತಿದ್ದರು. ನನ್ನ ಮಕ್ಕಳ ರೀತಿಯಲ್ಲಿ ನನಗೂ ವಿಜ್ಞಾನದ ಬಗ್ಗೆ ಒಲವಿತ್ತು. ನಾವು ಕನ್ನಡ ಓದುವಂತೆ ಅವರು ಅಪೇಕ್ಷಿಸಿದ್ದರು. ಆದರೆ ಶಾಲೆಯಲ್ಲಿ ಕನ್ನಡ ಕಲಿಸುತ್ತಿದ್ದ ಉಪಾಧ್ಯಾಯರ ಬಗ್ಗೆ ಒಲವಿರದಿದ್ದ ನಾನು ಹಿಂದಿ ಭಾಷೆಗೆ ಸೇರ್ಪಡೆಯಾದೆ. ನನಗೆ ವಿಜ್ಞಾನದ ಬಗ್ಗೆ ಒಲವಿದ್ದರೂ, ನಾನು ಬ್ಯಾಂಕಿಂಗ್ ಕ್ಷೇತ್ರವನ್ನು ಆರಿಸಿಕೊಂಡಿದ್ದು ನಮ್ಮ ತಂದೆಯ ಅರಿವಿಗೆ ಬಂದಿದ್ದ ಪಕ್ಷದಲ್ಲಿ ಅವರು ಇದಕ್ಕೆ ಖಂಡಿತವಾಗಿ ತಮ್ಮ ಸಮ್ಮತಿ ನೀಡುತ್ತಿರಲಿಲ್ಲ ಎಂದು ನಾನು ಭಾವಿಸುತ್ತೇನೆ.

ಮನೆಯಲ್ಲಿ ಅವರು ಶಿಸ್ತಿಗೆ ಹೆಸರಾಗಿದ್ದರು. ಆದರೆ ಸ್ನೇಹಿತ ವಲಯದಲ್ಲಿ ಹಾಸ್ಯ ಪ್ರವೃತ್ತಿ ಮತ್ತು ಚಮತ್ಕಾರ ಮಾತುಗಾರರೆಂದು ಗುರುತಿಸಲ್ಪಟ್ಟರು. ಪ್ರತಿ ಸಂಜೆ ಒಂಟಿಕೊಪ್ಪಲಿನ ಕ್ಲಬ್ ಅವರ ಪ್ರೀತಿಯ ಆವಾಸಸ್ಥಾನವಾಗಿರುತ್ತಿತ್ತು. ಇದು ಅವರ ಸರ್ವಮಾನ್ಯ ಸಾಮಾಜಿಕ ವ್ಯಕ್ತಿತ್ವಕ್ಕೆ ಹಿಡಿದ ಕನ್ನಡಿಯಾಗಿದೆ.

ನಮ್ಮಲ್ಲಿ ಓದುವ ಹವ್ಯಾಸ ಇದ್ದಲ್ಲಿ ಅದು ನಮ್ಮ ತಂದೆಯಿಂದ ನಾವು ಪಡೆದದ್ದಾಗಿದೆ. ಭಗವದ್ಗೀತೆಯ ಶ್ಲೋಕಗಳನ್ನು ಕಂಠಪಾಠ ಮಾಡಿದ್ದ ನಾನು ಅವರ ಮುಂದೆ ಅವುಗಳನ್ನು ಸ್ಪಷ್ಟವಾಗಿ ಮತ್ತು ಉಚ್ಚಕಂಠದಲ್ಲಿ ಹೇಳಬೇಕಾಗುತ್ತಿತ್ತು. ಇದು ನಾನು ಪರೀಕ್ಷೆಗಳು ಮುಗಿದ ನಂತರ ಮನೆಗೆ ಬಂದ ಮೇಲೆ ಪ್ರಶ್ನೆಪತ್ರಿಕೆಯ ಎಲ್ಲಾ ಪ್ರಶ್ನೆಗಳ ಉತ್ತರಗಳನ್ನು ಒಪ್ಪಿಸುವ ರೀತಿಯಲ್ಲಿರುತ್ತಿತ್ತು. ಇಂದು ಜನ ನನ್ನನ್ನು ಚೂಟಿ ಎಂದು ನನ್ನ ವ್ಯಕ್ತಿತ್ವ ಗಮನಿಸಿ ಹೇಳಿದಲ್ಲಿ, ಅದಕ್ಕೆ ನಾನು ನಮ್ಮ ತಂದೆ–ತಾಯಿಗೆ, ಮುಖ್ಯವಾಗಿ ತಂದೆಗೆ ಋಣಿಯಾಗಿದ್ದೇನೆ.

ಅವರು ನಿಷ್ಠಾವಂತ, ಜವಾಬ್ದಾರಿಯುತ ಮತ್ತು ಹೊಂದಾಣಿಕೆ ಗುಣದ ಪತಿ ಆಗಿದ್ದರು. ನಮ್ಮ ಕುಟುಂಬದ ಹಿರಿಯರು ನಿರ್ವಹಿಸ ಬಹುದಾಗಿದ್ದ ಜವಾಬುದಾರಿಗಳು ನಿರ್ದಿಷ್ಟವಾಗಿ ಗುರುತಿಸಲ್ಪಟ್ಟಿದ್ದು, ನಮ್ಮ ತಂದೆ ತಾಯಿ ಇಬ್ಬರೂ ಪರಸ್ಪರ ಹೊಂದಾಣಿಕೆಯಿಂದ ಇವುಗಳನ್ನು ನಿರ್ವಹಿಸುತ್ತಿದ್ದರು. ನಮ್ಮ ತಂದೆ ತುಮಕೂರಿನಲ್ಲಿ ಉದ್ಯೋಗದಲ್ಲಿದ್ದ ವೇಳೆಯಲ್ಲಿ ನಮ್ಮ ತಾಯಿ ಅಲ್ಲಿ ವಾಸಿಸುತ್ತಿದ್ದು, ಅವರಲ್ಲಿ ಹೆಚ್ಚಿನ ಆತ್ಮವಿಶ್ವಾಸ ಮೂಡಲು ಅವರ ಅಲ್ಲಿನ ವಾಸ್ತವ್ಯ ಕಾರಣವಾಯಿತು. ಆ ಸಂದರ್ಭದಲ್ಲಿ ಅವರು ಮನೆಗೆ ಸಂಬಂಧಿಸಿದ ವ್ಯವಹಾರಗಳನ್ನು ನಡೆಸಿದ ಪರಿ ಮತ್ತು ಉನ್ನತ ಶಿಕ್ಷಣದಿಂದ ವಂಚಿತರಾಗಿದ್ದರೂ ಮನೆಯಲ್ಲಿ ನಮ್ಮ ಪಾಠಪ್ರವಚನಗಳಿಗೆ ಅವರು ನೀಡುತ್ತಿದ್ದ ಪ್ರಾಮುಖ್ಯ ನಿಜಕ್ಕೂ ಪ್ರಶಂಸನೀಯವಾಗಿತ್ತು. ನಮ್ಮ ತಂದೆಯ ಪ್ರೋತ್ಸಾಹದಿಂದ ಅವರು ಹಿಂದಿ ಭಾಷೆಯನ್ನು ಕಲಿತು ಪ್ರಥಮ, ಮಧ್ಯಮ ಮತ್ತು ವಿಶಾರದ ಪರೀಕ್ಷೆಗಳನ್ನು ಬರೆದು ತೇರ್ಗಡೆಯಾದರು. ಇಂಗ್ಲಿಷ್ ಭಾಷೆ ಬಲ್ಲವರಾಗಿದ್ದ ಅವರು, ಕ್ರಿಕೆಟ್ ಪಂದ್ಯಗಳಲ್ಲಿ ರೇಡಿಯೋದಲ್ಲಿ ವ್ಯಾಖ್ಯಾನ ಪ್ರಸಾರವಾಗುತ್ತಿರುವಾಗ ತಂದೆಯವರೊಂದಿಗೆ ಕುಳಿತು ಅದನ್ನು ಕೇಳುತ್ತಿದ್ದರು.

ತಮ್ಮ ಮಕ್ಕಳ ಬಗ್ಗೆ ಯಾವುದೇ ರೀತಿಯ ಕಷ್ಟಗಳನ್ನು ಹೇಳಿಕೊಳ್ಳದ ಸಹೃದಯಿ ತಂದೆ ತಾಯಿ ಗುಣವನ್ನು ನಾನು ಸದಾ ಗೌರವಿಸುತ್ತೇನೆ. ತಮ್ಮ ವೈಮನಸ್ಸುಗಳ ಏರಪೇರುಗಳು ನಮ್ಮ ಮುಂದೆ ಎಂದೂ ಕಾಣಿಸಿಕೊಳ್ಳದಂತೆ ಅವರು ಕಾಳಜಿ ವಹಿಸಿದ್ದರು. ಹೀಗಾಗಿ ಅವರು ಅಂದಿನಿಂದ ಇಂದಿನ ವರೆಗೂ ಆದರ್ಶ ದಂಪತಿಗಳು ಮತ್ತು ಸಹೃದಯಿ ಮಾತಾಪಿತ ಎಂದು ನಮಗೆ ಕಂಡುಬಂದಿದ್ದಾರೆ.

ತಾರ್ಕಿಕ ನಿಲುವಿನ ಓರ್ವ ಪ್ರತಿಭಟನೆಕಾರ – ಡಿ ಎ ಪ್ರಸನ್ನ

ಅನೇಕ ಪೀಳಿಗೆಗಳಿಂದ ಹವೇಲಿ ಕುಟುಂಬದ ನಮ್ಮ ಪೂರ್ವಿಕರು ವೇದಶಾಸ್ತ್ರಜ್ಞರಾಗಿದ್ದರು. ಕುಟುಂಬದ ಈ ಪರಂಪರೆಯಿಂದ ಹೊರಬರಬೇಕೆಂದು ನಿಶ್ಚಯಿಸಿ ಜೀವನ ನಿರ್ವಹಣೆಗೆ ಉಪಾಧ್ಯಾಯ ವೃತ್ತಿಯನ್ನು ಅವಲಂಬಿಸುವುದು ಒಳ್ಳೆಯದು ಎಂದು ನಿರ್ಧರಿಸಿದ ಪ್ರಥಮ ವ್ಯಕ್ತಿ ನನ್ನ ಅಜ್ಜ ಶಾಮರಾವ್. ಉಪಾಧ್ಯಾಯರಾದಲ್ಲಿ ಸಮಾಜದಲ್ಲಿ ಒಂದು ಅಂತಸ್ತು ಲಭಿಸುತ್ತದೆ ಮತ್ತು ಅದು ನಿರಂತರವಾಗಿ ಆದಾಯ ತರುತ್ತದೆ ಎಂದು ಅವರು ಭಾವಿಸಿದ್ದರು. ವ್ಯವಸ್ಥೆಯ ವಿರುದ್ಧ ಬಂಡೆದ್ದು, ವಿಚಾರಹೀನ ರೂಢಿ, ರೀತಿ ಮತ್ತು ರಿವಾಜುಗಳ ವಿರುದ್ಧ ಸಿಡಿದು, ಶಿಕ್ಷಣ ಕುರಿತು ತಮ್ಮದೆ ಆದ ಚಿಂತನೆಗಳನ್ನು ಅಳವಡಿಸಿಕೊಂಡರು. ಇದರಿಂದ ಉತ್ತೇಜನಗೊಂಡ ನಮ್ಮ ತಂದೆ, ತಮ್ಮ ತಂದೆಯ ಹೆಜ್ಜೆಗುರುತುಗಳನ್ನು ಅನುಸರಿಸಿ ನಮ್ಮ ಕುಟುಂಬದ ಪ್ರಥಮ ಸ್ನಾತಕೋತ್ತರ ಪದವೀಧರರಾದರು. ಅದರ ಸ್ಪಷ್ಟವಾದ ಗುರಿ ನನ್ನ ಹಿರಿಯ ಸಹೋದರಿ ವಿದ್ಯಾರ್ಥಿ ನಿಲಯದಲ್ಲಿದ್ದು, ಹುಡುಗಿಯರು ಮನೆಯಿಂದ ಹೊರಗೆ ಬಾರದ ಆ ಕಾಲದಲ್ಲಿ, ತನ್ನ ಶಿಕ್ಷಣ ಪೂರೈಸಲು ಅವಕಾಶ ಸೃಷ್ಟಿಸಿದವು.

ಶಿಕ್ಷಣದ ಮಹತ್ವ ಕುರಿತು ಅವರಲ್ಲಿನ ಆಳವಾದ ಮತ್ತು ಆಳವಾಗಿ ಬೇರೂರಿದ್ದ ಯೋಚನೆಗಳ ಪ್ರಭಾವವೇ ಪ್ರಸ್ತುತ ನಾವು ಅವರ ಐದು ಮಕ್ಕಳು ಸಾಧಿಸಿರುವ ಪ್ರಗತಿ. ಇದರ ಬಗ್ಗೆ ಹಿಂದಿರುಗಿ ನೋಡಿದಾಗ ಅದು ಸಂಪೂರ್ಣವಾಗಿ ಅರ್ಥವಾಗುತ್ತದೆ. ನಮ್ಮ ಶಿಕ್ಷಣದಲ್ಲಿ ಹೆಚ್ಚು ಆಸಕ್ತಿ ವಹಿಸಿದ್ದ ನಮ್ಮ ತಂದೆಗೆ ಈ ಶ್ರೇಯಸ್ಸು ಸಲ್ಲುತ್ತದೆ. ಯಶಸ್ಸಿನ ಸಾಧನೆಯಲ್ಲಿ ಯಾವುದೆ ಕ್ಷಿಪ್ರವಾಗಿ ಕ್ರಮಿಸುವ ಒಳ ಮಾರ್ಗಗಳಿಲ್ಲ ಎಂದು ಅವರು ನಮ್ಮನ್ನು ಎಚ್ಚರಿಸಿದ್ದರು.

ನಮ್ಮ ತಂದೆ ಕುರಿತಾಗಿನನಗಿರುವ ಎಲ್ಲ ರೀತಿಯ ನೆನಪುಗಳಲ್ಲಿ, ಠಾಕೂಟೀಕು ಧಿರಿಸನ್ನು ಧರಿಸಿದ ಅಚ್ಚುಕಟ್ಟಾದ ನಿಲುವಿನ ಮುಂಜಾಗ್ರತೆಯ ತನ್ನ ಕಾಲದ ಸೀಮಿತ ದೃಷ್ಟಿಗಳಿಂದ ಮೀರಿ ಬಂದಿದ್ದ ವ್ಯಕ್ತಿತ್ವ ಮೂಡಿಬರುತ್ತದೆ. ಬೆಂಗಳೂರಿನ ಪ್ರಥಮ ದರ್ಜೆ ಕಾಲೇಜಿನಲ್ಲಿ ತಮ್ಮ ವೃತ್ತಿ ಪ್ರಾರಂಭಿಸಿದ ಅವರು ತರುವಾಯ ತುಮಕೂರಿನ ಪ್ರಥಮ ದರ್ಜೆ ಕಾಲೇಜಿಗೆ ವರ್ಗಾವಣೆಗೊಂಡರು. ಅವರು ಇಲ್ಲಿ ನೆಲಸಿದ್ದ ಸಮಯದಲ್ಲಿ ನಾನು ಜನಿಸಿದೆ. ನಂತರ 1950ರ ದಶಕದಲ್ಲಿ ಮಹಾರಾಜ ಕಾಲೇಜಿಗೆ ಬಂದರು. ಇತಿಹಾಸ ವಿಭಾಗದ ಪ್ರತಿಯೊಂದು ಚಟುವಟಿಕೆಗಳಲ್ಲಿ ಅವರು ಸಕ್ರೀಯವಾಗಿ ಪಾಲ್ಗೊಳ್ಳುತ್ತಿದುದು, ಅವರು ಚರಿತ್ರೆಯಲ್ಲಿ ಹೊಂದಿದ್ದ ಆಸಕ್ತಿಯ ಫಲವೆನ್ನಬೇಕು. ಮಹಾರಾಜ ಕಾಲೇಜಿನ ಶತಮಾನ ಮಹೋತ್ಸವದ ಸಂದರ್ಭ ರಚಿಸಲಾಗಿದ್ದ ವಸ್ತು ಪ್ರದರ್ಶನದ ಸಮಿತಿಯ ಉಸ್ತುವಾರಿಯ ತಮ್ಮ ಕಾರ್ಯವನ್ನು ಯಶಸ್ವಿಯಾಗಿ ನಿರ್ವಹಿಸಿದರು.

ಮನೆ ಒಳಗೆ, ಅವರು ಪಾಲಿಸುತ್ತಿದ್ದ ಶಿಸ್ತು ನಮ್ಮನ್ನು ಅವರಿಂದ ದೂರವಿರಿಸಿತ್ತಾದರೂ, ದೂರದಿಂದಲೆ ನಾವು ಅವರನ್ನು ಮೆಚ್ಚುತ್ತಿದ್ದೆವು. ವಿದ್ಯಾಭ್ಯಾಸದಲ್ಲಿ ಸಾಧಿಸುತ್ತಿದ್ದ ಪ್ರಗತಿಯ ಫಲದಿಂದ ನಾನು ಅವರ ಪ್ರತ್ಯೇಕವಾದ ಪ್ರೀತಿಗೆ ಪಾತ್ರನಾಗಿದ್ದು, ನನ್ನ ಬಗ್ಗೆ ಅವರ ಕನಸುಗಳು ದೊಡ್ಡದಾಗಿದ್ದವು. ಮೂರನೇ ತರಗತಿಯಲ್ಲಿದ್ದಾಗ ನನಗೆ ಒದಗಿ ಬಂದ ಎರಡು ತರಗತಿಗಳ ಜೋಡಿ ತೇರ್ಗಡೆ, ನನ್ನ ಬಗ್ಗೆ ಅವರು ಹೊಂದಿದ್ದ ವಿಶ್ವಾಸ ವೃದ್ಧಿಸುವಂತೆ ಮಾಡಿತಲ್ಲದೆ, ಅವರು ನನ್ನಲಿರಿಸಿದ್ದ ನಿರೀಕ್ಷೆಗಳನ್ನು

ಹೆಚ್ಚಿಸಿದವು. ಎಸ್‌ಎಸ್‌ಎಲ್‌ಸಿ ಪರೀಕ್ಷೆಯಲ್ಲಿ ನಾನು ಹೆಚ್ಚಿನ ಅಂಕಗಳು, ಇಂಗ್ಲಿಷ್‌ನಲ್ಲಿ 96 ಅಂಕಗಳು, ಪಡೆದಿದ್ದು, ಭಾಷೆಗಳಲ್ಲಿ ಹೆಚ್ಚು ಅಂಕಗಳು ಗಳಿಸಿದ್ದ ಅಪರೂಪ ವ್ಯಕ್ತಿಯಾದೆ. ನಾನು ಮನೆಗೆ ಬಂದು ಸಂಭ್ರಮದಿಂದ ಅವರಿಗೆ ಅಂಕಪಟ್ಟಿಯನ್ನು ತೋರಿಸಿದಾಗ, ಅವರು ತಲೆ ಎತ್ತಿ. 'ಉಳಿದ ನಾಲ್ಕು ಅಂಕಗಳು ಏನಾದವು?' ಎಂದು ಕೇಳಿದರು. ಅವರ ಈ ರೀತಿಯ ಪ್ರತಿಕ್ರಿಯೆಗೆ ನಾನು ಆ ಕ್ಷಣ ಅಸಮಧಾನಗೊಂಡರೂ, ತರುವಾಯ ಅವರು ಈ ರೀತಿಯಲ್ಲಿ ಪ್ರತಿಕ್ರಿಯಿಸುವುದು ಮತ್ತಷ್ಟು ಸಾಧಿಸಲು ಪ್ರಚೋದಿಸಲೆಂದು, ತಿಳಿಯಿತು. ಈ ಸಲಹೆಯನ್ನು ನಾನು ನನ್ನ ವಿದ್ಯಾರ್ಥಿ ಜೀವನ ತರುವಾಯ ವೃತ್ತಿನಿರತ ವರ್ಷಗಳಲ್ಲಿ ಚಾಚೂತಪ್ಪದೆ ಅಳವಡಿಸಿಕೊಂಡೆ. ನನ್ನ ಸಾಮರ್ಥ್ಯವನ್ನು ಒರೆಗಲ್ಲಿಗೆ ಹಚ್ಚುವ ಕೆಲಸ ಇದು ಮಾಡಿತು.

ನಾನು ಪಿ.ಯು.ಸಿ. ಪರೀಕ್ಷೆಯಲ್ಲಿ ಉತ್ತಮ ಅಂಕಗಳಿಸಿ ತೇರ್ಗಡೆಯಾದಾಗ, ಅವರು ಹೆಮ್ಮೆಪಟ್ಟರಲ್ಲದೆ ಸಂತೋಷಗೊಂಡರು. ನಾನು ಇಂಜಿನಿಯರಿಂಗ್ ಶಿಕ್ಷಣವನ್ನು ಪಡೆದುಕೊಳ್ಳಲು ಸಿದ್ಧನಾಗುತ್ತೇನೆ ಎಂದು ಅವರು ಭಾವಿಸಿದ್ದರು. ಆದರೆ, ಸಂದರ್ಶನದ ವೇಳೆ ನನಗೆ ನನ್ನ ಕಿರಿ ವಯಸ್ಸನ್ನು ಗಮನಿಸಿ ಪ್ರವೇಶವನ್ನು ನಿರಾಕರಿಸಲಾಯಿತು. ಇದು ನಮ್ಮ ತಂದೆಯನ್ನು ನಿರಾಶೆಗೊಳಿಸಿತು. ಅವರು ಅದನ್ನು ಸ್ವೀಕರಿಸಲು ತಯಾರಿರಲಿಲ್ಲ. ಸರ್ಕಾರದ ಶಿಕ್ಷಣ ಇಲಾಖೆಯ ಸಂಬಂಧಿಸಿದ ಅಧಿಕಾರಿಗಳನ್ನು ಭೇಟಿಯಾಗಿ ಸರ್ಕಾರಕ್ಕೆ ಒಂದು ಮನವಿಯನ್ನು ಬರೆದರು.

ನಿಗದಿಪಡಿಸಿದ್ದ ವಯಸ್ಸಿಗಿಂತ ಕಡಿಮೆ ವಯಸ್ಸಿನ ಅಭ್ಯರ್ಥಿ ನಿಗದಿತ ವಯಸ್ಸಿನ ಅಭ್ಯರ್ಥಿಗಳಿಗಿಂತ ಹೆಚ್ಚು ಅಂಕಗಳಿಸಿದಲ್ಲಿ ಅವರನ್ನು ಅರ್ಹ ಅಭ್ಯರ್ಥಿಗಳೆಂದೇ ಪರಿಗಣಿಸ ಬೇಕೆಂಬುದು ಅವರ ಸರಳ ವಾದವಾಗಿತ್ತು. ಆಗ ಮುಖ್ಯ ಇಂಜಿನಿಯರರು ಮತ್ತು ತಾಂತ್ರಿಕ ಶಿಕ್ಷಣ ನಿರ್ದೇಶನಾಲಯದ ಮುಖ್ಯಸ್ಥನಾಗಿದ್ದವರು ಶ್ರೀ ಐ. ಎಂ. ಮುಗ್ದುಂ. ಅವರು ಎಷ್ಟು ನಿಗದಿತ ವಯಸ್ಸಿನ ಅಭ್ಯರ್ಥಿಗಳಿಗಿಂತ ಕಡಿಮೆ ವಯಸ್ಸಿನ ಅಭ್ಯರ್ಥಿಗಳು ನಿಗದಿಪಡಿಸಲಾಗಿದ್ದ ಅಂಕಗಳಿಗಿಂತ ಹೆಚ್ಚು ಅಂಕ ಪಡೆದಿರುತ್ತಾರೆ ಎಂದು ಸೂಚಿಸುವಂತೆ ಆದೇಶಿಸಿದರು. ನಮ್ಮ ತಂದೆ ಈ ನಿಟ್ಟಿನಲ್ಲಿ ತಮ್ಮ ನಿರಂತರ ಪ್ರಯತ್ನ ಮುಂದುವರೆಸಿ ಆ ರೀತಿಯ ಹದಿನೈದು ವಿದ್ಯಾರ್ಥಿಗಳನ್ನು ಗುರುತಿಸಿದರು. ನಮ್ಮ ತಂದೆ ನಡೆಸಿದ ಈ ಒತ್ತಡ ಸಹಕರಿಸಿತು. ಕಾನೂನು ಸಡಿಲಗೊಂಡು ಆ ರೀತಿಯ ವಿದ್ಯಾರ್ಥಿಗಳಿಗೆ ಪ್ರವೇಶ ದೊರೆಯಿತು.

ಇಂಜಿನಿಯರ್ ಶಿಕ್ಷಣಕ್ಕೆ ಸೇರ್ಪಡೆಯಾದ ನಂತರ ನನ್ನ ಜವಾಬುದಾರಿ ಇಮ್ಮಡಿಯಾದವು. ಇದರಲ್ಲಿ ನಾನು ಯಶಸ್ವಿಯಾಗಲೇಬೇಕಿತ್ತು. ಕಾಲೇಜಿನಲ್ಲಿ ನನಗೆ ಪ್ರತಿಭಾ ವಿದ್ಯಾರ್ಥಿವೇತನ ದೊರೆಯಿತು. ಕಾಲೇಜಿನ ಸೂಚನಾ ಫಲಕದಲ್ಲಿ ನನ್ನ ಹೆಸರು ಕಂಡು ಬಂದಿತು. ಮಹಾರಾಜ ಕಾಲೇಜಿನಿಂದ ನಮ್ಮ ಕಾಲೇಜಿಗೆ ನಡೆದು ಬಂದು ಸೂಚನಾಫಲಕದ ಮುಂದೆ ಹೆಮ್ಮೆಯಿಂದ ನಿಂತಿದ್ದ ಅವರು ನನ್ನ ಹೆಸರನ್ನು ನೋಡಿದರು. ಅಂದು ನಾನು ಎಲ್ಲವನ್ನು ಸಾಧಿಸಿ ಕೃತಾರ್ಥನಾಗಿದ್ದೆ.

ಅವರ ಧಾರ್ಮಿಕ ಚಿಂತನೆಗಳು ಆ ಕಾಲಮಾನಕ್ಕೆ ಪ್ರಸ್ತುತವಾಗಿದ್ದವು. ಅವರಿಗೆ ಕೆಲವು ಸಂಸ್ಕಾರಗಳಲ್ಲಿ ನಂಬಿಕೆ ಇತ್ತು. ಇಂಡಿಯನ್ ಹಿಸ್ಟಾರಿಕಲ್ ರೆಕಾರ್ಡ್ಸ್ ಕಮಿಷನ್‌ನ ಮೂವತ್ತೆರಡನೆ ಅಧಿವೇಶನದಲ್ಲಿ

ಪಾಲ್ಗೊಳ್ಳಲು 1956ರ ಫೆಬ್ರವರಿ ತಿಂಗಳಲ್ಲಿ ಪಾಟ್ನಾಗೆ ತೆರಳಿದ್ದ ಸಂದರ್ಭದಲ್ಲಿ ಗಯಾಗೆ ಬಿಡುವು ಮಾಡಿಕೊಂಡು ತೆರಳಿ ಅಲ್ಲಿ ತಮ್ಮ ತಂದೆಯ ಪಿಂಡದಾನ ನೆರವೇರಿಸಿದ್ದರು. ಎಲ್ಲಾ ವ್ಯತಿರಿಕ್ತ ಪರಿಸ್ಥಿತಿಗಳನ್ನು ಎದುರಿಸಿ ವೈದ್ಯಳಾಗಿದ್ದ ಅವರ ಸಹೋದರಿ ಸುಬ್ಬಮ್ಮ ಅವರಿಗೆ ಅನುಕರಣಿಯ ಮಹಿಳೆ. ನಮ್ಮ ತಂದೆ ಅವಳನ್ನು ತುಂಬು ಮನಸ್ಸಿನಿಂದ ಗೌರವಿಸುತ್ತಿದ್ದರು. ಕುಟುಂಬದ ವ್ಯವಹಾರಗಳಲ್ಲಿ ಅವಳ ಮಾತಿಗೆ ಬೆಲೆಯೂ ಇತ್ತು.

ಉಪಾಧ್ಯಾಯರಾಗಿ ಅವರು ವಿದ್ಯಾರ್ಥಿಗಳ ಗೌರವಕ್ಕೆ ಪಾತ್ರರಾಗಿದ್ದುದರ ಕಾರಣಗಳೆಂದರೆ ಅವರ ನಿರೂಪಣಾಶೈಲಿ ಮತ್ತು ಚರಿತ್ರೆಯ ಅಧ್ಯಾಪಕರಿಗೆ ಅವಶ್ಯವಾಗಿದ್ದ ಅವರಲ್ಲಿದ್ದ ಅಗಾಧ ಜ್ಞಾನ. ಅದು ಯುರೋಪಿನ ಚರಿತ್ರೆ ಅಥವಾ ಭಾರತ ಚರಿತ್ರೆಯಾಗಿರಬಹುದು. ಇವುಗಳ ಕುರಿತಾದ ಅವರ ನಿರೂಪಣೆ ಅದ್ಭುತವಾಗಿರುತ್ತಿತ್ತು. ಇದರಿಂದಾಗಿ ವಿದ್ಯಾರ್ಥಿಗಳು ಇದನ್ನು ಅವರಿಂದ ಕಲಿಯಲು ಮನೆಗೂ ಬರುತ್ತಿದ್ದರು. ಮೈಸೂರಿನ ಒಡೆಯರು, ಹೈದರ್ ಆಲಿ ಮತ್ತು ಟಿಪ್ಪು ಸುಲ್ತಾನರ ಮೇಲೆ ಇವರು ತಮ್ಮ ಆಸಕ್ತಿಗಳನ್ನು ಹೆಚ್ಚು ಕೇಂದ್ರೀಕರಿಸಿದ್ದರು. ಅಂದಿನ ದಿನಗಳಲ್ಲಿ ವಿಶ್ವವಿದ್ಯಾನಿಲಯವು ನಡೆಸುತ್ತಿದ್ದ ಪ್ರಾಧ್ಯಾಪಕರ ಮೌಲ್ಯ ಮಾಪನವು ಅವರ ಬೋಧನಾ ಸಾಮರ್ಥ್ಯ ಮತ್ತು ಅವರ ಕೀರ್ತಿ ಮೇಲೆ ಅವಲಂಬಿತವಾಗಿದ್ದರೂ, ಕಾಲೇಜಿನ ಪ್ರಾಚಾರ್ಯರೇ ಮೌಲ್ಯಮಾಪನ ಅಧಿಕಾರದ ಅಂತಿಮ ನಿರ್ಣಾಯಕರಾಗಿದ್ದರು. ಯುಜಿಸಿ ಅಸ್ತಿತ್ವಕ್ಕೆ ಬಂದ ನಂತರ ಈ ವ್ಯವಸ್ಥೆಯಲ್ಲಿ ಬದಲಾವಣೆಗಳು ಕಂಡು ಬಂದವು. ಹೀಗಾಗಿ ವ್ಯವಸ್ಥೆಯಲ್ಲಿನ ಅಳತೆ ಗೋಲುಗಳಲ್ಲಿ ಒಂದು ಬದಲಾವಣೆ ಕಂಡುಬಂದಿತು. ಕಲಾವಿಭಾಗದ ವಿಷಯಗಳಲ್ಲಿ, 1960ರ ದಶಕದ ವೇಳೆಗೆ ಬದಲಾವಣೆಗಳು ಗೋಚರಿಸಿದವು. ಇದಕ್ಕೆ ಬೋಧನೆಯಲ್ಲಿದ್ದ ನಿರೂಪಣಾ ಶೈಲಿಯ ಸ್ಥಾನವನ್ನು ವಿಮರ್ಶಾತ್ಮಕ ವಿಶ್ಲೇಷಣಾ ಶೈಲಿ ಆಕ್ರಮಿಸಿದ್ದು. ಅದ್ಭುತ ನಿರೂಪಣಾ ಶೈಲಿ ಹೊಂದಿದ್ದ ನಮ್ಮ ತಂದೆ, ಲಭ್ಯವಿರುವ ಆಧಾರಗಳನ್ನು ತಮ್ಮ ನಿರೂಪಣೆಗೆ ಬಳಸಿಕೊಳ್ಳುತ್ತಿದ್ದುದ್ದು. ಆದರೆ ತರುವಾಯ ಬೆಳಕಿಗೆ ಬಂದ ಜಾತಿ, ಮತ ಮತ್ತು ಸಂಕುಚಿತ ಪ್ರಾದೇಶಿಕವಾದ ಅಥವಾ ರಾಷ್ಟ್ರೀಯವಾದ ಮೊದಲಾದವುಗಳ ಅನುಕೂಲಸಿಂಧು ವಿಶ್ಲೇಷಣಾ ಶೈಲಿಯಿಂದ, ನಮ್ಮ ತಂದೆ ಆತಂಕಗೊಂಡಿದ್ದರು. ಹೀಗಾಗಿ ಇದು ಅವರ ದೈಹಿಕ ಆರೋಗ್ಯದ ಮೇಲೆ ದುಷ್ಪರಿಣಾಮಗಳನ್ನು ಬೀರಿತು ಎಂದು ನಾನು ಭಾವಿಸಿದ್ದೇನೆ.

ಅವರು ನಮ್ಮನ್ನು ತೊರೆದಾಗ, ನಮ್ಮ ಮನೆಗೆ ಸಂಪೂರ್ಣವಾಗಿ ಹಿಮ್ಮುಖ ನಡಿಗೆಯಾಯಿತು. ಮೂರು ಮಲಗುವ ಕೊಠಡಿಗಳಿದ್ದ ವಿಶಾಲವಾದ ಮನೆ (ನಾವು ಆ ಮನೆಗೆ ರೂ. 42.50 ಬಾಡಿಗೆ ಕೊಡುತ್ತಿದ್ದು ಅವರ ಮರಣಾನಂತರ ನಾವು ಇದನ್ನು ಭರಿಸಲು ಕಷ್ಟ ಪಡಬೇಕಾಯಿತು) ತೊರೆದು ಸರಸ್ವತಿಪುರಂನಲ್ಲಿ ನಮ್ಮ ತಂದೆ ನಿರ್ಮಿಸಿದ್ದ ಒಂದು ಸಣ್ಣ ಮನೆಗೆ ಹೋಗ ಬೇಕಾಯಿತು. ನಮ್ಮೆಲ್ಲರ ಮುಂದಿನ ಜವಾಬುದಾರಿಗಳು ವಿಸ್ತರಿಸಿದವು. ನಂತರ ನಮ್ಮ ವಿದ್ಯಾಭ್ಯಾಸದ ಸಮಯದಲ್ಲಾಗಲಿ ಅಥವಾ ನಮ್ಮ ಜೀವನದಲ್ಲಾಗಲೀ ಎರಗಿದ ದುರಂತಗಳಿಗೆ ಒಂದು ಮಿತಿ ಇರಲಿಲ್ಲ. ಆದರೂ ಬಹುಬೇಗನೆ ಸಣ್ಣ ಮೊತ್ತದ ಆದಾಯದಲ್ಲಿ ಜೀವನನಡೆಸುವ, ಮತ್ತು ಇದ್ದ ಸೌಕರ್ಯಗಳನ್ನಷ್ಟೇ ಬಳಸಿಕೊಂಡು ಹೇಗೆ ಜೀವನವನ್ನು ಸಾಗಿಸುವ ನಿಟ್ಟಿನಲ್ಲಿ ನಮಗೆ ಸರಿಯಾಗಿ ತಿಳಿಸಿಕೊಟ್ಟಿದ್ದ ನಮ್ಮ ತಂದೆಯ ಮಾರ್ಗದರ್ಶಿ ಸೂತ್ರ ಸಹಕರಿಸಿತು. ಅವರು ಬದುಕಿದ್ದಾಗ, ನಾವು ಅನುಭವಿಸುತ್ತಿದ್ದ ಸಣ್ಣ ಸಂಭ್ರಮಗಳನ್ನು ನಾವು ಕಳೆದುಕೊಂಡೆವು. ತಂದೆಯವರಿಲ್ಲದೆ ಉಂಟಾದ ಶೂನ್ಯದ ಹರವು

ವಿಸ್ತಾರವಾಗಿದ್ದು, ಅದರಿಂದ ಹೊರಬರಲು ನಮಗೆ ವರ್ಷಗಳೇ ಬೇಕಾಯಿತು. ಆದರೆ ನಮ್ಮ ತಾಯಿ ಇದರಿಂದ ಹೊರತಾಗಿದ್ದರು.

ನಿಮ್ಮ ತಂದೆತಾಯಿ ನಿಮ್ಮ ಜೀವನದಲ್ಲಿ ಅನುಕರಣೀಯ ವ್ಯಕ್ತಿಗಳಾಗುತ್ತಾರೆ ಎನ್ನುವುದು ಆದರ್ಶ! ಅದೃಷ್ಟವಶಾತ್ ನನ್ನ ಮೇಲೆ ನಮ್ಮ ತಂದೆ ಅಪಾರವಾದ ಪ್ರಭಾವ ಬೀರಿದರು. ಹೀಗಿದ್ದರೂ, ನಮ್ಮ ತಂದೆ ತಾಯಿಯರಿಂದ ನಾವು ಹೆಚ್ಚಿನದನ್ನು ನಿರೀಕ್ಷಿಸಿದರೂ, ನಮ್ಮದೇ ಸಾಧನೆ, ಅದರಿಂದ ನಾವು ಪಡೆಯುವ ತೃಪ್ತಿ ಮತ್ತು ಸಂತೋಷ ನಮ್ಮ ಮೇಲೆ ಗುಣಾತ್ಮಕ ಪ್ರಭಾವಗಳನ್ನು ಬೀರುತ್ತವೆ ಮತ್ತು ಅವು ನಮ್ಮ ಜೀವನವನ್ನು ನಿರೂಪಿಸುವುದಕ್ಕೆ ಸಹಕರಿಸುತ್ತವೆ. ಇದರಲ್ಲಿ ಏನಾದರೂ ಋಣಾತ್ಮಕ ಅಂಶಗಳು ಕಂಡುಬಂದಲ್ಲಿ, ಅವುಗಳನ್ನು ಮೆಟ್ಟಿ ನಿಂತಲ್ಲಿ ನೀವು ನಿಮ್ಮ ಮಕ್ಕಳಿಗೆ ಆದರ್ಶಪ್ರಾಯರಾಗುವಿರಿ. ಯಾವುದು ಘಟಿಸಿಲ್ಲವೋ ಅದಕ್ಕೆ ನಿಮ್ಮ ತಂದೆ ತಾಯಿಯರನ್ನು ದೂಷಿಸುವುದು ನಿಮ್ಮ ಜೀವನವನ್ನು ಬರಡಾಗಿಸುತ್ತದೆ.

ಅವರು ಅಗಸದಲ್ಲಿದ್ದು ನಮ್ಮನ್ನು ನೋಡುತ್ತಿದ್ದಾರೆ ಎಂದು ಭಾಸವಾಗುತ್ತಿದೆ. ಅವರ ಗಂಭೀರ ಮತ್ತು ತೃಪ್ತ ನಗು ಎಲ್ಲವನ್ನು ಮರೆಸಿದೆ. ಅವರ ಶಿಸ್ತಿನ ಲೆಕ್ಕ ಚುಕ್ತವಾಗಿದೆ.

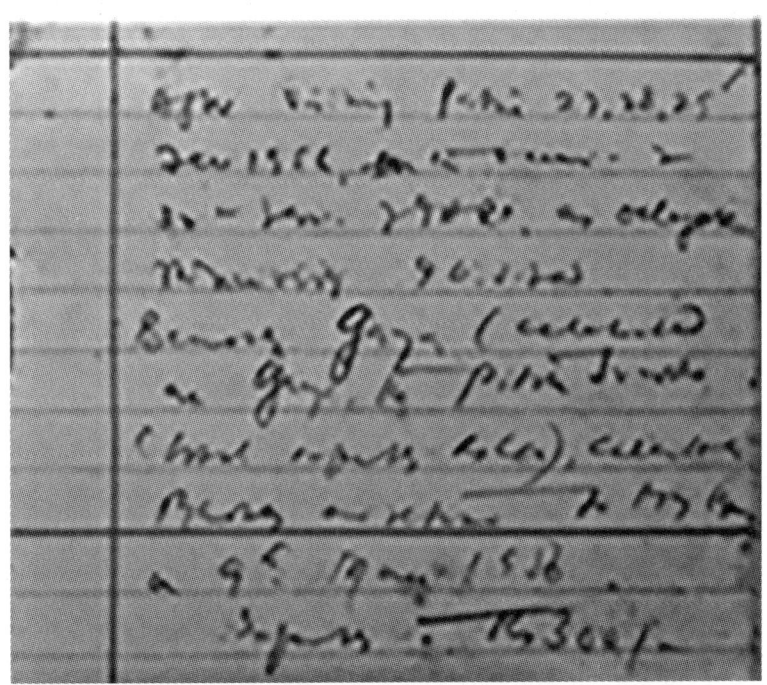

ಮನೆ ಪಾಟ್ನದಿಂದ ಮನೆಗೆ ಹಿಂದಿರುಗಿದ ಬಳಿಕ ತರ್ಪಣ – ಅಗಲಿದ ತಂದೆ ತಾಯಿಯ ಆತ್ಮ ಸದ್ಗತಿಗೋಸ್ಕರ ಸೂಚಿಸಲಾಗುವ ಗೌರವ ಪೂರ್ವಕ ಕರ್ಮ, ಗಳಿಗೆ ಮಾಡಿದ ಖರ್ಚಿನ ವಿವರವನ್ನು ಡಿ ಎಸ್ ಎ ಡೈರಿಯಲ್ಲಿ ದಾಖಲಿಸಿದ ವಿವರ

ಡಿಎಸ್ಎ ಯಾವಾಗಲೂ ಆಡುತ್ತಿದ್ದ ವೊಂಟಿಕೊಪ್ಪಲ್ ಕ್ಲಬ್
ಮೈಸೂರಿನಲ್ಲಿರುವ ಟೆನ್ನಿಸ್ ಕೋರ್ಟ್

ತಮ್ಮ ತಂದೆ ತಾಯಿಯರು ಕಲಿಸಿದ ಮೌಲ್ಯಗಳಿಂದ ಈವತ್ತು ಕೂಡಾ ಒಗ್ಗಟ್ಟಾಗಿ ನಿಂತಿದ್ದೇವೆ.

ನಿಂತವರು : ಡಿ ಎ ಪ್ರಸನ್ನ, ಡಿ ಎ ಮೋಹನ್, ಡಾ। ಡಿ ಎ ಲತಾ

ಕುಳಿತವರು : ಡಿ ಎ ಕಲ್ಪನ, ಡಾ। ಡಿ ಎ ಸತೀಶ್

10. ಪರಂಪರೆ ಮುಂದುವರೆದಿದೆ

1965ರಲ್ಲಿ ಸಂಭವಿಸಿದ ಡಿಎಸ್ಎ ಅವರ ಅಕಾಲಿಕ ಮರಣ ಅವರ ಕುಟುಂಬಕ್ಕೆ ಹೆಚ್ಚು ಕಷ್ಟಗಳನ್ನು ತಂದಿತು. ಅವರ ಮೌಲ್ಯಗಳು, ಶಿಕ್ಷಣದ ಮೇಲಿನ ದೃಢವಾದ ನಂಬಿಕೆ ಮತ್ತು ಅವರ ಹೆಂಡತಿ ಸುಶೀಲಾಬಾಯಿ ಇವರ ದಣಿವರಿಯದ ಮಾತೃತ್ವ ಬಹು ಬೇಗನೆ ಕುಟುಂಬವನ್ನು ಸುಸ್ಥಿರಗೊಳಿಸಿದವು. ಹಿರಿಯ ಮಗಳು ಲತ ಬೆಂಗಳೂರಿನ ಸರ್ಕಾರಿದಂತ ವಿಜ್ಞಾನ ಕಾಲೇಜಿನಲ್ಲಿ ಬಿಡಿಎಸ್ ಪದವೀಧರಳಾಗಿ, ದಂತವೈದ್ಯಳಾಗಿ ಮತ್ತು ತಾನು ಓದಿದ ಸಂಸ್ಥೆಯಲ್ಲಿ ಉಪಾಧ್ಯಾಯಳಾದಳು. ತರುವಾಯ ಪ್ರಾಂಶುಪಾಲರ ಹುದ್ದೆಯನ್ನೇರಿ ಹೆಚ್ಚು ಖ್ಯಾತಿಗಳಿಸಿದಳು.

ಹಿರಿಯ ಮಗ ಪ್ರಸನ್ನ ಬಿಇ ಪದವೀಧರನಾದ ತರುವಾಯ ನಾಲ್ಕು ವರ್ಷಗಳ ಕಾಲ ಕೆಲಸದಲ್ಲಿದ್ದು, ನಂತರ ಅಹ್ಮದಾಬಾದ್‌ನ ಐಐಎಂನಲ್ಲಿ ಎಂಬಿಎ ಪದವಿ ಗಳಿಸಿದರು. ವಿಪ್ರೋ ಸಂಸ್ಥೆಯ ಉಪಾಧ್ಯಕ್ಷರಾಗಿ ತರುವಾಯ ಜಿಇ ಕಂಪನಿಯ ಹೆಲ್ತ್‌ಕೇರ್ ವಿಭಾಗದಲ್ಲಿ ಸಿಇಓ ಹುದ್ದೆಯನ್ನೇರಿದರು. ಪ್ರಸ್ತುತ ವೈದ್ಯಕೀಯ ಸಂಶೋಧನೆಗಳಿಗೆ ಸಂಬಂಧಿಸಿದಂತೆ ತಮ್ಮ ವ್ಯವಹಾರ ಸಂಸ್ಥೆಯನ್ನು ನಡೆಸುತ್ತಿದ್ದಾರೆ.

ಎರಡನೆ ಮಗ ಮೋಹನ ವಿಶ್ವವಿದ್ಯಾನಿಲಯಕ್ಕೆ ಬಿಎಸ್ಸಿ ರ‍್ಯಾಂಕ್ ವಿಜೇತ. ಬೆಂಗಳೂರಿನ ಟಾಟಾ ಇನ್ಸ್‌ಸ್ಟಿಟ್ಯೂಟ್‌ನಲ್ಲಿ ವಿದ್ಯುಚ್ಛಕ್ತಿ ಕುರಿತಾದ ಹೆಚ್ಚಿನ ಅಧ್ಯಯನ ಕೈಗೊಂಡರು. ಭಾರತ್‌ಎಲೆಕ್ಟ್ರಾನಿಕ್ಸ್ ಸಂಸ್ಥೆಯ ನಿರ್ದೇಶಕ ಹುದ್ದೆಯನ್ನು ಪಡೆದು ಪ್ರಸ್ತುತ ರಕ್ಷಣೆ ಮತ್ತು ಅಂತರಿಕ್ಷ ವಿಜ್ಞಾನಕ್ಕೆ ಸಂಬಂಧಿಸಿದ ಸಲಹಾಕೇಂದ್ರ ನಡೆಸುತ್ತಿದ್ದಾರೆ.

ಎರಡನೆ ಮಗಳು ಕಲ್ಪನ ಶೈಕ್ಷಣಿಕವಾಗಿ ಅದ್ಭುತ ಸಾಧನೆಗಳನ್ನು ಪೂರೈಸಿದಳು. ಬಿಎಸ್ಸಿಯಲ್ಲಿ ವಿಶ್ವವಿದ್ಯಾನಿಲಯಕ್ಕೆ ಎರಡನೆ ರ್ಯಾಂಕ್ ಪಡೆದ ನಂತರ ಎಂಎಸ್ಸಿ ಪೂರೈಸಿದಳು. ಸುಮಾರು ಎರಡು ದಶಕಗಳ ಕಾಲ ಕೆನರಾ ಬ್ಯಾಂಕ್‌ನಲ್ಲಿ ಸೇವೆ ಸಲ್ಲಿಸಿದರು. ಪ್ರೌಢಶಾಲೆಯ ಮಕ್ಕಳಿಗೆ ವಿಜ್ಞಾನ ಮತ್ತು

ಡಾ. ರಾಮದಾಸ್ ಪೈ ಶ್ರೀಮತಿ ಡಿ ಎ ಸುಶೀಲ ಬಾಯಿಯವರಿಗೆ ಗೌರವಿಸಿದ ಕ್ಷಣ

ಡಿಎಸ್‌ಎ ಪುರಸ್ಕಾರ ಪಡೆದ ಪ್ರೊ. ಎಸ್ ಶೆಟ್ಟರ್‌ರೊಂದಿಗೆ (ಬಲಬದಿಯಲ್ಲಿ) ಡಿ ಎ ಪ್ರಸನ್ನ, ಪ್ರೊ ರಜನಿ ಪ್ರಸನ್ನ ಮತ್ತು ಪ್ರೊ ಜ್ಯೋತಿ ಹೊಸಾಗ್ರಾಹಾರ

ಗಣಿತ ಶಾಸ್ತ್ರ ಹೇಳಿಕೊಡುವ ಒಂದು ಮನೆ ಪಾಠಕೇಂದ್ರ ಪ್ರಾರಂಭಿಸಿದ್ದು, ಇದು ಜನಪ್ರಿಯವಾಗಿದೆ. ಇವರು ಬೋಧಕರಾಗಿ ಹೆಚ್ಚು ಬೇಡಿಕೆಯಲ್ಲಿದ್ದಾರೆ.

ಕೊನೆಯ ಮಗ ಸತೀಶ ಬೆಂಗಳೂರಿನ ಮೆಡಿಕಲ್‌ಕಾಲೇಜಿನಲ್ಲಿ ಪದವೀಧರನಾಗಿ ನಂತರ ಆಲ್‌ಇಂಡಿಯಾ ಇನ್‌ಸ್ಟಿಟ್ಯೂಟ್ ಆಫ್ ಮೆಡಿಕಲ್ ಸೈನ್ಸ್‌ನಿಂದ ಪಿಎಚ್.ಡಿ ಪದವಿಗಳಿಸಿದರು. ಬೆಂಗಳೂರಿನಲ್ಲಿ ಇವರು ಚರ್ಮರೋಗಗಳಿಗೆ ಸಂಬಂಧಿಸಿದ ಒಂದು ಶುಶ್ರೂಷಾಲಯವನ್ನು ನಡೆಸುತ್ತಿದ್ದು ಇದು ಹೆಸರುಗಳಿಸಿದೆ. ರಾಜ್ಯ ಮತ್ತು ರಾಷ್ಟ್ರಮಟ್ಟದಲ್ಲಿ ತನ್ನ ವೃತ್ತಿಗೆ ಸಂಬಂಧಿಸಿದ ಸಂಘಸಂಸ್ಥೆಗಳಲ್ಲಿ ಇವರು ತಮ್ಮ ಛಾಪು ಮೂಡಿಸಿದ್ದಾರೆ. ಯುಕೆ ರಾಷ್ಟ್ರದ ಗೌರವ ಎಫ್‌ಆರ್‌ಸಿಪಿ ಪುರಸ್ಕಾರ ಪಡೆದಿದ್ದಾರೆ. ನಮ್ಮ ತಾಯಿ ತಮ್ಮ 80ನೆ ವಯಸ್ಸಿನಲ್ಲಿ ಮರಣ ಹೊಂದುವವರೆವಿಗೂ ಮಗ ಸತೀಶ್ ನೋಡಿಕೊಂಡರು.

ನಾವು ಪ್ರತಿಯೊಬ್ಬರು ನಮ್ಮ ವಿದ್ಯಾಭ್ಯಾಸ ಖರ್ಚನ್ನು ನಾವು ಪಡೆಯುತ್ತಿದ್ದ ಪ್ರತಿಭಾ ವಿದಾರ್ಥಿ ವೇತನದಿಂದ ಭರಿಸಿದೆವು. ನಮ್ಮ ತಂದೆತಾಯಿ ಶಿಕ್ಷಣದ ಮೇಲೆ ನಮ್ಮಜೀವನ ರೂಪಿಸಿಕೊಳ್ಳುವಂತೆ ನಮ್ಮನ್ನು ಬೆಳೆಸಿದ್ದರು. ನಾವು ಮೌಲ್ಯಗಳನ್ನು ಅಳವಡಿಸಿಕೊಂಡು, ಸಮಾಜಕ್ಕೆ ಏನನ್ನಾದರು ಕೊಡುಗೆ ನೀಡ ಬೇಕೆಂದು ಅವರ ಆಶಯವಾಗಿತ್ತು. ಡಿ.ಎಸ್. ಅಚ್ಚುತರಾಯರ ಪರಂಪರೆಯನ್ನು ಮುಂದುವರಿಸುವ ನಿಟ್ಟಿನಲ್ಲಿ ನಾವು ನಮ್ಮ ಉಳಿತಾಯದ ಒಂದಷ್ಟು ಮೊಬಲಗನ್ನು ಪ್ರೊ. ಡಿಎಸ್‌ಅಚ್ಚುತರಾವ್ ಸ್ಮಾರಕ ಕಾರ್ಯಕ್ರಮಗಳಿಗೆ ವಿನಿಯೋಗಿಸಲು ಕೊಡುಗೆಯಾಗಿ ನೀಡಿರುತ್ತೇವೆ.

ಡಿಎಸ್‌ಎ ಕಾರ್ಯಕ್ರಮ ಚರಿತ್ರೆಯ ಅಧ್ಯಯನವನ್ನು ಬಿಂಬಿಸುತ್ತದೆ. ಮೊದಲ ಕೆಲವು ಕಾರ್ಯಕ್ರಮಗಳು ಸ್ಟೋನ್ ಹೆಂಚ್ ಮತ್ತು ಕರ್ನಾಟಕದ ಸಾಂಸ್ಕೃತಿಕ ಚರಿತ್ರೆಕುರಿತಾದ ಸಂಯೋಜನೆಗಳಾಗಿದ್ದವು. ಜನ್ಮಶತಮಾನ ವರ್ಷದಲ್ಲಿ ಪ್ರೊಫೆಸರ್ ಎಸ್ ಷಟ್ಟರರ ಅಧ್ಯಕ್ಷತೆಯಲ್ಲಿ ಒಂದು ಸಲಹಾ ಮಂಡಳಿ ರಚಿಸಲಾಗಿದೆ. ಇದರಲ್ಲಿ ಇತಿಹಾಸಕಾರರಾದ ಪ್ರೊಫೆಸರ್ ರಜನಿ ಪ್ರಸನ್ನ, ಪ್ರೊಫೆಸರ್ ಎಂ ವಿ ಶ್ರೀನಿವಾಸ, ಶಿಕ್ಷಣವೇತ್ತರಾದ ಡಾ. ನಿಖಿಲ ಗೋವಿಂದ, ಪ್ರೊಫೆಸರ್ ಬಿ ಎಸ್ ರಾಘವೇಂದ್ರ ಮತ್ತು ವೃತ್ತಿ ನಿರತರಾಗಿರುವ ಶ್ರೀ ವಿಕ್ರಮಜಿತ್ ರಾಂ ಮತ್ತು ಶ್ರೀ ಡಿ ಎ ಪ್ರಸನ್ನ ಸದಸ್ಯರು. ಜನ್ಮಶತಮಾನೋತ್ಸವ ವರ್ಷದಲ್ಲಿ ಮಣಿಪಾಲ ವಿಶ್ವವಿದ್ಯಾನಿಲಯ ಮುದ್ರಣಾಲಯ ಚರಿತ್ರೆ ಪುಸ್ತಕ ಮಾಲೆಯನ್ನು ಪ್ರಾರಂಭಿಸಿದೆ. ಇದರಡಿಯಲ್ಲಿ ಕೆಲವು ಕೃತಿಗಳನ್ನು ಲೋಕಾರ್ಪಣೆಗೊಳಿಸುವ ಯೋಜನೆ ಇದೆ. ಮೈಸೂರು ವಿಶ್ವವಿದ್ಯಾನಿಲಯದ ಇತಿಹಾಸ ಅಧ್ಯಯನ ವಿಭಾಗದ ಸಹಯೋಗದಲ್ಲಿ ಒಂದು ಅಂತಾರಾಷ್ಟ್ರೀಯ ಸಮ್ಮೇಳನ ಆಯೋಜಿಸಲು ತೀರ್ಮಾನಿಸಲಾಗಿದೆ. ಶೈಕ್ಷಣಿಕ ಚಟುವಟಿಕೆಗಳ ವಿಸ್ತರಣೆ ಮತ್ತು ವಿದ್ಯಾರ್ಥಿಳ ಹಿತದೃಷ್ಟಿಯಿಂದ ದತ್ತಿ ಸ್ಥಾಪಿಸಲಾಗಿದೆ.

ಡಿಎಸ್‌ಎ ಸ್ಮಾರಕ ಕಾರ್ಯಕ್ರಮಕ್ಕೆ ರೂಪಾಯಿಗಳು ಐವತ್ತು ಲಕ್ಷ ಅಥವಾ ಅದಕ್ಕೂ ಹೆಚ್ಚಿನ ಮೊತ್ತವನ್ನು ಸಂಗ್ರಹಿಸಿ ಪ್ರೊ. ಅಚ್ಚುತರಾವ್‌ರ ನೆನಪಿನಲ್ಲಿ ಚರಿತ್ರೆಯ ಅಧ್ಯಯನದಲ್ಲಿ ಗುಣಾತ್ಮಕ ಲಕ್ಷಣಗಳನ್ನು ಕಾಪಿಡುವುದು ಇದರ ಉದ್ದೇಶವಾಗಿದೆ.

ಅನುಬಂಧ I

1908-1979 VenkataSubba Rao Krishnaveni Saroja Bai
1908-1980 Dr Subbamma Raghavendra Rao
1913-1969 Vyasa Rao Kamala Bai
1917-1965 Achuta Rao Sushila Bai
1915-1975 Subba Rao Shanta Bai
Hiranyappa Thulasamma
P Venkat-Naranappa
1925-1984 Jaya Rao Sarawathi
Pranesh Rao H Subbamma
Bhima Rao Krishnaveni
1884-1945 Shama Rao Venkatalakshmamma
D Bheema Rao (Son)
Appa Rao Savithramma
Raja Rao Kamalamma
Shesagiri Rao Padmavathamma
Lakshmana Rao
1860-? Rama Rao D Savithramma
Narayana Rao G Savithramma
Bharighat Rama Rao
1835-? Krishnappa Lakhmi Narasamma
1810-? Bhemanna Achchamma
1775 Shamanna Venkatalakshmamma
1750-? Puttappa Narasamma
1725-? Hirayannappa Lakshmi Devamma
1700 Naranappa ?
1675-? Narasanna

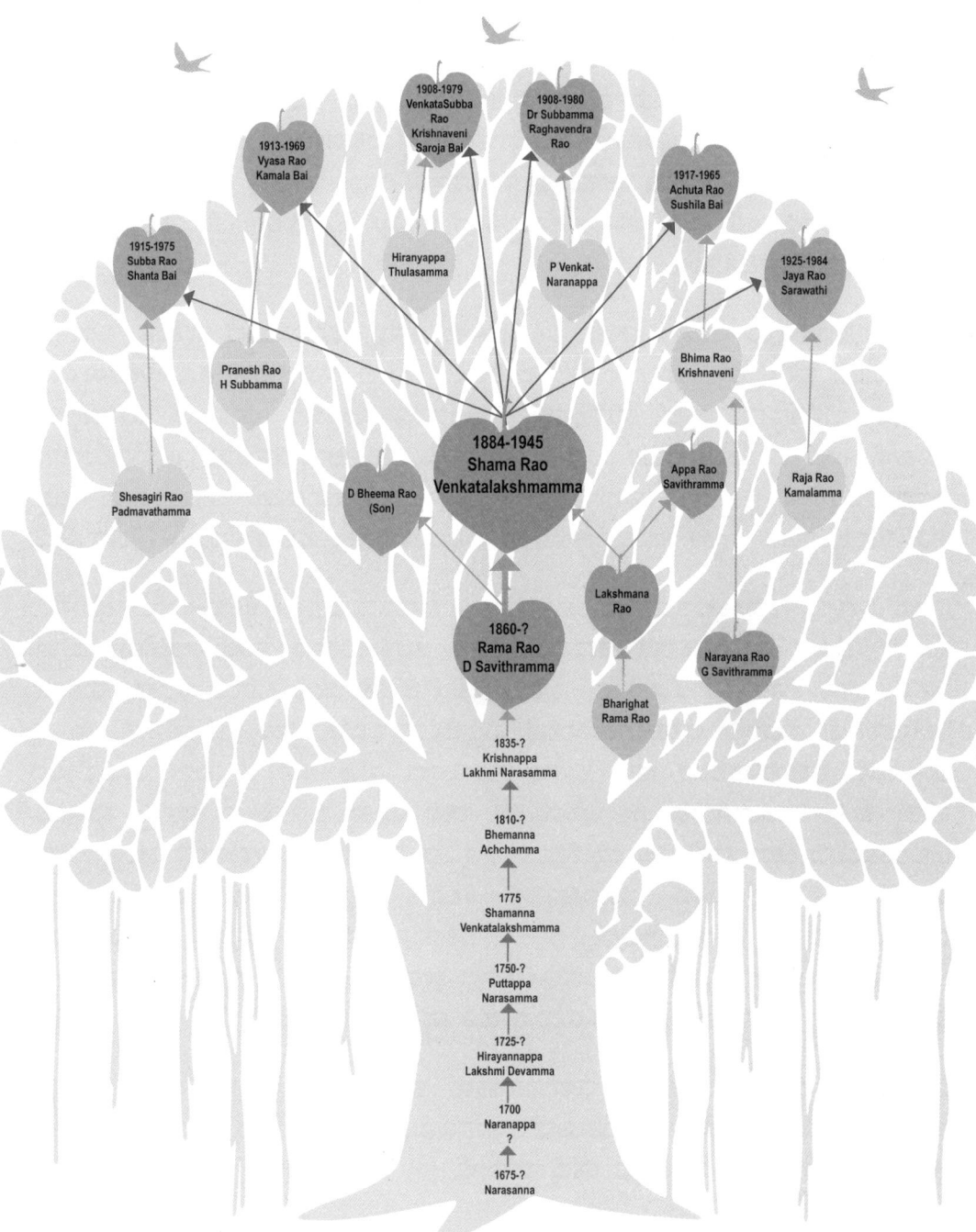

Aidan
Nadia
Samika
Samay
Vedant
Rehaan
Sanjana
Raghuvir
Sumana
Arvind
Surabhi
Siddartha
Nihar
Tasneem
Archana
Vineeth
Roopa
Rajiv
Rashmi
Santhosh
Deepa
Sahana
Anant
Smita
Shivaprasad
Kalyana
Sundaram
Shanthi
Suhas
Deepika
R K Murthy
Vasantha
Aruna
Mohan
Bhadarkar
RajaGopal
Sheela
Somanath
Jayalakshmi
Rajanna
Ramamani
Malini
Srinath
Shivaprakash
Vijaya
D A Prasanna
Rajani
Salim K
Almas
Canada
Kalpana
Rama Murthy
Mohan
Padmini
d/o
Lata
Pradhan
Satish
Lakshmi
Achuta Rao
1917-65
Susheela Bai
1926-2006
d/o
BBY
Paramasiviah
Srirudrambha
s/o
Venkatagiri
Rao
Lalitha Rao
KK Hebbar
Susheela
Nurbanu
s/o
Mysore
Pradhan
Narasing Rao
Subbamma
B'lore
Mysore
Seethamma
Narasimha
Murthy
d/o
Magadi
Shivamogga
P Padmavatamma
Prahlada Rao
G Bheema Rao
Krishnavenamma
Narayana
Sitamma
Ballal
Ponnathpur
Udupi
Gudibande
Mudabidri
D Shama Rao
Venkatalakshmamma

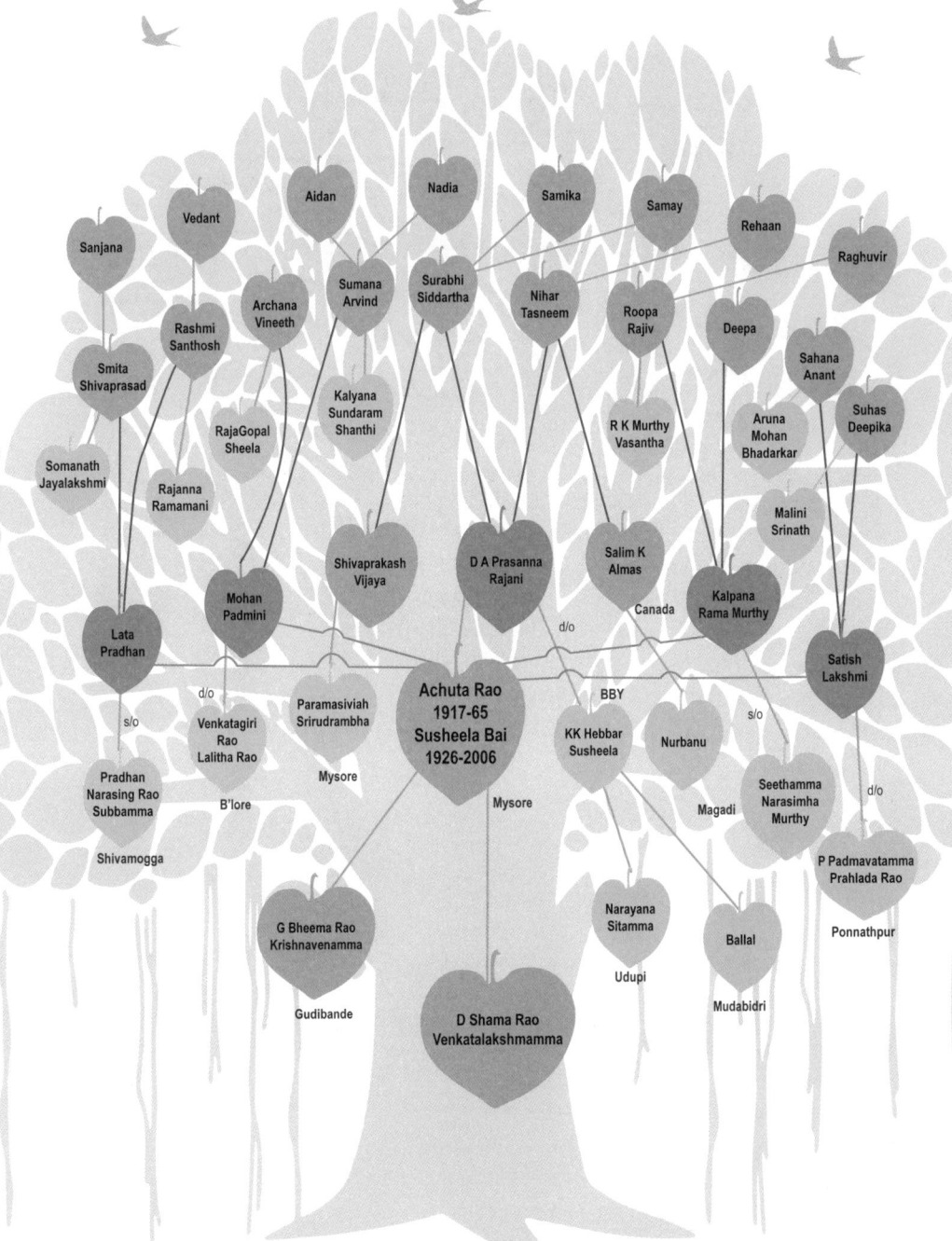

అనుబంధ II

ಡಿಎಸ್ಎ ಅವರು ತನ್ನ ತಂಗಿ ಡಾ. ಸುಬ್ಬಮ್ಮ ಅವರಿಗೆ ಬರೆದ
ಡಿ ಎ ಪ್ರಸನ್ನರ ಉಪನಯನ ದಿನಾಂಕದ ಪತ್ರ

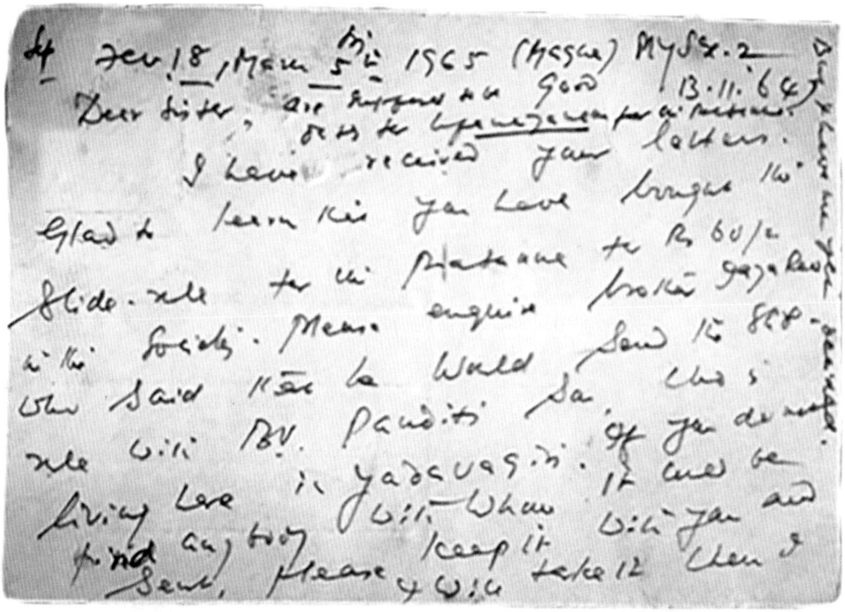

ಅನುಬಂಧ III

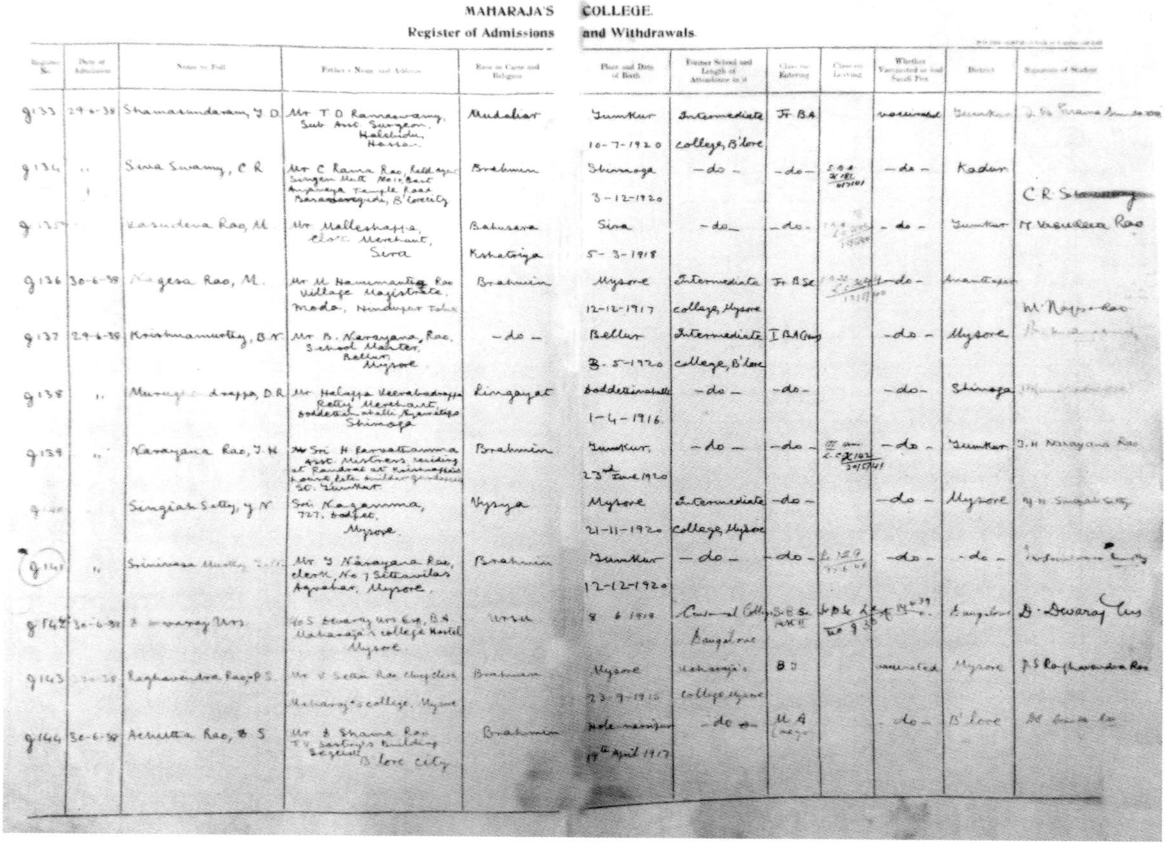

MAHARAJA'S COLLEGE.
Register of Admissions and Withdrawals.

Register No.	Date of Admission	Name in Full	Father's Name and Address	Race or Caste and Religion	Place and Date of Birth	Former School and Length of Attendance in it	Class on Entering	Class on Leaving	Whether Vaccinated or had Small Pox	District	Signature of Student
9133	29-6-38	Shamasundaram, T. D.	Mr T D Ramaswamy, Sub Asst. Surgeon, Halebidu, Hassan	Mudaliar	Tumkur 10-7-1920	Intermediate College, B'lore	Jr B.A		vaccinated	Tumkur	[illegible]
9134	,,	Siva Swamy, C R	Mr C Rama Rao, Retd. Ayur. Surgeon, [illegible], Anjaneya Temple Road, Basavanagudi, B'lore City	Brahmin	Shimoga 3-12-1920	-do-	-do-	[illegible]	-do-	Kadur	C R S[illegible]
9135		Vasudeva Rao, M.	Mr Malleshappa, Cloth Merchant, Sira	Banusara Kshatriya	Sira 5-3-1918	-do-	-do-	[illegible]	-do-	Tumkur	M Vasudeva Rao
9136	30-6-38	Nagesa Rao, M.	Mr M Hanumantha Rao, Village Magistrate, Moda, Hindupur Taluk	Brahmin	Mysore 12-12-1917	Intermediate College, Mysore	Jr B.Sc	[illegible]	-do-	Anantapur	M Nagesa Rao
9137	29-6-38	Krishnamurthy, B. N.	Mr B. Narayana Rao, School Master, Bellur, Mysore	-do-	Bellur 8-5-1920	Intermediate College, B'lore	I B.A (Hons)		-do-	Mysore	[illegible]
9138	,,	Murug[illegible]dappa, D. R	Mr Halappa Veerabadrappa Setty, Merchant, Doddettinahalli, Nyamathi, Shimoga	Lingayat	Doddettinahalli 1-4-1916	-do-	-do-		-do-	Shimoga	[illegible]
9139	,,	Narayana Rao, T. H	Sri H Parvathamma, Asst. Mistress, residing at [illegible], [illegible], Tumkur	Brahmin	Tumkur, 23rd June 1920	-do-	-do-	III am [illegible] 24/5/41	-do-	Tumkur	T. H Narayana Rao
9140		Singiah Setty, Y N	Sri Nagamma, 727, Sodfet, Mysore	Vysya	Mysore 21-11-1920	Intermediate College, Mysore	-do-		-do-	Mysore	Y N Singiah Setty
9141	,,	Srinivasa Murthy, T. N.	Mr T Narayana Rao, Clerk, No 7 Sitaravilas Agrahar, Mysore	Brahmin	Tumkur 12-12-1920	-do-	-do-	[illegible]	-do-	-do-	[illegible]
9142	30-6-38	D. Devaraj Urs	H. S. Devaraj Urs Esq., B.A, Maharaja's College Hostel, Mysore	Urs	8 6 1919	Central College, Bangalore	S.B.Sc.	[illegible]	[illegible]	Bangalore	D. Devaraj Urs
9143	30-6-38	Raghavendra Rao, P. S.	Mr V Seena Rao, [illegible] Clerk, Maharaja's College, Mysore	Brahmin	Mysore 23-7-1919	Maharaja's College, Mysore	B J		vaccinated	Mysore	P S Raghavendra Rao
9144	30-6-38	Achutha Rao, B S	Mr B Shama Rao, T V Sastry's Building, [illegible], B'lore City	Brahmin	Hole Narsipur 19th April 1917	-do-	M A (Eng)		-do-	B'lore	[illegible]

ಮಹಾರಾಜ ಕಾಲೇಜಿನ ಎಮ್ಎ ದಾಖಲಾತಿ ರಿಜಿಸ್ಟರ್